UPSC / MPSC / NET / SET/ B. Ed अशा सर्वच स्पर्धा परीक्षांसाठी
अत्यंत उपयुक्त ग्रंथ

I0646898

भूगोल

डॉ. श्रीकांत कार्लेकर
प्रा. अ. वि. भागवत
प्रा. संजीव बा. नलावडे

डायमंड पब्लिकेशन्स

भूगोल

डॉ. श्रीकांत कार्लेकर, प्रा. अ. वि. भागवत, प्रा. संजीव बा. नलावडे

Bhugol

Dr. Shrikant Karlekar, Prof. A. V. Bhagvat, Prof. Sanjiv B. Nalavade

© डायमंड पब्लिकेशन्स

प्रथम आवृत्ती : नोव्हेंबर २००७
पुनर्मुद्रण : जून २०१३

ISBN 978-81-89959-47-0

मुखपृष्ठ
श्याम भालेकर

अक्षरजुळणी
शब्द–अनुशासन

प्रकाशक
डायमंड पब्लिकेशन्स
२६४/३ शनिवार पेठ, ३०२ अनुग्रह अपार्टमेंट
ओंकारेश्वर मंदिराजवळ, पुणे–४११ ०३०
☎ ०२०–२४४५२३८७, २४४६६६४२
info@diamondbookspune.com
www.diamondbookspune.com

प्रमुख वितरक
डायमंड बुक डेपो
६६१ नारायण पेठ, अप्पा बळवंत चौक
पुणे–४११ ०३० ☎ ०२०–२४४८०६७७

प्रस्तावना

MPSC / UPSC / NET / SET परीक्षांच्या भूगोल विषयाच्या अभ्यासक्रमास अनुसरून लिहिलेले हे पुस्तक विद्यार्थ्यांच्या हाती देताना आम्हास खूप आनंद होत आहे.

विद्यार्थ्यांच्या पृथक्करण व विश्लेषण क्षमता वाढविणे, अभिक्षेत्रीय घटनांचे नेमके अकलन व निर्देशन करण्याची त्यांची कुवत वाढविणे ही मूळ उद्दिष्टे सफल व्हावीत या दृष्टीने पुस्तकाची रचना करण्यात आली आहे.

पुस्तकात विशद केलेल्या संकल्पना वाचून व दिलेले वर्णन आणि विश्लेषण यांचा अभ्यास करून, या परीक्षेसाठी आवश्यक असलेली विषयाची पार्श्वभूमी नक्कीच तयार होईल याचा अम्हास विश्वास वाटतो.

अशा तऱ्हेच्या पुस्तकाची तातडीची गरज लक्षात घेऊन डायमंड प्रकाशनाचे श्री. दत्तात्रेय पाष्टे यांनी हे पुस्तक प्रसिद्ध करण्यासाठी जो पुढाकार घेतला त्याबद्दल त्यांचे मनापासून आभार.

डॉ. श्रीकांत कार्लेकर / प्रा. अ. वि. भागवत/ प्रा. संजीव नलावडे

लेखक परिचय

डॉ. श्रीकांत नारायण कार्लेकर
M. Sc. Ph.D

❖ १९७४ पासून पुण्याच्या सर परशुरामभाऊ महाविद्यालयात पदवी व पदव्युत्तर पातळीवर अध्यापन व सध्या भूगोल विभागप्रमुख.

❖ १९८१ मध्ये 'कोकणचा भूरूपशास्त्रीय अभ्यास' या प्रबंधाकरता पुणे विद्यापीठाची Ph.D पदवी.

❖ २००१-२००२ मध्ये पुणे विद्यापीठात प्राध्यापक.

❖ मार्गदर्शनाखाली एकूण ८ विद्यार्थ्यांना Ph.D व ५ विद्यार्थ्यांना M. Phil प्राप्त.

❖ ४९ संशोधन-निबंध प्रकाशित.

❖ १३ पुस्तके प्रकाशित.

❖ अनेक संशोधन प्रकल्पात सहभाग व मुख्य संशोधक.

❖ १९७८ मध्ये डेहराडूनच्या दूरसंवेदन संस्थेत फोटोग्रॅमेट्री या विषयात प्रशिक्षण.

❖ सागरी भूरूपशास्त्र व दूरसंवेदन हे जास्त आवडीचे व प्रमुख संशोधनाचे विषय.

प्रा. अ. वि. भागवत
M. A. (Geography)

❖ निवृत्त भूगोल विभागप्रमुख फर्ग्युसन महाविद्यालय.

❖ राष्ट्रीय छात्र सेना राष्ट्रीय सेवा योजनेत कार्यक्रम अधिकारी, दुर्गभ्रमणाचे प्रमुख.

- १९७१ च्या बांगला देश मुक्तिसंग्रामात मुंबईत नागरी संरक्षण दलात विभागप्रमुख.
- प्रकाशित पुस्तके

  १. जलावरण व वातावरण (सहलेखक) डॉ. कार्लेकर

  २. मृदावरण (सहलेखक) – डॉ. कार्लेकर

  ३. प्राकृतिक भूगोल (सहलेखक) – डॉ. कार्लेकर

  ४. राजकीय भूगोल व भूराजनीती

  ५. मानवी भूगोल

  ६. अधिवास (वस्ती) भूगोल

  ७. सकाळ व केसरीत अनेक लेख.

  ८. पुणे विद्यापीठ, श्रीमती नाथीबाई दामोदर ठाकरसी व स. प. महाविद्यालयात पदव्युत्तर विभागात व्याख्याने

  ९. युनिव्हर्सिटी ग्रँट्स कमिशनच्या (UGC) कार्यशाळेत अनेक व्याख्याने (राजकीय भूगोलावर)

  १०. अफगाणिस्तान, बलुचिस्तान व ऑस्ट्रेलिया यावर शोधनिबंध.

प्रा.संजीव बा. नलावडे

M. A. M. Phil

- १९८० पासून पुण्याच्या फर्ग्युसन महाविद्यालय पुणे येथे अधिव्याख्याता व भूगोल विभागप्रमुख.
- पर्यावरण शिक्षण, जैविक भूगोल, जैवविविधता हे अभ्यासविषय.
- २५ संशोधनपर निबंध प्रकाशित.
- १२ पुस्तके व १४० लेख प्रकाशित.
- महाराष्ट्रात व महाराष्ट्राबाहेर १००० सटीप व्याख्याने.
- सुमारे २५ पर्यावरण विषयक प्रकल्पांना मार्गदर्शन.

अनुक्रमणिका

प्रस्तावना

विभाग अ

(१) भूरूपशास्त्र

१.	पृथ्वीचे अंतरंग	१
२.	खडक व खनिजे	८
३./४.	भूरूपांची उत्क्रांती व विकास	२२
५.	पृथ्वीचे कवच	३५
६.	भूकंप, ज्वालामुखी	५१
७.	जलोत्सारण आकृतिबंध व प्रकार	६१
८.	भूरूपिके चक्रे व भूरूपे	६४
	नदीचे कार्य	६४
	हिमनद्यांचे कार्य	८९
	वाऱ्याचे कार्य	१०५
	सागरी लाटांचे कार्य	१२०
	भूजलाचे कार्य व कार्स्ट भूरूपे	१३०
९.	उपयोजित भूरूपिकी	१३७

(२) हवामानशास्त्र

१.	वातावरण : घटना व रचना	१४३
२.	सौरप्रारण	१५३
३.	तापमानाचे क्षितिजसमांतर वितरण	१५७

४.	वायुभार व वारे	१७३
५.	वायुराशी	१९३
६.	आर्द्रता व वृष्टी	२०८

विभाग ब

(३) सागरशास्त्र

१.	सागरतळ रचना	२२७
२.	सागरी निक्षेप	२४६
३.	सागरजलाचे गुणधर्म	२५२
४.	समुद्रप्रवाह	२६१

(४) जैवभूगोल

	जीवावरण	२७०
५.	पर्यावरणविषयक कायदे	२८१

विभाग क

६.	भौगोलिक विचार	२८९
७.	लोकसंख्या भूगोल	२९९
८./९.	अधिवास (वस्ती) भूगोल	३१४
१०.	राजकीय भूगोल	३४३

विभाग ड

११.	आर्थिक भूगोल	४०४
१२.	प्रादेशिक नियोजन	४४७
१३	अभिक्षेत्रीय पृथक्करणाची तंत्रे	४६९

१. पृथ्वीचे अंतरंग
(Interior of the Earth)

पृथ्वीची उत्पत्ती होऊन सुमारे ४.५ ते ५ असर्जन क्रियेमुळे ती हळूहळू थंड होऊ लागली व द्रवरूपात आली. द्रवरूपातून घनरूप अवस्थेत आली. तिचे घनीभवन होत असतानाच थंड होण्याच्या क्रियेमुळे बाह्य कवचाची निर्मिती झाली असावी व त्याखाली असलेला भागही हळूहळू घन बनला असावा. अशा रीतीने तयार झालेल्या पृथ्वीच्या घनरूप कवचास शिलावरण असे म्हणतात.

पृथ्वीचे अंतरंग

भूपृष्ठापासून भूकेंद्रापर्यंतचे अंतर ६३७१ कि.मी आहे. भूपृष्ठापासून भूकेंद्रापर्यंत तिचे स्वरूप बदलत जाते. बदलत्या गुणधर्मानुसार शास्त्रज्ञांनी तिचे अनेक थर पाडले आहेत. हे थर पुढीलप्रमाणे आहेतः (१) शिलावरण किंवा कवच, (२) प्रावरण व (३) गाभा.

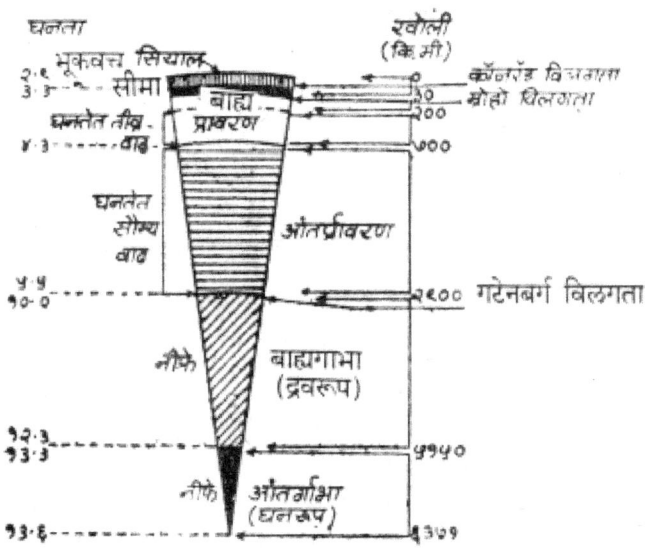

१. शिलावरण

शिलावरणास कवच असे म्हणतात. कवचाचा ७१% भाग जलमय असून २९% भाग भूमिखंडानी व्यापलेला आहे. कवचाची जाडी सर्वत्र समान नाही. ती २२ कि. मी पासून ४० कि.मी पर्यंत आहे. हिमालय, रॉकीजसारख्या विस्तृत पर्वतश्रेण्यांखाली कवच ४० कि.मी. पेक्षा थोडेसे जास्त जाड आढळते. परंतु, महासागराखाली मात्र कवच १० कि.मी. पेक्षा कमी जाड आहे. हिंदुस्थानच्या मैदानी प्रदेशात कवचाची जाडी अगदी कमी आहे. ती सुमारे ३ कि. मी. पर्यंत आढळते. शिलावरणाचे दोन थर आहेत: १. सियाल व २. सीमा.

सियाल

भूखंडाखाली असलेल्या कवचाची रचना जवळजवळ सर्वत्र सारखीच आढळते. भूखंडे प्रामुख्याने सियालची (Sial) बनलेली आहेत. Si- सिलिकॉन, Al - ॲल्युमिना. सियाल थराची घनता २.६५ ते २.७० इतकी आहे. सियाल थर भूखंडाखाली सरासरीने २९ कि.मी. जाडीचे असावेत. सियाल थरात प्रामुख्याने कणाश्म (Granite) व त्याचे रूपांतरित प्रकार आढळतात. ज्वालामुखीच्या भेगी उद्गीरणामुळे सियालच्या काही भागात उदा. वायव्य दख्खन पठार, संयुक्त संस्थांनातील स्नेक नदीचे खोरे व येमेन, अरबस्तान अशा ठिकाणी असिताश्म हा खडक आढळतो. तो 'सियाल' खाली असलेल्या सीमा या थरातून आलेला आहे. प्रशांत महासागरातील हवाई बेटे अशाच प्रकारच्या भेदी उद्गीरणामुळे तयार झालेली आढळतात.

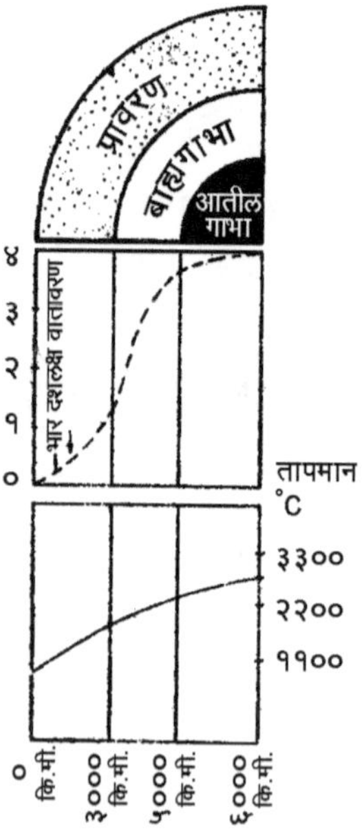

सीमा

सियाल थराखाली सीमा हा कवचाचा दुसरा थर आहे. Si - सिलिका, Mg – मॅग्नेशियम म्हणजे सिलिकॉन व मॅग्नेशिअम यांच्या संयुगाने बनलेले खडक सीमा या थरात आढळतात. सीमा या थराची जाडी महासागराखाली ३ ते ५ कि.मी. असून भूखंडाखाली ती १३ कि.मी. आहे. म्हणजेच भूपृष्ठाखाली २९ कि.मी. पर्यंत असलेल्या सियालखाली १३ कि.मी. पर्यंत म्हणजे ४२ कि.मी. पर्यंत सीमा थर आहे. सीमा थराची घनता २.९ ते ३.३ इतकी आहे. सीमा थरात प्रामुख्याने असिताश्म व गॅब्रो हे खडक आढळून येतात. सियाल व सीमा यांच्या दरम्यान जेथे घनता

बदलते त्या भागास कॉनरॅड विलगता असे म्हणतात (Conrad Discontinuity) भूकंपलहरीच्या अभ्यासावरून अगदी अलीकडे याचा शोध लागला आहे. सियाल व सीमा या थरांना विलग करणारा हा कॉनरॅड विलगता विभाग ठिकठिकाणी बदलत्या खोलीवर असून त्याचे स्वरूपही वेगवेगळे आहे. महासागरांचे तळ प्रामुख्याने 'सीमा' चे बनलेले असून त्याचे स्वरूपही वेगवेगळे आहे. महासागरांचे तळ प्रामुख्याने 'सीमा' चे बनलेले असून सियालपेक्षा सीमाची घनता जास्त असल्याने सियाल थर तराफ्याप्रमाणे सीमा या थरावर तरंगत आहे असे सूस (Suess) या भूशास्त्रज्ञाचे म्हणणे आहे. सियाल घनता २.७ व सीमा घनता ३.३ या घनतेतील फरकावरून ते योग्य असावे असे वाटते.

२. प्रावरण

भूकवचाच्या सीमा या थरातील खडकांच्या स्वरूपात एकदम बदल होण्यास सुरुवात होते. भूकंपलहरींच्या अभ्यासावरून अगदी अलीकडे असे आढळून आले आहे की, 'P' लहरीची गती एकाएकी वाढते. ज्या भागात ही वाढ होते, त्याला मोहो विलगता किंवा MOHO असे म्हणतात. मोहो विभाग सागरतळाखाली फक्त १० ते १२ कि. मी. खोलीवर आढळतो, तर भूखंडाखाली त्याची खोली सुमारे ३५ कि.मी. च्या जवळपास आढळते. मोहो विलगतेच्या वरच्या थराप्रमाणेच खालच्या थरात म्हणजे प्रावरणाच्या वरच्या थरात खडकांचे स्वरूप भिन्न आहे. भूपृष्ठाखाली सुमारे ४२ कि. मी. वर प्रावरणास सुरुवात होते व त्याचा विस्तार सुमारे २८९० ते २९०० कि. मी. पर्यंत आढळतो. म्हणजेच प्रावरणाची जाडी सुमारे २८४८ ते २७५८ कि. मी. पर्यंत असावी. प्रावरणाने पृथ्वीच्या एकूण घनफळापैकी ८३% भाग व्यापलेला आहे व पृथ्वीच्या एकूण वस्तुमानापैकी ६८% वस्तुमान एकट्या प्रावरणात आहे. पृथ्वीच्या प्रारंभिक अवस्थेत सिलिकेट द्रव्याचा एकच थर होतो. तेच आद्य प्रावरण. या आद्य प्रावरणापासून नंतर भूशास्त्रीय युगात सांप्रतच्या कवचाची निर्मिती झाली असावी. पृथ्वीच्या अंतर्गत शक्तीचे हे मुख्य उगमस्थान म्हणजे प्रावरण. प्रावरणातील शक्तीमुळेच खंडवहन, सागरीतळविस्तार, गिरिजनक हालचाली व भूकंप हे प्रकार होत असावेत.

अर्वाचीन संकल्पना

आतापर्यंत आपण पाहिलेली माहिती गेल्या काही वर्षांतच शास्त्रज्ञांनी मिळविलेली आहे. पूर्वी सुमारे १०० वर्षांपूर्वी अंतरंगाबद्दलच्या कल्पना वेगळ्या होत्या. कांट व लाप्लास यांच्या सिद्धान्तानुसार पृथ्वीचा अंतरंगभाग बराच द्रवरूप असावा असा समज होता. भू-हालचालींमुळे पृष्ठभागावर आलेल्या खडकांच्या रचनेवरून

ज्वालामुखीच्या उद्रेकातील पदार्थांवरून, स्तरित व रूपांतरित खडकावरून, खाणींच्या अभ्यासावरून, उष्ण पाण्याच्या खनिजयुक्त झऱ्यांवरून पूर्वी अनुमान काढले जाई.

परंतु गेल्या ५० वर्षांत पृथ्वीच्या अंतरंगाबद्दल खूपच शास्त्रीय माहिती उपलब्ध झालेली आहे. भूकंपलहरींचा अभ्यास, किरणोत्सारी खनिजांचे गुणधर्म, उल्कांच्या रचनेचा अभ्यास, अंतरंगातील वेगवेगळ्या थरांचा एकमेकांवर पडणारा भार व त्यांचे परिणाम आणि बाह्य प्रावरणातील प्रक्रमण प्रवाहावरून अद्ययावत ज्ञान प्राप्त झालेले आहे. गणकयंत्राचा उपयोग करून मिळालेल्या माहितीची अचूकता पडताळून पाहिली जाते. हे नवीन ज्ञान, अंतरंगातील खडकांचे तापमान, घनता व निरनिराळ्या थरांची जाडी व रचना या संदर्भात प्राप्त झालेले आहे.

अलीकडे भूकंप लहरींच्या वेगाचा अभ्यास करून प्रावरणाचे तीन प्रमुख विभाग केलेले आहेतः (१) मोहो विलगतेपासून २०० कि. मी. पर्यंत, (२) २०० कि. मी. पासून ७०० कि. मी. पर्यंत, (३) ७०० कि. मी. पासून ते गाभ्याच्या बाह्य सीमेपर्यंत. यापैकी पहिल्या दोन विभागांमुळे बाह्य प्रावरण बनलेले आहे. मोहो विलगतेखाली भूकंपलहरींची गती व खडकांची घनता कमी–जास्त होते, तर २०० कि. मी. पासून ७०० कि. मी. पर्यंत खडकांची घनता व लहरींची गती या दोन्ही गोष्टी क्रमाक्रमाने परंतु जलद गतीने वाढतात. परंतु, ७०० कि. मी. पासून गाभ्याच्या बाह्य थरापर्यंत वरील दोन्ही गोष्टींत मंद गतीने, परंतु नियमित वाढ होताना आढळून आली आहे. भूपृष्ठावरील खडक काहीही बदल न होता प्रावरणातूनच बाहेर पडलेले आहेत असे निश्चितपणे सांगता येत नाही. प्रावरणातूनच बाहेर पडलेले खडक हे Ultrabasic व Ultramafic (अत्यल्पसिलिक) प्रकारचे असून त्यात प्रामुख्याने ऑलिव्हिन हे खनिज असते. प्रावरणाच्या बाह्य भागातील खडक बहुविध प्रकारचे आहेत. प्रावरणातील खोल भागातून वर येणाऱ्या लाव्हा रसाच्या उष्णतेमुळे खडकांचे अनियमित विलयन होऊन हे विविध प्रकारचे खडक बनले असावेत.

प्रावरणाच्या स्वरूपाची थोडीफार कल्पना पृथ्वीवर पडणाऱ्या उल्कांच्या रचनेमुळे देखील येऊ शकते. सर्व आकाशस्थ ग्रह आणि लघुग्रह एकाच प्रक्रियेने बनलेले आहेत हे मत ग्राह्य धरल्यास उल्कांच्या अंतर्रचनेप्रमाणे प्रावरणाची रचना आहे असे म्हणावयास हरकत नाही. उल्कात प्रामुख्याने ऑलिव्हिन व पायरॉक्सिन ही खनिजे आढळतात. हीच खनिजे पृथ्वीवरील अल्कधर्मीय किंवा सिकतधर्मीय खडकातही आढळून येतात. बाह्य प्रवारणात ६०% ते ७०% ऑलिव्हिन व १५ ते २०% पायरॉक्सिन आहे. अंतर्प्रावरणात अधिक घनतेची सिलिका द्रव्ये व भस्मे (मॅग्नेशियम ऑक्साईड) असावीत. अशाच प्रकारची द्रव्ये उल्कांमध्येही आढळतात. बाह्य

प्रावरणाच्या २०० ते ७०० कि. मी. खोलीच्या भागाची घनता ४३,७०० ते १००० कि.मी. पर्यंत ५.५ व १००० कि. मी. पासून गाभ्याच्या सीमेपर्यंत घनता १० इतकी आहे.

३. गाभा

२८९० कि.मी. पासून ६३७१ कि. मी. पर्यंत म्हणजेच भूकेंद्रापर्यंत असलेल्या भागास गाभा असे म्हणतात. प्रावरण व गाभा यांच्या सीमावर्ती भागात गटेनबर्ग विलगता असे नाव आहे. या ठिकाणी घनतेत तीव्र बदल होत जातो. गाभ्याचे दोन भाग आहेतः (१) बाह्य (२) अंतर्गत.

बाह्य गाभ्यातून दुय्यम भूकंपलहरी जाऊ शकत नसल्याने हा भाग द्रवरूप असावा असा अंदाज आहे. द्रवरूप गाभा २८९० कि. मी. पासून ५१५० कि. मी. पर्यंत आहे. बाह्य गाभ्याची घनता गटेनबर्ग विलगतेजवळ १० असून आंतरगाभ्याजवळ १२.३ इतकी आहे. आंतरगाभ्याचा विस्तार ५१५० कि. मी. पासून ६३७१ कि. मी. पर्यंत आहे. याची घनता बाह्य गाभ्याच्या खालच्या भागालगत १३.३ असून केंद्रापाशी १३.६ इतकी आहे. बाह्य गाभ्याच्या भोवती घन परंतु लवचिक प्रावरण आहे.

पृथ्वीच्या एकूण घनफळाच्या फक्त १६% घनफळ व एकूण वस्तुमानाच्या मात्र ३२% वस्तुमान गाभ्याने व्यापले असून संपूर्ण गाभ्याची सरासरी घनता संपूर्ण प्रावरणाच्या सरासरी घनतेपेक्षा जवळजवळ दुप्पट आहे. लोह व निकेल यांपासून गाभा बनलेला आहे. काही प्रकारच्या उल्कांत अशाच प्रकारचे लोह व निकेल यांचे मिश्रण आढळते. आधुनिक संशोधनाचा हवाला देऊन असे सांगता येईल की, गाभ्यातील सिलिका द्रव्यावर अत्याधिक दाब पडून त्याचे रूपांतर जास्त घनतेच्या धातुमय भागात झाले असावे. आणखी एक अनुमान असे की, गाभा हा धातुमय अति-घन हायड्रोजनचा बनलेला असावा व तेथे दहा लक्ष वातावरणाच्या भाराइतका भार असावा. पृथ्वीचा गाभा धातुमय आहे हे आता भू- पदार्थ वैज्ञानिक मान्य करतात. परंतु ही घटनादेखील गुंतागुंतीची आहे. गाभ्यात शुद्ध लोह किंवा लोह निकेल हे पदार्थ आहेत असे गृहीत धरल्यास त्याची घनता आहे त्यापेक्षा जास्त असावयास हवी. परंतु ती कमी आहे. याचा अर्थ गाभ्यात इतर काही कमी घनतेचे पदार्थ असावेत. सल्फाईडस व कार्बाईडस गाभ्यात आहेत असे गृहीत धरले जाते. पृथ्वी निर्माण होत असताना व नंतर खूपच आकुंचन पावली त्यामुळे लोहसंयुगाचे रूपांतर धातूमध्ये व सिलिकेटसचे रूपांतर सिलिकॉनमध्ये झाले असण्याची शक्यता आहे. हल्लीच्या अंदाजानुसार बाह्य गाभ्यात २०% सिलिकॉन व ८०% लोह आणि निकेल आहे.

बाह्य गाभ्यातील निकेल व लोहाच्या आधिक्यामुळे या थरास निफे (Nife) असे म्हणतात.

नवीन माहितीप्रमाणे अंतर्गत भागात तापमान १०० मीटर्सला ३° सें. या दराने वाढत जाते. म्हणजे कवचाखाली ३० कि. मी. खोलीवर ५००° सें., २०० कि. मी. खोलीवर प्रावरणात १४००° सें., १०००° सें., कि.मी. खोलीवर १७००° सें., ३००० कि.मी. खोलीवर २३००° सें व भूकेंद्रालगत म्हणजे ६००० कि. मी. खोलीवर २५००°सें. पेक्षा जास्त तापमान आढळते. याचप्रमाणे अंतर्गत भागात निरनिराळ्या खोलीवर असलेल्या खडकांवर पडणाऱ्या दाबात वाढ होत जाते. २५०० कि.मी. खोलीवर दहा लाख वातावरणाच्या वजनाइतका (1 million Atmosphere), ३५०० कि. मी. खोलीवर २० लाख वातावरणाच्या वजनाइतका व भूकेंद्रालगत ३५ लक्ष वातावरणाच्या वजनाइतका भार आढळतो.

पृथ्वीच्या अंतरंगाबद्दल अगदी अचूक कल्पना भूकंपलहरीच्या अभ्यासावरून आलेली आहे. जेव्हा भूकंप होतो तेव्हा अनेक प्रकारच्या कमी-जास्त वेगाच्या लहरी पृथ्वीच्या अनेक भागांकडे पसरतात. प्रामुख्याने या लहरी तीन प्रकारच्या आहेतः (१) प्राथमिक किंवा अनुतरंग, (२) दुय्यम किंवा अवतरंग (३) दीर्घतरंग.

प्राथमिक लहरींना 'P' लहरी म्हटले जाते. या लहरी आडव्या दिशेने प्रवास करतात. दुय्यम लहरींना 'S' लहरी असे म्हणतात. या लहरी उभ्या दिशेने किंवा 'P' लहरींना काटकोनात प्रवास करतात. प्राथमिक लहरींचा वेग दुय्यम लहरींपेक्षा १.७ पट जास्त असतो. अंतरंगाच्या अभ्यासाच्या दृष्टीने या दोन लहरीच प्रामुख्याने महत्त्वाच्या आहेत.

भूकंपलहरी कमी घनतेच्या थरातून जास्त घनतेच्या थरात जाताना त्यांचा वेग वाढतो तसेच जास्त घनतेच्या थरावरून त्यांचे परावर्तन होते.

पृथ्वीचा अंतर्गत भाग सगळीकडे घनरूप असता तर P व S लहरी केंद्रभागाच्या प्रदेशातून आरपार जाऊ शकल्या असत्या व भूकंप झालेल्या ठिकाणच्या विरुद्ध बाजूच्या प्रदेशात देखील या भूकंपाची नोंद झाली असती. परंतु, भूकंपलहरींच्या अभ्यासावरून असे आढळते की, विरुद्ध बाजूस फक्त 'P' लहरींची नोंद होते. 'S' लहरी केवळ घनरूप प्रदेशातून प्रवास करीत असल्याने पृथ्वीचा केंद्रभाग द्रवरूप असावा असे अनुमान काढले जाते. भूकंपाच्या उगमस्थानापासून १०३° अंशाचा कोन करून 'S' लहरी वळल्याचे आढळते. १०२° ते १४३° अंशांच्या प्रदेशात 'P' किंवा 'S' लहरींची नोंद होत नसल्यामुळे या प्रदेशास भूकंप छायाप्रदेश असे म्हटले जाते. गाभ्याच्या बाह्य आवरणाजवळ 'P' लहरींचा वेग एकाएकी कमी होतो. यावरून

बाह्य गाभ्याचे द्रवरूप निश्चित करता येते. अंतर्गाभ्यात प्रवेश करताना म्हणजे बाह्य गाभ्यापासून सुमारे १२५० कि.मी. खोलीवर 'P' लहरींचा वेग वाढतो. यावरून अंतर्गाभा हा कठीण अशा घनरूप पदार्थांचा बनला असावा असे अनुमान काढले जाते.

प्रावरणातून प्रवास करणाऱ्या 'P' आणि 'S' लहरींचा वेग इतका प्रचंड असतो की, अशा लहरी फक्त अति कठीण व घनपदार्थातूनच प्रवास करू शकतात. अशा तऱ्हेने भूपृष्ठावर आढळणारे कठीण खडक केवळ अल्ट्राबेसिक, मॅग्नेशियम व लोखंडाचे सिलिकेट्स असल्यामुळे प्रावरण हे याच प्रकारच्या पायरॉक्सिन व ड्यूनाईट खडकापासून बनले असावे असे अनुमान सहज काढता येते.

❑

२. खडक व खनिजे
(Rocks and Minerals)

वनस्पती व मातीच्या थराखाली असणाऱ्या कवचातील घनपदार्थास खडक असे सामान्यतः म्हटले जाते. खडक या संज्ञेत लहान-मोठे दगडगोटे, सेंद्रिय पदार्थ व तलप्रस्तर (bed rock) यांचा समावेश केला जातो. घनरूप, कठीण व विशेष फेरफार न झालेल्या खडकास तलप्रस्तर असे म्हणतात. तलप्रस्तराचा वरचा भाग विदारणक्रियेमुळे ठिसूळ व भुसभुशीत झालेला असतो. यास मातीचे आद्यद्रव्य (regolith) असे म्हणतात.

विशिष्ट प्रकारचे खडक विशिष्ट प्रकारच्या पर्यावरणात तयार होत असल्यामुळे खडकांचा अभ्यास भूस्तरीय इतिहासाचे ज्ञान मिळविण्यासाठी खूपच उपयोगी होतो. काही खडकांतील जीवावशेषामुळे खनिजांचे साठे शोधण्यास मदत होते. सध्याच्या अंतराळयुगात खनिजाशिवाय विकासाची कल्पना करणे कठीण आहे. अपक्षरण व विदारण क्रियांनी काही खडक (त्यांच्या कठीणतेमुळे) अत्यंत मंद गतीने झिजले जातात तर काही मृदू खडक, लाटा व वाहते पाणी यांमुळे सहज झिजवले जातात. खडकांच्या निर्मितीचा काल व पद्धती यावर खडकांचे काठिण्य व मृदुता या गोष्टी अवलंबून असतात.

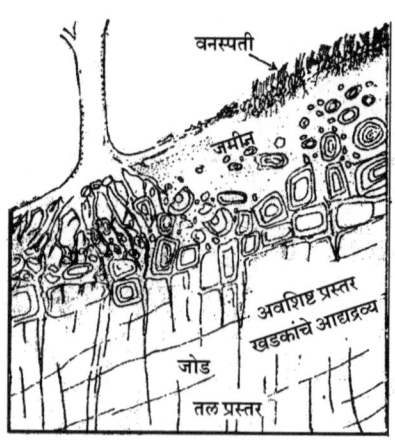

खडक, आद्यद्रव्य व तलप्रस्तर

खडक व खनिजे यांतील फरक

खडकांच्या रचनेत खनिजे हा महत्त्वपूर्ण घटक आहे. यामुळे खडकांची माहिती मिळविण्यासाठी खनिजांचा अभ्यास करणे उपयुक्त ठरते. एकसंघ, असेंद्रिय व निश्चित कायिक आणि रासायनिक रचना असलेल्या नैसर्गिक पदार्थांना खनिज असे म्हणतात. रंग, घनता, कठीणपणा व विघटनाची क्रिया यांवरून विशिष्ट खनिजे ओळखता येतात. बहुधा खडक अनेक प्रकारच्या खनिजांनी बनलेले असले तरी देखील विशिष्ट प्रकारची खनिजे सर्वच खडकांत जास्त आढळतात. खडकांना विशिष्ट रासायनिक रचना नसते. एकाच प्रकारच्या अनेक खडकांत खनिजे असू शकतात. खनिजांचा रंग एकजिनसी असतो, परंतु खडकात रंगांच्या विविध छटा दिसतात. उदा. कणाश्मात गुलाबी, हिरवा व काळा हे तीन भिन्न खनिजांचे रंग एकत्रित आढळतात. हे रंग अनुक्रमे लोहभस्म, हिरवे हॉर्नब्लेंड व सिलिकॉन यांमुळे प्राप्त होतात.

खनिजांना विशिष्ट रासायनिक रचना असते. उदा. गारगोटी $Quartz = Sio_2$ म्हणजे गारगोटी हे सिलिकॉन व ऑक्सिजन या दोन मूलद्रव्यांचे संयुग आहे. जवळजवळ सर्वच खनिजे स्फटिकमय असतात. काही खनिजांची घडण अगदी साधी असून त्यात एकच मूलद्रव्य आढळते. उदा. हिरा – कार्बन, तर काही खनिजात दोन मूलद्रव्ये असतात. उदा. पायराईट – लोह व गंधक. स्फटिकांची घडण, रंग, तेज, पारदर्शकता, चरे व पाटन यांवरून खनिजांचे वर्गीकरण केले जाते.

उत्पत्तीनुसार खडकांचे प्रकार

उत्पत्तीनुसार खडकांचे तीन प्रमुख प्रकार करता येतात. पृथ्वीच्या उत्पत्तीबद्दल जरी अजून एकमत नसले तरी पृथ्वीचा मूळ पृष्ठभाग एकेकाळी वितळलेल्या अवस्थेत असावा यात दुमत नाही. पृथ्वीवरील पहिले खडक शिलारसापासून तयार झाले व अजूनही जागृत ज्वालामुखींच्या प्रदेशात शिलारसापासून नवीन खडक तयार होण्याची क्रिया चालू आहे. शिलारसापासून तयार होणाऱ्या खडकांना अग्निजन्य किंवा प्राथमिक खडक असे म्हणतात.

पृथ्वीवर वातावरण व जलावरण निर्माण झाल्यानंतर विदारणक्रिया, नद्या, वारे, हिमनद्या, लाटा, भूजल इत्यादी कारकांच्या संयुक्त कार्यामुळे मूळच्या अग्निजन्य खडकांचे कायिक व रासायनिक विघटन झाले. त्यांच्या काही भागाचा चुरा होऊन हा चुराही नद्या वहन करणाऱ्या घटकांनी हलविला जाऊन समुद्रतळाशी त्याचे संचयन झाले. संचयनक्रियेमुळे अवसादांचे थरावर थर साचून नंतर ते अंतःस्थ क्रियेमुळे वर आले. अशा खडकांना जलजन्य किंवा द्वितीयक किंवा थरांचे खडक असे म्हणतात.

प्राथमिक व द्वितीयक खडक भूहालचालींमुळे खोलवर गाडले गेले. त्यांच्यावर

प्रचंड दाब व उष्णता यांचा परिणाम झाला. प्राथमिक व द्वितीयक खडकांचे मूळ स्वरूप संपूर्ण किंवा अंशतः बदलले. अशा प्रकारे रूप पालटल्यानंतर नवीन रचना असलेला खडक तयार होतो त्याला रूपांतरित खडक असे म्हणतात.

वरील तिन्ही खडकांचे प्रकार पुढीलप्रमाणे आहेत. प्रत्येक प्रकारात काही लक्षणे व वैशिष्ट्ये आहेत. या वैशिष्ट्यांवरून खडकांचा प्रकार ओळखता येतो.

अग्निजन्य खडक

अग्निजन्य किंवा अग्निज म्हणजे अत्यंत प्रखर उष्णतेपासून निर्माण झालेले खडक. पृथ्वीच्या अंतर्गत भागात शिलारसाची काही विवक्षित क्षेत्रे आहेत तेथे अत्याधिक उष्णतेमुळे खडक विरघळलेल्या अवस्थेत असतात. अंतर्गत भागातील उष्णतेची पुढील कारणे सांगता येतील–

(अ) युरेनियम, थोरियम, रेडियम यांसारखी किरणोत्सारी द्रव्ये काही खडकात असतात. अदृश्य किरणांच्या स्वरूपात त्यातून उष्णता बाहेर पडते व ती अंतर्गत भागात साचून राहते.

(ब) अंतर्गत भागात गंधक व प्राणवायूसारखे अनेक वायू असतात. त्यांच्यातील रासायनिक प्रक्रियांमुळे बरीच उष्णता निर्माण होते.

(क) अंतर्गत भागात जास्त खोलीवरच्या खडकात भार किंवा वजन यांमुळे बरीच उष्णता निर्माण होते. अंतर्गत भागातील तापमान वाढीचा वेग प्रत्येक २० मीटर्सला ०.६° सें. किंवा ६४ फुटाला १° फॅ. इतका आहे, म्हणजेच मागे दिल्याप्रमाणे १०० मीटर्स ३० सें. इतका आहे.

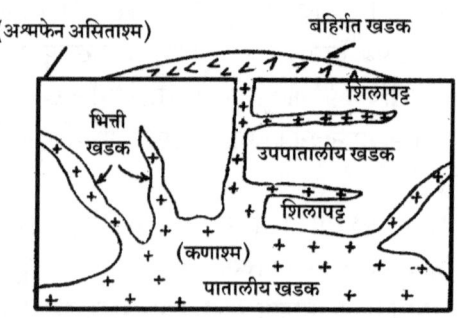

अग्निज खडकांचे प्रकार आकृती

अग्निजन्य खडक (Igneous Rocks) – ज्वालामुखीच्या उद्रेकातून शिलारसाचा काही भागच भूपृष्ठावर येतो. शिलारस थंड झाल्यापासून त्यापासून अग्निज खडक तयार होतात. शिलारस तीन वेगवेगळ्या ठिकाणी थंड होतो. त्यावरून अग्निज

खडकांचे तीन उपप्रकार पाडता येतात. ते पुढीलप्रमाणे आहेत – (१) पातालीय (Plutonic),(२) उपपातालीय (Hypabyssal) व (३) बहिर्गत (Extrusive).

(१) पातालीय खडक

अंतर्गत भागात खूप खोलवर शिलारस बऱ्याच वेळेस हळूहळू थंड होतो. शिलारस थंड झाल्यावर खोलवर तयार झालेल्या खडकांना पातालीय खडक असे म्हणतात. शिलारस सावकाश थंड होत असल्यामुळे खनिजांचे स्फटिक मोठे असतात. अनावरण क्रिया व ऊर्ध्वगामी हालचाल यामुळे पातालीय खडक भूपृष्ठावर अनेक वेळा उघडे पडलेले आढळतात. या खडकात क्वचितच छिद्रे असतात. पातालीय खडकांची धग इतर काही खडकांना लागून त्यांचे रूप विकृत झालेले दृष्टीस पडते. कणाश्म (Granite), गॅब्रो, सायनाईट, डायोराईट व पेरीडोटाईट हे प्रमुख पातालीय खडक आहेत. सावंतवाडीजवळ गॅब्रो व कणाश्म दृष्टीस पडतात व अनेक ठिकाणी व विशेषतः झारापजवळ (कुडाळ तालुका) पृष्ठभागावर प्रचंड शीला (tors) आढळून येतात. हैदराबादजवळ अनेक ठिकाणी लाल कणाश्म आढळतो. विविधरंगी कणाश्मांची आता खूप निर्यात होते.

(२) उपपातालीय खडक

पातालीय व पृष्ठभागावर आढळून येणाऱ्या खडकांच्या दरम्यान असलेल्या चिरा व फटीत शिलारस साचून थंड झाल्यावर जे खडक बनतात त्यास उपपातालीय खडक असे म्हणतात. शिलापट्टच (Sill) व भित्तीखडक (Dyke) ही दोन उपपातालीय खडकांची उदाहरणे आहेत. महाराष्ट्राच्या पठारी प्रदेशात अनेक ठिकाणी भित्तीखडक आढळतात. मुंबईजवळ एलिफंटा गुंफेत, तळेगाव (दाभाडे) व कोर्लई (अलिबाग) या ठिकाणी भित्तीखडक ठळकपणे दृष्टीस पडतात.

(३) बहिर्गत अग्निजन्य खडक

शिलारसाचा पृष्ठभागावर उद्रेक झाल्यावर तो थंड होऊन जे खडक बनतात, त्यांना बहिर्गत किंवा पृष्ठभागावरील अग्निजन्य खडक असे म्हणतात. शिलारसात विविध खनिजांचे मिश्रण असते. तो थंड होत असताना ती खनिजे वेगळी होऊन त्यांचे स्फटिक बनतात. हॉर्नब्लेंड व बायोटाईट यांचे स्फटिकीभवन गारगोटी व फेल्स्पारपेक्षा लवकर होते.

शिलारस थंड होत असताना त्यातील वायू फार मोठ्या प्रमाणात बाहेर पडून खडकात छिद्रे पडतात व त्यांचा पृष्ठभाग गुळगुळीत होतो. पृष्ठभागावर उद्रेक झाल्यानंतर शिलारस लवकर थंड झाल्यामुळे बहिर्गत खडकातील खनिजांचे स्फटिक लहान असतात. अशा प्रकारचे खडक तयार होत असताना शिलारस पसरला जाऊन निवल्याने

प्रवाही रचना घनरूप खडकात आढळते.

असिताश्म हा प्रमुख बहिर्गत खडक काळसर व लहान स्फटिकांचा असून त्यापासून लाव्हास्तर पठारे व घनीभूत लाव्हा प्रवाह तयार होतात. भारतातील दख्खनचे पठार व उत्तर अमेरिकेतील स्नेक व कोलंबिया खोऱ्यातील पठारे व आयर्लंडमधील ॲन्ट्रीमचे पठार भेगी उद्गीरणामुळे (fissure eruption) तयार झालेली आहेत. पृष्ठभागावर आलेला लाव्हारस त्वरित थंड झाल्यास खनिजांचे स्फटिक तयार होण्यास वेळ मिळत नाही. त्यामुळे ज्वालाकाच (Obssidian), अश्मफेन (Pumice) यांसारखे खडक तयार होतात.

अश्मफेन हा अतिशय हलका खडक असून तो पाण्यावर तरंगतो. बऱ्याच अग्निजन्य खडकांत लोह व मंगल यांसारखी संयुगे असतात. त्यामुळे त्यांना मॅफिक (Mafic) खडक असे म्हणतात. अँडेसाईट व ऱ्हायोलाईट ही बहिर्गत अग्निजन्य खडकांची उदाहरणे आहेत.

गुणधर्म

अग्निजन्य खडक स्फटिकमय व टणक असतात. त्यांच्यात थर आढळत नाहीत. परंतु संधी किंवा जोड आढळतात. शिलारसापासून ते बनलेले असल्याने त्यात जीवावशेष नसतात. वालुकाद्रव्य (Sillica) जास्त प्रमाणात असलेल्या अग्निजन्य खडकांना आम्लधर्मी अग्निजन्य खडक असे म्हणतात. स्तरित खडकांपेक्षा अत्यंत मंद गतीने त्यांची झीज होते.

अग्निजन्य खडकांचे त्यातील वालुका व सिकता द्रव्यानुसार वर्गीकरण

सिकत भस्मे	आम्लधर्मी सिकत	मध्यम सिकत	अल्प सिकत	अत्यल्प
वालुका द्रव्य Sillica%	६५	६५-५५	५५-४५	४५ पेक्षा कमी
सिकत भस्मे (Basic oxides%)	३५	३५-४५	४५-५५	५५पेक्षा जास्त
पातालीय खडक	कणाश्म	डायोराईट	ग्रॅबो	पेरीडोटाईट
उपपातालीय खडक	ग्रॅनोफायर खडक	पॉरफिरी	डोलराईट	पेरीडोटाईट
ज्वालामुखीय खडक	ज्वालाकाच	अँडेसाईट	असिताश्म	–

द्वितीयक खडक (स्तरित खडक) (Sedimentary Rocks)

भूपृष्ठावर उघड्या पडलेल्या खडकांची ऊन, वारा, पाऊस, गुरुत्वशक्ती, तुहीन

क्रिया यांमुळे म्हणजे विदारण क्रियांमुळे फुटतूट होते. त्यापासून खडकांचा चुरा बनतो. हा चुरा व भरड पदार्थ नदी, हिमनदी, वारा व लाटा यांनी वाहून नेला जातो. त्याचे थरांवर थर साचून घट्ट खडक बनतात. त्यांनाच द्वितीयक खडक असे म्हणतात. द्वितीयक खडक, गाळाचे खडक किंवा स्तरित खडक या नावांनीही ओळखले जातात. चिकणमाती व गाळ यांचे थर वरून दाब पडल्यामुळे सांधले जातात. परंतु वाळू, खडे यांसारखे भरड पदार्थ मात्र लुकणासारख्या चिकट पदार्थांनीच सांधले जातात. समुद्र, सरोवरे व नद्यांच्या पाण्यात चुना, वालुकाद्रव्य व लोखंडाची संयुगे असतात. ही सगळी नैसर्गिक लुकणे आहेत. वाळू, खडे व गोटे यांचे थर त्यामुळे एकसंध बनतात.

नदीच्या मुखाशी वेगवेगळ्या आकाराच्या पदार्थांची प्रतवारी आपोआप लावली जाते. मोठमोठे दगडगोटे समुद्रबुडाच्या उथळ भागावर किनाऱ्यालगत टाकले जातात. त्यानंतर बारीक खडे, रेव व वाळू हे पदार्थ टाकले जातात. सर्वात शेवटी म्हणजे खोल पाण्यात गाळ, माती इत्यादी पदार्थांचे संचयन होते. बऱ्याच वेळेस पदार्थांची सरमिसळ झालेली दृष्टीस पडते. पहिल्या भरड पदार्थाच्या संचयनावर नंतर बारीक पदार्थांचे संचयन झाल्यास गाळाचे थर तयार झालेले दृष्टीस पडतात.

समुद्रबूड, सरोवरे व दलदलीचे भाग येथे जमणाऱ्या अवसादात मृत प्राणी असतात. त्यांच्या मांसल अवयवांचा नाश होतो, परंतु हाडासारखे कठीण भाग मात्र अवसादांचे रूपांतर खडकात झाल्यानंतरही शिल्लक राहतात. त्यांनाच आपण जीवावशेष (fossils) असे म्हणतो. अनेक वेळा प्राण्यांची कवचे नष्ट होतात, परंतु त्यांचे ठसे मात्र (Imprints) खडकावर दृष्टीस पडतात.

द्वितीयक खडकांचे वर्गीकरण

द्वितीयक खडकांत विविध प्रकारचे अवसाद असतात. ज्या प्रकारे अवसादांची निर्मिती झालेली असते, त्या प्रकारावरून द्वितीयक खडकांचे वर्गीकरण केले जाते. द्वितीयक खडकांचे एकूण तीन उपप्रकार आढळतातः (१) यांत्रिकरीत्या झालेल्या अवसादांपासून निर्माण झालेले, (२) जैविक अवसादापासून तयार झालेले व (३) रासायनिक अवसादांपासून तयार झालेले.

१. यांत्रिकरीत्या तयार झालेल्या अवसादांपासून निर्माण झालेले स्तरित खडक

मोठ्या खडकांची विदारणक्रियेने व झिजेच्या घटकांमुळे मोठ्या प्रमाणात फुटतूट होते व त्यापासून दगडगोटे, वाळू, रेती, माती इत्यादी पदार्थ तयार होतात. या पदार्थांचे थरांवर थर साचून मागे सांगितल्याप्रमाणे हे थर वरच्या थरातून खालच्या थरात पाझरणाऱ्या सिमेंट किंवा लुकणासारख्या चिकट पदार्थाने सांधले जातात.

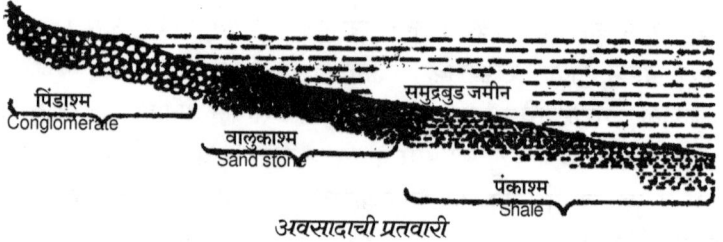

समुद्र सपाटी

पिंडाश्म
Conglomerate
वालुकाश्म
Sand stone
समुद्रबुड जमीन
पंकाश्म
Shale

अवसादाची प्रतवारी

वालुकाश्म (Sand Stone), पिंडाश्म किंवा गुडदाणी खडक (Conglomerate) व पंकाश्म (Shale) वरील प्रकारातील थरांचे प्रमुख खडक आहेत. यांत्रिकरीत्या तयार झालेल्या खडकांचे उपप्रकार कणांच्या आकारमानानुसार केले जातात. हे चार उपप्रकार पुढे दिले आहेत.

(अ) मृण्मय खडक (Argillaceous): यातील कण अतिशय सूक्ष्म असतात. त्यांचा व्यास ०.१ मि. मी. हून कमी असतो. हे कण सुटे व कोरडे असल्यास धूळ तयार होते, पाणी असल्यास चिखल तयार होतो. पंकाश्म हा प्रमुख मृण्मय खडक आहे. हिमानी क्रियेने तयार झालेली धोंडीमाती (Boulder Clay), हिमानी प्लवराशी (Glacial drift) व टिलाईट हे मातीचे प्रकार मृण्यम खडकात मोडतात. ओरिसातील तालचीरजवळ व नागपूर जिल्ह्यात कोऱ्हाडीजवळ टिलाईट्स असून हिमालयात धोंडमाती, प्लवराशी आढळतात.

(ब) रेवमय खडक (Silt Stones): यातील घटक कणाचा आकार ०.०१ ते ०.१ मि. मी. असतो. खाड्यांच्या व पूरमैदानांच्या प्रदेशात हा खडक प्रामुख्याने आढळतो. वातजन्य लोएस यात समाविष्ट आहे. बरेच शास्त्रज्ञ याचा समावेश मृण्मय खडकातच करतात.

(क) वालुकामय खडक (Arenaceous Rocks) **:** यात वाळूच्या आकाराचे म्हणजे ०.१ मि. मी. ते २ मि. मी. दरम्यान आकार असलेले कण एकत्र होऊन तयार झालेले खडक येतात. वाळू वेगवेगळ्या ठिकाणी साचू शकते, त्यावरून याचे अनेक उपप्रकार पाडता येतात. सरोवरानजीक, नदीत, हिमनदीच्या शेवटी, वाळवंटात, समुद्र किनाऱ्यावर व खाडीत वाळूजन्य निक्षेप साचतात. त्यामुळे विभिन्न परिस्थितीतील जीवाशेष तीत

अंतर्भूत झालेले दिसतात व त्यावरून वाळू साचण्याची जागा ओळखता येते. काही वालुकाश्मातील कण भरड असून त्यांना गोलाई कमी असते. असे कण असलेल्या खडकांना कोणी वालुकाश्म (Grit) असे म्हणतात. हा लाल वालुकाश्मात मिळतो.

(ड) **खंडाश्म** (Rudaceous) : यातील घटक कण २ मि. मी. मोठे असतात. खडे, गोटे, धोंडे व चाळ इत्यादी पदार्थांचे एकत्रीकरण होऊन हे खडक तयार होतात. पिंडाश्म किंवा गुडदाणी खडक (Conglomerate) व कोणाश्म (Breccia) हे प्रमुख खंडाश्म जातीचे खडक आहेत. यातील गोटे, क्वार्ट्झ, ॲगेट, जॅस्पर व सिलिका यांचे बनलेले असतात.

(ई) **वालुकाश्म** (Sand Stone) **:** हा स्तरित खडकांपैकी एक अत्यंत टणक खडक असून यात वाळू व गारगोटी अवसाद आढळतात. परंतु, लुकणासारखे पदार्थ एकसारखे न पसरल्याने वालुकाश्मात अनेक छिद्रे राहतात. या खडकात एकूण आकारमानाच्या ३०% भाग छिद्रमय असतो. म्हणूनच हे खडक छिद्रमय व पार्य (Permeable) असतात. वालुकाश्म लाल, तपकिरी व करड्या रंगाचे असतात. या खडकांचा रंग व काठिण्य अवसाद सांधणाऱ्या लुकणातील खनिजावर अवलंबून असते. कठीण वालुकाश्मातील लुकणात गारगोटीचे प्रमाण जास्त असते. दिल्लीच्या लाल किल्ल्यास राजस्थानमधून आणलेला लाल वालुकाश्म वापरलेला आहे. पंजाबमधील ज्वालामुखी देवळाच्या परिसरात, पश्चिम व पूर्व (भारताच्या) किनाऱ्यावर पांढरट काळसर वालुकाश्म आढळतो. चीनच्या मध्य पश्चिम भागात तांबडे खोरे Red Basin हा लाल वालुकाश्माचा बनलेला एक विलक्षण प्रदेश आहे.

(फ) **पिंडाश्म** (Conglomerate) : हा खडक अनेकजिनसी तुकड्यांचा बनलेला असला तरी त्यात गारगोटीचे प्रमाण जास्त असते. या खडकातील दगडगोटे लुकणाशी एकजीव झाल्यामुळे बऱ्याच वेळेस ते मानवनिर्मित काँक्रिटसाखे दिसतात. काही पिंडाश्म अत्यंत कठीण तर काही हाताने फुटू शकतात. पिंडाश्म प्रामुख्याने शिवालिक पर्वतांच्या पायथ्याशी व पूर्व-पश्चिम किनाऱ्यावर सर्वत्र आढळतो. पिंडाश्माला गुंडाश्म असेही म्हणतात. क्वार्ट्झ, ॲगेट, जॅस्पर इत्यादी पदार्थांचे गोटे गुंडाश्मात असतात. अणकुचीदार तुकडे एकत्र सांधले जाऊन कोणाश्म तयार होतो.

चिनी माती, आग माती (Fire Clay), कुंभार माती, विटांची माती इत्यादी मातीचे प्रकारही स्तरित खडकांची झीज व रासायनिक अपघटन होऊन तयार होतात. आग मातीचा वापर भट्टीच्या आत अस्तरासारखा करतात. कुंभारमाती (Clay) चा उपयोग भांडी तयार करण्यासाठी केला जातो.

२. **रासायनिक अवसादांपासून तयार झालेले स्तरित खडक** (Chemically Formed Sedimentary Rocks) : दलदली, समुद्र, सरोवरे यांतील पाण्यात विरघळलेले पदार्थ असतात. बाष्पीभवनामुळे ते काही ठिकाणी साचतात व त्यापासून रासायनिक अवसाद तयार होतात. अशा प्रकारचे रासायनिक अवसाद सिलिकायुक्त, कार्बोनेटयुक्त, लोहमय व क्षारमय असतात. अनेक गायझर (Geizre) व उन्हाळी झरे यांच्या पाण्यात सिलिका विरघळलेली असते. ती त्यांच्या मुखालगतच निक्षेपित होते. अशा निक्षेपांना सिंटर (Sinter) असे म्हणतात. राजापूर व वज्रेश्वरीजवळ असे निक्षेप आहेत. चुनखडीच्या प्रदेशात असलेल्या भूमिगत गुहांत कार्बोनेटयुक्त निक्षेप आढळतात. त्यांना ट्रॅव्हरटाईन, टुफा, सिंटर अशी नावे आहेत. पुण्यापासून १२० कि.मी. अंतरांवर असलेल्या कान्हूर पठारावर (नगर जिल्हा) व अंदमान बेटातील ककाना खेड्यात अशा गुंफा आहेत. दलदली व पाणथळ जागांत सच्छिद्र मऊ लोहनिक्षेप (Bog Iron Ore) तयार होतात. या कामी कीटाणूंचे साहाय्य होते. उथळ समुद्रात बाष्पीभवनामुळे अनेक प्रकारच्या क्षारांचे निक्षेपण होते. अशा निक्षेपात, चुना, सोडियम, मॅग्नेशिअम व पोटॅशियम हे प्रमुख क्षार असतात. मृतसमुद्र, सांबर सरोवर, तुर्कस्तानमधील वान सरोवर, तिबेटमधील अनेक सरोवरे या ठिकाणी अशा प्रकारचे निक्षेप तयार होतात. अशा परिसरातच जिप्समचे साठे मोठ्या प्रमाणात आढळतात. चिलीच्या प्रशांत महासागराच्या किनाऱ्यावर सोडियम नायट्रेट सापडतो. धूममुखातून (Fumaroles) बोरिक आम्लयुक्त वाफ बाहेर पडते. त्यामुळे बोरिक आम्लाचे निक्षेपण होते. हिमालयाच्या उत्तरेस तिबेटमध्ये बोरॅक्स किंवा टाकणखार सापडतो (लॉपनॉर व काकेनॉर सरोवरानजीक). सैंधव, जिप्सम, डोलोमाईट, लिमोनाईट, सायडेराईट हे सर्व रासायनिक अवसाद आहेत. नागटेकड्या, काचर जिल्ह्यात सादीया, जोरहट, हिस्सार, अमृतसर, फिरोजपूर, गुरगाव व रोहटक जिल्ह्यात आणि राजस्थान, सांबर सरोवरानजीक, खनिज मीठ आढळते. जिप्सम – नेल्लोर (आंध्र), पुलिकत सरोवर, भावनगर, पोरबंदर, जामनगर (गुजरात), तिरुचिरापल्ली, बारामुल्ला आणि बिकानेर या शहरांजवळ जिप्सम आहे. टाकणखार (बोरॅक्स)

लडाखमधील पुगा खोऱ्यात सापडतो. पाकिस्तानमधील मिठाचे डोंगर संपूर्णपणे क्षारयुक्त आहेत. वरील क्षारापासून रासायनिक उद्योगधंद्याना योग्य असा कच्चा माल मिळू शकतो.

३. **जैविक अवसादांपासून तयार झालेले खडक (Organically Formed Sedimentary Rocks) :** वनस्पती व प्राणी आपल्या पोषणासाठी पाण्यातील चुनामय व सिलिकायुक्त पदार्थांचा वापर करतात. त्यांच्या अवशेषांपासून जैविक अवसाद तयार होऊन त्यापासून पुढे खडक बनतात. बऱ्याच वेळेस जैविक अवसाद जीवरासायनिक व जीवयांत्रिकी क्रियेने तयार होतात. अनेक जलवासी प्राणी व वनस्पती, कवचे, शंख-शिंपले, शरीराचे अवयव, सांगाडे इत्यादी भागांसाठी पाण्यात विरघळलेल्या रासायनिक पदार्थांचा वापर करतात. मृत्यूनंतर त्यांची शरीरे, कवचे इत्यादी भाग गाळात साचून त्याचे खडक बनतात. प्रवाळ, चुनखडक, ग्वानो, फॉस्फेराईट, पीट, लिग्नाईट, दगडी कोळसा, लोहधातुक निक्षेप हे खडक जैविक अवसादांपासून तयार होतात.

(i) **चुनखडक :** या खडकात प्रामुख्याने कॅल्साईट असते. उथळ समुद्रातील कालवे, सागरी गोगलगायी, प्रवाळ व जलशैव पाण्यातून चुन्याचे क्षार शोषून घेतात व आपल्या भोवती चुन्याची संरक्षक कवचे तयार करतात. लाटांच्या माऱ्याने मृत प्राण्यांची कवचे फुटून त्यांचा चुरा होतो. समुद्रबुडावर त्याचे संचयन होते. किनारपट्टीवरील चुनखडकात चिकणमाती, गाळ इत्यादी पदार्थ आढळतात. तर खोल पाण्यातील चुनखडक पूर्णपणे कॅल्शियमचे बनलेले असतात. जीवाशेषयुक्त, प्रवाळी, खडू, ओलितिक, कोल्विना व चुनामिश्रित पंकाश्म (Marl) हे सर्व चुनखडकाचे प्रकार आहेत. चुनखडकाचा उपयोग बांधकामासाठी, खनिजांचे शुद्धीकरण करण्यासाठी, कर्बद्वीप्राणवायू बनविण्यासाठी केला जातो. लोह व वालुका द्रव्याचे प्रमाण असलेला चुनखडक कटनी, रेवा, खासी टेकड्या, राजस्थानात जोधपूर, बिकानेर, महाराष्ट्रात वर्धा व चांदा जिल्ह्यात, आंध्र व तामिळनाडूत मिळतो. हिमालयातही चुनखडक आहे. ४५% मॅग्नेशियम कार्बोनेट असलेल्या चुनखडकास डोलोमाईट चुनखडी असे म्हणतात. डोलोमाईट सिमल्याजवळ, बिहारमध्ये सिंधभूम व डाल्टनगंज, निरुनरवेल्ली (तामिळनाडू) आणि सबळपूर, सुंदरगड व कोरापूट (ओरिसा) येथे आढळतो.

(ii) **दगडी कोळसा :** कार्बोनिफेरस कालखंडात शेवाळे, नेचे, झाडांचे बुंधे, झुडपे इत्यादी पदार्थ अंतःस्थ हालचालींनी पृथ्वीच्या पोटात गाडले जाऊन

त्यांचे जाडसर थर साचले. उष्णता व दाब यांमुळे त्यांचा अत्यंत मंद गतीने नाश झाला आणि कार्बन वगळता इतर सर्व पदार्थ नाहीसे झाले व दगडी कोळशाची निर्मिती झाली. घनरूप अवस्थेतील कार्बन व हायड्रोजन यांचे संयुग म्हणजे कोळसा. यातील कार्बनच्या टक्केवारीवरून त्याचे बिट्युमिनस, लिग्नाईट व पीट प्रकार स्तरित खडकात मोडतात. भारतात महानदी, गोदावरी, वर्धा या नद्यांच्या खोऱ्यात, शिवसागर व लखीमपूर (आसाम), चांदा, यवतमाळ (महाराष्ट्र), सुंदरगड (ओरिसा), दार्जिलिंग व जलपैगुरी (प. बंगाल) या ठिकाणी दगडी कोळसा सापडतो.

स्तरित खडकांचे गुणधर्म

(१) बहुतेक स्तरित खडकांचे थरावर थर आढळतात. यापैकी साधारपणे वरच्या थरात गाळ व खाली गोटे असतात.

(२) स्तरित खडकांत जीवाशेष आढळतात.

(३) दगडी कोळसा, पेट्रोलियम, टाकणखार, सैंधव, सोने इत्यादी खनिजे स्तरित खडकात आढळतात.

(४) लाल, काळा, पांढरा व करड्या इत्यादी रंग स्तरित खडकांचे असतात. अनेक खनिजांमुळे त्यांना हे रंग प्राप्त होतात.

(५) शिवालिक, आल्प्स, अँडीज इत्यादी घडीच्या पर्वतांत हजारो मीटर्स जाडीचे स्तरित खडक आढळतात.

(६) बहुतेक स्तरित खडक ठिसूळ असल्याने त्यांची लवकर झीज होते.

रूपांतरित खडक (Metemorphic Rocks)

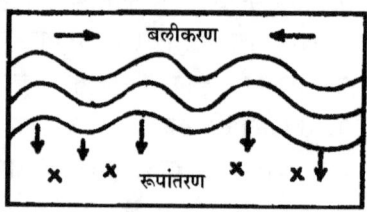

रूपांतरण आकृती

अग्निज व स्तरित खडकांवर उष्णता, दाब व रासायनिक क्रिया यांचा परिणाम होतो व त्यामुळे त्या खडकांतील भौतिक व रासायनिक समतोल बिघडतो. हा समतोल नव्याने स्थापन केला जात असताना खडकांचे रूपांतरण घडून येते. अशा नवनिर्मित खडकांना रूपांतरित खडक असे म्हणतात. भूकवचात वळ्या पडणे, प्रस्तरभंग होणे,

ज्वालामुखीचे उद्रेक होणे इत्यादी हालचाली चालू असतात. त्यामुळे मूळ खडकावर प्रचंड दाब येऊन उष्णता निर्माण होते व त्यायोगे देखील खडकांचे कायिक व रासायनिक संघटन बदलते. शिलारसाचा उद्रेक होत असताना प्रचंड उष्णता निर्माण होते, कारण शिलारसाचे तापमान १०००°सें. (हजार अंश सें.) असते. शिलारसाची धग लागून आजूबाजूचे खडक आपले रूप बदलतात. शिलारसात अनेक रासायनिक पदार्थ असतात. त्यांच्या संपर्काने इतर खडकात रासायनिक बदल घडून येतात. भूकवचाखालील प्रचंड दाबामुळे पूर्वीचे खडक भरडले जातात व त्यांच्यातील छिद्रे नाहीशी होऊन त्यांचा कठीणपणा वाढतो. जुन्या खडकातील खनिजांची रूपांतरणामुळे नवीन रचना केली जाते. स्तरित खडकातील जीवाशेषांचा रूपांतराच्या क्रियेमुळे नाश होतो. काही वेळा दाबामुळे खडकांचा भुगा होतो. हा देखील रूपांतरणाचाच एक प्रकार आहे. रूपांतरणाचे दोन प्रकार आढळतात.

१. **औष्णिक** (Thermal) **म्हणजेच स्पर्श** (Contact) **रूपांतरण**

शिलारसाचा उद्रेक होत असताना तो खडकात घुसून आजूबाजूचे खडक रेटले जातात. त्यामुळे त्या खडकावर दाबाचा परिणाम होतो. तसेच शिलारसातून काही द्रव्ये व वायू बाहेर पडत असताना ते आजूबाजूस असलेल्या खडकात शोषले जाऊन त्यातील काहींचे रूपांतरण तर काही खनिजांचे पुनःस्फटिकीभवन होते. हे प्रकार उष्णतेमुळे घडतात. म्हणून या प्रकारास औष्णिक रूपांतर असे म्हणतात. यामुळे वालुकाश्माचे रूपांतर क्वार्टझाईटमध्ये होते. चुनखडकापासून कठीण स्फटिकमय संगमरवर तयार होतो. क्वार्टझ व फेल्प्सार यांनी युक्त असलेल्या वालुकाश्मावर उष्णतेचा परिणाम होऊन त्याचे पुनःस्र्फटन होते व कणरोही असा क्वार्टझाईट खडक तयार होतो. वालुकाश्माचे रंग त्यात उतरलेले दृष्टीस पडतात. लाल, तपकिरी, करड्या व पांढऱ्या रंगाचे कण त्यात असतात. हा खडक अतिशय टणक असतो.

(२) संगमरवर

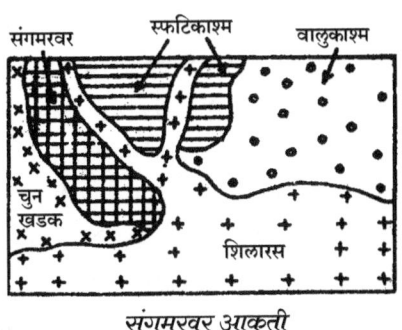

संगमरवर आकृती

शिलारसाची उष्णता लागून चुनखडक भाजले जातात. संगमरवरात कॅल्साईट असते. पण तो भरीव, टणक व स्फटिकमय असतो. शुद्ध संगमरवर पांढऱ्या रंगाचा असतो. कार्बन, लिमोनाईट, हेमेटाईट ही द्रव्ये त्यात असल्यास त्याला गुलाबी, हिरवा, पिवळा हे रंग प्राप्त होतात. जबलपूरजवळ नर्मदेच्या खोऱ्यात संगमरवर दृश्यांच्या स्वरूपात (Outcrops) आहे. जोधपूर जिल्ह्याच्या मकराना खाणीतून पांढरा, करडा, गुलाबी संगमरवर मिळतो. शिंपले असलेला संगमरवर जैसलमीर जिल्ह्यात, हिरवा व विविध रंगी बडोदा जिल्ह्यातील मोतीपुरा (गुजरात) येथे सापडतो. ताजमहाल व दयाळबागेसारख्या प्रसिद्ध इमारती अशाच दगडांच्या बांधल्या गेलेल्या आहेत.

(३) अँथ्रासाईट

बिट्युमिनस कोळशाचे रूपांतर अँथ्रासाईटमध्ये होते. हा टणक व चकचकीत असतो. अरवली पर्वताच्या विभागात अँथ्रासाईट आढळण्याची शक्यता असते. काश्मीर खोऱ्यात रियासी, बिहारमध्ये झारिया, बोकारो, कर्णपुरा, गिरीध या क्षेत्रांत अँथ्रासाईट आहे. जर्मनीत वेस्ट फालिया, सायलेशिया व ऱ्हूर, अमेरिकेत अलाबामा व स्कॉटलंडमध्ये मिडलँड्स खोरे, रशियात कारांगडा, चीनमध्ये शान्शी व शेन्सी प्रांतात आढळतो.

(४) पट्टीताश्म (Gneiss)

अनेक प्रकारच्या अग्निजन्य खडकांपासून पट्टिताश्म तयार होतो. यात गार, फेल्स्पार, अभ्रक व हॉर्नब्लँड ही खनिजे असतात. परंतु या खनिजांची पुनर्रचना होऊन त्यांचे पट्टे तयार झालेले दिसतात. त्याला Granite Gneisss असेही म्हणतात. कर्नाटकातील धारवाड जिल्ह्यात आद्य महाकल्पीय (Archaqen) पट्टीताश्म आहे. बालाघाट व बुंदेलखंड (मध्यप्रदेश), बेल्लारी (आंध्रप्रदेश) व निलगिरी पर्वतात पट्टीताश्म आहे.

(५) सुभाज (Schist)

हा खडक अनेक प्रकारच्या स्तरित व अग्निजन्य खडकापासून बनतो. असिताश्म व अँडेसाईटचे रूपांतर हरीत सुभाजात होते. गॅब्रोचे रूपांतर अँफिबोलमध्ये होते. सुभाज नेलोर (आंध्रप्रदेश) व ओरिसा खोंड विभागात आढळतो. पंकाश्माचे रूपांतरण पाटीच्या (Slate) दगडात होते. यात अभ्रक व गार ही खनिजे असून भारतात फक्त पीर पंजाल, कांगरा, हिमालयाचा पायथा व अरवली पर्वतात रेवारी (म्हणजे पर्वतमय भाग), मोंघीर जिल्ह्यात पाटीचा दगड मिळतो. सुभाज व पट्टीताश्म हे खडक प्रामुख्याने प्रादेशिक रूपांतरणामुळे तयार होतात.

२. प्रादेशिक रूपांतरण (Regional metamorphism)

गिरिजनक हालचालींच्या वेळी फार मोठ्या प्रमाणात खडकांचे रूपांतरण घडून

येते. त्यामुळे त्यांना प्रादेशिक रूपांतरण असे म्हणतात. प्रादेशिक रूपांतरण चालू असताना खडकावर प्रचंड दाब येतो. त्यामुळे त्यांचे आकारमान कमी-जास्त होऊन ते भंगून भरडले जातात व विकृत होतात. हिमालय, आल्प्स इत्यादी पर्वतांच्या निर्मितीच्या वेळी रूपांतरित खडक तयार झाले.

रूपांतरित खडकांची वैशिष्ट्ये

(१) हे खडक भरीव, टणक, स्फटिकमय व सहजगत्या झीज होणारे असतात.

(२) त्यात जीवाश्म आढळत नाहीत.

(३) पर्वतांचे गाभे व ढाल क्षेत्रांचे भाग रूपांतरित खडकांचे बनलेले असतात.

(४) रूपांतरित खडकात खनिजे आढळतात.

खडकांच्या अभ्यासाची आवश्यकता

(१) खडकांच्यापासून अनेक उपयुक्त पदार्थ व खनिजे मिळतात. यापैकी बहुतेक खनिजे काही विशिष्ट जीवाशेषांच्या जवळ असतात; म्हणून जीवाशेषांच्या अभ्यासावरून, खडक-खनिजे यांचे समीकरण मांडून खाणींचे स्थान निश्चित करता येते.

(२) अनेक प्रकारच्या खडकात भूजल असते. त्यामुळे खडकांचा अभ्यास केल्यानंतर कोणत्या खडकात कशा गुणधर्माचे पाणी आहे, याचे अनुमान बांधणे शक्य होते.

(३) खडक म्हणजे विविध प्रकारच्या जमिनींचे आद्य द्रव्य. जमिनींची पिकांच्या संदर्भासाठी पोषण शक्ती ही बऱ्याच अंशी खडकांवर अवलंबून असते. म्हणून खडकांचा अभ्यास केल्यानंतर, यांच्या झिजेचा वेग विचारात घेतल्यानंतर भूस्वरूपात कसा फरक होणार हे कळते व जमिनींचे गुणधर्म समजू शकतात.

❑

३. / ४. भूरूपांची उत्क्रांती व विकास
(Evolution and Development of Land Forms)

पृथ्वी हे मानवाचे वसतिस्थान आश्चर्यकारक व मनोवेधक भूरूपांनी भरलेले आहे. हिमालयासारखे भव्य पर्वत, ग्रँड कॅन्यनसारख्या खोल घळया व गंगेच्या मैदानासारखी विस्तृत मैदाने, लोणावळ्याजवळील 'ड्यूक्स नोज' सारखे कडे इत्यादी भूरूपे दोन प्रकारच्या शक्तींमुळे तयार झालेली आढळतात.

भूपृष्ठाचा कोणताही भाग आजूबाजूच्या प्रदेशांच्या अनुरोधाने उचलला गेल्यानंतर तेथे झिजेचे कार्य वेगाने सुरू होते व त्याची समतल मैदानापर्यंत झीज झाल्यावर तेथे परत हालचाली सुरू होण्याची शक्यता असते. भूपृष्ठाची हालचाल व झीज या दोन्ही क्रियांमुळे भूपृष्ठावर संतुलन राखण्याचा प्रयत्न केला जातो. प्रथम आपण भूकवचातील हालचालींची माहिती मिळवू या. भूकवचाच्या हालचालींचे वर्गीकरण पुढील प्रकारे केले जाते.

भूकवचाच्या हालचाली
(Tectonic or/ Crustal Movements)

- मंद (Slow) — भूप्रक्षोभक (Diastrophic)
  - अनुलंब (Vertical) किंवा भूखंड भूरूपजनक (Epeirogenic) किंवा पृथ्वीच्या त्रिज्येच्या दिशेने (Radial)
  - समकक्ष (Horizontal) किंवा गिरिजनक (Orogenic) किंवा स्पर्शात्मक (Tangential)
- जलद (Rapid) — ज्वालामुखी (Volcanic)
  - भूकंप (Earthquake)
  - ज्वालामुखी (Volcanic eruption)

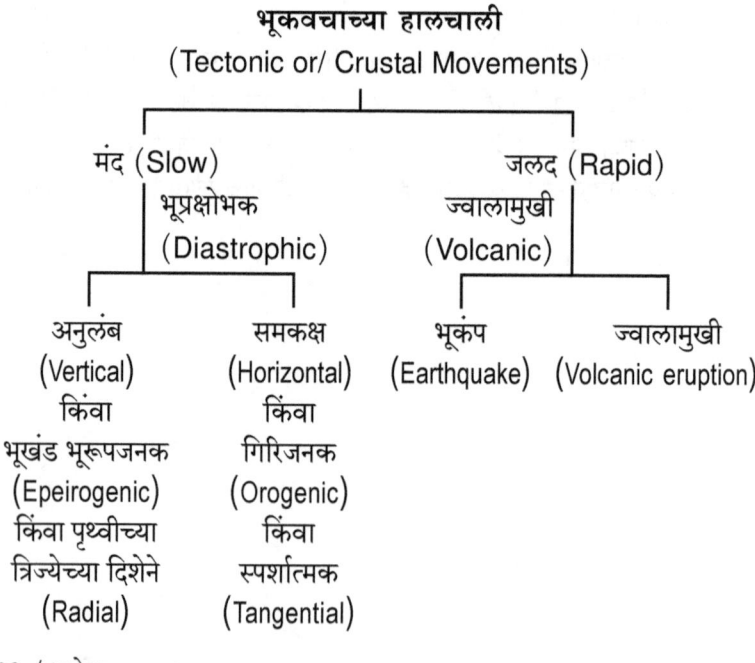

मंद हालचाली

यांना भूप्रक्षोभक हालचाली असेही म्हणतात. या हालचाली अनुलंब म्हणजे उभ्या व समक्षक म्हणजे आडव्या अशा दोन्ही प्रकारच्या असतात. अनुलंब हालचाली पृथ्वीच्या त्रिज्येच्या दिशेने होतात, तर समकक्ष हालचाली या आडव्या दिशेने म्हणजे भूपृष्ठास समांतर अशा होतात. लंब हालचालींमुळे भूपृष्ठावर महासागर व भूखंडे यांची निर्मिती होते. त्यामुळे त्यांना भूरूपजनक हालचाल असे म्हणतात. समकक्ष हालचालींमुळे भूपृष्ठावर पर्वतांची निर्मिती होते. त्यामुळे त्यांना गिरिजनक हालचाल असे म्हणतात. सागरतळाचे उचलणे व दबणे, किनारा खचणे, पठारांची निर्मिती या घटना अनुलंब हालचालींमुळे होतात. या भूकेंद्रापासून भूपृष्ठाकडे म्हणजे त्रिज्येच्या दिशेने होतात. आडव्या किंवा समकक्ष हालचाली या भूकवचाला स्पर्शीय असतात. प्रस्तरभंग, वलीकरण हे प्रकार समकक्ष हालचालीमुळे घडतात. अनुलंब व समकक्ष हालचाली या स्वतंत्ररीत्या होताना आढळत नाहीत. निर्माण झालेले भू-स्वरूप हे या दोन्ही हालचालींच्या एकत्रित परिणामांचे दृश्य स्वरूप असते. भूकवचात संतुलन राखण्यासाठी वरील हालचाली घडून येतात.

शीघ्र हालचाली

भूकंप व ज्वालामुखी क्रिया या प्रमुख शीघ्र हालचाली आहेत. भूकंपामुळे प्रस्तरभंग होतात, नद्यांची पात्रे बदलतात. ज्वालामुखीमुळे लाव्हा पठारे तयार होऊन इतर अनेक लहान भूमिस्वरूपे निर्माण होतात. भूकंप व ज्वालामुखींमुळे भूपृष्ठावरील इतर अनेक ठिकाणचे भाग आजूबाजूच्या प्रदेशाच्या अनुरोधाने उचलले जातात किंवा खचतात. पृथ्वीच्या अंतर्गत भागातील शिलारसाची हालचाल व लवचिक खडकांचे स्थानबदल यामुळे शीघ्र हालचालींना चालना मिळते.

सागर पातळीच्या हालचाली

मुंबईजवळ ठाण्याच्या खाडीत बुडालेल्या झाडांचे अवशेष दृष्टीस पडतात. यावरून तो भाग हळूहळू खचत असावा असे म्हणावयास जागा आहे. मद्रासजवळ महाबलीपुरम येथे किनाऱ्यावर चोल राजांच्या कारकिर्दीत सहा शिवालये होती. आता तेथे एकच शिवालय आहे. इतर शिवालयांचे अवशेष ओहोटीच्या वेळी दृष्टीस पडतात. पाँडेचरी व सुंदरबनात पूर्वीच्या झाडांचे अवशेष आढळून येतात. कच्छच्या रणात पश्चिम बाजूस इ. स. १८१९ नंतर अधोगामी हालचाली होऊन तो भाग पाण्याखाली बुडाल्याचे निदर्शनास आले आहे. परंतु, याच ठिकाणी ऊर्ध्वगामी हालचाल सुरू आहे. हिमालयाच्या काही रांगांची उंची वाढत असल्याचे निदर्शनास आलेले आहे. पोरबंदरजवळ समुद्रपातळीपासून खूपच उंचीवर शंख, शिंपले व इतर सागरजन्य पदार्थ

आढळतात. याचा अर्थ तेथील किनारा हळूहळू उंचावला जात असला पाहिजे किंवा पूर्वी सागरपातळीनजीक असला पाहिजे. महाभारतासारख्या प्राचीन भारतीय वाङ्मयातदेखील भू-हालचालींची नोंद घेतलेली आढळते. भगवान श्रीकृष्णाची बुडालेली द्वारका हे वरील प्रकारच्या हालचालींचे उदाहरण सांगता येईल. त्या काळी काही निसर्ग-नियमांचा उलगडा न झाल्याने अनेक नैसर्गिक क्रियांना रूपकात्मक स्वरूप दिले गेले. द्वारकेजवळ आता पुराणवस्तू खात्याने संशोधन सुरू केले आहे.

स्वीडनच्या किनाऱ्याचा काही भाग गेल्या दोनशे वर्षांत दोन मीटर्सने उंचावला गेल्याचे आढळून आले आहे. उत्तर समुद्रातील डॉगर बँक्स हा मासेमारीचा संचय पूर्वी एक मोठे बेट म्हणून ओळखला जाई. परंतु, आता तो २० मीटर्स पाण्याखाली आहे. कॅलिफोर्नियाच्या किनाऱ्यावर पूर्वी किनाऱ्यालगत असलेल्या परंतु आता समुद्रपातळीपासून दहा मीटर्स उंच असलेल्या पुळणी आढळून येतात. याचा अर्थ तेथील भाग उचलला जात आहे. इ.स. १८९९ च्या अलास्कामधील भूकंपामुळे याकुतात उपसागराचा काही भाग १५ मीटर्सनी उचलला गेला, तर काही ठिकाणी तो तेवढाच खचला. वरील सर्व उदाहरणांवरून असे दिसते की, भूकवचात ऊर्ध्व व अधोगामी हालचाली होत असाव्यात. खचलेल्या ठिकाणी सखल प्रदेश किंवा खळगे तयार होतात, तर ऊर्ध्वगामी हालचालींमुळे वर आलेल्या भागात पठारे तयार होतात. पूर्व आफ्रिकेचे पठार, तिबेट व कोलोरॅडोचे पठार, ही पठारे या पद्धतीनेच तयार झालेली असावीत. खळग्यांचे प्रदेश प्रामुख्याने दोन प्रकारे आढळून येतात. काही खळग्यांत मोठ्या प्रमाणावर पाणी साचून त्यांचे समुद्र बनतात. इंडोनेशियाचा सेलेबस समुद्र, रशिया व तुर्कस्तानमधील काळा समुद्र ही वरील प्रकारची उदाहरणे आहेत. काही खळगे पर्वतवेष्टित असून त्यात सरोवरे व गाळाचे प्रदेश आढळतात. पूर्व आफ्रिकेतील व्हिक्टोरिया सरोवरानजीकचा सखल प्रदेश, संयुक्त संस्थानातील नेवाडा राज्यातील ग्रेट बेसिन, चीनमधील तारीम बेसिन यांमध्ये अंतर्गत वहन आढळून येते. उत्तर अमेरिका खंडाचा उत्तर भाग खचून हडसनचा उपसागर व त्यालगतची आर्क्टिक महासागरातील काही बेटे तयार झालेली आहेत. मध्य आशियात हिमालयाच्या उत्तरेस अनेक पठारे व खळग्यांचे प्रदेश झालेले आहेत.

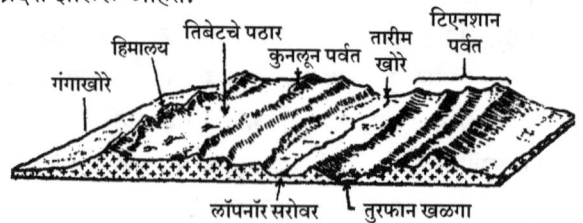

तिबेटचे पठार, हिमालय व कुनलून पर्वतांच्या दरम्यान असून टिएनशान पर्वत व अल्ताई पर्वत यांच्या दरम्यान झुंगारियाचा सखल प्रदेश आहे. टिएनशान पर्वताच्या दक्षिण पायथ्यालगत तुरफानचे खळगे आहे. *त्याचा पृष्ठभाग समुद्रसपाटीपेक्षा १००* *मीटर्स खोलीवर आहे.* या ठिकाणी प्रस्तरभंगानंतर अधोगामी हालचाल झाली असावी, असे दिसते. सैबेरियाच्या पश्चिम भागात अशाच हालचालींनी विस्तीर्ण मैदान तयार झालेले असून तेथे वास्युगान नावाचा दलदलीचा प्रदेश आढळतो. अनुलंब हालचालींमुळे भूपृष्ठास थोडासा बाकही येतो.

समकक्ष किंवा क्षितिजसमांतर हालचाली

भूकवचात ताण व दाब निर्माण होतात. खडकांचे प्रसरण व आकुंचन चालू असताना प्रसरणामुळे काही भाग दाबले जातात. त्यामुळे समकक्ष हालचाली निर्माण होतात. दाबामुळे खडकांना घड्या पडून त्यांना कमानीसारखे व खोलगट आकार प्राप्त होतात. कमानीसारख्या भागास अपनती (Anticline) तर खोलगट भागास अवनती (Syncline) असे म्हणतात. अपनती व अवनती या दोघांच्या मध्यवर्ती भागास अक्ष (Axis) असे म्हणतात. अपनतीच्या दोन्ही बाजूंना भुजा (Limb) असे नाव आहे.

घड्यांचे प्रकार

कमी-अधिक ताण व दाबामुळे विविध प्रकारच्या घड्या निर्माण होतात. वरील प्रकारच्या क्रिया सुरू झाल्यावर काही खडक या क्रियांना प्रतिबंध करतात. त्यामुळे खडकास वळ्या पडतात किंवा प्रस्तरभंग होतात. जसजसे दाबाचे प्रमाण वाढत जाते, त्या प्रमाणात अपनतींची उंची व अवनतींची खोली वाढत जाते. घड्यांचे (वळ्यांचे) पुढील प्रकार आढळतात.

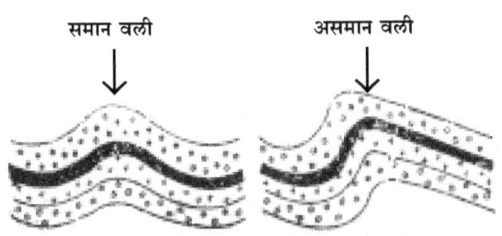

समान (समात्र) व असमान (असमात्र) वळ्या

(१) समात्र वली (Simple fold) : जेव्हा दोन्ही बाजूंनी दाबाचे प्रमाण सारखेच असते, तेव्हा निर्माण होणाऱ्या दोन्ही भुजांचा उतार सारखाच असतो. अशा घडीस समात्र वली असे म्हणतात.

(२) **असमात्र वली** (Asymetical fold) : जेव्हा दोन्ही बाजूंनी येणारा दाब कमी-जास्त असतो तेव्हा असमान वळ्या तयार होतात. असमात्र वलीची जास्त दाबाकडची भुजा तीव्र उताराची असून कमी दाबाकडची भुजा मंद उताराची असते.

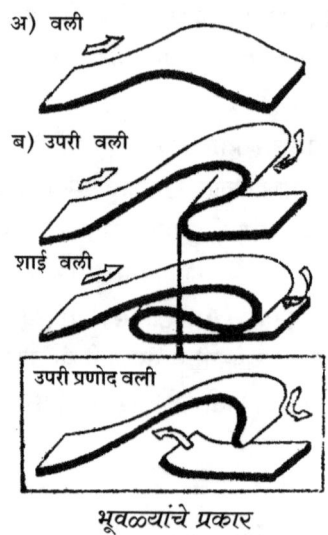

अ) वली
ब) उपरी वली
शाई वली
उपरी प्रणोद वली

भूवळ्यांचे प्रकार

(३) **उपरी वली** (Over fold): यामध्ये एका बाजूने येणारा दाब जास्त असून वलीची अपनती अवनतीवर डोकावते.

(४) **शायी वली** (Recumbent fold): ज्या उपरी वलीत अपनती ही अवनतीवर आडवी आलेली असते, तिला शायी वली असे म्हणतात.

(५) **उपरी प्रणोद वली** (Overthrust fold): दाब अतिशय तीव्र असताना उपरी प्रणोद वली तयार होते. यामुळे एक अपनती दुमडून शेजारच्या अपनतीवर येते. त्यामुळे खडकांना तडा जातो. ज्या पातळीवर ही दुमडण्याची क्रिया घडते, तिला प्रणोद पातळी (Thrust plane) असे म्हणतात.

(६) **प्रच्छद पट** (Nappe): प्रच्छद पटामध्ये दाब अत्याधिक असून भुजा जोराने रेटल्या जातात. रेटल्या गेलेल्या दोन अपनती एकमेकींना स्पर्श करतात. प्रच्छद पटांच्या परिसरात रेटल्या गेलेल्या अपनतींवर कडे तयार झालेले दिसतात. या कड्यांचा पायथा प्रणोद पातळीवर असतो. परंतु, प्रच्छद पटांची झीज झाल्यामुळे ही रूपे ओळखणे कठीण जाते. उपरी प्रणोद वली व प्रच्छद पट यांत थोडासा फरक आहे. उपरी प्रणोद वलीत जवळजवळच्या दोन अपनतीत

पोकळी शिल्लक राहते, परंतु प्रच्छद पटात अशी पोकळी आढळत नाही.

(७) **पंखसदृश्य वळ्या** (Fan Folding) :
वळ्या तयार होत असताना मध्यभागी अत्याधिक दाब निर्माण झाल्यास केंद्रस्थानाच्या वळ्या उचलल्या जातात व केंद्राच्या बाजूकडील वळ्या बाहेरच्या बाजूला कलतात. अशा तऱ्हेने वळ्यांस पंखसदृश्य वळ्या असे म्हणतात. परंतु वलीकरणाची क्रिया मंद असल्याने ती चालू असताना वळ्यांची मोठ्या प्रमाणावर झीज होते.

पंखसदृश्य वळ्या

(८) **संविमुखनती** (Anticlinorium): काही मोठ्या घड्या म्हणजे अपनती व अवनती निर्माण होत असताना त्यात कमी-अधिक दाबामुळे लहान-मोठ्या घड्या तयार होतात. या घड्या अपनतीमध्ये तयार झाल्यास त्यांना संविमुखनती असे म्हणतात.

(९) **संसमुखनती** (Synclinorium) : वरील प्रकारच्या घड्या विस्तृत अवनतीत तयार झाल्यास त्यांना संसमुखनती असे म्हणतात.

हिमालयाच्या वेगवेगळ्या भागात वर वर्णन केलेल्या घड्यांचे सर्व प्रकार दृष्टीस पडतात. शिवालिक पर्वतात उपरीप्रणोद वळ्या व प्रच्छद पट वळ्या आढळतात. काश्मीरमधील झास्कर व पीरपंजल डोंगराच्या भागात शायी वळ्या दृष्टीस पडतात. युरोपातील ज्यूरा व आल्प्स पर्वतातही वळ्यांचे वरील प्रकार आढळून येतात. अँडीज, आल्प्स व हिमालय हे अनेक प्रकारच्या क्लिष्ट हालचालींनी तयार झालेले पर्वत आहेत. त्यामुळे सर्व प्रकारच्या वळ्यांचे प्रमाण त्यात खूपच आहे. मोठ्या अपनतींच्या विभागात पर्वतांचे कणे आढळतात तर अवनतीच्या खोलगट विभागात दऱ्या तयार झालेल्या दृष्टीस पडतात. अपनतींच्या विभागातील खडक मृदू असल्यास तेथेही काही वेळा दऱ्या होतात. कारण तेथील झीज अतिशय वेगाने होते. अवनतींच्या भागातील खडक कठीण असल्यास तेथील झीज अपनतीतील भागापेक्षा मंद गतीने होऊन लक्षावधी वर्षांनंतर अपनतींचे रूपांतर खोऱ्यात व अवनतीचे रूपांतर पर्वतकण्यात होते. यालाच

व्युत्क्रमी उठाव (Inversion of relief) असे म्हणतात. आल्प्स व हिमालय पर्वतात या क्रिया आढळून येतात.

जगातील प्रमुख वलीपर्वत

पृथ्वीचे एकूण वय सुमारे ४।। ते ५ अब्ज वर्षे असून आतापर्यंत तीन वेगवेगळ्या वेळी भूपृष्ठाला मोठ्या प्रमाणात वळ्या पडलेल्या आहेत. सुमारे ३० कोटी वर्षांपूर्वी म्हणजे पुराजीव महाकल्पाच्या डेव्होनियन व सिल्युरियन कालखंडात भूपृष्ठाला प्रथम वळ्या पडल्या. या काळात तयार झालेल्या वली पर्वतांना कॅलेडोनियन वली पर्वत असे म्हणतात. स्कॉटलंडमधील कॅलेडोनियातील वली पर्वत या काळात तयार झाले असावेत. स्कँडेनेव्हिया व आयबेरियाच्या (स्पेन-पोर्तुगाल) द्वीपकल्पातील व ऑस्ट्रेलियाच्या ग्रेट डिव्हायडिंग रेंजचे काही भाग या कालात तयार झाले असावेत, परंतु, वरील सर्व विभागांतील वली पर्वत तयार होऊन बराच काळ लोटल्यामुळे वळ्यांची अपक्षरण कार्याने खूपच नासधूस झालेली आढळते. त्यामुळे वळ्यांचे स्वरूप ओळखणे कठीण जाते. कॅलेडोनियन कालातील वलीकरणानंतर भूपृष्ठावर हालचालींचे प्रमाण खूपच कमी झालेले होते. परंतु, पुराजीव महाकल्पाच्या शेवटी व मध्य जीव महाकल्पाच्या सुरुवातीस म्हणजे सुमारे १० कोटी वर्षांपूर्वी भूपृष्ठाला पुन्हा एकदा वळ्या पडल्या. या काळी तयार झालेल्या वलीपर्वतांना हर्सिनिअन किंवा अर्मोरिकन किंवा अल्ताईड वलीपर्वत असे म्हणतात. जर्मनीतील हार्झ पर्वत, फ्रान्समधील अर्मोरिकन मॅसिफ व चीनमधील अल्ताई पर्वत यांवरून ही नावे पडली आहेत. मध्य आशियातील टिएनशान, नानशान, अल्ताई इत्यादी रांगा, उरल व अॅपेलेशिअन पर्वत याच कालखंडात तयार झालेले असावेत. हर्सिनिअन काळातील वलीकरणानंतर काही कोटी वर्षे भूकवचाच्या हालचाली मंदावलेल्या होत्या. त्यानंतर सुमारे ५ कोटी वर्षांपूर्वी टर्शरी कालखंडात भूपृष्ठाला परत म्हणजे तिसऱ्यांदा मोठ्या प्रमाणात वळ्या पडल्या व अर्वाचीन वली पर्वतांची निर्मिती झाली. यांनाच अल्पाइन वली पर्वत असेही म्हणतात. हिमालय, आल्प्स, रॉकी, एलबुर्झ, झेग्रॉस इत्यादी वली पर्वत याच कालात तयार झाले असावेत. यांपैकी हिमालयासारख्या काही वली पर्वतांची घडण अजूनही चालू आहे. त्यांच्या झिजेस सुरुवात होऊन कमी काळ लोटल्यामुळे त्यातील घड्या सहजगत्या ओळखता येतात. कॅनेडियन, दख्खन व बाल्टिकच्या ढालक्षेत्राच्या प्रदेशात वरील कालखंडातील वलीपर्वत एकत्रित आढळून येतात.

प्रस्तरभंग (Fault)

भूकवचात ताण व दाब निर्माण होत असताना खडकांना तडे जातात व भेगा पडतात आणि भूकवच दुभंगते. या वेळी भूकवचात ऊर्ध्वगामी, अधोगामी व क्षितिज

समांतर हालचाली होतात. जेथे एकसंध खडक दुभंगतात त्या भागास भेगेची पातळी (Fault plane) असे म्हणतात. प्रस्तरभंगाची पातळी कोणत्याही दिशेने कललेली आढळते. भंग पातळीवरील खडकांची आडवी हालचाल काही सें.मी. पासून अनेक मीटर्स किंवा किलोमीटर्सपर्यंत आढळते. अनेक वेळा प्रस्तर घसरत असतानाही ते भंग पावतात.

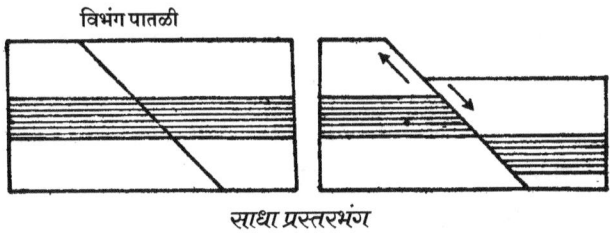

साधा प्रस्तरभंग

ताणामुळे निर्माण होणाऱ्या प्रस्तरभंगास साधा प्रस्तर भंग (Normal fault) असे म्हणतात. यामध्ये खडकांची क्षितिज समांतर व अधोगामी हालचाल होते. खाली खचलेल्या भागास अधःक्षेपित बाजू (Downthrown side) असे म्हणतात. तर पूर्वीच्याच ठिकाणी असलेल्या भागास ऊर्ध्वक्षेपित बाजू (Upthrown block) असे म्हणतात. घसरण्याची क्रिया ज्या पातळीवर होते त्याला विभंग पातळी (Fault plane) असे नाव आहे. ऊर्ध्वक्षेपित भागाकडून अधःक्षेपित भागाकडे ही पातळी

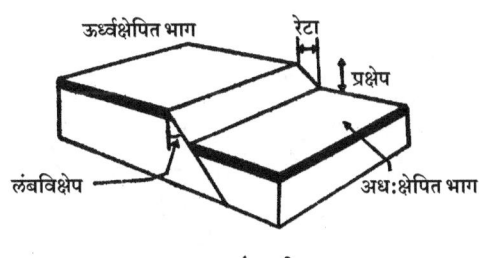

प्रस्तरभंगाची रचना

प्रस्तरभंगानंतर कललेली परंतु संलग्न आढळते. विभंग पातळीच्या दृश्य भागाचे अपक्षरण कार्यामुळे बऱ्याच कालावधीनंतर कड्यांच्या मालिकेत (Escarpment) किंवा भृगू कड्यात रूपांतर होते. विभंग पातळीने लंब दिशेशी केलेल्या कोनास लंबविक्षेप (hade) असे म्हणतात, तर ऊर्ध्वक्षेपित व अधःक्षेपित भागांच्या लंब पातळीतील फरकास प्रक्षेप (throw) असे म्हणतात. प्रस्तरभंगानंतर ऊर्ध्वक्षेपित व अधःक्षेपित भाग एकमेकांपासून अलग होतात. त्यांच्या क्षितिज समांतर विलगतेला रेटा (Heave) असे म्हणतात.

व्युत्क्रमी प्रस्तरभंग (Reversed fault)

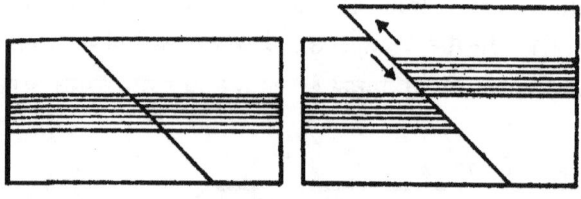

व्युत्क्रमी प्रस्तरभंग

दाबामुळे निर्माण होणाऱ्या प्रस्तरभंगास व्युत्क्रमी प्रस्तरभंग असे म्हणतात. यामध्ये खडकांची प्रामुख्याने ऊर्ध्वगामी हालचाल होते व विभंग पातळी अधःक्षेपित भागाकडे कललेली आढळते. व्युत्क्रमी प्रस्तरभंगात खडकांच्या ऊर्ध्वक्षेपित व अधःक्षेपित भागांची एका विशिष्ट स्थानाच्या दिशेने समोरासमोर व एकमेकांकडे हालचाल होते, तर साध्या प्रस्तरभंगात अधःक्षेपित भाग विरुद्ध दिशेला सरकलेला आढळून येतो. व्युत्क्रमी प्रस्तरभंगात ऊर्ध्वक्षेपित भागाची हालचाल होते तर साध्या प्रस्तरभंगात ऊर्ध्वक्षेपित भाग स्थिर असतो.

नतिलंब सर्पण प्रस्तरभंग (Strike Slip Fault)

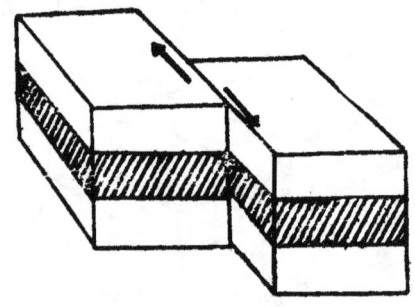

नतिलंब सर्पण प्रस्तरभंग

साधारणपणे भूकंपाच्या वेळी वरील प्रस्तरभंग आढळतात. या वेळी खडकांची एकमेकांच्या विरुद्ध दिशेने परंतु एकाच पातळीत हालचाल होते. म्हणजे क्षितिजसमांतर हालचाल होते. परंतु खडकांच्या अनुलंब पातळीत फरक पडत नाही. यात ऊर्ध्वक्षेपित व अधःक्षेपित भाग आढळत नाहीत. विदारी प्रस्तरभंगास नतिलंब सर्पण प्रस्तरभंग असेही म्हणतात.

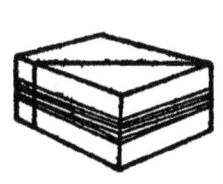

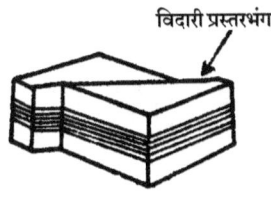

विदारी प्रस्तरभंग

विदारी प्रस्तरभंग

कॅलिफोर्नियातील सान अँडराज प्रस्तरभंग हे एक प्रस्तरभंगाचे उत्कृष्ट उदाहरण आहे. सान बर्नाडिटनो पर्वतश्रेणीपासून सॅनफ्रान्सिस्को उपसागरांपर्यंत त्यांची लांबी सुमारे १००० कि. मी. आढळते. सान अँडेराजच्या वेगवेगळ्या विभागात प्रसंगी स्थानिक हालचाली होतात व त्यामुळे भूकंपाचे धक्के बसतात. कॅलिफोर्नियात १९०६ साली एक मोठा धक्का बसला. पंजाबमधील शिवालिकच्या डोंगरात साधे व व्युत्क्रमी प्रस्तरभंग प्रामुख्याने वालुकाश्म व चिखली खडकात आढळतात. त्यामुळे अनेक ठिकाणी विभंग ठोकळे (fault block) दृष्टीस पडतात. शिवालिक पर्वतश्रेणी व हिमालय पर्वत यांच्या सीमावर्ती प्रदेशात सिंधू खोऱ्यापासून ब्रह्मपुत्रेच्या खोऱ्यापर्यंत सर्वत्र साध्या व व्युत्क्रमी प्रकारचे प्रस्तरभंग आढळतात. भारतात महाराष्ट्रातील पनवेलजवळ व अंजिठा डोंगरात प्रस्तरभंग आहे.

मुंबईजवळ अनेक प्रस्तरभंग असून, ठाणेखाडी, पनवेलखाडी व धरमतरच्या खाडीखाली त्यांचे अस्तित्व आहे. उरणजवळ हे तीन प्रस्तरभंग मिळतात. २३ एप्रिल १९९६ रोजी उरण येथे झालेल्या भूकंपामुळे तेल व नैसर्गिक वायू महामंडळाच्या वास्तूला तडे गेलेले होते.

उल्हास नदी, मनोर खाडी, मालाड खाडी, विहार, तुळशी व पवई सरोवरांच्या परिसरात छोटे भूभ्रंश (प्रस्तरभंग) असून कुलाब्यापासून मलबार हिलपर्यंतही त्यांचे अस्तित्व आहे.

सुब्रमणियम् या भूशास्त्रज्ञांच्या मते, अलिबागपासून श्रीवर्धनपर्यंत ६.५ रिश्टर प्रमाणावरील भूकंपाची शक्यता आहे; कारण सह्याद्री पर्वत परिसरातील असिताश्म किनाऱ्याकडे जरी पसरलेला असला, तरीदेखील ५ कोटी वर्षांत सामुद्रीखनन क्रियेमुळे त्याची झीज झालेली आहे. झिजेमुळे खडकांचे वजन कमी झाले असल्याने, त्यायोगे कवचात खोलवर दाब कमी झाल्याने हा भाग भूकंपप्रवण झालेला आहे.

प्रस्तरभंगामुळे निर्माण झालेली भूमिस्वरूपे

प्रस्तरभंगामुळे पुढील भूमिस्वरूपे तयार होतात. खचदऱ्या व विभंग पर्वत, दरड (Scarp), पठारे, सखल प्रदेश इत्यादी.

खचदऱ्या (Rilf Valley)

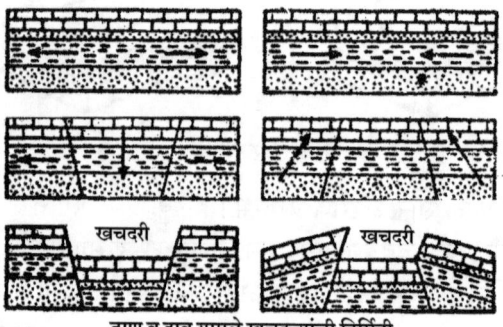

ताण व दाब यामुळे खचदऱ्यांची निर्मिती

खचदरी

समोरासमोर प्रस्तरभंग झाल्यानंतर जर या प्रस्तरभंगातील प्रक्षेप विरुद्ध दिशांनी असतील तर अधोगामी हालचाल होऊन खचदऱ्या तयार होतात. या खचदऱ्या लांब, उंच, तीव्र काठाच्या व सपाट तळ असलेल्या अशा असतात. ताण व दाब या दोन्ही गोष्टींमुळे खचदऱ्या निर्माण होऊ शकतात. विरुद्ध दिशांनी ताण निर्माण झाल्यानंतर मधला भाग खचतो. मधल्या भागावर दोन्ही बाजूंनी दाब येत असताना त्याच्या बाजूचे भाग खचलेल्या भागावर आरोहण करीत असल्यामुळे दरी निर्माण होते. व्युत्क्रमी प्रस्तरभंगामुळे अशी परिस्थिती निर्माण होते. विस्तृत प्रमाणात म्हणजे खूप मोठ्या क्षेत्रात खडकांना कधी कधी बाक येऊन कमानीसारखे भाग निर्माण होतात. कमानींच्या मध्यभागी त्यांच्या अक्षानजीक असलेले खडक दुभंगून खचदऱ्या तयार होतात. आशिया व आफ्रिका यांच्या सीमावर्ती प्रदेशात पूर्व आफ्रिकेची खचदरी आहे. ही उत्तरेस जॉर्डनच्या खचदरीशी संलग्न आढळते. या दोन्ही खचदऱ्यांची लांबी ४८०० कि. मी. पेक्षा जास्त असून तांबड्या समुद्राने या दोन्ही खचदऱ्या एकमेकीस जोडलेल्या आहेत. मृत समुद्र व गॅलीली समुद्र (टायबेरिआ सरोवर) या दोन्ही जलाशयांचे पृष्ठभाग सागरपातळीच्या खाली आढळतात. मृत समुद्राची पातळी भूमध्य सागर-पातळीच्या खाली ७५० मीटर्स आहे. इतक्या प्रचंड प्रमाणात या ठिकाणी खचण्याची क्रिया झालेली आढळते. आफ्रिकेच्या पूर्व किनाऱ्यावर या खचदारीच्या भागात न्यासा, टांगानिका, व्हिक्टोरिया, रुडॉल्फ इत्यादी सरोवर आढळतात. मृत समुद्राच्या परिसरात या खचदरीचा अध:क्षेपित भाग असून भूमध्य सागराकडे ऊर्ध्वक्षेपित भाग आहे. ऱ्हाईनची खचदरी व्हॉस्जेस व ब्लॅक फॉरेस्ट या दोन पर्वतांच्या दरम्यान आढळते. भारतात शिपकीपर्यंतचा सतलज नदीचा मार्ग एका नतिलंब खोऱ्यात अढळतो.

पाकिस्तानमधील मिठाचे डोंगर (Salt ranges) हा एक प्रस्तरभंगांनी युक्त असा भाग आहे. अंतःस्थ हालचालींपासून अलिप्त व स्थिर अशा दख्खनच्या पठारावर नर्मदा – सोन विभंग खोरे असून ते क्रिटॅशिअस कालापूर्वी उत्तर मादागास्करमधील विभंग खोऱ्याशी संलग्न होते, असे काहींचे मत आहे, तसेच महानदी, दामोदर व गोदावरी या नद्यांच्या खोऱ्यांचे वरचे भाग प्रस्तरभंगामुळे तयार झालेले असावेत असाही एक अंदाज आहे.

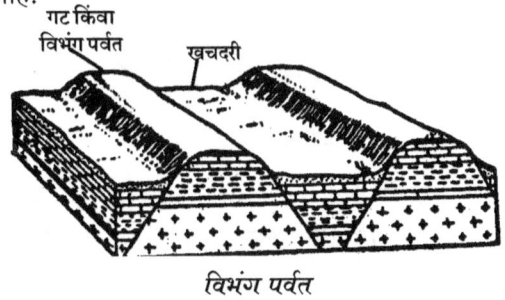

विभंग पर्वत

ठोकळ्यांचे (गट) किंवा विभंग पर्वत (Block Mountains)

दाब व ताण यांनी प्रस्तरभंग झाल्यानंतर खचदरीच्या दोन्ही बाजूस उंच खडबडीत असे ऊर्ध्वक्षेपित भाग तयार होतात. त्यांना विभंग किंवा ठोकळ्यांचे पर्वत म्हणतात. ऊर्ध्वक्षेपित भाग काही ठिकाणी एका विशिष्ट दिशेने कललेले आढळतात. त्यांना कलते ठोकळे किंवा कलती पठारे (tilted blocks) असे म्हणतात. ऊर्ध्वक्षेपित भाग संपूर्णपणे आडवे असल्यास त्यांना ठोकळे किंवा हॉर्स्ट असे म्हणतात. दख्खन, अरेबिया व ब्राझीलची पठारे कलती असून त्यांच्या एका बाजूस तीव्र उतार आहे. सिनाई (जॉर्डन खचदरी), कोरियातील पठारे, ब्लॅक फॉरेस्ट व व्हॉस्जेस ही ठोकळ्यांची म्हणजे हॉर्स्टची उदाहरणे आहेत. दख्खनचे पठार पूर्वेकडे कललेले असून त्याच्या पश्चिम बाजूस अतिशय तीव्र असा उतार कोकण किनाऱ्याकडे आहे.

दख्खनचे कलते पठार

संयुक्त संस्थानांत पश्चिमेकडील सिएरा नेवाडा पर्वत व पूर्वेकडील वसाटच पर्वत यांमध्ये अनेक कलते विभंग ठोकळे आहेत. त्यांची पूर्व बाजू पश्चिम बाजूपेक्षा अधिक

तीव्र उताराची आहे. या पर्वतवेष्टित प्रदेशाला बेसिन व रेंज कंट्री असे म्हणतात. यातील विभंग ठोकळ्यांची बरीच झीज झालेली असून झिजेचे पदार्थ पायथ्यालगतच्या प्रदेशात साचलेले आढळून येतात.

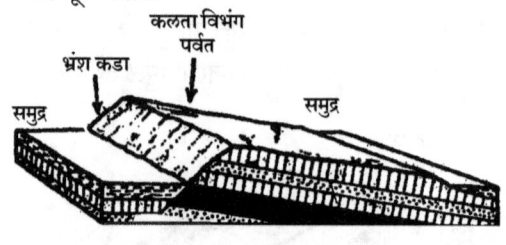

कलता विभंग पर्वत

जपानमध्ये प्रस्तरभंगामुळे निर्माण झालेली अनेक खोरी आहेत. होनशू बेटाच्या मध्यभागी पश्चिम किनाऱ्यापासून पूर्व किनाऱ्यापर्यंत पसरलेले फॉसा मॅग्ना नावाचे विभंग खोरे आहे. हे खोरे गाळाने भरलेले असून लाव्हारसापासून तयार झालेले अनेक खडक त्यात आहेत. जपानमधील टोकियोजवळ क्वॅटोचे मैदान व नागोयाजवळील नोबीचे मैदान ही मैदाने विभंग खोरी आहेत. पूर्वी तेथे विभंगामुळे तयार झालेले उपसागर होते. आता ते गाळाने भरल्याने वरील मैदाने तयार झालेली आहेत. उत्तर होनशूत कोरीयामा, अबुकूमा व किताकामी ही पर्वतवेष्टित विभंग खोरी आहेत. चीनमधील सेझवान खोऱ्याचा बराचसा भाग विभंगामुळे तयार झालेला आहे.

❑

५. पृथ्वीचे कवच : उत्क्रांती व विकास
(Earth's Crust : Evolution and Development)

अंतस्थ हालचाली व निक्षेपण यामुळे पृथ्वीवर अनेक ठिकाणी प्रत्येक खंडात मूलभूत भूमिस्वरूपे तयार झालेली आढळतात. यात ढालक्षेत्रे (Shields), वेगवेगळ्या कालखंडातील वळ्या (Folds), पाण्याने व गाळाने भरलेल्या द्रोणी (basins) यांचा समावेश होतो. ढालक्षेत्रे, वळ्या व द्रोणी हे पृथ्वीवरील प्रमुख संरचनात्मक विभाग आहेत.

१. ढालक्षेत्रे (Shield Areas)

प्रत्येक खंडात कठीण, स्फटिकमय व केंब्रियनपूर्व कालखंडात बनलेले खडकांचे भाग आहेत. त्यांना ढालक्षेत्रे असे म्हणतात. त्यात प्रामुख्याने अग्निजन्य व रूपांतरित खडक असून एका अर्थाने ढालक्षेत्रे म्हणजे अफाट व उंचसखल पठाराचे आहेत. ढालक्षेत्रांच्या भोवती खंडांची जडणघडण झालेली आढळते. प्रत्येक भूखंडातील ढालक्षेत्रे पुढे दिलेली आहेत.

खंड	ढालक्षेत्रे
१. उत्तर अमेरिका	कॅनेडियन (लॉरेशिया)
२. दक्षिण अमेरिका	(अ) गियाना (उत्तरेस), (ब) अमेझॉन, (क) प्लेटीयन (दक्षिणेस)
३. आफ्रिका	इथिओपियन
४. युरोप	बाल्टिक – (फेनोस्कॅडेनेव्हियन)
५. आशिया	(अ) अंगारा (उत्तर आशिया), (ब) दख्खन (दक्षिण भारत), (क) तिबेटिया (नैर्ऋत्य चीन), (ड) गोबिया (उत्तर चीन), (इ) कॅथेशिया (आग्नेय चीन)
६. ऑस्ट्रेलिया	ऑस्ट्रेलियन

७. अंटार्क्टिका	अंटार्क्टिका खंडातील ढालक्षेत्र बर्फाच्छादित असून ते आशिया खंडातील दख्खन व इथिओपिया, प्लेटीयन आणि ऑस्ट्रेलियाच्या क्षेत्रातील उर्वरीत तुकड्यांचे बनलेले असावे.

अरबी द्वीपकल्पातील ढालक्षेत्र जरी आशिया खंडात असले तरी ते इथिओपिया ढालक्षेत्राचा भाग समजण्यात येते. कारण हा भाग पूर्वी इथिओपियास जोडलेला होता. पुराजीव महाकल्पात जे पँजिया (अखिल भूमी) नावाचे खंड होते ते वरील ढालक्षेत्राचे बनलेले असावे. हे पँजिआ खंड दुभंगून त्याचे वेगवेगळे तुकडे एकमेकांपासून दूर जाऊन हल्लीची खंडे तयार झाली असावीत. सर्व ढालक्षेत्रांच्या प्रदेशात अर्वाचीन खडकांचे आवरण आहे. बहुतेक ढालक्षेत्रे सागर पातळीपासून ७०० ते ८०० मीटर्स उंच आहेत. परंतु इथिओपियन, अंगारा, गियाना व तिबेटी या ढालक्षेत्रांचे काही भाग मात्र एक हजार मीटर्सपेक्षा जास्त उंचीचे आहेत. सर्व ढालक्षेत्रात जीवावशेष सापडत नसल्याने अधिक संशोधन करणे कठीण जाते. ढालक्षेत्राच्या मध्यवर्ती भागात विकृत खडकांचे प्रमाण सीमावर्ती भागापेक्षा जास्त आढळते. उत्तर गोलार्धातील उच्च अक्षांशाच्या प्रदेशात हिमानी क्रियेमुळे ढालक्षेत्रावर खळगे पडून सरोवरे तयार झालेली आहेत. अशी सरोवरे लॉरेशिया व फिनलंडमध्ये आढळतात. दक्षिण अमेरिका, आफ्रिका, अरेबिया, भारत, चीन, ऑस्ट्रेलिया, अंटार्क्टिकामधील ढालक्षेत्रे पुरातन कालातील गोंडवन भूमीचे भाग आहेत, तर उत्तर अमेरिका, वायव्य युरोप व चीनमधील ढालक्षेत्रे लॉरेशिया ढालप्रदेशाचा काही भाग म्हणून ओळखले जातात. ईशान्य आशियातील अंगारा ढालप्रदेशाचा काही भाग प्रस्तरभंगामुळे खचलेला आढळतो. याच प्रदेशातील जास्त खचलेल्या भागात बैकल सरोवर (रशिया) आढळते.

२. वेगवेगळ्या कालखंडान्तील भूवळ्या (Folds)

ढालक्षेत्रांच्या एका बाजूस वेगवेगळ्या कालखंडात तयार झालेले वलीचे पर्वत आहेत. कवचातील आडव्या हालचालींमुळे त्यांची निर्मिती झालेली असावी. वली पर्वत प्रत्येक खंडात असून त्यामुळे अनेक पर्वतश्रेण्या तयार झालेल्या आढळतात. हिमालय, आल्प्स, अँडीज व रॉकीज हे सर्व वली पर्वत आहेत. या पर्वतश्रेण्यांत विभंग दऱ्या आढळत असून तेथे भूकवच कमकुवत आहे. अशा कमकुवत भूकवचाखाली मोठ्या प्रमाणात अंत:स्थ हालचाली आढळतात. उत्तर अमेरिकेतील बेसीन रेंज प्रदेशात अशा विभंग दऱ्या आहेत. पुराजीव (Paleozoic), मध्यजीव

(Mesozoic) व नवजीवन (Cenozoic) अशा तिन्ही महाकल्पांत प्रमुख वली पर्वतांची निर्मिती झाली असे आता सर्वमान्य झालेले आहे. आशियातील जपान, फिलिपाईन्स, इंडोनेशियन व अंदमान द्वीपसमूह हे बुडालेल्या घडी पर्वताच्या माथ्याकडील प्रदेश आहेत. आग्नेय आशियातील सुंदा व सोहल मंच हे सागरमग्न भाग आहेत. सर्व घडीच्या पर्वतांची रचना क्लिष्ट व गुंतागुंतीची आहे. रचनात्मकरीत्या कमकुवत कवचातील भागात घडीचे पर्वत असून त्यापैकी बरेच किनाऱ्यालगत आढळतात. दोन्ही अमेरिकेतील वलीपर्वतांची सर्वसाधारण दिशा उत्तर दक्षिण असून युरेशियाच्या दक्षिण भागातच व उत्तर आफ्रिकेत वलीपर्वत पूर्व–पश्चिम दिशेने पसरलेले आढळतात. यात बाल्कन प्रदेशातील पर्वतश्रेण्या, आल्प्स, ॲटलास, हिमालय, हिंदुकुश इत्यादी प्रमुख पर्वतांचा समावेश होतो. महाद्वीपाच्या अंतर्गत भागात पुराजीव महाकल्पातील घडीच्या पर्वताचे अवशेष आढळतात. यात उत्तर अमेरिकेतील ग्रेट स्मोकीज व ब्लूरिज, भारतातील अरवली आणि स्कॉटलंडमधील पर्वतांचा समावेश होतो.

३. पाण्याने व गाळाने भरलेल्या द्रोणी (Geosynclines)

पुरातन भूकवचातील खूप मोठा रेषाकृती खळगा म्हणजे भूद्रोणी परंतु काही ठिकाणी हे खळगे पाण्याने तर काही ठिकाणी गाळाने भरलेले आढळून येतात. द्रोणी पाण्याने भरल्यामुळे महासागर तयार झाले, तर गाळाने भरलेल्या द्रोणीत मैदाने तयार झाली. अशा द्रोणी म्हणजे पृथ्वीचा एक महत्त्वाचा संरचनात्मक विभाग आहे. अंटार्क्टिका वगळता प्रत्येक खंडात गाळाने भरलेल्या द्रोणी आढळतात. त्यापैकी काही पुढे दिल्या आहेत

खंड	गाळाने भरलेल्या भूद्रोणींचे प्रदेश
१. उत्तर अमेरिका	ग्रेट प्लेन्स, हाय प्लेन्स, मिसिसिपी खोरे.
२. दक्षिण अमेरिका	ओरिनोको, ॲमेझॉन व प्लेट नद्यांची मैदाने, अँडीज पर्वताच्या पूर्व पायथ्यालगतचा प्रदेश.
३. युरोप	उत्तर युरोपचे मैदान, लॉंबर्डी मैदान, ऱ्हाईन, ऱ्होन, सीन, डॅन्यूब, डॅल्गा व व्होल्गा नद्यांची मैदाने.
४. आशिया	उरल, अमु व सिरदरिया, येनिसी, लेना, सिंधू, गंगा व ब्रह्मपुत्रा यांचे हिंदुस्थानचे मैदान, तैग्रिस, युफ्रेटिस यांचा प्रदेश, इरावती, मेनाम, मेकाँग खोरी, तारीम खोरे, इराणी

	आखाताच्या पश्चिम किनाऱ्यालगतचा भाग, रब-अल-खली वाळवंटाचा पूर्व भाग.
५. आफ्रिका	नाईल खोऱ्यात पश्चिमेकडील भाग, सहारा वाळवंट, पश्चिम आफ्रिकेतील सेनेगल व गांबिया खोरी, ईशान्य आफ्रिकेतील दवा, वेब व सिबेली खोरी, दक्षिण आफ्रिकेतील ऑरेंज व वाल नद्यांची मैदाने
६. ऑस्ट्रेलिया	पश्चिम व दक्षिण किनाऱ्यावरील मैदाने, मरे व डार्लिंग नद्यांची खोरी

उत्तर अमेरिका व युरेशिया या खंडात गाळव्याप्त प्रदेशात पाण्याने भरलेल्या परंतु भूसंरचनात्मक द्रोणी आढळतात. उत्तर अमेरिकेतील एरी व ऑंटोरिओ सरोवर, ग्रेट बेअर व स्लाव्ह सरोवर व युरेशियातील कास्पियन आणि अरल समुद्र या पाण्याने भरलेल्या द्रोणी आहेत. दोन्ही अमेरिका, ऑस्ट्रेलिया व आग्नेय आशियातील भूद्रोणी उत्तर-दक्षिण असून आफ्रिका व युरेशियातील पूर्व-पश्चिम आहेत. पुरातनकाळी या मैदानांच्या जागी प्रचंड खळगे होते. हे खळगे हळूहळू गाळाने भरत जाऊन त्यांना सध्याचे मैदानी स्वरूप प्राप्त झाले आहे. याबद्दल दोन विरोधी मतप्रवाह आढळतात. एका मतप्रवाहानुसार गाळाच्या वजनामुळे मैदानांचे प्रदेश खचून भूद्रोणी तयार झाल्या असाव्यात, तर दुसऱ्या मतप्रवाहानुसार भूद्रोणीतच गाळाचे संचयन होऊन मैदाने तयार झाली असावीत. कास्पियन व उरल समुद्रात गाळाचे हळूहळू संचयन चालू असल्याचे निदर्शनास आले आहे. त्यामुळे दुसऱ्या प्रकारचा मतप्रवाह योग्य असावा असे वाटते.

प्रशांत, अटलांटिक, हिंदी, आर्क्टिक व दक्षिण महासागर या पाण्याने भरलेल्या प्रचंड आकाराच्या भूद्रोणीच आहेत. यापैकी सुंदरबनाच्या दक्षिणेस बंगालच्या उपसागरात व सिंधू त्रिभुज प्रदेशाच्या दक्षिणेस अरबी समुद्रात गाळाचे संचयन चालू आहे. महासागरात अनेक ठिकाणी भंग प्रदेश असून तेथे अत्यंत मंद गतीने खचण्याची क्रिया व क्षितिजसमांतर हालचाल चालू आहे. उत्तर व दक्षिण अमेरिका, अंटार्क्टिका व दक्षिण अमेरिका, आग्नेय आशिया व ऑस्ट्रेलिया हे खंड प्रदेश जोडणारे परंतु समुद्रात बुडलेले दुवे आढळून आलेले आहेत. याच दुव्यांच्या जागी पुराजीव महाकल्पात भूसेतू असावेत.

भू-अभिनती (भूद्रोणी) व घडीचे पर्वत
(Geosynclines and Fold Mountains)

भू-कवचातील रेषाकृती लांबलचक खळगे म्हणजेच भू-अभिनती (Geosynclines). भू-अभिनतीतून (भूद्रोणीतून) घडीचे पर्वत निर्माण झाले असावेत. भूद्रोणींच्या परिसरात भूकवच अधू होते. अजूनही काही ठिकाणी आहे. सध्या जेथे घडीचे पर्वत आहेत, तेथे पर्वत निर्माण होण्यापूर्वी असे लांब रेषाकृती खळगे होते. या खळग्यांच्या दोन्ही बाजूस उंच डोंगराळ प्रदेशांचे अस्तित्व होते. अपक्षरण करणाऱ्या घटकांमुळे या प्रदेशांची झीज झाली व झिजेपासून तयार झालेले पदार्थ या खळग्यात म्हणजे भूद्रोणीत येऊन साचू लागले. पदार्थांच्या वजनामुळे खळगे खचू लागले व त्यात निमज्जन व उद्गमन म्हणजे वर खाली हालचाली चालू झाल्या. भूद्रोणीत अनेक ठिकाणी ज्वालामुखींचे उद्रेक होऊन शिलारसही बाहेर आला. भूद्रोणींच्या दोन्ही बाजूस जे उंच प्रदेश होते, त्यांची झीज झाल्याने कवचातील संतुलन टिकण्यासाठी त्यांची ऊर्ध्वगामी हालचाल हळूहळू होत होतीच. म्हणजे ते भाग हळूहळू वर उचलले जात होते. भूद्रोणी खचत असतानाच मोठ्या प्रमाणात हालचालींना सुरुवात होऊन हजारो मीटर्स जाडीचे अवसाद भरडले गेले व घडीच्या पर्वतांची निर्मिती झाली.

अरवली, ॲपेलेशियन, हिमालय व आल्प्स या सर्व पर्वतांच्या परिसरात पूर्वी भूद्रोणी होत्या. वेगवेगळ्या भूशास्त्रीय कालातील अवसादांचे भूद्रोणीत संचयन झाल्याचे पुरावे आजही उपलब्ध आहेत. भूद्रोणीतील अवसाद व हल्लीच्या भूखंड मंचावरील अवसाद यांत बरेच साम्य आढळते. यांवरून पूर्वीचे समुद्र व भूद्रोणी उथळ असाव्यात असेही अनुमान निघू शकते. भूद्रोणीत संचयन होण्याचा व त्या खचण्याचा वेगही सारखाच असावा.

संचयनामुळे वाढणारे वजन व भूद्रोणी खचण्याची क्रिया या हालचाली एकमेकांना पूरक व भूकवचात संतुलन टिकविण्यासाठी होत्या. भूद्रोणींची लांबी १५०० ते ३५०० कि.मी. व रुंदी १५० ते ७५० कि.मी. असावी. जेथे अवसादांची जाडी जास्तीत जास्त होती, तेथील प्रस्तर नंतर भरडले गेले. तैग्रिस-युफ्रेटिसच्या दुआबात पूर्व-पश्चिम पसरलेली मेसोपोटिमियन भूद्रोणी होती तर आराकान, अँडीज, रॉकीज या पर्वतमय प्रदेशात उत्तर-दक्षिण पसरलेल्या भूद्रोणी होत्या. भूद्रोणींची संकल्पना हॉल, डाना यांनी प्रथम मांडली. हॉल यांनी तिचा पुढे विस्तार करून त्या सिद्धान्ताच्या संदर्भात मांडली. शूशर्ट यांनी भूद्रोणींचे तीन प्रकार केले.

(१) एक भू-अभिनती (Monogeosyncline) (२) बहु भू-अभिनती (Polygeosyncline), (३) मध्य भू-अभिनती (Mesogeosyncline).

(१) एक भू-अभिनती ॲपेलेशियन पर्वतराजीजवळ अशा प्रकारची अभिनती होती. लांब, अरुंद व मोठ्या प्रमाणावर खचणारा पाणथळ खळगा म्हणजे एक भू-अभिनती. परंतु खचण्याची व अवसादांचे संचयन होण्याची क्रिया एकाच वेगाने चालू होती. खंडांच्या सीमेवर किंवा आत एक भू-अभिनती होत्या.

(२) बहु भू-अभिनती या पहिल्या प्रकारापेक्षा खूपच रुंद, दीर्घकाल अस्तित्वात असणारे असे खळगे होते. रॉकी व अँडीज पर्वतांच्या परिसरात अशा प्रकारचे खळगे होते.

(३) मध्य भू-अभिनती-पहिल्या दोन प्रकारांपेक्षा मध्य भू-अभिनती अत्यंत अरुंद, लांबट व अस्थिर अशा होत्या. त्यांच्या दोन्ही बाजूस प्रचंड भूखंडे होती.

मध्य भू-अभिनतींची खोलीही जास्त होती. हिमालयाची घडण अशाच मध्य भू-अभिनतीतून झाली असण्याची शक्यता आहे. हॉग यांनी पुराभू-वैज्ञानिक नकाशे काढून भूद्रोणी (अभिनती) व पर्वतश्रेण्या यांचे परस्परसंबंध स्पष्ट केले. प्रशांत महासागराच्या परिसरात खूपच मोठी भूद्रोणी होती, असे त्यांनी आग्रहाने प्रतिपादन केले. अशा भूद्रोणींचे अस्तित्व गृहीत धरले तरच प्रशांत महासागराभोवती असलेल्या पर्वतश्रेण्यांची व द्वीपचापांची निर्मिती कशी झाली असावी हे स्पष्ट करता येते.

संतुलन सिद्धान्त (Theory of Isostacy)

भूकवचात वैश्विक अवस्थेपासून मोठ्या घडामोडी, हालचाली होत आहेत. या सर्व हालचाली भूकवचात संतुलन राखण्यासाठी होत असाव्यात असे शास्त्रज्ञांचे मत आहे. भूपृष्ठावरील सर्व भूरूपांचा एकमेकांशी समतोल साधला गेला आहे. काही शास्त्रज्ञांचे असे मत आहे की, भूखंडे ही कमी घनतेची म्हणजे हलक्या द्रव्याची बनलेली असल्याने (भूखंडे, घनता २.९) ती सागरतळावर (सागरतळ घनता ३.३) तराफ्याप्रमाणे वाहात आहेत. हिमगिरींचा फक्त १/१० भागच सागरावर दिसतो व उर्वरित ९/१० भाग पाण्याखाली असतो. त्याचप्रमाणे भूखंडावरील पर्वत त्यांच्यापेक्षा जड द्रव्यावर तरंगत असावेत. काही शास्त्रज्ञांचे असे मत आहे की, भूपृष्ठावर काही उंच प्रदेश केवळ ते कमी घनतेचे असल्याने तयार झालेले आहे.

वरील विवेचनावरून दोन गोष्टी लक्षात येतात :

(१) भूमिखंडे ही सियालची (म्हणजे सिलिकेट ऑफ ॲल्युमिना) बनलेली असून त्यांची घनता २.९ इतकी आहे व सागरतळ हे सीमाचे (म्हणजे सिलिकेट ऑफ मॅग्नेशिअम) या द्रव्याचे बनलेले असून त्यांची घनता ३.९ इतकी आहे, तर भूमिखंडावरील पर्वत त्याहीपेक्षा हलक्या द्रव्याचे बनलेले असून त्यांची घनता २.७ इतकी आहे.

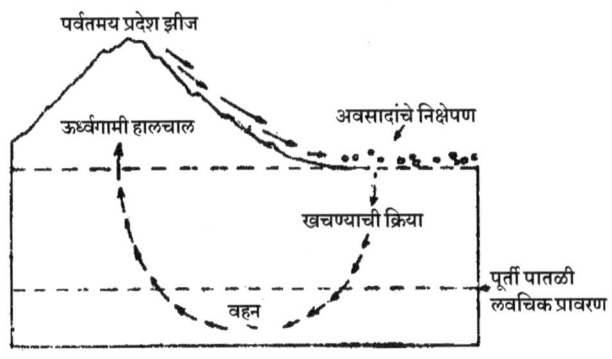

भूकवचातील संतुलन

१९ व्या शतकाच्या उत्तरार्धात ब्रिटिश सर्वेक्षणप्रमुख, एव्हरेस्ट हे हिमालयाचे त्रिकोणमिती सर्वेक्षण करीत असताना त्यांना पुढील गोष्टी आढळल्या : (१) हिमालयाच्या परिसरात ओळंबा हिमालयाच्या दिशेकडे जास्त आकर्षित होत नाही. (२) गंगेच्या मैदानात सर्वेक्षण करीत असताना ओळंबा मैदानाच्या दिशेने अपेक्षेपेक्षा जास्त आकर्षित होतो. यावर नंतर संशोधन झाले त्यावरून एरी व प्रॅट यांनी संतुलन सिद्धान्ताविषयी दोन वेगवेगळे मतप्रवाह मांडले.

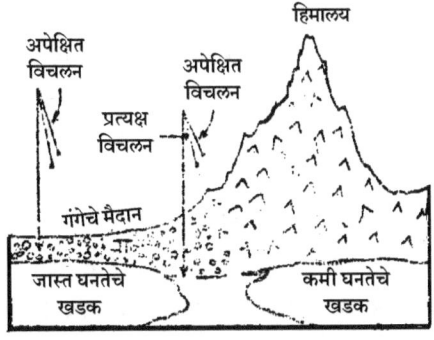

हिमालयात आढळणारे विचलन

एरी यांच्या मतानुसार पर्वतांना 'मुळे' असतात. पर्वत हे हलक्या पदार्थांचे बनलेले आहेत. त्यांना पृष्ठभागाखाली आधार आहे. जेवढ्या वस्तुमानाचे क्षेत्र ते भूपृष्ठावर व्यापतात, तेवढेच वस्तुमान भूपृष्ठाखाली आधारासाठी त्यांना उपलब्ध असल्याने ते संतुलित अवस्थेत आहेत. पृष्ठभागावर त्यांची जेवढी घनता असते तितकीच घनता पृष्ठभागाखाली त्यांच्या वस्तुमानाची असते. वडाची प्रचंड झाडे आपल्या मुळांच्या साहाय्याने तोल सांभाळत उभी राहतात. त्याप्रमाणे पर्वतांच्या खाली तशाच प्रकारचे मूळ आधार क्षेत्र त्यांना उपलब्ध असते. म्हणून पर्वतांना मुळे (roots) असतात असे म्हटले जाते. पर्वतांना अशा प्रकारचा आधार नसल्यास वाळूच्या किल्ल्याप्रमाणे हे पर्वत उन्मळून पडले असते.

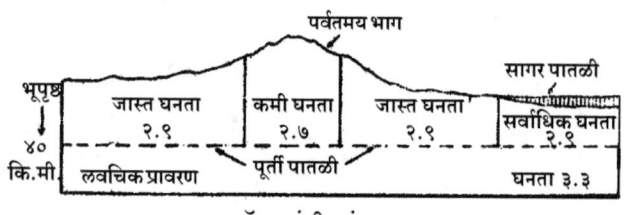

प्रॅट यांची संकल्पना

तर प्रॅट यांच्या मतानुसार :

(१) भूकवचावरील खडक हे कमी-अधिक अशा वेगवेगळ्या घनतेचे असतात.

(२) कमी घनतेचे हलके खडक व जास्त घनतेचे जड खडक हे एकाच समान परंतु त्यांच्यापेक्षा अधिक घन पदार्थावर तरंगत असतात.

(३) हलक्या घनतेचे खडक असलेले पर्वत आजूबाजूच्या प्रदेशापेक्षा जास्त उंचीचे दिसतात.

(४) हलक्या व जड घनतेचे खडक ज्या घन पदार्थावर 'तरंगत' असतात, त्या पदार्थाची पूर्ती पातळी (Compensation Level) समान आहे. म्हणजे तो पदार्थ एकाच पातळीत आहे. येथे सीमा या थराचा पृष्ठभाग म्हणजेच पूर्ती पातळी होय.

उत्तुंग पर्वतांची झीज होऊन झिजेपासून तयार झालेले अवसाद दूरवर नेले जातात व नंतर त्यांचे निक्षेपण होते. यामुळे खोलगट भागात भारवाढ होऊन तेथील भाग खचतो व बऱ्याच वेळी झीज होत असलेले पर्वत त्यांचे वजन कमी झाल्यामुळे ऊर्ध्वगामी हालचालींमुळे उचलले

जातात. ही भूकवचाची संतुलन राखणारी समयोजित (adjusting) हालचाल आहे. झिजेचा वेग कमी झाल्यानंतर भूकवच संतुलित अवस्थेप्रत संतुलनाची अवस्था गाठल्यानंतर झीज होण्याची क्रिया थांबते.

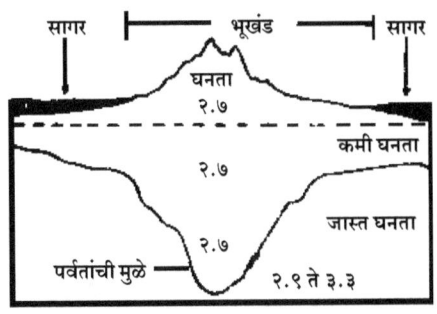

एरी यांची संकल्पना

वेगेनर यांचा खंडवहन सिद्धान्त

जगाचा नकाशा या ना त्या कारणाने आपण अनेक वेळा पाहतो. परंतु एक गोष्ट फारच कमी लोकांच्या लक्षात आली असेल की, पृथ्वीवरच्या समोरासमोरच्या खंडांच्या किनारपट्ट्यांच्या आकारात विलक्षण साधर्म्य असून त्या एकमेकांत अगदी चपखलपणे बसतात. आफ्रिकेचा पश्चिम किनारा आणि दक्षिण अमेरिकेचा पूर्वकिनारा यांतील साधर्म्य तर सहज लक्षात येण्यासारखे आहे. दक्षिण अमेरिकेतील ब्राझिलच्या भूशीराचा प्रदेश आफ्रिकेच्या पश्चिम किनाऱ्यावर मध्यभागी असलेल्या गिनीच्या आखातामध्ये इतक्या सहजतेने बसू शकतो की, तो एकाच भूमिखंडाचा भाग आहे असे वाटावे. परंतु हे साधर्म्य एवढ्यावरच संपत नाही. थोड्या अधिक काळजीपूर्वकपणे इतर खंडांच्या किनारपटड्यांतही ते दाखविता येते. भारताची पश्चिम किनारपट्टी आणि आफ्रिकेचा पूर्व किनारा, आग्नेय आशियाची अनेक लहान मोठी बेटे, पश्चिम युरोप, ग्रीनलंड आणि पूर्व कॅनडा हे सगळे प्रदेश एकमेकांच्या जवळ आणल्यास चपखलपणे एकमेकांत बसू शकतील. ही सगळी भूमिखंडे एकत्र आणून त्यातून एका महाकाय भूमिखंडाची कल्पना कोणी केल्यास ती तार्किक ठरेल. हंबोल्ट, टेलर, स्नायडर, बेकिन व सूस या शास्त्रज्ञांच्या लक्षात एक गोष्ट आली होती, ती म्हणजे समोरासमोरच्या किनारपट्ट्यांतील साधर्म्य. त्यांच्या कल्पनांना मूर्त स्वरूप वेगेनर या जर्मन वैज्ञानिकाने १९१२ मध्ये खंडवहन संकल्पना मांडून दिले.

(१) वेगेनर यांच्या मतानुसार पुराजीव कालात सुमारे २० कोटी वर्षांपूर्वीच्या पृथ्वीवर एकच महाखंड होते. त्याच्या आजूबाजूस एकच विस्तीर्ण महासागर होता. महाखंडास वेगेनर यांनी अखिल भूमी (Pangea) असे नाव दिले, तर महासागरास अखिल सागर (Panthalsea) असे नाव दिले.

(२) मध्यजीव महाकल्पाच्या शेवटी क्रिटॅशिअस काळात म्हणजे सुमारे १४ कोटी वर्षांपूर्वी अखिल भूमी दुभंगली व तिचे दोन तुकडे झाले. यांपैकी उत्तरेकडील तुकड्यास लॉरेशिया व दक्षिणेकडील तुकड्यास गोंडवनभूमी अशी नावे वेनेगर यांनी दिली. लॉरेशिया हा विभाग उत्तर अमेरिका, युरोप व हिमालयाच्या उत्तरेकडील आशियाचा बनलेला होता, तर गोंडवन भूमीत दक्षिण अमेरिका, आफ्रिका, अंटार्क्टिका, द्वीपकल्पीय भारत व अरबस्तान, ऑस्ट्रेलिया, आग्नेय आशिया व न्यूझीलंड यांचा समावेश होता. या दोन्ही तुकड्यांच्या दरम्यानच्या समुद्रास वेगेनर यांनी टेथिस (Tethys) असे नाव दिले. गोंडवनभूमी हे नाव मध्य भारतातील गोंड या द्रविड वंशाच्या लोकांच्या वसतिस्थानावरून दिलेले आहे.

(३) वेगेनर यांच्या मतानुसार लॉरेशिया व गोंडवनभूमी यांची विषुववृत्ताकडे व पश्चिमेकडे हालचाल होऊन त्यांना प्रचंड भेगा पडल्या आणि त्यांचे अनेक तुकडे होऊन विविध बाजूंना हालचाली सुरू झाल्या. सियालने बनलेली भूमीखंडे (घनता २.९) हलकी असल्याने सीमांच्या थरावरून (घनता ३.३) सरकली असावीत असेही वेगेनर यांनी प्रतिपादन केले.

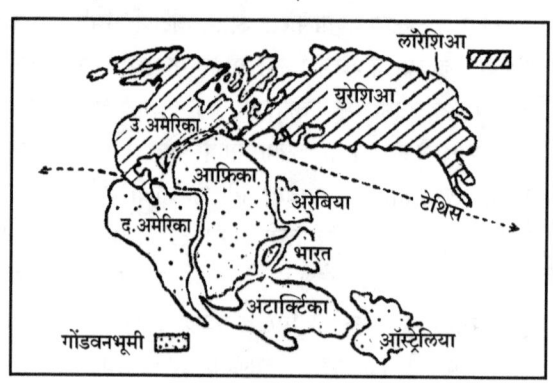

टिथीस, लॉरेशिया व गोंडवनभूमी

(४) नवजीवन महाकल्पात म्हणजे सुमारे साडेसहा कोटी वर्षांपूर्वी खंडांना त्यांच्या सद्यःस्थितीमधील जागा प्राप्त झाल्या असाव्यात.

(५) सियालखंडाची हालचाल दोन दिशांनी झाली असावी, असेही प्रतिपादन वेगेनर यांनी केले. यापैकी एक हालचाल पश्चिमेकडे होती. त्यामुळे दोन्ही अमेरिका खंडे पश्चिमेकडे 'वाहत' गेली असावीत. अजूनही अशा प्रकारची अत्यंत मंद हालचाल अटलांटिक महासागरातील मध्यवर्ती पर्वतश्रेणीच्या पायथ्यालगत परंतु पश्चिमेकडे होत आहे. दुसरी हालचाल विषुववृत्ताच्या दिशेने झाली. विषुववृत्ताकडे होणाऱ्या हालचालींमुळे गोंडवनभूमीचे तुकडे होऊन ऑस्ट्रेलिया, द्वीपकल्पीय भारत, आफ्रिका हे भाग निर्माण झाले असावेत.

(६) अंटार्क्टिका खंडाची परिस्थिती मात्र थोडी वेगळी असल्याचे दिसते. नवजीवन महाकल्पातच अंटार्क्टिका खंड गोंडवनभूमीपासून अलग होऊन त्याच्या सद्यस्थितीकडे सरकू लागले असावे. म्हणजेच तत्पूर्वी त्याचे स्थान थोडे उत्तरेला असल्याने तेथील हवामान उष्ण होते. अत्यंत निबिड अरण्यांची वाढ त्या ठिकाणी होती. शिवाय गोंडवनाच्या इतर खंडप्रदेशाकडूनही अंटार्क्टिकाकडे प्राण्यांची स्थलांतरे घडली असावीत. याच सुमारास ऑस्ट्रेलिया खंड अंटार्क्टिकापासून अलग होऊन पूर्वेस व उत्तरेस वाहत गेले असावे. अगदी अलीकडच्या काळातील हिमयुगामुळे अंटार्क्टिकावर शेकडो मीटर्स जाडीचे बर्फाचे थर साचून त्याचा चेहरामोहरा पालटून त्याचे रूपांतर 'श्वेतखंडात' झाले.

वेगेनर यांनी १९१२ मध्ये सिद्धान्त मांडल्यानंतर त्यावर सडकून टीका झाली खरी, परंतु त्यांचा सिद्धान्त खोडून काढण्याच्या दृष्टीने अनेक देशांतील शास्त्रज्ञांनी संशोधन सुरू केले. त्या वेळी वेगेनर यांच्या सिद्धान्तावर दोन आक्षेप घेतले गेले: (१) पुराजीव कालापासून मध्यजीव कालापर्यंत पँजीआ म्हणजे अखिलभूमी अभंग का राहिली? (२) अखिल भूमीचे विभाजन झाल्यानंतर ज्या बलामुळे किंवा प्रेरणेमुळे तिचे वेगवेगळे तुकडे सरकण्यास सुरुवात झाली, त्या बलामुळे पृथ्वीचे परिवलन थांबले असते. ते शास्त्रज्ञ वेगेनर यांना खोटे ठरविण्यासाठी धडपडत होते, त्यांना शेवटी असे आढळून आले की, वेगेनर यांच्या सिद्धान्तामध्ये खूपच तथ्य आहे. त्यामुळे सिद्धान्तास पुष्टी देणारे पुरावे शोधून काढण्याचे कार्य त्यांनी सुरू केले व १९५० नंतर त्यांना अनेक पुरावे उपलब्ध झाले. हे पुरावे पुढीलप्रमाणे:

(१) Jig Saw Fit = जिग सॉ फिट म्हणजे समोरासमोरील किनारपट्टीमधील साम्य. उदा. – आफ्रिकेचा पूर्व किनारा व मादागास्कर बेट व सोन नर्मदा खोऱ्यातील प्रस्तर यातील साम्य.

(२) समोरासमोरील किनारेच एकमेकांना पूरक आहेत, असे नसून समोरासमोरच्या दोन्ही किनाऱ्यांवरील खडक, त्यांची जाडी, त्यांतील अवशेष व त्यांचे वय या

गोष्टीदेखील एकमेकांवर तंतोतंत जुळतात.

(३) उत्तर अमेरिका व युरोप यांतील कोळसा क्षेत्रे म्हणजे ॲपेलेशियन पर्वतराजीमधील कोळसा क्षेत्रे, जर्मनी, स्वीडन आणि इंग्लंडमधील कोळसा क्षेत्र यातील कोळसा समान गुणधर्माचा आहे. स्कँडिनेव्हियन विभागातील पर्वत व ॲपेलेशियन पर्वत हे एकेकाळी एका विशाल पर्वतराजीचे भाग होते.

(४) दक्षिण अमेरिका वगळता गोंडवनभूमीच्या इतर तुकड्यांत लिस्ट्रौसौरस या मांजराच्या जातीच्या चतुष्पाद प्राण्यांचे अवशेष सर्वत्र आढळतात. हा प्राणी आता नामशेष झालेला आहे.

(५) पर्मिअन युगातील (पुराजीव महाकल्पाती) ग्लॉसोपटेरीस वनस्पतीचे अवशेष व ठसे गोंडवनभूमीच्या सर्व भागांत आढळतात.

(६) पुराजीव चुंबकत्व व लेसर किरण यांच्या साहाय्याने, खडकांची ते निर्माण होण्याची स्थिती व दिशा कोणती होती हे समजू शकते, त्यावरूनही वेगेनर यांच्या सिद्धान्तास पुष्टी मिळते.

होम्स यांच्या प्रक्रमण प्रवाह सिद्धान्तामुळे खंडाचे वहन झाले असावे असे समजले जाते व तसा पुरावा त्या संदर्भात मिळतो. सागरतळ विस्तार संकल्पनेमुळे खंडवहन संकल्पनेस भरीव पुरावा प्राप्त होतो.

ध्रुवांचे भ्रमण

पृथ्वीचे चुंबकीय व भौगोलिक ध्रुव आपली जागा बदलतात हे आता सिद्ध झालेले आहे. हिमटोपांचे (Ice Caps) आकारमान वाढल्यानंतर भूकवचावरील त्यांचा भार वाढतो. भारवाढीमुळे भूकवचाच्या बाह्यावरणातील संतुलन बिघडते. हे संतुलन राखण्याच्या प्रक्रियेत ध्रुवांचे भ्रमण होत असावे. प्रावरणातील अवसादांची एका विभागातून दुसऱ्या विभागामध्ये विस्तृत प्रमाणात होणारी हालचालही ध्रुवांच्या भ्रमणास कारणीभूत होत असावी. यावरून असे म्हणता येईल की, भूकवच हे आपणास वाटते तितके स्थिर नसून अतिशय मंदगतीने (वर्षास अर्धा ते एक सेंटीमीटर) त्याची हालचाल होत असते. या वेगाने सुमारे ५ ते १० कोटी वर्षांत खंडांची ५००० कि. मी. हालचाल झाली असणे शक्य आहे.

दगडी कोळशाचे साठे ध्रुव प्रदेशात आढळून आलेले आहेत. या प्रदेशात पूर्वी सेल्वाज प्रकारची सदाहरित जंगले व त्यासाठी लागणारे विषुववृत्तीय हवामान असावे असे अनुमान काढले तर ते तर्कशुद्ध ठरते. त्याशिवाय तेथे दगडी कोळसा निर्माण होणे शक्य नाही. यातून दोन अर्थ निघू शकतात. एक म्हणजे ध्रुव प्रदेशात पूर्वी विषुववृत्तीय किंवा उष्ण दमट हवामान असले पाहिजे. दुसरा अर्थ असा की ध्रुव

प्रदेशाचे विषुववृत्तीय हवामान असलेल्या प्रदेशातून भ्रमण झालेले असावे.

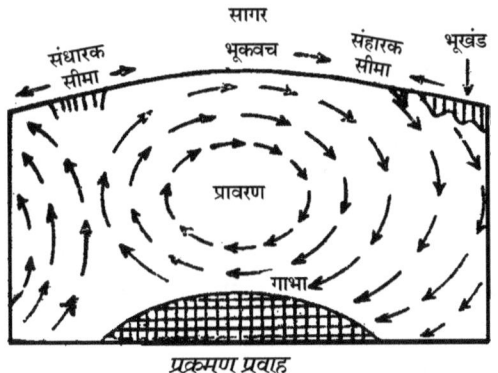

प्रक्रमण प्रवाह

द्वीपकल्पीय भारत पूर्वी गोंडवनभूमीचा भाग होता. त्याच्या उत्तर सीमेजवळ म्हणजे द्वारका (गुजरात) व तालचेर (ओरिसा) या दोन्ही ठिकाणी पृष्ठभागाखाली पट्टित रचना असलेले हिमगाळातील अवसादांचे निक्षेपण झालेले आढळते. याचा अर्थ असा की हे भाग पूर्वी हिमावरणाखाली असावेत किंवा त्यांची अतिशीत हवामान प्रदेशातून हालचाल झालेली असावी. उटकमंडजवळ हिमक्षयीत प्रदेशातील भूमिस्वरूपाचे अवशेष दृष्टीस पडतात. तेथील सरोवर हे हिमानी सरोवर असावे असे म्हटले जाते. सध्या तेथे काही वनस्पती अशा आहेत की, त्यांचे साम्य शीत प्रदेशातील वनस्पतींशी आढळून येते. त्यामुळे द्वीपकल्पीय भारत गोंडवनभूमीचा भाग असताना तेथे वेगळे हवामान होते असा अर्थ निघू शकतो.

होम्स यांचा सिद्धान्त

भूखंडाची निर्मिती व वितरण याबद्दल होम्स यांनी अत्याधुनिक शास्त्रीय सिद्धान्त मांडला. हा सिद्धान्त किरणोत्सर्जनाच्या प्रक्रियेवर आधारित आहे. भूकवचात युरेनियम, थोरियम यांसारखी किरणोत्सारी खनिजे असतात. ती आपल्या नैसर्गिक अवस्थेत अदृश्य किरणांच्या स्वरूपात उष्णता बाहेर टाकतात. त्यामुळे कवचात प्रक्रमण प्रवाह निर्माण होत असावेत. होम्स यांनी कवचाचे तीन थर कल्पिले आहेत.

(१) ग्रॅनोडायोराईट (Granodiorite): हा सर्वात बाहेरचा थर असून त्याची जाडी १० ते १२ कि. मी. भूपृष्ठाखाली आहे.

(२) अँफिबोलाईट (Amphibolite) : हा मधला थर ग्रॅनोडायोराईट खाली असून त्याची जाडी २० ते २५ कि. मी. आहे.

(३) इक्लोगाईट (Eclogite): होम्स यांच्या मतानुसार हा सर्वात खालचा थर

पृथ्वीचे कवच : उत्क्रांती व विकास / ४७

आहे. या थराचे दोन भाग त्यांनी कल्पिले, त्यांपैकी वरचा भाग स्फटिकमय व खालचा भाग काचमय आहे असे होम्स यांनी प्रतिपादन केले.

होम्स यांच्या मतानुसार अधःस्तरात म्हणजे प्रावरणात असलेल्या किरणोत्सारी पदार्थामुळे प्रकमण प्रवाह निर्माण होतात. युरेनियम, थोरिअम व कवचात विपुलतेने आढळणारे पोटॅशियम यामुळे तापमानवाढीचे (खोलीनुसार) प्रमाण वाढते. यालाच तापमान प्रवणता (temperature gradient) असे म्हणतात. तापमानप्रवणता १ कि. मी. ला ३° सें. पेक्षा जास्त वाढल्या तर प्रक्रमण प्रवाहांच्या निर्मितीस योग्य परिस्थिती निर्माण होऊन प्रावरणात हालचाल सुरू होते. जोपर्यंत तापमानप्रवणता प्रत्येक कि. मी. ला ३° सें. पेक्षा कमी असते तोपर्यंत कवचात स्थिर परिस्थिती राहून प्रावरणातील हालचालींना प्रतिबंध होतो. होम्स यांनी पुढे असे प्रतिपादन केले आहे की, प्रावरणातील काही भाग हे प्लॅस्टिकसारखे थोडेसे लवचिक बनतात. वायूस किंवा द्रवरूप पदार्थांना कमी–अधिक प्रमाणात उष्णता दिल्यानंतर ज्याप्रमाणे त्यांची घनता बदलते, त्याप्रमाणे प्रावरणात कमी – अधिक उष्णतेमुळे घनतेचे भाग तयार होतात. प्रावरणातील जास्त तप्त भागांची उष्णतेमुळे घनता कमी होऊन त्यांचे प्रसरण होते, तर कमी तप्त भागांची प्रवृत्ती आकुंचन पावण्याची असते. घनतेत फरक पडल्यामुळे अत्यंत मंद गतीने घनरूप प्रावरणात हालचाली निर्माण होतात. या हालचाली दोन प्रकारच्या असतात. त्यांनाच प्रक्रमण प्रवाह असे म्हणतात. अंतर्गत भागातून भूपृष्ठाकडे ऊर्ध्वगामी प्रवाह निर्माण होतात. जेथे उष्णता वाढून प्रावरणाचे प्रसरण होते तेथे ही क्रिया आढळते, तर जेथे उष्णता कमी असते तेथे प्रावरण आकुंचन पावते. अशा ठिकाणी अधोगामी प्रवाह आढळून येतात.

अत्यंत तप्त व प्लॅस्टिकसारख्या लवचिक प्रावरणातून प्रवाह कवचाकडे म्हणजे ऊर्ध्वगामी दिशेने वाहतात. कवचाखाली आल्यावर ते क्षितिजसमांतर किंवा आडवे वाहू लागतात व नंतर अधोगामी होऊन परत प्रावरणाकडे वाहतात. विचलित म्हणजे अस्थिर प्रावरण व अविचलित म्हणजे स्थिर कवच यांच्यात घर्षण निर्माण होऊन कवचात प्रतिकर्ष निर्माण होते. प्रतिकर्ष म्हणजे कवच वरखाली ओढले जाण्याची क्रिया. जेथे कवच खाली ओढले जाते, तेथे खळगे पडतात व भूद्रोणी तयार होतात. भूद्रोणींच्या दोन्ही बाजूंस कवचात आडवी म्हणजे समकक्ष किंवा क्षितिज समांतर हालचाल होते. त्यामुळे भूद्रोणीतील अवसाद भरडले जाऊन घडीचे पर्वत तयार होतात. परंतु भूद्रोणी तयार होत असताना त्यातील अवसाद खोलवर जाऊन वितळतात. त्यानंतर वर येणाऱ्या शिलारसामुळे पर्वताचे कणाश्मांनी युक्त गाभे तयार होतात. आल्प्स व पूर्वीच्या काळाचा टेथिस समुद्र (भूद्रोणी) उरल पर्वताच्या जागी असलेल्या

भूद्रोणी एकमेकांपासून दूर व खाली जाणाऱ्या प्रक्रमण प्रवाहामुळे तयार झाल्या असाव्यात. पृथ्वीवरील काही समुद्र उदा. कोरल व टास्मन (ऑस्ट्रेलिया), आराफुरा (इंडोनेशिया), वेडडेल, व रॉस (अंटार्क्टिका) हे समुद्र कसे तयार झाले असावेत याबद्दलही होम्स यांनी काही शास्त्रीय गोष्टी सांगितल्या आहेत.

वरील समुद्र ज्या ठिकाणी आहेत तेथील कवच पूर्वी खूपच विरळ होते. त्या विरळ कवचाखाली असलेला शिलारस आजूबाजूच्या प्रदेशाकडे गेल्याने तेथे अँफिबोलाईट स्तरात शिलारसाचे क्षरण व प्रवहन होऊन खळगे तयार झाले.

विषुववृत्त व ध्रुवप्रदेश यांतील तापमानप्रवणता भिन्न आहे, असेही होम्स यांनी प्रतिपादन केलेले आहे. भूपृष्ठ विषुववृत्ताजवळ ध्रुवापेक्षा फुगीर असल्याने विषुववृत्तीय तापमान-प्रवणता, ध्रुवीय तापमान-प्रवणतेपेक्षा जास्त असते. यामुळे विषुववृत्तीय प्रदेशात प्रावरणातून भूपृष्ठाकडे म्हणजे खालून वर येणारे प्रवाह आढळतात तर धुव्रप्रदेशात पृष्ठभागाकडून प्रावरणाकडे म्हणजे वरून खाली जाणारे प्रवाह आढळून येतात. वर येणारे प्रवाह कवचाखाली आडवे जाऊ लागले की ते आपल्याबरोबर कवचाचा भाग उत्तरेकडे किंवा दक्षिणेकडे नेतील. कवचाच्या वरच्या भागात प्रवाहाचा वेग खालच्या भागापेक्षा कमी असल्याने वरच्या भागात भेगा पडतील. या कारणामुळे पूर्वी विषुववृत्तीय परिसरात टेथिस समुद्र निर्माण झाला असावा.

खंड प्रदेशात किरणोत्सर्जनाचे प्रमाण सागरी किंवा किनाऱ्याजवळील भागापेक्षा जास्त असते असेही होम्स म्हणतात. त्यामुळे खंडप्रदेशात कवच कमी जाडीचे असून महासागराखाली मात्र कवच जाडसर आढळते. किरणोत्सर्जनाचे प्रमाण महासागराखाली कमी आढळते. त्यामुळे महासागराखाली कवच जाडसर आहे. भूखंडाखालून व महासागराखालून एकमेकांकडे येणाऱ्या प्रवाहांच्या एकीकरणानंतर खाली जाणारे प्रवाह निर्माण झाले असावेत.

वेगेनर यांनी भूखंड वहनाचा जो सिद्धान्त सांगितला त्यासाठी आवश्यक असलेला पुरावा प्रक्रमण प्रवाह सिद्धान्तामुळे मिळतो. परंतु उपकवचात प्रक्रमण प्रवाह खरोखरी निर्माण होतात का नाही हे अजूनही संशयास्पद आहे, असे काही शास्त्रज्ञांचे म्हणणे आहे.

सागरतळाचा विस्तार (Sea Floor Spreading)

१९६० मध्ये प्रा. हॅरी हेस यांनी ही कल्पना मांडली. त्यांच्या कल्पनेनुसार सागरातील मध्यवर्ती पर्वतरांगा प्रक्रमण प्रवाहांच्या ऊर्ध्वगामी भुजांवर म्हणजे प्रावरणातून भूपृष्ठाकडे येणाऱ्या प्रवाहावर आहेत. प्रावरणातील पदार्थ प्रक्रमण प्रवाहामुळे या पर्वतश्रेण्यांतून वर येऊन त्यांच्या दोन्ही बाजूस सर्वदूर पसरतात. हेस

यांच्या मतानुसार अटलांटिक व हिंदी महासागर याच पद्धतीने बनले असावेत. सागरतळाच्या असा तऱ्हेने होणाऱ्या विस्तारामुळे सागराच्या सीमावर्ती प्रदेशावर असलेली भूखंडे हळूहळू एकमेकांपासून दूर जात असावीत. जुन्या कवचाचा नाश व नवीन कवचाची निर्मिती सारख्याच वेगाने (वर्षाला १ सें.मी.) होत असावी असे प्रा. हेस यांनी प्रतिपादन केले आहे. प्रक्रमण प्रवाहाच्या अधोगामी प्रदेशात जुन्या कवचाचा भाग खचत असावा. थोडक्यात प्रावरणातील पदार्थ सारखे वर येऊन पडत असल्यामुळे सागरतळाची सतत निर्मिती होत आहे व जुना सागरतळ गर्तांत नाहीसा होत आहे. सागरातील पर्वतश्रेण्यांच्या माथ्याच्या प्रदेशात वारंवार होणारे भूकंप, ज्वालामुखींचे उद्रेक, गाळाचा अभाव यांमुळे हेस यांच्या कल्पनेस शास्त्रीय पुरावे मिळतात.

तबक भूसंरचना (भूपट्टा विवर्तनी) (Plate Tectonics)

भूखंडवहन सिद्धान्त, सागरतळ विस्तार कल्पना, प्रक्रमण प्रवाह, भूकंप व ज्वालामुखींचे जागतिक वितरण या सर्व सिद्धान्तांचा भूपट्ट विवर्तनीत एकत्रित व शास्त्रीय विचार केलेला आढळतो. या सिद्धान्तानुसार भूकवच हे अनेक घट्ट व सुमारे १०० ते १५० कि.मी. जाडीच्या तबकांनी बनलेले आहे. भूकवचात अशी सहा मुख्य तबके आहेत. सर्व तबकांचा आकार असमान आहे. सर्व तबकांना भूपट्टे असेही नाव आहे. ही सर्व तबके सतत एकमेकांच्या व पृथ्वीच्या आसाच्या अनुरोधाने सरकत आहेत. त्यामुळे तबकांच्या कडा एकमेकींवर घासल्या जातात. पृथ्वीवरील ज्वालामुखी व भूकंप यांचे प्रदेश या तबकाच्या सीमावर्ती प्रदेशात एकवटलेले आहेत. तांबडा समुद्र व एडनचे आखात यांच्या दरम्यान वरील क्रिया जोरदार आहेत.

तबकांच्या सीमावर्ती प्रदेशात जेथे कवचातील पदार्थ बाहेर येऊन नवीन कवच बनते, तीस भूरचनिक सीमा असे म्हणतात. ज्या सीमावर्ती प्रदेशात सागरविस्तारामुळे जुने कवच खचत असते, तीस संहारक सीमा असे म्हणतात. ज्या सीमावर्ती प्रदेशात खचण्याची किंवा उत्थापनाची क्रिया होत नाही त्या सीमेस संधारक सीमा असे म्हणतात.

भूखंड वहन कल्पनेप्रमाणे खंडे एकमेकांपासून दूर जातात. परंतु तबक भूरचना सिद्धान्ताप्रमाणे भूमिखंडे वर सांगितल्याप्रमाणे तबकावर असून ही तबके एकमेकांपासून दूर जातात. सर्व तबकांची हालचाल स्वतंत्ररीत्या होते व एका तबकाच्या हालचालीमुळे इतर तबकांच्या हालचालीस चालना मिळते, असे आढळून आलेले आहे.

❑

६. भूकंप, ज्वालामुखी
(Earthquakes and Volcanoes)

शीघ्र हालचाली

शीघ्र हालचालीमध्ये भूकंप व ज्वालामुखी यांचा समावेश होतो. या हालचाली आपल्याला दिसतात, अनुभवास येतात आणि अत्यंत जलद गतीने घडतात. प्रथम आपण भूकंपाचा विचार करू.

भूकंप : भूकवच कंप पावते, याला भूकंप असे म्हणतात. पृथ्वीच्या अंतरंगातील विभंग प्रदेशात असलेल्या खडकांवर ताण अथवा दाब येऊन खडकांचे संतुलन बिघडते. या प्रक्रियेत भूपृष्ठास धक्के बसतात. अशा प्रकारचे कंपन न कळण्याइतके सौम्य अगर अत्यंत विनाशी असू शकते. भूपृष्ठावर दरवर्षी सुमारे दहा लाख भूकंप होतात, पण यातले अनेक भूकंप लक्षात येत नाहींत. दर दोन आठवड्यांतून एकदा तरी मोठा भूकंप होतो. परंतु सागराने पृथ्वीचा २/३ भाग व्यापलेला असल्याने बरेच भूकंप सागरतळावर होतात, ते आपल्याला कळत नाहीत.

किनाऱ्यावरील वलीपर्वत प्रदेश, प्रस्तरभंग प्रदेश यांसारख्या प्रदेशात जास्तीत जास्त भूकंप होतात असे आढळून आले आहे. भूकवचावरील विविध भूमिस्वरूपांची झीज व त्यामुळे होणारे निक्षेपण यांमध्ये संतुलन साधले जात असतानाही भूकंप होतात. भूपृष्ठावरील तबकांची हालचाल हे भूकंपाचे मुख्य कारण आहे.

भूकंप तीव्रता : भूकंपाची तीव्रता त्याच्या दृश्य परिणामांवरून ठरविली जाते. यासाठी विविध प्रकारच्या भूकंपश्रेणी ठरविण्यात आलेल्या आहेत. वूड न्यूमन किंवा मॅकली याची श्रेणी आजकाल बरीच वापरण्यात येते. ही श्रेणी पुढे दिली आहे.

श्रेणी	वर्णन
१ व २	अति सौम्य कंपन, काही अनुभवी व्यक्तींना जाणवते.
३ व ४	बऱ्याच व्यक्तींना कंपन जाणवते, अस्थिर वस्तू हालतात.
५ व ६	फर्निचरची हालचाल, इमारतीत टांगलेली झुंबरे हालतात. पुस्तके, भांडी खाली पडतात, इमारतीमधून बाहेर पडण्याची इच्छा निर्माण होते.

श्रेणी	वर्णन
७ व ८	झाडे पडतात, भिंतींना भेगा पडतात, धावणारी वाहने पडतात.
९ व १०	इमारती पडतात, धरणे फुटतात, भूजल पातळी, नदी मार्ग बदलतात, लोहमार्ग तुटतात.
११व १२	भूपृष्ठावर लक्षणीय बदल होतात. प्रचंड जीवित हानी होते. समुद्रावर पर्वतप्राय लाटा (त्सुनामी) उफाळतात.

वरील श्रेणीमध्ये भूकंपाची तीव्रता ही पुढील तीन घटनांच्या आधारे ठरविण्यात आलेली आहे.

(१) इमारतींच्या नुकसानीचे प्रमाण

(२) भूपृष्ठावरील जलौघ मृदा आणि भूजल पातळीतील बदलाचे प्रमाण

(३) इतर भूदृश्य बदल.

भूकंपाच्या वेळी पृथ्वीच्या अंतरंगातील केंद्रापासून ज्या लहरी विविध दिशांनी व विविध थरांतून पसरतात, त्यांना भूकंप लहरी असे म्हटले जाते. भूकंपलहरी कमी-अधिक प्रमाणात भूपृष्ठावर जाणवतात. भूकंपलहरीमुळे भूपृष्ठावर जी वेगवेगळ्या प्रकारीच जाणीव होते व नुकसान होते, त्याचे प्रमाण भूकंपाच्या तीव्रतेवर अवलंबून असते. त्याचप्रमाणे पृष्ठभागापासून भूकंपकेंद्र किती खोल आहे, यावरही ते अवलंबून असते. भूकंपलहरीचे प्राथमिक, दुय्यम व पृष्ठीय लहरी असे वर्गीकरण केले जाते.

प्राथमिक लहरी (P waves) : या लहरी वायुरूप, द्रव व घनरूप माध्यमातून प्रवास करू शकतात. यांचा वेग प्रावरणात सर्वात अधिक असतो. पृथ्वीच्या गाभ्यातून देखील त्या प्रवास करू शकतात.

दुय्यम लहरी (S waves) : या फक्त प्रावरणातूनच प्रवास करू शकतात. द्रवरूप गाभ्यातून प्रवास करू न शकणाऱ्या या लहरी कमी वेगाने वाहतात.

पृष्ठीय लहरी (L waves) : या लहरींना दीर्घतरंग लहरी असे म्हणतात. या सर्वात कमी वेगाने वाहतात.परंतु त्या पृष्ठभागावरून वाहत असल्याने त्यांचे दूरगामी परिणाम लवकर जाणवतात.

भूकंपलहरीचे मापन भूकंपमापनयंत्रावर करण्यात येते. प्राथमिक व दुय्यम लहरींच्या आगमनातील वेळेच्या फरकावरून भूकंपाचे केंद्र व उपकेंद्रातील अंतर ठरविले जाते. भूकंपाची प्रबलता (Magnitude) ठरविण्यात रिश्टर स्केल किंवा रिश्टर परिमाण माप वापरले जाते. रिश्टर परिमाण माप अशा पद्धतीने ठरविले आहे की, परिमाणामधील प्रत्येक एकक (Unit) हे त्या आधीच्या परिमाणापेक्षा ३० पट जास्त प्रबलता दर्शविते.

रिश्टर परिमाण २ हे क्वचितच जाणवते तर रिश्टर परिमाण ७ हे प्रचंड उत्पातदर्शक भूकंप सूचित करते. सागरतळावरील भूकंपामुळे समुद्रावर पर्वतप्राय लाटा निर्माण होतात. अशा महाकाय लाटांची तरंग-लांबी दोनदोनशे किलोमीटरपर्यंत असू शकते व त्यांचा वेग दरताशी ८०० ते १००० किलोमीटरपर्यंत असू शकतो.

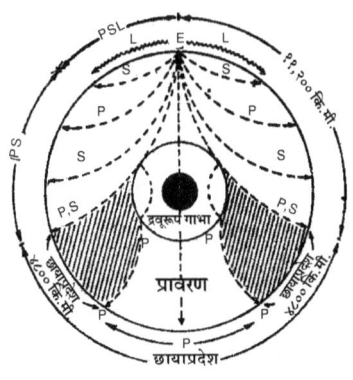

भूकंपलहरी

भूकंपाचे भौगोलिक वितरण

पृथ्वीवर सर्वत्रच भूकंपाचे धक्के जाणवत नाहीत. काही प्रदेशात ते जास्त जाणवतात तर काही प्रदेशात फार क्वचितच जाणवतात. जेथे घड्यांचे अगर वली पर्वत किनाऱ्याजवळ आलेले असतात अशा ठिकाणी भूकवच अधू असते. अशा परिसरात भूकंपाचे धक्के प्रामुख्याने जाणवतात. वली पर्वतांच्या विभागात स्तरित खडक असल्याने व या खडकांचा कठीणपणा कमी असल्याने अशा प्रदेशात भूकंपामुळे बसणारा हादरा तीव्र असतो. पृथ्वीवर प्रामुख्याने दोन विभागांत भूकंपाचे धक्के वारंवार बसतात. ते दोन विभाग पुढीलप्रमाणे –

(१) प्रशांत महासागराभोवती ज्वालामुखीचे वलय आहे, त्याला प्रशांत महासागराचे अग्निकंकण असे म्हणतात. त्या ठिकाणी व (२) आल्प्स पर्वत आणि भूमध्य सागराभोवती भूकंपाचे धक्के मोठ्या प्रमाणातच वारंवार जाणवतात. प्रशांत महासागराच्या अग्निकंकणात अनेक जागृत ज्वालामुखी आहेत. त्या ठिकाणी ज्वालामुखींच्या उद्रेकाबरोबर भूकंपाचे धक्के बसतात. भूकंपाच्या पॅसिफिक पट्ट्या दक्षिण भूशिराजवळ म्हणजे केप हॉर्नजवळ सुरुवात होते. तेथून अँडीज पर्वतातून, मध्य अमेरिकेतून, उत्तर अमेरिकेच्या पश्चिमेकडील पर्वतराजीतून, अलास्कामधून

हा भूकंपाचा पट्टा ॲल्युशिअन द्वीपसमूहामार्गे आशिया खंडाकडे येतो. आशियाच्या पूर्व किनाऱ्यावर निप्पोन (जपानी) फिलिपाईन्स द्वीपसमूह आहेत, त्यामार्गे हा भूकंपाचा पट्टा न्यूगिनीमार्गे न्यूझीलंडकडे जातो. फिलिपाईन्स द्वीपसमूहाच्या दक्षिणेस या पट्ट्याच्या दोन शाखा होतात. एक शाखा वर वर्णन केल्याप्रमाणे न्यूझीलंडकडे जाते, तर दुसरी शाखा इंडोनेशियाच्या मार्गे म्हणजे कालीमँटन, जावा सुमात्रामार्गे जाते. सुमात्रामधून अंदमान द्वीपसमूहाकडे येते. अंदमान द्वीपसमूहात पॅसिफिक भूकंप पट्ट्यास आल्प्स भूमध्य सागराकडील भूकंप पट्टा येऊन मिळतो. भूमध्य सागराच्या दक्षिण किनाऱ्यावर त्याला सुरुवात होते. अल्जिरिया, मोरोक्को–ट्युनिशिया, युगोस्लोव्हिया, तुर्कस्तान, इराक, इराण, बलुचिस्तानमार्गे हिमालयाच्या पायथ्याकडून आराकान पर्वतामधून ही शाखा अंदमानमध्ये येते. याशिवाय चीनमधील तांगशान शहरालगतचा भाग, लोएसचे पठार, भारताच्या पश्चिम किनाऱ्यानजीक कोयना, भडोच, अंजार येथे व आईसलंडमध्ये भूकंपाचे धक्के बसतात. पामीर पर्वतराजी, सोव्हिएट मध्य आशियाचा विभाग येथेही अधूनमधून भूकंपाचे धक्के बसतात.

भूकंपाचे अंदाज, भाकीत व नियंत्रण

भूकंपावर बऱ्याच अंशी नियंत्रण ठेवणे शक्य आहे, असे शास्त्रज्ञ म्हणतात. भूगर्भातील विभंग पातळीपर्यंत अनेक लहान मोठी विवरे पाडून, त्यात पाणी सोडून, पाण्याची वाफ अंतर्गत भागात कोंडून भूकंप घडवून आणल्यास मोठ्या भूकंपाची तीव्रता कमी करता येणे शक्य आहे. भूकंप होण्यापूर्वी आजूबाजूच्या भूकवचास थोडासा बाक येतो. हा बाक लेसर किरणांनी मोजून किंवा बाकमापन यंत्रांनी मोजून भूकंप होण्याची शक्यता सांगणे व त्याच्या तीव्रतेचे भाकीत करणे आता शक्य झाले आहे. इसवी सनापूर्वी सुमारे हजार वर्षे चीनमध्ये भूकंपमापन यंत्र होते. पक्ष्यांची अनियमित वागणूक, बेडूक, बदकाच्या विचित्र हालचाली यांवरून प्राचीन काळी चिनी लोक भूकंपाचा अंदाज बांधीत असत.

भूकंपनिर्मितीच्या संदर्भात एक सिद्धान्त आहे. त्याला लवचिक पूर्वस्थिती सिद्धान्त असे म्हणतात. या सिद्धान्तानुसार

(१) अंतर्गत भागातील प्रचंड उष्णतेमुळे खडक लवचिक बनतात.

(२) लवचिक खडक त्यांच्यावरील प्रचंड भारबदलामुळे स्थानभ्रष्ट होतात.

(३) भारबदलामुळेच स्थानभ्रष्ट होताना पूर्वस्थितीवर येण्याचा प्रयत्न करीत असतात

(४) खडक स्थानभ्रष्ट होताना व पूर्वस्थितीवर येण्याचा प्रयत्न करीत असताना भूकंपाचे धक्के बसतात.

(५) वलीपर्वतांच्या परिसरात खडकांची लवचिकता जास्त आढळते.

ज्वालामुखीय क्रिया व ज्वालामुखी

पृथ्वीच्या अंतरंगातील शिलारस, बाष्प व विविध प्रकारचे वायू यांचा भूपृष्ठावर जो उद्रेक होतो, त्याला ज्वालामुखी क्रिया असे म्हणतात. हा उद्रेक दोन प्रकारे होऊ शकतो.

(१) भूपृष्ठाला रेषाकृती लंबायमान भेग पडून व (२) एखाद्या विवक्षित ठिकाणी मोठे विवर पडून. जेव्हा भूपृष्ठाला रेषाकृती भेग पडून शिलारस बाहेर येतो, तेव्हा त्या उद्रेकास भेगी उद्गीरण किंवा उद्रेक (fissure erruption) व पृष्ठभागावर एखाद्या विवरातून शिलारस बाहेर येतो त्याला केंद्रीय उद्गीरण (Central erruption) असे म्हणतात. दोन्ही प्रकारचे उद्रेक प्रागैतिहासिक कालात झालेले असून केंद्रीय उद्गीरण दरवर्षी जगात कोठे तरी घडून येते. दोन्ही प्रकारच्या उद्रेकामुळे जगात अनेक प्रकारची भूमिस्वरूपे निर्माण झालेली आहेत. ज्वालामुखीच्या उद्रेकात अंतर्गत भागातील शिलारस बाहेर टाकला जातो. भूगर्भात जी प्रचंड उष्णता असते, त्यामुळे अंतर्गत भागातील खडकांचे रूप बदलते. भूगर्भातील उष्णतेची तीन प्रमुख कारणे सांगता येतीलः

(१) भूकवचात युरेनियम, थोरियम यांसारखी किरणोत्सारी खनिजे असतात. ती आपल्या नैसर्गिक अवस्थेत अदृश्य किरणांच्या स्वरूपात उष्णता बाहेर टाकतात. ही उष्णता अंतर्गत भागात साचल्याने तापमान वाढते.

(२) अंतर्गत भागात अनेक ठिकाणी वायू आहेत. हे वायू एकमेकात मिसळू शकतात. त्यांच्या पुनर्मिश्रणामुळे प्रचंड उष्णता निर्माण होते.

(३) दर ५० मीटरला १° सेल्सियस किंवा दर ६४ फुटांस १° फॅरनहीट या वेगाने अंतर्गत भागात तापमान वाढत जाते. त्यामुळे पृष्ठभागाखाली १०० ते २०० किलोमीटर खोलीवर किती तापमान असेल व भूकेंद्रालगत किती तापमान असेल याची कल्पनाच केलेली बरी. या अत्याधिक तापमानामुळे खडक आपले गुणधर्म, रूप बदलतात. ते अर्धवट वितळलेल्या अवस्थेत, लवचिक अवस्थेत असतात व त्यांच्यावरील भार नाहीसा झाला, त्यांना काबूत ठेवणारी यंत्रणा नाहीशी झाली की रसमय अवस्थेतील खडकांचा, तप्त दगडधोंड्यांचा, वाफ, गंधक इत्यादी वायूंचा भूपृष्ठांवर उद्रेक होतो.

भेगी उद्गीरणामुळे लाव्हारसाची पठारे बनतात. दख्खनच्या पठाराचा वायव्य भाग, बैतुल पठाराचा काही भाग भेगी उद्गीरणामुळे तयार झालेला आहे. त्यावेळी उद्गीरणाची जास्तीत जास्त तीव्रता कळसूबाईजवळ होती. अमेरिकेच्या कोलंबिया राज्यातील व आयर्लंडमधील अॅन्ट्रीमचे पठार यांची वरील प्रकारे निर्मिती झाली

असावी. केंद्रीय उद्गीरणात एका विवरातून पाण्याची वाफ, राख, तप्त खडक व शिलारस बाहेर टाकले जातात. विवराभोवती हे सर्व पदार्थ जमून तेथे ज्वालामुखींचे शंकू तयार होतात.

ज्वालामुखीय उद्रेकातून बाहेर आलेल्या पदार्थांचे भूकवचावर अनेक ठिकाणी संचयन झालेले आहे. या पदार्थांच्या अभ्यासामुळे पृथ्वीच्या अंतरंगाचे गूढ उकलण्यास मदत झालेली आहे. ज्वालामुखीच्या खडकापासून बनलेली जमीन एवढी सुपीक असते की, हवाई, जावा बेट इत्यादी ठिकाणी ज्वालामुखीच्या उद्रेकाचा सदैव धोका असूनही तेथील प्रदेशात दाट लोकसंख्या आढळते.

अंतर्गत भागात लाव्हा रसाचे साठे आहेत. त्यावरील दाब कमी झाल्यास ज्वालामुखीचा उद्रेक होतो. नवीन संशोधनानुसार तबकड्यांच्या हालचाली भूकंप व ज्वालामुखीस कारणीभूत होतात असे समजले जाते. भूकवच हे तबकड्यांचे बनलेले आहे. या तबकड्यांची सतत हालचाल सुरू असते. तबकड्यांच्या सीमावर्ती भागात भूकवच अधू असून त्याला भेगा असतात. यांपैकी काही भेगा पृष्ठभागानजीक असतात. त्यामुळे लाव्हा रसाचा उद्रेक होतो. केंद्रीय उद्गीरणानंतर बऱ्याच वेळेस लाव्हा रसाचा शंकू बनतो. शंकूच्या माथ्यावर कुंड असते. या कुंडातून लाव्हा रस बाहेर येतो. नंतरच्या उद्रेकावेळी लाव्हा रस अतिशय जोराने बाहेर आल्यास कुंड खचते व तेथे एक प्रचंड खळगा तयार होतो. त्याला काहील (Caldera) असे म्हणतात. अशा खळग्यात नंतर पाणी साचून सरोवरे तयार होतात. त्यांचे वर्णन पुढे आलेले आहेच.

सर्वात जास्त ज्वालामुखी सागरतळावर आढळून येतात. प्रशांत महासागर तळावर दहा हजारांपेक्षा जास्त ज्वालामुखी आढळून येतात. बंगालच्या उपसागरतळावरही बरेच ज्वालामुखी असून त्यामुळे तेथे अनेक बेटे दर वर्षी तयार होतात व पूर्वीची नाहीशी होतात. सागरमध्य पर्वतरांगांवर व तबकाच्या सीमावर्ती प्रदेशात ज्वालामुखींचे उद्रेक नेहमी होत असतात. भूपृष्ठावरील विभंग प्रदेशातही ज्वालामुखी आढळून येतात. जपानमधील फुजियामा, अमेरिकेतील सेंट हेलेन्स हे विभंग प्रदेशातील ज्वालामुखी आहेत. हिमालयात प्रचंड प्रमाणात वलीकरण झालेले असूनही एकही जागृत ज्वालामुखी तेथे नाही. तर आईसलंडमध्ये अर्वाचीन काळात वलीकरण झालेले नसून अनेक ठिकाणी अंतर्गत भागात लाव्हारसाचे साठे आढळून आलेले आहेत. ज्वालामुखीमधून उद्रेकाची क्रिया सतत चालू असते, त्याला जागृत ज्वालामुखी म्हणतात, तर ज्याचा उद्रेक अनिश्चित कालानंतर होतो त्याला निद्रिस्त ज्वालामुखी असे म्हणतात. ज्या ज्वालामुखीतून उद्रेक होण्याची क्रिया थांबलेली असते त्यास मृत ज्वालामुखी असे म्हणतात. ज्वालामुखीच्या नलिकेतून बाहेर पडणाऱ्या विविध

पदार्थांनीच उद्रेकानंतर ही नलिका कायमची बंद होऊन ज्वालामुखी मृत बनतो. ज्वालामुखींचे अनेक प्रकार असतात. शंकूच्या स्वरूपावरून हे प्रकार ओळखता येतात. हे प्रकार पुढे दिलेले आहेत.

(१) ढालसदृश ज्वालामुखी (Shield Volcano) : हे पसरट आकाराचे असून प्रामुख्याने त्यात असिताश्म व इतर सिकतधर्मी खडक असतात. हवाई बेटावरील मौनालोआ ज्वालामुखी वरील प्रकारात मोडतो. अशा प्रकारच्या ज्वालामुखींना हवाई प्रकारचा ज्वालामुखी असेही म्हणतात.

सिकतधर्मी लाव्हारसात वालुकाद्रव्याचे प्रमाण खूपच कमी असून अशा प्रकारचा लाव्हारस चिकट नसल्याने दूरवर पसरतो. दक्षिण अमेरिकेतील पॅराना विभाग व आईसलंडमधील लाकी विभागात वरील प्रकारचे ढालसदृश ज्वालामुखी आहेत.

(२) घुमटाकृती ज्वालामुखी (Domal Volcano) : बऱ्याच वेळेस लाव्हा रसात वालुका द्रव्याचे प्रमाण खूपच असते. असा आम्लधर्मी लाव्हा रस दूरवर पसरत नाही. कारण तो खूप चिकट असतो व त्यापासून ऱ्होयोलाईट खडक तयार होतात. न्यूझीलंडमधील तरावेरा पर्वत व मध्य फ्रान्समधील पर्वत वरील प्रकारच्या आम्लधर्मी ज्वालामुखींपासून तयार झालेले असावेत.

(३) रक्षायुक्त ज्वालामुखी (Ash Cone) : लाव्हा रसातून राख व भरड पदार्थ जास्त प्रमाणात बाहेर पडल्यास वरील प्रकारचे ज्वालामुखी बनतात. उत्तर अमेरिकेतील कॅस्केड पर्वताच्या दक्षिण भागात, इडाहो राज्यातील मून जिल्ह्यात व मेक्सिकोमधील पेरीक्यटीन ज्वालामुखी हे सर्व रक्षायुक्त ज्वालामुखी समजले जातात.

(४) संयुक्त ज्वालामुखी (Composite Volcano) : एकाच ठिकाणी अनेकदा वारंवार उद्रेक होऊन वरील प्रकारचे संयुक्त ज्वालामुखी तयार होतात. यापैकी जो मुख्य शंकू असतो तो राख व शिलारसापासून बनलेला असतो, त्यानंतर मोठा स्फोटक उद्रेक झाल्यास पूर्वी तयार झालेल्या कुंडाचा माथा उडवून लावला जातो व तेथे दुय्यम शंकू तयार होतो. सिसिलीमधील एटना ज्वालामुखीच्या उतारावर अनेक दुय्यम शंकू आढळतात. लिपारी बेटातील (इटली) स्ट्रॉंबोलीला ज्वालामुखी वरील प्रकारचा आहे. या ज्वालामुखीच्या माथ्यावरील हिमकणात व त्यावरील धुरात लाव्हारसाच्या प्रकाशाचे परिवर्तन होते. त्यामुळे स्ट्रॉंबोलीला भूमध्य समुद्राचे दीपगृह असे म्हणतात.

ज्वालामुखीच्या उद्रेकातून वायुरूप, द्रवरूप व घनरूप पदार्थ बाहेर पडतात. विविध

प्रकारचे वायू उद्रेकातून बाहेर पडतात. त्यात कर्बद्वीप्रणिल वायू, गंधक, क्लोरिन, हायड्रोजन यांसारखे वायू असतात. क्वचित प्रसंगी कार्बन मोनोक्साईडसारखे विषारी वायू देखील बाहेर पडतात. उद्रेकात पाण्याच्या वाफेचे प्रमाण ९५% असते. त्या वाफेचे लोट ज्वालामुखीच्या स्फोटामुळे खूप उंचावर फेकले जातात व त्यांचे सांद्रीभवन होऊन मुसळधार पाऊस पडतो. यामुळे अकस्मात पूर येतात व वसाहती वाहून जातात. पुराच्या पाण्याबरोबर राख सर्वत्र पसरते. ज्वालामुखीच्या उद्रेकात अनेक प्रकारचे भरड पदार्थ असतात. त्यात प्रामुख्याने खडकांचे टोकदार शिलाखंड, राख व धूळ हे पदार्थ असतात. लाव्हारस हा दोन प्रकारचा असतो. आम्लधर्मी व सिकतधर्मी. आम्लधर्मी लाव्हारसात वालुकाद्रव्याचे प्रमाण ६०% वर असते. अंतर्गत भागातील शिलारसात जे वायू असतात; त्या वायूच्या प्रमाणावर लाव्हा रसांचे उपप्रकार अवलंबून असतात. ते चार प्रकार पुढे दिले आहेत.

(१) ठोकळ्या लाव्हा (Block Lava)ः ज्वालामुखीच्या उद्रेकानंतर जोराने व लवकर वायू निघून गेल्यास लाव्हा रसाचे ठोकळे तयार होताता.

(२) दोरखंड्या लाव्हा (Roapy Lava)ः द्रवरूप खडकामधून वायू बाहेर येत असताना बुडबुडे तयार होतात. त्यामुळे निवणाऱ्या लाव्हा रसाच्या पृष्ठभागावर गुळगुळीतपणामुळे वाळलेल्या दोरखंडासारखी रचना दिसते, अशा प्रकारच्या लाव्हास दोरखंड्या लाव्हा असे म्हणतात.

(३) उपधानी लाव्हा (Pillow Lava) ः लाव्हारसाचा संबंध पाण्याशी आल्यानंतर तो लवकर निवतो व उशीसारख्या फुगीर तुकड्यामध्ये लाव्हाचे रूपांतर होते.

(४) स्तंभाकृती लाव्हा (Columnar Lava)ः लाव्हा रस निवत असताना विशेषतः असिताश्म असलेला खूप जाडीचा लाव्हा रस सारख्याच वेगाने निवत असताना निवणाऱ्या खडकांचे सारख्याच प्रमाणात आकुंचन होऊन खडकात जोड किंवा संधी तयार होऊन त्यांचे चौकोनी, षट्कोनी स्तंभ तयार होतात.

दोरखंड्या व ठोकळ्या लाव्हा पुण्यातील वेताळ व फर्ग्युसन टेकडीवर दृष्टीस पडतो तर उपधानी व स्तंभाकृती लाव्हा मुंबईत अंधेरीजवळील गिलबर्ट टेकडीवर व मालाडजवळ आढळून येतो.

ज्वालामुखीतून काही काळानंतर शिलारस बाहेर पडण्याचे बंद होते व त्यातून नंतर वाफ व विविध वायू बाहेर पडतात. फक्त वाफ व वायुरूप पदार्थ बाहेर टाकणाऱ्या ज्वालामुखींच्या विवरांना धूममुखे (Fumerol) असे म्हणतात. धूममुखातून प्रामुख्याने पाण्याची वाफ बाहेर पडते. त्याव्यतिरिक्त गंधक, कार्बनडायऑक्साईड व अनेकदा विषारी वायू बाहेर पडतात. गंधक वायू बाहेर टाकणाऱ्या विवरांना गंधकीय धूममुख

(Solfatara) असे नाव आहे. इटलीतील नेपल्स शहराजवळ अशा प्रकारचा ज्वालामुखी आहे. अमेरिकेच्या अलास्का राज्यात असणाऱ्या असंख्य धूममुखांच्या भागास 'द व्हॅली ऑफ टेन थाउजंड स्मोक्स' असे नाव दिले आहे. अनेक ठिकाणी धूममुखांच्या जागी गंधक व बोरीक ॲसिडसारखे पदार्थ मिळू शकतात. आईसलंडमध्येही धूममुखे असून अंदमान द्वीपसमूहातील नारकोंडम बेटावरही धूममुख आहे. यातील वायू थोडेसे विषारी असल्याने त्या बेटावर वस्ती फारशी नाही. म्हणून त्या बेटास नरकुंडम - नारकोंडम असे नाव पडले आहे. मोठ्या प्रमाणात पाण्याची वाफ बाहेर टाकणाऱ्या धूममुखांच्या परिसरात इटलीमध्ये वीजनिर्मिती केली जाते. व ती बाष्पीवीज नेपल्स व फ्लॉरेन्ससारख्या शहरांना पुरवली जाते. फक्त कार्बन - डाय - ऑक्साईड टाकणाऱ्या विवरांना कर्बधूममुख (Mofette) असे म्हणतात. जावा बेटात व फ्रान्समधील ऑवरगन विभागात कर्बधूममुखे आढळतात.

उष्णोदकाचे फवारे (Geysers): अनेक ठिकाणी तप्त लाव्हा रस भूपृष्ठालगत असतो. भूपृष्ठावरील पाणी झिरपून लाव्हा रसाच्या सान्निध्यात ते तापते, काही पाण्याची वाफ होते व नंतर ते उफाळून वर येते. अमेरिकेतील यलोस्टोन राष्ट्रीय उद्यानात मिनीटमॅन व ओल्ड फेथफूल असे उष्णोदकाचे दोन फवारे आहेत. मिनीटमॅनमधून एक मिनिटांच्या अंतराने पाणी वर येते तर ओल्ड फेथफूलमधून एक तासाच्या अंतराने पाणी वर कारंज्यासारखे ४० ते ४५ मीटरपर्यंत उडते. आईसलंडमध्ये ग्रेट गेसर आहे. डेहराडूनजवळ सहस्रधारा या नावाची धूममुखे आहेत. तेथे हजारो फटीतून वाफ बाहेर येत असते, व तेथेच एक गंधक झरा आहे. वेंगुर्ल्याजवळ वेतोरे येथे, रायगड जिल्ह्यातील पाली गणपती व मुंबईजवळ वज्रेश्वरी (वसई) येथे औषधी झरे असून राजापूरजवळ उन्हाळी म्हणजे पावसाळ्यानंतर एकदम प्रकटणारे झरे आहेत, उष्णोदकाचे फवारे आहेत.

भूपृष्ठावरील ज्वालामुखींचे भौगोलिक वितरण

ज्वालामुखी भूकंपाप्रमाणेच पृथ्वीवर दोन ठिकाणी केंद्रित झालेले आढळतात.

(१) **प्रशांत तबक (Pacific Plate)** : अत्यंत अस्थिर असल्याने व त्याच्या कडा इतर अनेक तबकांना घासत असल्याने त्या भागात सर्वात जास्त भूकंप व ज्वालामुखी आढळतात. प्रशांत महासागराभोवती वली पर्वत आहेत. या वली पर्वतांच्या भागात जगातील जास्तीत जास्त ज्वालामुखी केंद्रित झालेले आढळून येतात. त्यामुळे प्रशांत महासागराच्या किनाऱ्यास 'प्रशांत महासागराचे अग्निकंकण' असे म्हणतात. जगातील एकूण ज्वालामुखीपैकी ६०% ज्वालामुखी येथे आहेत.

(२) **आल्प्स पर्वत भूमध्यसागरी पट्टा** : भूमध्य समुद्राच्या उत्तर किनाऱ्यालगत आल्पससारखे अर्वाचीन वली पर्वत आहेत. याठिकाणी देखील भूकवच अधू असल्याने ज्वालामुखींचे केंद्रीकरण झालेले आढळते. या पट्ट्यात व्हेसुव्हियस, एटना, स्ट्रॉंबोली इत्यादी ज्वालामुखी आहेत. याशिवाय अटलांटिक महासागरात मौंट पिली, केपवर्द, सेंट हेलेना इत्यादी ठिकाणी ज्वालामुखी असून आईसलंडला हिम व अग्नी यांची भूमी असे म्हणतात. हिंदी महासागरातील कोनोरो, मॉरिशस व रियुनियन बेटावर जागृत ज्वालामुखी आहेत. अंटार्क्टिका या बर्फाच्छादित खंडावरही एरबझ हा ज्वालामुखी आहे.

इराण, तुर्कस्थान व अँडीज पर्वतश्रेणीतील काही संपन्न विभागात केवळ भूकंपाचे धक्के वारंवार बसत असल्याने भूकंपग्रस्त भाग संपन्न असूनही लोक तेथे वसाहती करण्यास धजत नाहीत.

२२-२३ ऑगस्ट १९८६ या दिवशी कॅमेरून्समधील लेक निओस या सरोवरातून एकाएकी विषारी वायू बाहेर आला व त्याने हजारो बळी घेतले. जगात निसर्गाची अशी रौद्र रूपे अनेकदा दिसतात. १९९१ मध्ये अंदमान द्वीपसमूहातील बॅरन आयलंड बेटावर ज्वालामुखीचा उद्रेक झाला असून त्यामुळे तेथील सृष्टी नाहीशी झाली. १९९२ मध्ये त्या ज्वालामुखीचे कुंड रुंदावत असल्याचे आढळून आले.

पामीर पर्वत संकुल, (Pamir Knot) व तुर्कस्थानमधील आर्मेनियम पर्वत संकुल (Armennion Knot) व ब्रह्मदेश म्हणजे म्यानमार मधील पुटाओ येथे अनेक पर्वतश्रेण्या एकत्र येत असल्याने ते सर्व प्रदेश भूकंपप्रवण झालेले आहेत.

❑

७. जलोत्सारण आकृतिबंध व प्रकार
(Drainage Network Pattern and Types)

भूपृष्ठाची झीज घडवून आणणाऱ्या घटकांत वाहते पाणी किंवा नद्या महत्त्वपूर्ण घटक समजला जातो. सर्व प्रकारच्या हवामानात त्याचे कार्य चाललेले असते. ओलसर हवामानाच्या प्रदेशात वाहत्या पाण्यामुळे अपक्षरण (Erosion) व निक्षेपण (Deposition) ही कार्ये होतात, परंतु ओसाड प्रदेशात देखील अकस्मात पाऊस पडून एकदम पूर आल्यावर हंगामी जलप्रवाहांनी केलेले वहन आश्चर्यकारक असते. वाहत्या पाण्यामुळे वेगवेगळ्या प्रदेशात विविध प्रकारची भूस्वरूपे निर्माण होऊन डोंगराळ प्रदेशाची मोठ्या प्रमाणावर झीज होते. अंतर्गत जलोत्सारण (Internal Drainage) असलेल्या नद्या वगळता, इतर सर्व नद्या, झिजेमुळे तयार झालेले पदार्थ सरतेशेवटी सागरतळाशी आणून टाकतात. कालांतराने या पदार्थांचे रूपांतर अवसादी किंवा गाळाच्या खडकात होते.

पावसाच्या किंवा बर्फ वितळून तयार झालेल्या पाण्याचा काही भाग जमिनीत मुरतो. जमिनीत मुरण्याचे प्रमाण खडकांच्या सच्छिद्रतेवर अवलंबून असते. काही पाण्याचे बाष्पीभवन होते. बाष्पीभवनाचा वेग उष्णकटिबंधात जास्त असून समशीतोष्ण कटिबंधात कमी असतो. नाईलच्या ७०% पाण्याची वाफ होते. सुमारे १/३ पाणी उतारावरून गुरुत्वशक्तीच्या प्रभावामुळे वाहते. झऱ्यातून वाहणारे पाणी छोटे - छोटे ओहोळ किंवा वहाळ, ओढे, दलदलीच्या प्रदेशातून वाहणारे पाणी, पावसानंतर टेकड्यांच्या उतारावरून येणारे पाण्याचे लोट व हे सर्व एकत्र येऊन तयार होणाऱ्या मोठ्या नद्या ही सर्व वाहत्या पाण्याची रूपे आहेत.

उगमापासून मुखापर्यंत किंवा दुसऱ्या एखाद्या जलप्रवाहाच्या संगमापर्यंत अधूनमधून किंवा सातत्याने वाहत जाणाऱ्या जलप्रवाहास नदी असे म्हणतात. उगमस्थान डोंगराळ प्रदेशात म्हणजेच संगमापेक्षा किंवा मुखापेक्षा जास्त उंचीवर असते. उगमस्थानच्या प्रदेशात नदी अत्यंत लहान असून मुखाकडे किंवा संगमाकडे येत असताना तिच्या प्रवाहाचा हळूहळू विस्तार होत जातो. गंगोत्रीजवळ गंगा, जम्नोत्रीजवळ यमुना, त्र्यंबकेश्वराजवळ गोदावरी व महाबळेश्वरजवळ कृष्णा या नद्यांची उगमस्थाने असून येथे त्यांचे अगदी लहान प्रवाह आढळतात. समशीतोष्ण व शीत कटिबंधात बऱ्याच

नद्यांची उगमस्थाने बर्फाळ प्रदेशात आढळतात.

डोंगराळ प्रदेशात चोहोबाजूंनी उतार असतात. यांपैकी प्रमुख व विस्तृत उतारावरून पावसाचे पाणी वाहत जाते. त्यामुळे दोन विरुद्ध दिशांनी दोन प्रमुख जलप्रवाह निर्माण होतात. त्यातील डोंगरमाथ्यास जलविभाजक (Water divide)असे म्हणतात. कारण या माथ्यामुळे, माथ्यावर पडणाऱ्या व साचणाऱ्या पाण्याचे विभाजन होते. मोठ्या जलविभाजकाच्या दोन विरुद्ध बाजूस दोन विस्तृत पाणलोटाची क्षेत्र (Catchment areas) तयार होतात. प्रत्येक पाणलोटाच्या क्षेत्रात अनेक उपनद्या व एक मुख्य नदी आढळून येते. जलविभाजकांचा उपयोग दोन देशांतील सीमा ठरविण्याकरता देखील केला जातो.

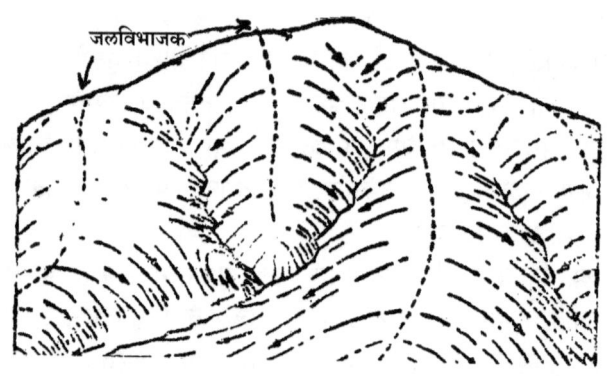

जलविभाजक

ब्रिटिशकालीन हिंदुस्थान व चीन यांची सीमा तथाकथित मॅकमहोन रेषा ही ब्रह्मपुत्रेच्या जलविभाजकानुसार ब्रिटिशांनी ठरवलेली होती.

उगमस्थानाच्या प्रदेशात स्वतंत्रपणे वाहणाऱ्या अत्यंत कमी लांबीच्या व उपनदी नसलेल्या जलप्रवाहास प्रथम श्रेणीचे जलप्रवाह (First order streams) असे म्हणतात. दोन प्रथम श्रेणीचे जलप्रवाह एकत्र येऊन द्वितीय श्रेणीचा जलप्रवाह (Second order stream) तयार होतो. दोन द्वितीय श्रेणीचे जलप्रवाह एकत्र येऊन तृतीय श्रेणीचा जलप्रवाह (Third order stream) तयार होतो. अशा रीतीने जलप्रवाहाची श्रेणी वाढत जाऊन नदीच्या खोऱ्याचा विकास होतो. जलप्रवाहांना श्रेणी देण्याची ही पद्धत स्ट्रॅह्लर (Strahler) या भूशास्त्रज्ञाने सांगितली आहे.

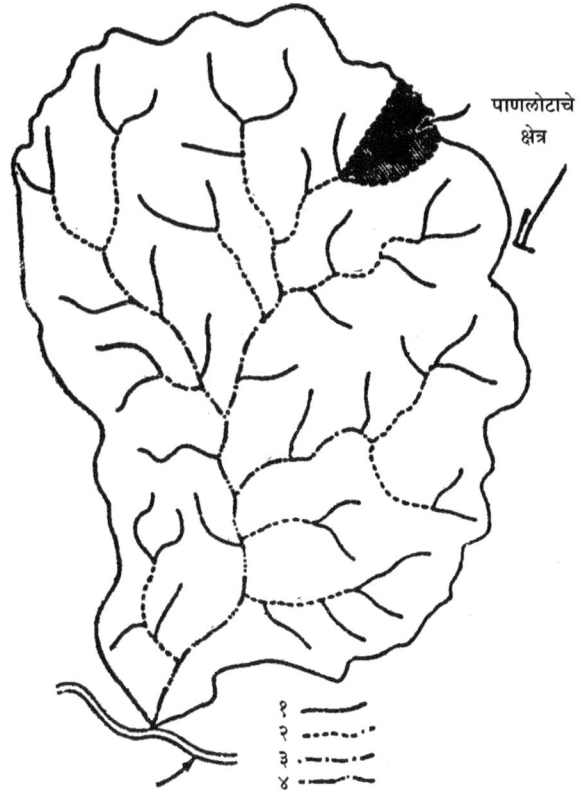

पाणलोटाचे
क्षेत्र

१ ———
२ ·········
३ —·—·—
४ ——————

८. भूरूपिक चक्रे व भूरूपे
(Geomorphic Cycles and Land Forms)

सलगपणे पसरलेल्या डोंगराळ किंवा टेकड्यांच्या प्रदेशात मध्यभागी सखल प्रदेश आढळून येतो. यास नदीचे खोरे (River valley) असे म्हणतात. काही नद्यांच्या खोऱ्यात वर्षभर पाणी आढळते. कारण त्यांच्या पाणलोटाच्या प्रदेशात दीर्घकाळपर्यंत पाऊस पडत असतो किंवा झरे, ओढे यांमुळे सतत पुरवठा होत असतो. दीर्घकाळ व भरपूर पाऊस पडणाऱ्या प्रदेशात उगम पावणाऱ्या नद्या बारमाही किंवा अक्षय (Perennial) व मोठ्या असतात. काही नद्यांना उन्हाळ्यात बर्फ वितळून पाणीपुरवठा होतो. हिमालयात उगम पावणाऱ्या नद्यांना मोसमी पावसापासून व बर्फ वितळून वर्षभर पाणीपुरवठा होतो, त्यामुळे त्यांचे कार्य थोडेसे वेगळ्या प्रकारचे असते. भारताच्या पश्चिम घाट विभागात व विंध्य सातपुडा पर्वतात पाऊस फक्त चार ते सहा महिने पडतो. त्यामुळे या ठिकाणी उगम पावणाऱ्या नद्या लहान असून त्यांची कार्यपद्धती हिमालयात उगम पावणाऱ्या नद्यांपेक्षा वेगळी आढळते. ज्या नद्यांची पात्रे कोरडी पडतात त्या नद्यांना हंगामी (Seasonal) नद्या असे म्हणतात. असे असूनही बऱ्याच नद्यांच्या पात्रात थोडेसे खणले असता पाणी लागते.

नदीचे कार्य

नद्या तीन प्रकारचे सुसंबद्ध भूशास्त्रीय (Geologic) कार्य करतात- अपक्षरण (Erosion), वहन (Transportation) व निक्षेपण (Deposition). नद्यांचे हे कार्य पुढील घटकांवर अवलंबून असते.

(१) **भूप्रदेशाचा उतार** : तीव्र उतारावर नद्यांचे प्रवाह वेगवान असतात, तर मंद उतारावर पाणी संथपणे वाहते.

(२) **पाण्याचा संचय** : वाहणाऱ्या नदीस पाण्याचा पुरवठा जास्त असल्यास तिचा वेग वाढतो व अपक्षरणाचे कार्य वाढते.

(३) **खडकांचा प्रकार** : नदीच्या तळावर मृदू, कठीण असे वेगवेगळ्या प्रकारचे खडक असतात. मृदू खडकांची झीज तीव्रतेने होऊन नदीतील गाळाचे प्रमाण वाढते तर तळाशी कठीण खडक असल्यास झीज मंद रीतीने होते.

हिमालयातील गंगा, यमुना, सोन, गंडक व सतलज इत्यादी नद्या प्रामुख्याने

स्तरित खडकांवरून वाहत असल्याने त्यात गाळाचे प्रमाण बरेच असते, तर दख्खनच्या पठारावरील नद्या प्रामुख्याने असिताश्म व तत्सम कठीण अग्निजन्य खडकांवरून वाहत असल्याने त्यातील गाळाचे प्रमाण कमी असते. द्वीपकल्पीय भारतातील कृष्णा, गोदावरी, कावेरी व आग्नेय आशियातील मेकाँग, इरावती व छाओप्राय इत्यादी नद्यांच्या खोऱ्यात एक निश्चित कोरडा ऋतू आढळतो. त्यावेळी खडकांचे सुटे कण नद्यांच्या पात्रात जमा होतात व त्यामुळे पावसाळ्याच्या सुरुवातीस जेव्हा पूर येतात व त्यावेळी मात्र वरील नद्यांना भरपूर गाळ असतो व नंतर त्याचे प्रमाण थोडे कमी होते.

(४) **वनस्पतींचे आच्छादन:** पाणलोटाच्या क्षेत्रात व खोऱ्यात वनस्पतींचे आच्छादन असल्यास पाण्यामुळे तेथील प्रदेशाची झीज अती मंद रीतीने होते, कारण वनस्पतींमुळे जलप्रवाहांच्या वेगास अडथळा होतो. झाडांची मुळे जमिनीचे सुटे कण धरून ठेवतात. परंतु निमओसाड व वाळवंटी प्रदेशात अशा प्रकारचे संरक्षक कवच खडकावर नसते. पाण्याच्या अभावामुळे अती उष्णतेमुळे खडकांचे सुटे झालेले कण अकस्मात पूर आल्यानंतर तेथील हंगामी नद्यांमुळे सहजगत्या वाहून नेले जातात व तेथे खूप झीज होते. ज्या नद्यांवर मोठे धरणप्रकल्प आहेत त्या नद्यांच्या पाणलोटाच्या क्षेत्रात वृक्षारोपण करून नववननिर्मिती (Afforestation) केली जाते. त्यामुळे गाळाचे प्रमाण कमी होऊन जलाशय उथळ बनत नाहीत. भाक्रा धरणाच्या बाबतीत वरील प्रकारची वननिर्मिती सतलज खोऱ्यातील पाणलोटाच्या क्षेत्रात न केल्यामुळे भाक्रा धरणात खूपच गाळ साचून त्याचे 'आयुष्य' कमी झालेले आहे. काठालगत झाडी असल्यास पुराच्या वेळेस देखील प्रवाहाच्या धारेमुळे होणाऱ्या झिजेस प्रतिबंध होतो.

नदीचे अपक्षरण व वहनकार्य

अपक्षरणाची यंत्रणा : नदीचे अपक्षरण व वहनकार्य संयुक्तपणे चालते. नदीतील पाण्याचे वहन होत असताना अपक्षरण चालू असते. नदीचे हे संयुक्त कार्य पुढीलप्रमाणे होते.

(१) **द्राविक क्रिया (Hydraulic action) :** नदीचे पाणी तळावर असलेल्या भेगात घुसते व त्यामुळे तळाचा काही भाग उखडला जातो. तळावर सुट्या झालेल्या पदार्थांचा प्रवास पाण्याबरोबर चालू होतो. यालाच द्राविक क्रिया असे म्हणतात. नदीच्या पाण्याचा दाब तळावर असून पाणी पुढे जात असल्यामुळे खडक केवळ पाण्यामुळे खरवडले जातात. काठावरील मृदू व जोड असलेल्या खडकात देखील पुराचे वेळी पाणी घुसून खडकांचे लहान-मोठे तुकडे निखळून पात्रात पडतात.

(२) अपघर्षण (Abrasion or Corrasion) : नदीच्या पात्रात अणकुचीदार व ओबडधोबड खडकांचे तुकडे असतात. त्यामुळे यांत्रिकरीत्या तळ व काठ खरवडले जातात. तळावर खळगे असल्यास ही क्रिया जास्त वेगाने होते. खडकांचे तुकडे तळावर घासले जात असताना त्यांचीही झीज होते व कालांतराने त्यांना गोलाई प्राप्त होते. पुराच्या वेळी नदीतील खडकांचे तुकडे काठावर जोराने आपटले जातात व त्यामुळे त्यांची व काठांची झीज वेगाने होते. अपघर्षणाचे दोन प्रकार आहेत : अनुलंब अपघर्षण (Vertical Corrasion) व पार्श्ववर्ती अपघर्षण (Lateral Corrasion). अनुलंब अपघर्षणामुळे नदीच्या तळाची उभी झीज होते व तळ खोल खणला जातो. पार्श्ववर्ती अपघर्षणात नदीच्या काठाची झीज होऊन दरी रुंद होते. नदीचा वेग दुप्पट झाल्यास अपघर्षण क्रिया तिप्पट ते चौपट वेगाने वाढते.

(३) भक्षण (Corrosion) : नदीच्या पाण्यात खडकातील मातीसारखे व खनिजे क्षारांसारखे काही पदार्थ विरघळतात. त्यामुळे तळावरील व काठावरील खडकांची झीज होते. चुनखडीसारखे प्रस्तर व केओलीनसारखी खनिजे पाण्यात विरघळतात. विषुववृत्तीय हवामानाच्या प्रदेशात जमिनीवर खूपच झाडपाला असतो. परंतु अत्याधिक उष्णतेमुळे याचा रासायनिक नाश (Chemical decomposition) होऊन नदीच्या पाण्याला रासायनिक गुणधर्म प्राप्त होतात व त्यामुळे तळ व काठावरील खडकांची रासायनिक झीज तीव्रतेने होते.

(४) संनिघर्षण (Attrition) : नदीच्या पाण्याबरोबर वाहात जाणारे लहान– मोठे दगड एकमेकांवर आपटून त्यांची झीज होते. मोठ्या खडकांचे रूपांतर लहान दगडगोट्यात होते. त्यामुळे अपघर्षण क्रियेचा वेगही वाढतो. संनिघर्षणानंतर तयार झालेल्या अती सूक्ष्म व लहान पदार्थांचे नदीमार्गातच संचयन केले जाते.

उगमस्थानापासून मुखापर्यंत नदीप्रवाहाच्या तीन प्रमुख अवस्था कल्पिलेल्या आहेत. (१) युवावस्था, (२) प्रौढावस्था व (३) वृद्धावस्था. तीन अवस्थांमध्ये ठराविक प्रकारचे नदीचे कार्य आढळते. युवावस्थेत प्रामुख्याने नदी विध्वंसक कार्य करते. त्यामुळे अपक्षरणाची बरीच भूमिस्वरूपे या अवस्थेत आढळतात. प्रौढावस्थेत नदी अपक्षरणाबरोबर संचयनाचे कार्य करू लागते. त्यामुळे या अपक्षरण कार्य व संचयन कार्य या दोन्हीमुळे तयार होणारी संयुक्त भूमिस्वरूपे आढळतात. वृद्धावस्थेत अपक्षरण जवळजवळ थांबलेले असते व संचयनकार्य मोठ्या प्रमाणावर चाललेले आढळते.

नदीच्या अपक्षरण कार्यामुळे भूमिस्वरूपे तयार होतात.

(१) गुंफित गिरिपाद (Interlocking) : उगम झाल्यावर नदी वाहत असताना तिला ठिकठिकाणी अडथळे निर्माण होतात. या अडथळ्यांना वळसे घालून जात असताना नदीत वळणे निर्माण होतात. त्यामुळे नदीच्या खोऱ्याच्या दिशेने पसरलेल्या अनेक गिरिपादांमुळेच हे अडथळे निर्माण होतात. त्यामुळे प्रत्येक गिरिपादाला वळसा घालीत असताना नदीला वळण प्राप्त होते. खोऱ्यात उभे राहून उगमस्थानाच्या दिशेने पाहिले असता हे गिरिपाद एकमेकांत गुंफल्यासारखे दिसतात. गुंफित गिरिपाद फक्त उगमस्थानाच्या प्रदेशातच आढळून येतात. चिपळूणजवळ वाशिष्ठी नदीच्या वरच्या टप्प्यात अशा तऱ्हेचे गुंफीत गिरिपाद आढळतात. आंबोलीजवळ व महाबळेश्वरजवळ पठारावरही ते आढळून येतात.

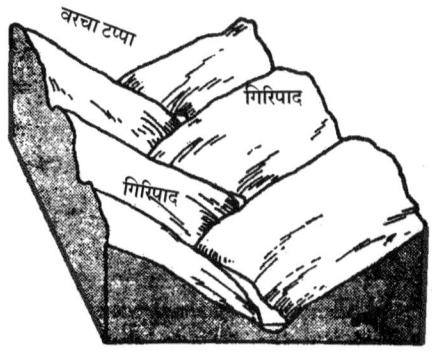

(२) घळई (Gorge) : तीव्र उताराचे काठ असलेल्या व अरुंद तळ असलेल्या दऱ्यांना घळया असे म्हणतात. घळईचे काठ (६०°) पेक्षा जास्त तीव्र उताराचे असतात. नदीच्या युवावस्थेत अधोगामी खनन, पार्श्ववर्ती खननापेक्षा जास्त असते. कारण नदीतील पदार्थ तळ घासून काढीत पुढे जात असतात. तळावर जोड असल्यास तळाशी उभी झीज लवकर होते. परंतु सगळ्याच नद्या घळया निर्माण करतात असे नाही. पंकाश्मासारख्या मृदू स्तरित खडकांच्या प्रदेशात अधोगामी खननाची क्रिया जोरदार होते. अधोगामी खननाची क्रिया चालू असताना, भूपृष्ठाची ऊर्ध्वगामी हालचाल चालू असल्यास तळ अधिकच खोल खणला जातो. हिमालयात सिंधू व सतलज या नद्यांनी खोल घळया कोरलेल्या आहेत. गिलगिटजवळ सिंधूची घळई ५५० मीटर्सपेक्षा जास्त खोल आहेत. प्लायस्टोसीन कालखंडात तयार झालेल्या चिखली खडकात व गुंडामृदापासून (Boulder clay) तयार झालेल्या स्तरित खडकात सतलज नदीने खोल घळया

कोरलेल्या आहेत. यांगत्से नदीवर इचाँग येथे सुमारे ३०० मीटर्स खोलीची घळई आहे.

(३) **व्ही आकाराची दरी :** उगमस्थानापासून नदी जशी दूरदूर जाते, तशी काठांची थोडी झीज चालू होते व काठ एकमेकांपासून दूर जाऊ लागतात. घळईपेक्षा व्ही आकाराची दरी कमी खोल असते व तिचे काठ उभे नसून कललेले असतात. व्ही दरीचे काठ साधारणपणे ३०^{0} पर्यंत कललेले असतात. व्ही दरी व घळई यांच्या काठांची झीज विदारणक्रियेमुळे होत असते. व्ही दरीचा विकास सुरू असताना जर ऊर्ध्वगामी हालचाल सुरू झाली, तर व्ही दरीचे रूपांतर घळईत होते. खंडाळ्याजवळ उल्हास नदीची भव्य दरी सुमारे १० कि. मी. पेक्षा जास्त लांब दृष्टीस पडते. विशाळगड जवळ मुचकुंद नदीची प्रचंड व्ही दरी असून ती ६० मीटरपेक्षा जास्त खोल आहे. ट्रिकार्ट यांच्या मतानुसार रासायनिक विदारण जेथे जास्त असते तेथे व्ही आकाराच्या दऱ्या प्रामुख्याने तयार झालेल्या आढळून येतात. व्ही दरीच्या परिसरात नदीचे पात्र अरुंद असल्याने या ठिकाणी धरण बांधणे सोयीचे असते.

(४) **कुंभगर्ता किंवा रांजणखळगे :** नदीच्या पात्रात खाचखळगे असतात. पुराच्या वेळी अशा खाचखळग्यांवर भोवरे निर्माण होतात. अणकुचीदार दगडधोंडे भोवऱ्यामुळे खळग्यांचे तळ खूप खोलवर उकरतात. वर्षानुवर्षे हीच क्रिया चालत राहिल्यावर पात्रात विवरे तयार होतात. उन्हाळ्यात पात्र कोरडे पडल्यावर ती दृष्टीस पडतात. त्यांना रांजणखळगे असे म्हणतात. जवळ जवळ तयार झालेल्या अनेक रांजणखळग्यांच्या दरम्यानचा भाग झिजवला जाऊन तेथे डोह निर्माण होतो. पुण्याजवळील विठ्ठलवाडी येथे मुठा नदीच्या पात्रात, नाशिकजवळ गोदावरीच्या पात्रात अनेक रांजणखळगे आहेत. त्यांना ब्रह्मकुंड, रामकुंड इत्यादी नावे आहेत. उज्जयनीजवळ क्षिप्रेच्या पात्रात असे डोह आहेत. थेऊरजवळच्या नदीतही असेच डोह आहेत. जुन्नरजवळ दुर्गादेवी व हरिश्चंद्रगडावरही रांजणखळगे आहेत.

कुंभगर्ता

(५) धावत्या (Rapids) : नदीच्या पात्रात काही ठिकाणी एकाकी तीव्र उतार आढळून येतात. खडकांच्या कमी-अधिक झिजेमुळे ते तयार होतात. भूकंप, ज्वालामुखी क्रिया, विषम खनन व विदारण यांमुळे नदीच्या पात्रात तीव्र उतार किंवा छोट्या पायऱ्या तयार होतात. यावरून पाणी अती वेगाने वाहते. त्यामुळे अशा भागास धावत्या (Rapids) असे म्हणतात. येथे नदीचे पाणी फेसाळ असून पाण्याचा वेगही जास्त असल्यामुळे त्याची झीज पात्राच्या इतर भागांपेक्षा लवकर होते व खूप कालावधीनंतर त्या नष्ट होतात.

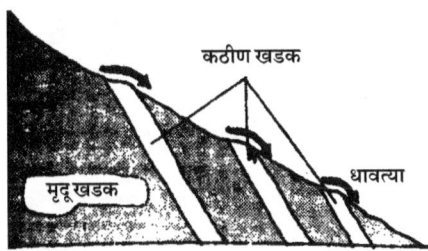

कठीण खडक

मृदू खडक

धावत्या

विच्छेदित व विस्तीर्ण पठारी प्रदेशातून वाहणाऱ्या नद्यांवर बऱ्याच वेळेस धावत्या आढळून येतात. आफ्रिकेतील कांगो व नाईलवर व सह्याद्री पर्वतावरून उतरणाऱ्या जवळजवळ सर्वच नद्यांवर धावत्या आढळतात. वाई ते पाचगणीच्या दरम्यान कृष्णेवर, खोपोलीजवळ उल्हास नदीवर, रत्नागिरी जिल्ह्यातील सावित्री, काजवी व बाव आणि सिंधुदुर्ग जिल्ह्याच्या दक्षिण सीमेवर तेरेखोल नदीच्या मार्गात धावत्या आहेत. धावत्यांमुळे नौकानयनाला अडथळा येतो.

(६) धबधबे (Rapids) : नदीच्या पात्रात कठीण खडकानंतर मृदू खडक असल्यास; त्या मृदू खडकाची कठीण खडकापेक्षा तीव्रतेने झीज होते व पात्रात एक कड्यासारखा भाग तयार होतो. या कड्यावरून नदी खाली उडी घेते. यालाच धबधबा असे म्हणतात. धबधब्यातील पाण्याच्या आघातामुळे

धबधब्याच्या तळाशी प्रपातगर्ता (Plunge pool) तयार होते. नदीच्या पात्रात कठीण खडक तिरकस किंवा उभा असल्यासही धबधबे तयार होतात. कमी अधिक कठीणतेचे खडक आडवे असल्यासही धबधबे तयार होतात.

पहिल्या प्रकारात दोन तिरकस कठीण खडकांमधील मृदू खडक झिजवला जाऊन धबधबे बनतात. नदीच्या पात्रात असलेले तिरकस कठीण खडक हे बऱ्याच वेळेस भित्तीखडक (Dyke) असतात. काही वेळा पात्रात क्षितिजसमांतर खडक असतात. त्यांना काही ठिकाणी तीव्र उतार व जोड असतात अशा ठिकाणी सुरुवातीस आजूबाजूच्या भागापेक्षा तीव्रतेने झीज सुरू होते. कालांतराने खालचा मृदू खडक उघडा पडून त्याची झीज जास्तच वेगाने होते व धबधबा तयार होतो.

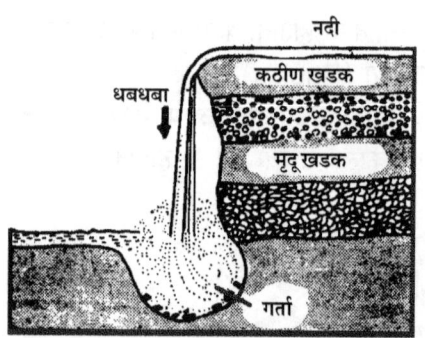

उत्तर अमेरिकेतील नायगारा धबधबा वरील प्रकारात मोडतो. नायगारा धबधबा डेलोमाईट चुनखडकावर आहे. याखाली पंकाश्म हा मऊ खडक आहे. धबधब्याचे पाणी उंचीवरून पडत असल्यामुळे मऊ पंकाश्माची झीज होऊन त्याचे अध:कर्तन (Undercutting) सतत चालू असते. अध:कर्तनामुळेच धबधब्याच्या खाली गुहेसारखे भाग निर्माण होत आलेले आहेत. कालांतराने या गुहांची छते कोसळून धबधबा मागे सरकतो. नायगारा धबधब्याची उंची सुमारे ५० मीटर्स असून धबधबा प्रतिवर्षी ३० सें. मी. या वेगाने मागे सरकत आहे. त्यामुळे निर्माण झालेल्या दरीची लांबीही वाढत आहे. ही दरी सुमारे १० कि. मी. लांबीची आढळते. ब्रिटिश कोलंबियामधील कैतूर धबधबा २७५ मीटर्स उंच आहे.

काही धबधबे प्रस्तरभंगामुळे देखील तयार होतात. नदीच्या पात्रात प्रस्तरभंग होऊन कड्यासारखा भाग निर्माण होतो. आफ्रिकेतील झांबेझी नदीवरील

व्हिक्टोरिया धबधबा वरील प्रकारात मोडतो. त्यांची उंची सुमारे १२० मीटर्स इतकी आढळते. विदीर्ण पठारांच्या उंच तुकड्यांवरून नद्या कमी उंचीच्या प्रदेशाकडे येत असताना धबधबे तयार होतात. कांगो नदी आफ्रिकेच्या पठारावरून लहानमोठ्या ३२ धबधब्यांच्या साहाय्याने सुमारे ३०० मीटर्स खाली उतरते. यांना 'लिव्हिंग्स्टन फॉल्स' असे म्हणतात. संयुक्त संस्थानाच्या आग्नेय भागातील पीमाँ (Piedmont)प्रदेशातून अटलांटिक किनाऱ्यावरील प्रदेशाकडे अनेक नद्या धबधब्यांच्या रूपात उतरतात व तेथे धबधब्यांची लांबच लांब मालिका तयार झालेली आढळते. तिला फॉल लाईन असे म्हणतात. या फॉल लाईनवर अनेक विद्युतनिर्मिती केंद्रे आहेत.

भारतातील धबधबे :

कर्नाटकातील कारवार जिल्ह्यातील शरावती नदीवर गिरसप्पा जगप्रसिद्ध धबधबा आहे. येथे शरावती नदीचे पाणी पश्चिम घाटावरून सुमारे २७५ मीटर्स खोलीवर कोसळते. बेळगाव जिल्ह्यात गोकाक नदीवर गोकाकचा धबधबा आहे. त्याची उंची सुमारे ६० मीटर्स आहे. परंतु नोव्हेंबर नंतर तो कोरडा असतो. विभिन्न खडकांमुळे गोकाक धबधब्याची निर्मिती झाली असावी. कर्नाटकातील कावेरी नदीवर १०० मीटर्स उंचीचा शिवसमुद्रम धबधबा आहे. जबलपूरजवळ नर्मदा नदीवर 'धुवाँधार' धबधबा फक्त १० मीटर्स उंच असला तरी पडणाऱ्या पाण्याचा साठा प्रचंड आहे. पंचमढी हे मध्यप्रदेशातील ठिकाण अनेक धबधब्यांसाठी प्रसिद्ध आहे. महाबळेश्वरजवळील यन्ना धबधबा एकाच झेपेत २०० मीटर खोल कोसळतो. निलगिरी पर्वतातील पैकारा धबधबा ५ छोट्या धबधब्यांच्या स्वरूपात पट्टिताश्म खडकावरून खाली येतो. गोव्यात दूधसागर धबधबा आहे. पैकारा व शिवसमुद्रम धबधब्यांचा वापर वीज-निर्मितीसाठी केलेला आहे. गिरसप्पा, नायगारा यांसारखे धबधबे देशी व परदेशी पर्यटकांना आपल्याकडे आकर्षित करतात. त्यामुळे अशा धबधब्यांच्या ठिकाणी विश्रामधामे बांधलेली आहेत.

नदीचे वहनकार्य

नद्या खडकांची झीज करतात व झिजेपासून तयार झालेले पदार्थ वाहून नेतात. या पदार्थांस नदीचा माल (River load) असे म्हणतात. वहनक्रिया तीन प्रकारे चालते.

(१) गाळ, चिकणमाती व रेतीचे कण पाण्यात तरंगत पुढे जात असतात. त्यामुळे पाण्याला, विशेषत: पुराचेवेळी गढूळपणा येतो.

(२) खडे, गोटे व वाळूचे कण तळावरून घरंगळत व घासत पुढे नेले जातात.

(३) याशिवाय अनेक खनिजद्रव्ये विरघळलेल्या अवस्थेत पुढे जात असतात. भारतातील अनेक मोठ्या नद्या कोट्यवधी टन गाळ व विरघळलेली खनिजद्रव्ये दरवर्षी समुद्रात टाकत असतात.

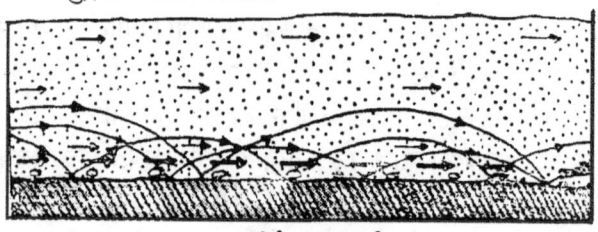

नदीचे वहनकार्य

वरील आकृतीत तरंगणारे पदार्थ टिंबाने व विरघळलेले पदार्थ बाणाने दाखविले आहेत.

नदीची वहनशक्ती पाण्याच्या साठ्यावर व तिच्या वेगावर अवलंबून असते. जास्त पाणी व वेग असलेल्या नदीची वहनशक्ती जास्त असते.

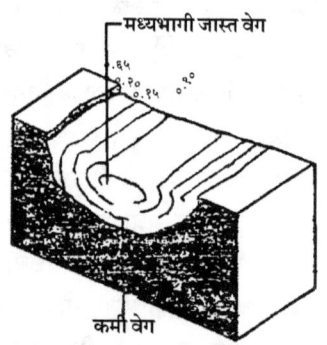

नदीच्या पाण्याचा वेग

जास्त वेगवान प्रवाह प्रचंड आकाराचे दगडही वाहून नेऊ शकतो. परंतु संथ वाहणाऱ्या मोठ्या नद्यांची वहनक्षमता खूपच कमी असते. पुराच्या वेळी नदीच्या वेगात वाढ होते. ही वाढ दुप्पट असल्यास वहन क्षमता चौपट होते. त्या गाळ व रेती पदार्थ प्रामुख्याने वाहून नेतात. नदीतळाच्या उतारावर व पाण्याच्या खोलीवरही वहनशक्ती अवलंबून असते व त्याच्या समप्रमाणात ती वाढते. नदीला प्राप्त होणाऱ्या मालावरही वहनक्रिया अवलंबून असते. उपनद्या, नदीचे काठ व तळ, गुरुत्वशक्ती व पाऊसमान यांमुळे नदीला गाळ व इतर मालाचा पुरवठा होत असतो. भारतासारख्या मोसमी पावसाच्या प्रदेशात पावसाळ्यात वहनशक्ती वाढते तर उन्हाळ्यात नद्या

आटल्यावर ती कमी होते. परंतु पात्र कोरडे पडून खडकांचे कण सुटे होतात व पहिल्या पुराबरोबर त्यांचा प्रवास चालू होतो. सैबेरियासारख्या थंड प्रदेशातील येनेसी, ओब, लेना इत्यादी नद्या हिवाळ्यात गोठतात, तेव्हा त्यांची वहनशक्ती जवळजवळ शून्यच असते, तर व्हँगहोसारख्या लोएस मातीने भरलेल्या विशाल व उथळ नद्या फक्त गाळच वाहून नेतात. द्वीपकल्पीय भारतातील गोदावरी, कृष्णा, कावेरी या नद्यांना पावसाळ्यात म्हणजे जून ते सप्टेंबरपर्यंत भरपूर गाळ व इतर माल असतो, तर गंगा-यमुनासारख्या नद्या वर्षभर बराच माल समुद्रात टाकतात.

नदीचे निक्षेपण किंवा संचयनकार्य : नदीच्या प्रौढावस्थेत पार्श्ववर्ती खननक्रिया वाढते. प्रत्येक नदीची माल वाहून नेण्याची क्षमता ठरलेली असते. त्यापेक्षा जास्त माल प्राप्त झाल्यास संचयनाला सुरुवात होते. प्रौढावस्थेत वहन व संयचनामुळे पुढील भूमिस्वरूपे तयार होतात.

(१) नागमोडी वळणे नालाकृती सरोवरे :

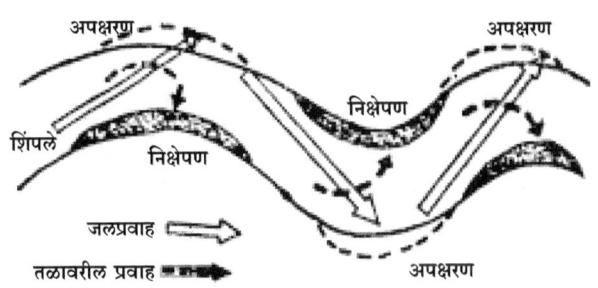

गुरुत्वाकर्षणशक्तीच्या प्रभावामुळे वाहणारे पाणी दूरवरपर्यंत सरळ एका रेषेत वाहू शकत नाही. प्रौढावस्थेत उतार व वेग कमी होतो. त्यामुळे मार्गात येणाऱ्या शिलाखंडासारख्या अडथळ्यांना वळसे घालूनच नदीला पुढे जावे लागते. अशा अडथळ्यांच्या परिसरात संचयनास सुरुवात होते, तर विरुद्ध बाजूस पाणी जोराने आपटल्याने खननक्रिया वाढते. असा प्रकार नदीच्या मुखाच्या बाजूस वारंवार घडतो. त्यामुळे नदीस वळण प्राप्त होतात. यांना नागमोडी वळण असे म्हणतात. भोरजवळ होळीच्या माळाखाली नीरा नदीवर नागमोडी वळण आहे. कालांतराने ही वळणे तीव्र होतात. सतत चालू असलेल्या खननक्रियेमुळे तीव्र झालेल्या वळणाच्या दोन्ही बाजू अत्यंत अरुंद होतात. हा अरुंद भाग खननक्रियेने नंतर नाहीसा होऊन नदी नवीन मार्ग काढून सरळ वाहू लागते व जुने पात्र टाकून देते.

नदीच्या तुटलेल्या अर्धचंद्राकृती पात्रास नालाकृती सरोवर (Oxbow lake) असे म्हणतात.

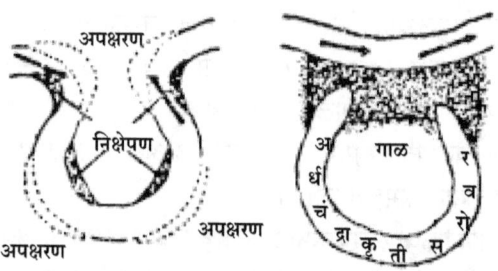

नालाकृती सरोवराच्या दोन टोकांच्या दरम्यान गाळाचे संचयन होते व दलदली तयार होतात. गंगा, यांगत्सी, मिसिसिपी, नाईल इत्यादी नद्यांना नागमोडी वळणे व नालाकृती सरोवरे आहेत. कालांतराने ही सरोवरे गाळाने भरून येतात.

(२) **पूरमैदाने (Floodplains) :** प्रतिवर्षी येणाऱ्या पुरामुळे नदीच्या दोन्ही बाजूंस असलेल्या सखल प्रदेशात गाळ मोठ्या प्रमाणात पसरविला जातो. वर्षानुवर्षे असा गाळ साचून दोन्ही तीरांवर सुपीक गाळाचे मैदान तयार होते. यास पूरमैदाने असे म्हणतात. सिंधू, गंगा व यमुना यांच्या पूरमैदानास हिंदुस्थानचे मैदान असे म्हणतात. व्हँगच्या पूरमैदानास पीत मैदान, तर इटालीतील पो नदीच्या पूरमैदानास लॉंबर्डीचे मैदान म्हटले जाते. द्वीपकल्पीय भारतात गोदावरी व कावेरी या नद्यांची पूरमैदाने आहेत.

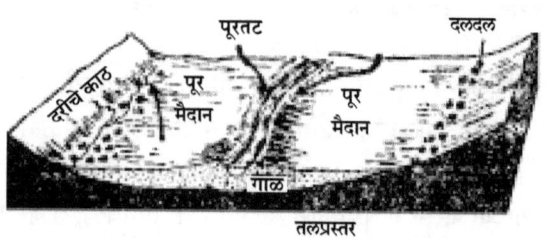

(३) **पूरतट (Levees) :** नदीच्या पात्रात गाळाचे संचयन होते व तळ उंचावला जातो. पुराच्या वेळी मोठे दगडगोटे काठापासून दूर जाऊ शकत नाहीत. ते काठावरच टाकून दिले जातात व त्यांच्याच आजूबाजूला गाळ साचून नंतर काठ उंचावले जातात. यांना पूरतट म्हणतात. विक्रमी पुराच्या वेळी हे पूरतट पाण्याचा भार सहन करू न शकल्याने ढासळून पुराचे पाणी पूर- मैदानात वेगाने घुसून अतोनात हानी होते व शेते बुडतात. व्हँग-हो नदीच्या पूरमैदानात

असा प्रकार नेहमी घडतो. त्यामुळे चिनी सरकारने नदीच्या काठी नववननिर्मिती केलेली आहे. मिसिसिपी, यांगत्सी - व्हँग, पो व गंगा या नद्यांचे पूरतट पावसाळ्यात नेहमी ढासळतात. त्यामुळे खूप हानी होते.

नदीच्या वृद्धावस्थेत संचयनाचे कार्य प्रमुख असते. त्यामुळे भूआकार तयार होतात. ते पुढीलप्रमाणे आहेतः

(१) जलोढ त्रिभुज (Alluvial fans) : डोंगराळ प्रदेशातून सखल प्रदेशाकडे एकदम उतरणाऱ्या नद्यांचा वेग खूपच कमी होतो. वेग कमी झाल्याने वाहून आणलेला जास्तीत जास्त माल टाकून देण्याची त्यांची प्रवृत्ती असते. त्यामुळे गाळाच्या संचयनाचे त्रिकोणीकृती प्रदेश निर्माण होतात. यास जलोढ त्रिभुज असे म्हणतात. नदीमुखाशी तयार झालेल्या त्रिभुज प्रदेशाप्रमाणे ते दिसतात. परंतु त्यामध्ये गाळाऐवजी भरड पदार्थ जास्त असतात. जलोढ त्रिभुज उंचसखल असतात. तीव्र उतार असलेल्या जलोढ त्रिभुजांना जलोढ शंकू (Alluvial cones) असे म्हणतात. संयुक्त संस्थानांच्या पश्चिम भागात रॉकी व सिएरा नेवाडा पर्वताच्या परिसरात जलोढ त्रिभुज व जलोढ शंकू आढळून येतात. भारतात पीर पंजाल व शिवालिक पर्वतांच्या उतारावर जलोढ त्रिभुज आढळतात. जलोढ त्रिभुजांचा घेर ५० ते ६५ कि.मी. पर्यंत असू शकतो. विस्तीर्ण जलोढ त्रिभुजांना पर्वतपदीय (Piedmont) जलोढ त्रिभुज असे म्हणतात.

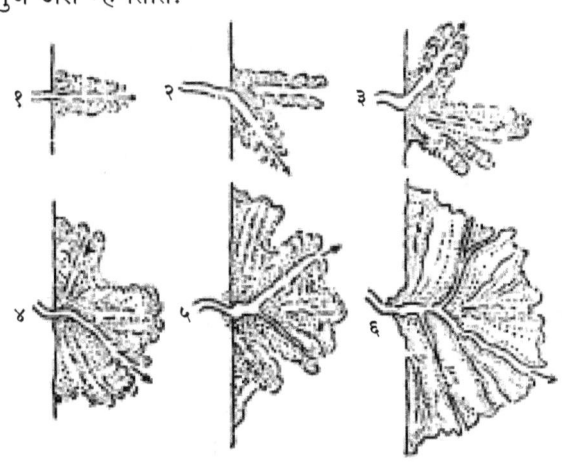

त्रिभुज प्रदेशांची निर्मिती

(२) त्रिभुज प्रदेश (Deltas) : नदीच्या मुखाशी नदीचे गाळयुक्त पाणी समुद्राच्या

क्षारयुक्त पाण्यात मिसळते व यामुळेच गाळ समुद्राच्या तळावर बसण्यास सुरुवात होते. काही रासायनिक क्रियांमुळे, संचयनास सुरुवात होते. बऱ्याच कालावधीनंतर तळावर साचलेला गाळ सागरपातळीच्या वर दिसू लागतो. त्यामुळे नदीचा समुद्राकडे जाण्याचा मार्ग बंद होतो व नदी नवीन मार्गाने समुद्राला मिळते. नवीन मार्ग देखील वरील प्रकारच्या संचयनप्रक्रियेने बंद होतो व नदी आणखी एक नवीन मार्ग तयार करून समुद्रास मिळते. ही क्रिया सतत होऊन नदीच्या मुखाशी त्रिकोणाकृती गाळाचे प्रदेश तयार होतात. त्यांना त्रिभुज प्रदेश असे म्हणतात. मिसिसिपी, इरावती इत्यादी नद्यांना गाळाचे प्रमाण जास्त असल्याने, ह्यांचे त्रिभुज प्रदेश दरवर्षी काही मिलिमिटर्सनी समुद्राकडे वाढत जात आहेत. त्रिभुज प्रदेशांच्या निर्मितीस पुढील घटक साहाय्य करतात.

(१) नद्यांचे लांब प्रवाह : नद्या लांबलचक असल्यास त्यातील गाळाचे प्रमाण भरपूर असते व त्यांना येऊन मिळणाऱ्या उपनद्यांची संख्याही जास्त असल्याने मुख्य नदीला गाळाचा सतत पुरवठा होत असतो. हा गाळ नदीमुखाशी टाकून दिला जातो.

(२) नदी खोऱ्यातील खडकांचा प्रकार : नदीच्या खोऱ्यात ठिसूळ व मृदू खडक असल्यास त्यांची झीज वेगाने होऊन नदीला भरपूर गाळ प्राप्त होतो. हिमालयातील नद्यांना वरील कारणामुळे भरपूर गाळ आढळतो. दख्खनच्या पठारावरील नद्यांना उत्तर भारतातील नद्यांच्या मानाने कमी गाळ असतो, कारण पठारावरील प्रस्तर हिमालयातील प्रस्तरापेक्षा कठीण आहेत.

(३) नदीच्या मार्गात सरोवरांचा अभाव : नदीच्या मार्गात सरोवरे असल्यास सरोवरांच्या तळाशी गाळाचे संचयन होऊन नदीतील गाळाचे प्रमाण कमी होते. झेलम नदी वुलर सरोवरातून वाहताना बराच गाळ त्या सरोवरात टाकते. त्यामुळे झेलम नदीला नंतर जवळ जवळ गाळविरहीत पाणी असते.

(४) मंद भरती प्रवाह : नदीमुखाशी जोरदार भरती प्रवाह असल्यास मुखालगतचा गाळ खुल्या समुद्रात वाहून नेला जातो व त्रिभुज प्रदेश निर्माण होणे कठीण जाते. त्रिभुज प्रदेशांचे पुढील प्रकार आढळतात

(१) अर्धगोलाकार त्रिभुज प्रदेश (Arcuate Delta) : हे समुद्राच्या बाजूस बहिर्वक्र उताराचे असतात. नाईल नदीचा त्रिभुज प्रदेश वरील प्रकारात मोडतो. अशा त्रिभुज प्रदेशात सागरी लाटांमुळे गाळासारखे पदार्थ एका बाजूस फेकले जातात. किनाऱ्यापासून थोडेसे आत एका ठराविक स्थानापासून नदीप्रवाहाच्या शाखा-उपशाखा होण्यास सुरुवात होते. कैरोच्या उत्तरेस नाईलच्या अशा अनेक

प्रवाह शाखा आढळतात. डॅन्यूबचा त्रिभुज प्रदेशही वरील प्रकारात मोडतो. नाईलच्या त्रिभूज प्रदेशात सरोवरे आढळतात.

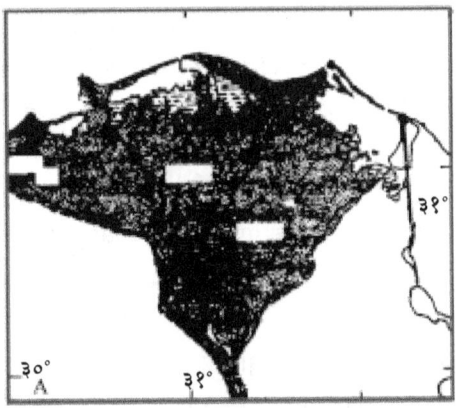

(२) विहंगपाद त्रिभुजप्रदेश (Bird Foot Delta) :

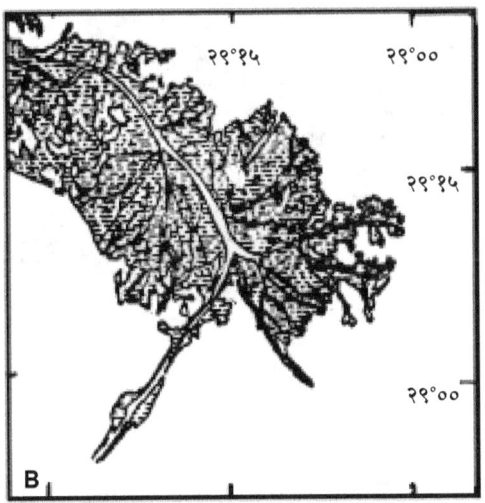

अति उथळ समुद्राला मिळणाऱ्या नद्या व भरपूर गाळ असलेल्या नद्या व समुद्रात हळूहळू विस्तृत होणारा त्रिभुज प्रदेश तयार करतात. या त्रिभुज प्रदेशात असलेल्या नद्यांच्या उपशाखा खूपच लांब असतात. मिसिसिपी नदीने अशा प्रकारचा त्रिभुज प्रदेश मेक्सिकोच्या आखातात तयार केलेला आहे. मिसिसिपीच्या अनेक शाखा–उपशाखा गाळाच्या अरुंद संचयनाने अलग

झालेल्या आढळतात. गंगा, ब्रह्मपुत्रा या नद्यांच्या त्रिभुज प्रदेशाला सुंदरबन असे म्हणतात. सुंदरबनाच्या किनाऱ्यावर आवर्ते होतात. त्याशिवाय नैर्ऋत्य व ईशान्य मोसमी वाऱ्यांच्या वेळी वेगवेगळ्या दिशांनी प्रवाह वाहत असतात. वरील दोन कारणांमुळे त्रिभुज प्रदेश समुद्राकडे म्हणजे बंगालच्या उपसागराकडे मिसिसिपी नदीच्या त्रिभुज प्रदेशाइतक्या वेगाने सरकू शकत नाही. त्याची वाढ अति मंद गतीने होत आहे.

(३) एकमुखी त्रिभुजप्रदेश (Cuspate Delta) : नदीच्या मुखाशी भरती प्रवाह जोरदार असल्यास नदीचे पाणी एकाच मुखातून मिळते व अरुंद लहान त्रिभुज प्रदेश तयार करते. यास एकमुखी त्रिभुज प्रदेश असे म्हणतात. टायबर नदीने भूमध्यसमुद्राच्या काठावरील प्रकारचा त्रिभुज प्रदेश तयार केला आहे. रत्नागिरी जिल्ह्यातील सावित्री, वासिष्ठी, शास्त्री, काजली व मुचकुंदी नद्यांचे मुखाजवळील भाग वरील प्रकार मोडतात.

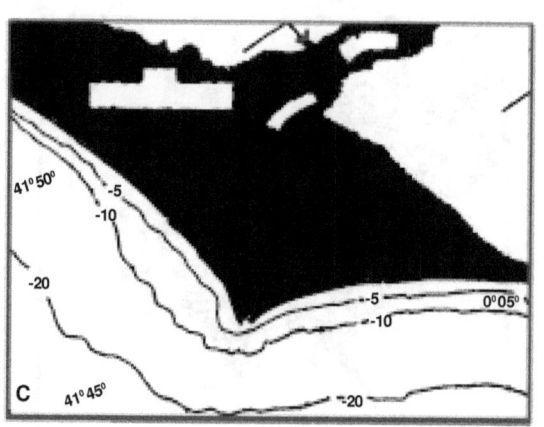

(४) खाडीचा त्रिभुज प्रदेश (Estuarine Delta) : नदीच्या मुखाशी अधोगामी हालचाली झाल्यास वरील प्रकारचा त्रिभुज प्रदेश तयार होतो. किनारपट्टीच्या अधोगामी हालचालींमुळे सागरपातळी थोडी उंचावून समुद्राचे पाणी आत येते व खाड्या तयार होतात. अशा खाड्यांतच गाळाचे संचयन होऊन त्रिभुज प्रदेश तयार होतात. या त्रिभुज प्रदेशात भरती प्रवाहामुळे गाळाचे सपाट प्रदेश तयार होतात. सीन नदीने उत्तर समुद्रावर, फ्रान्समधील लहावरे या बंदरानजीक वरील प्रकारचा त्रिभुज प्रदेश तयार केलेला आहे.

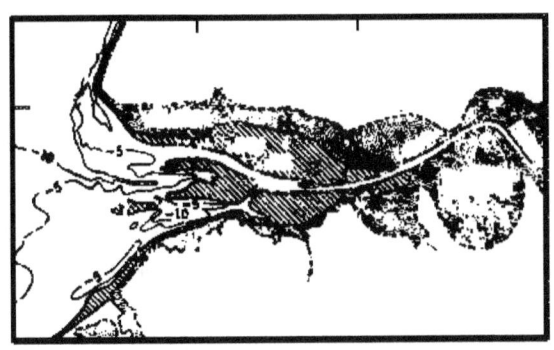

अॅमेझॉन, काँगो या विषुववृत्तीय नद्यांना भरपूर पाणी असते, त्यामुळे मुखालगतही प्रवाहास जोर असल्याने गाळ खुल्या समुद्रात आतवर नेला जातो (भूखंड मंचावर साठविला जातो). त्यामुळे या नद्यांच्या मुखाशी त्रिभुज प्रदेश नाहीत.

नदीचे अपक्षरण चक्र (Cycle of River Erosion)

एकोणिसाव्या शतकाच्या आरंभी अमेरिकन भूरचनाशास्त्रज्ञ डब्लू. एम. डेव्हिस यांनी भूमिस्वरूपाच्या उत्क्रांतीबद्दल अपक्षरण चक्राची कल्पना मांडली. डेव्हिस यांच्या मतानुसार भूमिस्वरूपे सजीवांप्रमाणे विविध अवस्थांतून जातात. या चक्रात भूमिस्वरूपांच्या उत्पत्तीचा व ती अपक्षरणक्रियेने पूर्ण नाहीशी होईपर्यंतच्या काळाचा विचार केलेला आहे.

नवनिर्मित भूमिस्वरूपे त्यांच्या उत्पत्तीपासून, प्रारंभिक (Initial), क्रमबद्ध (Sequential) व अंतिम (Ultimate) अवस्थांतून जातात. प्रारंभिक अवस्थेत भूमिस्वरूपांची वैशिष्ट्ये क्रमापसारी व अंतिम अवस्थांतील भूमिस्वरूपांपेक्षा वेगळी असतात. सजीवांप्रमाणेच भूमिस्वरूपांचे अपक्षरण चक्र सोयीसाठी युवावस्था, प्रौढावस्था व वृद्धावस्था यांत विभागलेले आहे. भूमिस्वरूपांची जास्त झीज होण्यास देखील निसर्गाने मर्यादा घातलेली आहे. ह्या अंतिम मर्यादेस आधार प्रतल (Base Lavel) असे म्हणतात. सर्वसाधारणपणे सागरपातळी ही खननक्रियेची अंतिम मर्यादा समजली जाते. या अंतिम मर्यादेपर्यंत भूमिस्वरूपांची झीज होण्यास लागणारा काळ म्हणजे अपक्षरण चक्र, भूरचना, त्यावर होणारी प्रक्रिया व त्यासाठी लागणारा काळ यामुळे भूमिस्वरूपांचा विकास होत असतो असे डेव्हिस यांनी प्रतिपादन केले आहे. अपक्षरण चक्रातील विविध अवस्था ठराविक काळात पुऱ्या होतातच असे नाही. भूमिस्वरूपांच्या वैशिष्ट्यानुसार अपक्षरण चक्रातील अवस्था ठरविल्या गेलेल्या आहेत. उंच डोंगराळ प्रदेशांचे रूपांतर जेव्हा उंचसखल अशा मैदानी प्रदेशात म्हणजे

स्थलीप्रायात (Penplain) होते, तेव्हा खननचक्र पूर्ण झाले असे समजण्यात येते. परंतु भूपृष्ठाचे फारच थोडे भाग अंत:स्थ हालचालींपासून पूर्णपणे अलिप्त असतात. त्यामुळे स्थलीप्राय तयार होईपर्यंत झीज झालेले भाग क्वचितच आढळतात. मिसिसिपी खोऱ्यात मेक्सिकोच्या आखातालगतचा भाग स्थलीप्रायाच्या अवस्थेपर्यंत पोहोचलेला आहे असे समजले जाते. उत्तर सैबेरियात ओब, येनेसी खोऱ्यांच्या काही भागाची झीज स्थलीप्रायापर्यंत झालेली आढळते. दक्षिण भारतात तिरुचिरापल्लीजवळच्या प्रदेशाची कावेरी नदीने स्थलप्रायाच्या अवस्थेपर्यंत झीज केलेली आढळून येते. तिरुचिरापल्ली येथील शिवमंदिर एका अवशिष्ट शैल किंवा उभार प्रदेशावर (Monadnock) आहे. रांचीच्या पठारावर पारसनाथ टेकड्यांच्या परिसरात असा प्रदेश दृष्टीस पडतो.

युवावस्था (Youth) : युवावस्थेतील सुरुवातीच्या काळास बाल्यावस्था (Early Youth) असेही म्हणतात. बाल्यावस्थेपासून युवावस्थेपर्यंत नदीचा वेग बदलत असल्यामुळे त्यानुसार भूमिस्वरूपांची वैशिष्ट्येही बदलतात. उगमस्थानाजवळ नदीची बाल्यावस्था सुरू होते. बाल्यावस्थेत प्रामुख्याने प्रथम, द्वितीय, तृतीय श्रेणीचे जलप्रवाह असतात. ते एकत्र येण्यामुळेच नदीच्या पाण्यात हळूहळू वाढ होऊन तिच्या युवावस्थेस प्रारंभ होतो. एक नदी व दुसरी नदी यांना अलग करणारे डोंगराचे भाग म्हणजे जलविभाजक इतर अवस्थांतील जलविभाजकांच्या मानाने खूपच उंचीवर असतात. मुख्य नदीला येऊन मिळणाऱ्या ओहोळ व छोट्या प्रवाहांची संख्या कमी असते. उगमस्थान साधारणपणे डोंगराळ प्रदेशात असल्यामुळे उतार तीव्र असून साधारणपणे तो प्रत्येक कि. मी.ला २० मीटर्स किंवा त्याहीपेक्षा जास्त आढळतो.

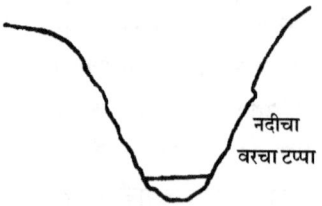

नदीचा
वरचा टप्पा

या अवस्थेत नदीचा प्रवाह गुंफित गिरिपादांमुळे नागमोडी झालेला असतो. युवावस्थेत नदीत मोठे अणकुचीदार दगड-धोंडे असतात. त्यामुळे अधोगामी खननक्रिया जोरदार होते व घळ्या, व्ही-दऱ्या, रांजणखळगे इत्यादी भूमिस्वरूपे तयार होतात. युवावस्थेच्या शेवटी सामान्यत: धावत्या व धबधबे आढळतात. नदीचे पात्र अतिशय खडबडीत व अरुंद असते.

प्रौढावस्था (Maturity) :

नदीचा
मधला टप्पा

प्रौढावस्थेत नदीच्या पात्राचा खडबडीतपणा कमी होण्यास सुरुवात होते. नदीमध्ये असलेल्या सरोवरात गाळाचे संचयन सुरू होते. साधारणत: डोंगराच्या पायथ्याशी असलेला प्रदेश प्रौढावस्थेत येतो. येथे पात्राचा सरासरी उतार दर कि.मी.ला सुमारे २ मीटर्स आढळतो. नदीच्या पाण्यात वाढ होते. कारण तिला येऊन मिळणाऱ्या उपनद्यांची संख्या वाढते. पार्श्ववर्ती खनन किंवा काठांची झीज हे नदीचे कार्य प्रामुख्याने प्रौढावस्थेत आढळून येते. कारण नदीबरोबर प्रवास करणारे गोल दगड धोंडे काठ घासून काढत पुढे जात असतात. प्रौढावस्थेच्या अखेरीस संचयनकार्याला सुरुवात झालेली असते. प्रौढावस्थेतील जलविभाजक युवावस्थेतील जलविभाजकांच्या मानाने कमी-जास्त व बरेचसे सपाट आणि दूर दूर आढळून येतात. या अवस्थेत पूरतट, नागमोडी वळणे, नालाकृती सरोवरे, जलोढ, त्रिभुज व दलदली ही भूस्वरूपे तयार होतात.

वृद्धावस्था (Old age) : वृद्धावस्थेत साधारणतः मैदानी प्रदेश आढळून येतो. या अवस्थेत पात्राचा उतार प्रत्येक किमीला ५ ते ६ सें.मी. इतका नगण्य असतो. त्यामुळे पाण्याचा वेग मंदावतो. प्रवाहातील दगडधोंड्यांचे रूपांतर बारीक गाळ, रेती, माती यात झालेले असते. नदीच्या पत्राचा आकार आणखीनच पसरट होऊन काठ अतिमंद उताराचे बनतात.

नदीचा मैदानी टप्पा

नदीचे कार्य संचयनाचे असून काठांची अल्प झीज होते. वृद्धावस्थेत प्रामुख्याने त्रिभुज प्रदेश, नद्यांचे संगम, दलदली व त्रिभुज प्रदेशातील सरोवरे ही भूमिस्वरूपे आढळतात. नदीचा तळ अतिरुंद व सपाट असून जलविभाजक खूपच सपाट व दूरदूर असतात. वृद्धावस्थेत सर्वत्र सपाट प्रदेश दृष्टीस पडतो. परंतु झीज झालेल्या उंच भागांचे काही अवशेष उभारांच्या स्वरूपात (Monandnocks) आढळून येतात. ही अवस्था स्थलीप्राय प्रदेश तयार होण्यापूर्वीची अवस्था मानण्यात येते.

नदीच्या अपक्षरण चक्रामध्ये अशा तऱ्हेने नदीच्या दरीचा विकास होत जातो. पहिल्या टप्प्यामध्ये किंवा युवावस्थेत नदीची दरी खोल होण्याची क्रिया होते. कारण आडव्या खननापेक्षा उभे खनन जास्त असते. प्रौढावस्थेत, पार्श्ववर्ती खनन वाढून दरी रुंदावते तर तिसऱ्या टप्प्यात किंवा वृद्धावस्थेत नागमोडी वळणे निर्माण होऊन दरीची लांबी वाढते. परंतु युवावस्थेत माथ्याकडे झीज होत गेल्यासही (Headward erosion) नदीची लांबी वाढते.

अपक्षरणचक्रात येणारे अडथळे :

वर वर्णन केलेले अपक्षरणचक्र सहसा पूर्ण होत नाही, हे आपण पाहिलेच आहे. अपक्षरणचक्र पूर्ण होण्यासाठी नदी ज्या प्रदेशात कार्य करते, तो प्रदेश लक्षावधी वर्षे स्थिर राहणे म्हणजे भूकवचात होणाऱ्या हालचालीपासून अलिप्त राहणे आवश्यक असते. परंतु इतक्या दीर्घकालापर्यंत फारच थोडे प्रदेश स्थिर राहू शकतात. त्यामुळे अपक्षरण चक्राच्या सर्व अवस्था एकाच नदीच्या खोऱ्यात सहसा आढळत नाहीत.

अपक्षरणचक्रात पुढील गोष्टींमुळे अडथळे निर्माण होतात.

(१) **भूपृष्ठांच्या अंतस्थ हालचाली :** यामुळे खोऱ्यात काही भाग उचलला किंवा खचला गेल्यास खननक्रियेला एकाएकी चालना मिळून ती वाढते. हे वृद्धावस्थेत किंवा प्रौढावस्थेत घडल्यास युवावस्थेतील धावत्या व धबधबे ही भूमिस्वरूपे तयार होऊ लागतात.

(२) **हवामानातील बदल :** दीर्घ कालानंतर हवामानात बदल घडून येतो. एखाद्या प्रदेशात पाऊसमान किंवा हिमवर्षाव वाढून नदीला पाण्याचा पुरवठा पूर्वीपेक्षा जास्त होऊ लागतो व त्यामुळे खननक्रिया वाढल्यावर, खननक्रियेमुळे तयार होणारी भूरूपे परत दिसू लागतात. बऱ्याच वेळेस दोन नद्या एकमेकीला समांतर अशा वाहत असतात. त्या दोघींना अलग करणारे जलविभाजक, पाऊसमान वाढल्यामुळे, झीज वाढून नाहीसे झाल्यास एका नदीचे पाणी दुसऱ्या नदीत मिसळते व त्यामुळे खननक्रियेत वाढ होते. या समांतर वाहणाऱ्या जलप्रवाहास याझू (Yazoo) प्रवाह असे म्हणतात.

(३) **सागर पातळीत होणारे विश्वव्यापी बदल :** अधोगामी हालचालींमुळे सागरतळ खचल्यास आधारप्रतल (Base level) खाली जाते व त्यामुळे नदीची खननक्रिया वाढते. परंतु ऊर्ध्वगामी हालचालींमुळे सागरतळ वर आल्यास किनाऱ्यानजीकचे प्रवाह उलट्या दिशेने वाहू लागतात. यास 'जलोत्सारणाचे व्यस्तन' (Reversal of Drainage) असे म्हणतात.

पुनर्युवीभवन

अपक्षरणचक्रात अशा तऱ्हेने अडथळे निर्माण झाल्यास, अडथळ्याच्या देशापासून पुन्हा एकदा नदीचे कार्य पाहिल्यापासून सुरू होते. या नदीचे पुनर्युवीभवन किंवा पुनरुज्जीवन (Rejuvenation) असे म्हणतात. या पुनर्युवीभवनामुळे अनेक विस्मयकारक भूस्वरूपे तयार होतात.

(१) कर्तित नागमोडी वळणे (Entrenched Meanders) : पूर्वीच्या नागमोडी वळणांच्या प्रदेशात पुनर्युवीभवन झाल्यास खननक्रिया वाढून नद्यांची वळणे अधिक खोल होतात. त्यांना अरुंद व खोल घळ्यांचे रूप प्राप्त होते. यांस कर्तित घळ्या किंवा कर्तित वळणे असे म्हणतात. संयुक्त संस्थानातील आग्नेय युटाह राज्यातून वाहणारी सान जुआन नदी व न्यूयॉर्कमधील ससकेहाना नदी यांनी अशी कर्तित वळणे तयार केली आहेत. ओतूर (पुणे जिल्हा) जवळ पुष्पावती नदीची दोन कर्तित वळणे आहेत. खेड (पुणे जिल्हा) जवळही असा प्रकार दिसतो.

(२) खाचबिंदू (Knick Points) : पुनर्युवीभवनानंतर नदीच्या पात्रात एखाद्या ठिकाणी एकदम उतार वाढून पाणी त्यावरून जोराने खाली पडू लागते. ज्या ठिकाणी नदीचा जुना मार्ग या नवीन मार्गास मिळतो तेथे हा उतारातील बदल स्पष्ट दिसतो. या ठिकाणास खाचबिंदू तयार होतात. सह्याद्री पर्वतावरून कोकणात वाहणाऱ्या अनेक नद्यांवर अशा तऱ्हेचे खाचबिंदू आढळतात. थेऊर (पुणे जिल्हा) जवळ दोन खाचबिंदू आहेत.

(३) संयुक्त दऱ्या (Valley in valley) व नदीच्या पायऱ्या (River Terraces) :

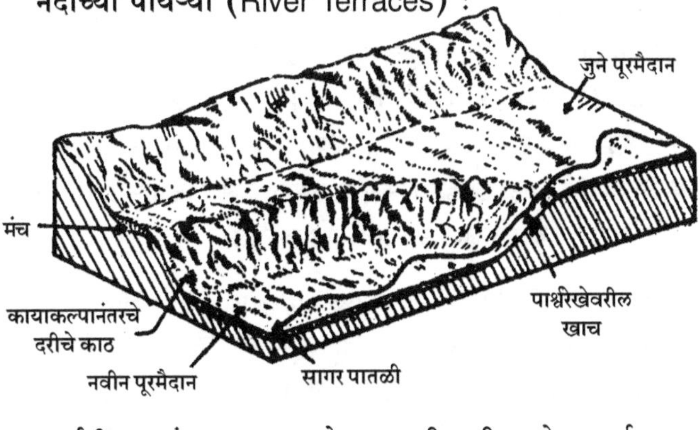

पुनर्युवीभवनानंतर जुन्याच खोऱ्यात नदी नवीन खोल मार्ग तयार करते.

समुद्रपातळीत अधोगामी बदल झाल्यास आधारप्रतल खचल्यामुळे नदीची झिजेची पातळी खाली जाते. त्यामुळे नवीन दरीचा तळ हा जुन्या दरीच्या तळापेक्षा खोल असतो. त्यामुळे जुन्या मोठ्या खोऱ्यात नवीन लहान खोरे आढळते. यास संयुक्त दऱ्या असे म्हणतात. एकापेक्षा जास्त वेळी पुनर्युवीभवन झाल्यास एकापेक्षा जास्त संयुक्त दऱ्या तयार होतात. नदीचे जुने खोरे व नवीन खोरे यांच्या दरम्यानचा प्रदेश गाळाच्या संचयनाने सपाट बनतो व त्याला पायरीसारखा आकार प्राप्त होतो. यास नदीच्या पायऱ्या असे म्हणतात. बऱ्याच वेळा नदीच्या दोन्ही तीरांवर अशा पायऱ्या एकमेकीस समांतर आढळतात. दख्खनच्या पठारावर सह्याद्रीत उगम पावून पूर्वेस बंगालच्या उपसागराकडे वाहत जाणाऱ्या भीमा, मीना यांसारख्या नद्यांमध्ये त्यांच्या उगमस्थानाजवळच्या प्रदेशात अशा पायऱ्या आढळतात.

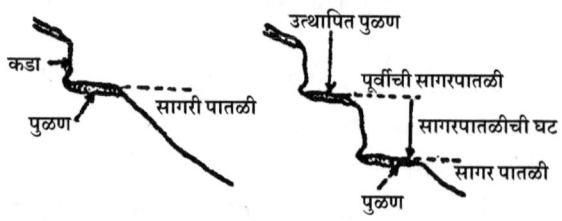

(४) **उत्थापित पुळणी** (Raised Beaches) : हे भूमिस्वरूप किनाऱ्यानजीक आढळते. समुद्रपातळीची हालचाल अधोगामी दिशेने झाल्यास, पूर्वीच्या पातळीपाशी तयार झालेली किनाऱ्यावरील पुळण पुनर्युवीभवनानंतर, नवीन समुद्रपातळीपेक्षा बऱ्याच उंचीवर आढळते. पुळणीच्या उंचीवरून समुद्रपातळीच्या अधोगामी हालचालींचे प्रमाण सांगता येते.

(५) **खाड्या** (Creeks) **व बेटे** (Islands) : समुद्रपातळीची ऊर्ध्वगामी हालचाल झाल्यास किनारपट्टीच्या प्रदेशातील नद्यांच्या मुखात पाणी शिरून त्या बुडतात व त्यांना खाड्यांचे रूप प्राप्त होते. तसेच किनाऱ्याजवळ असलेले उंचवटे पाण्याने वेढले जाऊन त्यांची बेटे बनतात.

नदीच्या उगमस्थानापासून मुखापर्यंत काढलेल्या छेदास नदीची अनुगामी पार्श्वरेखा (Longitudinal Profile) असे म्हणतात. अपक्षरणचक्र पूर्ण झालेल्या नदीची अनुगामी पार्श्वरेखा अंतर्वक्र नियमित असते. परंतु अपक्षरणचक्रात अडथळे आलेल्या नदीची अनुगामी पार्श्वभूमी नियमित व अंतर्वक्र आढळत नाही. अशा अनुगामी

पार्श्वरेखेवर खाचबिंदू (Knick Points) आढळतात. खाचबिंदूंच्या साहाय्याने पुनर्युवीभवन कोठे झाले ते समजू शकते.

अपक्षरणचक्र सिद्धान्तावरील टीका

डेव्हिस यांनी विचारात घेतलेले नवनिर्मिती भूमिस्वरूप, भूपृष्ठाची एकाएकी ऊर्ध्वगामी हालचाल होऊन तयार होणे अशक्य आहे. ऊर्ध्वगामी हालचाली होतात, पण त्या अतिशय मंदगतीने होतात. डेव्हिस यांना अभिप्रेत असलेली हालचाल जलद आहे. खननकार्यावर खडकावरील मातीचे आच्छादन, वनस्पती, शेती, पशुपालन, लाकूडतोड व खाणकाम इत्यादी गोष्टींचा परिणाम होत असतो, तो डेव्हिस यांनी लक्षात घेतला नाही.

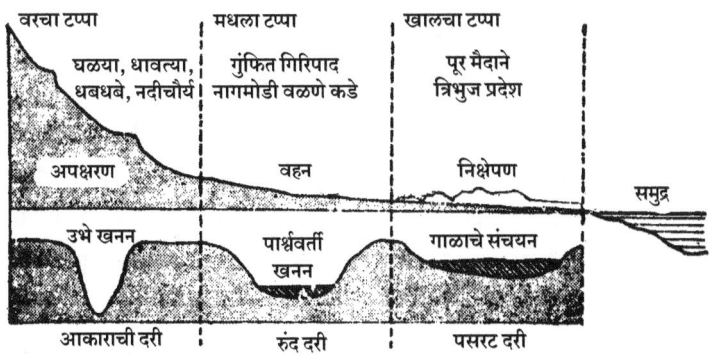

त्यामुळे डेव्हिस यांच्या अपक्षरणचक्र सिद्धान्तावर प्रामुख्याने जर्मनीत वरील प्रकारे टीका झाली, परंतु वरील गोष्टी जरी खऱ्या असल्या, तरी त्यांनी अपक्षरणचक्राची कल्पना मांडून भूमिस्वरूपाच्या अभ्यासास नवीन दिशा प्राप्त करून दिली हे निर्विवाद सत्य आहे.

जलोत्सारण आकृतिबंध (Drainage Patterns) :

पावसाचे पाणी व बर्फ वितळून तयार झालेले पाणी पृष्ठभागावरून व भूमिगत स्वरूपात नद्यांच्या साहाय्याने समुद्रास जाऊन मिळते. भूपृष्ठावरील पाणी ज्या पद्धतीने समुद्रास जाऊन मिळते, त्यास जलोत्सारण पद्धती असे म्हणतात. प्रत्येक प्रदेशात वैशिष्ट्यपूर्ण जलोत्सारणाचे आकृतिबंध आढळतात. जलोत्सारणाचे प्रमुख आकृतिबंध पुढीलप्रमाणे आहेत.

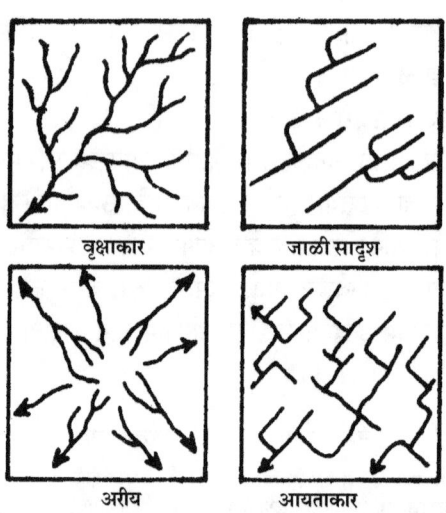

वृक्षाकार

जाळी सादृश

अरीय

आयताकार

(१) **वृक्षाकार जलोत्सारण** (Dendratic Drainage) : नदी ज्या प्रदेशावरून वाहते त्या प्रदेशातील प्रस्तर एकाच प्रकारचे व एकजिनसी (Homogeneous) असल्यास आणि खननाला विरोध करण्याची त्यांची शक्ती सर्वत्र सारखीच असल्यास वृक्षाकार जलोत्सारणावर आकृतिबंध तयार होतो. वृक्षाकार जलोत्सारणाच्या प्रदेशात जलोत्सारण खडकांच्या रचनेचे नियंत्रण आढळत नाही. कारण एकजिनसी प्रस्तर साधारणपणे वळ्या व भंग यांपासून अलिप्त असतात. त्यातील उपनद्या झाडांच्या फांद्यांप्रमाणे पसरलेल्या असून मुख्य नदीस त्या अनेक बाजूंनी येऊन मिळतात. उपनद्यांचा विकास सर्वदिशांनी सारखा झालेला आढळतो. अशा प्रकारचा जलोत्सारण आकृतिबंध डोंगरउतारावरून येणारे पाणलोट व अनेक ओहोळ व उपनद्या तयार करतात. त्या मुख्य नदीस मिळतात. यातील अनेक उपनद्या व ओहोळ त्यांच्या उगमस्थानाकडे म्हणजे माथ्याकडे झीज करतात. ॲमेझॉन नदीच्या खोऱ्यात अशाच प्रकारची जलोत्सारण पद्धती आढळते. दख्खनच्या पठारावरील कृष्णा, कावेरी नद्या एकाच प्रकारच्या असिताश्म खडकावरून वाहत असल्यामुळे त्यांनीही बऱ्याच प्रदेशात वृक्षाकार जलोत्सारण आकृतिबंध बनविलेले आहेत.

(२) **जाळीसदृश जलोत्सारण** (Trellis Drainage) : या जलोत्सारण पद्धतीतील शाखा-उपशाखांचे स्वरूप जाळीसारखे असते. कमी-अधिक कठीणपणाचे खडक असलेल्या प्रदेशात ही प्रवाहप्रणाली प्रामुख्याने आढळते.

तसेच मोठ्या प्रमाणावर वलीकरण व प्रस्तरभंग झालेल्या प्रदेशात ही प्रणाली आढळते. कारण अशा प्रदेशात वेगवेगळ्या दिशांनी उतार आढळून येतात. कणाश्मासारख्या जोड असलेल्या खडकात पाण्यास वाट मिळत असल्याने आयताकार (Rectangular) जलोत्सारण आढळते. यामध्ये घडीच्या नतिलंब दिशेने (Strike of the fold) मुख्य नदी वाहते, तर प्रस्तर कलाच्या दिशेने (Dip of beds) उपनद्या वाहतात. उत्तर अमेरिकेतील कोलंबिया व कोलोरॅडो नद्यांनी तयार केलेल्या घळ्यांच्या प्रदेशात आयताकृती प्रवाहप्रणाली दिसते. आयताकार प्रवाहप्रणालीतील मुख्य नदीला काटकोनात येऊन मिळणाऱ्या उपनद्या असून त्यांना येऊन मिळणारे छोटे प्रवाह तिरकस किंवा काटकोनात असतात व त्यांपैकी काही प्रवाह मुख्य नदीच्या विरुद्ध दिशेने वाहतात. शिवालिक पर्वतात व आसाममधील ब्रह्मपुत्रेच्या वरच्या टप्प्यात असे जाळीसदृश जलोत्सारण आढळते.

(३) **अरीय किंवा केंद्रत्यागी जलोत्सारण** (Radial Drainage) : ज्वालामुखीच्या प्रदेशात शंक्वाकृती पर्वत आढळून येतात. अशा पर्वतावरून सर्व दिशांनी जलप्रवाह वाहतात. यास अरीय जलोत्सारण असे म्हणतात. साधारणपणे अर्वाचीन खडकांच्या प्रदेशात अशी प्रवाहप्रणाली आढळते. बऱ्याच वेळेस मोठ्या ज्वालामुखींच्या प्रदेशात उद्रेकाच्या वेळी किंवा त्यानंतर झालेल्या प्रस्तरभंगामुळे आयताकृती प्रणालीही आढळते. परंतु अशा प्रदेशात एकाच प्रकारचा प्रस्तर उद्रेकानंतर तयार झाल्यास येथे वृक्षाकार प्रणाली आढळते. हवाई बेटे, श्रीलंकेचा डोंगराळ प्रदेश, न्यूझीलंड व जावामधील ज्वालामुखीच्या प्रदेशात अरीय जलोत्सारण आकृतिबंध आढळतात.

वरील तीन प्रमुख आकृतिबंधांच्या व्यतिरिक्त पिच्छाकृती (Pinnate)व समांतर (Parallel) यांसारखे इतर आकृतिबंधही आढळतात. खडकांच्या रचनेप्रमाणे व हवामानाप्रमाणे अनेक प्रकारचे जलोत्सारण आकृतिबंध उद्भवू शकतात.

जलापहरण किंवा नदीचौर्य (River Capture)

सर्व नद्या आपल्या खोऱ्याचा सातत्याने विकास करतात, हे मागे आपण पाहिलेले आहे. नद्या आपल्या उगमस्थानाच्या प्रदेशात माथ्याकडे झीज करतात व जलविभाजकाच्या विरुद्ध दिशेने वाहणाऱ्या प्रवाहाच्या पाण्याचे अपहरण करतात. या प्रकारास नदीचौर्य किंवा जलापहरण असे म्हणतात.

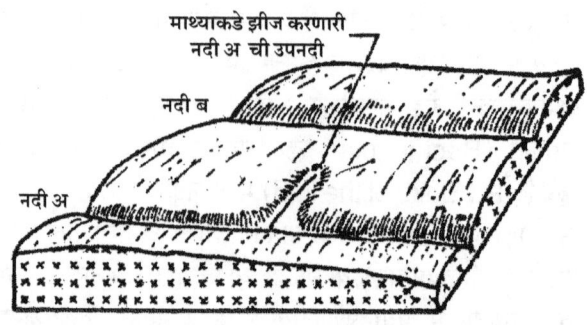

माथ्याकडे झीज करणारी
नदी अ ची उपनदी
नदी ब
नदी अ

नदीचौर्यावर डोंगराचा उतार, त्यावरील प्रस्तर, पाऊसमान यांचा परिणाम होतो. या तीन गोष्टींचा परिणाम प्रवाहाच्या खननकार्यावर होत असल्याने जलविभाजकाच्या दोन बाजूस कमी–अधिक झीज होते.

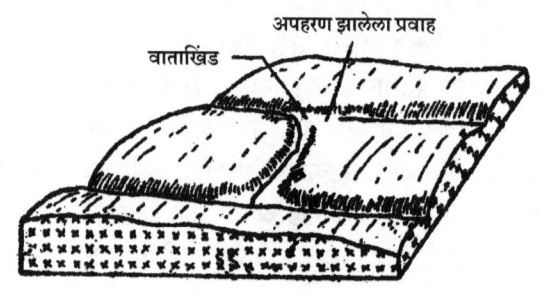

अपहरण झालेला प्रवाह
वाताखिंड

समजा, जलविभाजकाच्या एका बाजूस दुसऱ्या बाजूपेक्षा भरपूर पाऊस, तीव्र उतार, मृदू प्रस्तर असून दुसऱ्या बाजूस मात्र याविरुद्ध परिस्थिती आहे. म्हणजे त्या उतारावर कमी पाऊस, सौम्य उतार व कठीण खडक आहे, अशा वेळी पहिल्या प्रकारच्या उतारावरील प्रवाह जास्त वेगाने झीज करील व ती झीज उगमस्थानाच्या दिशेकडे वाढत जाईल. कालांतराने हा जास्त झीज करणारा प्रवाह जलविभाजक झिजवून दुसऱ्या प्रवाहाचे पाणी आपल्याकडे वळवील. जेथे हा नदीचौर्याचा प्रकार घडतो, त्या प्रदेशात नदीप्रवाहास काटकोनी वळण (Elbow) प्राप्त होते. ज्या प्रवाहाचे अपहरण केले जाते, त्या प्रवाहाच्या पूर्वीच्या पात्राचा काही भाग कोरडा पडतो. या कोरड्या पडलेल्या दरीस वाताखिंड (Wind Gap) असे म्हणतात. वाताखिंडीत डोंगराळ प्रदेशातील वाटा आढळतात. हिमालयामध्ये अलकनंदेच्या उगमस्थानाच्या प्रदेशात असा प्रकार घडतो. लोणावळ्याजवळ इंद्रायणी नदीचे पाणी कोकणात वाहणाऱ्या उल्हास नदीने व उत्रा नाल्याने चोरलेले आढळते. कोकणात उतरणाऱ्या

काला नदीने वेदगंगेचे पाणी व कुंडलिका नदीने मुळा नदीच्या उपनदीचे पाणी चोरलेले दिसते. इरावती नदीने ब्रह्मदेशात सितांग नदीचे पाणी मंडालेजवळ आपल्याकडे वळविलेले स्पष्ट दिसते. ब्रह्मपुत्रा नदीनेही ब्रह्मदेशातील हुकवाँग नदीच्या पाण्याचे अपहरण केले आहे.

हिमनद्यांचे कार्य (The Work of Glaciers)

हिमनद्यांचे कार्य प्रामुख्याने शीत कटिबंधात व समशीतोष्ण कटिबंधातील आणि आयनिक प्रदेशातील हिमरेषेच्या वर चाललेले असते. हिमनद्यांचे कार्य अमेरिकेचा उत्तर भाग, दक्षिण अमेरिकेतील अँडीज पर्वत, युरेशियाचा उत्तर भाग, हिमालय व आल्प्स पर्वत, ग्रीनलँड, अंटार्क्टिका येथे चालू असलेले दिसते. ऑस्ट्रेलिया खंडात हिमनद्या नाहीत.

हिमयुगे (Ice Ages)

सुमारे १० लाख वर्षांपूर्वी बऱ्याच भागाचे हवामान खूप थंड होते. उत्तर गोलार्धातील उच्च अक्षांशात व विषुववृत्ताजवळील खूप उंच प्रदेशात अनेक हिमक्षेत्रे तयार झालेली होती. उत्तर गोलार्धात सुमारे ३ कोटी १२ लक्ष चौ. कि. मी. पृष्ठभाग बर्फाने आच्छादलेला होता. यापैकी निम्मे आवरण उत्तर अमेरिकेत व उर्वरित युरेशिया, ग्रीनलँड या प्रदेशावर होते. आपल्या मूल स्थानापासून हिमक्षेत्रातील हिम हिमनदीच्या स्वरूपात सर्व दिशांनी पसरत होते. या कालखंडास हिमयुग असे म्हणतात. आतापर्यंत अशी चार हिमयुगे प्लायस्टोसिन काळानंतर निर्माण झाली असावीत असे समजण्यात येते. हिमयुगातील तापमान शून्याखाली, खूपच कमी होते पण दोन हिमयुगांच्या मधल्या काळात तापमान वाढून हिमक्षेत्रे वितळतात. उष्ण काळास आंतरहिमानी कल्प (interglacial period) असे म्हणतात.

पेंक व ब्रुकनेर या जर्मन भूशास्त्रज्ञांच्या मतानुसार गुंझ (gunz), मिंडेल (mindel), रिस (riss) व वुर्म (wurm) अशी चार हिमयुगे होऊन गेली.हिमयुगात भूखंडावर खूपच जाडीचे व विस्तृत हिमस्तर निर्माण झालेले होते. आंतरहिमानी कल्पात हिमस्तरांचे विलयन होऊन त्यांचा विस्तार खूपच कमी झालेला होता. हिमस्तरांची जाडी शेकडो मीटर्सपासून हजारो मीटर्सपर्यंत होती व त्यांनी लक्षावधी चौ.कि.मी. क्षेत्र व्यापलेले होते. पूर्वीच्या हिमस्तरांचे अवशेष अंटार्क्टिकातील हिमस्तर काही ठिकाणी २५० ते ७०० मीटर्स जाडीचे आहेत व त्यांनी १०,३०,००० चौ. कि. मी. इतके क्षेत्र व्यापलेले आहे. संपूर्ण प्लायस्टोसिन काळ व त्याआधीपासून अंटार्क्टिका जोड हिमस्तराखाली आहे. अंटार्क्टिका व ग्रीनलँडमधील पर्वतांची शिखरे हिमस्तरांच्या वर डोकावत असतात. त्यांना न्यूनाटक असे (Nunataks) म्हणतात.

हिमटोप (Ice Caps)

उच्च अक्षवृत्तावरील पठारे व बेटे यांवर हिमस्तरांच्या तुलनेने कमी जाडीचे बर्फाचे आच्छादन असते. यांना हिमटोप असे म्हणतात. स्कँडिनेव्हियन देशात नोव्हा झेमल्या (आर्क्टिक रशिया), आईसलँडचा काही भाग व न्यूझीलंडचे दक्षिण बेट येथे हिमटोप आहेत.

हिमरेषा (Snow Line)

भूपृष्ठावर सागरपातळीपासून ज्या कमीत कमी उंचीवर व भर उन्हाळ्यातही बर्फ आढळते किंवा गोठलेल्या स्वरूपात असते, त्या उंचीवर कल्पिलेल्या रेषेस हिमरेषा असे म्हणतात. अक्षांश, उंची व भूप्रदेशाचा उतार, ऋतुमान यानुसार हिमरेषेची उंची कमी जास्त होते.

ध्रुवप्रदेशात हिमरेषा सागरपातळीलगत असून ग्रीनलंडमध्ये ती ६०० मीटर्स, नॉर्वेत १२०० ते १५०० मीटर्स, आल्प्समध्ये २७२७ मीटर्स, पूर्व आफ्रिकेतील माऊंट किलीमांजारोत ४८५० मीटर्स, हिमालयाच्या दक्षिण भागात तेवढीच व उत्तर भागात ४000 मीटर्स व विषुववृत्तीय प्रदेशात ५४५४ मीटर्स उंचीवर ती आढळते. म्हणजे सर्वसाधारणपणे वाढत्या अक्षांशानुसार हिमरेषेची उंची कमी होते. हिवाळ्यात हिमरेषा वर दिलेल्या उंचीपेक्षा कमी उंचीवर आढळते. हिमरेषेवर वृष्टी हिमाच्या स्वरूपात होते. वर्षभर होणारी हिमवृष्टी व उन्हाळ्यात होणारे बर्फाचे विलयन यांचा समन्वय हिमरेषेवर साधला जात नाही. हिमवृष्टीचे प्रमाण हे विलयन, वाऱ्याने होणारी बर्फाची नासधूस म्हणजे वातापहरण (abalation) यापेक्षा जास्त असते. त्यामुळे प्रतिवर्षी एक हिमाचा थर जमिनीवर साचतो. या थरातील हिमकणांच्या दरम्यान मोकळी जागा असते. वर्षानुवर्षे हिमाचे थर साचून वरच्या थरांचा भार खालच्या थरांवर पडतो. त्यामुळे उष्णता निर्माण होऊन खालच्या थरातील हिमाचा काही भाग वितळतो. वितळलेल्या हिमाचे पाणी मोकळ्या जागेत व फटीत घुसते. हे गोठून हिमाचे अनेक स्तर सांधले जातात व घट्ट असा बर्फ तयार होतो. या घट्ट बर्फास हिमानी बर्फ (glacial ice) असे म्हणतात. हिमक्षेत्रात अशा प्रकारचे बर्फ असते. हिमक्षेत्रास फर्न (firn) किंवा नेव्हे (neve) असेही म्हणतात. हिमक्षेत्रात वार्षिक मिस्तर दृष्टीस पडतात.

हिमनदी (Glacier)

डोंगराच्या कुशीत असलेल्या खोल भागात विस्तीर्ण हिमक्षेत्र तयार झाल्यास त्यातील बर्फाची हालचाल होते. हिवाळ्यात त्यात बर्फ साचते व उन्हाळ्यात तापमान वाढल्यानंतर उताराच्या दिशेने व गुरुत्वशक्तीच्या प्रभावाने खालच्या थरातील बर्फ दूरदूर हळूहळू घसरू लागते. अशा पद्धतीने हिमक्षेत्रापासून दूर जाणाऱ्या बर्फास हिमनदी

असे म्हणतात. हिमनद्यांचा आकार जिव्हाकृती (tongue like) असतो.

हिमनदीची हालचाल समजणे बरेच गुंतागुंतीचे आहे. हिमकणांचे पुनर्घटन, आंतरकणीय परिवर्तन, प्लास्टिक विकृतीकरण व पत्रित प्रवाह या सर्व घटनांच्या संयुक्त परिणामांमुळे हिमनदी पुढे सरकते.

(१) हिमकणांचे पुनर्घटन (Regelation): हिमस्तरांत वरच्या थरांच्या भारामुळे दाब निर्माण होतो. त्यामुळे विलयनबिंदू उतरतो व थोडे पाणी निर्माण होऊन हालचाल होते. परंतु रात्री तापमान कमी झाल्यावर विलयनबिंदू वाढून हालचाल मंदावते.

(२) आंतरकणीय परिवर्तन (Intergranular Translation): बर्फाच्या कणांची बॉलबेअरिंगप्रमाणे यांत्रिक हालचाल होते.

(३) प्लास्टिक विकृतीकरण (Plastic deformation) : बर्फ प्लास्टिकसारखे लवचिक असल्यामुळे त्याचे विकृतीकरण होते.

(४) पत्रित प्रवाह (Laminar flow) उतारावरून जाताना गुरुत्वशक्तीच्या प्रभावाने बर्फाचे थर दुभंगतात. दुभंगलेल्या थरांची विभंग पातळीवर हालचाल होते. यास पत्रित प्रवाह असे म्हणतात.

हिमनद्या अतिशय मंद गतीने वाहतात. त्यांचा वेग साधारणपणे २४ तासांत काही सेंटिमीटर्सपासून १० मीटर्सपर्यंत असतो. उन्हाळ्यात त्यांचा वेग हिवाळ्यातील वेगापेक्षा जास्त असतो. वेग मध्यभागी जास्त असून काठाशी म्हणजे बाजूला घर्षण होत असल्याने कमी असतो. तसेच हिमनदीची गती तळभागापेक्षा पृष्ठभागावर जास्त असते.

हिमनद्यांचे प्रकार

हिमनद्यांचे त्यांच्या स्थानावरून तीन प्रमुख प्रकार केलेले आहेत.

(१) महाद्वीपीय हिमनद्या (Continental Glaciers) : ग्रीनलंड व अंटार्क्टिकासारख्या विस्तृत व अती थंड प्रदेशातील हिमनद्यांना महाद्वीपीय हिमनद्या असे म्हणतात. अंटार्क्टिकातील हिमनद्या दक्षिण समुद्राकडे येतात व तेथे त्यांच्यातील बर्फाचे प्रचंड तुकडे समुद्रात तरंगतात. त्यांना हिमनग किंवा हिमखंड (icebergs) असे म्हणतात. महाद्वीपीय हिमनद्यांचा वेग अत्यंत कमी असतो, कारण वर्षभर या प्रदेशात तापमान कमी असून हिमस्तर अतिशय सपाट असतात.

(२) पर्वतीय हिमनद्या (Mountain and Vally Glaciers) : हिमरेषेवरील डोंगराळ प्रदेशात, दऱ्याखोऱ्यांत आढळणाऱ्या हिमनद्यांस पर्वतीय हिमनद्या असे म्हटले जाते. पर्वतीय हिमनद्या महाद्वीपीय हिमनद्यांपेक्षा जास्त वेगाने पुढे

सरकतात. जास्त उतार व तापमानातील ऋतूनुसार होणारी वाढ यांमुळे त्यांना वेग प्राप्त होतो. या हिमनद्यांचे अपक्षरण व निक्षेपण कार्य जास्त उठून दिसते.

(३) **पर्वतपदीय हिमनद्या (Piedmont Glaciers) :** पर्वताच्या पायथ्यालगत, माथ्याकडून येणाऱ्या अनेक हिमनद्यांचा संगम होतो. यास पर्वतपदीय हिमनद्या असे म्हणतात. यातील बर्फाचे प्रमाण पर्वतीय हिमनद्यांपेक्षा जास्त असून त्याचा वेग पर्वतीय हिमनद्यांपेक्षा कमी असतो. पर्वतपदीय हिमनद्यांत असलेला माल आकाराने बारीक असून मालाचे प्रमाण पर्वतीय हिमनद्यांपेक्षा जास्त असते.

दऱ्याखोऱ्यांतील किंवा पर्वतीय हिमनद्यांचे खननकार्य

हिमनद्या डोंगराळ प्रदेशात झीज घडवून आणतात. डोंगराळ भागातील कडेकपाऱ्या, कानेकोपरे नाहीसे करून प्रदेशाला गोलाई प्राप्त करून देतात. हिमनदीचे घर्षणकार्य कानशीच्या घर्षणकार्यासारखे असते. हिमानी क्रिया होण्यापूर्वी जे नैसर्गिक जलोत्सारण असते त्यात अडथळे निर्माण होतात.

कणहिमक्षरण (Nivation)

हिमाच्छादित प्रदेशात दिवसा व विशेषतः उन्हाळ्यात तापमान शून्याच्या वर गेल्यानंतर बर्फ वितळते व प्रामुख्याने रात्री व हिवाळ्यात पाणी गोठते. या क्रियेमुळे व पाण्याचे अपवादात्मक प्रसरण होत असल्यामुळे पाणी गोठत असताना तयार होणाऱ्या बर्फास जास्त जागा लागत असल्याने खडकातील जोड, फटी व भेगा रुंदावून खडकांचे तुकडे होतात. या प्रकारे होणाऱ्या झिजेस कणहिमक्षरण असे म्हणतात.

अपघर्षण (abarasion)

हिमनदीच्या प्रवाहात अणकुचीदार दगडधोंडे असतात. हे दगडधोंडे तळ-खडकावर घासले जाऊन त्यांच्यावर चरे पडतात. या घर्षणक्रियांमुळे खडक तासले जातात. त्यावर वळसे पडतात व ते भरडले जातात. त्या सर्व क्रियांचा समावेश अपघर्षण क्रियेत होतो.

उत्पाटन (Plucking)

हिमनदीच्या खोऱ्यातील प्रस्तर संधी किंवा जोडयुक्त असल्यास त्यात बर्फ शिरून बर्फाच्या भाराने खडकाचे तुकडे तुकडे होतात. हिमनदी पुढे जात असल्यामुळे हे तुकडे उखडले जातात व त्यांपैकी काहींचा हिमनदीबरोबर प्रवास चालू होतो. या प्रकारे खडक खुडला जाण्याच्या क्रियेस उत्पाटन असे म्हणतात. हिमनदीच्या घर्षणक्रियेमुळे हिमनदीच्या पात्रातील खडक खूपच विचलित होतात.

पर्वतीय हिमनद्यांच्या खननकार्यामुळे तयार होणारी भूरूपे

हिमगव्हर (Cirque Corrie, Cwm)

डोंगराच्या दोन्ही बाजू जेथे एकत्र येतात, तेथे एक नैसर्गिक खळगा असतो. हिमानी क्रियेमुळे हा खळगा रुंदावला जात बऱ्याच वेळेस डोंगरमाथ्यावरून पायथ्याकडे बर्फ घसरत असताना डोंगरउतारावरील काही ठिसूळ खडकांचे भाग झिजवले जाऊन खळग्यांची निर्मिती होते. नंतरच्या हिमानी क्रियेमुळे ते रुंदावतात. यास हिमगव्हर असे म्हणतात. अशा खळग्यांची रचना विस्तीर्ण प्रेक्षागृहासारखी अर्धवर्तुळाकृती असते. या खळग्यांचे सर्व उतार तीव्र असतात. हिमगव्हराच्या अग्रभागी छोटासा उंचवटा असतो. यास हिमगव्हराचा उंबरठा (threshold of glacier) असे म्हणतात. डोंगरमाथ्यावरून खाली आलेल्या बर्फाचा वेग कमी झाल्यामुळे खळग्याच्या अग्रभागी झीज पार्श्वभागापेक्षा कमी होऊन हा उंबरठा तयार होतो. कणहिमक्षरणक्रियेमुळे हिमगव्हराचा पार्श्वभाग आपल्या माथ्याकडे झिजवला जात असतो. यामुळे हिमगव्हराच्या भिंती तीव्र उताराच्या राखल्या जातात. हिमगव्हरातून हिमनद्यांचा उगम होतो.

शीर्ष – भेग (Bergshrund)

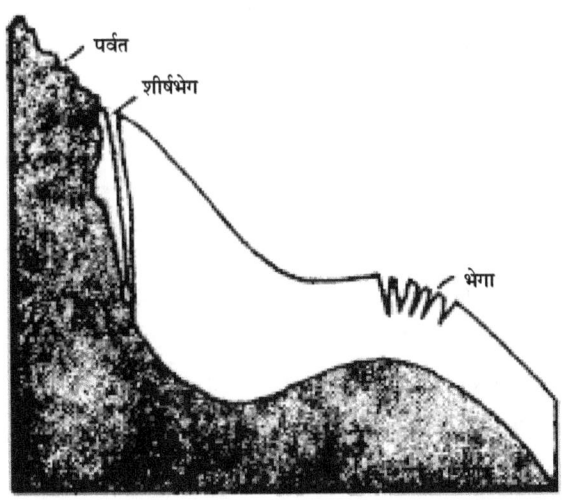

हिमगव्हराचा माथा व त्यातील बर्फ यांच्या दरम्यान एक मोठी फट असते. या फटीस शीर्ष भेग असे म्हणतात. हिमगव्हरातून पुढे जाणारे बर्फ आणि हिमगव्हराची पार्श्वभिंत यांचा स्पर्श जेथे होतो तेथे थोडेसे बर्फ वितळते व भेगा तयार होतात.

हिवाळ्यात या भेगा बर्फाने बुजून गेलेल्या असतात, तर उन्हाळ्यात मात्र त्या दृष्टीस पडतात. त्यांचा उपयोग गिर्यारोहक शिखरावर जाण्यासाठी करतात. या भेगांतून बर्फाचे वितळणारे पाणी धबधब्यासारखे पडताना दिसते.

हिमानी सरोवर (Tarn)

उन्हाळ्यात हिमगव्हरातील बर्फ वितळते. हिमगव्हराच्या खोलगट भागात पाणी साचून सरोवर निर्माण होते. यास हिमानी सरोवर म्हणतात. हिमगव्हराच्या वेगवेगळ्या भागांची कमी अधिक झीज झाल्याने हे खळगे तयार झालेले असतात. इंग्लिश लेक डिस्ट्रिक्टमध्ये प्रिंकलिंग व रेड ही दोन हिमानी सरोवरे आहेत.

हिमविदर (Crevasses)

हिमनदी उतारावरून पुढे सरकत असताना पृष्ठभागावर बर्फात अनेक भेगा पडतात. हिमनदीच्या निरनिराळ्या भागांतील असमान हालचालींमुळे या भेगा पडतात. हिमनदीचा अग्रभाग व मध्यभाग, पार्श्व व तळभागापेक्षा जास्त वेगाने पुढे जात असतो. जेथे उतारात एकदम बदल होतो, तेथे या भेगा जास्त रुंदावलेल्या आढळतात व जेथे त्या उभ्या दिशेने असतात, तेथे हिमनदीची रुंदी वाढते. तेथे

आडव्या भेगा तयार होतात. हिमनदीच्या काठावर हिमनदीचा वेग घर्षणामुळे मध्यभागापेक्षा कमी असतो, तेथेही हिमविदरे तयार होतात. मोठ्या हिमविदरात हिमप्रपात (ice falls) आढळून येतात.

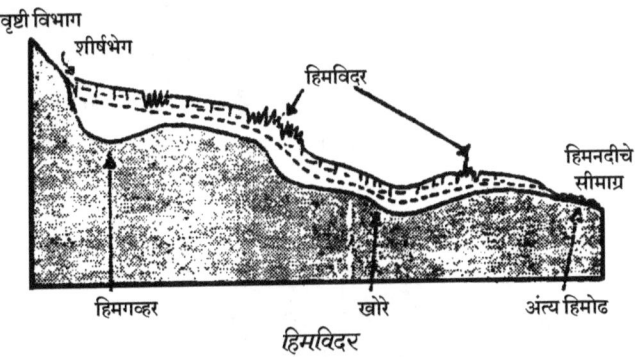

हिमविदर

शूककूट (Arete)

दोन हिमगव्हरांना अलग करणारा डोंगराचा भाग हिमानी क्रियेमुळे तीव्र उतारांचा बनवला जातो. करवतीसारखा आकार असलेल्या अशा धारदार कडांना शूककूट असे म्हणतात. कालांतराने या शूककूटांची झीज होऊन त्या नाहीशा होतात व दोन हिमगव्हरे एकत्र येतात.

गिरिशृंग (Matterhorn park)

हिमगव्हराच्या माथ्याकडे झीज होत जाते. कालांतराने तीन-चार हिमगव्हरे एकत्र येऊन डोंगरमाथ्याचा प्रदेश निमुळता व त्रिकोणाकृती बनतो. अशा शृंगाकृती सुळक्यास गिरिशृंग असे म्हणतात. स्वित्झर्लंडमध्ये मॅटरहॉर्न या नावाचे असे एक शिखर आहे. हजारो वर्षांनंतर मॅटरहॉर्नची झीज होऊन त्याजागी सपाट प्रदेश तयार होतो. त्याला खिंड (Col) असे म्हणतात.

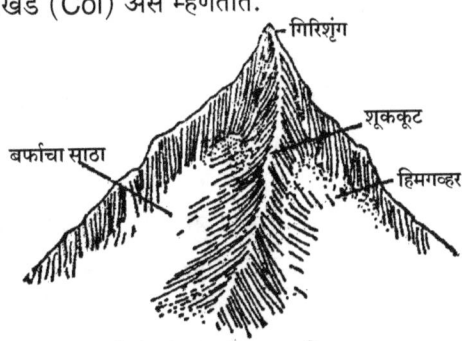

गिरिशृंग, शूककूट, हिमगव्हर

हिमनदीने तयार केलेली ही भूरूपे हिमावरण कमी झाल्यास दृष्टीस पडतात.

'यू दरी' (U Shaped Valley)

डोंगराळ भागात पाण्याच्या नद्यांनी तयार केलेल्या दऱ्या असतात. हिमयुगात त्यात काठोकाठ बर्फ साचते. अंगी झीज घडवून आणण्याची प्रचंड शक्ती असल्याने पूर्वीच्या खोऱ्यांचे काठ घासले जाऊन तीव्र उताराचे, उभ्या भिंतीप्रमाणे तयार होतात. तळावर बर्फाचा जास्तीत जास्त भार असल्यामुळे तळ खूपच खोलावला जाऊन सपाट व रुंद होतो. अशा तीव्र उताराच्या व रुंद दरीस 'यू' आकाराची दरी असे म्हणतात.

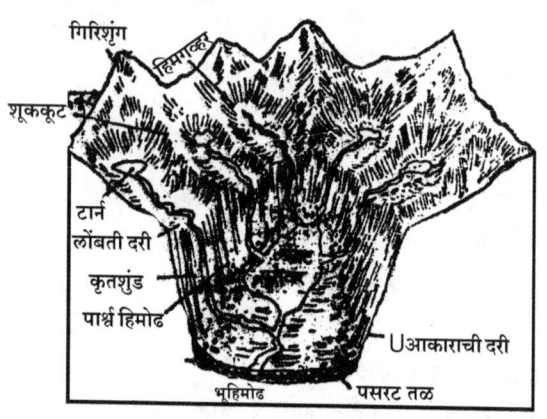

पूर्वीच्या दरीतील गिरिपाद हिमनदीच्या खननकार्याने झिजले जाऊन त्यांच्या अवशिष्ट भागास त्रिकोणाकृती रूप प्राप्त होते. त्यांना कृतशृंड (bluff) असे म्हणतात. हिमनदीच्या पात्रात हिम वितळून गेल्यावर लांबट सरोवराची मालिका आढळते. यास रिबन लेक्स (ribbon lakes) म्हणतात.

लोंबत्या दऱ्या (Hanging Valleys)

ज्या डोंगराळ प्रदेशात हिमानीकार्य झालेले असते तेथे लोंबत्या दऱ्या आढळतात. मुख्य हिमनदी, पूर्वीच्या नदीच्या दरीतून वाहात असताना तिला अनेक मार्गांनी उपनद्या येऊन मिळतात. त्यांच्या दऱ्या मुख्य हिमनदींच्या दरीपेक्षा थोड्या उंचीवर असतात. हिमनदीतील बर्फ वितळून गेल्यावर या नद्या मुख्य हिमनदीच्या काठावर लोंबत्या दृष्टीस पडतात. उपनद्यांची खोरी मुख्य हिमनदीपेक्षा आकाराने लहान असतात. त्यांत बर्फ कमी सामावले जाते. त्यामुळे त्यांची झीज मुख्य नदीपेक्षा कमी होते. हिमयुगापूर्वी मुख्य नदी व उपनद्या यांचे तळ एकाच पातळीत असतात, पण हिमयुगानंतर मात्र

मुख्य नदीची झीज जास्त होऊन तिचा तळ अधिक खोल होतो व उपनद्यांची खोरी काठावर राहतात. बर्फ वितळल्यावर उपनद्यांतील पाणी 'यु' दरीत उंचावरून धबधब्याप्रमाणे पडते. यास लोंबत्या दऱ्या असे म्हणतात.

प्रस्तर पायऱ्या (Rock benches)

हिमक्षयित खोऱ्यात बऱ्याच वेळेस काठोकाठ बर्फ भरलेले नसते, यामुळे मुख्य हिमनदीला मिळणाऱ्या उपनद्या व मुख्य नदी यांच्यात तीव्र उतार निर्माण होतात. बर्फाने झीज झाल्यानंतर बर्फ वितळल्यावर मुख्य नदी व उपनद्या यांच्या दरम्यान मुख्य नदीच्या दोन्ही काठांवर पायऱ्यांसारखे भाग तयार होतात. यांना प्रस्तर पायऱ्या असे म्हणतात.

अंत्य खळगे (Trough ends)

अनेक वेळा तीन-चार हिमगव्हरे जवळ जवळ असतात. त्यांतील हिमनद्या नंतर एकत्र येतात व एक प्रचंड आकाराची हिमनदी तयार होते. या हिमनदीत हिमगव्हरातील हिमनद्यांपेक्षा खूप मोठ्या प्रमाणात बर्फ साचते. त्यामुळे ही मोठी हिमनदी खूपच मोठ्या प्रमाणावर झीज करते. बर्फ वितळल्यावर छोटी हिमगव्हरे व त्यांच्यातील हिमनद्यांच्या संगमाने तयार झालेली मोठी हिमनदी यांच्या दरम्यान तीव्र उताराचे कड्यासारखे भाग उघडे पडतात. याखाली मोठ्या हिमनदीने कोरलेला मोठा खळगा असतो. यास अंत्य खळगे असे म्हणतात.

मेषशिला (Roche Moutonnee)

हिमनदीच्या मार्गात मोठ्या खडकांचा अडथळा असल्यास या खडकांच्या दोन वेगवेगळ्या बाजूंची वेगवेगळ्या प्रकारे झीज होते. हिमनदी ज्या दिशेने येते त्या दिशेकडील खडकांची बाजू कमी व नियमित झिजविली जाते तर विरुद्ध बाजूची झीज अनियमितपणे व जास्त होते. विरुद्ध बाजूस खडकांचे तुकडे खुडले जातात व त्या बाजूलाच खडकांना अनियमितपणा प्राप्त होतो. हिमनदीकडील बाजू घर्षणामुळे गुळगुळीत होते व त्यावर बर्फातील दगडधोंड्यांमुळे चरे पडतात.

मेषशिला

ज्या ठिकाणी घर्षणाची क्रिया जास्त असते, त्याच प्रदेशात हे भूमिस्वरूप दृष्टीस पडते. अठराव्या शतकात फ्रान्समध्ये मेंढीच्या कातडीपासून बनविलेले शिरटोप

(wigs) वापरले जात असत. वरील प्रकारे झिजलेल्या खडकांचे आकार या शिरटोपांप्रमाणे दिसत असल्यामुळे त्यास मेषशिला हे नाव मिळालेले आहे. आल्प्स पर्वत, उत्तर वेल्समधील लँडबेरीजच्या विभागात व शिवालिकच्या उत्तर विभागात मेषशिला आढळतात.

सुळका व शेपूट (Carg and tail)

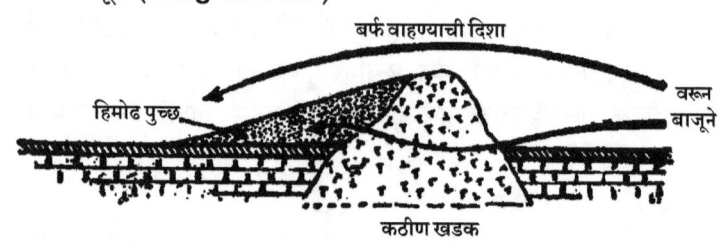

सुळका व शेपूट

हे भूमिस्वरूप अपक्षरण व निक्षेपण या दोन क्रियांमुळे संयुक्तरीत्या तयार होते. हिमनदीच्या मार्गात बऱ्याच वेळेस मोठ्या व कठीण खडकांचे अडथळे येतात. त्यामुळे या अडथळ्यांच्या वरून हिमनदी वाहते. या अडथळ्यांची थोडी अनियमित झीज होऊन त्यांना चरे पडतात. परंतु अडथळ्यांच्या मागील बाजूस असलेले खडक मात्र सुरक्षित राहतात. बऱ्याच वेळेस असिताश्मासारखे कठीण खडक असतात. त्याच्या मागे चुनखडीसारखे मृदू खडक असतात. हिमगाळाचे संचयन अडथळ्यांच्या मागे होऊन एक निमुळता शेपटीसारखा भाग तयार होतो. अशा भूमिस्वरूपास सुळका व शेपूट भूमिस्वरूप असे म्हणतात. स्कॉटलंडमधील एडिंबरो शहरातील किल्ल्यावर हे भूमिस्वरूप आढळते.

हिमनदीतील माल व त्याचे वहन

हिमनदीच्या काठावर असलेल्या खडकांची झीज कणहिमक्षरणक्रियेने होते व शिलाखंड तुटून त्यांचे तुकडे हिमनदीच्या पृष्ठभागावर रुतून बसतात. हिमनदीचा पृष्ठभाग गोठल्यावर ते आतच अडकून राहतात. हिमखोऱ्याच्या तळाची झीज चालू असताना तळ उखडला जाऊन खडकांचे तुकडे हिमनदीत पसरतात. अशा रीतीने हिमनदीला माल प्राप्त होत असतो. बर्फाच्या प्रचंड ओझ्यामुळे अनेक खडकांचा भुगा होतो. बर्फाचा दाब कमी असल्यास दगडधोंडे फुटून, खडे व गोटे तयार होतात. हा सर्व माल अतिशय मंद गतीने हिमनदीतून पुढे सरकत असतो. हिमनदीच्या मालास गुंडामृदा (Boulder clay) म्हणतात.

हिमनदीत बऱ्याच वेळेस बर्फाचे वेगवेगळे थर दृष्टीस पडतात. दरवर्षी हिमनदीमध्ये

किती जाडीचा थर जमा झालेला आहे हे त्यावरून समजू शकते. थरातील बर्फाचे स्फटिक अधिक स्वच्छ, कधी दुधाळ तर कधी बुडबुड्यांनी युक्त असे आढळून येतात. हे थर बऱ्याच वेळेला क्षितिजसमांतर असून जेथे उतार बदलतो तेथे तरंगसदृश दिसतात. दोन हिमनद्या जेथे मिळतात त्याठिकाणी बर्फावर दाब वाढल्याने बर्फात घड्या पडलेल्या दिसतात.

हिमनदीच्या अग्रभागी पाण्याचे मोठमोठाले प्रवाह तयार होतात व त्यांच्यामुळेच नद्यांप्रमाणे झीज घडून येते. उत्तर युरोपमध्ये अशा प्रवाहांनी खोरी तयार केलेली आहेत. या खोऱ्यांना जर्मनीत उर्सट्रॉमट्रॅलर (urstromataler) व पोलंडमध्ये प्रॅडोलिनी (Pradoliny) असे म्हणतात. उत्तर युरोपातील नद्या यामुळेच आग्नेयेकडून नैर्ऋत्येकडे वाहतात. जर्मनीत अशा खोऱ्यांचा उपयोग करून वाहतुकीसाठी कालवे काढलेले आहेत. या खोऱ्यांचे काही भाग मात्र कोरडे आहेत.

हिमनदीच्या निक्षेपणकार्याची भूमिस्वरूपे

हिमनद्या प्रचंड झीज करतात. हे हिमनद्यांनी वाहून आणलेल्या प्रचंड गाळाच्या प्रमाणावरून सहज स्पष्ट होते. हिमनदीने निक्षेपण केलेल्या सर्व प्रकारच्या गाळास प्लवराशी (glacial drift) असे म्हणतात. प्लवराशीतील पदार्थांचे स्वरूप मिश्र प्रकारचे असते. त्यामध्ये लहान मोठ्या आकाराचे गुळगुळीत व टोकदार असे अनेक दगडगोटे असतात. त्यामुळे यास गुंडामृदा (Boulder clay) असे म्हटले जाते.

हिमनदीतील बर्फाचे जेव्हा विलयन होऊ लागते तेव्हा हे प्रामुख्याने हिमनदीच्या अग्रभागी आधी सुरू होते. वितळलेले बर्फ पाण्याच्या स्वरूपात इतस्तत: वाहत जाते व अशा रीतीने, हिमनदीचा अग्रभाग हळूहळू मागे सरकू लागतो. यास हिमनदीची माघार (retreat) असे म्हणतात. हिमनदी माघार घेत असताना वाहून आणलेल्या गाळाचे निरनिराळ्या स्वरूपामध्ये निक्षेपण करते. हिमनदीतील हिम वितळून तयार झालेल्या पाण्याच्या प्रवाहाबरोबर देखील काही गाळ वाहत जातो व अशा रीतीने पाण्यामुळे निक्षेपण होते. बर्फ व पाणी या दोन्ही कारकांमुळे होणाऱ्या या निक्षेपणास हैमनदीय (Glaciofluvial) निक्षेपण असे म्हणतात. अशा तऱ्हेने प्लवराशीतील पदार्थांचे संचयन हिमानी (Glacial) व हैमनदीय (glaciofluvial) असे दोन्ही प्रकारचे असते. हिमानी संचयन अनियमित व अस्तरीय असते, परंतु हैमनदीय संचयन नियमित व स्तरीय असते.

निक्षेपणाची भूमिस्वरूपे

(१) **हिमोढ (Moraines) :** हिमनदीत गुंडामृदा आढळते. ती तळात किंवा पृष्ठभागावर असते. हिमनदीच्या पृष्ठभागावरून वाहणाऱ्या गुंडामृदेस हिमोढ

असे म्हणतात.

हिमनदीमुळे निक्षेपित होणाऱ्या गुंडामृदेसही हिमोढ असे नाव आहे. हिमनदीमध्ये हिमोढ वेगवेगळ्या ठिकाणी आढळतात. त्यांच्या स्थानावरून त्यांचे वेगवेगळे प्रकार पडलेले आहेत.

(१) पार्श्वहिमोढ (Lateral Moraine) : हिमनद्यांच्या दोन्ही काठांवर दगडधोंड्यांच्या राशी आढळतात. त्यांना पार्श्वहिमोढ असे म्हणतात.

(२) मध्यहिमोढ (Medial Moraine) : दोन हिमनद्यांचा जेथे संगम होतो, तेथे पार्श्वहिमोढ एकत्र येऊन एक मध्यहिमोढ तयार होतो.

(३) अंत्यहिमोढ (End Moraine) : हिमनदीच्या अग्रभागी अनेक पार्श्वहिमोढ व मध्यहिमोढ एकत्र येऊन अंत्यहिमोढ तयार होतो. अंत्यहिमोढनजीक हिमनदीचे सीमाग्र (snout) आढळते.

(४) भूहिमोढ (Ground Moraine) : हिमनदीच्या तळावर अवजड दगडगोट्यांचे व थोड्याशा गाळाचे संचयन होते. यास भूहिमोढ म्हणतात.

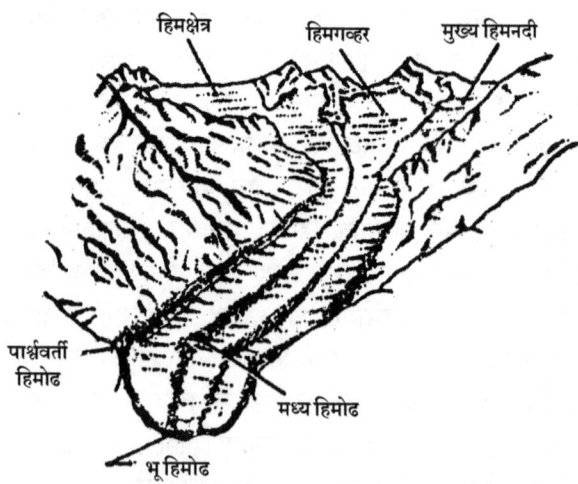

(५) क्रमापसारी हिमोढ (Recesional Moraine) : हिमनद्यांची माघार चालू असताना बर्फाचा पुरवठा वाढल्यास हिमनद्या थोड्याशा पुढे जातात व त्या ठिकाणी हिमोढ तयार होतात. यास क्रमापसारी हिमोढ असे म्हणतात.

(६) **प्रणोद हिमोढ (Push Moraine) :** हॉलंडच्या पूर्वभागात हिमोढांच्यावर बर्फाचा दाब आल्यामुळे काही ठिकाणी घड्या पडलेल्या आढळतात. दाबाच्या कमी अधिक तीव्रतेमुळे लहान प्रमाणात घड्यांचे वेगवेगळे प्रणोदसारखे (thrust) प्रकार आढळतात. यास प्रणोद हिमोढ असे म्हणतात. यामुळे हॉलंडमधील उट्रेचपासून पश्चिम जर्मनीपर्यंत लहान टेकड्या तयार झालेल्या दिसतात.

उत्तर युरोपाच्या मैदानी प्रदेशातील वेगवेगळ्या प्रकारचे हिमोढ हिमयुगानंतरच्या अपक्षरणकार्यामुळे नाहीसे झालेले दिसतात. जटलँड द्वीपकल्प, ओडर खोरे व प्रशियाच्या पूर्व भागात अनेक ठिकाणी समांतर हिमोढ डोंगरकड्यांच्या रूपात आढळतात. गँग्स (पोलंड) बंदरानजीक हिमोढजनक टेकड्या बनल्या असून उंची २०० मीटर्सपेक्षा जास्त आढळते. दक्षिण फिनलँड व नॉर्वेत तीव्र उताराच्या अंत्यहिमोढापासून तयार झालेल्या टेकड्या व कणे आढळतात. हिमोढांपासून पुढील भूरूपे बनतात.

(१) **हिमोढगिरी (Drumlins) :** हिमनदीबरोबर आलेली गुंडामृदा प्रचंड ढिगांच्या स्वरूपात टाकली जाऊन त्यापासून टेकड्या तयार होतात. या टेकड्यांना हिमोढगिरी असे म्हणतात. हिमोढगिरींची उंची काही मीटर्सपासून सुमारे १०० मीटर्सपर्यंत असते. अनेक वेळेला बऱ्याच हिमोढगिरी एकत्रित आढळतात. उंचावरून पाहिल्यावर या हिमोढगिरी टोपलीत अंडी ठेवल्याप्रमाणे दिसतात म्हणून अशा भूमिस्वरूपास basket of eggs topography असे म्हणतात.

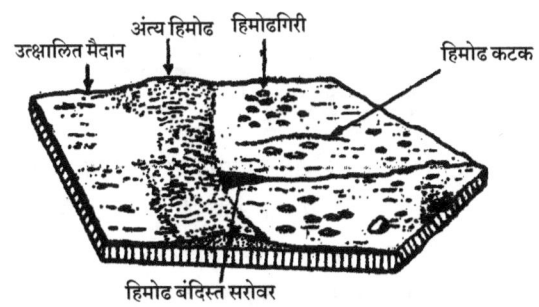

फिनलंडसारख्या प्रदेशात हिमोढगिरींच्या दरम्यान काही ठिकाणी सरोवरे आढळतात. हिमोढगिरी उत्तर आयर्लंड, स्कॉटलंडमधील मिडलँड खोरे, उत्तर युरोपचे मैदान व जर्मनीमधील बव्हरियात आढळतात. काही हिमोढगिरींचा

गाभा मोठ्या खडकांचा असतो व त्याभोवती गुंडामृदेचे संचयन झालेले आढळते.

(२) **हिमोढकटक (Eskers) :** हिमनदीतील वाळू व भरड पदार्थ यांपासून वेगवेगळ्या आकाराचे नागमोडी लांबट डोंगरकणे तयार होतात यास हिमोढकटक असे म्हणतात. एकएकट्या आढळणाऱ्या व नागमोडी आकाराच्या वाळूच्या व भरड पदार्थाच्या बांधास ओस असे म्हणतात. फिनलँड, पूर्व प्रशिया व स्वीडनमध्ये ओस आढळतात. त्यांच्या दरम्यान दलदली व सरोवरे आढळून येतात.

(३) **कंकतगिरी (Kames) :** अंत्यहिमोढाच्या लगत गुंडामृदेतील वाळू व भरड पदार्थ अनियमितपणे आणि अत्यंत क्लिष्ट स्वरूपात टाकून दिले जातात. त्यांना कंकतगिरी असे म्हणतात. कंकतगिरीमध्ये छोटी छोटी विवरे (Keetles) आढळून येतात. या विवरात पाणी साचून सरोवरे तयार होतात. आइसलँड व नार्वेतील स्पिटसबर्जेन येथे वरील प्रकारची सरोवरे व कंकतगिरी आढळून आले आहेत.

(४) **आगंतुक खडक (Erratic rock) :** हिमनदीचे कार्य केलेल्या प्रदेशात अशा प्रकारचे खडक अनेक वेळा आढळतात. एखाद्या ठिकाणी जर स्थानिक खडकापेक्षा भिन्न स्वरूपाचा किंवा प्रकारचा खडक सापडला तर त्यास आगंतुक खडक असे म्हणतात.

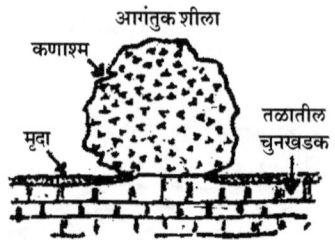

कारण हा खडक स्थानिक प्रदेशातला नसून तो दूरवरच्या प्रदेशाकडून तिथपर्यंत हिमनदीतून वाहत आलेला असतो. हिमनदीच्या माघारीनंतर अशा खडकांचे त्यांच्या मूलस्थानापासून खूप अंतरावर संचयन होते. आगंतुक खडकांचे वितरण पाहून हिमनदी हिमयुगात कशीकशी वाहत गेली असावी त्यासंबंधी अंदाज करता येतो. संयुक्त संस्थानातील न्यू हॅम्पशायर प्रदेशातील मेडीसन खडक हे ३.२ कि. मी. अंतरावर सापडतात. उत्तर अमेरिकेमध्ये रेड जास्पर खडक त्यांच्या नजीकच्या मूलस्थानापासून खूपच दूरवर केंटुकीच्या प्रदेशात आढळतात.

(५) **उत्क्षालित मैदान (Outwash plain) :** हे हैमनदीय भूस्वरूप असून हिमनदीच्या अग्रभागातून उगम पावणाऱ्या जलप्रवाहांच्या संचयनकार्यामुळे ते तयार होते. अनेक हिमनद्या एकत्र आल्यास मोठ्या प्रमाणात गुंडामृदेचे संचयन होते. हिमस्तर वितळल्यानंतर देखील बरीच लांबलचक उत्क्षालित मैदाने तयार होतात. काही ठिकाणी अशा प्रकारच्या मैदानांची लांबी १६ ते २० कि. मी. पर्यंत असते. उत्तर युरोपच्या मैदानी प्रदेशात विस्तीर्ण उत्क्षालित मैदाने तयार झालेली आहेत. हिमनद्यांनी माघार घेतल्यानंतर युरोपच्या उत्तर भागात चिखल, गाळ, रेतीसारखे भरड पदार्थ यांचे संचयन केले व त्यामुळे हिमक्षरण होण्यापूर्वी असलेली भूमिस्वरूपे उत्क्षालित मैदानाखाली गाडली गेली. बऱ्याच वेळेस निक्षेपण होण्यापूर्वी असलेल्या खळग्यांत हिमगाळ टाकला जाऊन हिमगर्ता (Kettle holes) तयार होतात. पूर्वीच्या खळग्यात बर्फाचे मोठमोठाले खंड गाडले गेले. त्यावर गुंडामृदेची भर पडली. परंतु बर्फ वितळल्यानंतर तेथे हिमगर्ता तयार झाल्या.

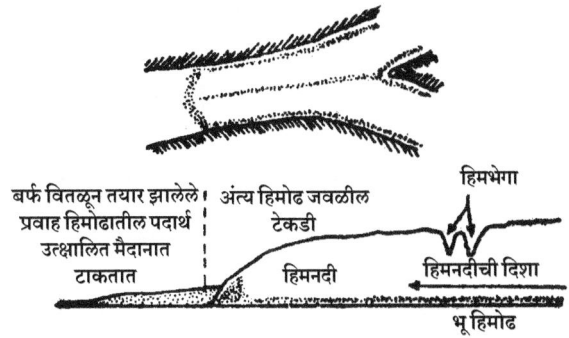

बर्फ वितळून तयार झालेले प्रवाह हिमोढातील पदार्थ उत्क्षालित मैदानात टाकतात | अंत्य हिमोढ जवळील टेकडी | हिमभेगा
हिमनदी | हिमनदीची दिशा
भू हिमोढ

(६) **ऋतुस्तर (Varves) :** हिमनदीच्या कार्यामुळे सरोवरे तयार झाली. या सरोवरातील चिखली खडकात पट्टित निक्षेपण (banded deposition) झाले.अशा प्रकारच्या पट्टित निक्षेप असलेल्या, सरोवरातील गाळास ऋतुस्तर असे म्हणतात. दोन ऋतुस्तर एकमेकांवर आढळून येतात. यांपैकी एक थर अत्यंत मऊ गाळाचा व बारीक पोताचा आणि गडद रंगाचा असतो. दुसरा थर जाड पोताचा, फिक्कट रंगाचा व भरड पदार्थांचा आढळून येतो. हा दुसरा थर उन्हाळ्यामध्ये म्हणजे पाण्याचा पुरवठा जास्त असताना होणाऱ्या निक्षेपणाने तयार होतो. कारण उन्हाळ्यात पाणी वाढल्याने भरड पदार्थ जास्त वाहून नेले जातात व त्याचे निक्षेपण होते. हिवाळ्यात सरोवरे गोठत असताना

पाणी जास्त स्थिर असते व त्यामुळे बारीक अवसादांचे निक्षेपण होते. ऋतुस्तरांची जाडी काही मि. मी. पासून ८ ते १० सें.मी. पर्यंत असते. ऋतुस्तरांची जास्तीत जास्त जाडी १० मीटरपेक्षा जास्त आढळत नाही. साधारणतः वर्षाला एक ऋतुस्तर तयार होतो. अशा ऋतुस्तरांची संख्या मोजून स्वीडिश शास्त्रज्ञ डी. जीर यांनी हिमनद्यांच्या माघारीस वेगवेगळ्या विभागात किती वर्षे लागली असावीत त्याबद्दल अनुमान काढले आहे. ऋतुस्तरांवरून हिमनद्यांचा कालानुक्रम (Chronology) ठरविण्यात मदत होतो.

भारतातील काही प्रमुख हिमनद्या

भारत हा आयनिक प्रदेशातील (उष्ण कटिबंधीय) देश. त्यामुळे हिमनद्या खूप उंचीवर आढळतात. भारतात हिमरेषा हिमालयात वेगवेगळ्या उंचीवर आढळते. हिमालयाच्या पश्चिम भागात हिमरेषा ४५०० ते ६००० मी. उंचीवर असून हिमालयाच्या पूर्व भागात हिमरेषा ४००० ते ५८०० मी. उंचीवर म्हणजे कमी उंचीवर आहे, कारण तेथे हिमवर्षाव जास्त आहे. ध्रुवप्रदेश वगळता जगातील जास्तीत जास्त हिमनद्यांनी व्याप्त क्षेत्र भारतात आहे. हिमालयातील हिमनद्यांची लांबी जगातील हिमनद्यांच्या लांबीपेक्षा बरीच आढळते. हिमालयातील हिमक्षेत्रांना हिमाल असे म्हणतात. त्यांनी सुमारे ४०००० चौ. कि. मी. इतका भाग व्यापलेला आहे.

विशाल हिमालय व काराकोरम या दोन पर्वतरांगांत बऱ्याच हिमनद्या आहेत. इतक्या हिमनद्या जगाच्या इतर भागात नाहीत. गंगा, यमुना, गंडक इत्यादी नद्यांना त्यांच्यामुळे पाणीपुरवठा होतो. सियाचीन (७० कि.मी), बाल्टोरो (६० कि.मी.), बायफो (६० कि.मी.), हिस्पार (६२ कि.मी) या हिमनद्या काराकोरम पर्वतात असून त्यांनी सुमारे १३००० चौ. कि. मी. क्षेत्र व्यापलेले आहे. हिमालयातील हिमनद्यांची सरासरी लांबी ६ कि. मी. असून कुमाऊन हिमालयातील गंगोत्री हिमनदी ३० कि. मी. लांब व ३ कि. मी. रुंद आहे. रिमो (४० कि.मी.), रूपल (१६ कि.मी), सोनापानी (११ कि.मी.), केदारनाथ (१४ कि.मी.), कांचनगंगा (१६ कि. मी.) या हिमालयातील प्रमुख हिमनद्या आहेत.

हिमालयातील हिमनद्यांचा वेग कमीजास्त आहे. बाल्टोरो (२ मी. २४ तासांत), कुंभू (१३ सें.मी., २४ तासांत). हिमालयातील हिमनद्या माघार घेत असल्याचे आढळून आलेले आहे.

पीर पंजाल पर्वतराजी हिमरेषेखाली आहे. सध्या, तेथे हिमनद्या नाहीत, परंतु पूर्वी मात्र होत्या. हिमक्षयित प्रदेशांची अनेक लक्षणे तेथे आहेत. डोंगराच्या माथ्यालगत

हिमोढ, चकचकीत, घासले पुसलेले खडकांचे पृष्ठभाग, रेखा, चरे हिमगव्हरे, अनेक सरोवरांचे शुष्क भाग या गोष्टी पूर्वीच्या हिमनद्यांची जाणीव करून देतात.

काराकोरम पर्वताराजीतील हिमनद्या पूर्वीच्या हिमनद्यांचे अवशेष आहेत. हल्ली या प्रदेशातील हिमवर्षाव (हिमनद्यांतील बर्फाचे आकारमान लक्षात घेता) पुरेसा नाही. तीव्र उतारामुळे काश्मिरच्या काही भागात त्या ३००० मीटर्स उंचीपर्यंत आलेल्या दिसून येतात.

वैशिष्ट्ये : हिमनद्यांतील बर्फाची जाडी बरीच आढळते. बाल्टोरी (१३० मी.) व झेमू (२२५ मी.) या हिमनद्यांच्या सीमाग्राजवळ कंसात दिलेल्या जाडीइतके बर्फाचे थर आढळून आले. म्हणजे त्यांच्या मध्यभागी त्या खूपच जाड असल्या पाहिजेत. हिमनद्यांचा वाहण्याचा सरासरी वेग कडांना दर २४ तासाला ७।। ते १२ सें.मी., मध्यभागी २० ते ३० सें.मी. आहे. हिमनद्या माघार घेत असल्याने अंत्यहिमोढ ठिकठिकाणी आढळतात. या भागात होणाऱ्या हवामानातील बदलाचा हिमनद्यांवर काहीही परिणाम झालेला दिसत नाही. प्लाईस्टोसिन काळात मात्र येथे हिमावरण होते, हे नक्की. बहुतेक हिमनद्या गंगा यमुना यांसारख्या नद्यांना पाणीपुरवठा करतात. गंगेच्या मैदानातील पावसावरही त्यांचा परिणाम होतो. त्यांच्यामुळे पाऊसमान थोडेसे वाढलेले आहे.

वाऱ्याचे कार्य (The work of wind)

वाऱ्याचे कार्य प्रामुख्याने वाळवंटी व निमओसाड प्रदेशात आढळून येते. वाळवंटी प्रदेशात वार्षिक बाष्पीभवनाचा वेग वार्षिक पर्जन्यमानापेक्षा अनेक पटींनी जास्त असतो व हवा कोरडी असते. कोरड्या हवेत खडकांची प्रामुख्याने कायिक झीज होते व खडकांचे कण सुटे होतात. पाण्याच्या अभावामुळे वनस्पती जवळजवळ नसतातच. वनस्पतींच्या अभावामुळे वाऱ्यास अडथळा होत नाही. झाडांची मुळे जमिनींचे कण धरून ठेवतात. फांद्या व पानांमुळे, वाऱ्याबरोबर प्रवास करणारे पदार्थ अडकविले जाऊन झाडांच्या आजूबाजूस साचतात. अशी झाडे व वनस्पती वाळवंटात नसल्याने वाऱ्याचे कार्य येथे अनिर्बंधपणे चालते. वाऱ्याची लहानशी झुळूक बारीक माती व रेती वाहून नेऊ शकते. वाळवंटाचा सुपीक प्रदेशाकडे होणारा विस्तार थोपविण्यासाठी वाळवंटी प्रदेशांच्या सीमेवर यांमुळे झाडे लावतात. अशा प्रकारची वननिर्मिती गंगेचे खोरे व राजस्थानचे वाळवंट यांच्या सीमेवर हल्ली करण्यात आलेली आहे.

साधारणपणे दरवर्षी २५ सें.मी. पेक्षा कमी पाऊस ज्या ठिकाणी पडतो, तेथे वाऱ्याचे कार्य प्रामुख्याने आढळते, कारण असे भाग निमओसाड किंवा ओसाड

असतात. जगात पुढील प्रमुख वाळवंटी प्रदेश आहेत.

आयनिक प्रदेशातील वाळवंटे : मेक्सिकोचे वाळवंट (उ. अमेरिका), अटाकामा (द. अमेरिका), सहारा (उ. आफ्रिका), कलहारी (द. आफ्रिका), अरेबिया, इराण व थर (आशिया), व्हिक्टोरिया (ऑस्ट्रेलिया).

मध्य कटिबंधातील वाळवंटे : कॅलिफोर्निया (उ. अमेरिका), पेंटॅगोनिया (द. अमेरिका), गोबी, टकलामाकन, तुर्कस्तान (आशिया), गिबसन व सिम्पसन (ऑस्ट्रेलिया).

युरोप खंडात वाळवंटे नाहीत.अंटार्क्टिका हे बर्फाच्छादित खंड ओसाड समजले जाते. वाऱ्याच्या कार्यामुळे व वाळवंटातील थोड्याशा वृष्टीमुळे पाच प्रकारची वाळवंटे निर्माण झालेली आहेत.

(१) **हमादा (Hammada) :** खडकाळ वाळवंटास हमादा असे म्हणतात. खडकावरील वाळू व धूळ वाऱ्याने वाहून नेली जाते व फक्त उघडेबोडके खडक वाळवंटात शिल्लक राहतात. वाऱ्याच्या घर्षणाने हमादातील खडकांचे पृष्ठभाग गुळगुळीत होतात. सहारातील काही भागात व पश्चिम ऑस्ट्रेलियाचे वाळवंटात हमादा प्रकार आढळतात.

(२) **रेग (Reg) :** दगडाळ वाळवंटास रेग असे म्हणतात. अशा वाळवंटात अणकुचीदार दगड, गोटे व भरड पदार्थ असतात. वारा अशा पदार्थांना वाहून नेऊ शकत नाही. वाळूच्या मैदानापेक्षा दगडाळ मैदाने उंटाच्या साहाय्याने ओलांडणे सोपे जाते. लिबिया व इजिप्तमधील वाळवंटाचे काही भाग वरील प्रकारात मोडतात.

(३) **एर्ग (Erg):** वाळूची विस्तीर्ण मैदाने म्हणजे एर्ग. एर्गमध्ये सगळीकडे वाळूच वाळू असते. ही वाळू तपकिरी रंगाची व बारीक असते. या वाळवंटात वाळूच्या टेकड्या साधारणपणे वाळवंटाच्या मध्यभागी असतात. वाळवंटातील ऊर्मिचिन्हावरून वाऱ्याची सर्वसामान्य दिशा कळू शकते. लिबिया, तुर्कस्तान व रब – अल्– खली (अरबस्तान) यांचा काही भाग एर्ग वाळवंट प्रकराचा आहे.

(४) **दुर्भूमी (Bad Lands):** वाळवंटी प्रदेशात थोड्याशा पावसाने घळपाडी धूप (gully erosioon) होऊन अत्यंत खडबडीत व लहान घळ्यांनी युक्त असे भूदृश्य तयार होते. पेंटेड डेझर्ट अरीझोना व दक्षिण डाकोटातील बॅड लँडस ही संयुक्त संस्थानामधील वाळवंटे याच प्रकारची आहेत.

(५) **डोंगराळ वाळवंटे (Moutain Deserts) :** वाळवंटात, पठारी-डोंगराळ प्रदेशात कमी अधिक झीज होऊन कडेकपाऱ्या, टोकदार शिखरे व शुष्क खोरी यांनी युक्त असे भूदृश्य तयार होते. सहारातील ॲटलास पर्वत व तिबेत्सी पर्वत वरील प्रकारची वाळवंटेच आहेत.

वाऱ्याचे कार्य

इतर कारकांप्रमाणेच वारा झीज, वहन व संचयन असे त्रिविध कार्य करीत असतो.

झीज : वाऱ्यामुळे होणारी झीज वैशिष्ट्यपूर्ण आहे. कठीण खडकांचे पृष्ठभाग वाऱ्याच्या झिजेमुळे गुळगुळीत बनतात. मृदू खडकांना चरे किंवा भेगा पडतात व ते हळूहळू नष्ट होतात. स्तरित खडक मृदू असल्यामुळे त्याची लक्षणीय झीज होते. वाऱ्यामुळे होणारी झीज तीन प्रकारची आहे.

(१) **अपवहन किंवा सखलीकरण (Deflation) :** वाळवंटी प्रदेशात एखाद्या ठिकाणची वाळू त्या ठिकाणापासून वाऱ्यामुळे दूर नेऊन टाकली जाते व जाडीभरडी वाळू मागे शिल्लक राहते. सगळ्याच प्रकारच्या वाळवंटी प्रदेशात ही क्रिया आढळते. परंतु पूर्ण कोरड्या प्रदेशात या क्रियेचा वेग जास्त असतो. वाऱ्याच्या वेगावर अपवहनक्रिया अवलंबून असते.

(२) **अपघर्षण (Abrasion) :** वाऱ्याबरोबर प्रवास करणाऱ्या वाळूच्या कणांचे वाटेतील खडकांच्या पृष्ठभागाशी घर्षण होते. यास अपघर्षण असे म्हणतात. वाळूच्या कणात बऱ्याच वेळेस गारगोटीचे कणही असतात. त्यामुळे खडकावर चरे पडतात व ते गुळगुळीत होतात.

(३) **सन्निघर्षण (Attrition) :** वाळूचे कण वाऱ्याबरोबर वाहत असताना एकमेकावर आपटून लहान होतात. यास सन्निघर्षण क्रिया असे म्हणतात.

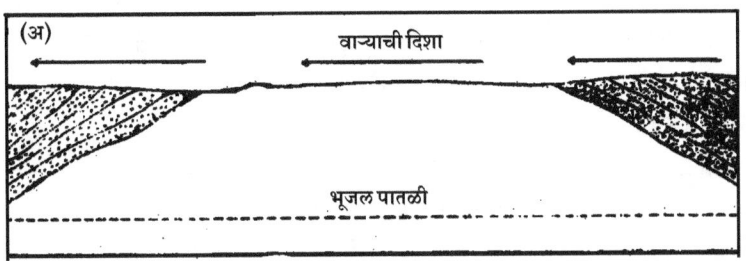

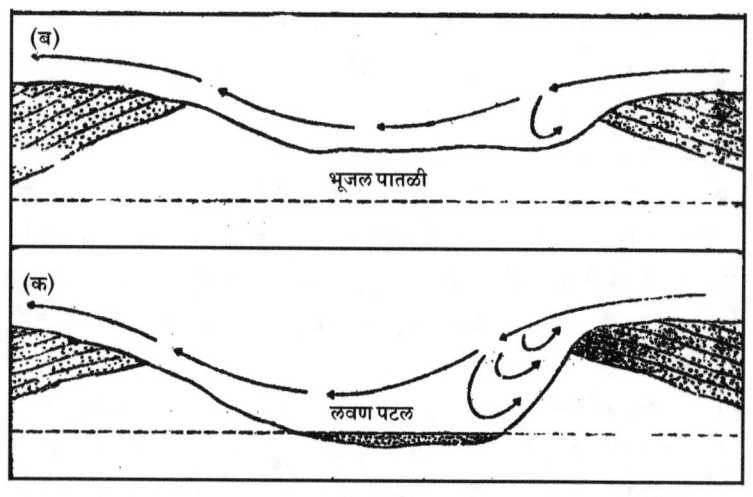

अपवहन खळग्यांची निर्मिती

वाऱ्याच्या अपक्षरण कार्यामुळे तयार होणारी भूमिस्वरूपे :

अपवहन खळगे (Deflation Hollows) :

सखलीकरण क्रियेमुळे अपवहन खळगे तयार होतात. आधारप्रतल म्हणजे भूमिगत पाण्याची पातळी. भूमिगत पाण्याच्या पातळीपर्यंत सखलीकरणाचे कार्य चालते. अशा तऱ्हाने बनलेल्या खळग्यांत भूमिगत पाणी पाझरून पाणथळ जागा किंवा मरूवने (oasis) तयार होतात. वर्षानुवर्षे एकाच दिशेने वारा वाहत असल्यास अपवहनाची क्रिया घडून येते. इजिप्तच्या वाळवंटातील क्वातारा खळगा वरील प्रकारे तयार झाला आहे. नाईलच्या पश्चिमेस हा खळगा असून याचा पृष्ठभाग सागर पातळीखाली १३५ मीटर्स आढळतो. इतक्या प्रचंड प्रमाणात येथे सखलीकरण झाले आहे.

भूछत्र खडक :

वाळवंटातील खडकांवर वाऱ्याची प्ररोही क्रिया (Sand blasting) होते. खडकावर येऊन आपटणाऱ्या वाऱ्याच्या स्तंभात खालच्या बाजूस जाडीभरडी वाळू असते तर वरच्या बाजूस हलकी व बारीक वाळू असते. त्यामुळे खडकांचे माथ्यालगतचे भाग कमी झिजले जातात तर तळालगतच्या भागाचे अधःकर्तन होते. त्यामुळे खडकास वैचित्र्यपूर्ण आकार प्राप्त होतात. अशा प्रकारे माथ्याची कमी झीज झालेला पण तळाकडे जास्त झीज झालेला खडक भूछत्र खडक म्हणून

ओळखला जातो. खडकाळ वाळवंटात अशा प्रकारचे भूछत्र खडक बरेच असल्याने वाळवंटी प्रदेशास मशरूम टोपोग्राफी असे म्हणतात.

चबुतरे (Pedestals):

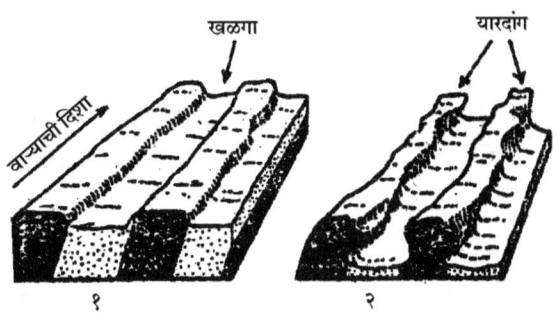

१ २

अधःकर्तनाची क्रिया अतिशय जोरदार असल्यास भूछत्र खडकाची अरुंद मान कालांतराने पूर्णपणे झिजून नष्ट होते. वरील रुंद भाग खाली पडतो. कमी-अधिक कठीणतेच्या खडकात मृदू खडकांची झीज होऊन कठीण खडक चबुतऱ्यासारखे शिल्लक राहतात. यास चबुतरे असे म्हणतात.

यारदांग (Yardang) :

खडकांच्या फासळ्यांना यारदांग असे म्हणतात. वाळवंटी प्रदेशात पृष्ठभागावर आलेले खडक वाऱ्याच्या दिशेला समांतर असल्यास यारदांग भूमिस्वरूप तयार होते. दोन समांतर कठीण खडकांच्या दरम्यान असलेला मृदू खडक झिजला जातो. कठीण खडकाची अनियमित परंतु अगदी कमी झीज होते व त्यांना फासळ्यासारखे रूप प्राप्त होते. कठीण खडकांच्या तळालगतच्या भागात थोडेसे अधःकर्तन झालेले दृष्टीस पडते. मृदू खडकांची वाऱ्याच्या अपवहन व घर्षण क्रियेने झीज होऊन तेथे लांबलचक खळगे तयार होतात. अटाकामा व मध्य आशियातील वाळवंटात यारदांग प्रामुख्याने दिसतात.

झ्युज्येन (Zeujen) :

उंचवटे व वाफे यांनी युक्त असे भूमिस्वरूप म्हणजे झ्युजेन. वाळवंटी प्रदेशात कठीण व मृदू खडक एकमेकांवर आडवे असल्यास व त्यात जोड, संधी असल्यास झ्युज्येन तयार होतात. वाळवंटातील अत्याधिक तापमान कक्षेमुळे व दहिवरामुळे पाण्याचे अपवादात्मक प्रसरण होऊन जोड रुंदावतात व खोल जातात.

जोडयुक्त खडक
झ्युजेनची निर्मिती

झ्युज्येन

जोड खोलपर्यंत गेल्यानंतर कठीण खडकाखाली असलेला मृदू खडक उघडा पडतो व वाऱ्यामुळे घर्षण कार्य त्या मृदू खडकावर जोडाच्या भागात चालू होते. त्यामुळे मृदू खडक जास्त झिजला जातो व तेथे लांबट खळगे किंवा वाफे तयार होतात. वाफ्यांच्या दोन्ही बाजूंस उंचवटे असतात. अशा भूमिस्वरूपास झ्युज्येन असे म्हणतात.

द्वीपगिरी (Inselberg) :

विस्तीर्ण वाळवंटातील खडक इतस्ततः विखुरलेले असतात. असे झीज झालेले अवशिष्ट खडक म्हणजेच द्वीपगिरी. त्यांचे माथे सपाट किंवा वशिंडासारखे (hump) असतात. त्यांचे उतार अतिशय तीव्र असतात. द्वीपगिरी प्रामुख्याने कणाश्म व पट्टीताश्मासारखा कठीण खडकांचे असतात. झिजेचे कार्य सुरू होण्यापूर्वी वाळवंटी प्रदेशातील पृष्ठभाग किती उंच होता ते यावरून कळू शकते. थोडासा पाऊस पडणाऱ्या वाळवंटात वारा व पाणी यांच्या संयुक्त क्रियेने द्वीपगिरी तयार होतात. कलहारी वाळवंट, अल्जीरिया व वायव्य नायजेरियाच्या वाळवंटात द्वीपगिरी आढळतात. ऑस्ट्रेलियाच्या वाळवंटातील एयर्स रॉक हे द्वीपगिरीचे उत्कृष्ट उदाहरण आहे.

द्वीपगिरी

वातघृष्ट व त्र्यनीक (Ventifacts and Dreikanters) :

वाळवंटात दगडगोट्यांवर वाऱ्याची प्ररोही क्रिया होते, त्यामुळे दगडगोट्यांची झीज होऊन ते गुळगुळीत बनतात. वाऱ्याच्या दिशेकडील गुळगुळीत बाजू थोडी झिजली जाते. अशा दगडगोट्यांना वातघृष्ट असे म्हणतात. अशा दगडगोट्यांच्या तीनही बाजू झिजल्या गेल्यावर तयार होणाऱ्या त्रिकोणाकृती वातघृष्टास त्र्यनीक असे म्हणतात. परंतु वाऱ्याच्या दिशेत उलटसुलट बदल झाल्यास तिन्ही बाजू झिजल्या जातात.

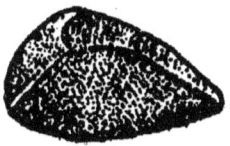

वातधृष्ट व त्र्यनीक

वाऱ्याचे वहन कार्य

वारा तीन प्रकारे माल वाहून नेतो.

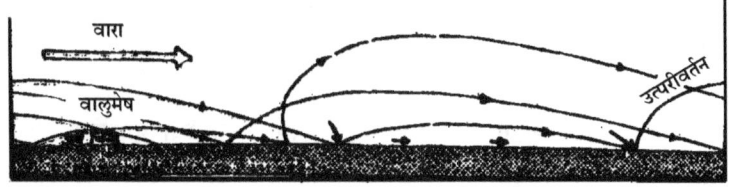

वाऱ्याने होणारे वहन

(१) **निलंबन (Suspension) :** ज्या दिशेकडे वारा वाहतो, त्या दिशेने वाळूचे कण वाहत जातात. वाळूचे मोठ्या आकाराचे व जड कण उचलले जात नाहीत. सूक्ष्म व हलके कण खूप दूरपर्यंत वाहून नेण्याची वाऱ्यात शक्ती असते. म्हणजे वाहणाऱ्या वाऱ्यामुळे जमिनीवरील पदार्थांची आपोआप प्रतवारी लावली जाते. हलके कण अधांतरी तरंगत वाऱ्याबरोबर प्रवास करतात. तरंगणाऱ्या कणांचा व्यास ०.१ ते ११ मि.मी. पर्यंत असतो. वालुकागिरी प्रामुख्याने याच कणांच्या बनलेल्या असतात.

(२) **उत्परिवर्तन (Saltation) :** मध्यम आकाराचे वाळूचे कण वाऱ्यामुळे उचलले जातात व १० ते १६ अंशाचा कोन करून पृष्ठभागावर असलेल्या इतर कणांवर आपटतात. त्यामुळे इतर कण थोडेसे उचलले जाऊन पुढे टाकले जातात. या प्रकारे कणांचे उत्परिवर्तन होऊन ते हलवले जातात. वाळूचे

कण पृष्ठभागावर आपटत असताना त्यांत गतिजन्य शक्ती निर्माण होते व त्यामुळे उत्परिवर्तन सुलभ होते.

(३) **पृष्ठघसर (Surface Creep) :** वाळूचे मोठे कण वाऱ्यामुळे वर उचलले जात नाहीत. ते वाऱ्याच्या दिशेने पृष्ठभागाला घासून पुढे सरकतात.याला पृष्ठघसर असे म्हणतात. या क्रियेत दुसऱ्या कणावर आढळणारा कण आपल्या व्यासाच्या ६ पट मोठा व्यास असलेल्या कणास हलवितो. ज्या कणांचे उत्परिवर्तन होत नाही त्यांची पृष्ठघसर होते.

वाऱ्याच्या वहनाची दिशा बऱ्याच वेळेस अनिश्चित असते. वाऱ्याबरोबर प्रवास करणारे कण एकमेकांवर घासून गुळगुळीत होतात व त्यांच्यावर चरे पडतात.

वाऱ्याचे संचयनकार्य व त्यामुळे निर्माण होणारी भूमिस्वरूपे

जेथे वाऱ्याचा वेग मंदावतो तेथे व ज्या ठिकाणी वाऱ्याला अडथळा होतो तेथे संचयनाचे कार्य सुरू होते. परंतु जेथे एकदम सपाट प्रदेश आहे व कोणताही अडथळा होत नाही, तेथे संचयन कसे सुरू होते हे अजून नीटसे समजलेले नाही. वाऱ्याची दिशा व वाऱ्याचा वेग यांवरही संचयन अवलंबून असते. पृष्ठभागावर येणारे भूमिगत पाणीही संचयनकार्यास मदत करते. भरड पदार्थांच्या दरम्यान वाळूची, वाऱ्याने एकसारखी पसरण केली जाते.

वाऱ्याच्या संचयनकार्यामुळे स्थायी व अस्थायी स्वरूपाची भूमिस्वरूपे तयार होतात. कमी उंचीच्या व विभिन्न आकाराच्या वाळूच्या टेकड्या ही वाळवंटी प्रदेशातील संचयनक्रियेमुळे तयार होणारी भूरूपे आहेत.

(१) **बारखण (Barchan) :** चंद्रकोराकृती वाळूच्या टेकड्यांना बारखण असे म्हणतात. वाऱ्याच्या दिशेस तिरकस अशी त्यांची वाढ होते. या टेकड्या मध्यभागी फुगीर, बहिर्वक्र व एका बाजूस अंतर्वक्र उताराच्या असून दोन्ही टोकांना निमुळत्या होत गेलेल्या असतात. टोकांना पुच्छ (horns) असे म्हणतात. त्यांच्या निर्मितीस कशी सुरुवात होते ते अजून समजलेले नाही. या टेकड्या अडथळ्यामुळे निश्चितच निर्माण होत नाहीत. कारण विस्तीर्ण सपाट प्रदेशावर त्या सहज तयार होताना दिसतात. वाळवंटी प्रदेशातील दगड गोट्यांचे संचयन किंवा वाऱ्याच्या गतीत एकदम होणारा बदल त्यांच्या निर्मितीस कारणीभूत होत असावा. त्यांची उंची ३० मीटर्सपेक्षा जास्त असून त्यांची वाताभिमुख बाजू (windward) मंद उताराची असते, तर विरुद्ध बाजू तीव्र उताराची असते. वाळूचा पुरवठा भरपूर होत असल्यास वाताभिमुख

बाजूची उंची सतत वाढत जाते व विरुद्ध बाजूस पडणाऱ्या वाळूमुळे बारखणचे स्थलांतर होते. राजस्थानातील बारमेर विभागात २६° उत्तर अक्षवृत्तानजीक बारमेर ते भीमरलायपर्यंत मात्र स्थिर स्वरूपाच्या काही बारखण असून त्यांची उंची ५० ते १०० मीटरपर्यंत आहे. या बारखणच्या दरम्यान काही खळगे आहेत. बऱ्याच वेळेस स्वतंत्र टेकड्यांच्या स्वरूपात किंवा अलग अलग बारखण आढळतात. तर काही ठिकाणी अनेक बारखण एकत्रित आढळतात, तुर्कस्थान, इराण व सहाराच्या वाळवंटात बारखण आढळतात. त्यांची उंची २२० ते ३०० मीटर व लांबी ६ मि. मी पर्यंत आढळते.

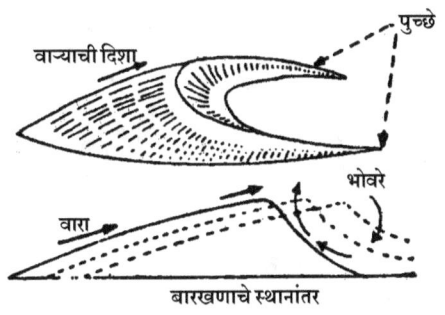

बारखण

(२) **पवनानुवर्ती टेकड्या (Longitudinal Dunes) :** अनेक वेळा वाळूचे संचयन लांबट टेकड्यांत होते. यांची लांबी ८० कि. मी. पर्यंत असू शकते. वाहणाऱ्या वाऱ्यांच्या दिशेस त्यांची वाढ होते व काही वेळा वाळवंटापलीकडे असलेल्या सुपीक किंवा ओलसर प्रदेशाकडेही त्या वाढत गेलेल्या दिसतात. चंद्रकोराकृती अनेक टेकड्या (बारखण) एकत्र येऊन पवनानुवर्ती टेकड्या तयार होतात. बारखण टेकड्यांची पुच्छे वारे आडवे वाहिल्याने नाहीशी होतात व अनेक बारखण जोडले जातात. वेगवान वाऱ्यामुळे दोन पवनानुवर्ती टेकड्यांच्या दरम्यानचा प्रदेश खोलगट बनतो. यामधून वाहणाऱ्या वाऱ्यात लहान भोवरे तयार होऊन त्यातील वाळूमुळे टेकड्यांच्या बाजूस वाळूची भर पडते. यांना सीफ म्हणजे खड्गसदृश टेकड्या असेही म्हणतात. क्वातारा खळग्याच्या दक्षिणेस, दक्षिण इराणमध्ये थरच्या वाळवंटात व पश्चिम ऑस्ट्रेलियाच्या वाळवंटात, राजस्थानात शहागडाच्या पश्चिमेस पवनानुवर्ती ईशान्य नैर्ऋत्य दिशेत टेकड्या आढळतात.

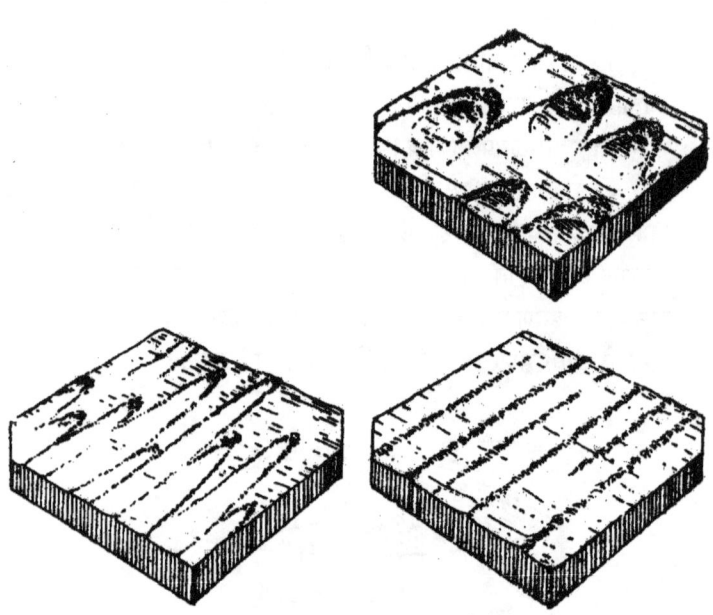

पवनानुवर्ती वालुकागिरी

(३) **ताराकृती टेकड्या (Star Dunes) :** या टेकड्या ९० मीटर्सपर्यंत उंच आढळत असून त्यांचा मध्यभाग पिरॅमिडसारखा असतो व त्यापासून चहूबाजूंनी छोट्या लांबट आकाराच्या टेकड्यांच्या स्वरूपात वाळू खाली आलेली आढळते. त्या साधारणपणे स्थायी स्वरूपाच्या असतात. अनेक बाजूंनी वारा वाहत असल्यास त्या तयार होतात.

बऱ्याच वेळेस वालुकागिरींना केसातील आकड्यांसारखे आकार प्राप्त झाले दिसतात. पवनानुवर्ती टेकड्या तयार झाल्यानंतर जर वाऱ्याच्या दिशेत बदल झाला तर लंबवर्तुळाकार टेकड्या तयार होतात.

(४) **लोएस (Loess) :** मऊ पिवळसर, अत्यंत बारीक माती म्हणजे लोएस. वाळवंटी प्रदेशांच्या पलीकडे तिचे संचयन होते. लोएसचे कण एकत्रित आढळतात. ते सच्छिद्र असून पाणी धरून ठेवण्याचा त्यांचा गुणधर्म असतो. त्यामुळे लोएस प्रदेशातील नद्यांचे मार्ग व रस्ते हळूहळू खाली जातात.

मध्य आशियाच्या गुरूभार प्रदेशाकडून व गोबी वाळवंटातून चीनकडे वाहणाऱ्या वाऱ्यांनी चीनच्या वायव्य भागात लोएसचे संचयन केले आहे. लोएस प्रदेशात पूर्वी स्टेप्स गवताळ प्रदेश होता. तेथील थोड्या पावसामुळे लोएसचे तरंगत आलेले कण खाली आले व स्टेप्स गवतामुळे ते स्थिर होण्यास

मदत झाली. चीनच्या व्हँग, शान्सी व शेन्सी प्रांतात जगातील खूपच मोठा लोएसव्याप्त प्रदेश आहे. त्याने सुमारे ६ लाख चौ.कि.मी. क्षेत्र व्यापलेले आहे. लोएसची जाडी १०० ते ३०० मीटर्सपर्यंत आहे. मध्य बेल्जियम, ईशान्य व पूर्व फ्रान्स या ठिकाणी व जर्मनीत लोएस आढळते. अमेरिकेतील मिसिसिपी, मिसुरी खोऱ्यात, आयोवा, कॅनसास, नेब्रास्का, इलिनॉस राज्यात लोएस आढळते. भारताच्या वायव्य भागात प्लाइस्टोसिन काळात लोएसचे संचयन झालेले दिसते. लोएसमुळे पंजाबच्या काही भागात दुर्भूमी (bad land) निर्माण झालेली आहे.

(५) **ऊर्मी चिन्हे (Ripple Marks) :** कमी वेगाचा वारा वाळवंटी प्रदेशातील बारीक वाळूवर मऊ मातीची अनियमित पसरण करतो. अशा प्रकारचे संचयन लाटांच्या स्वरूपात दिसते. त्यांना ऊर्मी चिन्हे असे म्हणतात. त्यांचा विस्तार वाऱ्याच्या दिशेवर अवलंबून असतो. वाऱ्याची दिशा बदलल्यावर ऊर्मी चिन्हे एकमेकांत मिसळतात.

पाण्यामुळे वाळवंटात तयार होणारी भूमिस्वरूपे

वाळवंटात क्वचितच पाऊस पडतो. परंतु तो जेव्हा पडतो तेव्हा आरोह किंवा अभिसरण प्रकारचा असतो. पडलेल्या मुसळधार पावसाचे बरेचसे पाणी, वाळवंटात अत्यल्प काळ टिकणाऱ्या परंतु वेगवान नद्या तयार करते. त्यातले बरेचसे पाणी वाळू, भरड पदार्थ यांतून शोषले जाते तर ५०% पेक्षा जास्त पाण्याचे बाष्पीभवन होते. वाळवंटातील शुष्क पृष्ठभागामुळे हंगामी नद्यांना भरपूर गाळ असतो. वरील कारणांमुळे वाळवंटात काही वैशिष्ट्यपूर्ण भूरूपे तयार होतात ती पुढीलप्रमाणे आहेत.

(१) **बजदा (Bajada) :** वाळवंटातील खोलगट प्रदेशाच्या आजूबाजूस पर्वतमय प्रदेश असल्यास खोलगट प्रदेश बंदिस्त बनतो. थोड्याशा मुसळधार पावसानंतर पर्वतमय प्रदेशातून अनेक लहान जलप्रवाह खोलगट प्रदेशात वाहत येतात. त्यामुळे या खोलगट प्रदेशात स्तरपूर (sheet flood) येतात. या नद्या असल्यामुळे त्यातील पाणी नष्ट झाल्यावर सगळीकडे गाळाचे प्रचंड संचयन होते. खोलगट प्रदेशाच्या सीमावर्ती प्रदेशात जलोढ त्रिभुज तयार होतात. ते एकमेकांत मिसळून खोलगट प्रदेशाच्या दिशेने कलणारा असा गाळाचा उतार तयार होतो. यास बजाडा असे म्हणतात.

(२) **बोलसन (Bolson) :** वर वर्णन केलेल्या मध्यवर्ती खोलसर भागात अंतर्गत नदीप्रणाली तयार होते. म्हणजे त्यामध्ये चारही बाजूंनी जलप्रवाह वाहत येतात. नैर्ऋत्य संयुक्त संस्थानातील ॲरीझोना, न्यू मेक्सिको व दक्षिण

कॅलिफोर्नियात यास बोलसन असे म्हणतात.

(३) प्लाया (Playa) : बोलसनमध्ये जिप्समसारख्या क्षारांचे निक्षेपण होते व क्षारयुक्त सरोवरे तयार होतात. यास प्लाया असे म्हणतात.

(४) मरूघळ आणि वाडी (Wadi Arroyo) : वाळवंटी प्रदेशात मुसळधार पाऊस पडून गेल्यानंतर अल्पजीवी परंतु जोरदार प्रवाहांमुळे उभे खनन वेगाने होते व प्रत्येक जलप्रवाह घळईसारख्या खोल दऱ्या तयार करतो. अशा घळ्यांना मरूघळ किंवा वाडी असे म्हणतात.

मरूघळ

पावसाचे पाणी वाहून गेल्यानंतर वाडी कोरड्या पडतात. अरेबियाच्या वाळवंटात व नैर्ऋत्य संयुक्त संस्थानात अशा मरूघळी आढळतात, 'वाडी' मधून वाळवंटातील प्रवासमार्ग आढळतात. उत्तर अमेरिकेत 'वाडी'अरोयो या नावाने ओळखली जाते.

(५) मेसा (Mesa) व स्कंधगिरी (Butt) :

मेसा व स्कंधगिरी

वर वर्णन केल्याप्रमाणे वाळवंटी प्रदेशातील पठारावर वाडी निर्माण होऊन पठार विदीर्ण होते व पठाराचे अनेक भाग सुटे ठोकळ्यासारखे अलग अलग दृष्टीस पडतात. अशा सपाट माथ्यांच्या मेजाकृती टेकड्यांस मेसा असे म्हणतात. मेसांच्या अपक्षरणानंतर कमी विस्तारांचे जे भाग शिल्लक राहतात,

त्यास स्कंधगिरी असे म्हणतात. वाळवंटातील वाऱ्याच्या तीव्र वेगाने मेज व स्कंधगिरीच्या कडा घासून कड्यासारख्या बनवल्या जातात व त्यांच्या पायथ्याशी अणकुचीदार दगडधोंड्यांचे संचयन होते.

(६) शिलापद (**Pediments**) **:** वाळवंटी प्रदेशातील पर्वतमय भागांच्या पायथ्याशी विस्तीर्ण असे झिजेचे मैदान तयार होते. यावर कधी कधी दगडधोंड्यांच्या संचयनाचा अगदी लहान असा थर असतो तर कधी ही मैदाने पूर्णपणे उघडी असतात. या झिजेच्या मैदानांची पर्वताकडील बाजू तीव्र उताराची असते व खोलगट भागाकडील बाजू सौम्य उताराची असते. यावर भरड पदार्थ इत्यादींचे संचयन आढळते. अशा मैदानास शिलापद असे म्हणतात. संयुक्त संस्थानातील ॲरिझोना व आफ्रिकेतील सव्हाना प्रदेशात विस्तीर्ण शिलापद आढळतात.

वाळवंटी प्रदेशातील अपक्षरणचक्र

वाळवंटी प्रदेशातील भूरूपे अपक्षरण चक्राच्या निरनिराळ्या अवस्थांतून जातात. प्रारंभिक अवस्थेमध्ये भूपृष्ठाच्या हालचालीमुळे अनेक आंतरपर्वतीय खळगे (intermontane basins) तयार होतात. या प्रत्येक खळग्यामध्ये तात्पुरत्या व जोरदार पडणाऱ्या पावसामुळे स्वतंत्ररीत्या अंतर्गत नदीप्रणाली तयार होते. प्रत्येक खळग्यातील आधारप्रतलाची उंची भिन्न भिन्न असते. युवावस्थेमध्ये दोन खळग्यांच्या दरम्यान असलेल्या पर्वताची झीज होते. वाडी, मेसा यांसारखे भूआकार तयार होतात. तसेच खोलगट भागात गाळाच्या संचयाने बजदा, बोलसन, प्लाया यांची निर्मिती होते. अशा तऱ्हेने गाळाचे संचयन वाढत जाऊन प्रदेशातील सर्वसाधारण उंची कमी होऊ लागते.

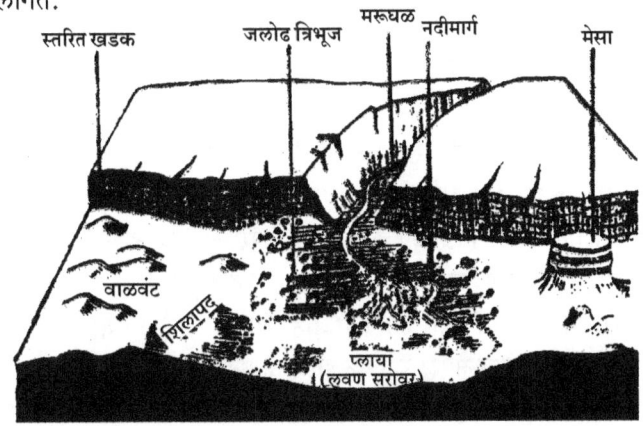

मेसा

काही वेळा एका खळग्यातील जलप्रवाह उगमाकडे झीज जास्त करू लागतात व दुसऱ्या खळग्यातील जलप्रवाहाचे अपहरण करतात. अशा तऱ्हेने गाळाचे संचयन वाढत जाऊन प्रदेशातील सर्वसाधारण उंची कमी होऊ लागते. काही वेळा एका खळग्यातील जलप्रवाह उगमाकडे झीज जास्त करू लागतात व दुसऱ्या खळग्यातील जलप्रवाहाचे अपहरण करतात. अशा तऱ्हेने अनेक खळगे एकमेकांत मिसळल्यानंतर संचयनाचे कार्य वेगाने चालू होते व प्रदेश अधिकच सपाट बनतो. त्यामुळे अशा सपाट विस्तीर्ण प्रदेशावर पडणाऱ्या पावसाचे खननकार्य कमी होते व वाऱ्याचे कार्य जास्त वेगाने चालू होते. वाऱ्याच्या वाढलेल्या कार्यामुळे सखलीकरण होते व वृद्धावस्थेत प्रदेश सपाट बनतो.

भारतातील वाळवंटी प्रदेश

साधारणपणे २५° उत्तर अक्षांश ते २९° उत्तर अक्षांशापर्यंत राजस्थानात वाळवंटाचा भाग आढळून येतो. या वाळवंटाचे पूर्वीचे नाव मरूस्थली असे होते. हल्ली याला थरचे वाळवंट असे म्हणतात. दक्षिण पंजाब, उत्तर गुजरात व पश्चिम राजस्थान या राज्यांचे सीमावर्ती भागही थरच्या वाळवंटात मोडतात. तेथे निमओसाड पर्यावरण आहे.

पर्मोकार्बोनिफरेस ते प्लाईस्टोसिन कालापर्यंत, थर वाळवंटाचा भाग समुद्रमय होता. प्लाईस्टोसिन कालात तो वर उचलला गेला. पूर्वी तेथून सरस्वती, दृषदवती व सतलज या नद्या वाहत होत्या. सरस्वती नदीचे पूर्वीचे विशाल परंतु आता कोरडे पडलेले पात्र अजूनही दृष्टीस पडते. महाभारतकालातही या वाळवंटी प्रदेशाचे हवामान ओलसर होते. नंतर तेथे शुष्क हवामान निर्माण झाले. गेल्या अनेक शतकांचे शुष्क हवामान व नैर्ऋत्य मोसमी वाऱ्यांमुळे येणारी वाळू यामुळे राजस्थानच्या वाळवंटाची निर्मिती झाली असावी. समुद्रापासून थोडा दूर असूनही या भागातील हवेत व जमिनीत भरपूर क्षारकण आढळतात. नैर्ऋत्य मोसमी वारे वर्षातून सुमारे चार ते पाच महिने पाऊस न देता वाहतात. सिंधू खोरे, कच्छचे रण व किनाऱ्यावरून येताना हे वारे आपल्याबरोबर वाळू घेऊन येतात व त्यांची पसरण थर वाळवंटात करतात. या वाळवंटी प्रदेशात १० सें.मी. पेक्षा कमी पाऊस असल्याने वाऱ्यांनी टाकलेली वाळू नद्यांच्या वाटे समुद्राकडे वाहून नेली जात नाही. त्यामुळे ती शेकडो वर्षे थरच्या भागातच साचून वाळवंट तयार झालेले आहे. या वाळवंटी प्रदेशातील खडकांची मोठ्या दैनंदिन तापमानकक्षेमुळे यांत्रिक झीज होऊनही वाळू व तत्सम भरड पदार्थ तयार झालेले आहेत. वाळवंटात सांभर, दिदवाना, बलोत्रासारखी खारी सरोवरे आहेत.

या वाळवंटाचे दोन थर आहेत -

(१) पश्चिम मरूस्थली (२) पूर्व मरूस्थली.

पश्चिम मरूस्थली वालुकामय असून पूर्व मरूस्थली खडकाळ आहे. पाक-भारत सीमेवरील सुमारे १०० कि.मी. लांबीच्या प्रदेशात सर्वत्र वाळूच वाळू आहे. या भागात स्थलांतर करणाऱ्या वाळूच्या धन्य (टेकड्या)(वालुकागिरी) असून त्यांना स्थानिक भाषेत ध्रियान (dhrian) असे नाव आहे. शहागडाजवळ या टेकड्यांच्या शृंखला असून त्या सर्व पवनानुवर्ती म्हणजे वाऱ्याच्या दिशेत तयार झालेल्या आहेत. राजस्थानातील जैसलमीर शहर वाळवंटातील एका खडकाळ मैदानात वसलेले असून हे खडकाळ मैदान ज्युरासिक कालातील वालुकाश्मात कोरलेले आढळते. या मैदानास जैसलमीरचे मैदान असे म्हणतात. जैसलमीरच्या मैदानात व उत्तर भागात अनेक ठिकाणी छोट्या मरूघळी (wadi), खारट प्लाया सरोवरे व लहान सखल प्रदेश आहेत. सखल प्रदेश खडकाळ उंचवट्यांनी वेढलेले आहेत. भीमरलाय व बारमेर विभागात ५० ते १०० मी. उंचीच्या बारखण चंद्रकोराकृती टेकड्या आहेत. बारखणींच्या मध्ये सखल प्रदेश आहेत.

अरवली पर्वताच्या पश्चिम उतारावरील पायथ्यालगत काही सुपीक भाग आहेत. त्यांना रोही असे म्हणतात. लुनी (खारट नदी) ही एकच नदी या भागातून वाहते. नंतर ही कच्छच्या रणास मिळते. राजस्थानच्या वाळवंटी भागात काही ठिकाणी जमिनीखाली गोड्या पाण्याचे साठे आहेत. त्यावर खारट पाणी असलेले प्रस्तर आहेत. पूर्वी ओलसर हवामान असताना पाणी जमिनीत मुरले. नंतर ते तसेच पार्य खडकात अडकून राहिले. या भूजलाचा वापर करून काही ठिकाणी पिके घेण्याचा व वसाहती वाढवण्याचा प्रयत्न केला जात आहे. पाक सीमेवर हा प्रदेश असल्याने या भागाचा अभ्यास होणे आवश्यक आहे.

कच्छचे रण

थर वाळवंटाच्या नैर्ऋत्येस एक खोलगट भाग आहे. याला कच्छचे रण असे म्हणतात. पूर्वी हा भाग सिंधू गंगा खोऱ्याशी संलग्न होता. वाळवंटातून आलेल्या नद्यांनी यांत गाळ व भरड पदार्थ आणून टाकले. समुद्रपातळीच्यावर काही सेंटिमीटरच उंच हे रण असल्याने तेथे गाळाचे संचयन झाले.

नोव्हेंबरपासून मार्चपर्यंत म्हणजे परतीच्या व ईशान्य मोसमी वाऱ्यांच्या काळात कच्छचे रण अगदी रखरखीत, ओसाड व शुष्क असते. नैर्ऋत्य मोसमी वाऱ्यांच्या वेळी म्हणजे साधारणपणे एप्रिल ते ऑक्टोबर या काळात अरबी समुद्र खवळलेला असल्याने सागरपातळीत थोडी वाढ होते व नद्यांनाही जास्त पाणी असल्याने त्यांचे

समुद्राकडे वहन सुलभरीत्या होत नाही, त्यामुळे रणात सर्वत्र पाणी असते. रण कोरडे होत असताना बाष्पीभवनामुळे क्षारांचे थर काही ठिकाणी आढळून येतात.

सागरी लाटांचे कार्य (The work of Sea Waves)

भूखंडे व सागरी बेटे यांच्या किनाऱ्यांचे स्वरूप सातत्याने चालू असलेल्या सागरी लाटांच्या कार्यामुळे नेहमी बदलत असते. वाहते पाणी, वारे, यांसारख्या कारकांचे कार्य विस्तृत प्रदेशात चालते, परंतु सागरी लाटांचे कार्य फक्त किनाऱ्यावरच आढळून येते. किनाऱ्यावरील खडकांच्या प्रकारावर व किनाऱ्यांच्या लांबीवर लाटांच्या कार्याची तीव्रता अवलंबून असते. दंतूर किनाऱ्यावर सरळ किनाऱ्यापेक्षा लाटांचे कार्य जास्त होते. लाटांशिवाय झिजेच्या इतर घटकांमुळे भूपृष्ठाची झीज होऊन झिजेपासून तयार झालेले पदार्थ सरतेशेवटी समुद्राकडे नेले जातात. लाटांमुळे किनाऱ्यावर झीज व भर अशा दोन्ही गोष्टी होत असतात. लाटांचे कार्य सर्वत्र सारख्याच तीव्रतेने होत नाही. ते कमी-अधिक वेगाने चाललेले असते. त्यामुळे जगाच्या वेगवेगळ्या भागात वेगवेगळ्या प्रकारच्या किनारपट्ट्या तयार होतात. लाटांचे कार्य प्रामुख्याने ज्या विभागात चाललेले असते त्याचे काही विभाग पाडलेले आहेत. जमीन व पाणी यांच्या सीमेला किनारा (Coast) असे म्हणतात. भरतीच्या पाण्याची कमाल (जास्तीत जास्त) मर्यादा व ओहोटीच्या पाण्याची किमान (कमीत कमी) मर्यादा यांतील प्रदेशास समुद्रतट (Shore) असे म्हणतात. समुद्रतटाचे पुढील विभाग आढळून येतात.

(१) **अपतट (offshore):** ओहोटीच्या किमान मर्यादेपलीकडील समुद्राच्या दिशेकडच्या समुद्रतटास अपतट असे म्हणतात. अपतट दांडे (offshore bare) व संलग्न दांडे (Spit) यांसारखे भू आकार या प्रदेशावर तयार होतात.

(२) **अग्रतट (foreshore):** ओहोटीच्या किमान मर्यादेपासून भरतीच्या सरासरी मर्यादेपर्यंतच्या प्रदेशास अग्रतट असे म्हणतात.

(३) **पश्चतट (backshore):** भरतीच्या सरासरी मर्यादेपासून किनाऱ्यावरील समुद्रकड्यांच्या पायथ्यापर्यंतच्या भागास पश्चतट असे म्हणतात.

सागरी अपक्षरण

लाटा, प्रवाह व भरती-ओहोटी या सागरजलाच्या हालचाली आहेत. परंतु किनाऱ्यावरील अपक्षरणाचे व निक्षेपणाचे कार्य मुख्यत्वेकरून सागरी लाटांमुळे होते. समुद्रावरून वाहणारे कमी-अधिक वेगाचे वारे कमी अधिक उंचीच्या लाटा निर्माण करतात. किनारपट्टीकडे येत असताना लाटांचे स्वरूप बदलते. हळूहळू त्या विध्वंसक बनतात.

पुरोगामी व प्रतिगामी लाटा (Swash and Backwash) : भग्नोर्मी तयार झाल्यावर फेसाळ पाणी जोराने किनाऱ्याकडे येते. यांना पुरोगामी लाटा म्हणतात. या लाटेबरोबर येणारा माल म्हणजे दगडगोटे, वाळू, शंख – शिंपले इत्यादी पदार्थ किनारा पिंजून काढतात. किनाऱ्यावर आलेले पाणी, उतार समुद्राकडे असल्याने व गुरुत्वशक्तीच्या प्रभावाने खुल्या समुद्राकडे, परत मागे खेचले जाते. याच प्रतिगामी लाटांच्या स्वरूपात पाणी वाहते. अधःप्रवाहामुळे पायाखालची वाळू समुद्राच्या दिशेने सरकत असल्याचे जाणवते.

सागरी लाटांचे खननकार्य पुढीलप्रमाणे आढळून येते.

(१) **अपक्षरण** : लाटा किनाऱ्यावर येऊन फुटल्यानंतर दगड, गोटे, रेती, वाळू इत्यादी पदार्थ जोराने किनाऱ्यावर आपटतात. त्यामुळे किनाऱ्याची झीज होते. या प्रकारच्या झिजेस अपक्षरण असे म्हणतात.

(२) **सन्निघर्षण** : पुरोगामी लाटांच्या बरोबर किनाऱ्याकडे वेगाने येणाऱ्या पाण्यात अनेक लहानमोठे दगड, गोटे, शिंपले असतात. हे पदार्थ एकमेकांवर आपटून त्यांचीही झीज होते.

(३) **द्राविक क्रिया** : लाटा किनाऱ्यावर आपटल्यानंतर खडकातील जोड किंवा संधीत असणाऱ्या हवेवर एकदम दाब निर्माण होतो व तिचे प्रसरण होते. परंतु लाट परत फिरल्यानंतर या हवेचे एकदम स्फोटक प्रसरण होते. वर्षानुवर्षे हीच क्रिया होत राहिल्यानंतर जोड व फटी रुंदावतात. या क्रियाला द्राविक क्रिया असे म्हणतात.

(४) **भक्षण क्रिया** : किनाऱ्यावरील क्षारयुक्त खडक व विशेषतः चुनखडक पाण्यात विरघळतात व त्यामुळे किनाऱ्याची झीज होते. लाटांच्यामुळे झीज होण्याचा वेग पुढील गोष्टींवर अवलंबून असतो.

(अ) खडकांचा प्रकार व त्यातील जोड.

(ब) लाटांच्या माऱ्यास उपलब्ध असलेले क्षेत्र.

(क) खडकांचा कल.

(ड) किनाऱ्याची झीज थांबविण्यासाठी मानवाने योजलेले उपाय.

याशिवाय ज्वालामुखी क्रिया, अंतःस्थ हालचाली, भरती व आहोटी, प्रवाह, हिमनद्यांचे कार्य व जैविक निक्षेप यांचाही परिणाम होतो.

सागरी खननक्रियेमुळे तयार होणारी भूमिस्वरूपे

(१) **तरंगकृत मंच (Shore Platforms)** : किनाऱ्यावर लाटांच्या माऱ्यामुळे तयार झालेल्या सपाट व खडबडीत भागास तरंगकृत मंच असे म्हणतात.

किनाऱ्यावर भरती रेषा व ओहोटी रेषा यांच्या दरम्यानचा भाग सतत झिजला जात असतो. झीज चालू होण्यापूर्वी असलेल्या किनाऱ्यावरील खडकावर लाटांच्या माऱ्यामुळे प्रथम एक खबदाड तयार होते. नंतर लाटांच्या सतत माऱ्यामुळे ते वाढत जाते. कालांतराने त्या खबदाडाचे रूपांतर समुद्रकड्यात होते. समुद्रकड्यांचे अधःकर्तन होऊन तेथे थोडीशी सपाट जागा तयार होते. यालाच तरंगकृत मंच असे म्हणतात. ओहोटीच्या वेळी हा मंच उघडा पडलेला स्पष्ट दिसतो, तर भरतीच्या वेळी तो पाण्यात बुडालेला असतो. श्रीहरिहरेश्वर (श्रीवर्धनजवळ) व रत्नागिरी शहराच्या जवळ असलेल्या एका भूशिराच्या खाली तरंगकृत मंच ओहोटीच्या वेळी दृष्टीस पडतात. किनाऱ्यालगतचे प्रस्तर समुद्राकडे झुकलेले असल्यास अधःकर्तनामुळे त्यांचे काही भाग निखळून खाली पडतात व पायऱ्या-पायऱ्यांचे परंतु तीव्र उतार असलेले कडे तयार होतात. प्रस्तर समुद्राच्या विरुद्ध दिशेने कललेले असल्याने लाटांच्या माऱ्यास खूपच प्रतिबंध होतो. इंग्लंडमध्ये डोव्हर बंदरानजीक वरील प्रकारचे भव्य कडे दृष्टीस पडतात. रत्नागिरीजवळ भाट्याच्या खाडीवर असलेल्या कार्ली टेकडीच्या समुद्राकडील बाजूवर असे कडे आहेत. वेंगुर्ला बंदरातील डाक बंगला अशाच एका कड्यावर आहे.

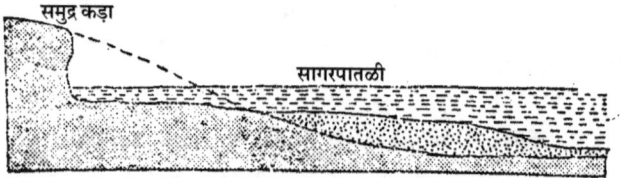

(२) सागरी गुहा, कमानी, स्तंभ, अविष्ट स्तंभ (Sea Caves, Arches, Stumps) :

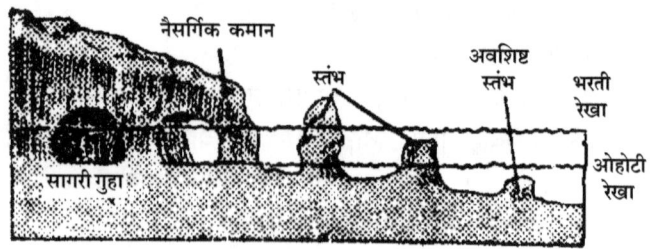

अवशिष्ट सागरी गुहा, कमानी, स्तंभ

किनाऱ्यावरील कमकुवत व जोड असलेल्या खडकांच्या भागात सागरी लाटांचा सतत मारा होऊन एक भगदाड पडते व त्याची खोली वाढू लागते. मागे वर्णन केल्याप्रमाणे हवेचे आकुंचन व प्रसरण होऊन त्या फटी रुंदावतात. कालांतराने तेथे गुहा तयार होते. रत्नागिरीच्या वायव्येस असलेल्या भूशिरात अशा तऱ्हेच्या सागरी गुहा आढळून येतात. समुद्राच्या दोन्ही बाजूंनी अशा रीतीने गुहा निर्माण झाल्यास झीज वाढत जाऊन कालांतराने त्या गुहा एकमेकींस मिळतात व आरपार असे भगदाड तयार होते. यास सागरी कमान असे म्हणतात. स्कॉटलंडमध्ये विकजवळ 'मिडल आय' या नावाची सागरी कमान आहे.

सागर कमान

सागरी लाटांच्या माऱ्यामुळे कालांतराने सागरी कमानीचे छत कोसळून पडते व भूशिराचा समुद्राकडील भाग भूशिरापासून तुटून स्तंभासारखा शिल्लक राहतो. यास सागरी स्तंभ असे म्हणतात. सागरी स्तंभ सागरी पृष्ठभागावर दिसतो. भरडखोल (ता. श्रीवर्धन), व जंजिरा (मुरूड) च्या किनाऱ्यावर असे स्तंभ आढळतात.

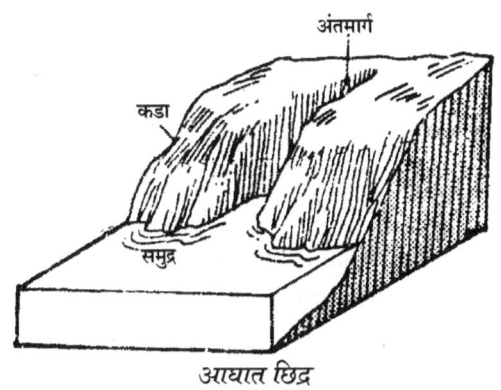

आघात छिद्र

कालांतराने लाटांच्या माऱ्याने अशा स्तंभांची झीज होते व त्यांची उंची कमी होते. कमी उंचीचे हे भाग पाण्यावर सहसा दिसत नाहीत, त्यामुळे नौकानयनास धोका निर्माण होतो. पाण्याखाली असलेल्या स्तंभांना अवशिष्ट स्तंभ असे म्हणतात. मुंबईत गेटवे ऑफ इंडियाजवळ संक रॉक (Sunk Rock) व डहाणू बंदराजवळ 'नागांचे खडक' ही अवशिष्ट स्तंभांची उदाहरणे आहेत. स्तंभ व अवशिष्ट स्तंभांच्यावर दीपगृहे बांधलेली आढळतात. मुंबईतील कुलाब्याची दांडी दीपगृह अशाच एका स्तंभावर आहे.

(३) **आघात छिद्र** (Blow Holes) **:** भूशिरातील खडकात गुहा तयार झाल्यानंतर गुहेच्या छपरावर लाटांचा मारा होतो. त्यामुळे गुहेत कोंडलेल्या हवेचे आकुंचन-प्रसरण होते. कालांतराने छताच्या पृष्ठभागाकडील बाजूवर एक अरुंद चिंचोळा मार्ग तयार होतो. याला आघात नलिका असे म्हणतात.

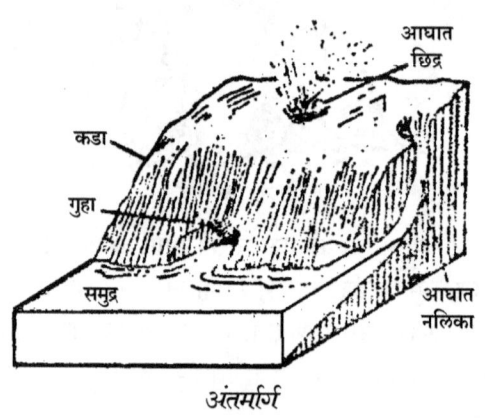

अंतर्मार्ग

आघात नलिकेतून पाण्याच्या व रेतीच्या सूक्ष्म कणांचा मारा चालू राहिल्यास ती पृष्ठभागावर येऊन पोहोचते व पृष्ठभागावर एक विवर दिसू लागले. यास आघात छिद्र असे म्हणतात. जोड असलेल्या भूशिरात आघात छिद्र व नलिका लवकर तयार होतात. मालवणच्या उत्तरेस असलेल्या आचऱ्याच्या खाडीवर वरील भूमिस्वरूपे आढळून येतात. आघात छिद्र व आघात नलिका यांच्या दरम्यानचे छप्पर लाटांच्या माऱ्यामुळे नाहीसे होते व जो अरुंद मार्ग तयार होतो त्याला अंतर्मार्ग (Geo) असे म्हणतात. अशा अंतर्मार्गाचे दोन्ही काठ तीव्र कड्याप्रमाणे असतात. गुहागरजवळ हेदवी येथे हे भूरूप आढळते.

उपसागर व कोव्ह (Bays and Coves)

अरुंद, गोलाकार व अतिशय लहान प्रवेशद्वार असलेल्या रुंद व उघड्या सागराच्या

भागास उपसागर असे म्हणतात. उपसागर आखातापेक्षा लहान असून कोव्हपेक्षा मोठा असतो. जपानमध्ये टोकिया, इस बे व सगामी यांसारखे अनेक उपसागर आहेत. अमेरिकेत हडसन व इंग्लंडमध्ये बिस्के हे दोन उपसागर आहेत.

सागरी निक्षेपण

सागरी लाटांच्या अपक्षरण व संतुलन कार्याचे उद्दिष्ट किनाऱ्यावर संतुलन राखण्याचे असते. त्यामुळे किनारपट्टीवर बऱ्याच ठिकाणी संतुलित उतार आढळून येतात. संतुलित उतारावर लाटांच्या अपक्षरणकार्यामुळे होत असलेली झीज ही साधारणपणे लाटांच्या निक्षेपणकार्याइतकीच असते.

निक्षेपणकार्य

किनाऱ्याची झीज होऊन तयार झालेले पदार्थ सागरतळावर साचवले जातात. परंतु भरती-ओहोटीमुळे त्यांची किनाऱ्याकडे व किनाऱ्याकडून ये-जा चालू असते. या प्रवासात एकमेकांवर आपटून ते बारीक होतात व जेथे लाटांचा प्रभाव नसतो, अशा ठिकाणी ते टाकले जातात. किनाऱ्याचा उतार नेहमी समुद्राकडे असल्यामुळे गुरुत्वशक्तीच्या प्रभावामुळे पदार्थांची प्रवृत्ती नेहमी उथळ समुद्रावर साचण्याची असते. वादळामुळे पर्वतमय लाटा निर्माण होतात. त्यामुळे खुल्या समुद्रतळाचे अपक्षरण होते, व त्यापासून बनलेले पदार्थ किनाऱ्यावर टाकले जातात.

सागरी निक्षेपणामुळे तयार होणारी भूमिस्वरूपे

बर्म (berm) किनाऱ्यावर वादळी लाटांमुळे वाळू, शंख, शिंपले व इतर सागरजन्य पदार्थाचे संचयन आढळून येते. त्याला बर्म असे म्हणतात. समशीतोष्ण व शीत कटिबंधात हिवाळ्यात पश्चिमी वारे जोरदार असल्याने लाटांचा जोर जास्त असतो. कारण त्यामुळे बर्म जमिनींच्या बाजूकडे तयार होतात, तर उन्हाळ्यात लाटांचा जोर कमी असल्याने बर्म समुद्राच्या बाजूकडे तयार होतात.

तरंगनिर्मित मंच (Wave Built Platform)

तरंगकृत मंचावरील झिजेने तयार झालेले पदार्थ त्या मंचाच्या समुद्राकडील भागावर साचवले जातात. तेथे एकमंच तयार होतो. यास तरंगनिर्मिती मंच असे म्हणतात. यालाच अपतट मंच (offshore terrace) असेही म्हणतात. अग्रतटावर असलेल्या कड्यांची झीज होऊन तरंगनिर्मित मंचावर निक्षेपण होत असते. प्रामुख्याने भरड वाळू व खडे यांचे संचयन बारीक पदार्थांपेक्षा तरंगनिर्मित मंचावर झालेले असते.

पुळणी (Beaches)

वादळी लाटांनी गाठलेली मर्यादा व भांगाची भरती रेषा किंवा मर्यादा यांच्या दरम्यान सागरजन्य पदार्थांचे (शंख, शिंपले, रेती) संचयन झालेले असते. या

संचयनाचा उतार खुल्या समुद्राकडे असतो. त्याला पुळण असे म्हणतात. पुळणीच्या जमिनीकडील भागांमध्ये मऊ रेती व बारीक पदार्थ असतात. साधारणपणे पुळणीचा आकार अंतर्वक्र असतो व जमिनीच्या बाजूवर वाळूच्या टेकड्या आढळतात. त्यानंतर समुद्राच्या दिशेने शंख, शिंपले, त्यापुढे वाळू व त्याच्याही पुढे ओहोटीच्या मर्यादेनजीक (sea-weeds)जलशैवयुक्त खडक आढळतात. उंच प्रदेश असलेल्या किनाऱ्यावर अपक्षरणाची क्रिया जोरदार असते. अशा ठिकाणी विस्तीर्ण पुळणी सहसा आढळत नाहीत किंवा त्याठिकाणी मोठे दगडगोटे किनाऱ्यावर असतात. कोकणातील किनाऱ्यावर विस्तृत पुळणी न आढळण्याचे हे कारण असावे. परंतु सखल प्रदेश असलेल्या किनाऱ्यावर मात्र विस्तृत पुळणी आढळतात. किनाऱ्यावर तिरकस दिशेने येणाऱ्या दीर्घतट प्रवाहामुळे अर्धचंद्राकृती आखातात वाळूचे संचयन होऊन पुळणी तयार होतात. लाटा भरड पदार्थ पुळणींच्या जमिनीकडील बाजूवर टाकतात, तर प्रतिगामी लाटांच्या बरोबर बारीक वाळू पुळणींच्या समुद्राकडील बाजूवर आणून टाकली जाते. मद्रासजवळील मरीना बीच, संयुक्त संस्थानातील पामबीच या विस्तृत पुळणी आहेत. पुळणींच्या स्थानावरून त्यांचे पुढील प्रकार आढळतात.

(१) **उपसागरी शीर्ष पुळण (Bay Head Beach) :** जेव्हा वाळूचे संचयन उपसागराच्या माथ्याकडील अरुंद भागावर म्हणजे शीर्षस्थानी होते, तेव्हा त्यास शीर्ष उपसागरी पुळण असे म्हणतात. यालाच चंद्राकृती पुळण (crescent beach) असेही नाव आहे.

(२) **भूशिर पुळण (Headland Beach) :** जेव्हा वाळूचे संचयन भूशिराच्या अग्रभागी किंवा आखाताच्या दोन्ही बाजूस भूशिराच्या माथ्यालगत होते तेव्हा भूशिर पुळण तयार होते. वाऱ्याचा वेग जास्त असल्यास व लाटांतील वाळूचे प्रमाण जास्त असल्यास संचयनास आखातासारख्या बंदिस्त जागेची आवश्यकता नसते. त्यामुळे भूशिराच्या अग्रभागी संचयन होते.

(३) **लघु पुळण (Pocket Beach) :** अरुंद उपसागरात किंवा कोव्हमध्ये वाळूचे संचयन होऊन लघु-पुळण तयार होते. दंतुर किनारपट्टीवर अशा तऱ्हेच्या अनेक लघु पुळणी तयार होतात. वेंगुर्ल्यानजीक डहाणू व बोर्डीनजीक अशा पुळणी कोकण किनाऱ्यावर आहेत. गुहागरची पुळण मोठी आहे.

(४) **संलग्न दंड (Spit):** दंतुर किनाऱ्यावर हे भूरूप दिसून येते. तिरकस दीर्घतट प्रवाहाबरोबर आलेले वाळू, शंख, शिंपले इत्यादी भरड पदार्थ किनाऱ्यावरील खाडीच्या मुखाशी साचविले जातात. संचयनाचे प्रमाण हळूहळू वाढत जाऊन त्याचे एक टोक जमिनीच्या पुढे आलेल्या भागास जोडले जाते. यास संलग्न

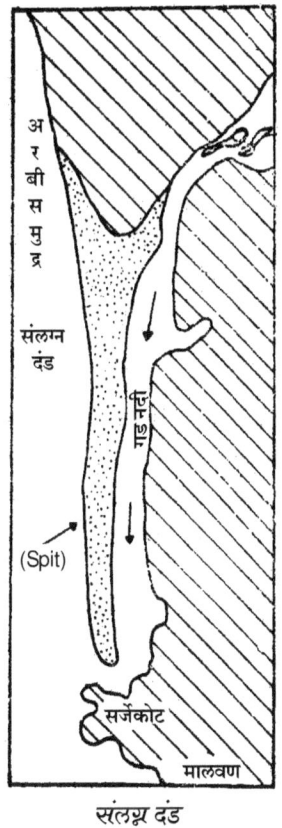

अरबी समुद्र
संलग्न दंड
गड नदी
(Spit)
सर्जेकोट
मालवण

संलग्न दंड

दंड असे म्हणतात. कोकणातील मालवणनजीक सुमारे ५ कि. मी. लांबीचा संलग्न दंड गडनदीच्या मुखाशी तयार झालेला दिसतो. वेंगुर्ल्याजवळ उभा दांडा वरील प्रकारात मोडतो. इंग्लंडमधील कॅलशॉट स्पीट व मलेशियातील केलांतन नदीच्या मुखाशी असे वक्राकार संलग्न दंड आहे. तिरकस लाटांमुळे बऱ्याच काळानंतर संलग्न दंडाचे टोक उपसागराच्या दिशेने वाकते. अशा दंडास वक्रदंड किंवा hook असे म्हणतात. काही वेळा संलग्न दंडास अनेक लहान-मोठे फाटे असलेले दिसतात. हे सगळे फाटे किनाऱ्याच्या दिशेने वळलेले असल्यास त्याला संयुक्त वक्रदंड असे म्हणतात (compound hook). उत्तर अमेरिकेच्या ईशान्य भागात केपकॉड द्वीपकल्पाजवळ अशा तऱ्हेचे दंड व वक्रदंड तयार झालेले आहेत. केपकॉड ही सखल प्रदेशानजीक किनारपट्टी आहे. या ठिकाणी हिमप्लवराशीमुळे (glacial drift) संलग्न दंड तयार झालेला आहे. येथे दीर्घ प्रवाहतटांच्या दिशा बदलतात. त्यामुळे उत्तरेकडील रेसपॉईंटजवळील दंड वाकलेला आहे. संलग्न दंडाची लांबी सातत्याने होणाऱ्या संचयनामुळे वाढत जाऊन तो दंड जवळजवळच्या दोन भूशिरांना जोडतो. त्यामुळे उपसागराचे मुख बंद होते. यास उपसागरी दंड (bay bar) असे म्हणतात. दक्षिण कॉर्नवॉलमधील लोबार व बाल्टिक किनाऱ्यावरील नेहरूंग ही उपसागरी दंडाची उदाहरणे आहेत.

वाळूचा दांडा (Sand Bar) : खुल्या समुद्रात पण किनाऱ्याजवळील तरंगकृत मंचाच्या समुद्राकडील बाजूवर किनाऱ्यास समांतर असे वाळू, शंख, शिंपले यांचे संचयन आढळते. यास वाळूचा दांडा असे म्हणतात. किनाऱ्यापासून दूर पण उथळ समुद्रात फुटलेल्या लाटांत (भग्नोर्मी) बऱ्याच वेळेस भरपूर पदार्थ असतात. त्यांचे संचयन भग्नोर्मींच्या प्रदेशात होते. प्रतिगामी लाटांबरोबर हे पदार्थ तरंगकृत मंचाच्या समुद्राकडील बाजूवर आणून टाकले जातात व वाळूचा दांडा तयार होऊ लागतो.

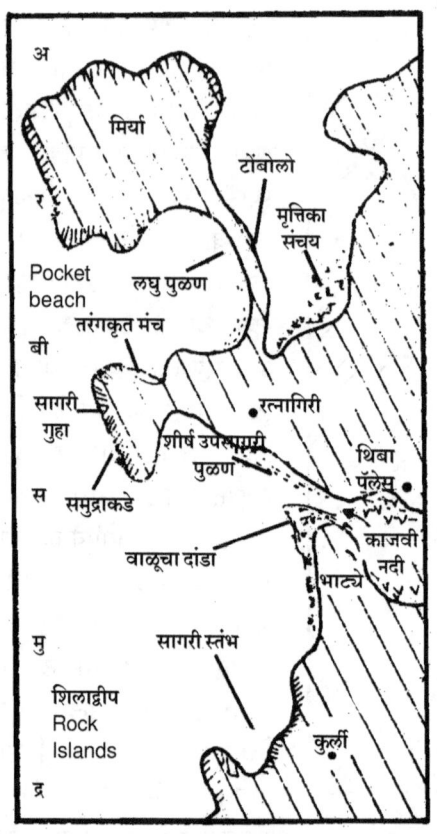

अ

मिर्या

टोंबोलो

मृत्तिका
संचय

Pocket
beach

लघु पुळण

तरंगकृत मंच

बी

सागरी
गुहा

शीर्ष उपसागरी
पुळण

•रत्नागिरी

थिबा
पॅलेस •

स

समुद्राकडे

वाळूचा दांडा

काजवी
नदी

भाट्ये

मु

सागरी स्तंभ

शिलाद्वीप
Rock
Islands

कुर्ली

द्र

पुळण, सागरी स्तंभ, टोंबोलो (भूबद्धद्वीप), शीलाद्वीप

कालांतराने तेथे संचयन वाढत जाऊन सागरी पातळीवर तो डोकावू लागतो. वाळूच्या दांड्याच्या निर्मितीस अनियमित किनारा असावा लागतो. तसेच दीर्घतट प्रवाहामधून भरपूर पदार्थ वाहत येऊन ते दांड्यालगत साचणे आवश्यक असते. जेथे किनारपट्टीची सर्वसाधारण दिशा एकदम बदलते, तेथे वाळूच्या संचयनास योग्य परिस्थिती असल्याने वाळूचा दांडा तयार होतो. बऱ्याच वेळेस खुल्या समुद्रात एखादा न झिजलेला खडक असतो. तेथे लाटा येऊन फुटल्यास संचयनाला सुरुवात होते. दांडा व किनारा यांच्या दरम्यान असलेल्या उथळ पाण्यास लॅगून किंवा सिंधू तडाग, कायल अशी नावे आहेत. काही काळानंतर ही लॅगून्स गाळाने भरून येतात, अशा तऱ्हेचे दांडे केरळच्या किनाऱ्यावर आहेत, त्यांना कायल असे म्हणतात. रत्नागिरीत काळबादेवी बंदराजवळ असा दांडा आहे. इंग्लंडमध्ये जॉर्डल बँक्स व चेसिल बीच येथे वरील प्रकारचे दांडे

आढळून येतात. अनेक वेळा वाळूचा दांडा खूप अंतरापर्यंत किनाऱ्यास समांतर असतो. त्यामुळे जलवाहतुकीस अडथळा निर्माण होतो म्हणून त्यास रोधक द्वीपे (barrier island) असे म्हणतात. त्यामुळे उथळ पाण्याचे लांबलचक भाग किनाऱ्यास समांतर आढळून येतात. त्यांना साउंड असे म्हणतात. अंदमान द्वीपसमूहात व संयुक्त संस्थानातील उत्तर कॅरोलिनच्या किनाऱ्यावर केप हॉटरासजवळ अशी साउंड्स, रोधक द्वीपे आहेत. जगातील किनाऱ्याच्या १/३ भागात अशी साउंड्स व रोधक द्वीपे सर्वसाधारणपणे आढळतात.

भूबद्ध द्वीप (Tombolo)

किनाऱ्यालगत एखादे बेट असते. वाळूच्या दांड्यामुळे ते किनाऱ्याशी जोडले जाते. अशा प्रकारे जोडणारा जो दांडा असतो त्याला भूबद्ध द्वीप असे म्हणतात. किनाऱ्यालगतचे बेट व किनारा यांच्या दरम्यानचा समुद्राचा भाग अरुंद असल्यामुळे त्यातून पाण्याचे वहन सुलभरीत्या होऊ शकत नाही व पाण्यास अडथळा निर्माण होऊन परिणामी संचयन होते व बेट आणि किनारा जोडणारा दंड तयार होतो. रत्नागिरी बंदराच्या उत्तरेस मिऱ्या खेडे एका बेटावर आहे. हे बेट एका दंडाने रत्नागिरीशी जोडलेले आहे. पश्चिम इटलीच्या किनाऱ्यावरील अर्जेंटाटीओचे बेट दोन भूबद्ध द्वीपांच्या साहाय्याने किनाऱ्याशी जोडलेले आहे. पाकिस्तान व इराणच्या दरम्यान असलेल्या मकरान किनाऱ्यावर १६ कि. मी. लांबीचे टोंबोलो आहेत. अलिबागच्या दक्षिणेस कोर्लई येथे व राजापूरच्या पश्चिमेस अंबोलगड ही महत्त्वाची भूबद्ध द्वीपे आहेत.

उभयाग्रभूमी (Cuspate Foreland), खाजण अग्रभूमी

किनाऱ्यावर जे खोलगट व थोडेसे पाणथळ भाग आढळतात, त्याला उभयाग्र किंवा खाजण असे म्हणतात. दोन विरुद्ध दिशांनी तयार झालेल्या संयुक्त दांड्याच्या एकत्रीकरणामुळे अशी खाजणे तयार होऊ शकतात. यात भातशेती व नारळाची लागवड होऊ शकते.

किनाऱ्यावरील वाळूच्या टेकड्या (Sand Dunes)

ओहोटीच्या वेळी उघड्या पडलेल्या पुळणीवरची वाळू कोरडी होते. समुद्रावरून येणाऱ्या वाऱ्यामुळे ही वाळू भरतीमर्यादेच्या पलीकडे लहान लहान टेकड्यांच्या स्वरूपात झाडेझुडपे इत्यादी अडथळ्यांच्या साहाय्याने साचविली जाते व वाळूच्या लहान टेकड्या तयार होतात.

मृत्तिका संचय व दलदली (Mud flats and salt mashes)

संलग्न दंड व अपतट दंड यामुळे खाड्या बंदिस्त होतात. या ठिकाणी नद्या व त्यांच्या वितरिका (distributaries शाखा-उपशाखा) येत असल्यास मातीचे व गाळाचे थरावर थर साचतात. त्यास पत्रिका संचय असे म्हणतात. चेन्नई शहराच्या किनाऱ्यावर कूमनदीने अशा तऱ्हेचे संचय निर्माण केलेले आहेत. मृत्तिकासंचयात पाण्याचे प्रमाण वाढल्यास तेथे पाणथळ जागा व दलदली तयार होतात. मुंबईजवळ खार, मालाड, नालासोपारा व वसई येथे मृत्तिका संचय व दलदली आढळतात.

नेदरलँड्स (हॉलंड) च्या किनाऱ्यावर डचांनी उंच (dyke) भिंती बांधून पवनचक्क्यांच्या साहाय्याने पाणी हटवून नवीन जमिनी तयार केलेल्या आहेत. त्यांना पोल्डर्स (polders) असे म्हणतात. डचांच्या या भगीरथ प्रयत्नामुळे एक म्हण प्रचारात आली आहे. 'देवाने डचांना निर्माण केले; पण डचांनी हॉलंड देश घडविला.' सुमात्रा बेटात त्यांनी पूर्वी व आता इंडोनेशियन सरकारने हेच तंत्र वापरून दलदलीचे रूपांतर भातशेतीत केले आहे.

भूजलाचे कार्य व कार्स्ट भूरूपे

पृथ्वीच्या पृष्ठभागाखाली वाहणाऱ्या पाण्यास भूजल किंवा भूमिगत पाणी असे म्हणतात. पृष्ठभागावर पडणाऱ्या पावसापैकी व बर्फ वितळून तयार झालेल्या १/३ किंवा त्यापेक्षा जास्त पाण्याची कमी अधिक तापमानानुसार वाफ होते. सुमारे १/२ पाणी जमिनीवरून नद्यांच्या रूपाने वाहून जाते व १/६ पाणी जमिनीत मुरते. जमिनीत मुरलेले पाणी खडकातून पाझरून भूपृष्ठाखालून वाहत असते.

भूजलाची निर्मिती : शिलारसाचा उद्रेक होत असताना द्रवरूप पदार्थही त्याआधी बाहेर टाकले जात असतात. अशा वेळी शिलारसातील खनिजे द्रव्यात असलेले पाणी आजूबाजूच्या प्रस्तरातील भेगा, चिरा फटीत साचते. अशा पाण्यास शिलारसजन्य जल (Magmatic Water) असे म्हणतात. स्तरित किंवा अवसादी खडकांची निर्मिती सागरीय प्रदेशात व तळ्यांच्या काठी चालू असताना खडकातील थरांत जे पाणी साचून राहते, त्याला सहजात जल (Connate Water) असे म्हणतात. पावसाचे व बर्फ वितळून तयार झालेले पाणी पार्य खडकातून, खडकांच्या भेगांतून झिरपते व जमिनीखालून वाहते. अशा पाण्यास वायुमंडली जल (Meteoric Water) असे म्हणतात. भूजलाच्या दृष्टीने वायुमंडलीय जल म्हणजे पाऊस व हिमवर्षाव याद्वारे वातावरणातून होणारा पाणीपुरवठा जास्त महत्त्वाचा असतो.

भूपृष्ठाखाली पाणी मुरण्याचे प्रमाण व क्रिया, खडक प्रकारावर अवलंबून असतात. अग्निजन्य व रूपांतरीत खडक सच्छिद्र नसल्याने त्यात पाणी मुरत नाही. बहुतेक

अग्निजन्य व रूपांतरीत खडक हे पाण्याच्या दृष्टीने जलाभेद्य, अपार्य, रंध्ररहित समजले जातात. भरीव व स्फटिकमय खडक हे जलाभेद्य असतात.

पिंडाश्म व वालुकाश्म हे सच्छिद्र असतात. त्याचप्रमाणे अनेक प्रकारचे रेवमय खडक सच्छिद्र असून अशा खडकांत पाणी राहू शकते. पंकाश्मासारखे खडक मात्र जलाभेद्य, अपार्य असतात.

चुनखडक हा सच्छिद्र नाही, परंतु त्यात अनेक उभ्या, आडव्या संधी, चिरा, फटी जोड असल्याने चुनखडकातून पाणी झिरपते. जमिनीखाली अनेक प्रकारच्या जलभेद्य पार्य खडकात जोड, संधी भेगात पाण्याचा साठा असतो. अशा पाणी धरून ठेवणाऱ्या खडकांना जलजशैज (Aquifer) असे म्हणतात. जलजशैलाच्या विस्तारावर अंतर्गत जलसाठ्याचे प्रमाण अवलंबून असते. कोकण, मलबार व कारवार आणि कारोमांडल किनाऱ्यावर भूजल पृष्ठभागावर आढळते तर राजस्थान, दक्षिण पंजाब या ठिकाणी बऱ्याच खोलीवर सुमारे ३० ते ६० मीटर्स किंवा त्यापेक्षा जास्त खोलीवर भूजल असते. भूपृष्ठाखाली १५०० मीटर्स खोलीपासून भूजलाचे प्रमाण झपाट्याने कमी होत जाते. १०,००० मीटर्स खोलीवर ते अजिबात आढळत नाही. जास्त खोलीवरील खडकांवर कवचाचा दाब खोलीनुसार वाढत जाऊन छिद्रे बुजल्यामुळे पार्यता नष्ट होऊन ते जलाभेद्य होतात.

जलरेषा किंवा जलपातळी (Water Table)

अंतर्गत भागातील पाण्याच्या पातळीस जलरेषा किंवा जलपातळी असे म्हणतात. जलरेषेखाली असलेला खडकांचा भाग हा जलसंपृक्त असतो. जेथे जलरेषा भूपृष्ठावर आलेली असते तेथे पाणी तलावांच्या स्वरूपात आढळून येते. असे तलाव आटत नाहीत. भूस्वरूप, वृष्टीचे प्रमाण व खडकांचा प्रकार यांवर जलरेषा अवलंबून असते. भरपूर व दीर्घकाल वृष्टी होणाऱ्या प्रदेशात जलरेषा पृष्ठभागानजीक असते, तर महाराष्ट्राच्या अर्धशुष्क भागात ती जमिनीत खोलवर आढळते. पाझरतलाव व कालवे महाराष्ट्रात जेथे आहेत त्यांच्या निकटवर्ती परिसरात जलरेषा, कालवे, तलाव नसलेल्या प्रदेशांपेक्षा पृष्ठभागाजवळ आलेली आहे. वृष्टीच्या कालात जलरेषा पृष्ठभागाजवळ आढळते तर कोरड्या ऋतूत ती खूपच खोलवर गेलेली आढळून येते.

पावसाच्या पाण्यात कार्बन डायऑक्साईड विरघळून चुनखडीवर पडल्यानंतर सौम्य कर्बाम्ल तयार होते व चुनखडक विरघळतो.

भूजलाचे चुनखडीच्या प्रदेशातील कार्य

जमिनीत मुरलेले पाणी पुढील तिहेरी क्रिया घडवून आणते.

(१) द्रावणक्रिया किंवा द्रवीकरण (Solution) (२) भरण किंवा संचयन

(Deposition) (३) अश्मीकरण (Petrification). या तिन्ही क्रिया प्रामुख्याने चुनखडीच्या प्रदेशात, चुन्याचा अंश असणाऱ्या खडकावर व खडूच्या प्रदेशात घडून येतात. जमिनीमध्ये झिरपणाऱ्या व मुरणाऱ्या पाण्यात विविध प्रकारचे वायू व रासायनिक पदार्थ विरघळलेले असतात. कर्बद्विप्रणिल वायू, नत्रद्रव्ये व गंधक आणि विविध क्षार अशा पदार्थांचे प्रमाण जास्त असते, त्यामुळे खडकावर व कर्बद्विप्रणिल वायूमुळे प्रामुख्याने चुनखडीवर परिणाम होऊन चुनखडकाची झीज होते. भूजलामध्ये चुनखडीच्या प्रदेशात विविध प्रकारचे भू-आकार तयार झालेले दृष्टीस पडतात. अशा प्रकारचे भू-आकार मात्र फारच थोड्या ठिकाणी आढळून येतात, परंतु युगोस्लाव्हियाच्या कार्स्ट विभागात त्यांचे अस्तित्व आहे. युगोस्लाव्हियातील ॲड्रियाटिक समुद्राच्या किनाऱ्यालगत असलेल्या कार्स्ट प्रदेशाने सुमारे ४०,००० चौरस कि.मी. इतके क्षेत्र व्यापलेले असून सागरपातळीपासून तो २२०० मीटर्स पेक्षा जास्त उंचीवर आढळतो. कार्स्ट प्रदेशातील चुनखडकात जोड, चिरा व भेगा असून तेथे पाऊसही ७५ सेंमीपेक्षा जास्त असल्याने पाणी झिरपण्याची क्रिया होऊन चुनखडक विरघळतो. चुनखडकात असलेल्या जोडात पाणी झिरपण्याची क्रिया वाढून जोड रुंदावून प्रथम तेथे एक विवर तयार होते. विवर (Sinkhole) तयार होऊन त्याचा आकार वाढला की, तेथील चुनखडी विरघळण्याच्या क्रियेचा वेग वाढतो व विवर चुनखडक खोलवर पोखरतो व नंतर चुनखडकात एक गुंफा (Cavern) तयार होते. विवर पृष्ठभागावर असून गुंफा चुनखडकात पृष्ठभागाखाली असते. विवर व गुंफा एका बोगद्याद्वारे जोडले जातात. बऱ्याच वेळेस चुनखडीच्या प्रदेशातील जोड रुंदावून तेथे खोलगट भाग तयार होतात. स्लाव्ह भाषेत अशा खळग्यांना बोगाझ तर फ्रेंच भाषेत लॅपीज असे नाव आहे. भूजलामुळे चुनखडीच्या प्रदेशात खनन, वहन व संचयन क्रियेमुळे अनेक प्रकारचे भू-आकार तयार होतात. हे सर्व भू-आकार युवावस्था, प्रौढावस्था व वृद्धावस्था या तीन अवस्थांमधून जातात. सिविजिक या नावचे भूरचनाकार आहेत. त्यांनी युगोस्लाव्हियातील ॲड्रियाटिक समुद्रकिनाऱ्यावरील कार्स्ट प्रदेशाचा म्हणजे चुनखडीच्या प्रदेशाचा अभ्यास करून वरीलप्रमाणे मत व्यक्त केलेले आहे. युगोस्लाव्हियातील कार्स्टप्रदेशाप्रमाणे आदर्श परिस्थिती जगाच्या फारच थोड्या भागात आढळते. ज्या ठिकाणी युगोस्लाव्हियातील कार्स्ट प्रमाणेच भूआकार तयार झालेले आहेत. त्या सर्व चुनखडीच्या प्रदेशांना कार्स्ट प्रदेश असे नाव आहे. संयुक्त संस्थानातील केंटकी इंडियाना राज्यात, (मॅमॉथ केव्ह) फ्रान्समधील कॉंझी प्रदेश, क्यूबाचा पश्चिम भाग, ऑस्ट्रेलियाची पूर्व किनारपट्टी, न्यू मेक्सिकोमधील कार्लसबॅल्ड प्रदेश हे जगातील प्रमुख प्रदेश कार्स्टने युक्त आहेत.

कार्स्ट चक्र

युवावस्था : पहिल्या अवस्थेमध्ये किंवा युवावस्थेत चुनखडक हा दुसऱ्या कुठल्यावरी खडकाखाली, वालुकाश्म किंवा पंकाश्माखाली असतो. चुनखडीच्या वर असलेल्या वालुकाश्माची झीज झाली की चुनखडक उघडा पडून त्यातील जोड संधीतून पाणी मुरण्यास सुरुवात होते व प्रथम विवर (Sink) तयार होते. विवरांचा व्यास काही सेंटिमीटरपासून २०० ते ३०० मीटर्सपर्यंत असू शकतो. आकारानुसार विवरांच्या देखील अवस्था शास्त्रज्ञांनी शोधून काढलेल्या आहेत. युवावस्थेतील पहिले भूरूप म्हणजे विवर. दुसरे भूरूप म्हणजे पानोर किंवा दंडगोलाकृती परंतु भूपृष्ठाकडून केंद्राच्या दिशेने जाणारे दंडगोलाकृती विवर अगर भुयार. हे दंडगोलाकृती विवर अंतर्गत भागातील गुंफेशी संलग्न असून त्यातूनच पृष्ठभागावरील पाण्याचा प्रवाह एकाएकी लुप्त होऊन दुसरीकडे कुठेतरी बाहेर पडतो. अलकनंदा अशाच रीतीने हिमालयात लुप्त होते. चुनखडीच्या प्रदेशातील जोड रुंदावून विवरांची निर्मिती झाल्यानंतर बऱ्याच वेळेस विवरांचा आकार वाढून खोलगट भाग तयार होतात, त्यांना बोगाझ असे नाव आहे. बोगाझनंतरची स्थिती म्हणजे गेलिना. बोगाझ खळगे रुंदावतात. यांची खोली वाढते व साधारणपणे एक किमीपर्यंत व्यासाच्या नरसाळ्याच्या आकाराचे खळगे तयार होतात. यांना डोलिना असे म्हणतात. (त्यांचे अनेकवचन डोलाईन्स) डोलाईन्सचे रूपांतर आणखी खोल खळग्यात होते, त्यांना युवाला असे नाव आहे. युवालांचे काठ अत्यंत तीव्र उताराचे असून पृष्ठभागापासून उभ्या नैसर्गिक भिंतीमुळे युवाला अलग पडलेल्या असतात. युवाला एकत्र येऊन त्यांचे रूपांतर पोल्जी नावाच्या महाप्रचंड खळग्यात होते. त्यांचा व्यास ५ कि. मी. पेक्षा जास्त असू शकतो. पोल्जींची निर्मिती झाल्यानंतर पाण्याने झीज होते. त्यानंतर प्रौढावस्था सुरू होते.

प्रौढावस्था : प्रौढावस्थेत गुंफांची निर्मिती होते. पोनोर म्हणजे लंबवत गर्तेतून पाणी चुनखडीची झीज करीत खाली जाते व खडक पोखरून काढते. तेथे गुहा तयार होतात. त्यांना गुंफा (Cavern) असे म्हणतात. गुंफा जेथे तयार होत नाहीत तेथे खोल दऱ्या व टोकदार स्तंभ तयार होतात. बऱ्याच वेळेस गुंफांची निर्मिती झाल्यानंतर गुंफांच्या छतावरून पाणी ठिबकून गुफांच्या तळाशी लवणस्तंभ तयार होतात. यांची वाढ गुंफांच्या छताकडे होत असल्याने त्यांना ऊर्ध्वमुखी लवणस्तंभ असे म्हणतात. छतावरून पाणी ठिबकत असताना क्षाराचा काही अंश छताला चिकटतो व स्तंभाची निर्मिती सुरू होते. त्यांची वाढ गुंफेच्या तळाच्या दिशेने होत असल्याने त्यांना अधोमुखी लवणस्तंभ असे म्हणतात. अनेकदा ऊर्ध्वमुखी व अधोमुखी लवणस्तंभ एकमेकांना

मिळतात. गुंफा तयार झाल्यानंतर खूप वर्षांनी झिजेमुळे गुंफांची छते ढासळतात. न ढासळलेले भाग पुलासारखे दिसतात. गुंफा ढासळून खोलगट भाग, दऱ्या व स्तंभ तयार होतात. त्यांना कॅरेन क्लिंट अशीही नावे आहेत. गुंफा ढासळण्यास सुरुवात झाल्यानंतर चुनखडीच्या प्रदेशांचा खडबडीतपणा वाढत जातो.

वृद्धावस्था : गुंफांचे रूपांतर कॅरेन (टोकदार स्तंभ) लॅपीन किंवा क्लिंटमध्ये झाल्यानंतर स्तंभांची हळूहळू झीज होते. स्तंभांची झीज सुरू झाल्यानंतर तिसरी म्हणजे वृद्धावस्था येते. वृद्धावस्थेत झिजेचे कार्य खूपच पुढे गेलेले असते व चुनखडीच्या खाली असलेला खडक उघडा पडून त्याचीही झीज व्हायला लागते. या अवस्थेत जेथे चुनखडीची काही कारणामुळे झीज होत नाही ते भाग टेकड्यांच्या स्वरूपात दिसतात. त्यांना चूर्ण प्रादेशिक उंचवटे असे म्हणतात. वृद्धावस्थेत चुनखडीच्या प्रदेशाची झीज चालू असताना खडबडीत मैदानही तयार होते. त्याला कार्स्ट मैदान असे म्हणतात. कार्स्ट मैदानावर अनेकदा भूजलाबरोबर वाहून आलेले पदार्थ साचून लाल मातीचे संचयन होते, त्याला टेरा रोझा असे म्हणतात. स्पेनमध्ये व इंडियाना राज्यात अशी माती आढळते. परंतु टेरारोझा म्हणजे आपल्याकडील जांभ्या दगडांची माती नाही. कार्स्ट मैदानावर हजारोंच्या संख्येने विवरे खळगे आढळून येतात. विवरांतून पाणी जमिनीत जाते त्यामुळे कार्स्ट मैदानावर फारच थोडे जलप्रवाह असतात. विवरात, जमिनीत गुप्त होणाऱ्या जलप्रवाहांना भूगर्भीय प्रवाह असे नाव आहे. संयुक्त संस्थानांच्या इंडियाना राज्यातील लॉस्ट नदी वरील प्रकारात मोडते. यॉर्कशायरमधील (इंग्लंड), मॅलहॅम गुहेतून वाहणारी आयर नदी आधी गुप्त झालेली आहे.

शुष्क दऱ्या (Dry Valleys) : चुनखडी व खडूच्या प्रदेशात आढळणाऱ्या शुष्क दऱ्या हे एक महत्त्वपूर्ण प्राकृतिक वैशिष्ट्य आहे. पाण्याच्या नद्या ज्याप्रमाणे भू-आकार निर्माण करतात, तसेच काही भू-आकार शुष्क दऱ्यातही निर्माण झालेले आढळतात. शुष्क दऱ्यांच्या तळावर गाळांचे संचय व भरड पदार्थ आढळून येतात. फक्त एकच प्रमुख फरक तो म्हणजे शुष्क दऱ्यात पाणी नसते. मुसळधार पावसामुळे जर पाणलोट निर्माण झाले, तरच शुष्क दऱ्यांतून पाणी वाहू लागते, एरवी नाही. शुष्क दऱ्यांच्या निर्मितीच्या संदर्भात वेगवेगळी मते आढळतात. काहींचे म्हणणे असे की, चुनखडकात पूर्वी जलपातळी खूप वर म्हणजे पृष्ठभागालगत होती. तेव्हा खूप पाणी वाहून गेले व पाण्याच्या खननकार्यामुळे शुष्क दऱ्या निर्माण झाल्या. परंतु ज्या वेगाने पाणी वाहून गेले, त्या वेगाने भूजलास पृष्ठभागावरून पाणीपुरवठा न झाल्याने जलपातळी खाली गेली व दऱ्यांत पाणी नसल्याने त्या कोरड्या राहिल्या. आता भरपूर पाऊस पडतो तेव्हाच पाणी शुष्क दऱ्यांतून वाहते.

निर्झर खनन (Spring Sapping) च्या क्रियेने शुष्क दऱ्या निर्माण झालेल्या आढळून येतात. चुनखडीच्या प्रदेशात जेव्हा झरे निर्माण होतात. तेव्हा झऱ्यांतून बाहेर येणारे पाणी वेगवान व मुबलक असल्याने झऱ्यांच्या उगमस्थानाच्या अगदी निकटवर्ती परिसरात खूप खनन झाले व दऱ्या तयार झाल्या. अशा अनेक शुष्क दऱ्यांच्या खालच्या टप्प्यात अजूनही झरे आढळतात. त्यांना जिप्सी, बाऊर्न अशी नावे आहेत.

शुष्क दऱ्यांची निर्मिती प्लायस्टोसिन काळानंतर झाली असावी, असाही एक निष्कर्ष काही भूरचनातज्ज्ञांनी काढलेला आहे. प्लायस्टोसिन काळात चुनखडीच्या खडूच्या प्रदेशात हिमयुग असल्याने तेथील भूमी गोठलेली होती. त्यामुळे त्या खडकातील छिद्रात असलेले पाणी गोठले. हिमयुग हटत असताना म्हणजे तापमानात वाढ झाल्यानंतर चुनखडीतील गोठलेले पाणी मोकळे होऊन पाण्याचे प्रवाह तयार झाले. प्रवाहांच्या खननकार्यामुळे दऱ्या तयार झाल्या, परंतु आता त्यात पाणी नसल्याने त्या दऱ्या शुष्क आहेत.

भारतामध्ये कार्स्ट प्रदेश फारसे आढळत नाहीत. पुण्याहून नगरच्या वाटेवर सुमारे १२० किमी अंतरावर कान्हूर नावाचे पठार आहे. पठारावर वडगाव दर्या नावाचे गाव असून त्या परिसरात असिताश्म असूनही तेथे चुनखडीतील गुंफा आहे. असिताश्मातील चुनखडी हे एक न सुटलेले कोडे आहे. वडगाव दर्या येथील चुनखडीच्या प्रदेशात विस्तार अत्यल्प म्हणजे सुमारे ५०० चौरस मीटर्स असून तेथील गुंफेत विवरे, अधोमुखी व ऊर्ध्वमुखी लवणस्तंभ, चूर्णावसाद, एकाएकी गुप्त होणारे प्रवाह आहेत. तेथील पाण्याला औषधी गुणधर्म असल्याचे ग्रामस्थ सांगतात. येथील लवणस्तंभांच्या विकासाच्या विविध अवस्थाही दृष्टीस पडतात. चूर्णावसादात सतत पाणी ठिबकून थेंबाच्या आघातामुळे लहान खळगेही तयार झालेले आहेत. प्राकृतिक भूगोलाच्या अभ्यासकांनी याला अवश्य भेट द्यावी. अंदमान द्वीपसमूहातील मुख्य बेटाजवळील ककाना खेड्यातही चुनखडीतील गुंफा आढळतात.

भूजल विविध प्रकारे भूपृष्ठावर येते. कारंजी, फवारे, विहिरी, झरे यांच्यामार्फत भूजलाचा आविष्कार पृष्ठभागावर होतो. जलरेषा म्हणजे काय हे आपण मागे पाहिलेले आहेच. वृष्टीचे प्रमाण, खडकांचा प्रकार, भूमिस्वरूप यावर जलरेषा म्हणजे अंतर्गत भागातील ही पाण्याची पातळी अवलंबून असते पावसाळ्यात व बर्फ वितळल्यावर जलरेषा भूपृष्ठानजीक आलेली असते. तर कोरड्या ऋतूत ती खाली गेलेली असते. दीर्घकाळ वृष्टी होणाऱ्या प्रदेशात तळी, सरोवरे नद्यांच्या प्रदेशात जलरेषा पृष्ठभागानजीक असते.

झरे : जेथे भूजलाची पातळी पृष्ठभागाला छेदते अशा ठिकाणी पाणी झऱ्यांच्या रूपाने बाहेर पडते. भरपूर वृष्टी असणाऱ्या डोंगराळ भागात झरे आढळतात. शिवालिक पर्वतात, हिमाचल प्रदेशात भरपूर पाऊस व हिमवृष्टीनंतर उन्हाळ्यात बर्फ वितळत असल्याने झरे आढळतात. सावंतवाडीजवळ आंबोली घाटात रस्त्याच्या लगत एक शुद्ध पाण्याचा झरा आहे. अशा तऱ्हेचे अनेक झरे सह्याद्री प्रदेशात आढळतात. ठाणे जिल्ह्यात पालघर, वसईजवळ वज्रेश्वरी येथेही झरे आहेत. राजापूरजवळची गंगा हा देखील झऱ्याचा प्रकार आहे. अनेकदा जलभेद्य खडक व जलाभेद्य खडक यांच्या दरम्यान एक पोकळी असते. जलभेद्य खडकातून पाणी मुरते व पोकळीत साचते. या पोकळीचे तोंड कुठेतरी पृष्ठभागावर आलेले असते. पोकळी पाण्याने भरल्यानंतर व पोकळीच्या मुखावर जलरेषा गेल्यानंतर झरा वाहण्यास सुरुवात होते.

प्रस्तरभंगानंतर व भूकंप झाल्यानंतर काही नवीन झरे निर्माण होणे व जुने झरे आटणे असे प्रकार घडून येतात. १९६७ च्या भूकंपानंतर कोकणातील अनेक झरे आटले होते व चिपळूणच्या परिसरातील व त्याच वेळी पणजी (गोवा) विभागातील कोरड्या विहिरींना पाणी आले होते.

शुष्क व अर्धशुष्क प्रदेशात हिरवळीच्या जागा किंवा मरूवने (Oasis) असतात. अशा ठिकाणी एखाद्या खोलगट जागी जलरेषा पृष्ठभागावर आलेली असते. तेथे पाणी भरपूर आढळते. त्यामुळे वस्तीही खूप आढळते.

फ्रान्समधील अर्टाईस प्रांतात बशीच्या आकाराचे अनेक खळगे आहेत. त्या ठिकाणी काही जागी नैसर्गिकदृष्ट्या पाणी बाहेर आलेले आहे. परंतु जर पाण्याचा दाब कमी असेल, तर विहिरी जलरेषेपर्यंत खणून पाणी मिळवावे लागते. अर्टाईस प्रांतावरून अशा प्रकारच्या विहिरींना आर्टेशियन विहिरी असेही म्हणतात. भारतामध्ये काठेवाड द्वीपकल्प, उत्तर गुजरात, राजस्थान भागात व ऑस्ट्रेलियात ग्रेट डिव्हायडिंग रेंजच्या पश्चिमेकडील उतारावर आर्टेशियन विहिरी आहेत.

❏

१. उपयोजित भूरूपिकी
(Applied Geomorphology)

व्याख्या, व्याप्ती व स्वरूप

प्राकृतिक भूगोल म्हणजे पृथ्वीवरील भूरूपे व भूदृश्यांचा अभ्यास. प्राकृतिक भूगोलाची व्याख्या पुढीलप्रमाणे केली जाते–

(१) भूरूप निर्मितीचे शास्त्रशुद्ध विवेचन म्हणजे प्राकृतिक भूगोल.

(२) पृथ्वीवरील मृदावरण (शीलावरण), जलावरण व वातावरण यांतील सर्व घटकांचा विश्लेषणात्मक अभ्यास म्हणजे प्राकृतिक भूगोल.

(३) भूगोल म्हणजे स्थलविज्ञान तर प्राकृतिक भूगोल म्हणजे प्राकृतिक स्थलविज्ञान. भूशास्त्र, मृदाशास्त्र, ऋतुमानशास्त्र, मोसम विज्ञान, जलावरण शास्त्र यांतील संकल्पनांचा वापर प्राकृतिक भूगोलात केलेला आहे तर गेल्या ५० वर्षांपासून सांख्यिकी कल्पनांचा वापरही प्राकृतिक भूगोलात केला जातो.

विस्फोट सिद्धान्त (Big Bang Theory), विश्वप्रसरण सिद्धान्त (The Theory of Expanding Universe), वेगेनर संकल्पना, तबक सिद्धान्त, प्रकमण प्रवाह सिद्धान्त, सागरतळ विस्तार, जेट किंवा वायुस्रोत सिद्धान्त, मोसमी सीमा सिद्धान्त अशा संकल्पना वेगवेगळ्या काळात विकसित झालेल्या आहेत. त्यांचा अंतर्भाव आता प्राकृतिक भूगोलाच्या अभ्यासात केला जात आहे. भूगोलशास्त्र हे स्थितिशील नाही, राजकीय भूगोल शास्त्राइतकी जरी गतिमानता प्राकृतिक भूगोलात नसली तरी देखील ते गतिशील आहे. १९५७ मध्ये रशियाने पहिला उपग्रह अंतराळात सोडला, १९६९ मध्ये मानव चंद्रावर उतरला. १९९७ नंतर मानवनिर्मित उपग्रहांनी, मंगळाच्या वातावरणात प्रवेश करून तेथील माहिती गोळा केली. त्यामुळे अंतराळाबद्दल, वायुमंडलाबद्दल वेगळी प्राकृतिक माहिती उपलब्ध झाली. तिचाही अंतर्भाव नंतर प्राकृतिक भूगोलाच्या अभ्यासात केला गेला.

भूरूपे, ऋतुमान, जमिनी, वनस्पती, प्राणी यांच्याद्वारे नैसर्गिक परिस्थिती ही मानवी जीवन प्रत्यक्ष व अप्रत्यक्षपणे घडवीत असते. त्यासाठी नैसर्गिक परिस्थितीच्या क्षेत्रीय वितरणाचा तौलनिक व विश्लेषणात्मक अभ्यास करणे आवश्यक असते. या सर्व गोष्टींचा व निसर्ग चक्रांचा अभ्यास प्राकृतिक भूगोलात केला जातो.

वातावरण व जलावरण यांच्यात चलनवलन, देवाणघेवाण असते. ती नैसर्गिक चक्रांमुळे होते. मृदा-जल संतुलन व वनस्पतींच्या वाढीसाठी उपलब्ध होणारे पाणी व त्यांचा उष्णतेच्या अंदाजपत्रकाबरोबर असणारा संबंध यांच्या अभ्यासाला आता प्राकृतिक भूगोलाच्या अभ्यासात महत्त्वपूर्ण स्थान प्राप्त झालेले आहे.

विविध प्रकारच्या वनस्पतींसाठी एखाद्या विभागात किती पाणी उपलब्ध आहे याचा विचार करूनच वनस्पती व कृषी तज्ज्ञ, विविध प्रकारच्या संकरित जाती (अतिरिक्त पाण्यात व अवर्षणग्रस्त प्रदेशात वाढणाऱ्या) तयार करतात. हरित व शुभ्र किंवा श्वेत क्रांती यशस्वी झाली कारण त्यांच्या प्रणेत्यांनी भौगोलिक घटकांचा सूक्ष्म अभ्यास करूनच आपली योजना आखली.

परिसराचा सर्वंकष अभ्यास हे भूविज्ञानाचे कार्य आहे. पृथ्वीवरील 'विविध देशातील विविध लोकांचा' अभ्यास भूगोलात केला जातो. परंतु त्याची सुरुवात, प्राकृतिक भूगोलाच्या अभ्यासापासून होते. निरनिराळ्या देशांतील निरनिराळ्या लोकांच्या जीवन क्रमातील फरक प्राकृतिक भूगोलाच्या अभ्यासामुळे समजतो.

जागतिक समस्यांवर, नदी जलवाटप, सीमा संघर्ष, भाषिक व वांशिक राष्ट्रवाद इत्यादींवर प्राकृतिक भूगोलाच्या अभ्यासामुळे तोडगा निघेलच असे कोणीही म्हणू शकणार नाही. परंतु प्रत्येक प्रदेशात, विभागात व ग्रामपंचायत स्तरावर ज्या समस्या असतात, त्यांची भौगोलिक पार्श्वभूमी समजून घेतल्यानंतर भूगोलाच्या अभ्यासामुळे सुवर्णमध्य मिळू शकतो. प्राकृतिक भूगोलाचा अभ्यास न करता केलेले नियोजन हे आर्थिकदृष्ट्या घातक ठरते, असे आता लक्षात येऊ लागले आहे.

प्राकृतिक भूगोलाची व्याप्ती प्रचंड आहे. भूगोलाच्या सर्व शाखांच्या अभ्यासात प्राकृतिक भूगोलाचे स्थान वरचे असते. संरक्षण शास्त्र, विविध वस्तूंचे उत्पादन- पेटंट व त्यांचे आर्थिक-सामाजिक परिणाम, नदीजलवाटप समस्या, लोकसंख्या वितरण व स्थलांतर, वाहतूक व वसाहतींची निर्मिती या सर्वांच्या अभ्यासात प्राकृतिक भूगोलाचे अनन्यसाधारण स्थान आहे.

सैन्यदलांचे नियोजन, मोहिमा, धोरण, शस्त्रास्त्रांची निवड या सर्व गोष्टी प्राकृतिक भूगोलाच्या विविध पैलूंच्या वैशिष्ट्यांवर आधारलेल्या असतात. त्यामुळे प्राकृतिक भूगोलाचे ज्ञान, भू-जल-वायू या तिन्ही सैन्य दलांतील जवानांना व अधिकाऱ्यांना आवश्यक असते. जेथे भू-जल सीमा व त्यावरील वायुसीमा आहेत अशा ठिकाणी असलेल्या प्राकृतिक भूगोलाच्या सर्व घटकांची माहिती व तेथे ऋतुमानाप्रमाणे होणारे परिवर्तन यांचा अभ्यास सैनिकी मोहिमांच्या पूर्वी केला जातो व त्यानुसार व्यूहरचना केली जाते. सीर खाडीपासून सियाचीन हिमनदीपर्यंत भारत पाक सीमारेषा असून त्या

भागात तटवर्ती, वाळवंटी, दलदलींचे, मैदानी, डोंगराळ, हिमरेषेलगतचे व हिमरेषेवरील भाग आहेत. यांचा अभ्यास सैनिकीदृष्ट्या महत्त्वाचा असतो.

प्राकृतिक भूगोलाचा व अर्थकारणाचा घनिष्ट संबंध आहे. रिकार्डोचा जमिनीबद्दलचा सिद्धान्त व माल्थस यांचा लोकसंख्येबद्दलचा सिद्धान्त हे भौगोलिक घटकांच्यावर आधारलेले असून विविध वस्तूंच्या उत्पादनाच्या व पेटंट्सच्या संदर्भात प्राकृतिक भूगोलाच्या घटकांचीच मदत घेऊन अनेकदा धोरणे आखावी लागतात.

वाढत्या लोकसंख्येमुळे नदी जलवाटप समस्या खूपच तीव्र बनलेल्या आहेत. कावेरी, गंगा, कृष्णा या नद्यांच्या जलवाटप संदर्भात तर नद्यांच्या खोऱ्यात पडणारा पाऊस, त्याचा काल, तेथील पाण्याचे होणारे बाष्पीभवन व पावसाच्या आकडेवारीतील बदल, सरासरी, जादा व कमी पावसाची वर्षे या सर्वांचा विचार करणे आवश्यक असते. हे सर्व प्राकृतिक भूगोलाचे घटक आहेत.

१९९७-९८ मध्ये अवतीर्ण झालेला अलनीनो हा गरम प्रवाह जून ९८ अखेर क्षीण होत असल्याचे आढळले असून ला निनो नावाचा एक शीत प्रवाह निर्माण होत आहे. ला निनोचे आयुष्य एक वर्षभर असून त्याच्या परिणामामुळे दक्षिण अमेरिकेतील पश्चिम तटवर्ती विभागांत अवर्षण पडते व आशियात पाऊसमान वाढते असा अनुभव आहे. याचे अर्थकारणावर जे परिणाम होतात त्यांचा विविध प्रकारे अभ्यास करणे आवश्यक आहे. अशा प्रकारचा अभ्यास प्राकृतिक भूगोलात केला जातो.

प्राकृतिक भूगोलाचा अभ्यास, निसर्ग संवर्धन, रक्षण यांसाठी गरजेचा आहे. जगात रोज लक्षावधी झाडे तोडली जात आहेत. अमेझॉन नदीच्या खोऱ्यात तर प्रचंड वेगाने वर्षावनांचा संहार होत आहे. अमेझॉन वर्षावनात ज्या अतिशय दणकट निरोगी वनस्पती आहेत, त्यातूनच मानवाला उपयुक्त वनस्पती मिळू शकतील. समुद्रात तेल सांडून प्रदूषण होत आहे, तर अनेक घातक वायू जगातील कारखान्यांतून वातावरणात सोडले जात असल्याने ओझोन वायूचा नाश होत आहे. असे अनेक प्रकार रोखून संवर्धन करण्यासाठी प्राकृतिक भूगोलाच्या अभ्यासाची आवश्यकता आहे.

प्राकृतिक भूगोल व भूराजनीती यांचा घनिष्ठ संबंध आहे. आपल्या देशाच्या सीमा, तेथील भूरूपे, विभिन्न पर्यावरण, गुजरात, कोकण, कारवार, मलबार, कारोमांडल किनारे त्यांचा पाकिस्तान, चीन या देशांकडून केला जाणारा दुरुपयोग, देशातील महत्त्वाच्या खिंडी, त्यांच्या परिसरातील वांशिक वितरण यांचा सर्वंकष अभ्यास होणे आवश्यक आहे.

जमिनीची धूप थांबविण्यासाठी, जलाशयातील गाळांचे संचयन कमी करून त्यांचे

आयुष्य वाढविण्यासाठी पाणलोट क्षेत्रांच्या अभ्यासाला अलीकडेच चालना मिळालेली आहे. यात देखील प्राकृतिक भूगोलाच्या अभ्यासाला व संशोधनाला मोठे महत्त्व आहे. पाणलोट क्षेत्रातील नदी, नाले, खडकांचा प्रकार व उतार, त्यांची होणारी झीज व तिचा वेग, तेथील पर्जन्यमान, पर्जन्यकाल, खडकावरील गवताचे आच्छादन यांचा अभ्यास प्राकृतिक भूगोलतज्ज्ञच करू शकतात. याशिवाय पाणलोट क्षेत्रातील मानव समूह, त्यांचे व्यवसाय, पाणलोट क्षेत्राशी त्यांची होणारी आंतरक्रिया हे मानवी भूगोलातील घटक प्राकृतिक भूगोलावरच आधारभूत आहेत.

भारतामधील शेती हा मोसमी पावसाचा जुगार आहे असे विख्यात भूगोल तज्ज्ञ डडले स्टँप म्हणत असत आणि अजूनही ते काही अंशी खरे आहे. मोसमी पाऊस व त्याचा लहरीपणा यांचा अभ्यास प्राकृतिक भूगोलात मोडतो.

पर्यटन व्यवसायाची सुरुवात तर प्राकृतिक वैशिष्ट्यांच्यामुळेच झाली. वैशिष्ट्यपूर्ण स्थलरूपे, भूरूपे, भूदृश्ये, रौद्र निसर्ग यांवर पर्यटन आधारलेले आहे. प्राकृतिक भूगोलाच्या अभ्यासकांना परिसराची गुणवत्ता व त्यांचे पर्यटनाशी असलेले अतूट नाते समजू शकते. चाकोरीबाहेरील परंतु भरपूर परिसर गुणवत्ता असलेली पर्यटन स्थळे निर्माण करण्यासाठी प्राकृतिक भूगोलतज्ज्ञांचीच मदत घेणे आवश्यक असते.

वरील विवेचनावरून असे लक्षात येईल की सध्याच्या विज्ञान आणि तंत्रज्ञानाच्या युगात प्राकृतिक भूगोलाच्या अभ्यासाला अनन्यसाधारण महत्त्व आहे.

विसाव्या शतकात भूगोल, भूशास्त्र, भूरचना किंवा भू-आकार शास्त्र यांत खूप वेगाने स्थित्यंतरे झाली. प्रत्येक शास्त्राने आपला एकलकोंडा स्वभाव सोडून व इतर शास्त्रांची मदत घेऊन स्वत:मध्ये बदल घडवून आणले. नवनवीन सिद्धान्त व संकल्पना यांचा विकास केला व त्यांचा मानवी जीवनात उपयोग केला. त्यामुळे त्यांचे 'वर्णनात्मक किंवा वर्णन करणारी' शास्त्रे असे जे रूप होते ते बदलले. भूगोलशास्त्रही याला अपवाद नाही. भूगोलतज्ज्ञांनी प्रत्यक्ष निरीक्षणे, मोजमापे, क्षेत्रीय प्रायोगिकी (Field Experiment) यावर आधारित सांख्यिकीकरण (Quantification) व प्रमाणीकरण व त्यावर आधारित अनुमाने यांवर भर दिल्यामुळे प्राकृतिक भूगोलशास्त्राची श्रेष्ठता वाढलेली आहे.

आंतरविद्या शास्त्रीय अभ्यासामुळे (Interdisciplinary Studies) भूकंपशास्त्र, ज्वालामुखी विज्ञान, तबक भूरचना, सागरतळ विस्तार, तेल-वायू भूशास्त्र, भूजलविज्ञान, भूचुंबकत्व, अवसाद विज्ञान अशा अनेक शास्त्रांतील निष्कर्षांचे संदर्भ आता प्राकृतिक भूगोलात अनिवार्य झाले आहेत. प्राकृतिक भूगोलाच्या आधुनिकीकरणाचा उपयोग प्राकृतिक भूगोलावर आधारित असलेल्या मानवी

भूगोलाच्या सर्व शाखांना, विशेषत: भूराजनीती, राजकीय भूगोल, मानवी भूगोल, नागर व अधिवास भूगोल यांना होत आहे.

हल्ली पृथ्वीवर सर्वत्र तापमानवृद्धी होत असून भूजलाच्या सतत वाढत जाणाऱ्या वापरामुळे भूजल पातळी खाली जात आहे. तटवर्ती प्रदेशात सागराचे आक्रमण वाढत आहे. त्याचा परिणाम किनारी प्रदेशातील भूमी उपयोजन व वसाहती यांवर होत आहे. भूमिपात, भूस्खलन, आर्द्र भूमी विस्तार, पूर, मृदांची बदलणारी क्षारता दर्जा, जमिनींची कमी होणारी पोषण क्षमता, प्रदूषण व जैविक विविधतेची हानी अशा अनेकविध समस्यांच्या निराकरणासाठी आजच्या प्राकृतिक भूगोलाकडे पुरेशी उत्तरे आहेत.

GIS प्रणाली म्हणजे भौगोलिक माहिती यासारखे प्रभावी तंत्र वापरून प्राकृतिक भूगोलतज्ज्ञांनी नैसर्गिक घडामोडी व त्यांचे अवकाशीय वितरण (Spatial Distribution) व समस्या आणि त्यांचे निराकरण या संदर्भात खूपच प्रगती केलेली आहे. यामुळे पर्वतीय प्रदेशातील भूमिपात, सागरपातळीच्या हालचाली, पूर व चक्रीवादळे या संदर्भात पूर्वानुमान वर्तविणे शक्य झालेले असून त्याबद्दल आता उपाययोजना करणेही शक्य आहे.

जैवमंडलांचे सीमा निर्धारण, नद्यांतील गाळसंचयन, प्रदूषण अशा समस्यांत आजकाल दूर-संवेदन तंत्र वापरले जाते. परंतु त्यांच्या आकलनासाठी प्राकृतिक भूगोलाचा अभ्यास आवश्यक आहे.

❏

(२)

हवामानशास्त्र

१. वातावरण : घटना व रचना
(Atmosphere; Composition and Structure)

वातावरण

भूपृष्ठाला गुरुत्वशक्तीमुळे धरून राहिलेले वास, रंग व वासविरहित असलेले व वायू, बाष्प आणि धूलिकण यांनी बनलेले जे प्रवाही आवरण आहे, त्याला वातावरण असे म्हणतात.

(१) वातावरणाची निर्मिती :

पृथ्वीवरील मूळ वातावरणाची निर्मिती हा एक चर्चेचा वादग्रस्त विषय आहे. काही शास्त्रज्ञांच्या मते सुमारे साडेचार अब्ज वर्षांपूर्वी असलेल्या प्रारंभिक वातावरणात हायड्रोजन, मिथेन, अमोनिया व हेलियम हे वायू होते, तर काहींच्या मते प्रारंभिक वातावरणात कार्बन डायऑक्साईड, नत्र वायू व पाणी यांचे आधिक्य होते. सौरमेघातील पदार्थांपासून पृथ्वी तयार झालेली असल्याने पृथ्वीवरील वातावरण हायड्रोजन, हेलियम व त्यांची संयुगे असण्याची दाट शक्यता त्या काळी होती. परंतु सूर्यकुलातील इतर ग्रहात प्रामुख्याने आढळून येणारे हे वायू पृथ्वीवरील वातावरणात अत्यल्प आढळतात. कारण हायड्रोजन व हेलियम ही हलकी मूलद्रव्ये असल्याने त्या वायूंचे रेणू अंतराळात पृथ्वीच्या गुरुत्वकक्षेच्या पलीकडे निघून गेले.

प्रारंभिक वातावरणात अतिनील किरणांचा वर्षानुवर्षे परिणाम होऊन अमोनियाचे विघटन हायड्रोजन व नत्रवायूत झाले व मिथेनचे हायड्रोजन व कार्बनमध्ये झाले, तर बाष्पाचे विघटन हायड्रोजन व प्राणवायूत झाले असण्याची शक्यता आहे. हायड्रोजनचे रेणू हळूहळू आकाशात निघून गेले व त्यामुळे पृथ्वीवर नत्रवायू, प्राणवायू व कार्बनडायऑक्साईड हे वायू शिल्लक राहिले. आज पृथ्वीच्या वातावरणात मिथेन व अमोनिया यांचे अस्तित्व आढळत नाही. वातावरणाचा ९९% भाग नत्र व प्राणवायूचा बनलेला आढळतो.

पृथ्वी थंड झाल्यावर भूकवच निर्माण झाले व भूकवचावर आकुंचनक्रियेमुळे ताण पडून भूकंप व ज्वालामुखी यांचे उद्रेक वारंवार होऊ लागले. त्यामुळे ज्वालामुखीतून बाहेर पडणाऱ्या तप्त लाव्हारसात विरघळलेले अमोनिया,

कार्बनडायऑक्साईड, बाष्प, मिथेन, क्लोरिन व हायड्रोजन इत्यादी वायू बाहेर पडून, पृथ्वीच्या वातावरणात मिसळले व त्यापैकी मिथेन, अमोनिया आणि हायड्रोजन यांचे काय झाले ते वर आलेच आहे.

पृथ्वीच्या वातावरणातील असलेले प्राणवायूचे प्राबल्य (नत्र वायूच्या खालोखाल) हा एक कुतूहलाचा विषय आहे. कारण सूर्यमालेतील इतर ग्रहांवर जीवसृष्टीस पोषक असे प्राणवायूचे प्रमाण आढळत नाही. शास्त्रज्ञांच्या मते प्रारंभिक वातावरणात शुद्ध स्वरूपाचा प्राणवायू नव्हता; परंतु वनस्पतीच्या निर्मितीनंतर प्रकाशसंश्लेषणाची क्रिया चालू झाल्याने हळूहळू प्राणवायूचा साठा वाढू लागला. अतिनील किरणांमुळे बाष्पाचे विघटन हायड्रोजन व प्राणवायूत झाले असण्याची शक्यता नाकारता येत नाही.

पृथ्वीवरील खडकातून त्यातील किरणोत्सारी द्रव्यांचे विघटन होते व त्यामुळे वातावरणात अत्यंत सूक्ष्म प्रमाणात रेडॉन (रेडियमपासून) व थोरॉन (थोरियमपासून) सारखे वायू मिसळले जातात. प्रामुख्याने त्यांचे अस्तित्व पाण्यापेक्षा जमिनीवर जास्त असते.

विश्व-किरणांमुळे न्यूट्रॉन्सची निर्मिती होते व त्यांचा वातावरणातील वरच्या थरात असलेल्या नत्रवायूवर वर्षाव झाल्यानंतर किरणोत्सर्गी कार्बन चौदा हा वायू तयार होतो.

पृथ्वीच्या गुरुत्वशक्तीमुळेही वातावरण टिकून राहिलेले आहे. पदार्थाचा मुक्तिवेग सेकंदास ११.२ कि.मी. पेक्षा जास्त असेल तर ते पृथ्वीच्या गुरुत्वशक्तीच्या पलीकडे निघून जातात. हायड्रोजन व हेलियम यांचे मुळात हलके असलेले रेणू उष्णतेमुळे गतिशील होऊन पृथ्वीच्या गुरुत्वकक्षेत टिकून राहिलेले आहेत. जर पृथ्वीची गुरुत्वशक्ती थोडी कमी झाली तर सध्याच्या वातावरणातील काही वायू निघून जाण्याची शक्यता आहे.

(२) वातावरणाचे घटक :

वातावरणाचे प्रामुख्याने तीन घटक आहेत :

(१) निरनिराळे वायू, (२) बाष्प व (३) धूलिकण.

(१) निरनिराळे वायू : वातावरणातील बाष्पविरहित इतर वायूंच्या मिश्रणास शुद्ध हवा असे म्हटले जाते. यात नत्रवायू हा प्रमुख घटक असून त्याचे प्रमाण ७८.०८४ प्रतिशत आहे. प्राणवायूची ज्वलनशक्ती आटोक्यात ठेवणे व सजीवांच्या वाढीस आवश्यक असलेली संयुगे तयार करणे हे त्याचे प्रमुख कार्य आहे. रासायनिकदृष्ट्या हा वायू उदासीन आहे.

प्राणवायूचे प्रमाण प्रतिशत २०.९ असून त्यामुळे जीवसृष्टी जगते व ज्वलनक्रिया घडून येते. हा वायू रासायनिकदृष्ट्या अतिशय क्रियाशील असून त्यामुळे धातू गंजतात. प्राणिमात्रांच्या अन्नाशी त्याचा संयोग होऊन त्यांना उष्णता व शक्ती मिळते. या बहुविध उपयोगांमुळे प्राणवायूचे वातावरणातील प्रमाण सूक्ष्म रीतीने कमी होत आहे; परंतु वनस्पती प्राणवायू हवेत सोडत असल्याने सध्या तरी त्याचे प्रमाण मानवास पुरेल इतके आहे. तरीही जगात सर्वत्र होणाऱ्या प्रचंड औद्योगिकीकरणामुळे व मोठ्या प्रमाणात झाडे तोडली जात असल्याने प्राणवायूचा वाढीव सतत वापर होत गेल्यास त्याचा साठा पुढील ३००० वर्षांत संपण्याची शक्यता नाकारता येत नाही.

नत्र व प्राणवायूचे मिळून ९९% प्रमाण असल्याने ऑरगॉन, कार्बन डाय ऑक्साइड, निऑन, हेलियम, क्रिप्टॉन, झेनॉन, हायड्रोजन, मिथेन यांचे सर्वांचे मिळून वातावरणातील प्रमाण सुमारे १% आहे.

कार्बन डाय ऑक्साईडचे प्रमाण प्रतिशत .०३ असून सजीवांच्या विकास व हवामानाच्या नियंत्रणात त्याचे अनन्यसाधारण महत्त्व आहे. कार्बन डाय ऑक्साईड उष्णता शोषून घेतो व भूपृष्ठाला त्याचा घोंगडीसारखा उपयोग होतो; परंतु इंधनाच्या वाढत्या उपयोगामुळे हवेतील कार्बन डाय ऑक्साईडचे प्रमाण इ.स. १९०० पासून वाढत असून त्यात सुमारे १०% वाढ झालेली आढळते. अतिथंड पाण्यात कार्बन डायॉक्सईड वायू जास्त शोषला गेल्याने आर्क्टिक महासागरावरील हवेत त्याचे प्रमाण सरासरीच्या निम्म्याने म्हणजे प्रतिशत .०६ इतके असते.

औद्योगिक शहरांवरील हवेत कार्बन व सल्फर डायऑक्साईड, अमोनिया, मोनॉक्साईड या विषारी वायूंचे प्रमाण जास्त असते. कार्बन डाय ऑक्साईडचे रेणू अवरक्त (InfraRed) प्रमाणातील पृथ्वीने विसर्जित केलेल्या उष्णतेचा काही भाग शोषून घेत असल्याने पृथ्वीवर उष्णता टिकून राहण्यास मदत होते. महासागर, सजीव व खडकातही कार्बन डाय ऑक्साईड असून समुद्रात त्याचे प्रमाण वातावरणाच्या ५० पट आढळून येते. जलावरण व वातावरण यांत कार्बन डाय ऑक्साईडची नेहमी देवाणघेवाण चालू असून त्यात समतोल राखला जात असतो. ज्वालामुखींच्या उद्रेकातून व सजीवांच्या श्वसनातून कार्बन डाय ऑक्साईड वातावरणात मिसळला जातो. खडकांची झीज होताना व

प्रकाशसंश्लेषणाचे कार्य चालू असताना कार्बनडायऑक्साईडचा समतोल बिघडून अवरक्त प्रारणाचे शोषण कमी-जास्त होते व वातावरणाच्या तापमानात फरक पडतो.

प्रकाशकिरण भूपृष्ठावर येत असताना कार्बनडायऑक्साइडचा त्याला अडथळा होत नाही. परंतु भूपृष्ठाने विसर्जित केलेल्या उष्णतेच्या दीर्घ लहरी मात्र कार्बनडायऑक्साईड जाऊ देत नाही व त्यामुळे वातावरणाच्या घोंगडीखाली असलेल्या भूपृष्ठावर तापमान फारसे कमी होत नाही. कार्बन-डायऑक्साईडचे वातावरणातील प्रमाण कमी झाल्यास पृथ्वीवरील सरासरी तापमान काही अंशाने कमी होते, तेच कारण हिमयुग अवतरण्यास मदत होते.

(२) **बाष्प :** हवामानाच्या दृष्टीने एक अत्यंत महत्त्वाचा घटक म्हणजे बाष्प. वातावरणात बाष्पाचे प्रमाण सुमारे ४% पर्यंत आहे. वाळवंटी प्रदेशात ते अगदी कमी असते. भूपृष्ठापासून सुमारे ६ कि.मी. उंचीपर्यंत बाष्प आढळून येते. त्यानंतर बाष्पाचे सांद्रीभवन होत असल्याने बाष्प आढळत नाही. बाह्य सौर प्रारणाचा काही भाग पृथ्वीने विसर्जित केलेली उष्णता शोषून घेतो. बाष्पामुळे धुके, ढग, हिम, गारा व पाऊस या गोष्टी आपल्या अनुभवास येतात.

बाष्पाचे प्रमाण स्थल-काल-ऋतुपरत्वे नेहमी बदलत असते. समुद्रकिनारी ते जास्त असून खंडान्तर्गत प्रदेशात ते नेहमी कमी असते. विषुववृत्तीय प्रदेशात जमिनीवरसुद्धा ते जास्त आढळून येते व ध्रुव्र प्रदेशात आणि वाळवंटात ते कमी असते. पावसाळ्यामध्ये ते वाढते तर कोरड्या ऋतूत (उन्हाळ्यात व हिवाळ्यात) कमी होते. उष्ण प्रदेशातील हवा थंड प्रदेशापेक्षा अधिक बाष्प समावून घेऊ शकते. त्यामुळे उष्ण प्रदेशातील वाळवंटाचा अपवाद वगळता पाऊसमान जास्त आढळते.

(३) **धूलिकण :** वातावरणातील तिसरा घटक म्हणजे धूलिकण. एक सेंटिमीटर रेषेच्या लांबीवर एक लाख धूलिकण राहू शकतील इतके ते सूक्ष्म असतात. खडकांची झीज होत असताना ते वाऱ्यामुळे वातावरणात उधळले जातात. ज्वालामुखीच्या उद्रेकामुळे, उल्कापातापासून, जंगलातील वणव्याच्या व कारखान्यातील धुरामुळेही यांची निर्मिती चालू असते. सागरजलाचे तुषार हवेत मिसळून त्यांचे बाष्पीभवन झाल्याने अतिसूक्ष्म क्षारकण हवेत मिसळले जात असतात. यांपैकी मॅग्नेशियम क्लोराईडसारखे कण हवेतील

बाष्प शोषून घेत असतात. धूलिकणांच्या पाणी धरून ठेवण्याच्या गुणधर्मामुळे त्यांना जलशोषक अणू असे म्हटले जाते. धूलिकण उष्णता शोषून घेतात. त्यामुळे हवेच्या तापमानात होणारा बदल कमी-अधिक प्रमाणात धूलिकणाच्या संख्येवर अवलंबून असतो. धूलिकणांच्या भोवती सांद्रीभवन घडून येते व त्यामुळे वातावरणातील बाष्पाचे रूपांतर ढग, धुके, दव इत्यादी प्रकारात होते.

वातावरणात कार्बनडायऑक्साईड, नत्र व प्राणवायूचे चक्र आढळून येते. हवामानाच्या अभ्यासात हवेच्या मूलभूत गोष्टींचे सूक्ष्म अवलोकन भूपृष्ठावरील अनेक ठिकाणी केले जाते. या ठिकाणी गोळा केलेली माहिती आठवडे, महिने, ऋतू यानुसार संकलित केली जाते व सूर्याच्या नियंत्रणाचा त्यावर काय परिणाम झालेला आहे, याचा अभ्यास केला जातो. वातावरणाशी निगडित पुढील दोन शास्त्रे आढळतात.

मोसम विज्ञान वातावरणशास्त्र

पृथ्वीच्या वातावरणातील खालच्या थरापासून ते अतिउंचीवरील विरळ थरांमधील वायू घटक व त्यांचे प्राकृतिक व रासायनिक गुणधर्म, त्यात आढळून येणारे स्थिर व गतिमान बदल आणि हवेच्या मूल घटकांविषयी घेतलेल्या नोंदी व त्यांचे सांख्यिकी विश्लेषण यांचा समावेश या शास्त्रात होतो.

ऋतुमान हवामानशास्त्र

वातावरणशास्त्राचा संबंध पृथ्वीवरील संपूर्ण वातावरणाशी निगडित असतो, तर हवामानशास्त्राचा संबंध प्रामुख्याने वातावरणातील भूपृष्ठानजीकच्या अगदी खालच्या थरात म्हणजे तपांबरात जे बदल घडून येतात, त्यांच्याशी प्रामुख्याने आहे. वातावरणाच्या तपांबरातील हवेचे तापमान, वायुभार, वारे, आर्द्रता, वृष्टी आणि आकाशस्थिती इत्यादी बाबींचा स्थल-काल-ऋतुपरत्वे होणारा अभ्यास म्हणजे हवामानशास्त्र. हवा व हवामान या शब्दांचे अर्थ निरनिराळे आहेत. हवेच्या मूळ घटकांना (तापमान, वायुभार, वारे, आर्द्रता, वृष्टी व आकाशस्थिती) अनुसरून व्यक्त झालेली वातावरणाची अल्पकालीन स्थिती म्हणजे हवा. आजची हवा आल्हाददायक आहे, कालची हवा कुंद होती असे हवेचे वर्णन करीत असताना हवेच्या मूल घटकांचे वर्णन आपण करीत असतो. हवा, स्थल, काल, ऋतुपरत्वे बदलत असते. आजची हवा कालच्यासारखी असतेच असे नाही. हवेच्या मूळ घटकांत नेहमी बदल घडून येत असल्याने हवा नेहमी बदलत असते.

हवेचे मूल घटक

(१) तापमान, (२) वायुभार, (३) वारे, (४) आर्द्रता, (५) वृष्टी, (६) आकाशस्थिती हे हवेचे सर्व मूल घटक आहेत. हवा या सर्वांची मिळून बनलेली असते.

हवेच्या मूल घटकांत नेहमीच बदल घडून येत असतात व भूपृष्ठावर निरनिराळ्या ठिकाणी या मूल घटकांनी निर्माण केलेली परिस्थिती वेगवेगळी असते. याचे कारण असे की हवा व हवामानाचे नियंत्रक हवेच्या मूल घटकांवर आपला प्रभाव पाडतात व त्यामुळे विविध प्रकारचे हवामान त्या प्रदेशाच्या भूवैशिष्ट्यांनुसार आढळून येते. हवेवर व हवामानावर प्रभाव पाडणाऱ्या घटकांना हवेचे व हवामानाचे नियंत्रक असे म्हणतात. ते पुढीलप्रमाणे आहेत– (१) अक्षांश, (२) समुद्रसपाटीपासूनची उंची व पर्वतश्रेण्या, (३) जमीन व पाणी यांची वाटणी, (४) लघु व गुरू भारांची केंद्रे, (५) वारे व समुद्रप्रवाह हे सर्व नियंत्रक संयुक्तपणे परंतु कमी–अधिक तीव्रतेने तापमान व वृष्टी या दोन प्रमुख मूलभूत घटकांवर आपला प्रभाव पाडतात व त्यामुळे भिन्न प्रकारचे हवामान पृथ्वीवर आढळून येते.

हवामान

एखाद्या स्थळाच्या हवेची सुमारे ३५ वर्षांची सरासरी म्हणजे हवामान. हवेच्या मूल घटकांत नेहमी होणारा बदल हवामानात प्रतिबिंबित झालेला असतो. परंतु हवामानात 'सरासरी' हवेपेक्षाही काही महत्त्वांच्या गोष्टी येतात. हवेच्या मूल घटकांनी गाठलेले अनेक लघुत्तम व महत्तम मूल्यांक, सरासरीपार झालेले बदल यांचाही विचार हवामानात केला जातो. हवामान हा शब्द सापेक्ष असून एखादा महिना (जानेवारी), ऋतू (हिवाळा), वर्ष (१९७७) या कालमापनाच्या वेगवेगळ्या अंगांशीही तो निगडित आहे. हवामान हा प्रदेश व विभाग यांच्याशी निगडित असा शब्द आहे. आपण पुण्याचे हवामान, जपानचे हवामान असे शब्दप्रयोग नेहमी करीत असतो.

(३) वातावरणाची रचना :

भूपृष्ठापासून किती उंचीपर्यंत वातावरणाचा विस्तार आहे हे नक्की सांगता येत नाही. परंतु सर्वसाधारणपणे वातावरणाची जाडी १६०० ते २००० कि. मी. पर्यंत आढळते. वातावरणाचे पुढील थर आढळतात.

(१) तपांबर : भूपृष्ठापासून सुमारे ११ कि. मी. उंचीपर्यंत असलेल्या वातावरणाच्या सर्वात खालच्या थरास तपांबर असे नाव आहे. त्याचा

विस्तार विषुववृत्तावर सुमारे १८ कि. मी. ४५ अक्षांशावर ९.६ कि. मी. व ध्रुवांवर ६.४ कि. मी. आढळतो. केंद्रोत्सारी प्रेरणेचा व उष्णतेचा वातावरणावर परिणाम होऊन ते विषुववृत्तीय प्रदेशात जाड झालेले आढळून येते. तपांबरात उंचीनुसार प्रत्येक १६० मीटरला १° सेल्सिअस किंवा प्रत्येक १००० फुटास ३. ५६ फॅ. या गतीने तापमान कमी होण्याचे थांबते, त्या पातळीस 'तपस्तब्धी' नाव आहे. तपस्तब्धीच्या विभागात ध्रुवांवर तापमान – ४०° ते ५०° सें. असून विषुववृत्तावर (१९ कि. मी. उंचीवर) ते –१३०° सें. पर्यंत असते. उंचीनुसार येथे तापमान ध्रुवापेक्षा कमी आढळते. तपस्तब्धीचा थर सुमारे ३.२ कि. मी. जाड आहे. तपांबरात वातावरणाचे सर्व घटक आढळून येतात व मानवाला सोसवेल असे हवामान तपांबराच्या खालच्या थरात असते. परंतु सीमावर्ती प्रदेशात म्हणजे तपस्तब्धीपासून २ कि.मी. खाली प्राणवायूचे प्रमाण अगदी कमी असते.

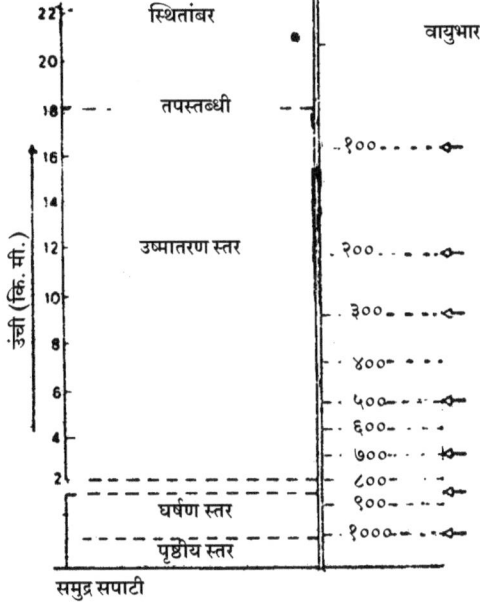

वातावरणाची रचना

वहन, उत्सर्जन व अभिसरण या तीन क्रियांनी तपांबरातील हवा उष्ण होते व त्या भागात हवेचे ऊर्ध्वगामी व अधोगामी प्रवाह सतत चालू असतात. येथील हवेत दिवसाच्या वेगवेगळ्या वेळी तापमानात कमी–अधिक फरक

पडतो व त्यामुळे नेहमी अस्थिरता असते. हवेच्या स्थितीत आढळून येणारे बदल किंवा घटना म्हणजे हिमकण, पर्जन्य व इतर बहुविध बाष्परूपे याच थरात आढळून येतात. परंतु तपस्तब्धीत मात्र ती आढळत नाहीत.

(२) स्थिरांबर : तपस्तब्धीच्या वरच्या भागास स्थिरांबर हे नाव आहे. स्थिरांबराची जाडी ८० कि. मी. पर्यंत असून विषुववृत्तावर ते ६२ कि. मी. जाड आहे व ध्रुवावर ते ७२ कि.मी. जाड आहे. स्थिरांबरात ३२ ते ३४ कि.मी. उंचीनंतर तापमानातील स्थिरत्व नाहीसे होऊन परत ते वाढू लागते. ज्या उंचीवर तापमानातील स्थिरत्व नाहीसे होऊन परत ते वाढू लागते, त्या ठिकाणी कल्पिलेल्या स्तरास (Stratopause) स्थिरस्तब्धी असे म्हणतात. या थराची जाडी सुमारे ३ कि.मी. आहे.

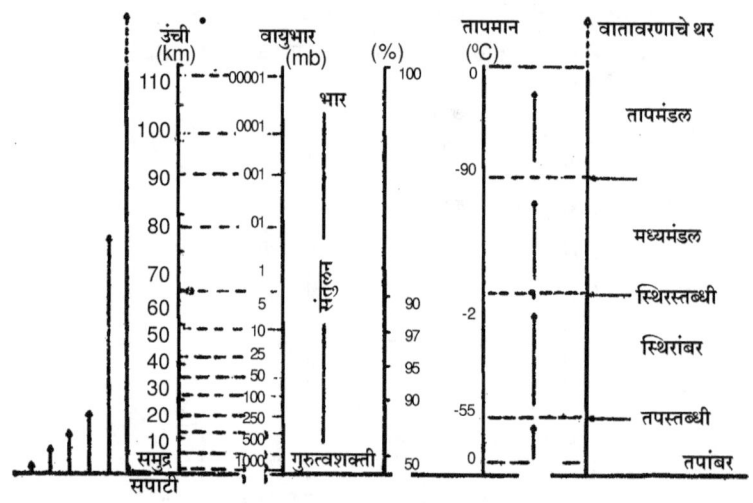

वातावरणातील थर

स्थिरांबराच्या खालच्या थरात म्हणजे तपस्तब्धीजवळच्या थरात विषुववृत्तावर उन्हाळी तापमान −७९°सें. असून हिवाळ्यात ते −९०°सें. असते.

स्थिरांबरात हवा अत्यंत विरळ असून बाष्प व धूलिकण अभावानेच असतात, म्हणून स्थिरांबर ही एक मोठी पोकळी समजली जाते. या पोकळीत पाऊस, ढग, वादळे इत्यादी बाष्पाचे आविष्कार नसतात. त्यामुळे स्वनातील विमानचालक या उंचीवरूनच विमान चालवणे पसंत करतात. स्थिरांबराची पोकळी (Stratopause ते Tropopause)

म्हणजे स्थिरस्तब्धी ते तपस्तब्धी या भागाला (Isothermal Zone) किंवा समताप विभाग असे म्हटले जाते. या विभागात उंचीनुसार तापमानात चढ–उतार आढळत नाहीत.

स्थिरांबरात भूपृष्ठापासून ४० कि.मी. उंचीनंतर ओझोन वायूचा संरक्षक पट्टा आहे. ओझोनमुळे सूर्याचे दाहक अतिनील किरण शोषले जातात. त्यामुळे ओझोन पट्ट्यात तापमान जास्त असते. यामुळे पृथ्वीचे अतिनील किरणांपासून संरक्षण होते. कॉनकॉर्डसारख्या माख (Mach) २.५ वेगाने जाणाऱ्या विमानापासून व अणुस्फोटापासून हा थर नष्ट होण्याची भीती शास्त्रज्ञ बोलून दाखवितात. स्थिरांबरात ५० ते ८० कि. मी. उंचीवर (Noctilucent) या चंदेरी ढगांचे अस्तित्व फक्त उन्हाळ्यातच असते. या थरात अतिउंचीवर अतिसूक्ष्म प्रमाणात अस्तित्वात असलेल्या बाष्पापासून तयार झालेले हिमकण व उल्कांचे धूलिकण या दोहोंच्यापासून रात्रीच्या वेळी प्रकाशणारे (Noctilucent) रजनीप्रकाश मेघ तयार होतात.

(३) **विदलांबर** : स्थिरांबराच्या वर असलेल्या वातावरणाच्या थरास विदलांबर असे नाव आहे. भूपृष्ठापासून सुमारे ८० कि. मी. उंचीनंतर पृथ्वीच्या वातावरणात प्रवेश करणाऱ्या उल्का प्रज्वलित होतात. तेथेच विदलांबरास सुरुवात होते. विदलांबराचा थर सुमारे ९७० कि.मी. जाड आहे. म्हणजे भूपृष्ठापासून १०५० कि. मी. उंचीपर्यंत त्याचा विस्तार आहे.

विदलांबरात नत्र व प्राणवायूचे अणू, रेणू, गॅमा, क्ष व अतिनील किरण शोषून घेतले जातात. त्यामुळे त्यांच्यातील इलेक्ट्रॉन्स बाहेर पडून त्याचे रूपांतर विद्युतभारित कणांत होते. या क्रियेस 'अयनीकरण' असे नाव आहे. तिला भूपृष्ठापासून सुमारे १००० कि. मी. उंचीवर सुरुवात होते व ती सुमारे ८० कि.मी. उंचीपर्यंत आढळते.

विदलांबराच्या १०४ ते ११२ कि. मी. च्या पट्ट्याला केनेली हेवीसाइड थर हे नाव असून या थरात अरोरा नावाचा ध्रुवप्रकाश दिसतो. सूर्यापासून निघालेल्या इलेक्ट्रॉन्सचे पृथ्वीच्या चुंबकीय क्षेत्रामुळे विकिरण होते व त्यामुळे अरोरा तयार होतो. भूपृष्ठापासून सुमारे १०० कि.मी. उंचीनंतर आरोरा दिसण्यास सुरुवात होते. सौर कलंकांची संख्या वाढल्यानंतर जी चुंबकीय वादळे होतात, त्यामुळेही पृथ्वीच्या चुंबकीय क्षेत्रात इलेक्ट्रॉन्स

येतात. त्यांच्या परिणामाने वायूचे अयनीकरण होऊन धुव्रप्रकाश दृष्टीस पडतो. उत्तर गोलार्धात त्याला उत्तर ध्रुवप्रकाश व दक्षिण गोलार्धात दक्षिण ध्रुवप्रकाश अशी नावे आहेत. ध्रुवप्रकाश रंगीबेरंगी असून ५५° उत्तर व दक्षिण अक्षांशापलीकडे दिसतात.

पृथ्वीच्या पृष्ठभागापासून सुमारे १०० ते ३२० कि. मी. उंचीवर दोन ॲपलटन थर असून यांपैकी ॲपलटन क्रमांक १ चा विस्तार १२० ते २०० कि.मी. पर्यंत असून ॲपलटन क्रमांक २ चा विस्तार सुमारे २४० ते ३२० कि. मी. आढळतो. नभोवाणी केंद्रातून ध्वनिलहरी ॲपलटन थरातून परावर्तित होतात आणि त्यामुळेच आकाशवाणी केंद्रातून प्रक्षेपित होणारे कार्यक्रम आपल्याला ऐकू येणे शक्य झाले आहे. विदलांबरात तापमान फारच वाढलेले आढळते. विदलांबराच्या खालच्या थरात ते १६००° सें. ग्रे. पर्यंत असते.

भूपृष्ठापासून ३२० कि. मी. उंचीनंतर वातावरण अत्यंत विरळ होत जाते व हवेची घनता १/१000000 आढळते. याला बाह्यावरण (Exosphere) असे म्हणतात. या थरातून हलके हलके हायड्रोजन व हेलियम यांचे रेणू पृथ्वीच्या आकर्षणातून मुक्त होऊन अवकाशात विलीन होत असतात.

❑

२. सौरप्रारण
(Solar Radiation)

अवकाशातील तारे व पृथ्वीचे अंतरंग यांच्यापासून अल्पांशाने मिळणारी उष्णता वगळता पृथ्वीला प्रामुख्याने सूर्यापासून उष्णता मिळते. आपल्या आकाशगंगेतील ताऱ्यांपैकी सूर्य हा एक मध्यम प्रतीचा तारा मानला जातो. सूर्य ही आदीशक्ती एक प्रचंड अणुभट्टी असून तीत दाब व उष्णता यामुळे हायड्रोजन अणूंचे विघटन हेलियमच्या अणूंमध्ये होत असते. सूर्याच्या पृष्ठभागाचे तापमान सुमारे ६०००^{0} सें. असून सौरकेंद्राकडे ५००००००^{0} सें. आढळते. या अतितप्त वायुगोळ्यापासून अंतराळात दाही दिशांना सौरशक्ती उत्सर्जित केली जाते. सूर्यापासून उत्सर्जित केली जाणारी शक्ती विद्युत चुंबकीय तरंग स्वरूपात बाहेर पडते. या तरंगाचा वेग दर सेकंदास २९७००० कि. मी. किंवा १८६००० मैल असतो. सूर्यापासून निघाल्यानंतर सुमारे ९ मिनिटांत ते पृथ्वीवर येतात. आपल्या डोळ्यांना ते प्रकाशाच्या स्वरूपात दिसतात.

सूर्यापासून निघालेल्या शक्तीस विद्युत-चुंबकीय प्रारण (Radiation) असे नाव आहे. उष्णता व प्रकाश यांचे कोणत्याही माध्यमाशिवाय स्थानबदल घडून येतात. त्या क्रियेला प्रारण असे म्हणतात. वातावरण व पृथ्वी यांनी उत्सर्जित केलेल्या शक्तीस अनुक्रमे वातावरणातील प्रारण व भूप्रारण असे म्हटले जाते. प्रारण ही प्रारंभिक शक्ती असून त्यामुळे भूपृष्ठावर वातावरणात तापमान भिन्नता निर्माण होते. त्यामुळे कमी व जास्त दाबाचे प्रदेश निर्माण होऊन त्यांचे पर्यवसान हवामान घडविण्यात होते.

वस्तूचे तापमान कितीही असले तरी त्यापासून प्रारणशक्ती बाहेर पडत असते. सूर्याचे तापमान प्रचंड असल्याने त्यापासून निघाणारी प्रारणशक्ती लघुतरंग स्वरूपाची असते. यामध्ये अतिनील व 'क्ष'किरण तरंग असतात व अतिरिक्त दीर्घ तरंग असतात.

सौरशक्ती

ज्या प्रारणतरंगांची लांबी १/२५० ते १/६७०० मि. मी. असते, अशा प्रारणतरंगांना सौरशक्ती असे म्हणतात. पृथ्वीच्या वातावरणाची उष्णता प्रामुख्याने या सौरशक्तीवरच अवलंबून असते. या तरंगावलीचा दृश्य भाग आपल्याला इंद्रधनुष्याच्या स्वरूपात दिसतो.

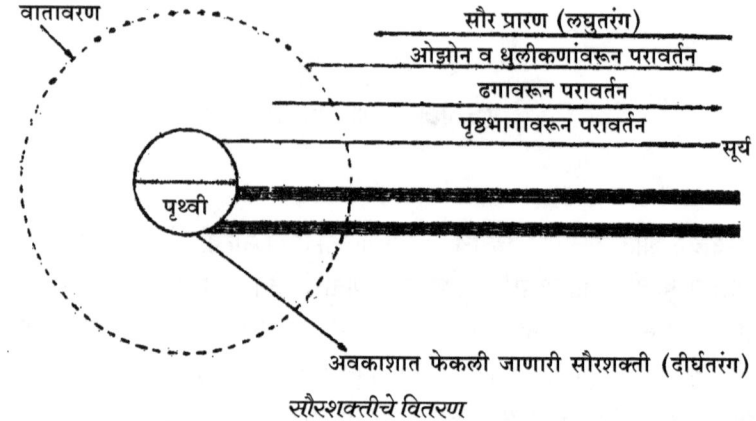

सौरशक्तीचे वितरण

एकूण १००% लघुतरंग सौर प्रारणापैकी ६५% पृथ्वीकडे येतो. कारण ३५% भाग अंतराळात परत जातो. या ६५% पैकी १४% भाग वातावरणात शोषला जातो; म्हणजे ५१% भाग भूपृष्ठावर पोहोचतो. यापैकी ३४% भाग भूपृष्ठाकडून दीर्घ तरंगाच्या स्वरूपात वातवरणात पाठविला जातो. अशा रीतीने ३४% दीर्घतरंग भूप्रारण, १४% लघुतरंग सौरप्रारण मिळून ४८% ऊर्जा पृथ्वीच्या वातावरणात उष्णतेच्या स्वरूपात शोषली जाते व तितकीच अवकाशात उत्सर्जित केली जाते.

भूपृष्ठावर सौरशक्तीचे वाटप सर्वत्र सारखे नसते. अनेक वेळा त्यात बदल घडून येतात. यापैकी (१) सूर्यकिरणांचा भूपृष्ठाशी होणारा कोन व (२) दिनमान हे प्रमुख घटक आहेत. (३) पृथ्वी व सूर्य यामधील अंतर व (४) सौरशक्तीच्या मूल्यांकांत होणारा बदल हे दुय्यम घटक असल्याने त्याबद्दल जास्त खोलात शिरण्याचे आपल्याला कारण नाही.

(१) सूर्यकिरणांचा भूपृष्ठाशी होणारा कोन स्थलपरत्वे कमी-अधिक असतो व अक्षवृत्तानुसार त्यात बदल घडून येत असतो. सूर्यकिरणांचा क्षितिजाशी होणारा कोन कमी असल्यास किरणे तिरपी पडतात व क्षितिजाशी काटकोन होत असल्यास किरणे सरळ म्हणजे लंब पडतात. लंब किरणांपासून मिळणाऱ्या शक्तीचे प्रमाण तिरकस किरणांपासून मिळणाऱ्या शक्तीपेक्षा जास्त असते. कारण त्यांना वातावरणाच्या कमी जाडीच्या भागातून प्रवास करावा लागतो. त्यामुळे बाष्प व धूलिकण हे घटक उष्णता शोषून घेतात. विषुववृत्तावर हा कोन नेहमीच जास्त असल्याने सौरशक्ती मोठ्या प्रमाणात येत असते, तर

उच्च अक्षवृत्तात आणि ध्रुवांवर कोन कमी असल्याने सौरशक्ती कमी प्रमाणात भूपृष्ठावर येते. कारण त्या प्रदेशात वातावरणाच्या जास्त जाडीच्या भागांतून सूर्यकिरण येतात, त्यामुळे बाष्प व धूलिकणांच्या द्वारे त्यांच्या शक्तीचे शोषण जास्त होते.

(२) पृथ्वीवर एखाद्या ठिकाणी मिळणाऱ्या सौरशक्तीचे प्रमाण तेथील दिनमानानुसार बदलत असते. पृथ्वी दिवसा उष्णता ग्रहण करते व रात्री ती विसर्जित करते. उन्हाळ्यात दिनमान मोठे असते; त्या ठिकाणी प्रकाश जास्त काल मिळतो व रात्रीमान लहान असल्याने मिळालेल्या शक्तीचे पूर्णपणे उत्सर्जन न झाल्याने उष्णता साचून राहते. याउलट हिवाळ्यात रात्रीमान मोठे असते व दिनमान लहान असते. यामुळे किरणही तिरकस असल्याने शक्ती कमी प्रमाणात मिळते व मिळालेल्या शक्तीचे मोठ्या रात्रीमानामुळे मोठ्या प्रमाणात उत्सर्जन होऊन वातावरण थंड राहते.

२२ मार्च ते २२ सप्टेंबरपर्यंत उत्तर गोलार्धात दिनमान १२ तासांपेक्षा जास्त असते. त्यामुळे त्या काळात उत्तर गोलार्धात जास्त उष्णता मिळते. म्हणून वरील काळात उन्हाळा हा ऋतू उत्तर गोलार्धात आढळून येतो. याउलट रात्रीमान मोठे असताना म्हणजे २३ सप्टेंबर ते २१ मार्च या कालात उत्तर गोलार्धात उष्णता कमी काळ मिळाल्याने व मोठ्या प्रमाणात तिचे उत्सर्जन झाल्याने हिवाळा आढळतो. याच्या नेमकी विरुद्ध स्थिती दक्षिण गोलार्धात आढळून येते.

(३) सौरशक्ती वर्षभर सारखी मिळत नाही. कारण वर्षभर पृथ्वी व सूर्य यांतील अंतर सारखे नसते. ३ ते ४ जुलैच्या सुमारास पृथ्वी सूर्यापासून जास्तीत जास्त दूर म्हणजे अपसूर्यस्थितीत असते, तर १ ते २ जानेवारीस ती सूर्यापासून कमीत कमी अंतरावर म्हणजे उपसूर्यस्थितीत असते. पृथ्वी अपसूर्यस्थितीत असताना उष्णता कमी मिळते, तर उपसूर्यस्थितीत असताना ती जास्त मिळते.

(४) सौरशक्तीच्या मूल्याकांत होणारा बदलही कमी-जास्त होत असतो. त्यामुळे मिळणाऱ्या शक्तीचे प्रमाण कमी-अधिक होते. दर सेकंदाला सौरपृष्ठावरून सुमारे १.९ कॅलरी प्रारण बाहेर पडते. यात अल्पांशाने बदल होतात व त्याचेही अल्पांशाने सौरशक्तीवर परिणाम होतात.

भूपृष्ठावर सौरशक्ती निरनिराळ्या विभागात एकसारखी नसल्याने तेथील वातावरणाच्या उष्णतेत भिन्नता आढळून येते. याचाच अर्थ भूपृष्ठावर निरनिराळ्या ठिकाणी तापमानात भिन्नता आढळून येते. कोणत्याही ठिकाणचे तापमान त्या

ठिकाणच्या वातावरणातील संचयीत उष्णतेवर अवलंबून असते. ज्या कारकांवर भूपृष्ठावरील उष्णतेचे वाटप अवलंबून असते, तीच कारके प्रामुख्याने तापमानाच्या भिन्न वाटपास जबाबदार असतात. त्याशिवाय इतर कारकांचाही कोणत्याही स्थळांच्या तापमानावर परिणाम होत असतो. स्थळाच्या तापमान वाटणीवर परिणाम करणारी कारके पुढील प्रकरणात आहेत.

❑

३. तापमानाचे क्षितिजसमांतर वितरण
(Horizontal Distribution of Temperature)

तापमानाचे क्षितिज – समांतर वितरण पुढील घटकांवर अवलंबून असते.

(१) अक्षवृत्त, (२) उंची, (३) समुद्रसान्निध्य, (४) वारे, (५) प्रवाह, (६) भूप्रदेशाचा उतार, (७) पृष्ठभागाचा प्रकार, (८) वनस्पती, (९) अभ्राच्छादित आकाश.

(१) अक्षवृत्त : विषुववृत्तीय सूर्याचे नतांश 0° ते २३$^{१}/_{२}$$^{\circ}$ असतात. नतांश म्हणजे सूर्याचे खस्वस्तिकापासूनचे अंतर म्हणजे विषुवदिनाच्या वेळी ते 0° असून (२१ मार्च व २२ सप्टेंबर या दिवशी) कर्क व मकर संक्रमणाच्या वेळी (२१ जून व २१ डिसेंबर) ते २३$^{१}/_{२}$ असतात. म्हणजे सूर्य २३$^{१}/_{२}$ उत्तरेकडे व दक्षिणेकडे असतो.

कर्कवृत्तावर नतांश २१ जून रोजी 0° असतात म्हणजे सूर्य खस्वस्तिकी असतो तर २२ डिसेंबरला नतांश ४७$^{\circ}$ असतात. मकरवृत्तावर २२ डिसेंबरला नतांश 0° असतात. तर २१ जून या दिवशी ४७$^{\circ}$ असतात. जेव्हा नतांश 0° असतात तेव्हा उष्णता जास्तीत जास्त मिळते. तर नतांश वाढत जात असताना उष्णतेचे प्रमाण कमी होते व त्यामुळे तापमान कमी होते.

कर्कवृत्ताच्या उत्तरेस व मकरवृत्ताच्या दक्षिणेस सूर्य कधीही खस्वस्तिकी दिसत नसल्याने या विभागात सूर्याचे क्षितिजापासूनचे अंतर मोजले जाते. उत्तर व दक्षिण ध्रुव वृत्तीय – आर्क्टिक, अंटार्क्टिक वृत्त प्रदेशात सूर्याचे क्षितिजापासूनचे अंतर म्हणजे उन्नतांश 0° ते ४७$^{\circ}$ असून ध्रुवावर ते 0° व जास्तीय जास्त २३$^{१}/_{२}$ असतात. जेव्हा उन्नतांश जास्त असतात तेव्हा उष्णता जास्त मिळते व जेव्हा ते कमी असतात तेव्हा उष्णता कमी मिळते. ध्रुव प्रदेशात ६ महिनेपर्यंत उन्नतांश 0° असल्याने प्रकाश अजिबात मिळत नाही. त्यामुळे उष्णता अगदी कमी असते, तर ध्रुववृत्तीय प्रदेशात उन्हाळ्यात जरी सूर्यकिरण तिरकस असले तरी देखील प्रकाश जास्त काळपर्यंत मिळाल्याने उष्णतेची कमतरता मोठ्या दिनमानामुळे भरून काढली जाते व त्याचा फायदा पिकांना मिळू शकतो.

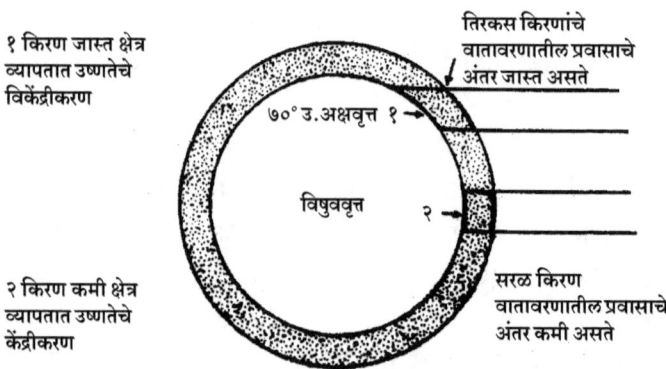

अक्षवृत्ताचा तापमानावर होणार परिणाम

आणखी एक महत्त्वाची गोष्ट अशी की, विषुववृत्तापासून ध्रुवांकडे किरणशलाका पृथ्वीच्या वक्रतेमुळे जास्त क्षेत्र व्यापतात व त्यांच्यातील शक्ती जास्त भूप्रदेश तापविण्यास वापरली गेल्याने विखुरली जाते. याउलट विषुववृत्तीय प्रदेशात किरणशलाका कमी क्षेत्र व्यापत असल्याने शक्ती विखुरली न गेल्याने जमिनीवर जास्त उष्णता मिळू शकते. म्हणजेच सूर्यकिरणांचा कोन, वातावरणीय माध्यमाची जाडी व किरणशलाकांची क्षेत्रीय विरळता व घनता या तिन्ही गोष्टी अक्षवृत्तावर अवलंबून असतात. विषुववृत्तीय प्रदेशात त्या अनुकूल असल्याने उष्णता जास्त मिळते, तर ध्रुव प्रदेशात कमी मिळते. म्हणून हवेचे तापमान विषुववृत्ताकडून ध्रुवाकडे कमी होत जाते.

(२) उंची :

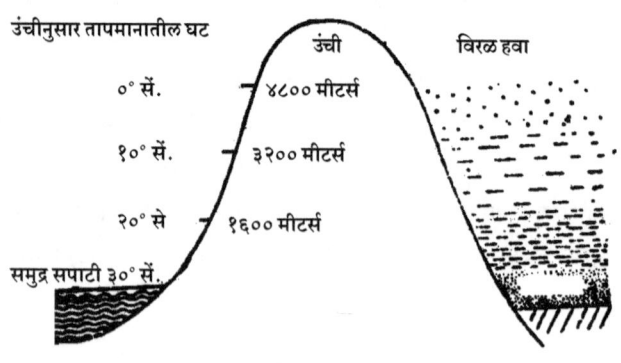

उंची व तापमान

भूपृष्ठापासूनची उंची हा तापमानवाटणीवर परिणाम करणारा दुसरा महत्त्वाचा घटक आहे. उंचीनुसार तापमान कमी होत जाते; कारण वातावरणाला उष्णता प्रामुख्याने भूपृष्ठापासून वहनक्रियेने प्राप्त होते. सौरशक्तीमुळे प्रथम भूपृष्ठ तापते आणि नंतर ती उष्णता पृष्ठभागावर असलेल्या हवेच्या पहिल्या थराला पुरविली जाते. त्यानंतर क्रमाक्रमाने वातावरणाचे वरचे थर तापतात; म्हणजेच पृथ्वीचा पृष्ठभाग हा सूर्याखालोखाल उष्णतेचा साठा असून त्यामुळे वातावरण तापते. साहजिकच या उष्णतेच्या साठ्यालगत असलेले थर जास्त तापतात व त्यापासून दूरवर असलेले थर कमी तापतात. हवेच्या खालच्या थरात धूलिकणांचे व बाष्पाचे प्रमाण जास्त असते; म्हणून वातावरणातील हवेचे घटक उष्णता जास्त सामावून घेतात; यामुळे हवेच्या भूपृष्ठालगतच्या थरात तापमान जास्त असते, तर भूपृष्ठापासून जो जो उंच जावे, तो तो वातावरण विरळ व स्वच्छ होत असल्याने उष्णतेचे ग्रहण कमी होते त्यामुळे तापमान कमी आढळते. उंचीनुसार तापमान कमी होण्याचा दर १६० मीटर्सला १ सें. किंवा १००० फुटास ३.५६ फॅ. इतका आढळतो. त्याला पर्यावरणातील तापमानाची घट असे म्हणतात. उंचीचा तापमानावर परिणाम कसा होतो हे खालील स्थळांच्या तापमानावरून कळून येईल. खालील तिन्ही स्थळे ३४° अक्षवृत्तावरील आहेत.

स्थळ	उंची (मी)	उन्हाळी तापमान	हिवाळी तापमान	सरासरी तापमान
(अ) सिडनी ३४° द. ऑस्ट्रेलिया	४९	२८ सें. (जानेवारी)	१२ सें. (जुलै)	२०° सें.
(ब) पाईनब्लफ ३४° उत्तर संयुक्त संस्थाने	८३४	२२सें. (जुलै)	६ सें. (जानेवारी)	१४°सें.
(क) श्रीनगर भारत ३४° उत्तर	१७१४	२१सें. (जुलै)	१सें. (जानेवारी)	११°सें.

सिडनी व पाईनब्लफ यांची वार्षिक सरासरी जरी १४° व २०° असली तरीसुद्धा सिडनीचे हिवाळी तापमान ६° सें. ने. जास्त आहे, तर श्रीनगरचे हिवाळी तापमान शून्याखाली आहे. हा फरक उंचीमुळे पडलेला आहे.

(३) समुद्रसान्निध्य : जमीन व पाणी तापण्याच्या क्रियेत फरक आढळतो. पाण्याची पारदर्शकता, हालचाल व बाष्पीभवन यांमुळे व त्याची आणि जमिनीची विशिष्ट

उष्णता वेगळी असल्याने जमीन पाण्यापेक्षा लवकर तापते व निवते.

जमीन अपारदर्शक असल्याने जमिनीत फक्त १ मीटरपर्यंत सूर्यकिरण पोहोचू शकतात. तर पाण्यामध्ये सुमारे २० मीटर्सपर्यंत जाऊ शकतात. यामुळे ठराविक किरणांना जमिनीचे विशिष्ट क्षेत्र तापविण्यास जितका वेळ लागतो त्यापेक्षा कितीतरी अधिक वेळ पाण्याचे तेवढेच क्षेत्र तापविण्यासाठी तेवढ्याच तीव्रतेच्या सूर्यकिरणांना लागतो.

पाण्याची सतत हालचाल चालू असल्याने बरीच सरमिसळ होते व वेगवेगळ्या ठिकाणचे समुद्राचे पाणी एकमेकांत मिसळू शकते. त्यामुळे पाण्यातील उष्णतेचे वाटप बऱ्याच खोलीवर व दूरवर होते आणि त्यामुळे किरणांची शक्ती विखुरली जाते.

पाण्याचे सतत बाष्पीभवन चालू असते. त्याकरिता उष्णता मोठ्या प्रमाणात वापरली जाते. आयनिक प्रदेशातील समुद्रावर बाष्पीभवनाचे प्रमाण जास्त असते. बाष्पीभवनाचा वेग तापमानाबरोबर वाढत असल्याने जलभागांचे तापमान जमिनीवरील तापमानाप्रमाणे एकदम वाढू शकत नाही. पाण्याची विशिष्ट उष्णता जमिनीपेक्षा २.५ पटींनी जास्त असल्याने एखाद्या क्षेत्रातील जमीन तापण्यास जेवढा वेळ लागतो त्यापेक्षा जास्त वेळ पाण्याचे तेवढेच क्षेत्र तापण्यास लागतो.

वरील कारणांमुळे सारख्याच परिस्थितीत पाणी जमिनीपेक्षा उशिरा तापते व निवते. त्यामुळे पाण्याच्या आसमंतात असलेल्या भूप्रदेशावर त्याचा परिणाम होत नाही. परंतु समुद्रापासून दूरच्या प्रदेशात मात्र हा परिणाम आढळत नाही. दक्षिण गोलार्धात पाण्याचे प्रमाण जमिनीपेक्षा जास्त असल्याने एकाच अक्षवृत्तावरील स्थळांच्या तापमानात व सरासरीत भिन्नता आढळते.

त्याप्रमाणे समुद्रसान्निध्याच्या परिणामाने हिवाळे सौम्य होतात म्हणजे हिवाळ्यात तापमान जास्त आढळते. तर उन्हाळ्यात ते कमी होते हे खालील उदाहरणांवरून दिसून येईल.

स्थळ	अक्षवृत्त	सर्वात उष्ण महिन्याचे सरासरी तापमान	सर्वात थंड महिन्याचे सरासरी तापमान
नागपूर	२१^{0}उ.	(मे) ३५^{0}सें.	(जानेवारी)२०.५^{0} सें.
सुरत	२१^{0}उ.	(मे) ३१.२^{0}सें.	(जानेवारी)२२.५^{0} सें.

दोन्ही स्थळे एकाच अक्षवृत्तावर असूनही सुरत समुद्राजवळ असल्याने तेथील हिवाळी तापमान (सरासरी) नागपूरपेक्षा २०° नी जास्त असते तर उन्हाळ्यात ते ४° नी कमी होते.

(४) **वारे** : वारे उष्णतेचे वहन करतात. उष्णकटिबंधात समुद्राकडून किनाऱ्यावर येणाऱ्या वाऱ्यांमुळे तापमान कमी होते. उच्च अक्षांशाकडून येणारे वारे शीत प्रदेशांकडून येत असल्याने हिवाळी तापमानात चांगली घट होते. त्याचप्रमाणे मध्य-अक्षांशाकडून (उष्ण) ध्रुव प्रदेशाकडे म्हणजे शीत प्रदेशाकडे वाहणाऱ्या वाऱ्यांमुळे तापमानात वाढ होते. सैबेरियाच्या शीत प्रदेशाकडून येणाऱ्या वाऱ्यांमुळे भारतात व चीनमध्ये थंडीच्या लाटा येतात व चीनच्या आयनिक प्रदेशात तर तापमान शून्याच्या खाली जाते. गंगेच्या खोऱ्यातही अशी स्थिती उद्‌भवली असती; परंतु हिमालयामुळे शीत वारे अडविले जातात. फॉन व चिनुक वाऱ्यांमुळे तापमान एकाएकी २५ अंशांनी वाढून बर्फ वितळते व कुरणे मोकळी होतात. अशा वाऱ्यामुळे हिवाळ्याची तीव्रता कमी होते.

(५) **समुद्रप्रवाह** : समुद्रप्रवाहांचा लगतच्या हवामानावर परिणाम होतो. उष्ण प्रवाहावर हवा उबदार व बाष्पयुक्त असते; तर थंड प्रवाहांवरील हवा थंड असते. उष्ण प्रवाहावरील हवेच्या अधिक तापमानामुळे त्याची बाष्प सामावण्याची शक्ती जास्त असते; तर थंड प्रवाहावरील हवेचे तापमान कमी असल्याने त्यावरील हवेची बाष्पधारणा कमी असते. जपानी बेटांच्या नैर्ऋत्य व पश्चिम किनाऱ्यावरील सरासरी तापमान ४° ते ६° असते तर सैबेरियाच्या पूर्व किनाऱ्यावर ते -१०° (उणे दहा) खाली आढळते. जपानी समुद्रावरून वाहणारे वारे उबदार क्युरोसिओ प्रवाहावरून येत असल्याने जपानचा किनारा उबदार राहतो. उलट अटलांटिक प्रवाहावरून वाहणाऱ्या वाऱ्यांचा असाच परिणाम ब्रिटिश बेटे व नॉर्वे यांच्या तापमानावर होतो. यामुळे तेथील हिवाळे उबदार व सौम्य असतात. या थंड प्रवाहांमुळे अनुक्रमे कॅलिफोर्निया व पेरूच्या किनाऱ्यावर तापमान कमी होते.

(६) **भूप्रदेशाचा उतार** : आल्प्स व हिमालयासारख्या पूर्व - पश्चिम पसरलेल्या दक्षिणेकडील उतारावर उत्तरेकडील उतारापेक्षा सूर्यकिरणे कमी तिरकस असल्याने तेथील (दक्षिणेकडील) उतारावर तापमान जास्त असते व उत्तरेकडील उतारावर कमी असते. उत्तरेकडील उतारावर किरण-शलाका जास्त क्षेत्र व्यापतात; तर दक्षिणेकडील उतारावर त्या कमी क्षेत्र व्यापतात. यामुळे उत्तरेकडील उतारावर तापमान कमी आढळते. या कारणास्तव जास्त

उष्णता लागणारी पिके डोंगराच्या दक्षिणेकडील उतारावर घेतली जातात व तेथे वसाहतीही जास्त आढळतात.

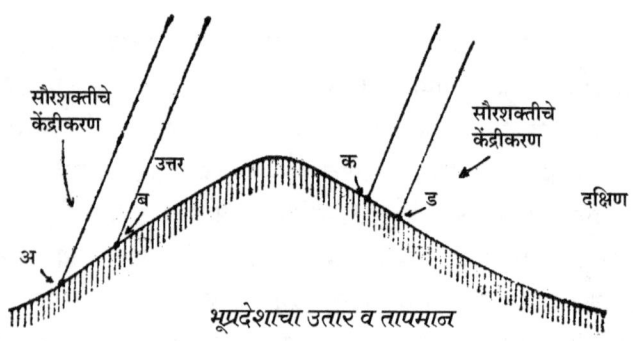

भूप्रदेशाचा उतार व तापमान

(७) **पृष्ठभागाचा प्रकार** : भूपृष्ठाचे वेगवेगळे प्रकार असतात. बर्फाच्छादित, कणाश्मयुक्त, वालुकामय व मृत्तिकामय असे अनेक प्रकार आढळून येतात. प्रत्येक पृष्ठभागाची उष्णताग्रहणशक्ती वेगवेगळी असल्याने त्या पृष्ठभागावर निरनिराळे तापमान आढळते. बर्फाळ पृष्ठभाग मिळणाऱ्या सौरशक्तीचा ७० ते ८० टक्के भाग परावर्तित करत असल्याने व उर्वरित उष्णतेचा काही भाग बर्फाचे बाष्पीभवन करण्यात खर्च होत असल्याने बर्फाळ पृष्ठभागावर तापमान फारच कमी आढळते. गवताळ प्रदेश १४% ते ३७% सौरशक्तीचे परावर्तन करतो, तर सूचीपर्णी अरण्यातून सुमारे १०% उष्णता परत पाठविली जाते. काळसर जमिनीवरून सुमारे ८% ते १४% सौरशक्तीचे परावर्तन होते. वालुकामय जमिनी त्याची विशिष्ट उष्णता कमी असल्याने लवकर ग्रहण करतात व तापमान रात्री अगदी कमी आढळते. पृष्ठभागाच्या प्रकारांचा विचार प्रामुख्याने सौक्ष्मिक हवामानशास्त्रात केला जातो.

(८) **वनस्पती** : दाट जंगलव्याप्त प्रदेश व झाडी नसलेले प्रदेश यांच्या तापमानातही फरक आढळतो. अत्यंत निबिड अरण्यात सूर्यकिरण अडवले गेल्याने जमिनीवर येऊ शकत नाहीत. त्यामुळे झाडाच्या सावलीतील तापमान मोकळ्या जागेपेक्षा कमी असते. दिवसा बाष्पोच्छ्वासावाटे झाडे बाष्प बाहेर टाकत असल्यानेही झाडालगत हवेचे तापमान कमी आढळते.

(९) **अभ्राच्छादित आकाश** : दिवसा आकाशात ढग आलेले असल्यास सूर्यकिरणांना अडथळा होतो. त्यामुळे ढगांच्या खाली असलेल्या भूपृष्ठावर

कमी तापमान आढळते. याउलट रात्री आकाशात कमी उंचीवर ढग असल्यास भूपृष्ठाने विसर्जित केलेली उष्णता पृथ्वीवर साठविली जाते व त्यामुळे ढगाळ रात्री तापमान कमी आढळते. आपल्याकडे अशी स्थिती सप्टेंबर - ऑक्टोंबरमध्ये आढळते. उन्हाळ्यातील निरभ्र रात्री हिवाळ्यातील ढगाळ रात्रीपेक्षा थोड्या सुखकारक असतात. त्यामुळेच भारतासारख्या आयनिक प्रदेशातील देशात भरपूर सूर्यप्रकाश असतो त्याचा वापर इंधनाकरिता करणे शक्य झाल्यास भारताची इंधनसमस्या सुटू शकेल व तेलासाठी खर्च होणारे परकीय चलन वाचेल.

तापमान

उष्णतेची पातळी तापमान दाखविते. तापमापकाच्या साहाय्याने तापमान मोजले जाते. सेंटिग्रेड (सेल्सिअस) व फॅरनहीट असे दोन वेगवेगळे तापमान मोजण्याचे प्रकार आढळतात.

कमाल व किमान तापमान : एखाद्या ठिकाणी आढळून येणारे जास्तीत जास्त तापमान म्हणजे कमाल तापमान. ते दुपारी २ च्या सुमारास आढळून येते, तर कमीत कमी तापमान म्हणजे किमान तापमान पहाटे ३ नंतर आढळते.

तापमानकक्षा : एखाद्या दिवसाच्या कमाल व किमान तापमान नोंदीची बेरीज करून त्याला दोनाने भागल्यानंतर त्या दिवसाचे सरासरी तापमान येते. काही ठिकाणी दिवसाच्या प्रत्येक तासाला तापमानाची नोंद केली जाते व त्यांच्या बेरजेला २४ ने भागून दिवसाचे सरासरी तापमान काढतात. उदा. पुण्याचे २२ ऑक्टोबरचे कमाल तापमान २४ सें. आहे, तर किमान १६ सें. आहे. म्हणून पुण्याचे २२ ऑक्टोबरचे सरासरी तापमान २० सें. इतके आहे. याप्रमाणे महिन्यातील प्रत्येक दिवसाचे सरासरी तापमान घेऊन त्यांच्या बेरजेस महिन्यातील दिवसांनी भागल्यानंतर मासिक सरासरी तापमान मिळते. याप्रमाणे वर्षाच्या प्रत्येक महिन्याचे सरासरी तापमान काढतात. या तापमानाला मासिक सरासरी तापमान असे म्हणतात. प्रत्येक महिन्याच्या सरासरी तापमानावरून वर्षातील जास्त तापमान असलेला महिनाही ठरविता येतो. त्याचप्रमाणे कमी तापमान असलेला महिनाही ठरविता येतो. सर्वात जास्त तापमान असलेल्या महिन्याच्या सरासरी तापमानातून कमी तापमान असलेल्या महिन्याच्या सरासरी तापमानाच्या बेरजेला १२ ने भागल्यानंतर वार्षिक सरासरी तापमान मिळते.

उत्तर गोलार्धात मे, जून, जुलै व काही ठिकाणी ऑगस्ट या महिन्यात सर्वात जास्त तापमान (कमाल व सरासरी) आढळून येते. याच महिन्यात दक्षिण

गोलार्धात कमी तापमान असते. डिसेंबर व जानेवारी या महिन्यात दक्षिण गोलार्धात जास्त तापमान असते तर याच महिन्यात उत्तर गोलार्धात कमी तापमान आढळते.

एखाद्या ठिकाणी सुमारे ३५ वर्षांच्या कालखंडात एखाद्या स्थळाचे आढळून आलेले जे कमाल तापमान असते, त्यातून त्याच कालखंडात आढळून आलेले किमान तापमान वजा केल्यानंतर विक्रमी कक्षा (Absolute Range) मिळते.

तापमानकक्षा पृथ्वीवर सर्वत्र सारखी आढळत नाही. स्थल, काल, ऋतुपरत्वे तीत बदल घडून येतात. अक्षांश, उंची, समुद्रसान्निध्य यांचा प्रामुख्याने तापमानकक्षेवर परिणाम होत असतो.

अक्षांश व तापमानकक्षा : विषुववृत्तीय प्रदेशात दुपारपर्यंत कडक ऊन असल्याने कमाल तापमान ३०° सें, ३२° सें. असते. परंतु संध्याकाळी पाऊस पडून गेल्यानंतर हवेत गारवा येतो. निरभ्र आकाशामुळे पहाटेच्या वेळी २२° ते २४° सें. पर्यंत तापमान असते; म्हणजेच दैनंदिन तापमानकक्षेतील फरक साधारणपणे १०° पर्यंत असतो. परंतु विषुववृत्तीय प्रदेशात वर्षभर दैनंदिन सरासरी तापमान २७° ते २८° सें. असल्याने अतिउष्ण महिन्याचे सरासरी तापमान व अतिथंड महिन्याचे सरासरी तापमान यांतील फरक ५°च्या आसपास असतो. मोठी दैनंदिन तापमानकक्षा व अगदी कमी वार्षिक सरासरी तापमानकक्षा ही विषुववृत्तीय प्रदेशाची वैशिष्ट्ये आहेत.

परंतु विषुववृत्तापासून अक्षांश जसे वाढत जातात तशी तापमानकक्षा वाढत जाते. कारण विषुववृत्ताकडून ध्रुवाकडे उन्हाळ्यात प्रकाश मिळण्याचा काळ वाढत जातो व हिवाळ्यात तो कमी होतो. त्यामुळे जास्त तापमान असलेल्या महिन्यांचे सरासरी तापमान कमी तापमान असलेल्या महिन्यांच्या सरासरी तापमानापेक्षा बरेच आढळते. यामुळे वार्षिक सरासरी तापमानकक्षा बरीच आढळते. विषुववृत्तापासून ध्रुवाकडे तापमानकक्षा (वार्षिक) सरासरी कशी वाढत जाते हे पुढील कोष्टकावरून समजते.

वार्षिक सरासरी तापमान कक्षा	स्थळ	अक्षांश	जास्त तापमानाचा महिना व तापमान	कमी तापमानाचा महिना व तापमान
१°सें.	सिंगापूर	0	जुलै २७ सें.	जाने. २६ सें.
५.४ सें.	मुंबई	१९° उ.	मे २९.४सें.	जाने. २४ सें.
१२ सें.	लिस्बन	३८. ४२उ.	ऑग. २२सें.	जाने. १० सें.
१७ सें.	कोपनहेगन	५५.४० उ.	जुलै १६.५ सें.	फेब्रु. ०.५सें.
२३.५ सें.	स्पिट्सबर्जेन	८०	जुलै ५.५ सें.	फेब्रु. १८ सें.

उंची :

उंच प्रदेशात जमीन जास्त तापते; कारण हवा स्वच्छ असून हवेत धूलिकणांचे प्रमाण कमी असल्याने भूपृष्ठावर पडणारे किरण तीव्र असतात. उंच प्रदेशात विरळ हवेमुळे उष्णतेचे शोषण कमी होते. त्यामुळे तेथे उष्णता कमी आढळून येते. परंतु अशा ठिकाणी भूपृष्ठाला सूर्यापासून जास्त उष्णता मिळते, कारण हवेच्या विरळतेमुळे सूर्यापासून मिळणाऱ्या उष्णतेचा थोडा भाग शोषला जातो व भूपृष्ठाला उष्णता मिळण्याचे प्रमाण वाढते. पण उत्सर्जित होणाऱ्या उष्णतेचे प्रमाणही जास्त असल्याने दैनंदिन तापमानकक्षा जास्त असते. पण उंचीनुसार तापमान कमी होण्याचा वेग उन्हाळ्यापेक्षा हिवाळ्यात कमी आढळतो हे दिल्ली व सिमला यांच्या डिसेंबर व जूनच्या तापमानावरून कळून येईल. दिल्ली, डिसेंबर सरासरी ११^{0} सें., जून सरासरी ३३^{0} सें. सिमला डिसेंबर ४^{0} सें. जून १६^{0} सें. सिमल्याची उंची २१२६ मीटर्स आहे व दिल्लीची २१० मीटर्स. दिल्लीचे डिसेंबरचे तापमान सिमल्यापेक्षा ७^{0} सें. ने जास्त असते व जूनचे तापमान १७^{0} सें. ने जास्त असते. म्हणजे दिल्लीपेक्षा १९०६ मीटर्स उंचीवर असलेल्या सिमला येथे उन्हाळी तापमान १७^{0} सें. ने कमी होते, तर हिवाळ्याचे ७^{0} सें. ने कमी होते. वास्तविक तापमानाच्या खोटीनुसार (१६० मीटरला १सें.) सिमल्याचे हिवाळी तापमान ११.५^{0} सें. ने कमी हवे, म्हणजे – ०.५^{0} सें. इतके हवे. परंतु ते ४^{0} सें. असते. कारण उंच प्रदेशात सूर्यकिरण जास्त उष्णता देत असल्याने हा फरक पडतो. म्हणजेच सिमला येथे उन्हाळा उंचीमुळे जितका सौम्य होतो तितका हिवाळा कडक होत नाही. म्हणजेच वार्षिक सरासरी तापमानकक्षा उंचीमुळे कमी होते. दिल्लीची कक्षा २२ सें. सिमल्याची १२ सें.

समुद्रसान्निध्य :

समुद्रसान्निध्याचा परिणाम तापमापकक्षेवर होतो. सारख्याच परिस्थितीत जमीन व पाणी भिन्न रीतीने तापमान व त्यांचा परिणाम लगतच्या हवेवर होतो. सागरनजीकच्या प्रदेशात उन्हाळ्यातील तापमान सरासरीपेक्षा कमी व हिवाळ्यातील तापमान सरासरीपेक्षा जास्त आढळते. परंतु खंडान्तर्गत प्रदेशात उन्हाळ्याचे तापमान जास्त असून हिवाळ्यातील तापमान बरेच कमी असते. त्यामुळे खंडान्तर्गत प्रदेशात किनाऱ्यावरील प्रदेशापेक्षा वार्षिक सरासरी तापमानकक्षा जास्त असते. हे रत्नागिरी व विजापूर यांच्या तापमानावरून कळून येईल. किनाऱ्यावर दुपारी अनेक दिवस खारे वारे येत असल्यानेही दैनंदिन कमाल तापमानात फरक असतो व त्याचाही परिणाम तापमान कक्षेवर होतो.

स्थळ	अक्षांश तापमान	मे – सरासरी तापमान	जाने. सरासरी तापमान	वार्षिक सरासरी
रत्नागिरी	१६°५७ उ.	२९°सें.	२५°सें.	४°सें.
विजापूर	१६°५८ उ.	३१°सें.	२२°सें.	९°सें.

रत्नागिरीची वार्षिक सरासरी तापमानकक्षा ४ ° सें. असून विजापूरची ९° सें. आहे. म्हणजे विजापूरचे उन्हाळे रत्नागिरीपेक्षा अधिक उष्ण व हिवाळे थंड असतात.

समुद्रप्रवाह व तापमानकक्षा : थंड व उष्ण प्रवाहावरून येणाऱ्या वाऱ्यामुळेही तापमानकक्षा कमी झालेली आढळून येते.

लंडनपेक्षा ५° दक्षिणेस असलेल्या हॅलिफॅक्स शहराचे जानेवारीत सरासरी तापमान शून्याखाली असून तापमानकक्षा २४.५° सें. आहे. उत्तर अटलांटिक प्रवाहावरून येणाऱ्या उबदार वाऱ्यांमुळे लंडनचे हिवाळी तापमान वाढविले जाते तसा फायदा हॅलिफॅक्सला मिळत नाही. त्याचप्रमाणे लिस्बनजवळून कॅलिफोर्नियासारखा शीत प्रवाह वाहत नसल्याने उन्हाळी तापमान सॅनफ्रान्सिस्कोपेक्षा जास्त असते. सॅनफ्रान्सिको येथे ते कॅलिफोर्नियाच्या शीत प्रवाहमुळे कमी होते.

स्थळ	अक्षांश तापमान	मे – सरासरी तापमान	जाने. सरासरी तापमान	वार्षिक सरासरी
लंडन	५१° उ.	जुलै १७° सें.	जाने. ४° सें.	१३°सें.
हॅलिफॅक्स	४५° उ.	जुलै १८° सें.	जाने. ६.५° सें.	२४.५°सें.
सॅनफ्रान्सिस्को	३८°उ.	सप्टें. १५°सें.	जाने. ९°सें.	६°सें.
लिस्बन	३८°उ.	ऑग. २२° सें.	जाने. १०° सें.	१२°सें.

२. तापमानाचे उभे वितरण

भूपृष्ठावर तापमानाचे वाटप सारखे आढळत नाही. त्यात ऊर्ध्वगामी क्षितिजसमांतर म्हणजे उभ्या दिशेने व आडव्या दिशेत बदल होत जातात. आपण उभ्या दिशेतील वितरणाचा विचार करू.

पर्यावरणातील तापमानाची घट १६० मीटरला १ सें. इतकी असते, पण ती उन्हाळ्यात जास्त असून हिवाळ्यात कमी असते. मध्य कटिबंधात उन्हाळ्यात १४० मीटर्सला १° सें. या वेगाने तापमान कमी झालेले आढळते, तर हिवाळ्यात सुमारे १८० मीटरला १° सें. या गतीने तापमान कमी होते.

वातावरण प्रामुख्याने भूपृष्ठापासून उत्सर्जित होणाऱ्या उष्णतेमुळे तापते. त्यामुळे

वातावरणाच्या भूपृष्ठाला लागून असलेल्या थरांचे तापमान वरच्या थरांपेक्षा जास्त असते. म्हणून उंचीनुसार तापमान कमी होते. हवेच्या खालच्या थरात बाष्प व कार्बन-डायऑक्साईड हे वायू असतात. हे घटक भूपृष्ठाने उत्सर्जित केलेल्या उष्णतेचा काही भाग शोषून घेतात. भूतलावरच्या हवेच्या थरात या घटकांचे प्रमाण जास्त असते. परंतु उंचीनुसार ते कमी होत जाते. यामुळेही वातावरणातील हवेचे तापमान उंचीनुसार कमी होते. परंतु उंचीनुसार तापमान कमी होण्याची क्रिया फक्त तपांबरातच आढळते व तपस्तब्धीत ती पूर्णपणे थांबते. परंतु काही प्रसंगी उंचीनुसार तापमान कमी होण्याऐवजी ते वाढलेले आढळते. याला तापमानाची विपरीतता असे म्हणतात.

तापमानाची विपरीतता (Inversion of Temperature) :

उंचीनुसार तापमानात घट होण्याऐवजी वाढ होण्याचा उलटा किंवा विपरीत प्रकार प्रामुख्याने डोंगरखोऱ्यात घडून येतो. त्यानंतर थंड हवेच्या थरावर उष्ण हवेचा थर आढळतो. तापमानाची विपरीतता घडून येण्यास पुढील परिस्थिती आवश्यक असते: (१) मोठे रात्रीमान, (२) निरभ्र आकाश, (३) निश्चल हवा, (४) डोंगराळ प्रदेश. हिवाळ्यात रात्रीमान मोठे असते. त्यामुळे उष्णता उत्सर्जनाचे कार्य जास्त वेळ चालते व पृथ्वीचा पृष्ठभाग अतिशय थंड होतो. ही स्थिती विपरीततेला उपयुक्त असते.

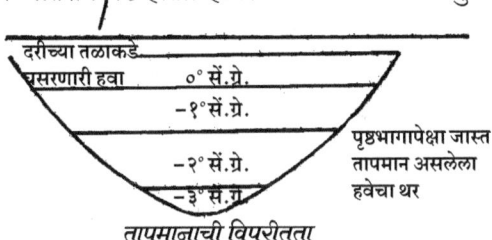

तापमानाची विपरीतता

निरभ्र आकाशामुळे भूपृष्ठाने उत्सर्जित केलेली उष्णता पृष्ठभागावर परत येऊ शकत नाही. आकाशात खूप उंचीवर ढग असतील तरीही उष्णता पृथ्वीवर येत नाही. परंतु जर कमी उंचीवर आकाशात ढग असतील तर मात्र उष्णता अवकाशात जाण्याऐवजी अडविली जाते व भूपृष्ठावर तापमान वाढते.

निश्चल व स्थिर हवेची आवश्यकता तापमानाची विपरीतता घडून येण्यास आवश्यक असते. हवेची हालचाल कमी असल्यास कमी-अधिक तापमानाचे हवेचे थर एकमेकांत मिसळू शकत नाहीत व त्यामुळे पृष्ठभागावरील हवेच्या थराचे तापमान वाढू शकत नाही. डोंगराळ प्रदेशात अशी परिस्थिती असल्यास थंड, जड हवा केवळ जडपणामुळे गुरुत्वशक्तीच्या प्रभावाने खाली दरीच्या तळाकडे घसरते व उष्ण हवा हलकी असल्याने वर चढते.

यामुळे दरीच्या तळावर शून्याखाली तापमान व दरीच्या काठावर शून्यापेक्षा जास्त तापमान आढळून येते. असा प्रकार मध्य कटिबंधातील दऱ्याखोऱ्यात व हिवाळ्यात बऱ्याच वेळेस घडून येतो. दरीच्या तळात शून्याखाली तापमान जास्त असल्यामुळे कॅलिफोर्नियासारख्या मध्य कटिबंधीय विभागात फळझाडांची लागवड खोऱ्यात न करता खोऱ्याच्या बाजूस असलेल्या काठावर केली जाते. कारण तापमान शून्याखाली गेल्यानंतर दहिवर तयार होऊन फळझाडांचा नाश होतो. यामुळेच ब्राझीलमधील कॉफीचे मळ व आल्प्समधील अतिथिगृहे दरीत किंवा डोंगरमाथ्याऐवजी या दोहोंच्या मध्ये असलेल्या उष्ण भागात आढळून येतात.

मध्य कटिबंधाच्या वरच्या पट्ट्यात व विशेषतः ध्रुवीय थंड हवा व आयनिक प्रदेशातील उबदार व बाष्पयुक्त हवा यांचे प्रवाह जेथे एकत्र मिसळतात, तेथे उष्ण हवा केवळ हलकेपणामुळे थंड हवेवर आरोहण करते किंवा थंड हवा उष्ण हवेला खालून उचलून धरते. यामुळेही तापमानाची विपरीतता घडून येते. त्याचप्रमाणे डोंगराळ प्रदेशात आंतरिक किंवा ॲडियाबेटिक क्रियेमुळेही तापमानाची विपरीतता घडून येते.

गिरण्या व कारखाने असलेल्या शहरात धुराचा एक थर हवेत जास्त तापमान असलेल्या थराखाली तयार होते. अशा वेळी हवेची हालचाल मंदावल्यामुळे तो तेथे जास्त काळ टिकून धुके निर्माण करतो. मुंबईमधील चेंबूर या उपनगरात असा प्रकार हिवाळ्यात नेहमी घडून येतो. कृष्णधुके (Smog) आरोग्याला अत्यंत हानिकारक असते.

(३) समताप रेषा : नकाशावर सारख्या तापमानाची स्थळे जोडणाऱ्या रेषांना समतापरेषा असे म्हणतात. समतापरेषांच्या साहाय्याने भूपृष्ठावरील तापमानाचे क्षितिज समांतर वितरण दाखविता येते. परंतु समतापरेषा काढीत असताना सर्व स्थळे समुद्रसपाटीला आहेत असे समजून रेषा काढलेल्या असतात व त्यातून स्थळाच्या प्रत्यक्ष उंचीनुसार पडणारा फरक मिळवावा लागतो. उदा. समुद्रपातळीवरून ८०० मीटर्स उंचीवर असलेल्या 'अ' स्थळाचे तापमान २२° सें. हे स्थान समताप रेषेवर दाखवायचे झाल्यास त्याचे तापमान समुद्रसपाटीच्या तापमानाशी प्रमाणित करून घ्यावे लागेल. १६० मीटरला १° सें. याप्रमाणे ८०० मीटर्सला ५° सें. समुद्रसपाटीवर तापमान 'अ' पेक्षा जास्त असेल म्हणजे २२+५ = २७° सें. असेल, म्हणून 'अ' चे तापमानही २७° सें. इतके दाखविले जाईल.

जानेवारी व जुलै महिने अनुक्रमे हिवाळा व उन्हाळा यांचे प्रातिनिधिक महिने

म्हणून ओळखले जातात. जानेवारीत उत्तर गोलार्धात हिवाळा असून दक्षिण गोलार्धात उन्हाळा असतो. म्हणजेच वरील दोन महिन्यांत पृथ्वीवर जास्तीत जास्त किंवा कमीत कमी तापमान आढळून येते. यावरून समतापरेषा तयार केल्या जातात. त्यांच्या अभ्यासावरून पुढील गोष्टी आढळून येतात.

(१) अक्षवृत्तानुसार तापमान बदलत असल्याने समतापरेषा पूर्व-पश्चिम अशा हव्यात. परंतु प्रत्यक्षात त्याची ठेवण बरीच वक्र असते. याला दोन कारणे आहेत:

(अ) भूपृष्ठावर उंच - सखलपणामुळे (उठाव) कमी - अधिक तापमान असते.

(ब) जमीन व पाणी यांच्या वितरणामुळे एकाच अक्षवृत्ताच्या पट्ट्यात वेगवेगळे तापमान असते.

(२) कमाल तापमान विषुववृत्ताच्या उत्तरेस भूखंडावर असून किमान तापमान अंटार्क्टिका, ईशान्य आशिया, कॅनडा व ग्रीनलंड येथे आढळते.

(३) औष्णिक विषुववृत्त म्हणजे जास्तीत जास्त तापमानाची रेषा नेहमीच विषुववृत्तावर नसून जुलै महिन्यात ती विषुववृत्ताच्या उत्तरेस भूखंडावर सुमारे ५$^{\circ}$ ते १०$^{\circ}$ सरकलेली आढळून येते, तर जानेवारीत ५$^{\circ}$ नी दक्षिणेकडे सरकलेली असते.

(४) दक्षिण गोलार्ध हा 'जलगोलार्ध' असल्याने म्हणजे तेथे पाणी जास्त असल्याने तेथे एकाच प्रकारचा व उंचीचा पृष्ठभाग बराच आहे. म्हणून समतापरेषा पूर्व-पश्चिम आढळतात व त्यांची वक्रता कमी असते. ४५$^{\circ}$ दक्षिण अक्षवृत्ताच्या दक्षिणेस त्या अक्षवृत्तांना समांतर असतात. उत्तर गोलार्ध हा भूगोलार्ध असल्याने म्हणजे जमिनीचे प्रमाण बरेच असल्याने तापमानभिन्नतेमुळे समतापरेषा जास्त वक्र आहेत.

(५) भूखंडावर जानेवारी व जुलैच्या समतापरेषांत बराच फरक पडतो, परंतु समुद्रावर व विशषेतः दक्षिण गोलार्धात मध्य कटिबंधात ऋतुमानाप्रमाणे रेषांत फारसा फरक पडत नाही.

(६) जानेवारीत उत्तर गोलार्धातील समतापरेषा हिवाळ्यामुळे दक्षिणेकडे म्हणजे विषुववृत्ताकडे झुकलेल्या आढळतात. तर उबदार समुद्रावर काही ठिकाणी उष्ण प्रवाहामुळे मध्य कटिबंधात जास्त तापमान असल्याने (जमिनीपेक्षा) समतापरेषा उत्तरेकडे झुकतात.

(७) उत्तर गोलार्धात हिवाळ्यात (जानेवारी) समतापरेषांतील अंतर कमी असते,

जग – समतापरेषा – जानेवारी

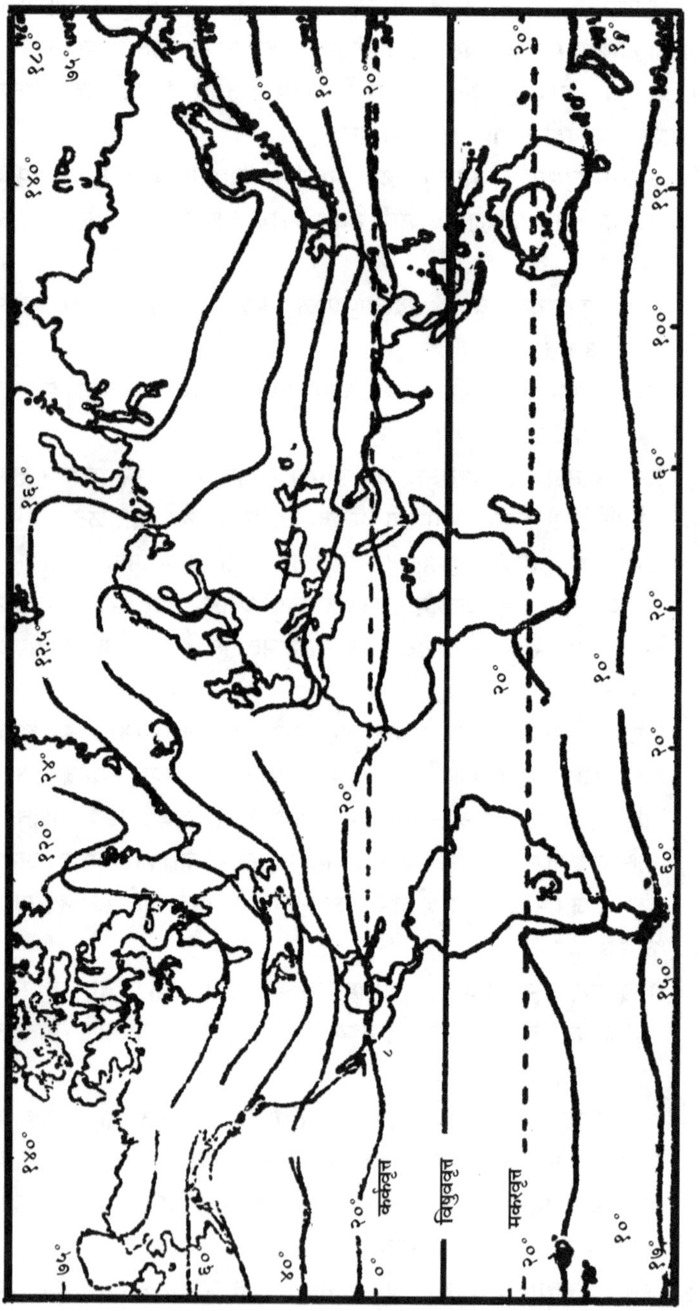

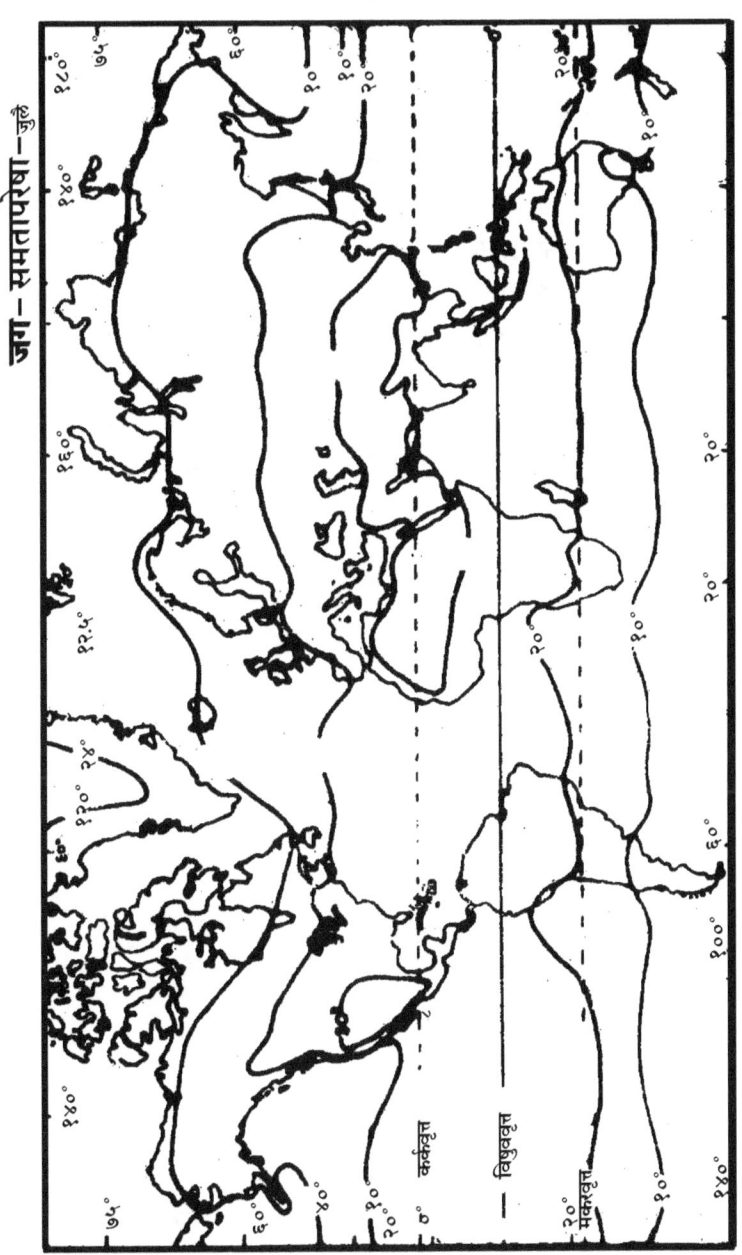

जग – समतापरेषा – जुलै

त्या जवळ जवळ असतात, तर उन्हाळ्यात (जुलै) त्यांच्यात अंतर जास्त असून त्या थोड्या दूर असतात.

उत्तर गोलार्धाच्या मानाने दक्षिण गोलार्धात समतापरेषांची संख्या कमी असून दक्षिण गोलार्धातील उन्हाळ्यात (जानेवारी) ती आणखी कमी झालेली असते.

दाहक अतिनील किरणांपासून पृथ्वीवरील पिके, जलचर व मानव प्राणी यांचे ओझोन वायूच्या पट्ट्यामुळे संरक्षण होते. परंतु मार्च १९८५ मध्ये ब्रिटिश वातावरणशास्त्रज्ञांना दक्षिण ध्रुवावर १३ ते २० कि.मी. उंचीवरील ओझोन वायुपट्ट्यात ९० लक्ष कि.मी. विस्ताराचे एक विवर आढळून आले (Ozone Hole). विवरातील ओझोन नष्ट होत असून त्यामागची कारणे शोधण्यासाठी अंटार्क्टिकामधील मॅकभुर्डी साउंड येथे विविध देशांतील १५० शास्त्रज्ञ एकत्र आलेले आहेत. ओझोन वायूचा होत असलेला ऱ्हास व त्यास पृथ्वीवरील औद्योगिक प्रक्रिया विशेषतः क्लोरीन वायू कितपत कारणीभूत आहेत यावर संशोधन केले जात आहे.

❑

४. वायुभार व वारे
(Atmospheric Pressure & Winds)

वातावरण वायूंचे बनलेले आहे. हे सर्व वायू पदार्थरूप असल्याने त्यांना वजन आहे. वायू उपलब्ध असलेली सर्व जागा व्यापतात. ते स्थितिव्यापक आहेत. वायुरूप पदार्थावरील दाब वाढल्यानंतर ते आकुंचन पावतात व त्यावरील दाब कमी झाल्यानंतर त्यांचे प्रसरण होते. कमी-जास्त दाबानुसार प्रसरण व आकुंचन पावणे हा वायूंचा प्रमुख गुणधर्म आहे म्हणून ते उपलब्ध असलेली सर्व जागा व्यापतात.

कोणत्याही पदार्थाचे ठरावीक क्षेत्रफळाच्या पृष्ठभागावर पडणारे वजन म्हणजे त्याचा दाब. वायूंना वजन असते ही गोष्ट गॅरिकच्या काळापासून माहिती झालेली आहे. शेकडो किलोमीटर पसरलेल्या वातावरणातील वायूच्या सर्व थरांचे वजन खालच्या थरांवर व दोन्ही थरांचा भार पृष्ठभागानजीकच्या थरांवर पडतो म्हणून भूपृष्ठावर हवेचे थर दाट व घन असतात. जो जो भूपृष्ठापासून उंच जावे तो तो हवेचे थर विरळ आणि हलके होत जातात.

१. वायुभारमापन

हवामानशास्त्रज्ञ हवेचा भार ज्या एककात मोजतात त्याला 'मिलिबार' असे नाव आहे. ४५° अक्षांशावर 0° सेल्सियस तापमान असताना समुद्रसपाटीस असणारा वायुभार म्हणजे १ बार. त्याचा १ हजारावा भाग म्हणजे एक मिलीबार. 'डाईन' या बल मोजण्याच्या एककाने दाब मोजला जातो. एक ग्रॅम वस्तुमानात एक सेकंदात १ सें.मी. इतका प्रवेग निर्माण होण्याकरिता लागणारी शक्ती किंवा बल म्हणजे १ डाईन बल. अशा दहा लाख डाईन्स = १ बार

१ हजार डाईन्स = मिलिबार (चौ.सें.मी.वर) कारण १ मिलिबार = १/१००० बार

वायुभार इंचात व सेंटिमीटरमध्येही मोजला जातो. एक चौरस सेंटिमीटर क्षेत्रावर वातावरणाचा जो दाब असतो, तेवढाच दाब किती उंचीच्या पाऱ्याच्या स्तंभाने तोललेला आहे हे ज्यावरून ठरते, त्या पाऱ्याची उंची सेंटिमीटर्स किंवा इंचात मोजतात.

३.४ मिलिबार = १/१०'' वायुभार (एक दशांश इंच)

किंवा

३४ मिलिबार = एक इंच वायुभार.

समुद्रसपाटीस ४५ अक्षांशावर १०१३.२ मि. बार अगर ७६ सें.मी. किंवा २९.९२ इंच इतका वायुभार असतो व त्याचे वजन १४.७ पौंड भरते.

तापमान, उंची व बाष्प यांचा वायुभारावर परिणाम होतो.

तापमान : भूपृष्ठावर तापमान सर्वत्र सारखे नसते. विषुववृत्तीय प्रदेशात ते जास्त असते व ध्रुवप्रदेशात कमी असते. उष्णतेमुळे पदार्थांचे प्रसरण होत असल्याने उष्ण प्रदेशातील हवा हलकी होऊन वर जाते. म्हणून तेथे हवेचा दाब कमी होतो. उष्ण प्रदेशावरून तापलेली, हलकी झालेली हवा वर जाऊन थंड होते आणि बाजूच्या थंड प्रदेशात खाली उतरते. त्यामुळे तेथे दाब वाढतो.

उच्च अक्षवृत्त व ध्रुवप्रदेशात वर्षभर तापमान कमी असल्याने तेथील हवा भूपृष्ठाच्या सान्निध्यात येऊन थंड होते. थंड हवेचे परमाणू आकुंचन पावतात, एकत्र येतात. त्यामुळे त्यांचे जडत्व वाढते. सर्वसाधारणपणे ध्रुवप्रदेशात नेहमी गुरुभार असतो. उन्हाळ्यात औष्णिक विषुववृत्त म्हणजे सर्वात जास्त तापमान असणारी स्थळे जोडणारी रेषा, उत्तर गोलार्धात असल्याने तेथे लघुभार आढळून येतो, तर दक्षिण गोलार्धात गुरुभार असतो. तर हिवाळ्यात औष्णिक विषुववृत्त दक्षिण गोलार्धात असल्याने तेथे लघुभार आढळून येतो, तर दक्षिण गोलार्धात उत्तर लघुभाराचे रूपांतर गुरुभारात होते व दक्षिण गोलार्धात लघुभार निर्माण होतो.

ध्रुवप्रदेशात वर्षभर तापमान कमी असल्याने व वर्षातून सुमारे सहा महिने हिवाळ्यात त्या ठिकाणी सूर्य नसल्याने व उन्हाळ्यात सूर्यकिरणांपैकी ७० ते ८०% भाग बर्फाच्छादित प्रदेशामुळे परावर्तित झाल्याने व उर्वरित उष्णतेचा बराचसा भाग बाष्पीभवनात खर्च झाल्याने तेथे तापमान अगदी कमी असते व म्हणून तेथे कायम गुरुभार आढळतो. वरील विवेचनावरून आपल्याला असे दिसते की, तापमान आणि वायुभार एकमेकांच्या व्यस्त प्रमाणात कमी–जास्त होतात.

उंची : समुद्रसपाटीपासूनच्या उंचीचाही वायुभारावर परिणाम होतो. उंचीवर हवा विरळ असते. विरळ हवेचा भार कमी असतो, त्यामुळे उंचीनुसार वायुभार कमी होतो. हवा ही स्थितीस्थापक असल्याने तिच्यावरील दाब वाढल्यानंतर तिची घनता वाढते व ती दाट होते. हवेवरील दाब कमी झाला की ती विरळ होते व तिचे आकारमान वाढते.

उंचीनुसार वायुभार कमी होण्याचे प्रमाण सुरुवातीस २७० मीटरला ३४ मिलिबार किंवा ९०० ते १००० फुटांस एक इंच असते. सुमारे ३००० मीटर्सपर्यंत हे प्रमाण आढळते. त्यानंतर हवेची विरळता वाढत असल्याने दाब झपाट्याने कमी होतो. ५४५४ मीटर्स उंचीवर समुद्रसपाटीच्या निम्म्याने म्हणजे ५१० मिलिबार इतका वायुभार असतो व १०९०८ मीटर्स उंचीवर भूपृष्ठाच्या एकचतुर्थांश वायुभार आढळतो.

बाष्प : वायुभारावर परिणाम करणारा आणखी एक घटक म्हणजे बाष्प. कोरड्या

हवेपेक्षा बाष्प वजनाने हलके असते, त्यामुळे बाष्पयुक्त हवेपेक्षा कोरड्या हवेचे वजन जास्त भरते. एकाच तापमानाच्या बाष्पयुक्त हवेपेक्षा कोरड्या, म्हणजे बाष्पविरहित हवेचा भार जास्त असतो.

जमीन व पाणी यांच्या गुणधर्माचाही परिणाम वायुभारावर होतो. एकजिनसी पृष्ठभागावर विषुववृत्तीय प्रदेशात कायम लघुभार व ध्रुवप्रदेशात कायम गुरुभार सर्व ठिकाणी राहिला असता. परंतु जमीन व पाणी यांच्या उष्णताग्रहणशक्तीत फरक असल्याने उन्हाळ्यात भूखंडावर लघुभार असतो, तर समुद्रावर गुरुभार व हिवाळ्यात महासागर उबदार असल्याने त्यांच्यावर लघुभार व थंड भूखंडावर गुरुभार आढळतो.

फोर्टिन्सचा वायुभारमापक, निर्द्रव वायुभारमापक व स्वयंचलित वायुभारलेखांच्या साहाय्याने वायुभार मोजला जातो.

ज्या ठिकाणचा वायुभार सारखा आहे, अशी स्थळे नकाशावर एका रेषेने जोडतात. अशा समान वायुभार दाखविणाऱ्या रेषांना समभाररेषा असे म्हणतात. समभाररेषांच्या एका बाजूस वायुभार जास्त व दुसऱ्या बाजूस कमी असतो. हवामानखात्याने रोज प्रसिद्ध केलेल्या नकाशावर समभाररेषा काढलेल्या असतात. समभाररेषांचा अभ्यास करून एखाद्या विभागातील वारे, ढग, पाऊस, आवर्ते यासंबंधी अंदाज वर्तविता येतात.

साधारणपणे समभाररेषांतील वायुभाराचा फरक २ ते ४ मिलिबार इतका असतो. समभाररेषा जवळजवळ असल्यास वायुभारातील बदल तीव्र असतो. यांच्यात अंतर जास्त असल्यास बदल मंदगतीने होतो. यालाच वायुभाराचा कल (Pressure Gradient) म्हणतात. वायुभाराचा कल, वायुभाराच्या बदलाची दिशा व तीव्रता दाखवितो. समभाररेषांतील अंतर जास्त असल्यास वायुभाराचा कल मंद असतो व ते कमी असल्यास वायुभाराचा कल तीव्र असतो व वायुगती जास्त असते. याउलट वायुभाराचा कल मंद असल्यास वायुगती कमी असते.

वायुभाराचा कल समभाररेषांना काटकोनात काढलेल्या सरळ रेषांवर दाखविला जातो. त्यामुळे गुरुभाराकडून लघुभाराकडे समांतर रेषांना काटकोन करणाऱ्या दिशेने वायूंची क्षितिजसमांतर हालचाल होते. यास आपण वारा म्हणतो.

२. वायुभार प्रदेश

वायुभार सदासर्वकाल सारखा नसतो. त्यात स्थलकालऋतुपरत्वे बदल घडून येत असतात. जमीन व पाणी यांच्यावरील भिन्न तापमानामुळे एकाच अक्षवृत्ताच्या पट्ट्यात भिन्न तापमान असल्याने त्यावरील भारही वेगवेगळा असतो. वायुभाराचे अक्षवृत्तांना समांतर असे सलग पट्टे आढळत नाहीत. परंतु एकमेकांपासून थोडे अलग झालेले

विस्तीर्ण प्रदेश आढळतात. यांना (Pressure Cellss) वायुभार पुंज असे नाव आहे. औष्णिक व गतिज कारकांमुळे भूपृष्ठावर पुढील वायुभार पुंज आढळून येतात.

(१) औष्णिक (Thermal) कारकांमुळे म्हणजे कमी–अधिक तापमानामुळे तयार होणारे वायुभार प्रदेश.

(अ) विषुववृत्तीय प्रदेशात वर्षभर उष्णता जास्त असल्याने तेथे एक वायुभार पुंज तयार झालेला आढळतो. ५ चे स्थानांतर धरून याची मर्यादा १०° उत्तर ते १०° दक्षिण आढळून येते. विषुववृत्तावर हवा नेहमी ऊर्ध्वगामी असल्याने हवेची क्षितिज समांतर हालचाल कमी असते. म्हणून याला शांत पट्टा असे म्हटले जाते. परंतु ही शांत अवस्था कायम स्वरूपाची नसून यात मंद असे मधून मधून पश्चिम वारे वाहत असतात. यांना Equatorial westerlies विषुववृत्तीय पश्चिमीवारे असे म्हणतात.

(ब) ३०° ते ४०° उत्तर व दक्षिण भागात ऋतुमानानुसार गुणधर्म बदलणारे दोन अस्थायी वायुभार पुंज आहेत. सूर्याचे उन्नतांश जास्त असताना वरील उपआयनिक प्रदेशात लघुभार असतो तर उन्नतांश कमी असतात तेथे गुरुभार असतो.

(क) ध्रुवप्रदेशात सदोदित उष्णता कमी असल्याने दोन गुरुभार प्रदेश आढळून येतात. त्यांची मर्यादा ७५° ते ९०° अक्षांशाच्या दरम्यान असते.

अशा प्रकारे ध्रुवप्रदेशातील दोन गुरुभार विभाग व विषुववृत्तीय प्रदेशातील एक लघुभार विभाग असे तीन वायुभार पुंज तापमानामुळे तयार झालेले आढळतात.

(२) गतिज : पृथ्वीच्या परिवलनामुळे म्हणजेच गतिज कारकांमुळे तयार होणारे वायुभार प्रदेश :

(अ) विषुववृत्तीय प्रदेशात तापलेली हवा तपांबरातून ध्रुवांकडे जात असताना पृथ्वीच्या परिवलनामुळे अडविली जाते व तिचा काही भाग ३० अंश ते ४० अंश अक्षांशांच्या दरम्यान उतरतो व त्यामुळे ३० अंश उत्तर व दक्षिण अक्षांशाच्या दरम्यान गुरुभार तयार होतो.

(ब) विषुववृत्तीय हवेचा काही भाग तपांबराच्या वरच्या थरातून ध्रुवांकडे जात असतो. त्या हवेचे ध्रुववृत्तीय प्रदेशात ($६६\frac{१}{२}^{\circ}$) पृथ्वीच्या अक्षापासूनचे अंतर कमी झाल्याने केंद्रोत्सारी बलामुळे ती भूपृष्ठापासून दूर फेकली जाते. त्यामुळे उत्तर व दक्षिण ध्रुववृत्तीय प्रदेशात हवेचा दाब कमी असतो.

जग — समभाररेषा — जानेवारी

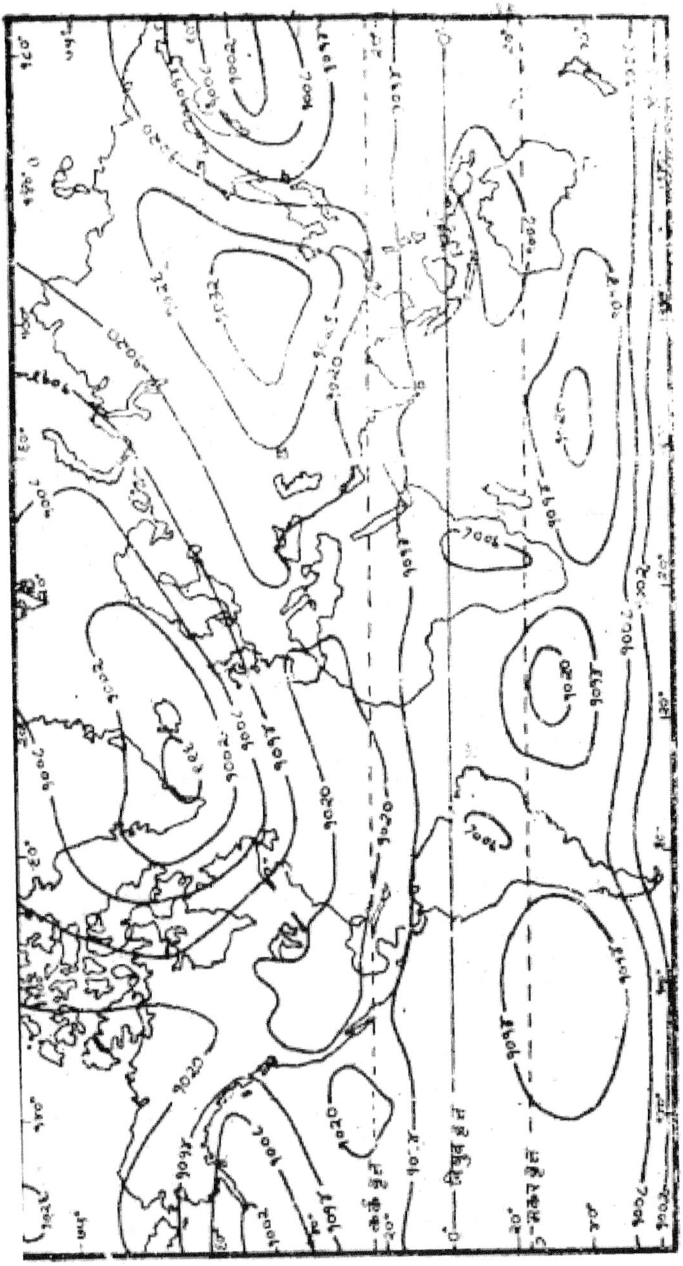

विषुवत वृत्त
मकर वृत्त

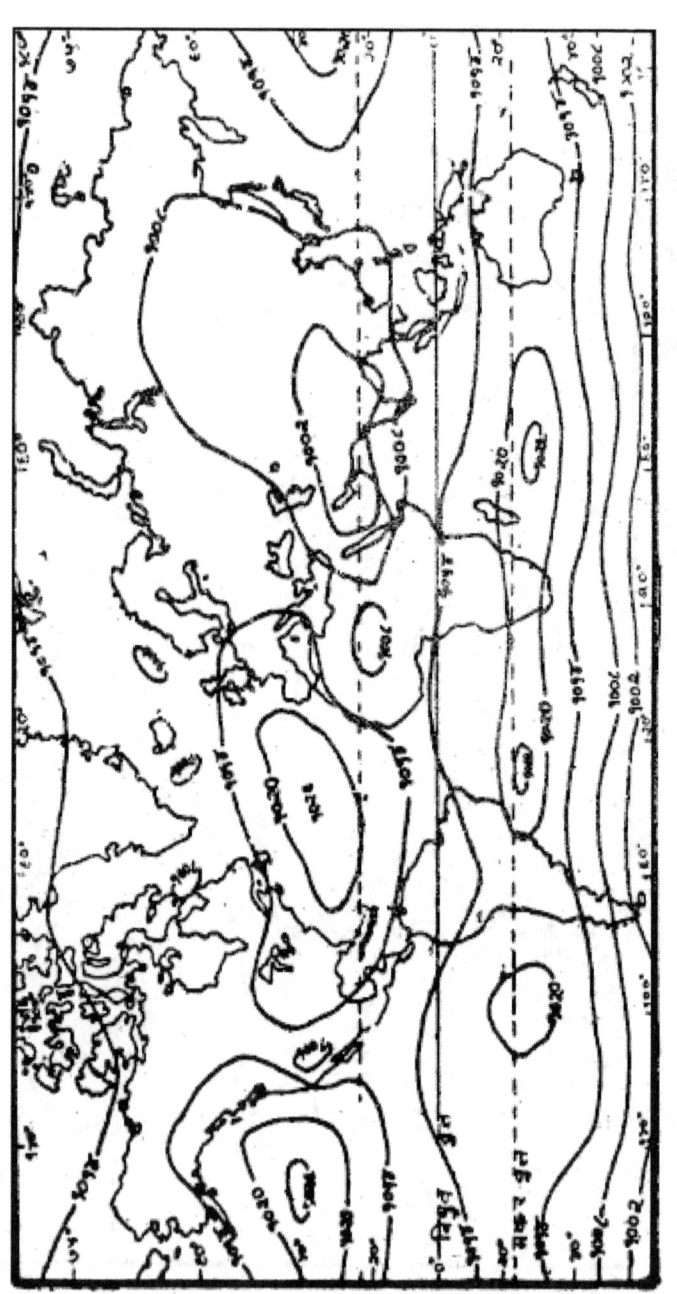

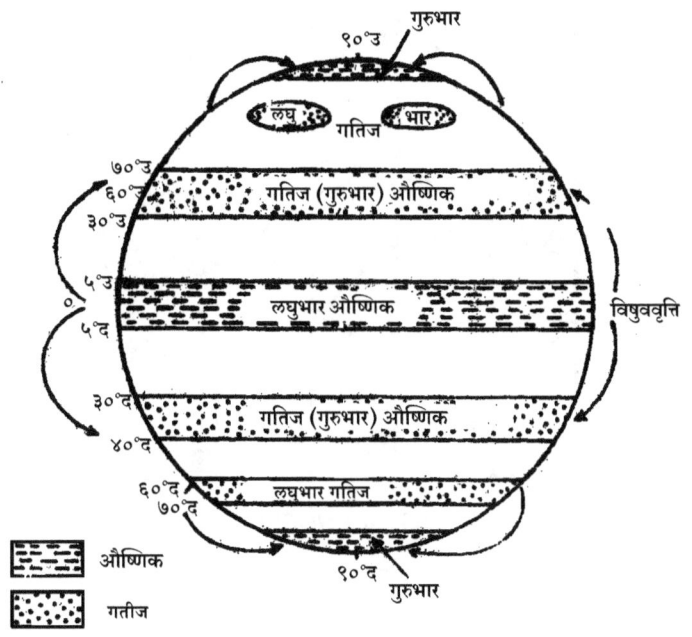

भूपृष्ठावरील वायुभार पुंज व प्रदेश

३. वायुभार पट्ट्यांचे आंदोलन

भूपृष्ठावरील भाराचे वितरण :

जुलै महिन्यात औष्णिक वि. वृत्त उत्तरेस असल्याने वि. वृत्तावरील शांत पट्टा वि. वृत्ताच्या उत्तरेस असतो. परंतु या शांत पट्ट्याचे क्षेत्र सर्वत्र सारखे नसते. उन्हाळ्यात खंडावर दक्षिणोत्तर व्याप्ती अधिक असते तर समुद्रावर ती आकुंचित झालेली दिसते, तर हिवाळ्यात ती सागरावर अधिक असून खंडावर उन्हाळ्याच्या मानाने कमी झालेली दिसते.

डावीकडील आकृतीत २१ जूनची स्थिती तर उजवीकडील आकृतीत २१ डिसेंबरची स्थिती दाखविली आहे. मध्यभागी विषुवदिनांच्या वेळची स्थिती आहे.

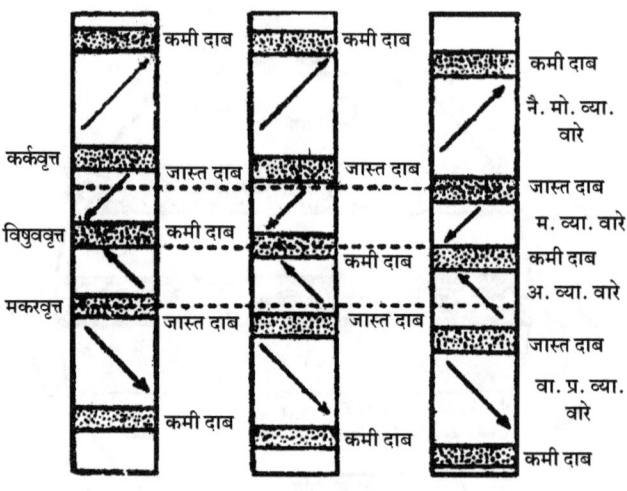

भारपट्ट्यांचे आंदोलन

उत्तर गोलार्धात भूखंडावर विषुववृत्तीय शांत पट्ट्याची सीमा २०° ते २५° पर्यंत पोहोचलेली आढळते. हाच शांत पट्टा किंवा पुंज जानेवारीमध्ये दक्षिण गोलार्धात १०° ने सरकलेला आढळून येतो. हे वायुभारांचे सरकणे हवामानाच्या व विशेषतः हिवाळी पावसाच्या दृष्टीने अत्यंत महत्त्वाचे समजले जाते.

उत्तर गोलार्धात उन्हाळ्यात आशिया खंडामध्ये तांबड्या समुद्रापासून ते वायव्य भारतापर्यंत एक लघुभार प्रदेश असतो, तर उत्तर अमेरिकेत तो मेक्सिकोच्या उत्तर भागापासून संयुक्त संस्थानांच्या नैर्ऋत्य सीमावर्ती प्रदेशापर्यंत आढळतो.

याच सुमारास ३०° ते ४०° उत्तर अक्षांशाच्या भागात अटलांटिक व प्रशांत महासागरावर दोन गुरुभार प्रदेश तयार होतात. दक्षिण गोलार्धात साधारणपणे २५° दक्षिण अक्षांशाच्या आसपास गुरुभार पट्टा तयार झालेला असला तरी सागरावर मात्र तो थोडा कमकुवत असतो. मध्य ऑस्ट्रेलिया व कलहरीचे वाळवंट या ठिकाणी ही गुरुभाराची केंद्रे आढळून येतात.

बर्फाच्छादित अंटार्क्टिका खंडाच्या उत्तर सीमेलगत म्हणजे ६०° दक्षिण अक्षांशाच्या दक्षिणेस वर्षभर लघुभार प्रदेश असतो. ऋतुमानाचा या सलग पट्ट्यावर काहीच परिणाम होत नाही. कारण तो गतिज कारणांमुळे निर्माण झालेला असतो व ६०° दक्षिण अक्षांशाच्या भागात सर्वत्र पाणी असल्याने भाराचे वितरण सर्वत्र सारखे असते. उत्तर गोलार्धातील ध्रुववृत्तीय भागात मात्र लघुभार पट्ट्यात सलगता आढळून येत नाही. ॲल्युशियन लघुभार व आईसलँड लघुभार हिवाळ्यात तयार झालेले

असतात. परंतु उन्हाळ्यात मात्र महासागरावरील या दोन लघुभार पुंजांची तीव्रता कमी होते.

जानेवारीत मध्यकटिबंधातील युरेशियाच्या भागात एक मोठा गुरुभार पुंज तयार होतो. उत्तर अमेरिकेतही अशा प्रकारचा गुरुभार पुंज असतो, परंतु त्याची तीव्रता युरेशियाच्या गुरुभार पुंजाच्या मानाने कमी असते. परंतु जुलैत हे खंडप्रदेश तप्त असल्याने त्यावर क्षीण लघुभार पुंज तयार होतात. म्हणजेच मध्य कटिबंधात व उपआयनिक प्रदेशात हिवाळ्यातील गुरुभार प्रदेश बरेच सलग असतात, परंतु उन्हाळ्यात समुद्रावरच जास्त विकसित होतात व तप्त खंडप्रदेशावर मात्र त्यांची सलगता नाहीशी होते, कारण काही ठिकाणी अत्यंत क्षीण लघुभार तयार झालेला असतो.

वरील विवेचनावरून आपल्याला असे दिसून येईल की, भूपृष्ठावर स्थल-काल-ऋतुपरत्वे वायुभार बदलत असतो. वायुभारात विषमता असते. त्यामुळे वायुभाराचा कल कमी-जास्त असतो. गुरुत्वशक्तीमुळे वायुभारात समानता राखण्याचा प्रयत्न केला जात असतो. त्यामुळे एखाद्या स्थळी वायुभाराचा कल जास्त असल्यास वायूची क्षितिजसमांतर हालचाल होते. वातावरणात घडून येणारी ही हालचाल भूपृष्ठाला समांतर म्हणजे आडवी असते. या आडव्या हालचालीस वारा असे म्हणतात.

४. वारे

वायुभारातील भिन्नतेमुळे वारे वाहू लागतात व वाऱ्याची हालचाल नेहमी वायुभारातील कलाच्या दिशेने होत असते. वायुभारातील कल समभाररेषांनी काटकोनात काढलेल्या सरळरेषेवर दाखविला जातो. त्यामुळे गुरुभाराकडून लघुभाराकडे समभार रेषांना काटकोन करणाऱ्या दिशेने वायूंची क्षितिजसमांतर हालचाल होते. ज्या दिशेकडून वारा वाहण्यास सुरुवात होते त्यावरून वाऱ्याची दिशा ठरविली जाते व त्या दिशेचा वारा म्हणून तो ओळखला जातो. नैर्ऋत्यवारा म्हणजे नैर्ऋत्य दिशेकडून वाहणारा वारा. पश्चिम वारा, म्हणजे पश्चिम दिशेकडून वाहणारा वारा.

वायुभाराचा कल, पृष्ठभागाशी होणारे घर्षण, पृथ्वीचे परिवलन (कॉरिऑलीस प्रेरणा): उन्मध्य प्रेरक व हवेचे ऊर्ध्वगत आणि अधोगत प्रवाह यांचा परिणाम वायुगती व वायुदिशांवर होत असतो. वायुभाराचा कल व समभार रेषा यांची माहिती आपण पाहिलेलीच आहे.

पुढील आकृतीवरून ती स्पष्ट होईल.

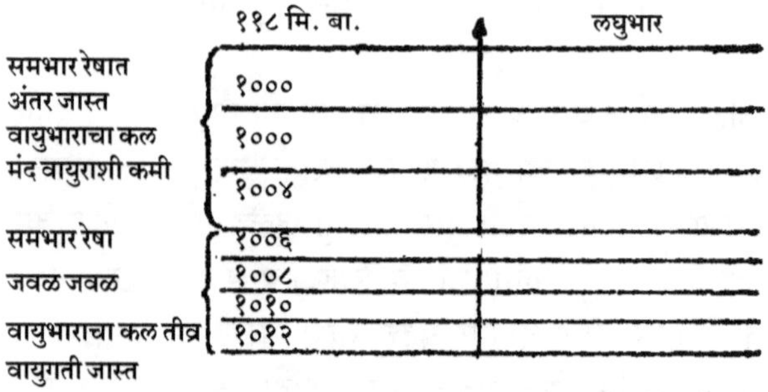

११८ मि. बा.
लघुभार
समभार रेषात
अंतर जास्त
वायुभाराचा कल
मंद वायुराशी कमी
१०००
१०००
१००४
समभार रेषा
जवळ जवळ
वायुभाराचा कल तीव्र
वायुगती जास्त
१००६
१००८
१०१०
१०१२

वायुभाराचा कल

पृष्ठभागाचे घर्षण

पृष्ठभागावरून वाहणाऱ्या हवेत यांत्रिक शक्ती असते. या शक्तीचा काही भाग पृष्ठभागाशी होत असलेल्या घर्षणामुळे नाहीसा होतो व त्यामुळे हवेचा वेग मंदावतो. हवेचा वेग मंदावल्याने कॉरिऑलीस प्रेरणेचा परिणाम कमी होतो आणि त्यामुळे झुकलेले वारे थोडेसे सरळ होतात. घर्षणामुळे जमिनीवर वारे समभाररेषांना सुमारे ४५^{0} चा कोन करून वाहतात. घर्षण जास्त असल्यास हा कोन वाढत जातो व कमी असल्यास कमी होतो. समुद्रावर पृष्ठभागातील समानतेमुळे तो फक्त १०^{0} असतो. घर्षणाचा परिणाम भूपृष्ठापासून ९०० मी. उंचीपर्यंत आढळतो.

कॉरिऑलिस प्रेरणा

पृथ्वीच्या परिवलनामुळे ही शक्ती अस्तित्वात आलेली आहे. या शक्तीचा गुरुभाराकडून लघुभाराकडे वाहणाऱ्या वाऱ्यांच्या मूळ दिशेवर म्हणजे समभाररेषांना काटकोनात वाहणाऱ्या वाऱ्यांवर परिणाम होतो. या शक्तीला कॉरिऑलीस प्रेरणा असे म्हणतात. या शक्तीमुळे गुरुभाराकडून लघुभाराकडे जाणारे व समभार रेषांना काटकोनात वाहणारे वारे आपल्या मूळ दिशेपासून थोडेसे विचलित होतात.

फॅरेल या शास्त्रज्ञाने कॉरिऑलीस बलाचा वाऱ्यांचा दिशेवर काय परिणाम होतो ते अभ्यासून नियम तयार केले आहेत. त्यानुसार उत्तर गोलार्धातील गुरुभाराकडून लघुभाराकडे वाहणारे वारे व प्रवाह सरळ न वाहता आपल्या मूळ दिशेच्या उजवीकडे वळतात तर दक्षिण गोलार्धात गुरुभाराकडून लघुभाराकडे वाहणारे वारे व प्रवाह आपल्या मूळ दिशेच्या डावीकडे झुकतात. वाऱ्यांना प्राप्त होणारे वळण विषुववृत्तावर आढळत नाही. कारण हे बल विषुववृत्तावर शून्य असते व ध्रुवांकडे वाढत जाते, त्यामुळे अक्षवृत्तांनुसार वाऱ्यांचा वेग वाढत जातो व वळण तीव्र होते. कॉरिऑलीस प्रेरणेमुळे वारे वायुभाररेषांना काटकोनात न वाहता वक्राकार वाहतात.

पृथ्वीच्या पृष्ठभागापासून सुमारे ९०० मीटर्स उंचीवरील वाऱ्यांवर कॉरिऑलीस प्रेरणेचा परिणाम होत नाही व उंचीवर वायुभारशक्ती आणि कॉरिऑलीस प्रेरणा एकमेकांना संतुलित अवस्थेत असल्याने वारे नेहमी समभाररेषांना समांतर वाहतात. अशा वाऱ्यांना भूव्यावर्ती वारे (जिऑस्ट्रॉफिक वारे) असे म्हणतात.

पृथ्वीच्या परिवलनामुळे कॉरिऑलीस प्रेरणा निर्माण होते. विषुववृत्तावर परिवलनाचा वेग दर तासाला १६०० कि. मी. असतो व ६०° अक्षांशावर विषुववृत्ताच्या निम्म्याने असतो. ध्रुव प्रदेशात तो शून्य असतो म्हणजेच उपआयनिक प्रदेशाकडून विषुववृत्ताकडे येणारे वारे कमी वेगाच्या प्रदेशाकडून जास्त वेगाच्या (वि. वृत्त) प्रदेशाकडे येत असल्याने मूळ लक्ष्याच्या थोडे मागे पडतात, तर उपआयनिक प्रदेशाकडून ध्रुवांकडे वाहणारे वारे वेगवान प्रदेशाकडून कमी वेगाच्या प्रदेशाकडे जात असल्याने मूळ ठिकाणच्या थोडे पुढे जातात. याच परिणामामुळे उत्तर गोलार्धातील वारे उजवीकडे झुकतात तर दक्षिण गोलार्धातील वारे डावीकडे झुकतात.

केंद्रोत्सारी प्रेरणा किंवा उन्मध्य प्रेरक

वक्रावर दिशेने वाहणाऱ्या वाऱ्यावर वरील प्रेरणेचा परिणाम होतो. वक्राकार वाहणाऱ्या हवेच्या केंद्रापासून बाहेरच्या बाजूला या प्रेरणेचा परिणाम आढळून येतो. वळण व वाऱ्यांचा वेग जास्त असताना उन्मध्य प्रेरक जास्त आढळतो.

पृथ्वीच्या पृष्ठभागावरील लघु व गुरुभार पुंज व त्यामुळे वाहणारे वारे यांचा अभ्यास करून बॉईज बलाट या शास्त्रज्ञाने एक नियम तयार केला आहे तो पुढीलप्रमाणे आहे–

'उत्तर गोलार्धात वाऱ्यांच्या दिशेकडे पाठ करून उभे राहिल्यानंतर गुरुभाराचा प्रदेश आपल्या उजव्या बाजूस व लघुभाराचा प्रदेश आपल्या डाव्या बाजूस असतो व दक्षिण गोलार्धात गुरुभार प्रदेश आपल्या डाव्या बाजूस व लघुभार प्रदेश आपल्या उजव्या बाजूस असतो.'

भूपृष्ठावरील वाऱ्यांचे प्रकार

भूपृष्ठावर एकूण तीन प्रमुख प्रकारचे वारे आढळून येतात : (१) कायम स्वरूपाचे, (२) हंगामी वारे (३) स्थानिक वारे.

(१) कायम स्वरूपाचे वारे : कायम स्वरूपाच्या वाऱ्यांनाच ग्रहीय वारे असे नाव आहे. या वाऱ्यांचेही अनेक प्रकार आढळतात :

(अ) आग्नेय व ईशान्य वारे (व्यापारी वारे)

(ब) पश्चिमी वारे (प्रतिव्यापारी) किंवा नैर्ऋत्य वारे

(क) ध्रुवीय वारे.

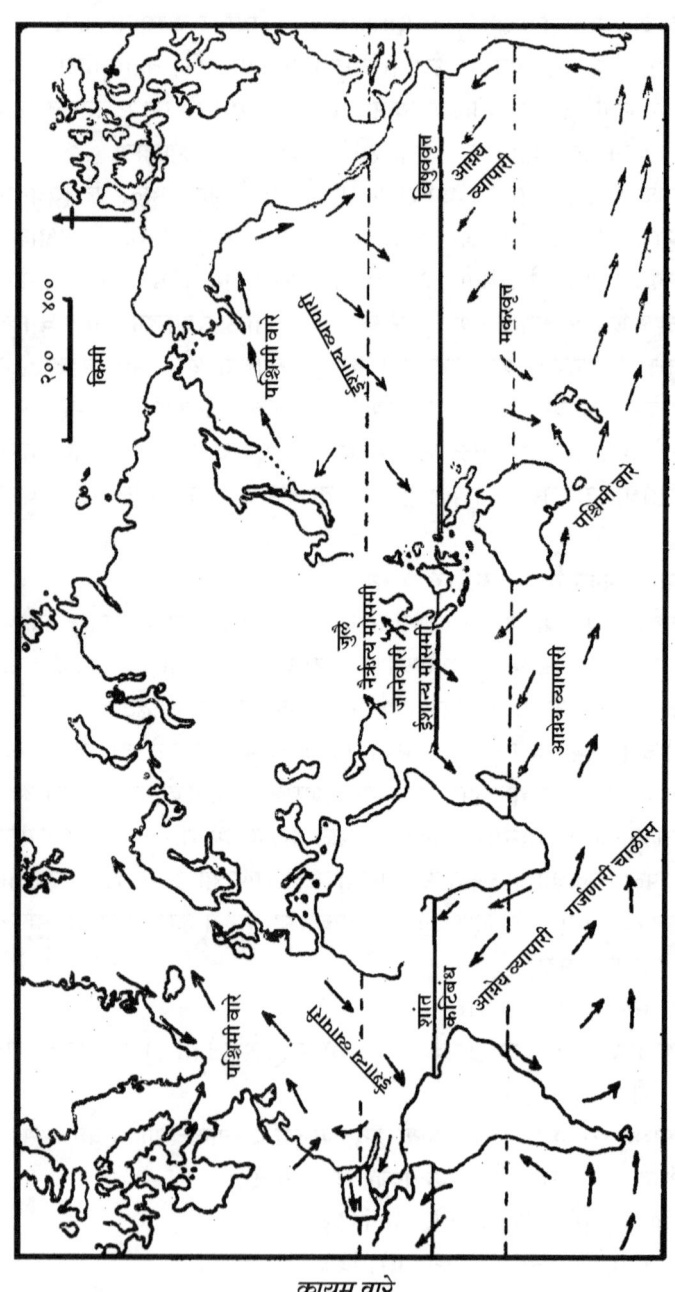

२०० ४००
किमी
विषुववृत्त
आग्नेय व्यापारी
मकरवृत्त
पश्चिमी वारे
ईशान्य व्यापारी
पश्चिमी वारे
जुलै
नैर्ऋत्य मोसमी
जानेवारी
ईशान्य मोसमी
आग्नेय व्यापारी
गर्जणारी चालीस
आग्नेय व्यापारी
शांत
कटिबंध
ईशान्य व्यापारी
पश्चिमी वारे

कायम वारे

या वाऱ्यांचा अभ्यास करण्यापूर्वी सर्वसाधारणपणे भूपृष्ठावर हवेची हालचाल कशी होते त्याचा आपण थोडा विचार करू.

पूर्वी असा समाज होता की, विषुववृत्तीय प्रदेशात तापलेली हवा ऊर्ध्वगामी होते. नंतर आडवी होऊन उच्च अक्षवृत्तांकडे व ध्रुवांकडे वाहू लागते व उच्च अक्षवृत्तात ती खाली उतरून परत विषुववृत्ताकडे वाहू लागले. पण यात अनेक गुंतागुंतीच्या गोष्टी मिसळलेल्या आढळून येतात. आता माहीत झाले आहे की, विषुववृत्तांवरील व विषुववृत्तानजीकच्या प्रदेशातील तापलेली हवा साधारणपणे ३०$^\circ$ अक्षांशापर्यंत येते व तिचा काही भाग त्याच अक्षवृत्तांच्या पट्ट्यात खाली उतरतो व तेथे गुरुभार पुंज तयार होतात. या गुरुभार पुंजांच्या पूर्वसीमावर्ती प्रदेशाकडून विषुववृत्ताकडे व पश्चिम सीमावर्ती प्रदेशांकडून ध्रुववृत्तीय प्रदेशाकडे आडवे प्रवाह म्हणजे वारे वाहू लागतात. उपआयनिक प्रदेशातील गुरुभार पुंजाकडून विषुववृत्ताकडे येणाऱ्या वाऱ्यांनाच व्यापारी वारे असे नाव आहे. उत्तर गोलार्धात हे वारे ईशान्य दिशेकडून येत असतात, तर दक्षिण गोलार्धात त्यांची दिशा आग्नेय असते. म्हणजे ते आग्नेय दिशेकडून विषुववृत्ताकडे वाहतात. ३०$^\circ$ अक्षांशांच्या प्रदेशात विषुववृत्ताकडून येणारे व खाली उतरणारे प्रवाह जोरदार असल्याने व्यापारी वारे नियमितपणे वाहतात. बऱ्याच वेळेस विषुववृत्तावर तापलेली हवा ऊर्ध्वगत झाल्यानंतर म्हणजे वर जात असताना घुमटाकार Cumulus मेघ तयार होतात व पाऊसही पडतो. काही प्रसंगी तापमानाची विपरीतता घडून येते. परंतु त्यांचा परिणाम आग्नेय वा ईशान्य वाऱ्यांवर होत नाही.

परंतु उपआयनिक प्रदेशाकडून म्हणजे ३०$^\circ$ ते ४०$^\circ$ अक्षांशाकडून ध्रुववृत्तीय प्रदेशांकडे वाहणारे वारे (यांनाच पश्चिमी किंवा प्रतिव्यापारी वारे असे नाव आहे) थोडेसे अनियमित असतात. कारण मध्य कटिबंधीय गुरुभारात ध्रुवप्रदेशाकडे वायुभाराचा कल मंद असतो व त्याच पट्ट्यात अधूनमधून क्षीण लघुभार पुंज तयार होत असतात. त्यामुळे त्यांच्यातील सुसंगती कमी होते. उच्च अक्षवृत्तात पश्चिमी वाऱ्यांची गती वाढत जाते, कारण angular momentum मध्ये म्हणजेच कोनीय गतीत वाढ होते.

आग्नेय व ईशान्य वारे : उत्तर गोलार्धात २५$^\circ$ ते ३०$^\circ$ उत्तर अक्षांशाकडून विषुववृत्ताकडे येणाऱ्या वाऱ्यांना ईशान्य व्यापारी वारे असे म्हटले जाते, तर दक्षिण गोलार्धात २५$^\circ$ ते ३०$^\circ$ दक्षिण अक्षवृत्ताकडून विषुववृत्ताकडे येणाऱ्या वाऱ्यांना आग्नेय व्यापारी असे म्हणतात. पूर्वी या वाऱ्यांचा उपयोग शिडाची जहाजे हाकारण्यासाठी होत असल्याने व्यापारी हे नाव आलेले आहे. विषुववृत्तीय प्रदेशात ईशान्य व आग्नेय व्यापारी वारे एकत्र येत असल्याने पावसाचे प्रमाण वाढते.

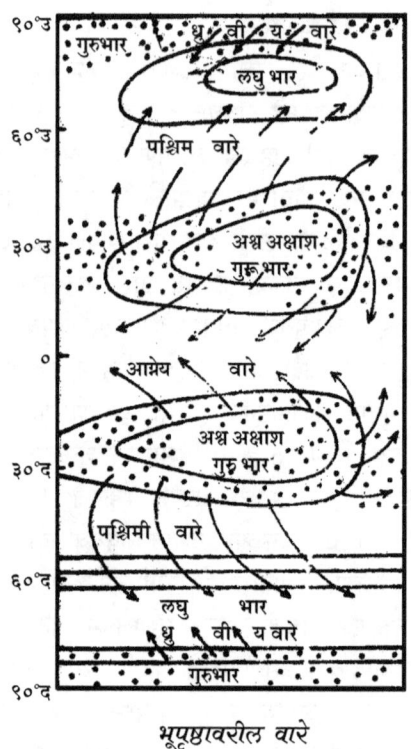

भूपृष्ठावरील वारे

हे वारे नियमित वाहणारे असून वेग व दिशा यांचा नियमितपणा ८° ते १५° अक्षांशात जास्त असतो. विषुववृत्ताजवळ व मूलस्थानानजीक नियमितपणा कमी आढळतो. या वाऱ्यांचा वेग दर तासाला १५° ते २०° कि.मी. पर्यंत असतो. गुरुभार प्रदेशातून हे वारे येत असल्याने या वाऱ्यांच्या कर्क व मकरवृत्तीय सीमावर्तीय प्रदेशात कोरडी व स्वच्छ हवा आणि भरपूर सूर्यप्रकाश असतो. परंतु विषुववृत्ताकडे ते जात असल्यामुळे म्हणजे कमी तापमानाच्या प्रदेशाकडून जास्त तापमानाच्या प्रदेशाकडे ते वाहत असल्याने वारे समुद्रावरून वाहताना बाष्प सामावून घेतात. त्यामुळे त्यांची बाष्पधारणता वाढते. विषुववृत्तीय प्रदेशात उष्णता जास्त असते. त्यामुळे बाष्पयुक्त वारे तापून हलके होऊन वर जातात. वर जाणाऱ्या हवेचे तापमान कमी होऊन नंतर सांद्रीभवन घडून येते व त्यामुळे ढग तयार होऊन मुसळधार पाऊस पडतो. या वाऱ्यांच्यामुळे खंडाच्या पूर्वकिनाऱ्यावर पाऊस पडतो व पश्चिमेकडे पावसाचे प्रमाण कमी होत जाते.

२५° ते ३५° उत्तर व दक्षिण अक्षांशाच्या पट्ट्यात गुरुभार प्रदेश आहेत. येथे विषुववृत्तावरून आलेली हवा खाली उतरते. या हवेचा काही भाग विषुववृत्ताकडे वाहतो, तर काही भाग ध्रुववृत्तांच्याकडे जातो. हवा उंचीवरून भूपृष्ठावर उतरत असल्याने हवेत बाष्प कमी असते. त्यामुळेच २०° ते ३०° अक्षांशाच्या पट्ट्यात पाऊस नसतो, हवा स्वच्छ व कोरडी असते. जगातील प्रमुख वाळवंटी प्रदेश कर्क व मकरवृत्ताच्या परिसरात आढळून येण्याचे हेच कारण आहे. या प्रदेशात वरून भूपृष्ठावर हवा उतरत असते व तिची बाष्पधारणता अगदी कमी असते व अशी परिस्थिती खंडाच्या अंतर्गत भागात जास्त आढळते. येथे वारे अतिशय मंद वाहतात.

प्रतिव्यापारी पश्चिमी वारे : ३०° ते ४०° उत्तर व दक्षिण अक्षांशाकडून आर्क्टिक व अंटार्क्टिक ध्रुववृत्तांकडे वायुभाराचा कल असल्याने या कलाच्या दिशेने वारे वाहतात. या मध्यकटिबंधातून ध्रुववृत्ताकडे वाहणाऱ्या वाऱ्यांना पश्चिमी किंवा प्रतिव्यापारी वारे असे नाव आहे. पूर्वी ३० अंश ते ४० अंश अक्षांशाच्या पट्ट्यात जहाजे सापडल्यानंतर वारे पडलेले असल्याने त्यांची हालचाल मंदावत असे व जहाजावरील पाण्याचा साठा व्यापारासाठी घेतलेल्या घोड्यांनी संपवू नये म्हणून त्यांना व इतर प्राण्यांना समुद्रात लोटून दिले जात असें. यावरून ३० अंश अक्षांशालगतच्या अक्षवृत्तांना अश्व अक्षांश असेही म्हटले जाते.

जरी ह्या वाऱ्यांना प्रामुख्याने उत्तर गोलार्धात पश्चिमी वारे असे म्हटले जात असले, तरी सुद्धा वाऱ्यांची दिशा, वेग व नियमितपणा यात बदल घडून येतो. हा बदल ऋतुमानानुसार घडून येत असतो; व ४०° ते ६०° उत्तर अक्षांशाच्या विभागातील जमीन व पाणी यांचे वाटपही त्यांच्या अनियमितपणास कारणीभूत होते. हिवाळ्यात ४०° ते ६०° उत्तर अक्षांशाच्या पट्ट्यात वायुभार झपाट्याने बदलत असल्याने या वाऱ्यांचा वेग जास्त असतो; व अनेक वेळा ते वादळी स्वरूप धारण करतात. पश्चिमी वारे उष्ण प्रदेशाकडून थंड प्रदेशाकडे वाहतात. ते समुद्रावर वाहात असताना बाष्प धारण करतात. त्यामुळे या वाऱ्यांपासून खंडाच्या पश्चिम किनाऱ्यावर व प्रामुख्याने हिवाळ्यात पाऊस पडतो व पूर्वेकडे पावसाचे प्रमाण कमी होत जाते. पश्चिमी वाऱ्यांच्या पट्ट्यात मध्यकटिबंधीय आवर्ते येत असल्याने त्यांच्यात अनिश्चितता येते.

दक्षिण गोलार्धात पश्चिमी वाऱ्यांचे संचलन थोडेसे निराळे आढळते. ४०° ते ६५° दक्षिण अक्षांशाच्या पट्ट्यात जमीन अगदी थोडी आहे. यामुळे वायव्य प्रतिव्यापारी वारे (दक्षिण गोलार्धात पश्चिमी वारे) अनिर्बंधपणे वाहतात व त्यांना भूप्रदेशाचा अडथळा होत नसल्यामुळे त्यांचा वेगही जास्त असतो. ४०° दक्षिण

अक्षांशालगत यांना गरजणारे चाळीस, पन्नाश अंश दक्षिण अक्षांशालगत खवळलेले पन्नास व ६०° दक्षिण अक्षांशालगत किंचाळणारे साठ अशी वेगवेगळी नावे या वाऱ्यांनी दिली जातात. समुद्रप्रवासात या वाऱ्यांचा फारच मोठा त्रास केप हॉर्नजवळ व आफ्रिकेच्या दक्षिणेस होतो. जोरदार वाऱ्यांमुळे पर्वतप्राय लाटा उफाळतात. वादळे होतात. आकाश नेहमी ढगाळलेले असून वारे थंड व बोचरे असतात. वाऱ्याचा उपसर्ग वर्षभर पोहोचतो. दक्षिण गोलार्धात चहूकडे पाणीच पाणी असल्याने वाऱ्याच्या वेगावर नियमितपणा व दिशेवर काहीच परिणाम होत नाही. हा मुख्य फरक उत्तर व दक्षिण गोलार्धातील पश्चिमी वाऱ्यांबाबत आढळतो.

ध्रुवीय वारे : ध्रुव प्रदेशात हवामान संशोधनकेंद्रे आहेत. त्यामुळे तेथील हवामानाचा व्यवस्थित अभ्यास होऊ शकत नाही. परंतु जी काही माहिती उपलब्ध आहे, त्यावरून असे दिसते की, दक्षिण व उत्तर गोलार्धातील ध्रुवीय वाऱ्यात बराच फरक आहे.

उत्तर गोलार्धात ध्रुवीय वारे अत्यंत अनियमित आहेत व भूपृष्ठापासून सुमारे १०० ते २०० मीटर्स उंचीनंतर त्यांचे अस्तित्वच नसते व त्याचा विस्तारही कमी असतो. आईसलँड व ॲल्युशियन येथील लघुभार प्रदेशाकडे उत्तर ध्रुवाकडून हिवाळ्यात अतिशीत व कोरडे वायू वाहत येतात. फेरेलच्या नियमानुसार हे वारे उजव्या बाजूस झुकतात त्यामुळे ते पूर्वीय वारे म्हणून ओळखले जातात.

या वाऱ्यांचे एकूण आकारमान किंवा व्यापकता कमी असते. हे थंड व कोरडे ध्रुवप्रदेशातील पूर्वीय वारे पश्चिमी वाऱ्यांच्या ध्रुवीय सीमेनजीक त्यांच्यात मिसळतात व त्यामुळे मध्यकटिबंधीय आवर्ताचा उगम होतो.

परंतु दक्षिण गोलार्धात मात्र ध्रुवीय वारे नियमितपणे वाहतात. कारण अंटार्क्टिका प्रदेशातील गुरुभार आणि दक्षिण समुद्रावरील लघुभार यात फेरफार होत नाहीत. फेरेलच्या नियमानुसार ते डावीकडे झुकल्याने पूर्वीय होतात. बऱ्याच वेळेस पूर्वीय वारे ग्रीनलँड व अंटार्क्टिका प्रदेशातून वाहणारे Gravity winds म्हणजे निकृष्टी वारे यांची गफलत होते. वरील बर्फाळ प्रदेशातील पृष्ठभागावरील हवा वहनक्रियेमुळे व उत्सर्जनामुळे थंड होते व नंतर उतारावरून सखल प्रदेशाकडे घसरते. यांनाच निकृष्टी वारे असे म्हणतात. यांचा ध्रुव प्रदेशातील पूर्वीय वाऱ्यांशी काहीच संबंध नाही.

ग्रहीय वाऱ्यांत निर्माण होणारे अडथळे : ग्रहीय वाऱ्यांतील नियमितपणा वायुभार पुंजातील अस्थिरतेमुळे निर्माण होतो. ही अस्थिरता सूर्याच्या (भासमान) दक्षिणोत्तर भ्रमणामुळे निर्माण होते. सूर्य जर वर्षभर विषुववृत्तावरच खस्वस्तिकी असता तर भ्रमणामुळे निर्माण होते. सूर्य जर वर्षभर विषुववृत्तावरच खस्वस्तिकी असता तर

भूपृष्ठांवरील वायुभारपुंज स्थिर राहिले असते. परंतु २१ जूनला सूर्य विषुववृत्तापासून २३$^{१}/_{२}$ उत्तरेस म्हणजे कर्कवृत्तावर खस्वस्तिकी असतो तर २१ डिसेंबरला तो मकरवृत्तावर खस्तस्तिकी असतो. या सूर्याच्या भासमान भ्रमणामुळे वायुभार पुंज सूर्यामागोमाग काही अंशांनी दक्षिणोत्तर सरकतात. भारपुंजाची ही सरक जमिनीवर जास्त असते तर समुद्रावर ती कमी आढळते, आणि दक्षिण गोलार्धात पाण्याचे प्रमाण जास्त असल्याने उत्तर गोलार्धापेक्षा वायुभार पट्ट्यांचे आंदोलन कमी आढळते.

जमीन व पाणी यांच्या वाटपाचाही भारपुंजांच्या आंदोलनावर परिणाम होतो.

उत्तर गोलार्धातील हिवाळ्यात तेथील भूखंड आसपासच्या समुद्रापेक्षा शीत असल्याने भूखंडावर गुरुभार व समुद्रावर लघुभार असतो, तर याच वेळी दक्षिण गोलार्धातील खंडावर म्हणजे दक्षिण अमेरिका, दक्षिण आफ्रिका व ऑस्ट्रेलिया या खंडप्रदेशावर लघुभार असतो व त्यांच्या आजूबाजूस असलेल्या समुद्रावर गुरुभार आढळून येतो.

उत्तर गोलार्धातील उन्हाळ्यात उपआयनिक प्रदेशातील गुरुभारात अडथळे निर्माण होतात. भूखंडावर उष्णता जास्त असल्याने व सूर्य कर्कवृत्तावर आल्याने विषुवृत्तावरील लघुभार पुंज भारतात २०° ते २५° उत्तर अक्षांशापर्यंत तयार झालेला दिसतो. परंतु दक्षिण गोलार्धातील गुरुभार पट्ट्यात मात्र या वेळी सुसंगती असते व तो ५° ने उत्तरेकडे सरकतो. त्याचा विस्तार २०° ते ३०° दक्षिण अक्षांशापर्यंत आढळतो. तर उत्तर गोलार्धातील वायुभारपुंज उत्तरेस सरकल्याने त्याचा विस्तार ३५° ते ४०° उत्तर असा प्रामुख्याने आढळतो. यामुळे उत्तर गोलार्धातील ईशान्य व्यापारी वारे २५° उ. ते ३०° उ. भागातून वाहू लागतात. २५° ते ३५° दक्षिण येथील पूर्वीचा गुरुभार प्रदेश आता २०° ते ३०° दक्षिण अशा सरकल्याने ३०° ते ३५° दक्षिण या पट्ट्यात वायव्य प्रतिव्यापारी वारे वाहू लागतात व ते समुद्रावरून येत असल्याने भूखंडाच्या पश्चिमेकडे हिवाळ्यात पाऊस पडतो. विषुवृत्तावरील शांतपट्टा ५° ते १०° उत्तरेस सरकल्याने दक्षिण गोलार्धात आग्नेय व्यापारी वारे विषुववृत्त ओलांडून उत्तर गोलार्धात प्रवेश करतात व फेरेलच्या नियमानुसार त्यांनी दिशा बदलल्याने नैर्ऋत्य होतात. भारतात हेच वारे नैर्ऋत्य मोसमी वारे म्हणून ओळखले जातात.

दक्षिण गोलार्धातील उन्हाळ्यात विषुववृत्तावरील शांत पट्टा ५° समुद्रावर व १०° जमिनीवर दक्षिणेकडे सरकतो. त्यामुळे उत्तर गोलार्धातील ईशान्य व्यापारी वारे विषुववृत्त ओलांडून दक्षिण गोलार्धात प्रवेश करतात व वायव्येकडून वाहू लागतात. उत्तर गोलार्धातील २५° ते ३०° उत्तर अक्षांशाच्या दरम्यान असलेला गुरुभार प्रदेश ५° दक्षिणेस सरकल्याने त्याचा विस्तार २०° ते ३०° उत्तर अक्षांशाच्या दरम्यान

आढळतो. त्यामुळे या प्रदेशातून वाहणारे पश्चिमी वारे ३०° ते ३५° उत्तर अक्षांशाच्या प्रदेशात परंतु खंडाच्या पश्चिम किनाऱ्यावर पाऊस देतात. उन्हाळ्यात याच ठिकाणी गुरुभार असल्याने पाऊस पडत नाही.

२०° ते ३०° उत्तर दक्षिण अक्षांशाच्या प्रदेशात परंतु खंडाच्या पूर्व किनाऱ्यावर आग्नेय व ईशान्य व्यापारी वाऱ्यापासून पाऊस मिळण्याची शक्यता असते. परंतु २०° ते ३०° उत्तर दक्षिण अक्षांशात भूखंडाच्या पश्चिम किनाऱ्यावर मात्र भारप्रदेशांच्या आंदोलनाचा काहीच परिणाम होत नाही व तेथे कायम गुरुभार असतो. त्यामुळे तेथे वर्षभर कोरडा ऋतू आढळतो. जगातील प्रमुख वाळवंटे २०° ते ३०° उत्तर व दक्षिण अक्षांशाच्या पट्ट्यात खंडाच्या पश्चिमेकडे आढळतात ती यामुळेच.

दक्षिण गोलार्धात उन्हाळ्यात अंटार्क्टिका वृत्ताभोवती डिसेंबरच्या सुमारास लघुभार प्रदेश असतो. या सलग पट्ट्याचा विस्तार ६०° ते ७०° दक्षिण असतो. परंतु जानेवारीच्या सुमारास असलेली वरील स्थिती दक्षिण गोलार्धात हिवाळ्यात म्हणजे जुलैत बदलते व हा पट्टा सुमारे ५° उत्तरेस सरकल्याने त्याचा विस्तार ५५° ते ६५° दक्षिण असा आढळतो.

मोसमी वारे : मोसमी वारे हे मोठ्या प्रमाणावरील खारे व मतलई वारेच आहेत. अरबी भाषेत 'मोसमी' ह्या शब्दाचा अर्थ ऋतुमानानुसार बदलणारे वारे असा होतो. आयनिक प्रदेशात ऋतूनुसार वाऱ्यांच्या दिशेत उलटसुलट बदल व फेरफार होतात. ही गोष्ट बऱ्याच काळापासून माहिती आहे. उन्हाळ्यात समुद्रावरून येणारे वारे उष्ण व बाष्पयुक्त असतात, तर हिवाळ्यात भूखंडावरून येणारे वारे थंड व कोरडे असतात. ऋतुमानानुसार दिशा बदलणारे वारे खंडप्राय हिंदुस्थानात चांगले अनुभवास येतात. जमीन व पाणी यांच्या कमी-अधिक तापण्यामुळे ते निर्माण होतात. भारताव्यतिरिक्त जगाच्या इतर भागांत ५° ते ३०° अक्षांशाच्या प्रदेशात मोसमी वाऱ्यांचा परिणाम आढळतो. पुढील परिस्थिती मोसमी वारे निर्माण होण्यास आदर्श असते.

(१) विस्तृत व विशेष उंचसखलता नसलेला भूखंडाचा प्रदेश यामुळे विस्तीर्ण प्रदेशात एकाच प्रकारचे तापमान राहून येथे लघुभार निर्माण होतो. आपल्या उत्तर भारतात अशी परिस्थिती उन्हाळ्यात निर्माण होते.

(२) विषुववृत्ताच्या दोन्ही बाजूंस परंतु भूमिखंडास लागून विस्तृत असा जलभाग हिंदी महासागराचा, भारतानजीकचा भाग अशा प्रकारचा आहे. ऑस्ट्रेलियातील वाळवंटी प्रदेशातील गुरुभाराचाही परिणाम मोसमी वाऱ्यावर होतो.

(३) तपांबरातील वरच्या थरात ३०° ते ४०° अक्षांशाच्या पट्ट्यात जेट वायूचे अस्तित्व.

वाऱ्यांच्या दिशेने एकाएकी उलटसुलट बदल व फेरफार का होतात, हे कोडे हवामान शास्त्रज्ञांना उलगडत नव्हते. परंतु दुसऱ्या महायुद्धाच्या शेवटी त्याचा थोडासा उलगडा झाला. तपांबरात सुमारे १० ते १५ हजार मीटर्स उंचीवर पश्चिम-पूर्व जाणारा व तासाला सुमारे ५०० कि.मी. पर्यंत वेग असणाराच हवेचा प्रवाह आहे. याला वायुस्रोत (Jet) असे नाव आहे. त्याखाली हवा अधोगामी असते. म्हणजे हवेचे प्रवाह वरून भूपृष्ठाकडे उतरतात, तेथे साचतात व त्यामुळे गुरुभार तयार होतो व प्रत्यावर्तासारखी परिस्थिती निर्माण होते. अशी परिस्थिती पावसास प्रतिकूल असते. त्यामुळे ज्या भागावर वायुस्रोत असतो, तेथे पाऊस पडत नाही. हिवाळ्यात हिमालयाच्या दक्षिणेस वायुस्रोत असतो. त्यामुळे गंगेच्या मैदानावर थंड हवा खाली उतरते व पाऊस पडत नाही. परंतु उन्हाळ्यात मात्र जेट वायू हिमालयाच्या उत्तरेस असलेल्या टिएनशान पर्वतावर असल्याने हिमालयाच्या दक्षिणेस गंगेचे मैदान व चीनमध्ये मध्य भागात निरभ्र आकाश असते. उन्हाळ्यात हा प्रदेश भरपूर तापल्याने येथील हवा ऊर्ध्वगामी होऊन तेथे लघुभार निर्माण होतो आणि त्यामुळे गंगेच्या मैदानाकडे हिंदी महासागरावरून व चीनमध्ये प्रशांत महासागरावरून बाष्पयुक्त वारे वाहू लागतात. यांनाच आपण नैर्ऋत्य मोसमी वारे असे म्हणतो, तर चीनमध्ये यांना आग्नेय मोसमी वारे असे नाव आहे.

उत्तर गोलार्धात हिवाळ्यात सूर्य मकरवृत्तावर असल्याने दक्षिण गोलार्धात लघुभार प्रदेश २०° ते २५° अक्षांशाच्या दरम्यान तयार होतो व त्याकडे वारे वाहू लागतात. याच वेळी गंगेचे मैदान, वायव्य भारत येथे गुरुभार असतो, परंतु दक्षिणेस हिंदी महासागरावर लघुभार असतो; या लघुभाराकडे भारतातून ईशान्य दिशेने वारे वाहू लागतात. यांना आपण ईशान्य मोसमी वारे असे म्हणतो. ईशान्य मोसमी वारे जमिनीवरून येत असल्याने कोरडे व थंड असतात. कारण हिवाळ्यात भूखंडे थंड असतात.

आफ्रिकेतील गियानाचा किनारा, उत्तर ऑस्ट्रेलियाचा किनारा, खंडान्तर्गत आग्नेय आशिया (ब्रह्मदेश, थायलंड, लाओस, कंबोडिया व व्हिएतनाम) चीन, जपान (दक्षिण) व संयुक्त संस्थानाचा मेक्सिकोच्या आखातालगतचा भाग येथेही मोसमी वारे वाहतात.

ऑस्ट्रेलिया हा दक्षिण गोलार्धातील देश आहे. तेथे डिसेंबरच्या सुमारास लघुभार प्रदेश तयार होतो. आशियाच्या मध्यभागी या वेळी गुरुभार असतो. या गुरुभाराकडून ऑस्ट्रेलियाच्या उत्तर भागाकडे विषुववृत्त ओलांडून वारे वाहतात. ते आशिया खंडातून येत असताना त्यांची दिशा ईशान्य असते. विषुववृत्त ओलांडल्यानंतर त्यांचे फेरेलच्या

नियमानुसार वायव्य होते. हे वारे बाष्पयुक्त असतात व दक्षिणेकडे येत असतात त्यांचे तापमान वाढत जाते. जून-जुलैमध्ये ऑस्ट्रेलियात गुरुभार असतो व तेथून विषुववृत्तीय लघुभाराकडे वारे वाहू लागतात. खंड प्रदेशांकडून वाहणारे हे वारे थंड व कोरडे असतात, परंतु हिंदी महासागरावरून ते वाहिल्यामुळे उबदार, बाष्पयुक्त होतात व उत्तर गोलार्धात नैर्ऋत्य व आग्नेय मोसमी वारे म्हणून वाहतात.

❑

५. वायुराशी
(Air Masses)

आवर्त आणि प्रत्यावर्त

मध्य अक्षवृत्तातील आवर्ताचा उल्लेख मागे आलेलाच असतो. त्यांच्या निर्मितीस दोन विभिन्न गुणधर्म असलेले वायूंचे प्रवाह कारणीभूत होतात. या वायूंच्या प्रवाहांना वायुराशी (Air Masses) असे म्हटले जाते. आवर्ताच्या निर्मितीत भाग घेणाऱ्या वायुराशींचा विचार प्रथम करणे संयुक्तिक ठरेल. वायुराशींचे गुणधर्म वेगवेगळे असतात. त्यानुसार आवर्ते व चक्रीवादळे यांचे स्वरूप ठरत असते. तापमान, आर्द्रता या संदर्भातील वायुराशींची वैशिष्ट्ये यांचे गुणधर्म ठरवितात. ही वैशिष्ट्ये त्यांच्या निर्मितिस्थानावर व ज्या भागात वायुराशी जातात त्या भागातील परिस्थितीवर अवलंबून असतात. त्यामुळे त्याचाही विचार वायुराशींची माहिती मिळवताना करावा लागतो.

वातावरणाचा जाड आणि विस्तृत भाग म्हणजे वायुराशी. एकाच वायुराशीत तापमान व आर्द्रता यांचे आडवे म्हणजे क्षितिजसमांतर वितरण असते. जेथे वायुराशींची निर्मिती होते, त्या भागाला त्यांचे मूलस्थान असे म्हणतात. युरेशिया व उत्तर अमेरिकेचे खंड प्रदेश, प्रशांत व हिंदी महासागराचे दक्षिण भाग, बर्फाळ ध्रुवप्रदेश ही वायुराशींची प्रमुख मूलस्थाने आहेत. या सर्व विस्तृत प्रदेशात हवामान सारखेच आढळते. आयनिक प्रदेशातील समुद्रावर व बर्फाळ ध्रुवप्रदेशावर अशी स्थिती बऱ्याच वेळेस आढळते. येथे हवा बऱ्याच काळपर्यंत साचून राहिलेली असते. त्या हवेत तेथील प्रदेशाचे तापमान व आर्द्रता या संदर्भातील गुणधर्म सामावले जातात. वायुराशी आपल्या मूलस्थानांच्या प्रदेशावर स्थिर राहत नाहीत, तर भूपृष्ठावरून पुढे सरकतात. पुढे सरकत असताना त्यांच्या तापमानात व आर्द्रतेत बदल होतात, कारण ज्या प्रदेशाकडे त्या जातात तेथील हवामान वायुराशींच्या मूलस्थानापेक्षा म्हणजे उत्पत्तिस्थानापेक्षा निरनिराळे असते.

१. वायुराशींचे प्रकार

मूलस्थानाप्रमाणे वायुराशींचे दोन प्रकार पडतात.

(१) ध्रुवीय वायुराशी (Polar air masses) : या वायुराशींचा उगम ध्रुव प्रदेशात होतो.

(२) आयनिक वायुराशी (Tropical air masses): या वायुराशींचा उगम उष्ण कटिबंधात होतो.

पृष्ठभागाच्या प्रकारावरून वायुराशींचे वर्गीकरण केले जाते. भूपृष्ठांचे भूमिखंडे व सागर विभाग असे दोन प्रकार आहेत, त्यामुळे भूमिखंडातील वायुराशींना खंडान्तर्गत वायुराशी (Continental air masses) असे म्हटले जाते. अशा वायुराशीत बाष्पाचे प्रमाण अगदी कमी असते. महासागरावरील वायुराशींना सागरीय वायुराशी (Maritime air masses) असे म्हणतात. यांच्यात बाष्पाचे प्रमाण जास्त असते.

वायुराशीचे मूलस्थान व पृष्ठभागाचा प्रकार यांचा एकत्रित विचार केल्यानंतर वायुराशींचे चार प्रकार आपल्याला मिळतात. ते पुढील प्रमाणे आहेत :

(१) ध्रुवीय खंडान्तर्गत वायुराशी – ही ध्रुव प्रदेशातील जमिनीवर तयार होते व ती थंड आणि कोरडी असते.

(२) ध्रुवीय सागरीय वायुराशी – ही ध्रुव प्रदेशातील समुद्रावर तयार होत असून शीत परंतु बाष्पयुक्त असते.

(३) आयनिक खंडातर्गत वायुराशी – ही उष्ण कटिबंधातील जमिनीवर तयार झालेली असते व गरम आणि कोरडी असते.

(४) आयनिक सागरीय वायुराशी – ही वायुराशी उष्ण कटिबंधातील समुद्रावर तयार झालेली असून उबदार व बाष्पयुक्त असते.

वायुराशींच्या निर्मितीनंतर त्या आपल्या मूलस्थानापासून आजूबाजूस सरकू लागतात. त्यामुळे भिन्न वायुराशी एकमेकींकडे येतात. परंतु जेथे त्यांचा संपर्क साधला जातो; तेथे त्या एकमेकीत पूर्णपणे मिसळत नाहीत, तर काही काळ वेगवेगळ्या राहतात. ज्या सीमेवर वायुराशी एकमेकीपासून अलग राहतात, त्या सीमेला वायुराशीची आघाडी असे म्हटले जाते. अशा आघाड्यांची रुंदी ५० ते ८० कि. मी. पर्यंत व लांबी हजारो कि. मी. पर्यंत असते. त्यांची उंची १० कि. मी. पर्यंत असते. वायुराशीच्या सीमावर्ती प्रदेशात आवर्ताचा उगम होतो. आवर्ताचे दोन प्रकार आढळतात–

(१) मध्यकटिबंधातील आवर्ते, (२) आयनिक प्रदेशातील म्हणजे उष्ण कटिबंधातील आवर्ते.

२. मध्यकटिबंधातील आवर्ते

स्थान :

मध्यकटिबंधीय आवर्ते ३५° ते ६५° उत्तर दक्षिण अक्षांशाच्या पट्ट्यात नेहमी

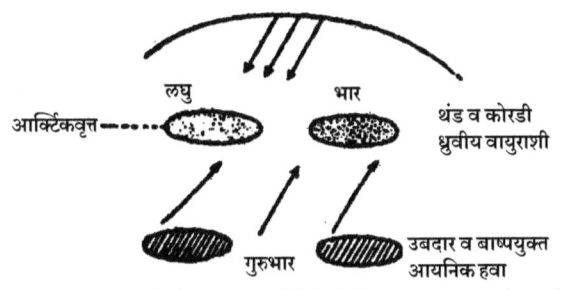

मध्यकटिबंधीय आवर्तांचे निर्मितिस्थान (उत्तर गोलार्धात)

आढळून येतात. उत्तर अटलांटिक महासागरात ग्रीनलँडकडून येणारी थंड व कोरडी वायुराशी आखाती प्रवाहावरील उबदार व बाष्पयुक्त वायुराशीत मिळाल्याने आवर्ते निर्माण होतात. ती पश्चिम युरोपातील देशांना पाऊस देतात. उत्तर प्रशांत महासागरात ॲल्युशिअना बेटांच्या सभोवताली आवर्ते तयार होतात व रॉकी पर्वत ओलांडून कॅनडाच्या दक्षिण भागात व संयुक्त संस्थानाच्या उत्तर भागात प्रवेश करतात. भूमध्य समुद्रावरील बाष्पयुक्त हवा दक्षिण युरोपातून येणाऱ्या थंड हवेत मिसळल्याने आवर्ते तयार होतात व तुर्कस्तान, इराक, इराण, पाकिस्तान मार्गे गंगेच्या खोऱ्यातील पाटण्यापर्यंत येतात. यामुळे हिवाळ्यात वरील प्रदेशात थोडा फार पाऊस पडतो. चिनी समुद्रावरील आवर्तामुळे मध्य व उत्तर चीन आणि जपानी द्वीपसमूह यांना पाऊस मिळतो. दक्षिण गोलार्धात जलभाग जास्त असल्याने वर्षभर आवर्ते तयार होऊन जोराने वाहत असतात. या आवर्ताचा हॉर्न भूशीर (दक्षिण अमेरिका), केप भूशीर (आफ्रिका), दक्षिण ऑस्ट्रेलियाच्या किनाऱ्यावरील हवेवर परिणाम होतो.

विस्तार : मध्य कटिबंधीय आवर्ताचा विस्तार १५००० चौ. कि. मी. पासून असू शकतो. लहान आवर्ते २००० चौ. कि. मी. पर्यंत असतात.

काल : आवर्ते जरी वर्षभर तयार होत असली तरी हिवाळ्यात त्यांचा जोर जास्त असतो. कारण हिवाळ्यात ध्रुवीय वायुराशी अती थंड व कोरडी असते; (बाष्पीभवन अगदी कमी असल्याने). उन्हाळ्यात ध्रुवीय वायुराशी हिवाळ्याच्या मानाने थोडी उबदार असते.

निर्मिती : नॉर्वे देशातील एका शास्त्रज्ञाने (Berknes बर्कनेस) आवर्ताच्या उत्पत्तीबद्दल एक सिद्धान्त मांडला आहे, त्याला ध्रुवीय आघाडी सिद्धान्त असे म्हटले जाते. या सिद्धान्तानुसार ध्रुव प्रदेशातून थंड व कोरडी वायुराशी आर्क्टिक व अंटार्क्टिक लघुभाराकडे वाहतात. या विभिन्न वायुराशींचा संयोग जेथे होतो,

त्याला ध्रुवीय आघाडी असे नाव आहे.

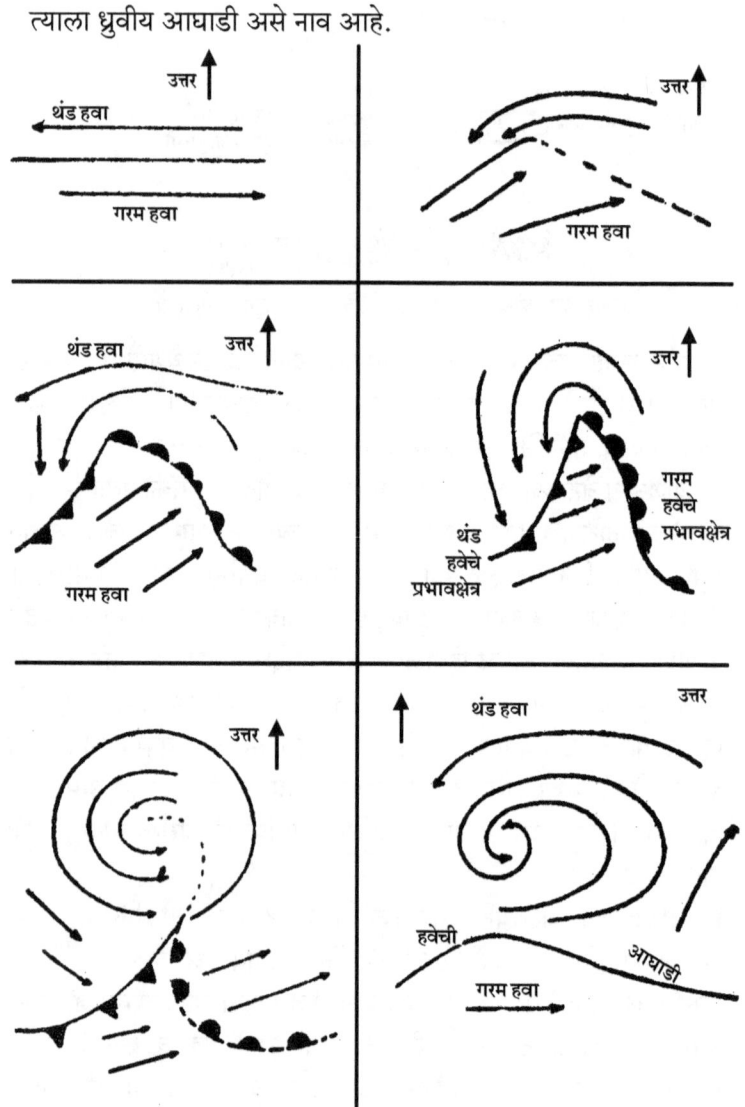

आवर्ताची निर्मिती व संशोषण

ध्रुवीय आघाडीवर थंड व कोरडी वायुराशी पूर्वेकडून–पश्चिमेकडे सरकत असते, तर बाष्पयुक्त वायुराशी पश्चिमेकडून–पूर्वेकडे सरकत असते. आघाडीवर उबदार व बाष्पयुक्त हवा केवळ हलकेपणामुळे थंड हवेवर आरोहण करण्यास सुरुवात

करते. त्यामुळे थंड हवेच्या भागावर गरम हवेचा भाग वाढतो. थंड हवेच्या क्षेत्रात उबदार व बाष्पयुक्त हवेचा बराच प्रवेश झाल्यानंतर तेथे लघुभार केंद्र तयार होते व त्या केंद्राभोवती थंड व गरम हवेचे संचलन चालू होते. लघुभारातील उबदार व बाष्पयुक्त हवा थंड हवेवर आरोहण करते व हलकेपणामुळे वर जाऊ लागते, तर थंड हवेवर आरोहण करणाऱ्या उबदार हवेच्या भागास उबदार हवेची फळी असे म्हणतात. तर उबदार हवेला मागून ढकलणारा व तोलून धरणारा जो थंड हवेचा भाग असतो, त्याला थंड हवेची आघाडी असे म्हणतात. उबदार व थंड हवेच्या आघाड्यांमुळे आवर्ताचे विभाजन होते. दक्षिणेकडे गरम हवेचा भाग असतो, त्याला उत्तर, पूर्व, पश्चिम दिशांनी थंड हवेच्या भागाने वेढून टाकलेले असते. उत्तरेकडून येणारी थंड हवेची आघाडी नंतर दक्षिणेकडील उबदार हवेच्या भागात शिरून तिचा पृष्ठभागाशी असलेला संपर्क तुटल्यानंतर तिचा विस्तार हळूहळू कमी होत जातो व त्यामुळे उबदार हवेचा भाग संपूर्णपणे नाहीसा होतो. याला संशोषण (Occultion) असे म्हणतात. संशोषणाची क्रिया पूर्ण झाल्यानंतर आवर्त नाहीसे होते.

आवर्त नाहीसे झाल्यानंतर थंड वायुराशीच्या सीमेजवळ उबदार हवेचा काही भाग शिल्लक राहिलेला असतो. त्यामुळे नंतर एका लहान किंवा दुय्यम आवर्ताची निर्मिती होते. पण हे आवर्त अल्पकाळ टिकते.

आवर्तातील समभार रेषा :

मध्य कटिबंधातील आवर्त नकाशावर गोलाकार समभार रेषा काढून दाखविली जाते. आवर्ताच्या मध्यभागी लघुभार असून बाहेरच्या बाजूस गुरुभार असतो. लघुभाराच्या केंद्रस्थानी अत्यंत कमी दाब असतो. याला आवर्ताचा चक्षू असे म्हणतात. याचा विस्तार २० ते ६० कि.मी. पर्यंत असू शकतो. मध्यभागी लघुभार व भोवताली गुरुभार असल्याने मध्यभागाकडे चक्राकार गतीने वारे वाहू लागतात. या वाऱ्यावरही पृथ्वीच्या परिवलनाचा परिणाम होतो. उत्तर गोलार्धातील आवर्तात वाऱ्यांची दिशा घड्याळाच्या काट्याच्या विरुद्ध असते व दक्षिण गोलार्धात ती घड्याळाच्या काट्याप्रमाणे असते. आवर्तात चोहोबाजूंनी केंद्राभोवती वारे भोवऱ्याप्रमाणे फिरत असतात व स्वतःभोवती फिरणारा हा भोवरा पुढे सरकत असतो.

काही आवर्तात समभार रेषांचा आकार 'व्ही' या अक्षरासारखा असतो. त्याला व्ही आकाराचे आवर्त असे म्हणतात. मध्य कटिबंधातील आवर्तात वारे केंद्राकडे हळूहळू वाहत असतात व त्यामुळे ते विध्वंसक स्वरूप धारण करीत नाहीत.

केंद्रस्थानी हवा एकवटली असल्याने व सारखी वर जात असल्याने तिचे सांद्रीभवन होऊन पाऊस पडतो.

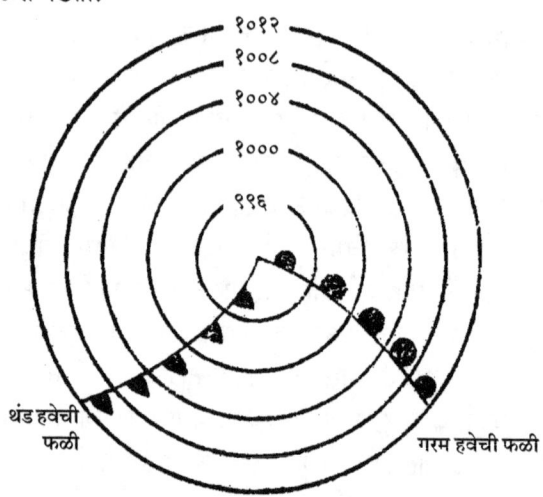

मध्यकटिबंधीय आवर्त समभाररेषा

आवर्ते पश्चिमी वाऱ्याच्या टापूत निर्माण होत असल्याने पश्चिमेकडून पूर्वेकडे संचार करतात व त्यांचा वेग उन्हाळ्यात ३० कि.मी. पर्यंत दर तासाला तर हिवाळ्यात तो ५० कि. मी. पर्यंत असतो. आवर्तातील वारे एकमेकांकडे म्हणजे अभिमुखी असल्याने केंद्राच्या पूर्व बाजूस वारे पूर्वेकडून व दक्षिणेकडून येतात, तर पश्चिम बाजूस उत्तरेकडून व पश्चिमेकडून येतात. मध्य कटिबंधात पूर्वेकडून वाहणारा वारा आवर्तांचे आगमन सूचित करतो, पश्चिमेकडून वाहणारा वारा आवर्तांचा शेवट दर्शवितो.

आवर्तातील हवेची स्थिती :

आवर्ताच्या चक्षूभोवती वारे मंद असतात व वायुभार अगदी कमी, प्रसंगी ९९६ मि. बा. पर्यंत असतो. आकाशातील सिरोस्ट्रॅटस मेघ सूर्य-चंद्राभोवती खळे निर्माण करतात. यानंतर दक्षिणेकडून उबदार वारे वाहण्यास सुरुवात होते व आवर्ताचा पुढील भाग पुढे सरकतो आणि पावसाला सुरुवात होते. त्यानंतर आकाशात निंबोस्ट्रॅटस (म्हणजे दाट, आकारविरहित व कमी उंचीवरील ढग) मेघ तयार होतात. त्यामुळे हवेत दमटपणा वाढून जोरात पाऊस पडतो. काही वेळाने आवर्तातील उबदार हवेचा भाग परत येतो व हवा स्वच्छ होते. स्वच्छ हवा आवर्ताच्या चक्षूचे आगमन दाखविते. चक्षू पुढे सरकल्यानंतर थंड हवेचा भाग

येतो व क्युम्युलोनिंबस मेघ (दाट मनोऱ्याप्रमाणे असणारे) तयार होऊन परत पाऊस पडतो. ऊर्ध्वगामी रचना असलेल्या या मेघामुळे आकाशात विजा चमकून ढगांचा गडगडाट होतो. थंड हवेनंतर स्वच्छ हवा निर्माण झाल्यास आवर्ताचे संशोषण झाले असे समजले जाते. आवर्तामुळे ढगाळ हवा येत असल्याने रात्री उष्णता विसर्जनाच्या कार्यात अडथळा येऊन तापमान फार कमी होत नाही व दिवसा ढग असल्यास सूर्यप्रकाश कमी मिळाल्याने उन्हाळ्यात तापमान फार वाढू शकत नाही. आवर्तामुळे नेहमी बदलती हवा येत असते. बदलती हवा माणसाच्या अंगातील कार्यक्षमता वाढविण्यास कारणीभूत ठरते.

३. उष्ण कटिबंधातील आवर्ते

मध्य कटिबंधातील आवर्तांपेक्षा आयनिक प्रदेशातील किंवा उष्ण कटिबंधातील आवर्ते वेगळी असतात. ती सूर्यानुगामी असतात. म्हणजे सूर्याच्या उष्णतेचे त्यांच्यावर नियंत्रण असते. त्यांचा विस्तार कमी असतो. पण स्वरूप मात्र विनाशकारी असते.

स्थान : आयनिक प्रदेशातील आवर्ते ६° ते २०° उत्तर व दक्षिण अक्षांशाच्या पट्ट्यात आढळून येतात. त्यांचा व्यास ८० ते ४०० कि.मी. पर्यंत असतो.

निर्मिती : उष्ण कटिबंधातील आवर्तांबाबत निश्चित असा सिद्धान्त मांडता येत नाही. काही हवामान शास्त्रज्ञांच्या मते जमिनीवरील व पाण्यावरील वायुराशी भिन्न असतात. त्यांचा संपर्क जेथे साधला जातो तेथे वायुराशींची आघाडी तयार होते व आवर्ते किंवा चक्रीवादळे तयार होतात.

औष्णिक कारणांमुळे उष्ण कटिबंधातील आवर्तांची निर्मिती होत असावी असे काही हवामानशास्त्रज्ञांचे म्हणणे आहे. समुद्राच्या विस्तीर्ण भागात अगर तटवर्ती भागात तापमान जेथे २९° सेल्सिअस असते, त्या ठिकाणी मोठ्या प्रमाणात हवा ऊर्ध्वगामी होते. नंतर या अभिसरण प्रवाहांना पृथ्वीच्या परिवलनामुळे चक्राकार गती प्राप्त होते व आवर्ते तयार होतात. अत्याधिक तापमान असताना हवा ऊर्ध्वगामी असते. म्हणजे वारे क्षितिज समांतर किंवा आडवे वाहत नाहीत. थोडक्यात हवा शांत असते व त्यामुळे आजूबाजूचे कमी-जास्त तापमानाचे प्रवाह हवेत मिसळू शकत नाहीत. जास्त तापमानाची बाष्पीभवन करण्याची क्षमता जास्त असते. असा प्रकार समुद्रावर घडल्यास वर जाणाऱ्या हवेत बाष्पाचे प्रमाण बरेच असते. अशी परिस्थिती प्रामुख्याने विषुववृत्तावरील शांत पट्ट्यात आढळून येते. हा शांत पट्टा म्हणजे औष्णिक विषुववृत्त जूनमध्ये विषुववृत्ताच्या उत्तरेस असते व डिसेंबरमध्ये विषुववृत्ताच्या दक्षिणेस असते, हे आपण मागे पाहिलेच आहे. त्यामुळे

प्रामुख्याने जमिनीपेक्षा विषुववृत्ताजवळच्या सागरी प्रदेशात आवर्ते निर्माण होतात. ऑगस्ट, सप्टेंबर, मार्च व एप्रिल या महिन्यांत म्हणजे विषुवदिनांच्या वेळी ती मोठ्या संख्येने निर्माण होतात. ऑक्टोबर, नोव्हेंबर महिन्यात बंगालच्या उपसागरावरील हवेचे तापमान ३०^{0} सें. पेक्षा जास्त असते. तेथील हवेत उत्तर व ईशान्य भारतातून त्यापेक्षा थंड हवा येऊन मिसळत असल्याने आवर्ते तयार होतात व त्यांची प्रवृत्ती पश्चिमेकडे जाण्याची असल्याने आंध्र व ओरिसा किनाऱ्याला वादळे होतात. (१९७७ व ऑक्टोबर १९९९).

चिनी समुद्रातील आवर्तांना टायफून असे नाव असून त्यांचा उपसर्ग फिलिपाईन्स, आग्नेय चीन व दक्षिण जपान यांना पोहोचतो. अरबी समुद्र व बंगालच्या उपसागरातही चक्रीवादळे थैमान घालतात. १९७० मध्ये बांगलादेशातील वादळात लक्षावधी लोक प्राणांस मुकले. कॅरेबियन समुद्रातील वादळांना 'हरीकेन्स' असे नाव आहे. ती वेस्ट इंडिज बेटांकडे व संयुक्त संस्थानांच्या आग्नेय भागाकडे व काही मेक्सिकोकडे जातात. मालागासी बेट व ऑस्ट्रेलियाच्या ईशान्य आणि वायव्य किनाऱ्यावरही चक्रीवादळे होतात. सुमात्राच्या किनाऱ्यावरील वादळांना 'सुमात्रा' असे नाव आहे. आयनिक प्रदेशातील सागर विभागात चक्रीवादळांची निर्मिती झाल्यानंतर ती आपल्या मूलस्थानांपासून आग्नेय व ईशान्य व्यापारी वाऱ्यांबरोबर पुढे सरकतात.

समभार रेषा

उष्ण कटिबंधातील आवर्ताच्या समभार रेषा हवामानदर्शक नकाशावर समकेंद्र वर्तुळाने दाखविल्या जातात. त्यांच्यातील अंतर फारच कमी असते. त्यांच्या केंद्रस्थानी ९६५ मि. बा. इतका वायुभार असतो. वायुभाराचा कल अतितीव्र असून वायुभारात काही तासांच्या अवधीत ४० कि.बा. इतका फरक पडतो. आवर्ताचा चक्षू किंवा केंद्रबिंदू सुमारे २० कि.मी. परिघाचा असून त्याभोवती घड्याळाच्या काट्याच्या विरुद्ध दिशेने (उत्तर गोलार्ध) वारे जोराने घोंगावत येतात. वाऱ्याचा वेग दर तासाला १२० ते २८० कि.मी. पर्यंत असू शकतो. दक्षिण गोलार्धात वाऱ्याची दिशा घड्याळाच्या काट्याप्रमाणे म्हणजे सव्य असते. आवर्तांमुळे विजा चमकून मेघगर्जनेसह मुसळधार पाऊस पडतो. आवर्ताच्या चक्षूकडे वायुभाराचा कल तीव्र असल्याने वारे प्रचंड वेगाने येतात. समुद्रावर कोणताही अडथळा नसल्याने आवर्ते अतिवेगाने सरकतात व त्यांचा वेग १२०० कि.मी. पर्यंत दर तासाला आढळून येतो.

सर्वसाधारणपणे आवर्तांच्या प्रवासाची दिशा पूर्वेकडून पश्चिमेकडे असते, तर

१५° ते ३०° उत्तर व दक्षिण आवर्तांची दिशा ध्रुवांच्या बाजूस झुकलेली आढळून येते.

हवेची स्थिती

उष्ण कटिबंधातील आवर्त येण्यापूर्वी अल्पकाळ तापमान एकदम कमी होते. हवा एकाएकी शांत होते व आकाश काळसर ढगांनी झाकले जाते. नंतर मंद वारे वाहू लागतात व त्यांची जागा काही वेळाने अतिवेगवान वाऱ्यांनी घेतली जाते. आवर्ताचा अग्रभाग आल्यावर वादळी पाऊस पडतो. आवर्ताचा अग्रभाग निघून गेल्यावर आवर्ताचा डोळा (चक्षू) येतो व हवा स्वच्छ होते. परंतु ही स्थिती अल्पकाळच टिकते कारण त्यानंतर आवर्ताचा पार्श्वभाग येतो व परत पावसाला सुरुवात होते. बऱ्याच आवर्तांत गारांचा वर्षाव होतो. आवर्त निघून गेल्यावर हवा स्वच्छ होते.

रामनाथन् या भारतीय हवामानशास्त्रज्ञांच्या मते एप्रिल ते ऑक्टोबर या काळात भारताभोवती असलेल्या जलभागात आवर्ते निर्माण होतात. उत्तरेकडील जमिनीवरून येणारी कोरडी वायुराशी व दक्षिण हिंदी महासागरावरील उबदार वायुराशी एकमेकांत विलीन होण्याचा प्रयत्न करीत असल्याने चक्री वादळे निर्माण होतात.

४. प्रत्यावर्त

गुरुभाराच्या किंवा जास्त दाबाच्या प्रदेशाला प्रत्यावर्त असे नाव आहे. प्रत्यावर्तात मध्यभागी सुमारे १०३५ मी.बा. इतका वायुभार असतो व बाहेरच्या बाजूस तो कमी कमी होत जातो. प्रत्यावर्त प्रामुख्याने मध्य कटिबंधात ३५° ते ६५° अक्षांशाच्या पट्ट्यात दोन्ही गोलार्धात निर्माण होतात.

प्रत्यावर्ताचे तीन प्रमुख प्रकार आहेत– (१) ध्रुव प्रदेशातील शीत प्रत्यावर्त, (२) उपआयनिक प्रदेशांमधील गुरुभारातील प्रत्यावर्त, (३) दोन लघुभारांच्या दरम्यान असलेला गुरुभारांचा प्रदेश काही प्रसंगी प्रत्यावर्तांचे मूलस्थान ठरतो.

(१) शीत प्रत्यावर्त : जेथे तापमान बऱ्याच कालापर्यंत शून्याखाली असते, तेथे गुरुभाराचा प्रदेश तयार होतो व प्रत्यावर्ताची निर्मिती होते. सैबेरियात, कॅनडात व ध्रुव प्रदेशात प्रामुख्याने हिवाळ्यात अशी परिस्थिती आढळून येते.

(२) उपआयनिक प्रदेशातील प्रत्यावर्ते : पश्चिम युरोपात हिवाळ्यात प्रत्यावर्ते तयार होतात. त्यांचा विस्तार सुमारे ३००० कि.मी. पर्यंत असतो.

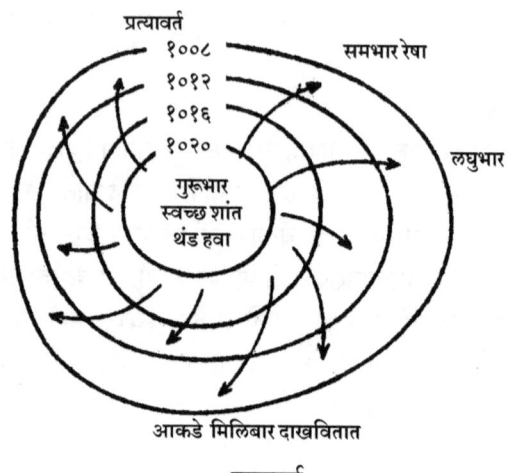

प्रत्यावर्त

(३) दोन आवर्तांमधील प्रत्यावर्त : साधारणपणे दोन आवर्तांच्या मध्ये एक गुरुभाराचा उंचवटा असतो, त्याला (Wedge) किंवा पाचर असे म्हणतात.

समभार रेषा :

प्रत्यावर्तातील समभार रेषा गोलाकार असतात व त्या एकमेकींपासून थोड्या थोड्या अंतरावर असतात. त्यामुळे केंद्रस्थानापासून सभोवताली वायुभाराचा कल मंद असतो. म्हणून प्रत्यावर्तातील वारे मंद गतीने वाहतात. प्रत्यावर्तातील वाऱ्याची दिशा उत्तर गोलार्धात घड्याळाच्या काट्याप्रमाणे म्हणजे सव्य, दक्षिण गोलार्धात घड्याळाच्या काट्याच्या विरुद्ध दिशेने म्हणजे अपसव्य असते. सैबेरिया व रशियन तुर्कस्तानच्या प्रदेशातून प्रत्यावर्ते आयनिक प्रदेशाकडे येतात. प्रत्यावर्तामुळे थंडीच्या लाटा येतात. सर्वसाधारणतः प्रत्यावर्ते पूर्वेकडे सरकतात परंतु बरीच प्रत्यावर्ते अनिश्चितपणे हालचाली करतात.

हवेची स्थिती :

युरोपातील प्रत्यावर्ते वगळता इतर प्रत्यावर्तांतील हवा स्वच्छ असते. केंद्रस्थानी हवा स्वच्छ असून इतर प्रत्यावर्तांच्या पश्चिम भागात सिरस व सिरोस्ट्रॅट्स म्हणजे पिसाऱ्यासारखे तुरळक मेघ असतात.हिवाळ्यातील प्रत्यावर्तांपासून हिमरेषेवर व मध्य अक्षांशात हिमवर्षाव होण्याची शक्यता असते. काही ठिकाणी दव व धुके निर्माण होते. उन्हाळ्यातील प्रत्यावर्तांपासून थोडा पाऊस पडतो.

५. स्थानिक वारे

भूपृष्ठावर अनेक ठिकाणी उठावाच्या वैशिष्ट्यांमुळे, जमीन व पाणी यांच्या भिन्न

उष्णताग्रहणशक्तीमुळे ठराविक ऋतूत किंवा अनियमितपणे हवेची आडवी हालचाल होत असते. अशा वाऱ्यांना स्थानिक वारे असे म्हणतात. तापमान व आर्द्रता यांमुळे वैशिष्ट्य प्राप्त झालेले हे वारे जगाच्या वेगवेगळ्या भागांत विशिष्ट नावांनीच ओळखले जातात.

खारे व मतलई वारे : नैर्ऋत्य–ईशान्य वाऱ्यांची छोटी प्रतिकृती म्हणजे खारे व मतलई वारे. जमीन व पाणी यांच्या उष्णताग्रहणशक्तीत फरक असल्याने ते निर्माण होतात. सूर्य उगवल्यानंतर सुमारे ४ ते ५ तासांनी किनाऱ्यालगतच्या जमिनीवर व पाण्यावर निरनिराळे तापमान आढळते. दिवसा जमीन पाण्यापेक्षा लवकर तापते, तर पाणी तापण्यास वेळ लागतो. सूर्यास्तानंतर जमिनीवरून उष्णताउत्सर्जनाची क्रिया लवकर होत असल्याने व पाण्यावरून ती होण्यास वेळ लागत असल्याने पाणी निवण्यास वेळ लागतो.

दिवसा किनाऱ्यालगतचा जमिनीचा भाग पाण्यापेक्षा जास्त व लवकर तापतो. ही क्रिया सकाळी दहानंतर जोरात होते व त्यामुळे जमिनीवर लघुभार निर्माण होतो. यावेळी समुद्रावर गुरुभार असतो. जमिनीवर तापलेली हवा हलकी होऊन सुमारे १०० मीटर्स उंचीपर्यंत जाते व मग समुद्राकडे वाहते. समुद्रावर गुरुभार असल्याने तेथून जमिनीकडे वारे वाहू लागतात. त्यांना खारे वारे असे म्हणतात. समुद्रातील बेटावर विषुववृत्तानजीकच्या अक्षवृत्तातील किनाऱ्यावर या वाऱ्यांमुळे तापमान सुमारे ५^{0} नी कमी होते. सकाळी ११ नंतर हे वारे वाहण्यास सुरुवात होते, दुपारी २ पर्यंत त्यांचा वेग वाढतो व नंतर रात्री ८ पर्यंत तो मंद होत जातो. रात्री हे वारे बंद होतात व त्यांची जागा मतलई वारे घेतात. खारे वारे थोडेसे बाष्पयुक्त असतात. रात्री जमीन लवकर थंड झाल्याने तिच्यावरील हवेच्या थराचे तापमान समुद्रावरील हवेच्या तापमानापेक्षा कमी असते. समुद्राचे पाणी निवण्यास वेळ लागत असल्याने रात्री समुद्रावर जमिनीपेक्षा जास्त तापमान बऱ्याच वेळेपर्यंत असते. त्यामुळे समुद्रावर लघुभार व जमिनीवर गुरुभार असतो. समुद्रावरची उबदार हवा हलकी होऊन सुमारे १०० मीटर्सपर्यंत वर जाते व जमिनीकडे वाहू लागते; नंतर जमिनीवरून समुद्राकडे वारे वाहतात. त्यांना मतलई वारे असे म्हणतात. मतलई वारे वाहण्यास रात्री ९ नंतर सुरुवात होते व ते सूर्योदयानंतर सुमारे तासाभराने वाहण्याचे बंद होतात.

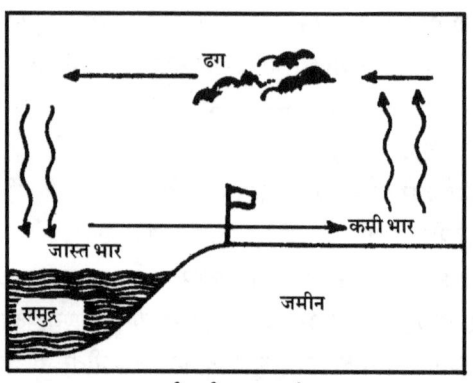

खारे वारे (दुपारनंतर)

खारे वारे सुमारे १० ते १५ कि.मी. पर्यंत जमिनीच्या बाजूकडे जाऊ शकतात. त्यांचा वेग २० कि.मी. पर्यंत असतो. काही ठिकाणी हे वारे इतक्या नियमितपणे वाहतात की, रात्री किनाऱ्यावरचे कोळी लोक मतलई वाऱ्यांचा फायदा घेऊन समुद्रात मासेमारीसाठी जातात व दुसऱ्या दिवशी दुपारी खाऱ्या वाऱ्यांचा जोर असताना परत किनाऱ्यावर येतात. नैर्ऋत्य मोसमी वारे चालू झाल्यानंतर भारतीय किनाऱ्यावरील खारे व मोसमी वारे बंद होतात.

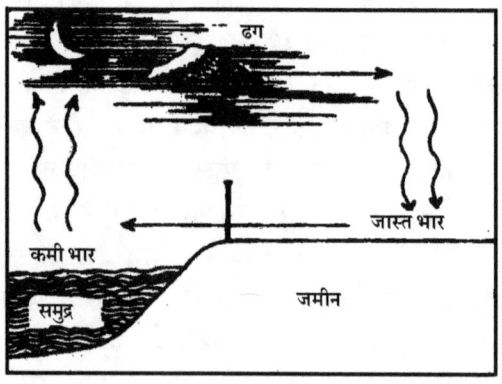

मतलई वारे (रात्री)

डोंगर व दरीतील वारे : खाऱ्या व मतलई वाऱ्यांप्रमाणे डोंगर व दरीतील वाऱ्यांचे चक्र आढळून येते. सूर्योदयानंतर डोंगरमाथ्यावर सूर्यकिरण प्रथम पडत असल्याने तेथे तापमान वाढते, कमी दाबाचा प्रदेश निर्माण होतो. डोंगरमाथ्यावरील हवा

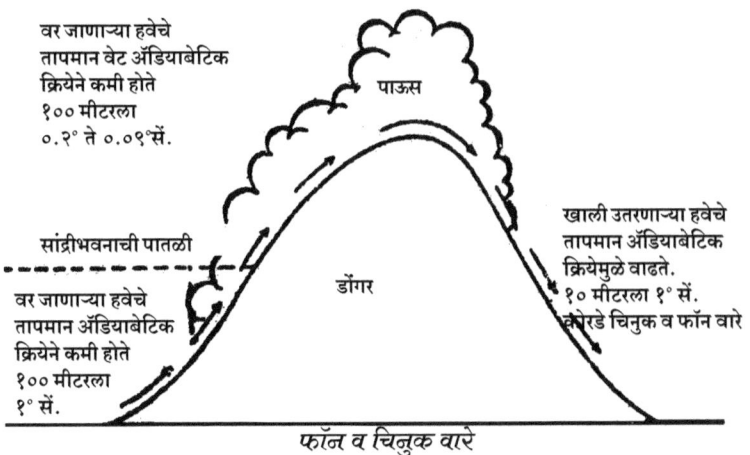

वर जाणाऱ्या हवेचे
तापमान वेट ॲडियाबेटिक
क्रियेने कमी होते
१०० मीटरला
०.२° ते ०.०९°सें.
पाऊस
खाली उतरणाऱ्या हवेचे
तापमान ॲडियाबेटिक
क्रियेमुळे वाढते.
१० मीटरला १° सें.
कोरडे चिनुक व फॉन वारे
सांद्रीभवनाची पातळी
डोंगर
वर जाणाऱ्या हवेचे
तापमान ॲडियाबेटिक
क्रियेने कमी होते
१०० मीटरला
१° सें.

फॉन व चिनुक वारे

वहनक्रियेमुळे तापून अभिसरणप्रवाह चालू झाले की, दरीतील वारे चालू होतात व दुपारपर्यंत त्यांना वेग येतो. नंतर ते मंद होतात. उत्तर गोलार्धात दक्षिणेकडील उतारावर दरीतील वारा जोरदार आढळून येतो, तो उत्तरेकडील उतारावर नसतो. हिमालयातील खोल दऱ्यांत व दक्षिणेकडील प्रकाशित उतारावर वरील प्रकारचे वारे आढळून येतात. दरीतील वाऱ्यांमुळे डोंगरमाथ्यावर घुमटाकार मेघ तयार होतात. दरीतील अदृश्य वाऱ्यांचे दृश्य स्वरूप म्हणजे घुमटाकार मेघ. मध्य कटिबंधात यामुळे पावसाच्या सरी अधूनमधून डोंगरावर पडतात. राजगड, हरिश्चंद्रगडावर वर्षाकाल वरील कारणांमुळे जास्त आढळतो.

सूर्यास्तानंतर पर्वतावरून दरीपेक्षा उष्णतेचे उत्सर्जन होत असल्याने त्यावरील हवा थंड व जड होते व तेथे जास्त दाब निर्माण होतो. दरीच्या तळावर त्या मानाने उष्णता जास्त असल्याने तेथे वायुभार कमी असतो. त्यामुळे रात्रीच्या वेळी थंड व जड हवा डोंगरमाथ्यावरून खाली घसरते. यांना डोंगरी वारे असे म्हणतात. आल्प्स, हिमालय इत्यादी डोंगराळ प्रदेशात अशा प्रकारचे वारे उन्हाळ्यात वाहतात. कारण तेव्हा सूर्य जास्त काळ प्रकाशतो.

फॉन व चिनुक वारे : फॉन व चिनुक हे उष्ण व कोरडे वारे आहेत. ते उन्हाळ्यात किंवा हिवाळ्यात वाहतात. आल्प्स पर्वतात वाहणाऱ्या वाऱ्यांना फॉन असे नाव आहे, तर रॉकी पर्वतांच्या पूर्व उतरणीवरील वाऱ्यांस चिनुक म्हणजे 'बर्फ खाणारा वारा' असे म्हणतात.

फॉन वारे : युरोपातील पश्चिम-पूर्व प्रवास करणारे आवर्त निघून गेल्यानंतर

इटलीच्या मैदानी प्रदेशात गुरुभार निर्माण होतो व वारे आल्प्स् पर्वताकडे वाहू लागतात. आल्प्सूच्या साहाय्याने आरोहण करणाऱ्या फॉन वाऱ्यांचे तापमान ॲडियाबेटिक क्रियेमुळे कमी होते व सांद्रीभवन होऊन आल्प्सच्या दक्षिण उतारावर पाऊस पडतो. परंतु उत्तर उतारावरून वाहत असताना त्यांचे तापमान परत वाढते; (दर १०० मीटर्सला १° सें.). सर्वसाधारणपणे १०° ते १२° सें.नी तापमान दोन-तीन तासांत वाढते. काही वेळा १७° सें. तापमान तीन मिनिटांमध्ये वाढलेले आढळून आले आहे. यामुळे साचलेले बर्फ वितळून हिमप्रपात होतात व नुकसान होते. फॉन वारे ऱ्हाईन व ऱ्होन खोऱ्यांतून जिनिव्हा सरोवरापर्यंत जातात.

चिनुक वारे : उत्तर अमेरिकेच्या पश्चिम किनाऱ्यावरून रॉकी पर्वत ओलांडून चिनुक वारे रॉकी पर्वताच्या उतरणीवरून वाहतात. या उष्ण व कोरड्या वाऱ्यांमुळे पूर्व उतरणीवरील बर्फ वितळते व गवताची कुरणे मोकळी होतात. चिनुक वारे उष्ण असल्यामुळे हिवाळ्याची तीव्रताही वरील प्रदेशात कमी होते. कारण त्या प्रदेशात हे वारे तापमान वाढवतात.

इतर स्थानिक वारे : संयुक्त संस्थानांच्या हाय प्लेन्स विभागातून दक्षिण कॅलिफोर्नियात उतरणाऱ्या वाऱ्यांना सॅटा ॲनास असे नाव आहे. हे कोरडे वारे निवृष्टी आहेत. या प्रकारचे वारे जगाच्या इतर भागातही आढळून येतात. दक्षिण आफ्रिकेत त्यांना वर्ग असे म्हणतात, तर इराणमध्ये त्यांना 'सेमून' असे नाव आहे. न्यूझीलंडच्या दक्षिण बेटात ते नॉर्वेस्टर या नावाने ओळखले जातात.

भूमध्य समुद्रावर उत्तर आफ्रिकेपेक्षा लघुभार असल्याने उत्तर आफ्रिकेच्या किनाऱ्याकडे कोरडे वारे वाहतात. दीड ते दोन महिन्यांपर्यंत म्हणजे डिसेंबरनंतर फेब्रुवारीपर्यंत हे वारे वाहत असतात. या वाऱ्यांबरोबर उत्तर आफ्रिकेच्या वाळवंटी भागातील वाळू वाहून येते. या वाऱ्यांना वेगवेगळ्या भागांत वेगवेगळी नावे आहेत, ती पुढीलप्रमाणे –

प्रदेश	**वाऱ्याचे नाव**
अर्जेंटिना	झोंडा
इटली, ग्रीस, सिसिली	सिरोक्को
सहारा वाळवंट	खामसिन
गिनीचे आखात	हरमॅटन
पॅलेस्टाईन सिरिया	सिभूम
ऑस्ट्रेलिया	ब्रिकफिल्डर्स

याशिवाय जगाच्या काही भागांत थंड आणि कोरडे वारे आढळून येतात. हे वारे

हिवाळ्यात वाहतात. ऑस्ट्रियाचा दक्षिण भाग हिवाळ्यात शीत असतो तर दक्षिणेकडे ॲड्रियाटिक समुद्रावर त्या मानाने उबदार भाग असतो म्हणजे वायुभाराचा कल ऑस्ट्रियाकडून ॲड्रियाटिक समुद्राकडे असतो. त्यामुळे ॲड्रियाटिक समुद्राकडे हिवाळ्यात ऑस्ट्रियाकडून येणाऱ्या वाऱ्यांना 'बोरा' असे म्हणतात. भूमध्य समुद्राच्या वेगवेगळ्या भागांत अशा प्रकारचे थंड आणि कोरडे वारे हिवाळ्यात तयार होतात. त्यांना वेगवेगळी नावे आहेत, ती पुढीलप्रमाणे -

प्रदेश	**वाऱ्याचे नाव**
माल्टा	ग्रीगेल
ॲड्रियाटिक समुद्राचा पश्चिम भाग	ट्रॅमान्टेना
दक्षिण फ्रान्सचा किनारा	मिस्ट्रल
टेराडेला फ्युगो (दक्षिण अमेरिका)	विलीवॉस
रशिया व मध्य आशिया	बुरान
कॅनडा	लिब्झर्ड्स
ब्राझील व अर्जेंटिना	पॉपरास
न्यूझीलंड	बुस्टर

❑

६. आर्द्रता व वृष्टी
(Humidity and Precipitation)

वातावरणात पाण्याचा साठा अदृश्य स्वरूपात असतो. तो वायुरूप असून त्याला बाष्प असे म्हणतात. या बाष्पाच्या स्वरूपात हजर असलेला पाण्याचा साठा म्हणजे आर्द्रता. आर्द्रता स्थलकालऋतुपरत्वे बदलत असते व तिचे वातावरणातील एकूण प्रमाण अगदी कमी असते. परंतु बाष्प हा एक वातावरणातील महत्त्वाचा घटक आहे. कारण

(१) भूपृष्ठावरील वृष्टीचे प्रमाण त्यावर अवलंबून असते.

(२) बाष्पाच्या स्वरूपात सुप्त उष्णता साठवलेली असते. तिचा उपयोग वातावरणातील घडामोडींना होतो.

(३) सौरशक्तीने व भूपृष्ठाने उत्सर्जित केलेल्या उष्णतेचे बाष्पामुळे शोषण होते व पृथ्वीवर तापमानाचे नियंत्रण होते.

(४) वातावरणातील बाष्पाच्या साठ्यावर बाष्पीभवन अवलंबून असते व त्याचा वनस्पती आणि मानवप्राण्यावर परिणाम होत असतो.

भूमीवर द्रवरूप (पाणी) आणि घनरूप (बर्फ) असलेल्या पाण्याचे बाष्पीभवन होऊन हवेत बाष्प तयार होते. बाष्पीभवनाचा वेग हवेचे तापमान, हवेचा कोरडेपणा व वाऱ्याचा वेग यांवर अवलंबून असतो. जलभागावर पाण्याचा साठा अमर्याद असल्याने बाष्पीभवन तेथे जास्त असते. तसेच आयनिक प्रदेशात तापमान जास्त असल्याने तेथेही बाष्पीभवन जास्त असते. ध्रुवाकडे तापमान कमी होत असल्याने ते कमी होत जाते.

वातावरणातील जलचक्र

जमिनीवर व समुद्रावर बाष्पीभवनाची क्रिया सतत चालू असते, त्यामुळे वातावरणात बाष्प तयार होते. परंतु हवेतील बाष्प सांद्रीभवनाच्या क्रियेमुळे काढून घेतले जाते. त्याचे आविष्कार ढग आणि धुके यांच्या स्वरूपात आढळतात. पृथ्वीवर होणाऱ्या वृष्टीमुळे हे बाष्प वातावरणातून परत भूपृष्ठावर येते. भूखंडावर वृष्टीचे प्रमाण महासागरापेक्षा जास्त असल्याने जादा पाणी नद्या, हिमनद्या व खंडान्तर्गत प्रदेशाकडून समुद्राकडे येते.

अनुद्‌भुत उष्णता

बर्फ, पाणी व वाफ या पाण्याच्या घनरूप, द्रवरूप आणि वायुरूप अवस्था आहेत. एका अवस्थेतून दुसऱ्या अवस्थेत रूपांतर होत असताना, प्रत्यक्ष तापमानात फरक न होता पदार्थांची अवस्था बदलली जाते. ही अवस्था बदलण्यासाठी जी औष्णिक शक्ती लागते, तिला अनुद्‌भुत उष्णता असे म्हणतात. एक ग्रॅम बर्फाचे 0° सें. तापमानाला पाण्यात रूपांतर करण्यासाठी ७९ कॅलरी उष्णता लागते. त्याचप्रमाणे 0° सें. तापमानाला पाण्याचे वाफेत रूपांतर करण्यासाठी ६०७ कॅलरी उष्णता लागते. ही उष्णता वाफेत साठवलेली असते. तिला बाष्पीभवनाची अनुद्‌भुत उष्णता म्हटले जाते. वातावरणातील प्रत्येक ग्रॅम बाष्पामध्ये इतक्या मोठ्या प्रमाणात उष्णता साठवलेली असते.

बाष्पीभवन होत असताना उष्णता शोषली गेल्याने ज्या माध्यमातून ती शोषली जाते, त्याचे तापमान कमी होते. याउलट वाफेचे संद्रवण होत असताना तेवढी अनुद्‌भुत उष्णता हवेत सोडली जाते व त्यामुळे तापमान थोडेसे वाढते.

काही प्रसंगी बर्फाचे एकदम वाफेत रूपांतर होते व वाफेचे बर्फात रूपांतर होते, म्हणजे मधली द्रवरूप अवस्था गाळली जाते. याला संप्लवन असे नाव आहे. संप्लवनासाठी लागणारी उष्णता ही बाष्पीभवनाकरिता व बर्फ वितळविण्याकरिता लागणाऱ्या अनुद्‌भुत उष्णतेइतकी असते.

वरील क्रियांचा संबंध वातावरणातील व भूपृष्ठावरील तापमानाशी आढळून येतो. बाष्पीभवन होत असताना पृष्ठभागावरील उष्णता खर्ची पडल्याने तापमान कमी होते, तर वाफेचे संद्रवण होत असताना उष्णता बाहेर टाकली जाते व हवेचे तापमान वाढते. बाष्पाचे संद्रवण होत असताना बाहेर पडणारी उष्णता पावसासाठी व वादळासाठी आवश्यक असते, तर पहाटे वातावरण थंड झाल्यावर हवेतील बाष्पाचे घनीकरण होत असताना बाहेर पडणाऱ्या अनुद्‌भुत उष्णतेमुळे भूपृष्ठानजीकच्या हवेचे थर तापून तापमान मोठ्या प्रमाणात कमी होत नाही व ते तापमान मानवाला सुसह्य ठरू शकते.

१. आर्द्रता

वातावरणाच्या वेगवेगळ्या थरांत वायुरूप अवस्थेत असलेल्या पाण्याला म्हणजे बाष्पाला आर्द्रता असे म्हणतात. हवेच्या आर्द्रतेचे स्वरूप बाष्पाच्या साठ्यावर अवलंबून असते. गरम हवा शीत हवेपेक्षा जास्त बाष्प धारण करू शकते. वाढणाऱ्या तापमानाबरोबर फक्त हवेतील बाष्पाचा साठा वाढण्यासाठी परिस्थिती निर्माण होते, हे खालील कोष्टकावरून दिसून येईल.

तापमान	कमाल बाष्पधारण	हवेचा साठा शक्ती	बाष्पधारण शक्तीतील फरक
१० सें.	१० ग्रॅम	१ घनमीटर	-
१५ सें.	१३.४ ग्रॅम्स	१ घनमीटर	३.४ ग्रॅम्स
२० सें.	१७.८ ग्रॅम्स	१ घनमीटर	४.४ ग्रॅम्स
२५ सें.	२३.५ ग्रॅम्स	१ घनमीटर	५.७ ग्रॅम्स

वरील कोष्टकात तापमानाच्या सर्व आकड्यांतील फरक ५° इतकाच आहे. म्हणजे हवेचे तापमान १०° सें.चे. १५° सें. झाल्यानंतर बाष्पधारणता ३.४ ग्रॅम्सनी वाढते तर १५° सें. चे २०० सें. तापमान वाढल्यानंतर बाष्पधारणता ४.४ ग्रॅम्सनी वाढते म्हणजे ते सुमारे १.२५ पटीने जास्त आहे, तर २०° सें. तापमानाला ५° वाढ झाल्यानंतर तापमान २५° सें. होते व बाष्पधारणता ५.७ नी वाढते. म्हणजे त्यात दीडपटीने, ३.४ ग्रॅम्सनी, वाढ झालेली आढळते. हिवाळ्यात तापमान कमी असते म्हणून हवेची बाष्पधारणता कमी असते व उन्हाळ्यात तापमान जास्त असल्याने हवेची बाष्पधारणता जास्त असते.

वातावरणातील आर्द्रतेचे मापन : आर्द्रतेचे मापन करताना हवेचे क्षेत्र व तापमान या गोष्टी विचारात घ्याव्या लागतात. ठरावीक क्षेत्र व तापमान यांच्या संदर्भात व्यक्त केल्या जाणाऱ्या आर्द्रतेला निरपेक्ष आर्द्रता असे म्हणतात. उदा. एक घनमीटर हवेत 0°सें. तापमानाला २.५ ग्रॅम्स इतके बाष्प आहे. म्हणजे वरील परिस्थितीत (एक घनमीटर हवा व 0° सें. तापमान) २.५ ग्रॅम ही निरपेक्ष आर्द्रता झाली.

परंतु निरपेक्ष आर्द्रतेवरून हवेतील बाष्पाची वैशिष्ट्ये कळत नाहीत. हवा ओलसर आहे की कोरडी आहे, सांद्रीभवनास परिपूर्ण आहे का नाही, बाष्पसंपृक्त आहे का अजून तिच्यात बाष्प सामावणार आहे याची कल्पना येऊ शकत नाही. हवेची वैशिष्ट्ये ठरविण्यासाठी निरपेक्ष आर्द्रतेची तुलना हवेच्या कमाल बाष्पधारणेशी (शक्तीशी) करावी लागते.

प्रत्येक तापमानाची ठरावीक क्षेत्रांमध्ये जास्तीतजास्त बाष्प सामावण्याची मर्यादा ठरलेली असते. त्या मर्यादेपर्यंत बाष्प सामावले गेल्यानंतर ती हवा बाष्पसंपृक्त झाली, असे समजण्यात येते. हवा बाष्पसंपृक्त झाल्यावर त्या तापमानाला तेवढ्याच क्षेत्रात जास्त बाष्प राहू शकत नाही. उदा. २५° सें. तापमानाला १ घनमीटर हवेत २३.५ ग्रॅम्स इतके कमाल म्हणजे जास्तीतजास्त बाष्प राहू शकते.तेवढे सामावले

गेल्यानंतर ती हवा त्याच तापमानाला (म्हणजे २५° सें.) बाष्पसंपृक्त झाली असे समजले जाते. त्यानंतर बाष्पाच्या साठ्यात फरक होत नाही.

निरपेक्ष आर्द्रतेची हवा बाष्पसंपृक्त होण्याकरिता लागणाऱ्या बाष्पाच्या साठ्याबरोबर तुलना केल्यानंतर व त्यांच्या गुणोत्तराला १०० ने गुणल्यानंतर हवेतील बाष्प टक्केवारीने व्यक्त करता येते. टक्केवारीत व्यक्त केल्या जाणाऱ्या बाष्पाला सापेक्ष आर्द्रता असे म्हणतात. सापेक्ष आर्द्रतेमुळे हवेची वैशिष्ट्ये कळतात.

सापेक्ष आर्द्रता =

$$\frac{\text{निरपेक्ष आर्द्रता (ठरावीक तापमानाला विशिष्ट जागेतील बाष्प)}}{\text{तेवढ्याच तापमानाला हवा बाष्पसंपृक्त होण्यासाठी लागणारे बाष्प}} \times \frac{१००}{१}$$

उदा. १० सें. तापमानात १ घनमीटर हवेत ५ ग्रॅम्स इतके बाष्प आहे, परंतु १० सें. तापमानाची कमाल बाष्पधारकता १० ग्रॅम्स इतके बाष्प लागते, म्हणून तापमान १० सें. असताना सापेक्ष आर्द्रता ५०% असेल हे वरील सूत्राचा वापर केल्यानंतर कळून येईल.

सापेक्ष आर्द्रता =

$$\frac{\text{निरपेक्ष आर्द्रता ५ ग्रॅम्स}}{\text{बाष्पसंपृक्त होण्यासाठी लागणारे बाष्प १० ग्रॅम्स}} \times \frac{१००}{१} = ५०\%$$

सापेक्ष आर्द्रता ही पुढील गोष्टींवर अवलंबून असते: (१) हवेतील बाष्पाचा साठा, (२) हवेचे तापमान. हवा बाष्पसंपृक्त झाल्यानंतर जर बाष्पाच्या साठ्यात फेरफार न करता तापमान वाढविले तर सापेक्ष आर्द्रता कमी होते; कारण हवेची कमाल बाष्पधारकता वाढत्या तापमानाबरोबर वाढते. पुढील कोष्टकावरून सापेक्ष आर्द्रता व तापमान यांचा संबंध स्पष्ट होईल.

तापमान सें.	क्षेत्र	निरपेक्ष आर्द्रता	बाष्पसंपृक्ततेसाठी लागणारे बाष्प	सापेक्ष आर्द्रता
० सें.	१ घनमीटर	५.५ ग्रॅम्स	५.५ ग्रॅम्स	१००%
१० सें.	१ घनमीटर	५.५ ग्रॅम्स	१० ग्रॅम्स	५५%
२० सें.	१ घनमीटर	५.५ ग्रॅम्स	१७.८ ग्रॅम्स	३० %
३५ सें.	१ घनमीटर	५.५ ग्रॅम्स	४० ग्रॅम्स	१३.७५

वरील कोष्टकावरून असे दिसते की, निरपेक्ष आर्द्रता किंवा बाष्पाचा साठा स्थिर असताना जर तापमान वाढले तर हवेतील कमाल बाष्पधारकता वाढल्याने सापेक्ष

आर्द्रता कमी होते व तापमान कमी झाले तर सापेक्ष आर्द्रता वाढते. म्हणजे सापेक्ष आर्द्रता व तापमान यांचे व्यस्त प्रमाण आढळून येते. भूपृष्ठावरील सापेक्ष आर्द्रतेच्या वितरणाचा अभ्यास केल्यानंतर असे दिसते की–

(१) विषुववृत्तावर कमाल सापेक्ष आर्द्रता वर्षभर आढळून येते. कारण या प्रदेशात पर्जन्य वर्षभर असून तापमानही वर्षभर २६° ते २८° सें. इतके असल्याने बाष्पीभवन खूपच होते. जानेवारीत कमाल सापेक्ष आर्द्रता विषुववृत्ताच्या दक्षिणेस आढळते तर जुलैमध्ये ती विषुववृत्ताच्या उत्तरेस असते.

(२) २०° ते ४०° उ. व द. अक्षांशांच्या पट्ट्यात दोन्ही गोलार्धात किमान सापेक्ष आर्द्रता असते. उ. गोलार्धात खंडप्रदेश जास्त तापत असल्याने किमान सापेक्ष आर्द्रता दक्षिण गोलार्धात ती जास्त आढळते.

(३) ४०° उ. व द. अक्षांशांच्या उत्तरेस व दक्षिणेस सापेक्ष आर्द्रता वाढते परंतु या प्रदेशातील सरासरी तापमान कमी असल्याने ही वाढ होते.

(४) उच्च अक्षवृत्तात हिवाळ्यात तापमान कमी असल्याने जास्त सापेक्ष आर्द्रता असते. तर उन्हाळ्यात ती कमी आढळते. आयनिक प्रदेशात याउलट स्थिती आढळते. कारण बऱ्याच ठिकाणी कोरड्या हवेचे प्रवाह खाली उतरत असतात. ऋतुमानाप्रमाणे आर्द्रतेत फरक पडत असतात. परंतु ते जलभागावर खंडापेक्षा कमी असतात. पहाटे तापमान कमी असताना सापेक्ष आर्द्रता जास्त असते. दुपारी २ च्या सुमारास तापमान वाढल्यानंतर ती कमी होते.

२. दवांक व सांद्रीभवन :

हवा असंपृक्त असताना तिचे तापमान कमी झाले तर सापेक्ष आर्द्रता वाढते; परंतु तापमान वाढले तर सापेक्ष आर्द्रता कमी होते. जर असंपृक्त हवेचे तापमान कमी झाले तर तिची बाष्पधारकता कमी होऊन हवा बाष्पसंपृक्त होते. ज्या तापमानाला तिच्यातील बाष्पामुळे संपृक्त होते, त्या तापमानाला दवांक असे म्हणतात. उदा. २०° तापमानाला हवेत १०० ग्रॅम्स बाष्प असताना सापेक्ष आर्द्रता ५५.५ टक्के असते; परंतु जर बाष्पाचा साठा तेवढाच राहिला व तापमान १०° सें. झाले, तर सापेक्ष आर्द्रता १०० टक्के होईल व हवा बाष्पसंपृक्त होईल. म्हणजे त्या हवेत १०° से तापमानास जास्त बाष्प सामावू शकणार नाही. १०° सें. हा दवांक होईल, कारण १०° सें. तापमानाची एका विशिष्ट जागेत कमाल बाष्पधारकता १०० ग्रॅम्स इतकीच आहे. परंतु हवा बाष्पसंपृक्त झाल्यानंतर किंवा दवांकाच्या खाली जर तापमान गेले तर सापेक्ष आर्द्रता १०० टक्क्यांपेक्षा वाढते व ज्यादा बाष्पाचे सांद्रीभवन होते. दवांक जर शून्याच्या वर असेल म्हणजे हवा शून्यावर तापमान

असताना बाष्पसंपृक्त झाली असेल तर जादा बाष्पाचे रूपांतर जलकणात होते; परंतु दवांक शून्याखाली असेल म्हणजे हवा शून्यावर तापमान असताना बाष्पसंपृक्त झाली असेल तर जादा बाष्पाचे रूपांतर जलकणात होते; परंतु दवांक शून्याखाली असेल म्हणजे हवा – २^{0} सें. (उणे दोन अंश सें.) ला जर बाष्पसंपृक्त झाली असेल तर बाष्पाचे रूपांतर हिमकणात होते.

हवेत बाष्पाचा साठा मोठ्या प्रमाणात असेल, तर सांद्रीभवनाची क्रिया बऱ्याच वेळेस शून्यावर दवांक असताना घडून येते. परंतु हवेतील बाष्पाचा साठा कमी असल्यास काही प्रसंगी दवांक शून्याखाली असतो. वरील विवेचनावरून आपल्याला असे आढळते की, सांद्रीभवनाची क्रिया हवेची सापेक्ष आर्द्रता व तापमान यावर अवलंबून असते. सापेक्ष आर्द्रता जास्त असल्यास व तापमान कमी असल्यास सांद्रीभवन लवकर घडून येते. परंतु याउलट सापेक्ष आर्दता कमी असेल व तापमान जास्त असेल, तर सांद्रीभवनाची क्रिया घडून येण्यास वेळ लागेल, कारण दवांकापर्यंत तापमान जाईपर्यंत हवा असंपृक्त राहील.

सांद्रीभवन नेहमी धूलिकणांच्या भोवती घडून येते म्हणूनच त्यांना जलशोषक अणू असे म्हणातात. अशा जलशोषक अणूंचे प्रमाण भूतलानजीकच्या हवेच्या थरात जास्त असते व त्यांच्याभोवती सांद्रीभवन घडून येते. बाष्पाचे प्रचंड प्रमाणात सांद्रीभवन घडून येण्यासाठी विस्तृत अशा विभागातील वायुराशीचे तापमान दवांकापर्यंत कमी व्हावे लागते. भूपृष्ठापासून उंच जाणाऱ्या हवेचे तापमान कमी होते व त्यांची सापेक्ष आर्द्रता वाढत जाते. परंतु उंचावरून भूतलाकडे येणाऱ्या वायुराशीचे तापमान मात्र वाढत गेल्याने त्यांची सापेक्ष आर्द्रता कमी होते. धुके, ढग व दव हे सांद्रीभवनाचे मुख्य प्रकार आहेत. याशिवाय राईम, दहिवर यांचाही अतंर्भाव सांद्रीभवनात केला जातो.

धुके :

भूतलावरच्या हवेतील थरात तयार झालेले ढग म्हणजे धुके. धुक्याचे पुढील प्रकार आढळतात: (१) क्षितिजसमांतर हालचालींमुळे निर्माण होणारे धुके, (२) उत्सर्जन क्रियेमुळे निर्माण होणारे धुके, (३) मध्यकटिबंधीय हवेच्या आघाडीवरील धुके.

(१) गरम व बाष्पयुक्त हवा थंड भूपृष्ठाकडे किंवा समुद्राकडे वाहत जाते. थंड पृष्ठभागाच्या संसर्गाने ती थंड होते व गरम हवेतील बाष्पाचे सांद्रीभवन होऊन धुके तयार होते. जेथे गरम व थंड समुद्रप्रवाह एकत्र मिळतात, तेथे वरील प्रकारे धुक्याची निर्मिती होते. न्यू फाऊंडलँडजवळ लॅब्रोडोर (शीत) आखात प्रवाहाला (उष्ण) मिळत असल्याने दाट धुके निर्माण होते व हिवाळ्यात ते

७५ दिवस टिकते.

(२) भूपृष्ठाने शोषून घेतलेल्या उष्णतेचे रात्री ढग नसल्यास सुलभतेने उत्सर्जन होते त्यामुळे भूपृष्ठ थंड होऊन त्यावर असलेले हवेचे थरही उष्णतेच्या वहनामुळे व उत्सर्जनामुळे थंड होतात. हवेच्या खालच्या थरात धूलिकण असतात. हवेच्या खालच्या थराचे तापमान दवांकाच्या खाली गेल्यावर या धूलिकणांच्या भोवती सांद्रीभवन घडून येते. सांद्रीभवनानंतर तयार झालेले जलकण अत्यंत सूक्ष्म व हलके असल्याने तरंगतात. आपल्याकडे हिवाळ्यात असे म्हणजे उत्सर्जनामुळे धुके निर्माण होते. औद्योगिक शहरातील वातावरणात जलशोषक अणूंचे प्रमाण जास्त असते. कारण कारखान्यातील धूर वातावरणात सोडला जात असतो. यामुळे सांद्रीभवन मोठ्या प्रमाणात होऊन काळपट धुक्याची निर्मिती होते. लंडन, टोकियो अशा शहरात वरील प्रकार नेहमी घडतो. काळपट धुक्यास (smog) स्मॉग असे म्हणतात. उत्सर्जनामुळे निर्माण होणारे धुके अल्पकाळ टिकते. प्रत्यावर्तामुळेही धुके निर्माण होते.

(३) मध्यकटिबंधातील आवर्तात हवेच्या आघाड्यांवर धुके आढळते. अशा वेळी आवर्तामुळे उबदार हवेची फळी पुढे सरकल्यानंतर पाऊस पडतो. या पावसामुळे पृष्ठभागावर असलेल्या थंड वायुराशीतून पावसाचे थेंब जात असतांना सापेक्ष आर्द्रता वाढून धुक्याची निर्मिती होते.

ध्रुव प्रदेशातील थंड वायुराशी उबदार महासागरावरून व सरोवरावरून जात असताना पाण्यावरील बाष्पाचे सांद्रीभवन होऊन धुके तयार होते. त्यास 'आर्क्टिक स्मोक' व 'स्टीम फॉग' अशी नावे आहेत.

धुक्याचे वितरण : मध्य व उच्च अक्षवृत्तात समुद्रावर धुके बऱ्याच वेळेस आढळते. थंड प्रवाह वाहत असलेल्या किनाऱ्यावरही धुके बऱ्याच वेळेस आढळते. परंतु वाळवंटी प्रदेशात मात्र कमी असते.

राईम : काही प्रसंगी धुक्यातील जलकण झाडांची पाने, तारायंत्रांचे खांब यांवर जमा होतात व त्या वस्तूचे तापमान शून्याखाली असल्यास त्यावरच गोठतात. या गोठलेल्या जलकणांना राईम असे म्हणतात. ते गोठत असताना त्यात हवेचा अंश राहिल्याने ते पांढरट रंगाचे असतात.

दव व दहिवर : रात्री उत्सर्जनामुळे तापमान कमी झाल्यानंतर भूतलानिकटच्या हवेची सापेक्ष आर्द्रता वाढते व तापमान दवांकाच्या खाली गेल्यास हवेतील बाष्पाचे सांद्रीभवन होते. त्यामुळे तयार झालेले जलकण दगड, पाने, मोटारीचे टप यांवर

चिकटतात. या पाण्याच्या थेंबानाच आपण दव म्हणतो. दवाची निर्मिती होण्यासाठी निरभ्र आकाशाची जरुरी असते. त्यामुळे उष्णतेचे उत्सर्जन सुलभ होते. हवेची सापेक्ष आर्द्रताही जास्त असावी लागते व हवा निश्चल असून रात्रीमान मोठे असावे लागते. हिवाळ्यात जमिनीच्या पृष्ठभागावरील पाण्यापासून व वनस्पतीच्या बाष्पोच्छ्वासामुळे धुके तयार होते. वसंत ऋतूत (समशीतोष्ण कटिबंध) धुके हवेतील बाष्पामुळे तयार होते. भारतात दवामुळे अनेक ठिकाणी रब्बीची पिके पोसली जातात. भूपृष्ठानजीकच्या हवेचे तापमान शून्यावर असल्यासच दवाची निर्मिती हिवाळ्यात होऊ शकते. परंतु दवबिंदू निर्माण होत असताना जर तापमान शून्याखाली गेले तर दवबिंदू थिजतात. थिजलेल्या दवाला दहिवर असे नाव आहे. जर दवांक शून्यावर असेल तर दवाची निर्मिती होते. पण दवांक शून्याखाली असेल तर दहिवर तयार होते. दव पिकांना उपयुक्त ठरते, तर दहिवरामुळे वनस्पतींच्या आतील रस गोठत असल्याने ते पिकांना मारक ठरते, म्हणून त्याला (Killing Frost) असेही म्हणतात.

दव, दहिवर, धुके व राईम हे सर्व वातावरणातील खालच्या थरातील सांद्रीभवनाचे प्रकार आहे. वातावरणाच्या वरच्या थरात होणारे सांद्रीभवन आपल्याला ढगांच्या स्वरूपात दिसते. परंतु निर्मितीचा विचार करण्यापूर्वी भूपृष्ठाकडून वर जाणाऱ्या हवेचे तापमान कसे कमी होते, हे पाहणे आवश्यक आहे. उंचीनुसार तापमान कमी होते, याला तापमानाची घट असे नाव आहे व ती दर १६० मीटरला १० सें. इतकी आहे. परंतु वर जाणाऱ्या हवेचे तापमान आणखी एका क्रियेमुळे म्हणजे प्रसरण–क्रियेमुळे कमी होते. अशा प्रसरणामुळे तापमान कमी होण्याच्या क्रियेला आंतरिक (ॲडीयाबेयोटिक) क्रिया असे म्हणतात.

भूपृष्ठाकडून वर जाणारी हवा प्रसरण पावत असते. कारण ती उंच जात असताना तिच्यावरील दाब कमी होत जातो. दाब कमी झाल्याने तिचे प्रसरण होते. प्रसरण झाल्याने तिचे आकारमान वाढते व ती जास्त जागा व्यापते. उदा. समुद्रपातळीवरील १ घनमीटर हवा ५४५४ मीटर उंचीवर गेल्यानंतर तिच्यावरील दाब समुद्रपातळीच्या निम्म्याने होतो. त्यामुळे तिचे आकारमान दोन घनमीटर होते. आकारमान वाढत असताना ती आजूबाजूच्या हवेस ढकलते व ढकलण्यासाठी जी शक्ती लागते, ती वर जाणाऱ्या हवेच्या उष्णतेतून घेतली जाते. म्हणून वर जाणाऱ्या हवेचे तापमान या प्रसरणक्रियेमुळे कमी होते व हीच आंतरिक (ॲंडियाबेटिक) क्रिया म्हणून ओळखली जाते. वर जाणाऱ्या हवेत सांद्रीभवनाची क्रिया घडून येण्यापूर्वी ॲंडियाबेटिक म्हणजे आंतरिक क्रियेमुळे

तापमान कमी होण्याचा वेग दर १०० मीटर्सला १° सें. किंवा १००० फुटास ५.५ फॅ. इतका असतो. हा तापमानाच्या खोटीपेक्षा वेगळा आहे.

वर जाणाऱ्या हवेच्या प्रवाहात प्रसरणाची जी अंतर्गत क्रिया चालू असते, त्यामुळे हवेच्या प्रवाहाचे तापमान कमी होते. या आंतरिक क्रियेमुळेच ऊर्ध्वगामी हवेच्या प्रवाहाचे तापमान दवांकाच्या खाली येते व याच क्रियेने अफाट विस्ताराच्या ऊर्ध्वगामी प्रवाहाचे तापमान कमी होते व ते दवांकाच्या खाली जाऊन मोठ्या प्रमाणात सांद्रीभवन घडून आल्यानंतरच ढग तयार होतात.

परंतु सांद्रीभवनाला सुरुवात झाल्यानंतर मात्र वर जाणाऱ्या हवेचे तापमान १०० मीटर्सला १° सें. या वेगाने कमी होत नाही, तर त्यापेक्षा कमी वेगाने तापमानात घट येते. सांद्रीभवन चालू असताना गुप्त किंवा अनुद्भुत उष्णता बाहेर टाकली जाते. त्यामुळे वर जाणाऱ्या हवेचे तापमान १०० मीटर्सला १° सें. या वेगाने कमी न होता दर १०० मीटरला ०.४ ते ०.९ सें. या वेगाने कमी होते. याला संपृक्त समोष्ण दर (सॅच्युरेटेड ॲडियाबेटिक रेट) असे म्हणतात. परंतु दोन्ही प्रकारच्या समोष्ण क्रियांमुळे म्हणजे सांद्रीभवनापूर्वी व नंतर वर जाणाऱ्या हवेचे तापमान कमी होऊन सांद्रीभवन घडून येते व ढग तयार होतात.

ढग

सूक्ष्म जलकण (व्यास ०.२ ते ०.६ मि.मि.) व हिमकण यांच्या समुच्चयास ढग असे म्हणतात. वातावरणातील कायिक बदल ढगांमुळे कळू शकतात. वेगवेगळ्या प्रकारच्या हवेचे सूचक किंवा अग्रदूत म्हणून ढग ओळखले जातात. ढगांमुळे सौर प्रारणाचे विकिरण व परावर्तन होते. सर्वात महत्त्वाची गोष्ट म्हणजे पृथ्वीवर होणारी वृष्टी ही विशिष्ट प्रकारच्या ढगांतूनच होत असते. ढगांचे जगन्मान्य असे दहा प्रकार असून त्यांचे साधारणपणे उंचीनुसार वर्गीकरण केले जाते. त्यांची चार कुले किंवा गट आहेत.

(१) **'अ' कुलातील ढग :** हे ढग ६५०० मीटर्स उंचीवर आढळतात. त्यांचे सिरस (पिसाऱ्यांसारखे), सिरोस्ट्रॅटस (पिसाऱ्यांचे थर), सिरोक्युम्युलस (गुठळ्यांसारखे), असे तीन मुख्य प्रकार आढळतात. सिरोस्ट्रॅटस ढगांमुळे सूर्य-चंद्राभोवती खळे पडते.

(२) **'ब' कुलातील ढग :** ६५०० मीटर्सपासून २००० मीटर्सपर्यंत हे ढग आढळतात. अल्टोस्ट्रॅटस व अल्टोक्युम्युलस असे त्यांचे दोन प्रकार आहेत.

(३) **'क' कुलातील ढग :** सुमारे २००० मीटर्सपासून वातावरणाच्या खालच्या थरापर्यंत हे ढग आढळतात. त्यांचे स्ट्रॅटोक्युम्युलस, स्ट्रॅटस व निंबोस्ट्रॅटस

असे प्रकार आहेत.

(४) **'ड' कुलातील ढग :** हे ढग ५०० मीटर्सपासून ६५०० मीटर्सवर आढळतात. त्यांची रचना ऊर्ध्वगामी असते. त्यांचे क्युम्युलस व क्यम्युलोनिंबस असे दोन प्रकार आहेत. क्युम्युलोनिंबस मेघ अवाढव्य, पर्वतप्राय असून त्यामुळे वीज, वादळे, गारा व मुसळधार पाऊस या गोष्टी निर्माण होतात. क्युम्युलस मेघ स्वच्छ हवेचा निदर्शक समजला जातो, परंतु पुढे त्याचा विकास क्युम्युलोनिंबस मेघामध्ये होतो.

३. वृष्टी

सांद्रीभवन व वृष्टी यांची यंत्रणा क्लिष्ट आहे. मोठ्या प्रमाणात सांद्रीभवन घडून येण्यासाठी हवेचे तापमान दवांकाच्या खाली व्हावे लागते. सांद्रीभवनासाठी असंख्य जलशोषक अणू लागतात व हवेत भरपूर बाष्प असावे लागते.

वृष्टी होण्यासाठी भूपृष्ठावरची उबदार व बाष्पयुक्त हवा खूप उंचीवर जाणे आवश्यक असते. ती वर जात असताना समोष्णरीत्या थंड व्हावी लागते. हवेचे ऊर्ध्वगामी प्रवाह अतिसंपृक्त व अतिशीत असणे ही मेघकणांची व वर्षा बिंदूची निर्मिती होण्यासाठी आवश्यक बाब आहे. तेथे तापमान शून्याखाली येताच तेथेच असंख्य हिमकण व वर्षाकण किंवा जलकण एकत्र येतात. त्यांचा आकार लहान व वजन अत्यंत कमी असल्याने ते तरंगतात. परंतु एकत्र येण्याचा त्यांचा गुणधर्म असल्याने ते एकमेकांना चिकटून जड होतात व गुरुत्वशक्तीमुळे भूपृष्ठाकडे येतात. परंतु खालून-वर जाणारा हवेचा प्रवाह अती जोरदार असेल, तर भूपृष्ठाकडे येणारे लहान लहान वर्षाकण परत वर नेले जातात. तेथे ते जलकणांना व हिमकणांना चिकटल्याने त्यांचा आकार वाढतो व ते भूपृष्ठाकडे परत येतात व पावसाच्या स्वरूपात आपल्याला दिसतात.

वरील विवेचनावरून आपल्याला असे दिसते की, भूपृष्ठावरील बाष्पयुक्त हवा वर जाणे अत्यंत आवश्यक आहे. जरी भूपृष्ठावरील हवेत भरपूर बाष्प असेल, परंतु ती वर जात नसेल तर वृष्टी होणार नाही. ज्या हवेची भूपृष्ठाकडून वर हालचाल होते, तीच सांद्रीभवन व वृष्टी घडवून आणण्यास समर्थ ठरते. जर हवेची प्रवृत्ती भूपृष्ठाकडून वर जाण्याची नसेल, तर ती वायूराशी स्थिर किंवा स्थायी समजली जाते. हवा दोन कारणांमुळे स्थायी बनते. (१) तिचे तापमान कमी असेल म्हणजे ती थंड असेल तर व (२) उंचीवरून भूपृष्ठाकडे अधोगामी प्रवाह येत असतील, तर त्यामुळे भूपृष्ठावरील हवा वर जाऊ शकत नाही. पृष्ठभागावरची हवा खूप तापल्यानंतर प्रसरण पावून हलकी होऊन वर जाऊ लागते व अस्थायी बनते किंवा

दोन विभिन्न गुणधर्म असलेले हवेचे प्रवाह एकत्र आल्यानंतर त्यापैकी हलका प्रवाह हवेच्या जड प्रवाहावर आरोहण करतो; त्यामुळेही हवा अस्थायी बनू शकते. भूपृष्ठाकडून वर जाणाऱ्या हवेचे तापमान कमी होत असते व वातावरणाच्या वरच्या थरातही कमी तापमान आढळून येते. जेथे वर जाणाऱ्या हवेचे तापमान व वातावरणाच्या वरच्या थराचे तापमान सारखेच होते तेथे हवेचे वर जाणे थांबते. उंचीवरून तापमानात होणारी घट दर १०० मीटरला ६ सें. किंवा १६०मीटरला १०° सें. व समोष्णरीत्या होणारी घट म्हणजे हवेचे प्रसरण व वर जाणे चालू असताना अंतर्गत क्रियेमुळे कमी होणारे तापमान या दोन्ही गोष्टी वेगवेगळ्या असतात. काही प्रसंगी व विशेषत: उन्हाळा अत्यंत प्रखर असताना उंचीनुसार तापमानात होणारी घट ही समोष्णरीत्या होणाऱ्या घटीपेक्षा जास्त असते. त्यामुळे काही प्रसंगी उंचीनुसार तापमान दर १०० मीटरला ५ सें. या वेगाने कमी होत जाते. अशा वेळी हवा अत्यंत अस्थिर असून तिचे वर जाणे बऱ्याच उंचीपर्यंत चालू असते कारण वर जाणाऱ्या हवेचे तापमान जरी समोष्णरीत्या कमी झाले तरी सुद्धा तिच्यापेक्षा जास्त उंचीवर कमी तापमान असल्याने ती अस्थिर व अस्थायी असते.

परंतु समोष्णरीत्या होणारी घट जर उंचीनुसार तापमानात होणाऱ्या घटीपेक्षा जास्त असेल तर हवा लवकर स्थायी किंवा स्थिर बनते. स्थायी हवा सांद्रीभवनास अयोग्य समजली जाते. भूपृष्ठावरील हवा तीन प्रकारे वर जाऊ शकते. त्यामुळे आपल्याला पावसाचे तीन प्रकार मिळतात.

(१) भूपृष्ठावर प्रखर उष्णतेमुळे अभिसरण प्रवाह तयार होतात. म्हणजे हवा तापून हलकी होऊन वर जाते.

(२) क्षितिजसमांतर वाहणाऱ्या हवेला पर्वताचा अडथळा झाल्यानंतर हवा अडथळ्याला धरून वर जाऊ लागते.

(३) दोन भिन्न गुणधर्म असलेले हवेचे प्रवाह एकत्र आल्यानंतर उबदार बाष्पयुक्त हवा, जड व थंड प्रवाहावर आरोहण करते. मध्यकटिबंधातील आवर्ताच्या वेळी अशी स्थिती असते.

वृष्टीची स्वरूपे व प्रकार :

ढगातून द्रवरूपात व घनरूपात पडणारे पाणी म्हणजे वृष्टी हिम, गार, स्लीट व पाऊस ही वृष्टीची प्रमुख स्वरूपे आहेत.

हिम : तापमान शून्याखाली असताना जर सांद्रीभवन झाले व भूपृष्ठावरही जर शून्याखाली तापमान असेल, तर घनरूपात वृष्टी होते. सांद्रीभवन होत असताना

प्रथम अतिसूक्ष्म हिमकणात बाष्पाचे रूपांतर होते. परंतु असंख्य लहान लहान हिमकण एकत्र आल्यानंतर त्यांचे वजन वाढून ते पृथ्वीवर येतात. पृथ्वीवर तापमान जास्त असेल, तर ते आल्याबरोबर लगेच वितळतात. परंतु तापमान कमी असल्यास बराच काळ तसेच राहतात. उच्च अक्षवृत्तात व मध्यकटिबंधात हिवाळ्यात हिमवृष्टी होते. हिमरेषेच्या वरही हिमवृष्टी होते.

गारा : भूतलावर प्रखर उष्णता असताना हवेचा प्रवाह अतिशय जोराचा असतो. तो वर जात असताना ॲडियाबेटिक क्रियेमुळे तापमान कमी होऊन सांद्रीभवन घडून येते. काळपट वर्णाचे क्युम्युलोनिंबस मेघ तयार होतात. या मेघात जलकण असतात. परंतु ते हलके असल्याने भूतलावरून येणाऱ्या हवेच्या झोतामुळे आणखी वर ढकलले जातात. जास्त उंचीवर तापमान शून्याखाली असल्याने जलकणांचे रूपांतर हिमकणात होते. हिमकण जड झाल्याने परत भूपृष्ठाकडे येऊ लागतात. परंतु परत हवेच्या जोरदार ऊर्ध्वगामी प्रवाहामुळे वर नेले जातात. त्यामुळे त्यांना आणखी जलकण व हिमकण चिकटतात व त्यांचा आकार आणि वजनही वाढते. त्यांचे मोठमोठ्या गारात रूपांतर होते. त्या भूपृष्ठाकडे येत असताना हवेशी होणाऱ्या घर्षणामुळे फुटतात व पृथ्वीवर पडतात. भारत, आफ्रिका, आग्नेय आशियाच्या काही भागांत गारा उन्हाळ्यात पडतात. मध्यकटिबंधात त्या वसंत, शरद ऋतूत पडतात. विषुववृत्तावर उष्णतेमुळे व शीत कटिबंधात अभिसरण प्रवाह जोरदार नसल्याने त्या पडत नाहीत.

स्लीट : मध्य कटिबंधाच्या वरच्या पट्ट्यात हिमवर्षाव व पाऊस यांची एकत्र वृष्टी होत असते. त्याला स्लीट असे म्हणतात. बऱ्याच वेळेस पाऊस पडत असताना जलकण प्रथम थिजतात (कडक थंडीने) व नंतर अर्धवट वितळतात. आयनिक प्रदेशात स्लीट हा प्रकार आढळत नाही.

पाऊस : आकाशातून द्रवरूपात होणाऱ्या वृष्टीस पाऊस असे म्हणतात. पावसाचे तीन प्रकार पडतात: (१) आरोह किंवा अभिसरण, (२)प्रतिरोध, (३) आवर्त.

(१) आरोह पर्जन्य : वेगवेगळे पृष्ठभाग भिन्न प्रकारे तापल्यानंतर अतितप्त पृष्ठभागावरील हवा तापून प्रसरण पावते व हलकी होऊन वर जाऊ लागते. ज्या प्रमाणात पृष्ठभाग तापला असेल त्या प्रमाणात व तापमानाची खोट जितकी तीव्र असेल त्या प्रमाणात हवा उंच जाते. म्हणजेच वर जाणारी हवा जर अस्थायी असेल व सांद्रीभवन झाल्यानंतरही जर ती वर जात असेल तरच पाऊस पडेल. एरवी पडणार नाही. प्रचंड प्रमाणात हवेचे अभिसरण होऊन पाऊस पडण्यासाठी गरम व बाष्पयुक्त हवा, वेगवेगळ्या प्रकारचे

पृष्ठभाग व तीव्र तापमानाची खोट या गोष्टी आवश्यक आहेत.

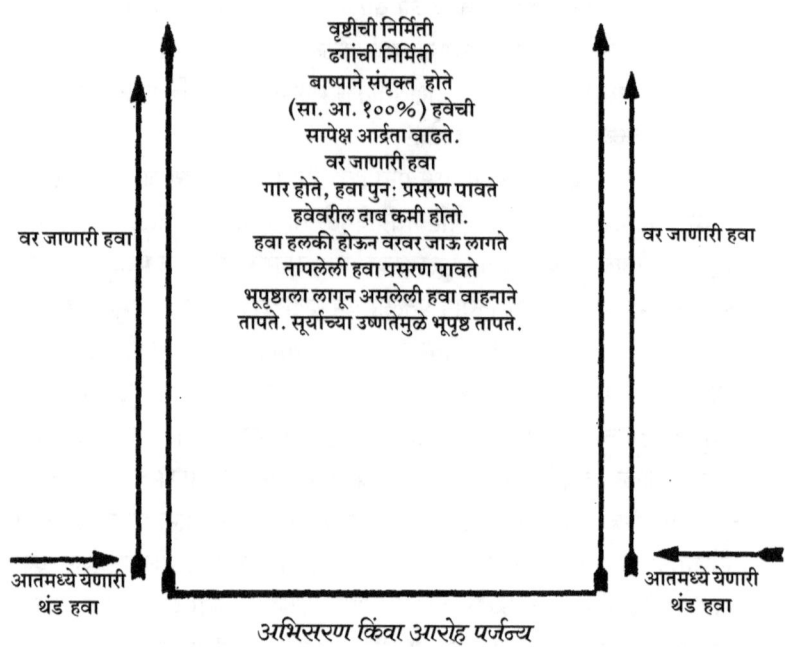

वृष्टीची निर्मिती
ढगांची निर्मिती
बाष्पाने संपृक्त होते
(सा. आ. १००%) हवेची
सापेक्ष आर्द्रता वाढते.
वर जाणारी हवा
गार होते, हवा पुन: प्रसरण पावते
हवेवरील दाब कमी होतो.
हवा हलकी होऊन वरवर जाऊ लागते
तापलेली हवा प्रसरण पावते
भूपृष्ठाला लागून असलेली हवा वाहनाने
तापते. सूर्याच्या उष्णतेमुळे भूपृष्ठ तापते.
वर जाणारी हवा
वर जाणारी हवा
आतमध्ये येणारी
थंड हवा
आतमध्ये येणारी
थंड हवा

अभिसरण किंवा आरोह पर्जन्य

ओलसर विषुववृत्तीय प्रदेशात ऊर्ध्वगामी हवेत भरपूर बाष्प असते व त्यामुळे अभिसरण पर्जन्य तेथे पडतो. मध्य कटिबंधात उन्हाळ्यातही असा पाऊस पडतो. अभिसरण क्रियेमुळे पडणारा पाऊस दुपारनंतर पडत असून त्या वेळी तप्त भूपृष्ठाकडून हवेचे प्रवाह जोराने वर जात असतात व तापमानाची खोट तीव्र असते. परंतु अशी स्थिती म्हणजे दुपारनंतर, अभिसरणक्रियेमुळे पडणारा पाऊस जमिनीवरच आढळतो. समुद्रावर सहसा दुपारनंतर पाऊस पडत नाही. कारण समुद्राचा पृष्ठभाग संध्याकाळनंतर जास्त तापलेला असतो. रात्री त्यावर तापमानाची खोट जास्त असते व त्यामुळे रात्री समुद्रावर अभिसरणवृष्टी होते. विषुववृत्तीय प्रदेशात अशा प्रकारचा पाऊस नेहमी पडतो. दुपारपर्यंत प्रखर उष्णता असते व संध्याकाळी चारच्या सुमारास ढग जमून येतात व तासभर मुसळधार पाऊस पडतो. नंतर आकाश स्वच्छ होते. परंतु असा पाऊस शेतीस उपयुक्त नसतो. त्यामुळे जमिनीची धूप जास्त होते.

(२) **प्रतिरोध पर्जन्य :** बाष्पयुक्त गरम हवा वाहत असताना डोंगराचा अडथळा

होऊन अशा प्रकारचा पाऊस पडतो. बाष्पयुक्त वारे डोंगरामुळे अडवले जातात व डोंगरांना धरून आरोहण करू लागतात. त्यामुळे ॲडियाबेटिकरीत्या त्यांचे तापमान दवांकाच्या खाली जाऊन

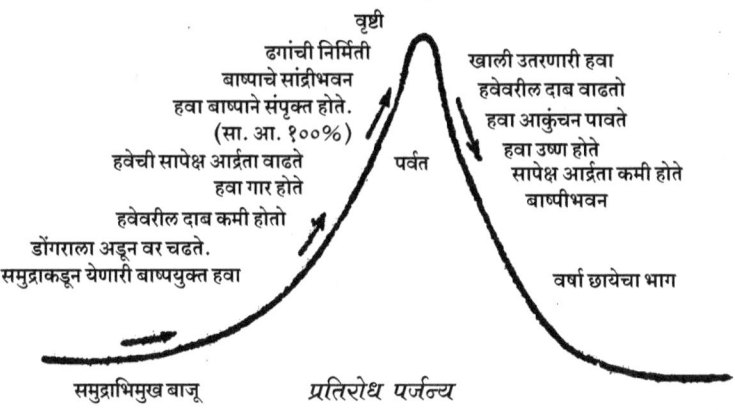

वृष्टी
ढगांची निर्मिती
बाष्पाचे सांद्रीभवन
हवा बाष्पाने संपृक्त होते.
(सा. आ. १००%)
हवेची सापेक्ष आर्द्रता वाढते
हवा गार होते
हवेवरील दाब कमी होतो
डोंगराला अडून वर चढते.
समुद्राकडून येणारी बाष्पयुक्त हवा
पर्वत
खाली उतरणारी हवा
हवेवरील दाब वाढतो
हवा आकुंचन पावते
हवा उष्ण होते
सापेक्ष आर्द्रता कमी होते
बाष्पीभवन
वर्षा छायेचा भाग
समुद्राभिमुख बाजू

प्रतिरोध पर्जन्य

प्रचंड प्रमाणात सांद्रीभवन घडून येते व पाऊस पडतो. किती उंचीवर पाऊस पडणार हे ठरलेले नसते. जर हवेत खूप बाष्प असेल, तर हवा थोडीशी उंच गेल्यानंतर पाऊस पडतो. पण हवेतील बाष्पाचा साठा कमी असल्यास हवा खूप उंच गेल्यावर पाऊस पडतो. कारण सांद्रीभवनास उशिरा सुरुवात होते. डोंगराच्या वाऱ्याकडील बाजूवर भरपूर व मुसळधार वृष्टी होते. परंतु ज्या दिशेकडे वारे जातात, तेथे मात्र पावसाचे मान कमी आढळते. कारण डोंगरउतरणीवर खाली उतरणारी हवा एकवटली जाऊन समोष्ण क्रियेने दर १०० मीटरला १° सें. या वेगाने तापत जाते व तिची बाष्पधारकता वाढल्याने सांद्रीभवन होणे कठीण जाते, कारण तापमानवाढीमुळे डोंगर उतरणीवर खाली येणाऱ्या हवेची सापेक्ष आर्द्रता कमी होत जाते. डोंगराचा अडथळा आल्यामुळे वर जाणारी हवा शून्याखाली तापमान असलेल्या विभागात गेली, तर हिमवर्षाव होतो.

मध्य कटिबंधात पर्वताचा अडथळा आल्यामुळे हिवाळ्यात हिमवृष्टी होते, कारण तापमान अगदी कमी असल्याने हवेतील बाष्पाचे सांद्रीभवन कमी उंचीवरच चालू होते.

जगातील भरपूर पावसाचे प्रदेश व डोंगराळ प्रदेश यांच्या नकाशाची तुलना केल्यास आपल्याला असे आढळते की, भरपूर पावसाच्या प्रदेशात डोंगराळ

आर्द्रता व वृष्टी / २२१

भागामुळे मुख्यत्वे वाताभिमुख बाजूस पाऊस पडतो (विषुववृत्तीय प्रदेश वगळता). डोंगराच्या विरुद्ध उतरणीवर मात्र वर्षाछायेचे व कमी पावसाचे प्रदेश असतात. साधारणपणे पठारी प्रदेशात वर्षाछाया आढळून येते. महाबळेश्वर (७५० सें.मी.), पाचगणी (३५० सें.मी.) व वाई (१५० सें. मी.) वरील तीन ठिकाणी फक्त १५ कि.मी. अंतरात ६०० सें. मी.ने पाऊस कमी होतो.

(३) **आवर्त पर्जन्य :** दोन विभिन्न गुणधर्म असलेले हवेचे प्रवाह जिथे एकत्र येतात, तिथेही हवेत अस्थिरता निर्माण होऊन उबदार व बाष्पयुक्त हवा, थंड व कोरड्या हवेवर आरोहण करते व त्यामुळे सांद्रीभवन होऊन पाऊस पडतो. आवर्त पर्जन्य मध्य कटिबंधात आढळतो; परंतु आयनिक प्रदेशात मात्र वायुराशी तापमानातील भिन्नता विशेष आढळत नसल्याने हवेच्या आघाड्या क्वचितच तयार होतात.

पर्जन्याची वैशिष्ट्ये

कोणत्याही प्रदेशातील पावसाचे वर्णन व विश्लेषण करताना, तेथील सरासरी पाऊसमान, त्याचे ऋतुमानाप्रमाणे वितरण, वार्षिक सरासरीत होणारे बदल व पावसाचे दिवस आणि या सर्व गोष्टींचा शेती-भाती व इतर मानवी व्यवहारांवर होणारा परिणाम यांचा विचार केला जातो.

थंडरस्टॉर्म : थंडरस्टॉर्म (झंझावात) नावाचा एक वादळाचा प्रकार आहे. यातील वारे अतिशय वेगवान असून मेघगर्जना, विजांचा चकचकाट ही त्याची वैशिष्ट्ये आहेत. त्यांना झंझावात असे म्हणतात.

अतिशय प्रखर उष्णतेमुळे हवेचे वेगवान ऊर्ध्वगामी प्रवाह तयार होतात व हवा अतिशय अस्थिर बनते. अशा वेळी वातावरणात आर्द्रता असल्यास क्युम्युलोनिंबस प्रकारचे मेघ तयार होतात व त्यानंतर मुसळधार वादळी पाऊस पडतो. थंड हवेची फळी निघून गेल्यानंतरही (मध्य कटिबंधातील आवर्त) बऱ्याच वेळेस झंझावात तयार होतात. बऱ्याच वेळेस गरम किंवा आर्द्र हवा डोंगराच्या आधाराने वर जात असताना झंझावात तयार होतात.

ही स्थानिक स्वरूपाची वादळे ३० ते ४५ मिनिटांपेक्षा जास्त टिकत नाहीत, परंतु ती तेवढ्या अवधीत प्रचंड नुकसान करून जातात.

झंझावात तयार होण्यास भूपृष्ठापासून सुमारे १५०० मीटर्स उंचीवर सुरुवात होते व त्याच्या माथ्याकडील भाग सुमारे ६६०० मीटर्स उंचीपर्यंत आढळतो. झंझावातातील क्युम्युलोनिंबस मेघाच्या माथ्याजवळ ढग गर्द काळ्या रंगाचे

असतात. क्युम्युलोनिंबस मेघांच्या तळाजवळील भागात हवेचे अधोगामी प्रवाह असतात.

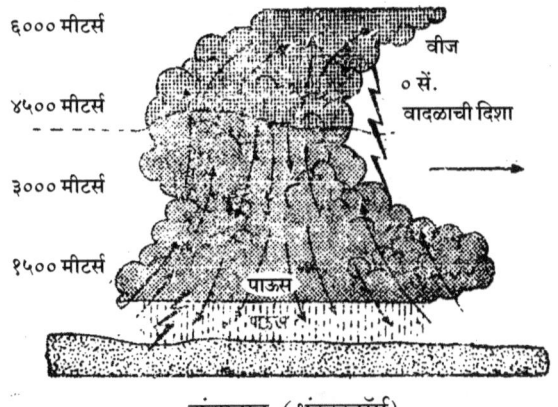

झंझावात (थंडरस्टॉर्म)

जागतिक हवामानांचे वर्गीकरण :

विविध ठिकाणी आढळणाऱ्या वैविध्यपूर्ण हवामान घटकांमुळे जागतिक हवामानाचे वर्गीकरण करणे अतिशय आवश्यक ठरते. तापमान व पर्जन्यमान हे घटकच प्रामुख्याने वर्गीकरण करताना वापरले जातात. वनस्पतीजीवन हाही एक हवामानाचा सूचक (Climate Indicator) म्हणून वापरता येतो.

आतापर्यंत हवामानाच्या वर्गीकरणाच्या अनेक प्रणाली सुचविण्यात आल्या आहेत. विसाव्या शतकात उदयास आलेल्या या सर्व प्रणालीला मुख्य आधार व्हॅल्डीमीर कोपेन (१८४६ ते १९४०) यांचे वर्गीकरण आहे.

(अ) व्हॅल्डीमीर कोपेन यांचे वर्गीकरण

कोपेन यांनी सुचविलेल्या वर्गीकरणाचा मुख्य आधार जागतिक वनस्पतींचे वितरण असा होता. प्रत्येक वनस्पती विभागांचे क्रमबद्ध विभाजन हे तेथील तापमान व पर्जन्यमान यावरून ठरविण्यात आले. कोपेन यांनी त्यांच्या वर्गीकरणात अनेक अक्षर खुणांचा (letter symbols) वापर केला आहे. मुख्य हवामान प्रकार A, B, C, D, E, a, b, c, d, यांसारख्या अक्षरांनी दर्शविलेल्या आहेत.

कोपेन यांनी सुचविलेले वर्गीकरण पुढील तक्त्यात दिलेले आहे.

व्हॅल्डीमीर कोपेन (Valdimier Koppen) यांचे हवामान वर्गीकरण

A बृहद्‌औष्णिक-आयनिक, वर्षायुक्त (Magethermal)-(Tropicla, Rainy) आयनिक सदाहरित जंगल प्रदेशांचे हवामान मासिक सरासरी तापमान ६४.४० किंवा १९.२० सें. पेक्षा जास्त	a उबदार महिन्याचे तपमान ७१.६०° पेक्षा जास्त b उबदार महिन्याचे तापमान ७१.६° F (२२.२°) पेक्षा कमी. c चारपेक्षा कमी महिन्यांचे तापमान पेक्षा जास्त d चारपेक्षा कमी महिन्यांचे तापमान पेक्षा जास्त, थंड महिना ३६.४०° (-३८.४0°C) पेक्षा कमी
B शुष्क हवेतील वनस्पती प्रदेशांचे हवामान (Xerophilous-dry) Bs - अर्धशुष्क (स्टेपीज) Bw - शुष्क (वाळवंटी)	
C मध्यमऔष्णिक-उबदार उपआयनिक (Mesothermal) थंड महिन्याचे तापमान - ३२°F (0°C) ६४.४°F उबदार महिन्याचे तापमान - ३२°F (१0°C)	F सदैव आर्द्र, प्रत्येक महिन्यात पाऊस
D सूक्ष्म औष्णिक - शीत/बर्फाळ प्रदेशातील जंगल प्रदेश (Macrothermal) बर्फाळ प्रदेशातील जंगले, थंड महिन्याचे तापमान ३२°F पेक्षा कमी उबदार महिन्याचे तापमान ५0°F पेक्षा जास्त.	h उष्ण व शुष्क प्रत्येक महिन्याचे तापमान ३२°F k थंड व शुष्क, कमीत कमी एका महिन्याचे तापमान ३२°F पेक्षा कमी

E अतिशीत, टुंड्रा प्रदेश (Macrothermal) उबदार महिन्याचे तापमान ५०°F कमी ET टुंड्रा हवामान उबदार महिना ५०°F पेक्षा कमी ३२°F पेक्षा जास्त EF कायमस्वरूपी बर्फ सर्व महिन्यांचे तापमान ३२°F पेक्षा कमी.	S कोरडे उन्हाळे W कोरडे उन्हाळे M मोसमी पाऊस, अल्पकालीन कोरडा ऋतू, सदाहरित जंगले N वारंवार धुक्याची प्रवृत्ती

(ब) थॉर्नथवेट यांचे हवामान वर्गीकरण

हवामान प्रकार	वृष्टी-बाष्पीभवन निर्देशांक	हवामान	तापमान
A	१२८	अति आर्द्र	A आयनिक
B	६४ - १२७	आर्द्र	B मध्यम औष्णिक
C2	३२ - ६३	अर्धआर्द्र (ओलसर)	C तैगा
C1	२१ - ३१	अर्धआर्द्र (शुष्क)	D सूक्ष्म औष्णिक
D	० - २०	अर्धशुष्क	E टुंड्रा
E	शून्य पेक्षा कमी	शुष्क (कोरडे)	F कायमस्वरूपी गोठलेले

हंगामी वृष्टी (Seasonal Precipitation)

r - सर्व ऋतूत (हंगामात) पुरेसा पाऊस

d - सर्व ऋतूत अपुरा पाऊस

w - थंडीच्या मोसमात अपुरा पाऊस

s - उन्हाळ्यात अपुरा पाऊस

कोपेन यांची सुचविलेल्या वर्गीकरणापाठोपाठ इ.स. १९४० मध्ये सी. वॅरन थॉर्नथवेट यांनी हवामान वर्गीकरणाची आणखी एक पद्धत मांडली. दोघांच्याही पद्धतीमध्ये मूलभूत स्वरूपाचे फरक असले तरी, दोन्ही वर्गीकरण प्रकारात हवेच्या विविध अंगांचे सांख्यिकी दृष्टिकोनातून मूल्यमापन केल्याचे आढळते. हवेचे तापमान व पाऊस या दोन घटकांना दोन्ही वर्गीकरणात महत्त्व देण्यात आले आहे. कोपेन यांच्या वर्गीकरण पद्धतीत वनस्पतीप्रकारांवर हवामान वर्गीकरण जास्त अवलंबून

असल्याचे आढळते; तर थॉर्नथ्वेट यांनी वनस्पती प्रकारांना महत्त्व दिले नसल्याचे दिसते.

थॉर्नथवेट यांच्या वर्गीकरणात, प्रत्येक महिन्यातील वृष्टीचे प्रमाण आणि बाष्पीभवनाचे प्रमाण यांच्या गुणोत्तराचा आधार घेतलेला आहे. सोप्या शब्दात सांगायचे झाले तर, हवामान विभाग ठरविताना त्यातील सीमारेषा या गुणोत्तरावरून ठरविलेल्या आहेत. वृष्टीच्या प्रमाणावरून, पृष्ठभागावर पोहोचणारे एकूण पाणी कळते तर बाष्पीभवनाच्या आकडेवारीवरून, पृष्ठभागावरून परत पाठविल्या जाणाऱ्या पाण्याचा अंदाज करता येतो. यापूर्वीच्या वर्गीकरण प्रकारात फक्त पर्जन्याच्या एकूण प्रमाणाचा विचार होता.

थॉर्नथवेटच्या वर्गीकरणाचा दुसरा गुणधर्म म्हणजे, या वर्गीकरणातून नुसते भौगोलिक वर्णन मिळत नाही तर प्रामुख्याने, शेतीकरिता जमिनीत उपलब्ध असलेल्या पाण्याचे प्रमाणही कळते. त्यामुळे कोपेन यांच्या वर्गीकरणापेक्षा थॉर्नथ्वेट यांनी सुचविलेले वर्गीकरण अधिक उपयुक्त आहे.

दर महिन्याच्या पर्जन्य–बाष्पीभवनाच्या प्रमाणाच्या गुणोत्तरास थॉर्नथ्वेट यांनी पर्जन्य–बाष्पीभवन निर्देशांक (Precipitation-evaporation Index) असे म्हटले. वर्गीकरण मुख्यत्वे यावरच आधारलेले असले तरी, याच्या जोडीला दर महिन्याच्या तापमानाचा निर्देशांक (Temperature Index) सुद्धा वापरलेला आहे. हा निर्देशांक तापमानावर आधारित असे कायमस्वरूपी गोठलेला टुंड्रा, तैगा, सूक्ष्म औष्णिक (Micro Thermal), मध्यम औष्णिक (Mesothermal) आणि औष्णिक म्हणजे आयनिक (Tropical) असे प्रकार देतो.

❑

विभाग (ब) – सागरशास्त्र

१. सागरतळ रचना
(Submarine Relief)

पृथ्वीगोलाचे वर्णन अनेक वेळा 'जलग्रह' (Water Planet) असे केले जाते. भूपृष्ठाच्या एकूण क्षेत्रफळापैकी प्रमुख महासागरांनी व्यापलेल्या क्षेत्रफळाचा विचार केल्यानंतर हे वर्णन अगदी सार्थ आहे. भूपृष्ठावरील जलभागाची निर्मिती पृथ्वीच्या वेळीच झाली असावी, असे एक मत आहे, तर काहींच्या मते भूकवचाच्या निर्मितीनंतर महासागर तयार झाले असावेत.

१. जलावरणाची निर्मिती

निर्मितीच्या वेळी पृथ्वी एक तप्त गोळा होता. त्यावेळी वायुरूप पदार्थांचे आवरण पृथ्वीभोवती होते. जसजसे तापमान कमी होऊ लागले तसतसे या वायुरूप आवरणाचे तापमान कमी झाले असावे. या वायूंच्या सांद्रीभवनातून जे पाणी तयार झाले ते पृष्ठभागावरील खोल भागात साठून त्यापासून समुद्र बनले असावेत. या कल्पनेनुसार आज जितके पाणी सगळ्या समुद्रांतून आढळते, तितकेच पाणी पृथ्वीच्या निर्मितीपासून असावे, फक्त ते वायुरूप अवस्थेत असावे.

निर्मितीच्या वेळी पृथ्वी थंड होती, अशी कल्पना केल्यास असे म्हणता येईल की, पृथ्वीच्या अंतर्गत भागात अनेक खनिजांचे मिश्रण असलेले पाणी होते. पृथ्वीचे तापमान वाढू लागल्यानंतर अंतर्गत भागातील पाणी ज्वालामुखीय लाव्हारसातून व वायूतून पृष्ठभागावर आले असावे. अशा प्रकारे पृष्ठभागावरील समुद्राच्या पाण्यात अंतर्गत भागातील पाण्याची भर पडली असावी.

सागरतळावरील निक्षेपांच्या एकूण संचयनावरून व संचयनाच्या वेगावरून महासागरांच्या निर्मितीचा काळ ठरविला जातो. जीवपूर्वमहाकल्पात जलावरणाची निर्मिती झाली असावी.

भूपृष्ठावरील जमीन व पाणी यांचे वितरण:

भूपृष्ठावरील जमीन व पाणी यांचे वितरण असमान असून एकूण पृथ्वीपृष्ठापैकी ७१ टक्के भाग पाण्याने व्यापलेला आहे व २९ टक्के भाग जमिनीने व्यापलेला आहे. उत्तर गोलार्धात जमिनीचे प्रमाण जास्त असून दक्षिण गोलार्धात पाण्याचे प्रमाण जास्त

आहे. जमीन व पाणी यांचे गुणोत्तर उत्तर गोलार्धात १:१.५ इतके असून दक्षिण गोलार्धात ते १:४ इतके आहे.

भूपृष्ठावरील एकूण पाण्याचा विचार करता ९७ टक्के पाणी सागरी असून उरलेले ३ टक्के पाणी सरोवरे, नद्या, बाष्प व हिमनद्या यांत आढळते.

सागरी पाण्याचा विचार करताना तो प्रामुख्याने महासागरातील पाणी व सागरांतील पाणी असा केला जातो.

विस्तृतपणा आणि भूखंडाजवळील लांबरुंद सीमा यांच्या साहाय्याने महासागर हे समुद्रापासून वेगळे ओळखले जातात. या दृष्टीने विचार करता भूपृष्ठावर अटलांटिक, प्रशांत (पॅसिफिक), हिंदी, आर्क्टिक व अंटार्क्टिक असे पाच मुख्य महासागर असल्याचे दिसून येते.

दक्षिण महासागर, (अंटार्क्टिक) हा जमिनीने सीमित केलेला नसून, त्यानेच अंटार्क्टिक खंडास वेढले आहे. त्यामुळे दक्षिण महासागर व अटलांटिक, प्रशांत किंवा हिंदी महासागर एकमेकांपासून वेगळे करणारी निश्चित सीमा ठरविता येत नाही. समुद्रप्रवाहावरून व पाण्याच्या बदलणाऱ्या तापमान इत्यादी गुणधर्मावरूनच ही सीमा ठरवावी लागते.

प्रमुख महासागर, आकार व आकारमानाच्या (shape and size) दृष्टीने एकमेकांपासून थोडेफार भिन्न आहेत. एकट्या अटलांटिक महासागरामध्येही, उत्तर अटलांटिकचे स्वरूप, दक्षिण अटलांटिकपेक्षा वेगळे असल्याचे आढळते. उत्तर अटलांटिकची किनारपट्टी अनियमित असून ती अनेक लहानमोठ्या अर्धभूवेष्टित जलाशयांनी बनलेली आहे. दक्षिण अटलांटिकची किनारपट्टी त्या मानाने बरीचशी नियमित आहे. अटलांटिकचे क्षेत्रफळ ८२ कोटी चौ.कि.मी. व खोली ३९२६ मीटर आहे. हिंदीमहासागराचा आकार त्रिकोणाकृती असून त्याचे क्षेत्रफळ ७३ कोटी चौ. कि. मी. आहे. याची खोली ३९६३ मीटर आहे. प्रशांत महासागर बराचसा वर्तुळाकृती आहे. त्याचे क्षेत्रफळ अटलांटिक व हिंदी या दोन्ही महासागरांच्या क्षेत्रफळाच्या बेरजेपेक्षा थोडे जास्तच आहे. याची खोली ४२७२ मीटर आहे.

२. सागरतळाची रचना

अगदी अलीकडच्या संशोधनानंतर, सागरतळाची रचना बरीच स्पष्ट झाली असून, जमिनीवर जशी पर्वत, डोंगर, मैदाने, पठारे अशी भूस्वरूपे आहेत, तशाच प्रकारची भूरूपे सागरतळावर असल्याचे लक्षात आले आहे.

क्षेत्रोन्नती आलेख (Hypsometric Curve) : जमिनीवरील निरनिराळ्या उंचीवरील प्रदेशाचे क्षेत्रफळ व सागरतळावरील निरनिराळ्या खोलीवर असलेल्या प्रदेशाचे क्षेत्रफळ ज्या आलेखाच्या साहाय्याने दाखविलेले असते त्यास क्षेत्रोन्नती

आलेख असे म्हणतात.

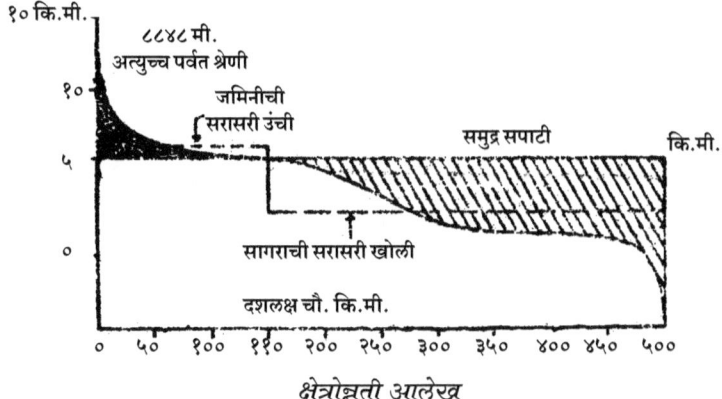

क्षेत्रोन्नती आलेख

मागील आलेखावर स्पष्ट होणाऱ्या गोष्टी खालील तक्त्यामध्ये आढळतील.

समुद्रसपाटीपासून उंची (मीटर्स)	क्षेत्रफळ टक्के	समुद्रसपाटीपासून खोली (मीटर्स)	क्षेत्रफळ टक्के
0 – २00	८	0 – २00	५
२00 ते १000	१३	२00 ते १000	३
१000 ते २000	५	१000 ते २000	२
२000 ते ४000	२	२000 ते ४000	१५
४000 पेक्षा अधिक	१	४000 ते ६000	४१
		६000 पेक्षा जास्त	५
एकूण	२९		७१

या आलेखावरून असे आढळते की, जमिनीची सरासरी उंची ८४0 मीटर्स असून त्या मानाने समुद्राची खोली बरीच जास्त म्हणजे ३८00 मीटर्स आहे.

क्षेत्रोन्नती आलेखावरून सागरतळाच्या खोलीचे सर्वसाधारण स्वरूप समजते. सर्वच महासागराच्या तळाची रचना अशी नसून ती निरनिराळ्या महासागरात निरनिराळी असल्याचे आढळून आले आहे.

सागरतळावरील उंच सखल प्रदेशाचे आकृती १६.२ मध्ये दाखविल्याप्रमाणे विभाग केले जातात.

समुद्रबूड जमीन (Continental Shelf) **:** यास भूखंड मंच असेही म्हटले जाते. सागरतळाचा हा विभाग जमिनीला लागूनच व उथळ असल्यामुळे ह्या विभागाविषयी सर्वात अधिक माहिती उपलब्ध आहे. समुद्रबूड जमिनीचा क्षितिज समांतर रेषेशी २° चा कोन होतो.

हा विभाग म्हणजे भूखंडाचाच विस्तार असून, तो बराचसा सपाट आहे. भूखंड व खोल समुद्र यांच्या सीमारेषेवर याचे स्थान असते.याची खोली सगळीकडे सारखी नसून ती ३५ मीटर्सपर्यंत कमी-जास्त अशी आढळते. समुद्रबूड जमिनीवरील पाण्याचा उथळपणा अनेक गोष्टीवर अवलंबून असतो. हिमनद्यांच्या कार्याने बदलल्या गेलेल्या किनारपट्टीजवळ ह्या प्रदेशाची खोली जास्त व नदीमुखाशी जर गाळाचे अत्याधिक संचयन झाले असेल किंवा नदीमुखाशी जर प्रवाळ खडक तयार झाले असतील तर येथे याची खोली कमी आढळते. जगभर आढळणाऱ्या समुद्रबूड जमिनीची सरासरी खोली १२८ मीटर्स आहे.

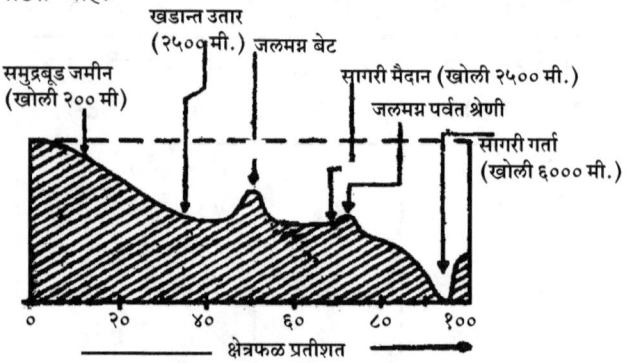

सागरतळाची सर्वसामान्य रचना

समुद्रबूड जमिनीचा सागरतळाच्या दिशेने असलेला उतार दर किलोमीटरला २ मीटर्स इतका असतो. जमिनीच्या दिशेने हा उतार कमी असतो, कारण जमिनीकडच्या बाजूवर गाळाचे बरेच संचयन झालेले असते. भूखंड मंच या विभागाचा विस्तारही सगळीकडे सारखा नसतो. काही ठिकाणी याचा विस्तार जवळजवळ नसतोच, तर काही ठिकाणी तो १३० कि. मी. इतका आढळतो. पर्वतमय किंवा डोंगराळ किनारपट्टीच्या प्रदेशापाशी याचा विस्तार कमी व प्रचंड नद्यांच्या मुखाशी विस्तार जास्त असल्याचे आढळून आले आहे. काही ठिकाणी या सपाट प्रदेशावर कमी उंचीच्या टेकड्या किंवा नद्यांच्या दऱ्याही आढळतात. सैबेरियाच्या ईशान्य किनाऱ्याजवळ समुद्रबुडाचा विस्तार ४०० किमी आहे.

ग्रीनलँडमध्ये किनाऱ्याला समांतर अशा खोल दऱ्या समुद्रबूड जमिनीवर आढळून आल्या आहेत. समुद्रपातळी उंचावल्याने दऱ्या पाण्याखाली गेल्या असाव्यात. भारताच्या भूखंड मंचाचा विस्तार पूर्व किनाऱ्याजवळ ५० कि.मी. व पश्चिमेस १०० कि.मी. आहे.

खंडान्त उतार (Continental Slope) : समुद्रबूड जमिनीच्या पुढच्या सागरतळाचा भाग एकदम कलता होत जातो, यास खंडान्त उतार असे म्हणतात. या विभागाचा सर्वसाधारण उतार ४° १७' इतका आहे. सामान्यत: ३६०० मीटर्स खोलीपर्यंत हा उतार पसरलेला आहे. या उताऱ्यावरही अनेक दऱ्या आढळतात. (आ. १६.३)

पर्वतमय किनारपट्टी लाभलेल्या प्रदेशाच्या सागरतळावरील खंडान्त उतार हा मैदानी किनारपट्टीच्या प्रदेशाजवळील खंडान्त उतारापेक्षा जास्त कलता असतो. पहिल्या ठिकाणी तो ३° ३०' तर दुसऱ्या ठिकाणी २°२' इतका असतो. खंडान्त उताराचे स्वरूप आणि किनाऱ्यापासूनचे त्याचे अंतर या गोष्टी जमिनीवरील उंचसखलपणावर अवलंबून असल्याचे सिद्ध झाले आहे.

खंडान्त उतारावर सामुद्रिक निक्षेपाचे प्रमाण, त्याच्या उतारामुळे, फारच कमी असते.

सागरी मैदान : खंडान्त उतारानंतर हा विभाग आढळतो. विस्तृतपणा आणि सपाटी ही याची वैशिष्ट्ये आहेत. सागरतळाचे ३००० ते ६००० मीटर खोलीवरचे फार मोठे क्षेत्र या विभागाने व्यापले आहे. अशा तऱ्हेची विस्तृत मैदाने जमिनीवर आढळत नाहीत.

खंडान्त उतारावर तयार होणाऱ्या दऱ्या

या मैदानावर उंच - सखल भाग असला तरी, उंच भागाची उंची लक्षात

घेण्याइतकी जास्त नाही. खंडान्त उतारावर तयार झालेल्या दऱ्यांतून गाळ या प्रदेशावर आणून टाकला गेल्यामुळे या प्रदेशास इतकी सपाटी आली असावी.

प्राणिजन्य व वनस्पतिजन्य गाळासारख्या सामुद्रिक निक्षेपांचे प्रमाण येथे अत्याधिक आढळते.

सागरी गर्ता (Ocean Deeps) : सागरतळाच्या रचनेचा हा शेवटचा विभाग असून सामुद्रिक मैदाने ज्या खोलीवर आढळतात, त्याहीपेक्षा अधिक खोलीवर या गर्ता आढळतात. सागरपृष्ठाचा फक्त ७% भागच त्यांनी व्यापला आहेत.

या गर्तांची संख्या पॅसिफिक महासागरात जास्त आहे. आतापर्यंत एकूण ५७ गर्तांचे अस्तित्व समजले असून त्यातील ३२ गर्ता एकट्या पॅसिफिकमध्ये, १९ अटलांटिकमध्ये व ६ हिंदी महासागरात आहेत.

जवळजवळ सगळ्याच गर्ता ६१०० मीटरपेक्षा जास्त खोलीच्या असून जगातील सगळ्यात खोल सागरी गर्ता पश्चिम पॅसिफिक महासागरात आहेत. फिलिपाईन्स बेटाच्या प्रदेशात असलेल्या या गर्तेस मरियाना गर्ता असे संबोधले जाते. तिची खोली ११ कि.मी. (६०३३ फॅदम्स) इतकी आहे. सागरी गर्तांची लांबी काही हजार कि.मी. व रुंदी २०४ कि.मी.च्या जवळपास आढळते.

अलीकडच्या संशोधनावरून असेही स्पष्ट झाले आहे की, सागरी गर्तांचे प्रदेश हे जमिनीवरील अर्वाचीन वळ्यांच्या प्रदेशाला समांतर आहेत.

सागरी गर्ता या सतत भूकंप होणाऱ्या व ज्वालामुखींच्या पट्ट्यावर आहेत.

३. प्रमुख महासागराच्या तळांची रचना

सागरातील तळांच्या रचनेवर सागरजलाचे गुणधर्म व त्याच्या हालचाली अवलंबून असल्यामुळे विभिन्न महासागरांच्या तळाची रचना अभ्यासणे महत्त्वाचे असते.

पॅसिफिक महासागराचा तळ :

अनेक दृष्टींनी प्रशांत महासागर हा इतरांपेक्षा वैशिष्ट्यपूर्ण आहे. आशियाच्या पूर्व किनारपट्टीपासून अमेरिकेच्या पश्चिम किनारपट्टीपर्यंत याचा विस्तार आहे. या सागराची उत्तर मर्यादा बेरिंगची सामुद्रधुनी असून दक्षिणेस अंटार्क्टिक खंड आहे. प्रशांत महासागर ४२८२ मीटर खोल असून त्याचा आकार बराचसा त्रिकोणाकृती आहे. या सागराच्या जवळजवळ सगळ्याच किनारपट्टीवर समांतर असे वली पर्वत आहेत. (आ. १६.४)

प्रशांत महासागरात एकूण २०,००० बेटे आहेत. आकाराने मोठी असलेली बेटे, उपखंड बेटे या प्रकारात मोडतात. ॲल्युशिअन बेटे, ब्रिटिश कोलंबिया व चिली यांची बेटे यांचा समावेश या प्रकारात होतो. इतर महत्त्वाची बेटे म्हणजे फिलिपाईन्स,

इंडोनेशिया, क्युराईल व जपानच्या द्वीपसमूहातील बेटे, फिजी प्रवाळ बेट असून हवाई बेटे ही ज्वालामुखीय शंकू बेटे आहेत.

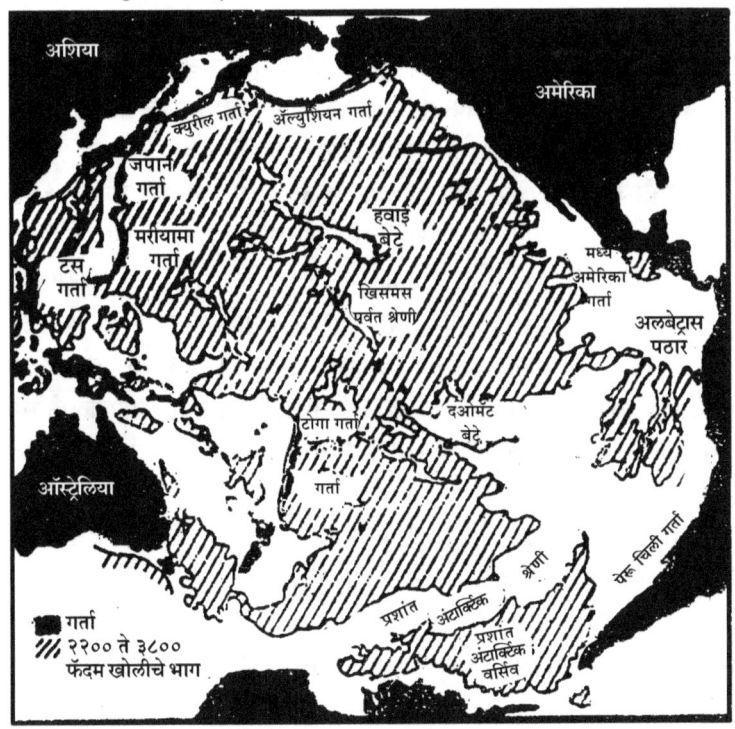

पॅसिफिक महासागराची तळरचना

सर्वसामान्यपणे प्रशांत महासागराच्या पश्चिमेकडील भागात बेटांची संख्या पूर्वेकडील भागापेक्षा अधिक आहे.

या सागराच्या समुद्रबूड जमिनीवर, किनाऱ्यालगत अनेक छोटे-मोठे समुद्र आहेत. प्रशांत महासागराचे खालीलप्रमाणे चार विभाग केले जातात.

(१) **उत्तर पॅसिफिक :** ५,००० ते ६,००० मीटर खोलीचा हा विभाग प्रशांत महासागराचा सर्वात खोल भाग आहे. अनेक सागरी गर्ता या विभागात असून त्यांनी सामुद्रिक बेटे वेढलेली आहेत.

(२) **मध्य पॅसिफिक :** या विभागात सागरी गर्ता जवळजवळ नाहीतच. याची सरासरी खोली १८०० मीटर आहे. सामुद्रिक बेटांची अत्याधिक संख्या हे या विभागाचे वैशिष्ट्य आहे. यातील बरीचशी बेटे प्रवाळ बेटे किंवा ज्वालामुखीय बेटे आहेत. हवाईपर्यंत मरियानापर्यंतच्या विभागात एकूण १६० सपाट माथ्याची

बेटे आहेत. न्यू गियानापासून निघालेल्या बेटांच्या अनेक समांतर रांगा ईशान्येस हवाईपर्यंत गेल्या आहेत.

(३) नैर्ऋत्य पॅसिफिक : याची सरासरी खोली ४००० मीटर्स असून बेटे, पार्श्ववर्ती समुद्र, सागरी गर्ता आणि समुद्र बूड जमीन हे सर्व भूप्रकार या प्रदेशात आढळतात.

(४) आग्नेय पॅसिफिक : अनेक सागरी पर्वतरांगा व पठारे हे याचे वैशिष्ट्य असून पार्श्ववर्ती सागर मात्र या विभागात आढळत नाहीत.

समुद्रबूड जमीन : प्रशांत महासागरातील समुद्रबूड जमिनीची रुंदी १५० ते १६०० कि.मी. इतकी आहे. अमेरिकेच्या पश्चिम किनारपट्टीलगत समुद्रबूड जमीन ८० कि.मी. रुंद आहे. ऑस्ट्रेलिया, ईस्ट इंडिज बेटे आणि आशिया यांच्या पूर्व किनारपट्टीलगत मात्र समुद्रबूड जमीन बरीच विस्तृत आहे. याच प्रदेशावर आशियातील प्रमुख बेटे (उदा. क्युराईल, जपानची बेटे, फिलिपाईन्स, इंडोनेशिया व न्यूझीलंड) आहेत. अनेक लहान समुद्रही याच विभागावर आहेत. उदा. चीनचा समुद्र, जावा समुद्र, ओखोत्स्क समुद्र प्रशांत महासागराच्या किनारपट्टीच्या स्वरूपावर समुद्रबूड जमिनीचा विस्तार अवलंबून आहे.

पर्वतरांगा : मध्यवर्ती भागातून जाणारी पर्वतरांग या सागरतळावर आढळत नाही. ज्या काही थोड्याफार पर्वतरांगा आहेत, त्या पूर्व भागात आहेत.

२२०० फॅदम (३९६० मीटर्स) खोलीवर आढळणारे 'अलबेट्रॉस' हे एकमेव पठार महत्त्वाचे असून, मध्य अमेरिकेच्या किनाऱ्यापासून नैर्ऋत्येकडे या पठाराची उंची १६०० कि.मी. इतकी वाढते. इतर पर्वतरांगांत न्यू केलेडोनियाच्या पश्चिमेस २०^{0} दक्षिण अक्षवृत्ताजवळ असलेली न्यूझीलंडची पर्वतरांग व ९६० कि.मी. रुंद आणि ३०४० कि.मी. लांब अशा हवाई उंचवट्याचा समावेश होतो.

सागरी खळगे (Ocean Basins) : प्रशांत महासागरात अनेक उथळ, लांब, रुंद खळगे आढळतात. फिलिपाईन्स, फिजी, पूर्व ऑस्ट्रेलिया, दक्षिण चिली व दक्षिण ऑस्ट्रेलिया हे काही महत्त्वाचे खळगे आहेत.

सागरी गर्ता : या महासागरात एकूण ३२ गर्ता असून त्यातील बऱ्याचशा गर्ता सागराच्या पश्चिम भागात आहेत. काही महत्त्वाच्या गर्ता पुढील प्रमाणे आहेत.

१) अल्युशियन गर्ता	सरासरी खोली	६००० मीटर्स
२) टस्कारोरा व जपान गर्ता	सरासरी खोली	८००० मीटर्स
३) नीरो गर्ता	सरासरी खोली	९००० मीटर्स
४) टोंगा गर्ता	सरासरी खोली	८००० मीटर्स
५) मरीयाना गर्ता	सरासरी खोली	१०००० मीटर्स

फिलिपाईन्स, मुरे, पेरू, चिली, स्वायर या गर्ताही महत्त्वाच्या आहेत.

अटलांटिक महासागराचा तळ : अटलांटिक महासागर पूर्वेस युरोप व आफ्रिका या खंडांनी मर्यादित केला असून, याच्या पश्चिमेस उत्तर व दक्षिण अमेरिका खंडे आहेत. उत्तरेस असलेल्या डेव्हिस उपसागर, डेन्मार्कची सामुद्रधुनी व नॉर्वे समुद्र या अरुंद जलाशयांनी हा महासागर आर्क्टिक महासागरास जोडला गेला आहे.

अटलांटिक महासागराची तळरचना

दक्षिणेस ह्याचा विस्तार अधिक आहे. ३५° दक्षिण अक्षवृत्तापाशी याची पूर्व-पश्चिम लांबी जवळजवळ ५९२० कि.मी. आहे. उत्तरेस ४०° उत्तर अक्षवृत्तापाशी तो ४८०० कि. मी. विस्तृत आहे. मात्र विषुववृत्तापाशी, याची पूर्व-पश्चिम लांबी खूपच

कमी म्हणजे २५५० कि.मी. इतके आहे.

एकूण भूपृष्ठांपैकी १/६ क्षेत्र या सागराने व्यापले आहे. या सागराच्या एकूण क्षेत्रफळापैकी २४ टक्के क्षेत्र हे १००० मीटरपेक्षाही कमी खोलवर आहे.

समुद्रबूड जमीन : अटलांटिक महासागरात समुद्रबूड जमिनीचा विस्तार सगळीकडे सारखा नसून, काही ठिकाणी ३ कि.मी., तर काही ठिकाणी ८० कि.मी. इतक्या रुंदीचा विभाग आढळतो.

पॅसिफिक महासागराप्रमाणेच याही सागरात असलेल्या समुद्रबूड जमिनीचा विस्तार हा किनाऱ्याच्या स्वरूपावर अवलंबून आहे. दक्षिण आफ्रिकेच्या डोंगराळ पश्चिम किनारपट्टीशी, बिस्केच्या उपसागरापासून केप ऑफ गुड होपपर्यंत आणि ब्राझीलच्या पूर्व किनारपट्टीपाशी हा विभाग अरुंद आहे. या उलट आग्नेय संयुक्त संस्थाने व पश्चिम युरोप यांच्या किनारपट्टीशी या समुद्रबूड जमिनीची रुंदी ४०० कि.मी. इतकी आहे.

जगातील सर्वात मोठे समुद्रबूड जमिनीचे विभाग न्यूफाऊंडलंड व ब्रिटिश बेटाजवळील 'ग्रँड बँक' व 'डॉगर बँक' या ठिकाणी आहेत. दक्षिण अटलांटिकमध्ये ३५ मीटर खोलीवर असलेल्या विस्तृत समुद्रबूड जमिनीस 'पॅटेगोनियम शेल्फ' असे म्हणतात. फॉकलंड ही बेटे याच शेल्फावर आहेत.

या विभागाचे आणखी एक वैशिष्ट्य असे की, उत्तर भागात बाल्टिक समुद्र, हडसन उपसागर, उत्तर समुद्र, डेव्हिसची सामुद्रधुनी, डेन्मार्कची सामुद्रधुनी यांसारखी आखाते किंवा पार्श्ववर्ती समुद्र आहेत. संपूर्ण अटलांटिकच्या समुद्रबूड जमिनीवर अनेक लहानमोठी बेटे आहेत. उदा. वेस्ट इंडिज, ब्रिटिश बेटे, न्यूफौंडलंड, ओझोर्स, केप ऑफ वेर्दे, कॅनरीज इत्यादी.

जलमग्न पर्वतरांगा : इंग्लिश 'S' या अक्षरासारखी व अटलांटिकच्या जवळजवळ मध्यातून उत्तर दक्षिणेस पसरलेली, अशी 'अटलांटिक रीज' नावाची ही पर्वत रांग, हे अटलांटिकचे प्रमुख वैशिष्ट्य आहे. उत्तरेस आइसलँडपाशीही सुरू होणारी ही रांग दक्षिणेस बीव्हेट बेटाशी संपते. या पर्वतरांगांच्या आइसलँड स्कॉटलँडपर्यंतच्या भागास 'विव्हिले थॉमसन रीज' असे म्हणतात. ग्रीनलँड ते आइसलँडच्या भागात पसरलेल्या या रांगेच्या रुंद भागास 'टेलिग्राफ पठार' म्हणून ओळखण्यात येते. सर्वसाधारणत: ही पर्वतरांग दोन्ही किनारपट्ट्यांना समांतर असून तिचे अनेक फाटे दोन्ही किनाऱ्याच्या दिशेने पसरले आहेत. दक्षिणेकडे असलेल्या अनेक फाट्यांपैकी 'गिआना रीज', 'वाल्व्हीस रीज' हे महत्त्वाचे आहेत.

या पर्वतरांगेची एकूण लांबी १४,४०० कि. मी. आहे. या रांगेची खोली ४००० मीटरपेक्षा अधिक नाही. उत्तरेकडे ही रांग जास्त रुंद असून दक्षिणेकडे निमुळती होत

गेलेली आहे. विषुववृत्तापाशी असलेल्या अरुंद 'रोमांश रीज' मुळे या संपूर्ण पर्वतरांगेचे दोन भाग झाले आहेत. उत्तरेकडच्या भागास 'डाल्फीन राइज' व दक्षिणेकडच्या भागास 'चॅलेंजर राइज' असे म्हणतात. या जलमग्न पर्वतश्रेणीच्या तळाशी, अत्यंत मंदगतीने भूकवचाची पश्चिमेकडे हालचाल होत आहे.

पाण्याखाली असलेल्या या पर्वतरांगेवरील पर्वतांची शिखरे अनेक ठिकाणी बेटाच्या स्वरूपात पाण्याच्या पृष्ठभागावर आली आहे. ओझोर्स बेटांच्या समूहातील 'पिको बेट' हे सर्वात उंच बेट असून समुद्रसपाटीपासून त्याची उंची २६६० मीटर आहे.

सागरी खळगे : मध्यवर्ती पर्वतरांगेमुळे अटलांटिक महासागराचे पूर्व व पश्चिम असे दोन प्रमुख भाग झाले आहेत. या दोन्ही भागांत अनेक सागरी खळगे आढळतात. लॅब्रोडोर बेसिन, नॉर्थ अमेरिका बेसिन, या नावाने ओळखले जाणारे खळगे त्यांच्या खोलीच्या दृष्टीने महत्त्वपूर्ण आहेत.

सागरी गर्ता : अटलांटिकच्या किनारपट्टीवर अर्वाचीन वलीपर्वत नाहीत. त्यामुळे अटलांटिकच्या तळभागावर सागरी गर्ता खूपच कमी आहेत. मध्यवर्ती पर्वतरांगेमुळे पूर्व व पश्चिमेकडे खंडान्त उताराचे प्रमाणही बरेच कमी आहे. त्यामुळे खूप खोलीच्या गर्ता निर्माण होऊ शकलेल्या नाहीत.

३००० फॅदमपेक्षा (५४०० मी.) जास्त खोल असलेल्या एकूण १९ गर्ता या सागरतळावर आढळून आल्या आहेत. 'नॉर्थ अमेरिकन बेसिन' मध्ये 'नेअर्स गर्ता' (६००० मीटर), विषुववृत्तापाशी असलेली 'रोमांश गर्ता' (९३७० मीटर्स), उत्तर अटलांटिकमध्ये 'मोसली गर्ता' (३३०० मीटर्स) आणि दक्षिण अटलांटिकमध्ये 'साऊथ सॅडविच गर्ता' (९००० मीटर्स) या काही प्रमुख गर्ता आहेत.

अटलांटिक महासागराच्या तळभागाची पाहणी, इतर कोणत्याही महासागरापेक्षा अधिक झालेली आहे. या सागराचा 'S' या इंग्रजी अक्षरासारखा असलेला आकार एक महत्त्वपूर्ण गोष्ट सुचवतो, ती अशी की, या सागराच्या दोन्ही बाजूला असलेली भूमिखंडे पूर्वी कधीतरी एकाच सलग भूमिखंडाचे भाग असावेत.

हिंदी महासागराचा तळ:

हिंदी महासागराच्या तळभागाची रचना अगदी अलीकडेच बरीचशी स्पष्ट झाली आहे. आफ्रिका, आशिया आणि ऑस्ट्रेलिया या तीन खंडांनी वेष्टिलेला हा महासागर जास्त विस्तृत नाही. तिन्ही खंडांनी मर्यादित केलेली याची किनारपट्टी बरीचशी नियमित आहे. गोंडवन कालखंडातील अवशिष्ट ठोकळ्यांच्या पर्वतांनी याची आफ्रिका, ऑस्ट्रेलिया व पश्चिम भारतातील किनारपट्टी बनलेली आहे. आग्नेय आशियातील बेटावर मात्र वलीपर्वत आहेत.

हिंदी महासागर, दक्षिणेकडे अंटार्क्टिक खंडापर्यंत पसरले असून येथे तो अटलांटिक व पॅसिफिक महासागरात विलीन होतो.

या सागरतळातील 'सागरी मैदान' या विभागाने ६० टक्के क्षेत्र व्यापले आहे. हे मैदान २००० ते ३००० फॅदम (३६०० ते ५४०० मीटर) खोलीवर आहे. हिंदी महासागराची सरासरी खोली ४००० मीटर आहे.

हिंदी महासागराच्या तळाची रचना

समुद्रबूड जमीन : समुद्रबूड जमिनीची सरासरी खोली २०० मीटर्स आहे. रुंदी मात्र सर्व ठिकाणी सारखी नाही. बंगालचा उपसागर व अरबी समुद्र येथे ६४०कि. मी.

रुंदीची समुद्रबूड जमीन आहे. जावा, सुमात्रा बेटांभोवती व ऑस्ट्रेलियाच्या दक्षिण किनाऱ्यापाशी फक्त १६० कि. मी. रुंदीचीच समुद्रबूड जमीन आढळते. पूर्व आफ्रिका व मादागास्कर बेटाभोवती ही रुंदी इतकी कमी नाही.

मध्यवर्ती जलमग्न पर्वतरांग : ४००० मीटर्स खोलीवर आढळणारी ही पर्वतरांग 'अटलांटिक रीज' प्रमाणेच उत्तर-दक्षिण पसरली आहे. 'अटलांटिक रीज' पेक्षा ही पर्वतरांग अधिक रुंद आहे. मात्र या पर्वतरांगेची शिखरे फार मोठ्या प्रमाणावर सागरपृष्ठावर उघडी पडलेली नाहीत. उत्तरेस लक्षद्वीपपासून या रांगेची सुरुवात होते. येथे पर्वतरांगेची रुंदी जवळजवळ ३२०कि. मी. आहे. यास 'लखदीवछागोस रीज' असे म्हणतात. विषुववृत्तापासून ३०° दक्षिण अक्षवृत्तापर्यंतच्या भागास 'छागोस सेंट पॉल रीज' म्हणतात. २०° दक्षिणेच्या पलीकडे ही पर्वतरांग थोडी आग्नेयेस वळते. ६५° ते ११०° पूर्व रेखावृत्तावरील या पर्वतरांगेचा भाग बराच विस्तृत असून ५०° दक्षिण अक्षवृत्तापर्यंतच्या या प्रदेशास 'ॲमस्टरडॅम सेंट पॉल' पठार असे म्हटले जाते.

यापुढे या पर्वतरांगेपासून दोन्ही किनाऱ्यांकडे काही फाटे गेले आहेत. आफ्रिकेच्या किनाऱ्याकडे 'सोकोमा छागोस रीज' व 'सेशल्स' हे फाटे गेले असून ते एकमेकात बरेचसे समांतर आहेत. मादागास्करच्या दक्षिणेस असलेली 'मादागास्कर रीज' व बंगालच्या उपसागरात 'अंदमान निकोबार रीज' हे महत्त्वाचे फाटे आहेत.

लक्षद्वीप, न्यू ॲमस्टरडॅम, छागोस, सेंट पॉल, सेशल्स, प्रिन्स एडवर्ड ही बेटे या पर्वतरांगेचे वर आलेले शिखरांचे भाग आहेत.

सागरी खळगे : मध्यवर्ती पर्वतरांग व इतर लहान मोठ्या रांगांनी अनेक खळगे निर्माण केले आहेत. ओमानच्या आखाताशी असलेले 'ओमान बेसिन', (४००० मीटर्स), आफ्रिका व भारतीय द्वीपकल्प यांतील 'अरेबियन बेसिन' इंडो ऑस्ट्रेलियन बेसिन यांसारख्या विस्तृत बेसिनबरोबर मॉरिशस, नाताळ, सोमाली यांसारखे लहान खळगे या सागरतळावर आढळतात.

सागरी गर्ता : या सागरतळावर सागरी गर्ता जवळ जवळ नाहीतच असे म्हटले तरी चालेल. जावा बेटाच्या दक्षिणेस असलेली 'सुंदा गर्ता' ही त्यातल्या त्यात महत्त्वाची गर्ता असून ती ७४५० मी. खोल आहे.

पार्श्ववर्ती सागर (Marginal Seas) : पर्शियन गल्फ व तांबडा समुद्र हे प्रमुख पार्श्ववर्ती सागर या महासागराच्या समुद्रबूड जमिनीवर आढळतात. अरबी समुद्र व बंगालचा उपसागर हे मुख्य हिंदी महासागराचे उत्तरेकडील भाग आहेत. अंदमान समुद्र बराच उथळ आहे.

किनारपट्टीजवळ असलेल्या पठारी प्रदेशामुळे पार्श्ववर्ती समुद्रांची संख्या खूपच

कमी आहे. हिंदी व प्रशांत महासागर यांच्या दरम्यान, म्हणजे ऑस्ट्रेलिया व आग्नेय आशिया यांच्या परिसरात सुंदा व साहल या नावाचे दोन बुडालेले मंच आहेत.

४. किनाऱ्यांचे प्रकार

लाटांच्या खनन व संचयन कार्यामुळे, वाऱ्यामुळे, ज्वालामुखी क्रियांमुळे, भूकवचाच्या अधोगामी-ऊर्ध्वगामी हालचालींमुळे, हिमनद्यांच्या क्षरण व संचयनकार्यामुळे किनाऱ्यावर अनेक प्रकारची भूमिस्वरूपे तयार झालेली दिसतात. त्यामुळे किनाऱ्यांना वैशिष्ट्ये प्राप्त होतात. सागरपातळीत विश्वव्यापी बदल झाल्यामुळे किनाऱ्यांचा प्रदेश खचतो. ऊर्ध्वगामी हालचालींमुळे तो उंचावतो. यामुळे किनाऱ्यांचे पूर्वीचे स्वरूप बदलते व किनाऱ्यावर नवीन भूरूपे तयार होतात. वरील सर्व घटकांच्या क्रिया-प्रतिक्रियांमुळे किनाऱ्यांचे वर्गीकरण करता येते. जॉनसन व स्वेस या भूगोल-तज्ज्ञांनी किनाऱ्यांचे वर्गीकरण केलेले आहे. जॉनसन यांचे वर्गीकरण पुढे दिलेले आहे.

निमग्न उच्चभू किनारे (Submerged Upland Coast) :

बऱ्याच किनाऱ्यावर उंच किंवा डोंगराळ, अगर टेकड्यांचे प्रदेश असतात. अधोगामी हालचालींनी ते बुडतात. त्यामुळे भूशिरे व उपसागर यांनी युक्त अशी दंतुर किनारपट्टी तयार होते. लघुपुळणी व द्वीपेही अशा किनाऱ्यावर असतात. काही ठिकाणी नद्यांनी व काही ठिकाणी हिमनद्यांनी बुडालेली खोरी वरील प्रकारच्या किनाऱ्यावर दृष्टीस पडतात. निमग्न उच्चभू किनाऱ्यांचे तीन उपप्रकार आढळतात. (अ) रिया, (ब) फिओर्ड, (क) डालमेशियन.

(अ) रिया (Ria) : किनाऱ्यावर असलेली नद्यांची खोरी पाण्याखाली बुडून रिया किनारा तयार होतो. वायव्य स्पेनच्या किनारपट्टीवरून रिया हे नाव तयार झालेले आहे. रियांचे आकार नरसाळ्यासारखे म्हणजे समुद्राकडे रुंद व जमिनीकडे निमुळते असून किनाऱ्यांवरील डोंगररांगा किनाऱ्यास काटकोनात किंवा थोड्या तिरकस असतात.

रिया किनाऱ्यावर भूशिरे, उपसागर व खाड्या असून दोन भूशिरांमधील उपसागर (म्हणजे सागरी हालचालींपासून) सुरक्षित व खोल असतात. त्यामुळे तेथे चांगली बंदरे निर्माण होऊ शकतात. रियांची पार्श्वभूमी फारशी उंचसखल नसते. नैर्ऋत्य आयर्लंड, कॉर्नवॉल व डेव्हनशायर (इंग्लंड) व ब्रिटनी (फ्रान्स), येथील किनारे रिया प्रकारचे आहेत. प्लायमाऊथ व फालमाऊथ, लिव्हरपूल, साऊथ हॅपटन ही बंदरे रिया किनारपट्टीवर आढळतात. अंदमान व कोकणच्या किनारपट्टीचा काही भाग वरील प्रकारात मोडतो. सावित्री, वासिष्ठी व काजवी

या नद्यांच्या बुडालेल्या खाड्यांवरून ही किनारपट्टी रिया प्रकारची असावी असे वाटते.

(ब) फिओर्ड (Fiords) : हिमनद्यांची खोरी अधोगामी हालचालींमुळे समुद्रात बुडून फिओर्ड्स तयार होतात. रियांच्या तुलनेने फिओर्ड्स खूपच खोल असतात. फिओर्डचे काठ उंच व उभ्या भिंतीप्रमाणे असतात. बुडालेली खोरी 'यू' आकाराची व उभ्या भिंतीप्रमाणे असल्यामुळे वरील वैशिष्ट्ये फिओर्डड्सना प्राप्त होतात. बहुतेक फिओर्ड एकमेकांना काटकोनात असतात.

फिओर्ड किनारा

फिओर्ड्सच्या मुखाशी उंबरठे (Threshold) तयार झालेले आढळतात. त्यामुळे फिओर्ड्सची समुद्राकडील बाजू उथळ व जमिनीकडील बाजू खोल असते. रियाप्रमाणेच फिओर्ड्सवरील डोंगररांगा काटकोनात किंवा तिरकस असतात. उंबरठ्यामुळे काही ठिकाणी जलवाहतुकीत अडथळे निर्माण होतात. फिओर्ड्सची पार्श्वभूमी डोंगराळ म्हणून अविकसित असल्याने चांगली बंदरे निर्माण होण्याजोगी परिस्थिती असूनही फिओर्ड्स किनाऱ्यावर फक्त मच्छीमारीची व स्थानिक महत्त्वाची बंदरे मात्र आढळतात. मध्यकटिबंधातील हिमक्षयित प्रदेशात प्रामुख्याने फिओर्ड किनारपट्टी आढळते. नार्वेतील फिओर्ड्स स्कँडिनेव्हियातील पठारात घुसलेली आढळतात. त्यांची खोली स्कॉटलंडमधील फिओर्ड्सपेक्षा जास्त आहे. स्कॉटलंडमधील फिओर्ड्सना लॉक असे म्हणतात. नॉर्वेतील सोग्न फिओर्ड १६० कि. मी. लांब, ५ ते ७ कि. मी. रुंद व १३०० मीटर्स खोल आहे. ट्रॉंडहिम व हार्डेजर फिओर्ड्स १०० कि. मी. लांब आहे. नार्वेजियन भाषेत फिओर्ड्सना व्हिक (VIC) असा शब्द आहे. अकराव्या शतकातील निष्णात दर्यावर्दी व्हायकिंग लोक या फिओर्ड्सच्या आजूबाजूस राहत असत. खोल व सुरक्षित पाणी फिओर्ड्समध्ये उपलब्ध असल्याने ते दर्यावर्दी बनले. फिओर्ड्सच्या परिसरात मासेमारी व जहाजबांधणी हे दोन व्यवसाय विकसित

झालेले आढळून येतात. नॉर्वे हा जगातील जहाजबांधणी व मासेमारीत पुढारलेला देश आहे ते यामुळेच. अलास्का, ब्रिटिश कोलंबिया (उत्तर अमेरिका), दक्षिण चिली (द. अमेरिका) व न्यूझीलंडच्या दक्षिण बेटावरील किनारपट्टी वरील प्रकारची आहे. अंदमान बेटाच्या किनारपट्टीचा काही भाग वरील प्रकारात मोडतो.

(क) डालमेशियन किनारे

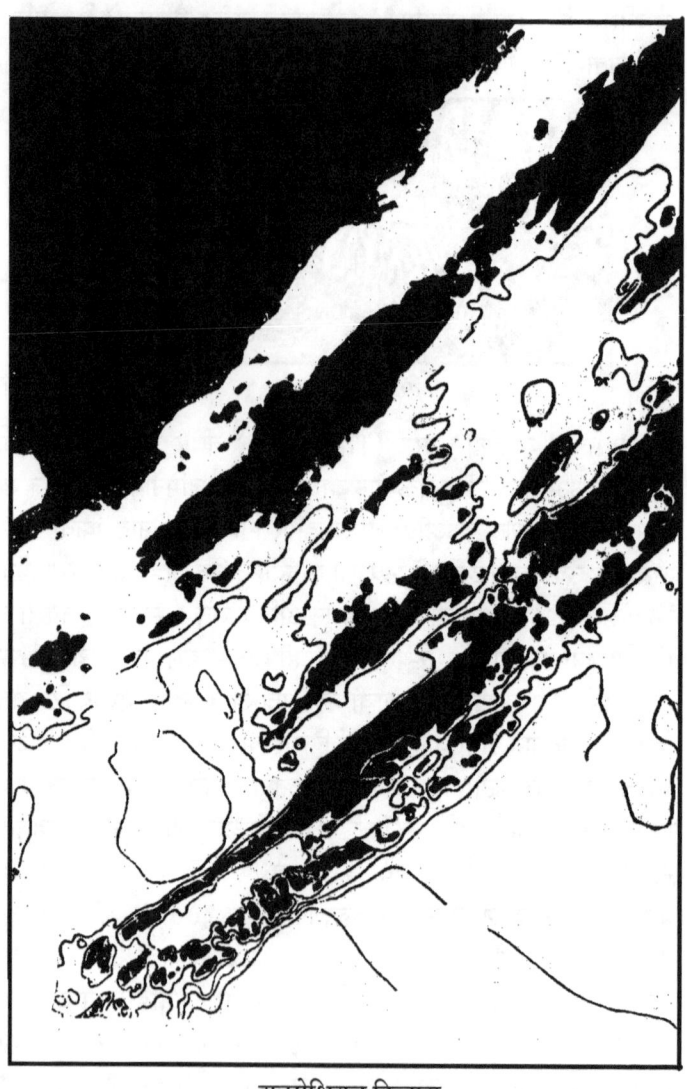

डालमेशियन किनारा

किनाऱ्यास समांतर असलेल्या पर्वतरांगा बुडून वरील प्रकारची किनारपट्टी तयार होते. बुडालेल्या पर्वतरांगांचे शिखराजवळील भाग पाण्यावर दिसून येतात. ही किनारपट्टी सरळ व नियमित असते. त्यामुळे म्हणजे किनारपट्टी खोल व दंतुर नसल्याने खोल व सुरक्षित पाणी उपलब्ध होऊ शकत नाही. यास्तव डालमेशियन किनाऱ्यावर चांगली बंदरे आढळत नाहीत. युगोस्लाव्हियाच्या ॲड्रियाटिक समुद्रावरील डालमेशियन वरील प्रकारात मोडते. त्यावरूनच हे नाव आले आहे. तेथे दिनारिक आल्प्स हा पर्वत वायव्येकडून आग्नेयेकडे पसरलेला आहे. त्याचे काही भाग बुडाल्याने डालमेशियाच्या किनाऱ्यावर द्वीपकल्पे (कॅनली) व आखाते आणि उपसागर (वॅलोनी) तयार झालेली आहेत. येथे निमज्जन म्हणजे अधोगामी हालचाल अजूनही चालू असून रोमन काळातील वास्तू आता २ मीटर्स बुडालेल्या दिसतात. दक्षिण आयर्लंडमधील किनाऱ्याचा काही भाग डालमेशियन किनाऱ्यात मोडतो.

निमग्न सखल किनारे (Submerged Lowland Coasts) :

सखल प्रदेश समुद्रात बुडून वरील प्रकारचे किनारे तयार होतात. सखल प्रदेश बुडाल्याने समुद्राचे पाणी खूपच आत जाते व किनाऱ्यावरील खोऱ्यांचे रूपांतर उथळ खाड्यांत होते. त्यामुळे दलदली व मृत्तिका संचय तयार होतात, अशा किनाऱ्यावर खाड्यांच्या मुखाशी वाळूचे दांडे व संलग्न दंड यामुळे संचयन होऊ शकते. थेम्स नदीवर (लंडन), फ्लेट नदीवर (अर्जेंटिना), ब्युनॉस आयर्स व एल्बवर हांबर्ग (प. जर्मनी) ही बंदरे आहेत.

हाफ नेहरूंग किनारा :

जर्मनीची बाल्टिक किनारपट्टी निमग्न व सखल प्रकारची आहे. नॉर्थ सीच्या भागात किनाऱ्यावरील वाळूचे दांडे समुद्रात बुडून व काहीचे माथे सागरपातळीवर राहिल्याने वाळूची बेटे तयार झालेली आहेत. वाळूचे दांडे, बेटे व किनारा यांच्या दरम्यान लॅगून्स तयार झालेली आहेत. अशा प्रकारच्या दांडे व लॅगून्स यांनी युक्त असलेल्या किनाऱ्यास हाफ नेहरूंग किनारा असे म्हणतात. (हाफ=सरोवर, नेहरूंग=वाळूचा दांडा) बाल्टिक समुद्राच्या किनाऱ्याचा बराचसा भाग वरील प्रकारचा आहे.

उन्मग्न उच्चभू किनारे (Emergent upland coasts) :

प्रस्तरभंगामुळे तौलनिकदृष्ट्या किंवा ऊर्ध्वगामी हालचालींमुळे किनाऱ्यावरील प्रदेश उंचावला जातो व हे किनारे तयार होतात. उत्थापित पुळणी हे अशा प्रकारच्या किनाऱ्यांचे वैशिष्ट्य असते. साधारणपणे ही किनारपट्टी नियमित व

सरळ असते. किनाऱ्यावर सागरी कडे असतात व अपतटावरील पाण्याची खोली जास्त असते. किनाऱ्यांची झीज जास्त झालेली नसल्याने किनाऱ्यावर सुरक्षित खाड्या नसतात. त्यामुळे अशा किनाऱ्यावर चांगली बंदरे होऊ शकत नाहीत. अरेबियाचा पश्चिम किनारा, भारताचा पश्चिम किनाऱ्याचा व स्कॉटलंडच्या किनाऱ्याचा काही भाग वरील प्रकारात मोडतात. भूमध्य समुद्रातील माल्टाच्या पश्चिम किनाऱ्यावर तरंगकृत मंच खूप उंचीवर दिसतो. यावरून हा किनारा उन्मग्न प्रकारचा आहे असे म्हणता येते.

रिया किनारा

उन्मग्न सखल किनारे (Emergent Lowland Coasts) :

भूखंडमंचाच्या उत्थापनामुळे ही किनारपट्टी तयार होते. अपतटावरील समुद्र यामुळे उथळ बनतो. (लॅगून्स), सिंधुतडाग, दलदली, मृत्तिकासंचय इत्यादी भूरूपे या किनाऱ्यावर आढळतात. आग्नेय संयुक्त संस्थाने, पश्चिम फिनलंड, पूर्व स्वीडन, दक्षिण अर्जेंटिना किनाऱ्याचा काही भाग वरील प्रकारात मोडतात.

५. मानव आणि समुद्र

मनुष्याच्या नैसर्गिक पर्यावरणाचा बराच मोठा भाग जलावरणाने व्यापला आहे. गेल्या काही शतकात मानवाने या जलावरणाचा अनेकांगी उपयोग करून घ्यायला सुरुवात केली आहे.

एक विस्तृत 'जैविक पर्यावरण' (Biological Environment) या दृष्टीने समुद्राचा मानवाला खूपच उपयोग झाला आहे. निरनिराळ्या तऱ्हेचे खाद्यपदार्थ सहजपणे उपलब्ध करून देणारे सागर हे एक मोठे भांडार आहे. समुद्राने व्यापलेले क्षेत्र खूप मोठे असल्यामुळे निरनिराळ्या हवामान परिस्थितीत जगू शकणारे सजीव, निरनिराळ्या खोलीवरही तापमान, क्षारता, इत्यादी घटक बदलत असल्यामुळे, त्या-त्या खोलीवर विभिन्न प्रकारचे सजीव निर्माण झालेले आढळतात. यावरून हे भांडार किती मोठे

आहे याची कल्पना येईल.

सागरजलाच्या हालचालींमुळे निरनिराळ्या खोलीवर तयार होणारे जीव किंवा वनस्पती, एका प्रदेशाकडून दुसऱ्या प्रदेशाकडे स्थलांतर करतात. थंड पाण्यातील सजीव, उष्ण पाण्यातील सजीव, उथळ भागातील सजीव, खोल भागातील सजीव, अधिक सूर्यप्रकाशात वाढणारे सजीव किनाऱ्याजवळ व किनाऱ्यापासून खूप दूरपर्यंत वाढणारे सजीव अशा भिन्न भिन्न नैसर्गिक परिस्थितीत विविध प्रकारचे सजीव आढळतात.

या सर्वांचा मनुष्याला खाद्य म्हणून उपयोग होतो. यांतील मासे हा जगातील बऱ्याच लोकांचा आवडता खाद्यपदार्थ आहे.मासेमारीच्या व्यवसायाची जगभर गेल्या काही वर्षांत खूपच प्रगती झाली आहे.

सागरतळावर उत्तम प्रतीची व खूप मोठ्या प्रमाणात मंगल, कोबाल्ट, खनिज तेल इत्यादी खनिजे आहेत.

वाढत्या औद्योगिकीकरणामुळे, जमिनीवरील खनिजांचे साठे दिवसेंदिवस अपुरे पडत असून, मानवाने सागरतळावरील खनिजांचा उपयोग करायला सुरुवात केली आहे. जगाचे भावी काळातील इंधन सागरातून मिळणार आहे.

भूराजनैतिकदृष्ट्या समुद्रांना सध्या अनन्यसाधारण महत्त्व प्राप्त होत आहे. सागरी सीमा, सागरपृष्ठावरील लष्करी तळ, आंतरराष्ट्रीय दर्जाचे कालवे, सागरी दळणवळणाचे मार्ग आणि या मार्गावर चालणारा निरनिराळ्या देशातील व्यापार या सर्व गोष्टींमुळे, प्रत्येक देशाच्या आजूबाजूला असलेले सागरी सीमांचे राजकीय महत्त्व वाढत आहे. अनेक प्रकारचे क्षार समुद्रात विपुल असल्याने रासायनिक उद्योगांना कच्चा माल मोठ्या प्रमाणात उपलब्ध होऊ शकेल.

अशा रीतीने संपूर्ण जगाची आर्थिक सुबत्ता, व्यापार, वाढत्या लोकसंख्येच्या वाढत्या गरजा अशा अनेक क्षेत्रात सागरी पर्यावरणाचा अधिकाधिक उपयोग होत आहे. त्यामुळे समुद्रांना रत्नाकर हे नाव यथार्थ आहे. इराणी आखात, युरोपमधील उत्तर समुद्रतळ, बाँबे हाय येथे खनिजतेल मिळते.

❑

२. सागरी निक्षेप

सागरतळावर जमणाऱ्या सर्व प्रकारच्या गाळास सागरी निक्षेप असे म्हणतात. जमिनीच्या झिजेनंतर तयार झालेला सगळा गाळ अखेरीस समुद्रतळावरच जाऊन साचतो. या गाळाचे संचयन, समुद्रतळावर खूप मोठ्या प्रमाणावर होते. सागरी निक्षेपात या गाळाबरोबरच मृत अशा सागरी वनस्पती व सागरी जीवांचा समावेश केला जातो.

जमिनीवरील गाळ मात्र जितक्या सहजपणे दिसू शकतो, तितक्या सुलभतेने सागरी निक्षेप पाहता येत नाही. भूपृष्ठाच्या ऊर्ध्वगामी हालचालीनंतर सागरतळाचे प्रदेश वर येऊन, उघडे पडल्यास त्यावरून अशा निक्षेपांचे स्वरूप समजून येते. अनेक वेळा सागरतळावरील गाळ हा शास्त्रीय संशोधनाकरिता मुद्दाम, महाकाय अशा यंत्राच्या वर काढला जातो व त्याचा अभ्यास केला जातो.

भूपृष्ठाच्या हालचालींनंतर समुद्रतळावर तयार झालेले जलजन्य स्तरित खडक वर येतात. समुद्रसपाटी खाली गेल्यानेही असे खडक उघडे पडतात. या स्तरित खडकांमध्ये अनेक सागरी जीवांचे अवशेष गाडले गेलेले आढळून येतात.

सागरजलावर आढळणाऱ्या निक्षेपांचे खालीलप्रमाणे वर्गीकरण केले जाते.

पहिल्या प्रकारच्या वर्गीकरणामध्ये सागरी निक्षेप, सागराच्या ज्या भागावर तयार होतात तो विभाग घेतला जातो. यानुसार निक्षेपांचे वर्गीकरण पुढीलप्रमाणे होते–

(१) किनाऱ्याजवळच्या प्रदेशावरील निक्षेप (Littoral Deposits) : उधानाची भरती व उधानाची ओहोटी याच्या मर्यादेमधील निक्षेपांचा यात समावेश होतो.

(२) उथळ पाण्यातील निक्षेप (Shallow Water Deposits) : ओहोटीच्या मर्यादेपासून १८० मीटर (१०० फॅदम) खोलीपर्यंतच्या सागरतळातील निक्षेप यात समाविष्ट केले जातात. साधारणत: हे निक्षेप समुद्रबूड जमिनीच्या सागरतळाकडील मर्यादेपर्यंत असतात असे म्हणावयास हरकत नाही.

(३) गभीर निक्षेप (Bathyal Deposits) : प्रामुख्याने हे निक्षेप सागरी उतारावर सापडतात.

(४) अगाधीय निक्षेप (Abyssal Deposits) : सागरी मैदाने व सागरी गर्ता यामध्ये सापडणाऱ्या निक्षेपांचा यात समावेश केला जातो.

या सर्व सागरी निक्षेपांचे सेंद्रिय व असेंद्रिय असे आणखी एका प्रकारे वर्गीकरण केले जाते.

१. भूजन्य निक्षेप

भूजन्य निक्षेप बऱ्याच अंशी, समुद्रबूड जमीन व सामुद्रिक उतार या दोन विभागांवरच आढळून येतात. यात वाळू, दगडगोटे, माती इत्यादींचा समावेश होत असून हा सर्व गाळ किनाऱ्यावरील नद्यांनी वाहून आणून समुद्रात टाकलेला असतो किंवा किनाऱ्याची समुद्रलाटांनी झीज होऊन तयार झालेला असतो.

अशा तऱ्हेचा किनाऱ्याजवळ साचलेला गाळ, समुद्रप्रवाहामुळे सागरतळाच्या अधिकाधिक खोल भागाकडे वाहून आणला जातो. उथळ समुद्रात भूजन्य निक्षेपांच्या थरांची जाडी खूपच जास्त असते.

उच्च अक्षांशामध्ये हिमनद्या, समुद्राला येऊन मिळाल्यावर समुद्रात अनेक हिमनग तरंगू लागतात. ह्या हिमनगांतून विविध प्रकारचा गाळ, हिमोढाच्या स्वरूपात आलेला असतो. या हिमोढात माती, वाळू, चिखल, मोठे खडक असतात. हिमनग हळूहळू वितळून गेल्यावर त्याने आणलेल्या सर्व म्हणजे गुंडामृदेचे संचयन सागरतळावर होते.

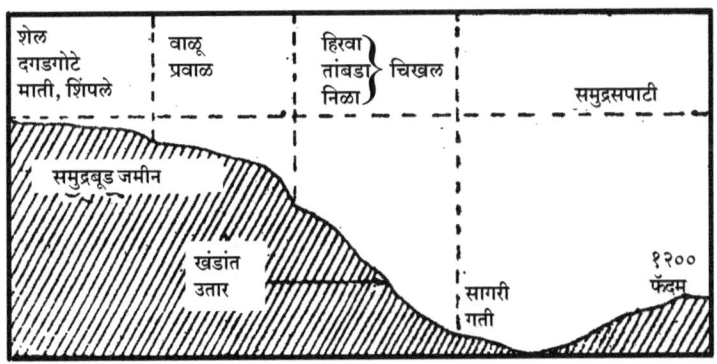

हिमनग खूप मोठे असल्यास ते समुद्रात, किनाऱ्यापासून बरेच दूर जातात व तेथे वितळल्यावर त्यातील गुंडामृदेचे संचयन सागरतळाच्या खोल भागावर होते. सागरी गर्तांमध्ये असलेल्या निक्षेपात कॅल्शिअमचे प्रमाण फारच कमी असल्याचे आढळले आहे. ज्वालामुखीय उद्रेकातून बाहेर पडलेली राख हवेतून तरंगत समुद्रपृष्ठावर येऊन पडते. या राखेचे संचयन जास्त झाल्यावर ती हळूहळू जड होऊन सागरतळावर पोहोचते. सागरी मैदाने व सागरी गर्ता या विभागातही ही राख आढळली आहे.

भूजन्य निक्षेपाचे काही मुख्य प्रकार पुढीलप्रमाणे आहेत–

(१) निळ्या रंगाचा चिखल (blue mud) : भूवेष्टित समुद्रात व समुद्रबूड जमिनीवर निळ्या रंगाचा चिखल फार मोठ्या प्रमाणात आढळतो. खडकातील लोखंडाचे सल्फाईड व सेंद्रिय द्रव्ये यांच्यामुळे या गाळास निळा रंग प्राप्त होतो. यात ३५ टक्के कार्बोनेट आढळते. आर्क्टिक महासागरात ४ दशलक्ष चौरस मैल, पॅसिफिकमध्ये ३ दशलक्ष चौरस मैल, अटलांटिकमध्ये २ दशलक्ष चौरस मैल आणि हिंदी महासागरामध्ये १.५ दशलक्ष चौरस कि.मी. इतके क्षेत्र निळ्या चिखलाने व्यापला आहे.

(२) तांबडा चिखल (red mud) : यात कॅल्शियम कार्बोनेटचे सरासरी प्रमाण ३२ टक्के असते. इतर भूजन्य निक्षेपांच्या तुलनेने हा निक्षेप सागरतळावर फारच अभावाने आढळतो. पीत समुद्र, ब्राझीलचा किनारा व अटलांटिकचा बराचसा तळभाग ह्या ठिकाणी हा निक्षेप विशेषत: आढळतो.

(३) हिरव्या रंगाचा चिखल (green mud) : ज्या समुद्रबूड जमिनीवर फार मोठ्या नद्या येऊन मिळत नाहीत, अशा ठिकाणी हिरव्या रंगाच्या चिखलाचे प्रमाण जास्त असते. १०० ते ९०० फॅदम खोलीवर उत्तर अमेरिका, जपान, ऑस्ट्रेलिया इत्यादी देशांच्या किनारपट्टीवर हा चिखल दिसतो. ग्लुकोनाइटमुळेही चिखलास हिरवा रंग प्राप्त होतो.

२. प्राणिज निक्षेप

प्रवाळ, शंख, शिंपले इत्यादींच्या अवशेषांपासून बनलेल्या सेंद्रिय निक्षेपास उथळ प्रदेशातील निक्षेप असे म्हटले जाते. ह्या प्रकारचे निक्षेप उथळ समुद्रतळावर आढळतात. प्लँक्टन नावाच्या सागरी जीवाच्या अवशेषापासून बनलेले जे निक्षेप आढळतात, त्यास प्राणिज गाळ किंवा ऊझ (pelagic oozes) म्हणतात. हे निक्षेप प्रामुख्याने खोल समुद्रात आढळतात. प्लँक्टन किंवा इतर सागरी जीवाच्या कठीण शरीरापासून हे निक्षेप तयार होतात.

अशा सागरी जीवांचे अवशेष खोल पाण्यात बुडत असताना त्यातील रासायनिक द्रव्यापासून ऊझची निर्मिती होते. ग्लोबीजेरीना(globigerina) या प्राण्याच्या अवशेषापासून हे तयार होतात. त्यांच्या शरीरातील कॅल्शिअमचे कार्बोनेट पाण्यात विरघळून खाली येत असतात. कॅल्शिअम पाण्यात लवकर विरघळत असल्यामुळे कॅल्शिअमचे ऊझ जास्त खोलीवर जाऊ शकत नाही. त्यामुळे हे निक्षेप प्रकार कमी खोलीच्या सागरतळावर आढळतात. ज्या प्राण्याच्या अवशेषात सिलिकाचे प्रमाण जास्त असते व सिलिका लवकर विरघळत नसल्याने खूप खोलीपर्यंत सिलिकायुक्त

ऊझ पोचू शकतात.

प्राणिज गाळासंबंधी (pelagic oozes) जी माहिती उपलब्ध आहे ती फारच मर्यादित स्वरूपाची आहे. या निक्षेप प्रकारांचे सागरतळावर संचयन अतिशय मंद गतीने होते. पॅसिफिक महासागराच्या तळभागावर यांच्या संचयनाचा वेग २०,००० वर्षात २.५° सें. मी. इतका आहे. या निक्षेपांचे आढळणारे सागरपृष्ठावरील संचयन जवळ जवळ ३६०० मीटर आहे. हे संचयन होण्याकरिता २५० ते ३०० दशलक्ष वर्षे लागली असावीत. याचा अर्थ असा की, सागरतळांची निर्मिती २५० ते ३०० दशलक्ष वर्षांपूर्वी झाली असावी.

प्राणिज गाळांचे काही प्रमुख प्रकार व त्यांचे वितरण पुढीलप्रमाणे आहे.

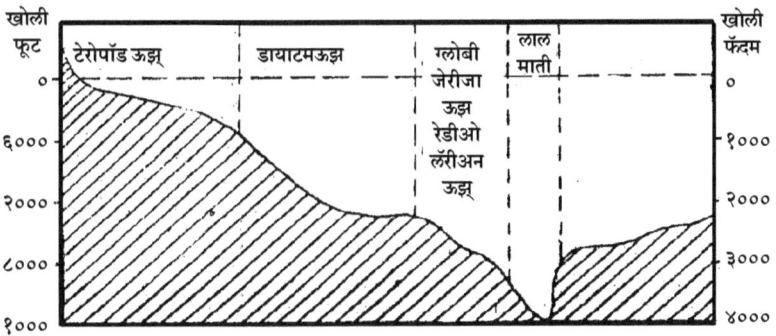

(१) ग्लोबीजेरीना ऊझ : ग्लोबीजेरीना नावाच्या प्राण्याच्या कवचापासून हा गाळ बनतो हे वर सांगितलेच आहे. हा गाळ बराचसा पांढऱ्या रंगाचा असतो. यातील कॅल्शिअम कार्बोनेटचे प्रमाण ६४% इतके असते. समशीतोष्ण कटिबंधातील या गाळाचे प्रमाण जास्त असते. सागरतळाच्या एकूण क्षेत्रफळापैकी २९.२% क्षेत्रावर हा ऊझ पसरला आहे. ५४०० ते ७२०० मीटर्स खोलीच्या प्रदेशात हा गाळ आढळतो.

(२) रेडीओलॅरियन ऊझ : करड्या रंगाचा हा गाळ असून फोरॅमिनिफेरा नावाच्या प्राण्याच्या शरीरापासून बनतो. या गाळात सिलिकाचे प्रमाण जास्त असते. तांबड्या रंगाच्या गाळाशी याचे अधिक साधर्म्य आहे. यातील कॅल्शियम कार्बोनेटचे प्रमाण अगदी नगण्य असून सरासरी प्रमाण ४ टक्के असते. रेडीओलॅरियन गाळातील कॅल्शियम कार्बोनेटचे प्रमाण खोल समुद्रात कमी कमी होत जाते.

प्रशांत महासागराच्या विषुववृत्तीय भागात या गाळाचे प्रमाण अधिक असल्याचे

आढळून आले आहे. हिंदी व अटलांटिक महासागरात सुद्धा हा गाळ आढळतो. ३६०० ते ९००० मीटर्स खोलीपर्यंत हा थर पसरलेला दिसतो.

(३) **डायाटम ऊझ :** डायाटम ऊझ ही थंड पाण्यातील वनस्पती आहे. या अतिसूक्ष्म वनस्पतींच्या अवशेषांपासून हा गाळ बनतो. यात सिलिका हा घटक प्रामुख्याने आढळतो. हा गाळ साधारण पिवळ्या रंगाचा असून उथळ समुद्रात त्याचा रंग निळसर असतो. कॅल्शियमचे प्रमाण ३% ते ३०% इतके असते.

दोन्ही गोलार्धात उच्च अक्षांशातील समुद्रतळावर हा गाळ आढळतो. १०८० ते ३६०० मीटर्स खोलीवर हा गाळ प्रामुख्याने पसरला आहे.

(४) **टेरेपॉड ऊझ :** यात कॅल्शियम कार्बोनेटचे प्रमाण ८०% असते. उथळ पाण्यात आढळणाऱ्या या गाळाचे प्रमाण पश्चिम व पूर्व प्रशांत महासागरात अधिक आहे.

३. सागरी निक्षेपणाचे वितरण (Distribution of Ocean Deposit)

(१) **खोलीनुसार वितरण** (Vertical Distribution of Sediments) : सागरी निक्षेपाच्या उभ्या किंवा खोलीनुसार वितरणावरून असे स्पष्ट होते की, सागरी निक्षेपांच्या निरनिराळ्या थरांत रंगानुसार व कॅल्शियमच्या प्रमाणानुसार बदल होत जातो.

तळभागाकडील निक्षेप, त्यातील सल्फरच्या आधिक्यामुळे निळसर आणि कमी खोलीवरचे निक्षेप त्यातील आर्यन ऑक्साईडमुळे लालसर, पिंगट रंगाचे दिसतात.

टेपेपॉड ऊझ हे उथळ समुद्रात, त्यापेक्षा थोड्या जास्त खोलीवर ग्लोबीजेरीना, नंतर रेडीओलॅरीअन व अती खोल भागात डायाटम ऊझ असे गाळांचे अनुलंब वितरण असून सागरी गर्तांच्या तळावर तांबड्या मातीचे प्रमाण बरेच जास्त असते.

वालुकाद्रव्य जास्त असलेले ऊझ, सागरतळावर खूप खोलीवर आढळतात. कॅल्शियमयुक्त गाळ इतका खोल आढळत नाही.

(२) **समकक्ष वितरण** (Horizontal Distribution of Sediments) : भूजन्य निक्षेप जवळजवळ सगळ्याच महासागरांच्या समुद्रबूड जमिनीवर आहेत. ईस्ट इंडीजची बेटे, उत्तर पॅसिफीक महासागर व लॅब्रोडोरची किनारपट्टी या ठिकाणी भूजन्य निक्षेपांचे संचयन लक्षणीय आहे.

हिंदी महासागरांच्या पश्चिम भागात ग्लोबीजेरीना ऊझ, दक्षिण भागात डायाटम ऊझ व पूर्व भागात तांबड्या रंगाच्या मातीचे प्रमाण जास्त आहे.

अटलांटिक महासागरात तांबडी माती व ग्लोबीजेरीना ऊझ आढळतात. ५०° ते ६०° दक्षिण अक्षवृत्तांच्या भागात डायाटमचे अधिक्य आहे.

पॅसिफिकमध्ये जवळजवळ सर्वच प्रकारचे निक्षेप आहेत. डायाटम निक्षेप दक्षिण पॅसिफिक व ईशान्य पॅसिफिक भागात ५° ते १५° उत्तर अक्षांशांत रेडिओलॅरीअन ऊझ व उत्तर पॅसिफिकमध्ये तांबड्या रंगाची माती असे या सागरातील निक्षेपणांचे सर्वसाधारण वितरण आहे.

❑

३. सागरजलाचे गुणधर्म
(Properties of Ocean Water)

वातावरणाचे जसे तापमान, दाब, आर्द्रता यांसारखे गुणधर्म असतात, तद्वतच सागरजलाचेही काही वैशिष्ट्यपूर्ण असे गुणधर्म आहेत. या गुणधर्मांच्या साहाय्याने विशिष्ट जलाशयातील पाण्याचे वर्णन करता येते.

क्षारता, तापमान, घनता व दाब हे सागरजलाचे गुणधर्म आहेत.

१. सागरजलाची क्षारता

सागरजलात अनेक प्रकारचे क्षार विरघळलेले असतात. यांतील बरेचसे क्षार समुद्रांच्या निर्मितीपासून त्यांच्या पाण्यात विरघळलेले असावेत. नद्यांच्या पाण्यातून जे क्षार समुद्रात येऊन पडतात, त्यांचे प्रमाण त्या मानाने फारच कमी असते. सोडियमचे क्षार सागरजलात जास्त असतात. या उलट कॅल्शियमचे क्षार नदीच्या पाण्यात आधिक्याने असतात.

निरनिराळ्या समुद्रातील सागरजलांची क्षारता निरनिराळी असल्याचे आढळते. शिवाय खोलीनुसार क्षारतेचे प्रमाण कमी-अधिक होते. सागरजलात विरघळलेल्या क्षारांच्या दरहजारी प्रमाणास क्षारता असे म्हणतात. १००० ग्रॅम पाण्यात ३५ ग्रॅम क्षार विरघळलेले असल्यास त्या पाण्याची क्षारता ३५% आहे, असे म्हटले जाते.

क्षारतेमुळे सागरजलाच्या गोठणबिंदू तापमानात फरक पडतो. क्षारता जितकी जास्त तितका सागरजलाचा गोठणबिंदू कमी असतो. उत्तर समुद्र हा उच्च अक्षांशात असूनही त्याच्या अधिक क्षारतेमुळे हिवाळ्यात गोठत नाही.

सागररचना, सागरजलाच्या हालचाली, सागरजलातील मासे, जलशैव व इतर सागरी जीवांचे वितरण यांवरही क्षारतेचा कमी जास्त प्रमाणात परिणाम होत असल्याचे दिसते.

पुढील तक्त्यावरून असे लक्षात येईल की, सागरजलाची सरासरी क्षारता ३५% इतकी आहे. (दर हजारी ३५)

तक्त्यात दिलेल्या क्षाराव्यतिरिक्त सागरजलात इतर काही क्षार, अत्यल्प प्रमाणात आढळतात, उदाहरणार्थ – आयोडिन, फ्लोरीन, निकेल, कोबाल्ट, झिंक इत्यादी.

सागरजलात आढळणारे प्रमुख क्षार पुढीलप्रमाणे आहेत–

क्षार	प्रमाण	हजारी प्रमाण
सोडियम क्लोराईड	२७.२१३	७७.८
मॅग्नेशियम क्लोराईड	३.८०७	१०.९
मॅग्नेशियम सल्फेट	१.६५८	४.७
कॅल्शियम सल्फेट	१.२६०	३.६
पोटॅशियम सल्फेट	०.८६३	२.५
कॅल्शियम कार्बोनेट	०.१२३	०.३
मॅग्नेशियम ब्रोमाईड	०.०७६	०.२
एकूण	३५.०० ग्रॅम	१०००.०

सागरजलाची क्षारता सगळीकडे सारखी नसून तिच्या वितरणात बदल आढळतात.

क्षारतेत बदल घडवून आणणारे घटक

(१) **बाष्पीभवन :** जास्त तापमानाच्या, जोरदार वाऱ्यांच्या आणि कमी पावसाच्या प्रदेशात बाष्पीभवनाचा वेग जास्त असतो. बाष्पीभवनाचा वेग वाढल्यास सागरजलाची क्षारता वाढते.

(२) **वृष्टी :** जास्त पावसाच्या प्रदेशात, सागरजलाची क्षारता कमी होते. विषुववृत्तीय प्रदेशात उष्णता जास्त असूनही, वर्षभर पडणाऱ्या पावसामुळे हा परिणाम दिसतो. ध्रुवीय प्रदेशात मोठ्या प्रमाणावर हिमवृष्टी होते, त्यामुळे ध्रुवीय प्रदेशातील सागरजलाची क्षारता कमी होते.

(३) **नद्यांनी वाहून आणलेले शुद्ध पाणी :** नद्या जितक्या जास्त प्रमाणात शुद्ध पाणी समुद्रात आणून ओततात, तितकी सागरजलाची क्षारता कमी होते. ॲमेझॉन, कांगो, नायजर आणि सेंट लॉरेन्स नद्यांच्या मुखाजवळील समुद्रात क्षारता कमी आहे. बाल्टिक समुद्रासारख्या भूवेष्टित समुद्रातही, अनेक नद्या येऊन मिळत असल्यामुळे क्षारता कमी होते. हिमनग वितळून शुद्ध पाण्याचा पुरवठा होतो व क्षारता कमी होते.

(४) **समुद्रप्रवाह व सागरजलाच्या हालचाली :** वाऱ्याच्या वेगामुळे समुद्रप्रवाहामुळे होणाऱ्या सागरजलाच्या हालचालीमुळे क्षारतेत बदल होतो. लॅब्रोडोरच्या शीत प्रवाहामुळे अमेरिकेच्या ईशान्य किनाऱ्याजवळ सागरजलाची क्षारता कमी झाली आहे, तर गल्फ प्रवाहामुळे ब्रिटिश बेटाजवळ ती वाढली आहे.

सागरजलाच्या क्षारतेत ऋतुमानाप्रमाणे बदल होताना आढळतो. सागराची क्षारता वर्षभर सारखी राहत नाही. अटलांटिकच्या उत्तर भागात मार्चमध्ये ३६.७ % क्षारता असते. नोव्हेंबरमध्ये याच भागात ३६.५% इतकी क्षारता आढळते. साधारणत: जूनच्या अखेरीस सागरजलाची क्षारता, जास्त बाष्पीभवनामुळे वाढते, तर डिसेंबरच्या अखेरीस क्षारता सर्वात कमी होते.

भूवेष्टित समुद्राच्या पाण्याची क्षारता :

खुल्या समुद्राशी, अरुंद भागाने जोडल्या गेलेल्या अर्धभूवेष्टित (partially enclosed) किंवा पूर्णपणे जमिनीने वेढलेल्या, भूवेष्टित समुद्राच्या पाण्याची क्षारता काही गोष्टींमुळे बदलते.

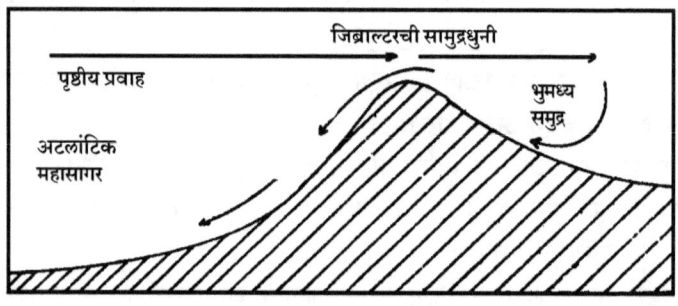

उंचवट्यामुळे भूमध्य समुद्र व अटलांटिक महासागर यांच्या पाण्याचे सहज मिश्रण होत नाही.

उष्णतेच्या प्रमाणातील बदल व समुद्रात येऊन पडणाऱ्या शुद्ध पाण्याच्या प्रमाणातील बदल यामुळे हा परिणाम दिसतो. त्याचे उत्तम उदाहरण म्हणजे भूमध्य सागरातील पाणी अटलांटिक महासागरातील पाण्याबरोबर सहज मिसळू शकत नाही. जिब्राल्टरच्या अरुंद सामुद्रधुनीने तो अटलांटिकशी जोडलेला आहे. या सामुद्रधुनीत सुमारे ३०० मीटर खोलीवर एक उंचवटा आहे; त्यामुळे या दोन समुद्रातील पाण्याचे सहज मिश्रण होत नाही. ऱ्होन, पो व नाईल यांसारख्या लहान नद्यांतून शुद्ध पाण्याचा थोडाफार पुरवठा हा भूमध्य समुद्रात होतो. उन्हाळ्यात, भूमध्य सागरातील पाण्याचे खूप मोठ्या प्रमाणावर बाष्पीवन होते. पाऊस अगदीच कमी असतो. त्यामुळे त्या सागरजलाची क्षारता वाढते. भूमध्य समुद्राच्या पश्चिम बाजूस, जिब्राल्टरच्या समुद्रधुनीजवळ ही क्षारता ३६.५% असून पूर्वेकडे ती वाढते. सीरियाच्या किनाऱ्याजवळ ती ३९% इतकी क्षारता जास्त आहे.

तांबड्या समुद्रात व पर्शियनच्या आखातात जवळजवळ अशीच परिस्थिती

आढळते. तांबड्या समुद्राच्या आजूबाजूचा प्रदेश वाळवंटी आहे. नद्यांमुळे होणारा शुद्ध पाण्याचा पुरवठाही फार कमी आहे. त्यामुळे बाष्पीभवनाचे प्रमाण वाढते. तांबड्या समुद्राच्या दक्षिण भागात ३६.५% क्षारता असून सुएजच्या आखातात ४१% इतकी क्षारता आहे.

नॉर्थ सी (उत्तर समुद्र) याची क्षारता त्या मानाने कमी आहे (३१% ते ३५%). येथे बाष्पीभवनाचे प्रमाण कमी आहे. शिवाय स्कॉटलंड, इंग्लंड आणि स्कॅंडिनेव्हियातील प्रदेशातून अनेक लहान–मोठ्या नद्या समुद्रात मिळत असल्याने शुद्ध पाण्याचे प्रमाणही वाढते.

काळ्या समुद्राभोवतालचा प्रदेश कमी तापमानाचा आहे व या समुद्राला डॅन्यूब, नीस्टर, नीपर व डॉन या नद्या येऊन मिळतात. त्यामुळे या समुद्रातील पाण्याची क्षारता फक्त १८% इतकीच आढळते. बाल्टिक समुद्रात क्षारता सर्वात कमी आढळते. त्याची सरासरी क्षारता ७% असून बॉथनियाच्या आखातात २% इतकी आहे. बॉथनियाच्या आखातात व ग्रीनलंडनजीक हिमगिरी वितळत असल्याने क्षारता खूप कमी आढळते, हा समुद्र शीत हवामानाच्या प्रदेशात आहे. ओडर, विश्चुला, पश्चिम द्विना आणि स्वीडनमधल्या इतर अनेक नद्या या समुद्रात येऊन मिळतात. बाष्पीभवनाचा वेगही खूपच कमी आहे.

सरोवरे व खंडान्तर्गत समुद्राच्या पाण्याची क्षारता :

खंडान्तर्गत समुद्र किंवा सरोवरे यांना येऊन मिळणाऱ्या नद्यांच्या पाण्यातून जे क्षार येतात, ते त्यातच साठवले जातात. अशा जलाशयातील पाणी खुल्या समुद्रात जात नसल्यामुळे त्यातील पाण्याची क्षारता वाढत राहते. काही ठिकाणी तर सतत वाढणारे क्षारांचे प्रमाण व नेहमी चालू असलेले बाष्पीभवन यांमुळे अशी सरोवरे कोरडी पडतात. पॅलेस्टाईन प्रांतातील मृत समुद्राची क्षारता २३७% ते २५०% इतकी जास्त आढळते. वर्षभर असलेले अतिउच्च तापमान, मोठ्या प्रमाणावर होणारे बाष्पीभवन, अत्यल्प पर्जन्य, कमी आर्द्रता आणि गोड्या पाण्याचा अल्प पुरवठा ह्यामुळे ही क्षारता इतकी वाढली आहे. याच कारणामुळे संयुक्त संस्थानातील ग्रेट सॉल्ट लेक येथील क्षारता २२०% इतकी आढळते. पूर्व तुर्कस्तानात लेकवान या भूवेष्टित सरोवराची क्षारता ३३०% इतकी आहे.

कास्पियन समुद्राच्या उत्तर भागात व्होल्गा, उरल व एम्बा नद्यांच्या पाण्यामुळे १८% क्षारता आहे पण त्याच समुद्राच्या दक्षिण भागात व पूर्व भागात ती १७०% आहे. जे खंडान्तर्गत समुद्र व सरोवरे चिंचोळ्या अशा सामुद्रधुनीने खुल्या समुद्राला जोडले गेले आहेत, त्यातील पाण्याची क्षारता कमी असते.

सागरजलाच्या क्षारतेचे वितरण :

नकाशावर समान क्षारतेची ठिकाणे परस्परांना जोडणाऱ्या रेषांना समक्षार रेषा (Isohalines) असे म्हणतात. समक्षार रेषांच्या साहाय्याने क्षारतेचे वितरण दाखवता येते.

क्षारतेचे समकक्ष वितरण (Horizontal Distribution) :

सर्वसाधारणपणे सागरजलाची क्षारता विषुववृत्तापासून ध्रुवाकडे कमी कमी होत जाते. मात्र विषुववृत्तापाशी क्षारतेचे प्रमाण सर्वांत अधिक आढळत नाही. वर्षभर पडणाऱ्या पावसामुळे विषुववृत्तीय प्रदेशातील क्षारता थोडी कमी होते. सर्वाधिक क्षारता, २०° ते ४०° व १०° ते ३०° दक्षिण अक्षवृत्तांमध्ये आढळते. येथे क्षारतेचे प्रमाण दर हजारी ३६ आहे.

■ ३७% पेक्षा अधिक   ■ ३६.७७%   ▨ ३५.३६%   ▨ ३२.३५%   ▥ ३२.२०%   ▨ २०% पेक्षा कमी

सागरजलातील क्षारतेचे समकक्ष वितरण

उत्तर गोलार्धात क्षारतेचे प्रमाण सरासरी ३४% व दक्षिण गोलार्धात ३५% आहे. दक्षिण गोलार्धात पाण्याचे प्रमाण जास्त असून भूमिखंडाचे कमी अडथळे असल्यामुळे या गोलार्धात सागरी पाण्याचे सहज मिश्रण होते. त्यामुळे येथे उत्तर गोलार्धापेक्षा क्षारतेचे प्रमाण अधिक आहे.

खालील तक्त्यांवरून निरनिराळ्या अक्षवृत्तातील सागरजलाची क्षारता स्पष्ट होईल.

अक्षवृत्त विस्तार	क्षारता (दर हजारी)
७०° ते ५०° उ.	३०–३१
५५° ते ४०° उ.	३३–३४
४०° ते १५° उ.	३५–३६
१५° उ. ते १०° द.	३४–३५
१०° ते ३०° द.	३५–३६
३५° ते ५०° द.	३४–३५
५०° ते ७०° द.	३३–३४

किनारपट्टीजवळ समुद्राच्या पाण्यापेक्षा समुद्राच्या दूरवरच्या मध्यवर्ती भागात क्षारता जास्त असते.

क्षारतेचे अनुलंब वितरण (Vertical Distribution) :

उच्च अक्षांशात खोलीनुसार क्षारता वाढते. कारण येथे जड पाणी जास्त खोलीवर असते. मध्य अक्षांशात २०० फॅदम खोलीपर्यंत क्षारता वाढते; पण त्यापुढे ती कमी होते. विषुववृत्तापाशी, वर्षभर पडणाऱ्या पावसामुळे, पृष्ठभागावरील पाण्याची क्षारता कमी असते. त्याखाली ती वाढते आणि तळभागाकडे थंड पाण्यामुळे पुन्हा कमी होते.

२. सागरजलाचे तापमान (Temperature of Ocean Waters)

जमीन आणि पाण्याला सूर्यापासून उष्णता मिळत असली तरी जमिनीवर आणि पाण्यावर होणारे तापमानाचे वितरण मात्र सारखे नाही. पाण्याच्या पृष्ठभागावरून होणारे सूर्यकिरणांचे परावर्तन, खूप खोलीवर पसरत जाणारी उष्णता आणि पृष्ठभागावरून होणारे बाष्पीभवन यांमुळे समुद्राच्या पाण्याचे तापमान कमी केले जाते व मिळालेली उष्णताही पाण्यात इतरत्र पसरविली जाते.

पाणी हे उष्णतेचे मंदवाहक असून पाणी जमिनीपेक्षा उशिरा तापते व उशिरा निवते, त्यामुळे उन्हाळ्यात एखाद्या ठिकाणी जमिनीवर जितके तापमान असते, तितके समुद्रावर असत नाही.

अक्षांश, समुद्रप्रवाह, प्रचलित वारे, समुद्राच्या खोल भागातून अभिसरण पद्धतीने वर येणारे पाणी, हिमनग, क्षारता, जमिनीचे सान्निध्य आणि समुद्रसपाटीपासूनची सागरतळाची खोली अशा अनेक घटकांवर सागरजलाच्या तापमानाचे अनुलंब व समकक्ष वितरण अवलंबून असते.

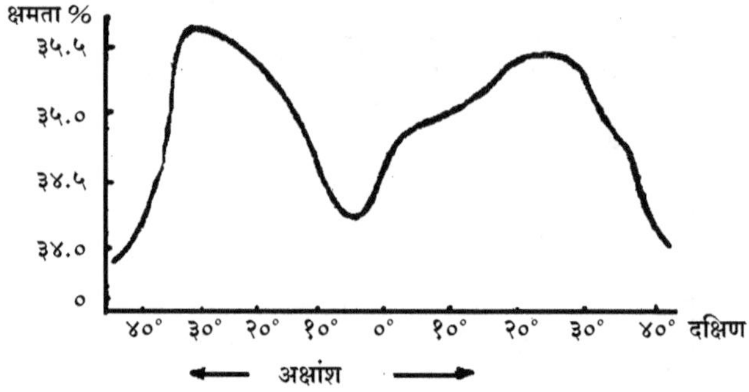
क्षमता %
३५.५
३५.०
३४.५
३४.०
०
४०° ३०° २०° १०° ०° १०° २०° ३०° ४०° दक्षिण
अक्षांश

सागरजलाच्या क्षारतेत अक्षवृत्तानुसार बदल होतो.

सागरपृष्ठावर जास्तीत जास्त तापमान विषुववृत्तावर आढळत नाही, ते विषुववृत्ताच्या थोडे उत्तरेस आढळते. सर्वसाधारणत: उत्तर गोलार्धात तापमान जास्त असते. दक्षिण गोलार्धात पाण्याच्या हालचालींना भूमिखंडाचा अडथळा कमी होत असल्यामुळे तेथे तापमान कमी असते. (आ. १७.४)

तापमानाच्या अक्षवृत्तीय वितरणावर वायुभार पट्ट्याच्या वितरणाचा परिणाम होत असल्याचे दिसते. सामान्यत: ध्रुवीय प्रदेशांकडे तापमान कमी होत जाते, परंतु तापमानातील हा फरक नियमित नाही.

सूर्याच्या अनुलंब किरणांमुळे विषुववृत्तीय प्रदेशात सागरजलाचे तापमान २६.६° सें. असते. याउलट तिरक्या किरणांमुळे ध्रुवीय प्रदेशात ते विलयबिंदूच्या जवळपास आढळते.

सारख्याच अक्षांशात असलेल्या समुद्राचे पाणी सगळीकडे सारख्या तापमानाचे असत नाही. महासागराच्या पूर्व आणि पश्चिम बाजूकडील तापमानात तफावत असल्याचे दिसून येते. अटलांटिक महासागराच्या पूर्वेकडे ब्रिटिश बेटांजवळ, उत्तर अटलांटिक समुद्रप्रवाहामुळे तापमान जास्त असते; तर पश्चिमेकडे लॅब्रॅडोरच्या शीतप्रवाहामुळे तापमान कमी होते.

उष्णतेच्या विषुववृत्ताच्या स्थितीत (Thermal equator) तसेच समुद्रप्रवाह आणि वाऱ्यांच्या दिशेत ऋतूनुसार जसे बदल होतात, त्याप्रमाणे समुद्राच्या पृष्ठभागावरील तापमानातही बदल होतात.

खोल समुद्रातील पाण्याच्या तापमानावर परिणाम करणारे घटक मात्र थोडे वेगळे आहेत, यात (१) पाण्यात शोषल्या गेलेल्या उष्णतेचे प्रमाण, (२) समुद्रप्रवाहाच्या वाहण्याच्या दिशेतील बदल, (३) क्षारता या घटकांचा समावेश होतो.

सामान्यपणे जसजशी खोली वाढते, तसतसे सागरजलाचे तापमान कमी कमी होत जाते. मात्र हा नियम सगळीकडेच लागू होत नाही. निरनिराळ्या अक्षवृत्तांवर सागरतळाच्या रचनेनुसार तापमान कमी होण्याच्या या नियमात बदल होताना दिसतात.

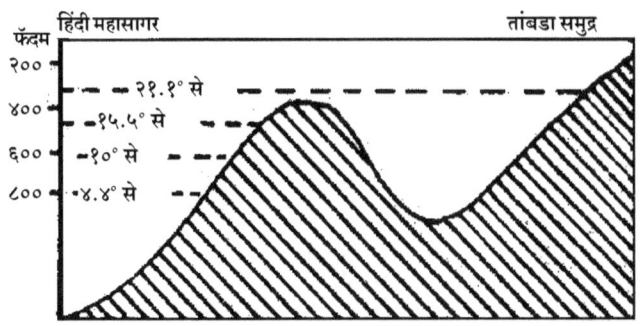

खुल्या व भूवेष्टित सागरजलाच्या तापमानात फरक आढळतो

सूर्यकिरणांमुळे प्रत्यक्षरीत्या फक्त ११५ फॅदम खोलीपर्यंतच्याच पाण्याचे तापमान वाढते. त्यामुळे तापमानात एकदम घट होते. १०० पासून ६०० फॅदम खोलीपर्यंत ही घट फार वेगाने होते. ६०० फॅदमपासून १००० फॅदमपर्यंत तापमानात होणारी घट अगदीच नगण्य असते. ध्रुवीय प्रदेशातील सागराच्या तळभागावरील पाण्याचे तापमान गोठणबिंदूच्या जवळपास असते. समुद्राचे पाणी खारट असल्यामुळे त्याचे तापमान सहजासहजी गोठणबिंदूच्या खाली जात नाही. जर ते तापमान –६° सें.पर्यंत खाली गेले तरच समुद्राचे पाणी गोठलेले दिसून येते.

विषुववृत्तीय समुद्रात व ध्रुवीय समुद्रात खोलीनुसार तापमान कमी होण्याच्या या क्रमात सारखेपणा आढळत नाही. विषुववृत्तीय समुद्रात घट होण्याचा वेग ध्रुवीय समुद्रापेक्षा जास्त असतो.

समुद्राच्या पृष्ठभागावरील पाण्याच्या तापमानासंबंधी खालील वैशिष्ट्ये आढळतात.

(१) विषुववृत्तीय प्रदेशात सागरजलाचे जास्तीत जास्त तापमान २६.६° सें. व कमीत कमी २१.१०° सें. असते. तापमानातील वार्षिक सरासरी फरक सुमारे ४° सें. इतका असतो.

(२) ध्रुवीय प्रदेशात सागरजलाचे तापमान ०° सें. असते. क्वचित प्रसंगी ते १०° सें. पर्यंत वाढते. तेथेही तापमानातील वार्षिक सरासरी फरक १०° ते १२° सें. इतकाच असतो.

(३) समशीतोष्ण कटिबंधातील सागरजलाचे तापमान बरेच असून तापमानातील वार्षिक सरासरी फरक ६.६° सें. ते ४.४° सें. इतका आढळतो.

अर्धभूवेष्टित समुद्राच्या पाण्याचे तापमान

भूवेष्टित समुद्राच्या पाण्याचे खुल्या समुद्रातील पाण्याशी सहज मिश्रण होऊ शकत नाही; यामुळे समुद्रात ज्या पद्धतीने खोलीनुसार तापमानात घट होत असते, त्याचप्रकारची घट भूवेष्टित समुद्राच्या पाण्यात दिसत नाही.

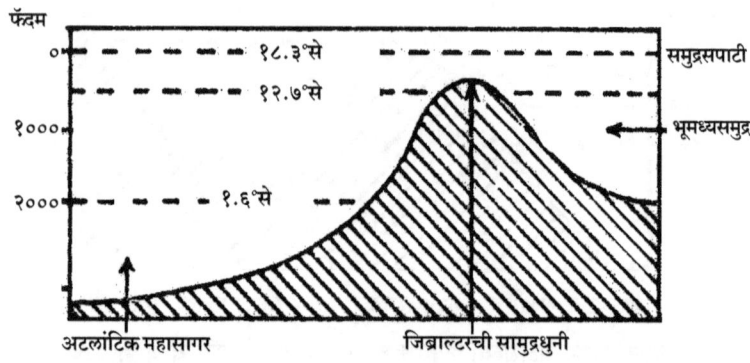

हिंदी महासागर व तांबडा समुद्र यांच्या तापमानातील फरक

ज्या मर्यादेपर्यंत पाण्याचे सहज मिश्रण होते, त्या मर्यादेवर खुल्या समुद्राचे जे तापमान असते, तेच तापमान भूवेष्टित समुद्रात अधिक खोलीपर्यंत आढळते. भूमध्य समुद्रात जिब्राल्टरच्या सामुद्रधुनीपाशी अटलांटिक व भूमध्य समुद्राचे तापमान १८.३^{0} सें. इतके आहे. १९० फॅदम खोलीपर्यंत भूमध्य समुद्रातील पाण्याचे अटलांटिकच्या पाण्याशी सहज मिश्रण होत असल्यामुळे, या खोलीवर १२.७^{0} सें. इतके तापमान आढळते. त्यापुढे मात्र भूमध्य समुद्रातील तापमान बदलत नाही. याउलट अटलांटिक महासागरात २३०० फॅदम खोलीवर तापमान १.६^{0} सें. इतके कमी होते. नेमकी हीच परिस्थिती हिंदी महासागर व तांबडा समुद्र यांमध्ये आढळते. (आ. १७.७) ८०० फॅदम खोलीवर अटलांटिक महासागराचे तापमान ४.४^{0} सें. इतके कमी असते. पण तेवढ्याच खोलीवर तांबड्या समुद्रातील पाण्याचे तापमान मात्र २१.१^{0} सें. इतके असते.

❑

४. समुद्रप्रवाह

समुद्रलाटांपेक्षा अधिक महत्त्वाच्या अशा या हालचाली असून, या हालचाली आडव्या आणि उभ्या दोन्ही प्रकारच्या असतात.

समुद्रप्रवाहातील पाण्याची हालचाल एकाच दिशेने होते. हे प्रवाह निरनिराळ्या खोलीवर आढळतात. हे प्रवाह बराच मोठा प्रदेश व्यापतात. या दृष्टीने प्रत्येक समुद्रप्रवाह विस्तृत आकाराचा असतो.

समुद्रप्रवाहाच्या निर्मितीस पुढील घटक कारणीभूत होतात.

(१) गुरुत्वाकर्षण शक्ती, (२) पृथ्वीच्या परिवलनामुळे तयार होणारी केंद्रोत्सारी प्रेरणा, (३) वायुभारातील बदल, (४) प्रचलित वारे आणि त्यांची घर्षणशक्ती, (५) सागरजलाचे तापमान, (६) सागरजलाची क्षारता व घनता आणि (७) बर्फाचे विलयन.

(१) गुरुत्वाकर्षण शक्ती : पृथ्वीचा विषुववृत्तीय भाग फुगीर व ध्रुवीय भाग चपटा असल्यामुळे, ध्रुवाजवळ गुरुत्वाकर्षणशक्ती जास्त असते. त्यामुळे ध्रुवीय प्रदेशातील सागरप्रवाहावर विषुववृत्तीय सागरप्रवाहापेक्षा अधिक गुरुत्वशक्ती कार्य करते.

(२) केंद्रोत्सारी प्रेरणा : पृथ्वी स्वतःभोवती पश्चिमेकडून पूर्वेकडे फिरते. त्यामुळे सागरप्रवाहाच्या मूळ दिशेत एका विशिष्ट पद्धतीने बदल होतो.
सर्वसामान्यपणे विषुववृत्तापाशी निघालेला सागरप्रवाह सरळ रेषेमध्ये ध्रुवाकडे जाईल. परंतु उत्तर गोलार्धात तो या मूळ दिशेच्या उजवीकडे वळतो व दक्षिण गोलार्धात तो मूळ दिशेच्या डावीकडे वळतो. या परिणामास 'कोरीआलिस' (coriolis) परिणाम किंवा फेरेलचा नियम असे म्हणतात.

(३) वायुभारातील बदल : समुद्राच्या पृष्ठभागावर जास्त वायुभाराचा पट्टा निर्माण झाल्यास त्याचा परिणाम समुद्रप्रवाहावर झाल्याचे आढळून येते. अशा ठिकाणी पाण्याच्या पृष्ठभागावर दाब पडून तेथील समुद्रप्रवाह कमी वायुभार असलेल्या पृष्ठभागाकडे जातो.

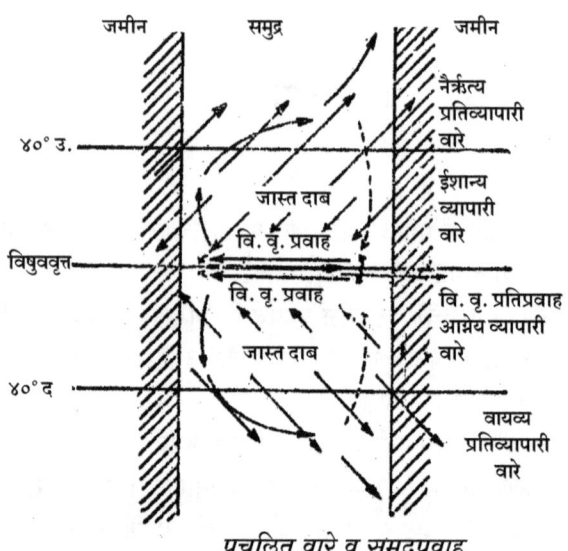

प्रचलित वारे व समुद्रप्रवाह

(४) **प्रचलित वारे व त्यांची घर्षणशक्ती** : वाऱ्यांच्या दिशेचा समुद्रप्रवाहावर फार मोठा परिणाम झाल्याचे आढळून येते. प्रचलित वाऱ्यांचे सागरपृष्ठाशी जे घर्षण होते, त्यामुळे प्रामुख्याने समुद्रप्रवाह निर्माण होतात हे आता सर्वमान्य झाले आहे. समुद्रप्रवाहाची केवळ दिशाच या वाऱ्यामुळे ठरते असे नव्हे तर वेगावरही वाऱ्याचा परिणाम होतो.

आ. १८.९ वरून प्रचलित वारे आणि समुद्रप्रवाह यांचे स्वरूप स्पष्ट होते. उत्तर आणि दक्षिण गोलार्धात सर्वसामान्यतः व्यापारी व प्रतिव्यापारी वाऱ्यांच्या दिशेने समुद्रप्रवाहांची हालचाल होते. हिंदी महासागरात ऋतुमानाप्रमाणे मोसमी वाऱ्यांची दिशा बदलत असल्यामुळे प्रवाहांची दिशाही बदलते.

(५) **सागरजलाचे तापमान :** वातावरणाप्रमाणेच जलावरण हे काही ठिकाणी उष्णतेचे शोषण करते तर काही ठिकाणी उष्णतेचे उत्सर्जन करते. त्यामुळे सागरजलाच्या तापमानात फरक पडतो.

निरनिराळ्या अक्षवृत्तांवर सागरजलात शोषिल्या जाणाऱ्या उष्णतेत फरक पडल्यामुळे प्रवाह निर्माण होतात. साधारणतः विषुववृत्तीय प्रदेशातील पाण्याचे तापमान ध्रुवीय प्रदेशातील पाण्यापेक्षा जास्त असते. जास्त तापमानामुळे विषुववृत्तीय प्रदेशातील पाण्याचे प्रसरण होते व ध्रुवीय प्रदेशाकडे वाहू लागते. विषुववृत्तापाशी निर्माण झालेली ही पाण्याची पोकळी भरून काढण्यासाठी

ध्रुवाजवळील थंड, जड पाणी खाली जाते व पाण्याच्या पृष्ठाखालून विषुववृत्तीय प्रदेशाकडे वाहू लागते. या प्रमुख दोन आडव्या प्रवाहांच्यामुळे आणखी दोन उभे प्रवाह निर्माण होतात. विषुववृत्तापाशी पाण्याखालून पृष्ठाकडे व ध्रुवावर पृष्ठापासून पाण्याखाली असे ते प्रवाह जातात. अशा रीतीने प्रवाहाचे एक पूर्ण चक्र तयार होते. या सर्वसामान्य प्रवाहचक्रामध्ये विषुववृत्तीय प्रदेशाकडे येणाऱ्या प्रवाहास थंड प्रवाह व विषुववृत्ताकडून ध्रुवाकडे पृष्ठभागावरून जाणाऱ्या प्रवाहास उष्ण प्रवाह असे म्हणतात.

(६) **सागरजलाची क्षारता व घनता :** क्षारता जास्त असलेल्या पाण्याची घनता जास्त असल्यामुळे असे पाणी खाली जाते. याउलट कमी क्षारतेचे, कमी घनतेचे, हलके पाणी वर येते. जास्त क्षारतेच्या पाण्याचा प्रवाह सागरपृष्ठावरून वाहतो.

(७) **बर्फाचे विलयन** : बर्फाच्या वितळण्यामुळे, थंड प्रदेशातील समुद्राच्या पाण्याची पातळी वाढते. त्यामुळे अर्थातच पाण्याची क्षारता कमी होते.

याशिवाय, किनारपट्टीचा आकार व स्वरूप आणि ऋतूप्रमाणे होणारे वाऱ्यांतील स्थानिक बदल यांचाही समुद्रप्रवाहावर परिणाम होतो. किनारपट्टीच्या अडथळ्यांमुळे मुख्य समुद्रप्रवाहापासून अनेक उपप्रवाह निर्माण होतात.

अटलांटिक महासागरातील समुद्रप्रवाह

अटलांटिक महासागरात पश्चिमेकडे वाहणारे उत्तर विषुववृत्तीय प्रवाह व दक्षिण विषुववृत्तीय प्रवाह हे दोन प्रवाह महत्त्वपूर्ण असून त्यांनीच उत्तर अटलांटिक व दक्षिण अटलांटिक महासागरामध्ये दोन स्वतंत्र प्रवाहचक्रे निर्माण केली आहे. 0° ते १०° उत्तर अक्षवृत्तांमध्ये असलेला उत्तर विषुववृत्तीय प्रवाह हा ईशान्य व्यापारी वाऱ्यांमुळे तयार होतो.

विषुववृत्ताच्या दक्षिणेस आग्नेय व्यापारी वाऱ्यांपासून दक्षिण विषुववृत्तीय प्रवाह तयार होतो व तो पश्चिमेकडे वाहू लागतो. दक्षिण अमेरिकेतील ब्राझील किनाऱ्यावर सावरूकच्या भूशिराजवळ या प्रवाहाला दोन उपशाखा फुटतात. यातील एक शाखा उत्तरेकडे येऊन उत्तर विषुववृत्तीय प्रवाहाला मिळते. हिवाळ्यामध्ये जेव्हा विषुववृत्तीय प्रतिप्रवाह कमजोर झालेला असतो तेव्हाच प्रामुख्याने ४° उत्तर ते ११° उत्तर अक्षांशातील दक्षिण व उत्तर विषुववृत्तीय प्रवाह एकत्र होतात.

उत्तरेकडे आलेल्या उपशाखेमुळे उत्तर विषुववृत्तीय प्रवाह थोडा उत्तरेकडे सरकतो. या संयुक्त प्रवाहास दोन फाटे फुटतात. एक वेस्ट इंडीज बेटांच्या पूर्वेकडे वळतो. यास अँटिलीज प्रवाह म्हणतात. दुसरा कॅरीबियनच्या समुद्रात वळून युकाटनच्या

चॅनलपर्यंत जातो. पुढे हाच फाटा मेक्सिकोच्या आखातात प्रवेश करतो. मेक्सिकोच्या आखातातील संयुक्त प्रवाह फ्लोरिडाच्या सामुद्रधुनीतून बाहेर पडल्यावर यास आखात प्रवाह (गल्फ स्ट्रीम) असे म्हटले जाते. गल्फ स्ट्रीमचा परिणाम २०^{0} उ. ते ६०^{0} उ. अक्षांशात आढळतो. फ्लोरिडाचा प्रवाह, उत्तर अटलांटिक प्रवाह (ग्रँड बँकेच्या पूर्वेकडचा) यांचा समावेशही गल्फ स्ट्रीममध्येच केला जातो. आखात प्रवाहाचे तापमान २७^{0} सें आहे. ६ ते ८ कि.मी. ताशी वेग असलेल्या या प्रवाहाची रुंदी ५७ ते ६४ कि.मी. आहे. न्यू फाऊंडलँडच्या बेटापाशी याचे तापमान २१^{0} सें. इतके कमी होते. अखेरीस हा प्रवाह ब्रिटिश बेटे व पश्चिम युरोप यांच्या किनाऱ्याजवळून आर्क्टिक महासागरात विलीन होतो.

ब्रिटिश बेटांजवळ याला उत्तर अटलांटिक प्रवाह असे म्हणतात. न्यूफाउंडलँडपाशीच उत्तरेकडून येणाऱ्या लॅब्रोडोरच्या शीतप्रवाहास आखात प्रवाह येऊन मिळतो. या शीत व उष्ण प्रवाहाच्या एकत्रीकरणामुळे या प्रदेशातील न्यूफाउंडलँड बेटाजवळ दाट धुके पडते. येथे लॅब्रोडोरच्या प्रवाहाबरोबर अनेक लहान-मोठे हिमनगही वाहत येतात. त्यामुळे हा भाग जलवाहतुकीस धोकादायक आहे. शीतप्रवाहाबरोबर अनेक वनस्पती येतात. गरम प्रवाहाशी संयोग झाल्यावर त्या कुजतात. ही कुजलेली वनस्पती मासे आवडीने खातात. त्यामुळे न्यूफाउंडलँड व नोव्हास्कोशिया येथे मासेमारीचे संचय आढळतात.

आखात प्रवाहाचे थोडे पाणी स्पेन, पोर्तुगालकडून दक्षिणेस वाहते. यास कॅनरीज प्रवाह असे म्हणतात. २०^{0} अक्षवृत्ताजवळ कॅनरीजचा प्रवाह उत्तर विषुववृत्तीय प्रवाहास मिळतो. हा थंड प्रवाह आहे.

उत्तर अटलांटिकमध्ये तयार झालेल्या या प्रचंड चक्राच्या मध्यवर्ती भागातील समुद्र शांत असतो. त्यामुळे समुद्रातील गवत, वेली, शेवाळ यांसारखे पदार्थ येथे साचून राहतात. यात सारगासो वनस्पतींचे प्रमाण जास्त असते. यास सारगासो समुद्र असे म्हणतात.

दक्षिण विषुववृत्तीय प्रवाहाची दक्षिणेकडील शाखा ब्राझीलच्या किनाऱ्याजवळून वाहते. हिला ब्राझील प्रवाह म्हणतात. ४०^{0} दक्षिण अक्षवृत्तापाशी आल्यावर हा प्रवाह पूर्वेकडे वळून पश्चिमी वाऱ्यांच्या प्रवाहास मिळतो.

पश्चिमी वाऱ्यांच्या प्रवाहास दक्षिण आफ्रिकेपाशी एक फाटा फुटून तो उत्तरेकडे वाहू लागतो. यास बेंग्वेला प्रवाह असे म्हणतात. तो अधिक उत्तरेकडे जाऊन दक्षिण विषुववृत्तीय प्रवाहाला मिळतो. बेंग्वेला प्रवाह थंड पाण्याचा प्रवाह असून त्यावरील थंड हवेमुळे नामिब वाळवंटात पाऊस पडत नाही.

उत्तर व दक्षिण अटलांटिक महासागरातील प्रवाहामुळे बरेचसे पाणी पश्चिमेकडे वाहत गेल्यामुळे पूर्वेस पाण्याचे प्रमाण कमी होते. ही पोकळी भरून काढण्यासाठी उत्तर व दक्षिण विषुववृत्तीय प्रवाहाच्या मधून पश्चिमेकडून पूर्वेकडे असा विषुववृत्तीय प्रतिप्रवाह वाहू लागतो. हा प्रवाह पुढे आफ्रिकेच्या गिनीच्या आखातात शिरतो. येथे यास गिनीचा प्रवाह असे म्हटले जाते. उत्तर अटलांटिक प्रवाहामुळे ब्रिटिश बेटांचे हिवाळी तापमान वाढलेले असून उन्हाळी तापमान कमी झालेले आढळते. ब्रिटिश बेटांचे पाऊसमानही या प्रवाहामुळे वाढलेले आहे. नॉर्वेचा किनारा प्रवाहाच्या उबेमुळे गोठत नाही व रशियाचे मरमन्स्क हे ६९° उ.अं. वरील बंदर वर्षातून ३३० दिवस बर्फमुक्त असते.

पॅसिफिक (प्रशांत) महासागरातील समुद्रप्रवाह

ईशान्य व्यापारी वाऱ्यामुळे उत्तर विषुववृत्तीय प्रवाह निर्माण होऊन पश्चिमेकडे वाहू लागतो. प्रशांत महासागर मध्यभागी खूपच रुंद आहे. त्यामुळे उत्तर विषुववृत्तीय प्रवाह रेव्हीला बेटापासूनच सुरू होऊन पश्चिमेकडे फिलिपाईन्स बेटापर्यंत, जवळजवळ ७५०० सागरी मैलांचे अंतर पार करून पोहोचतो. पूर्वेकडे कॅलिफोर्नियाच्या प्रवाहामुळे यास सुरुवात होते. पूर्वेकडून पश्चिमेकडे जात असताना आजूबाजूच्या लहान-मोठ्या उपप्रवाहांमुळे या प्रवाहातील पाण्याचे प्रमाण मोठ्या प्रमाणावर वाढते. इंडोनेशियाच्या द्वीपसमूहामुळे उ.वि. प्रवाहाच्या अनेक शाखा होतात. फिलिपाइन्सच्या जवळ यास अनेक फाटे फुटतात. उत्तरेकडील शाखा चीनच्या समुद्रात जाते आणि त्यानंतर त्यातील काही पाणी फोर्मोसाला वळसा घालून क्युरोसिओच्या प्रवाहात विलीन होते. दक्षिणेकडील फाटा विषुववृत्तीय प्रतिप्रवाह म्हणून वाहतो.

क्युरोसिओचा प्रवाह पूर्वेकडे वाहत जाऊन उत्तर अमेरिकेच्या पश्चिम किनाऱ्यापर्यंत पोहोचतो. यास पश्चिमी वाऱ्यांचा प्रवाह असे म्हणतात. उत्तर अमेरिकेच्या पश्चिम किनाऱ्याजवळ याला दोन फाटे फुटतात.

(१) उत्तरेकडचा प्रवाहास अलास्का किंवा ब्रिटिश कोलंबिया प्रवाह म्हणतात.

(२) दक्षिणेकडचा थंड प्रवाह उत्तर अमेरिकेच्या पश्चिम किनाऱ्याने वाहत जाऊन उत्तर विषुववृत्त प्रवाहास मिळतो. याला कॅलिफोर्नियाचा प्रवाह असे म्हणतात. या थंड प्रवाहावरील थंड हवेमुळे मोजावे सारखी वाळवंटे तयार झालेली आहेत.

प्रशांत महासागरात विषुववृत्ताच्या दक्षिणेस दक्षिण विषुववृत्तीय प्रवाह तयार होतो. याची लांबी जवळजवळ १३६०० कि. मी. आहे. या प्रवाहाचा वेग दर दिवशी ३२ कि.मी. इतका असल्याचे आढळले आहे. पश्चिमेकडे सागरतळावर असलेल्या असंख्य जलमग्न उंचवट्यांमुळे यास अनेक फाटे फुटतात.

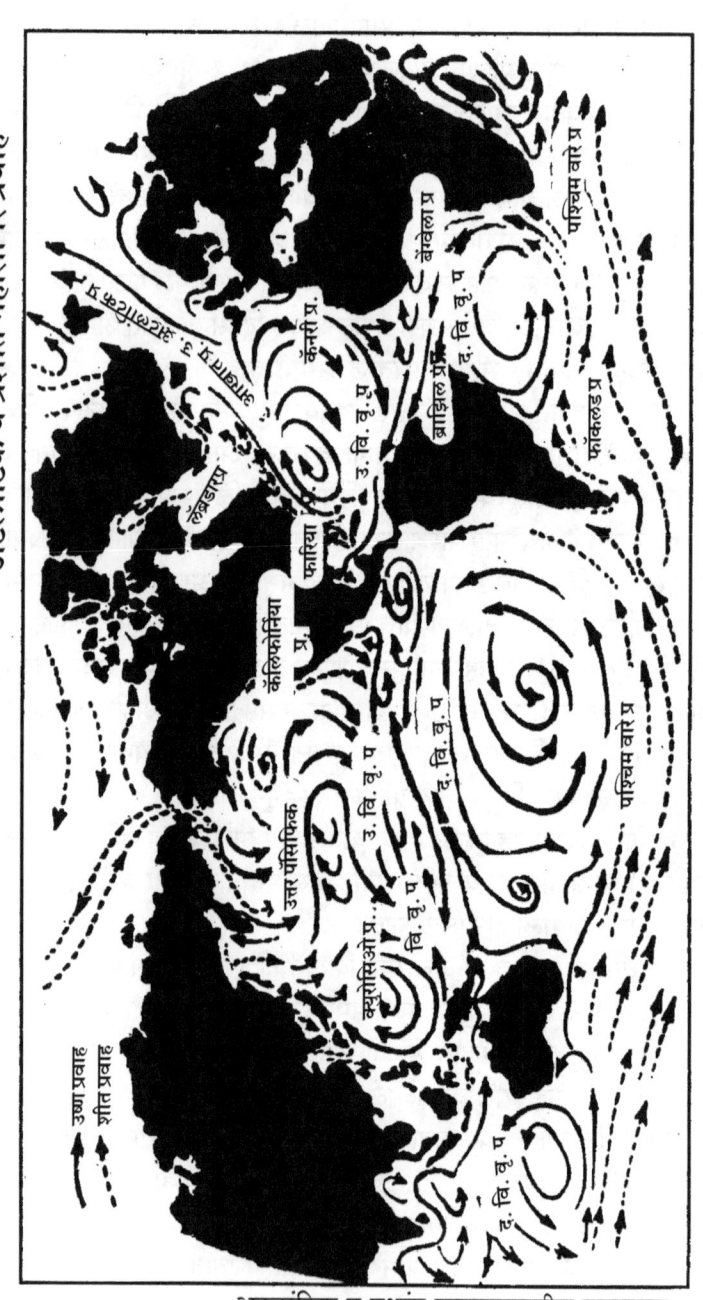

अटलांटिक व प्रशांत महासागर प्रवाह

अटलांटिक व प्रशांत महासागरातील प्रवाहचक्र

न्यू गिनी बेटाजवळ एक मुख्य शाखा ऑस्ट्रेलियाच्या दक्षिणेकडे वाहू लागते. यास पूर्व ऑस्ट्रेलिया प्रवाह असे म्हटले जाते. हा प्रवाह पुढे पश्चिमी वाऱ्यांच्या प्रवाहास मिळतो. दक्षिण अमेरिकेच्या दक्षिण टोकाकडून जी शाखा उत्तरेकडे वळते, तिला चिलीजवळ हंबोल्ट प्रवाह व पेरूजवळ पेरू प्रवाह असे म्हणतात. हंबोल्ट आणि पेरूचे प्रवाह अखेरीस पश्चिम विषुववृत्तीय प्रवाहात सामील होतात. हंबोल्ट या शीत प्रवाहामुळे आटाकामा वाळवंटात ५ सें.मी. पेक्षाही कमी पाऊस पडतो.

उत्तर व दक्षिण विषुववृत्तीय प्रवाहांच्यामध्ये विषुववृत्तीय प्रति-प्रवाह तयार होतो. तो ५° ते १०° उत्तर अक्षवृत्तांमध्ये आढळून येतो. पश्चिमेकडून मिंडनाओपासून पूर्वेस पनामाच्या आखातापर्यंत तो वाहतो.

पॅसिफिक सागरातील प्रवाहांचे परिणाम :

क्युरोसिओ प्रवाहामुळे जपानी बेटांचे हिवाळी तापमान व पाऊसमान वाढलेले आहे. असाच परिणाम ब्रिटिश कोलंबियाच्या किनाऱ्यावर अलास्का प्रवाहाचा होतो. त्यामुळे व्हँकुव्हर हे बंदर हिवाळ्यात मोकळे राहू शकते. हंबोल्ट या शीत प्रवाहामुळे दक्षिण अमेरिकेच्या मध्य पश्चिम किनाऱ्यावर मात्र पाऊसमान कमी झालेले आहे. कारण या शीत प्रवाहावरील हवा शीत व कोरडी असते. अटाकामा वाळवंटाच्या निर्मितीस हा प्रवाह बराच कारणीभूत आहे.

हिंदी महासागरातील समुद्रप्रवाह

हिंदी महासागर प्रशांत व अटलांटिक महासागरापेक्षा वेगळा आहे. उत्तरेकडून हिंदी महासागर भूवेष्टित असून कर्कवृत्तापलीकडे त्याचा फारसा विस्तार आढळत नाही. दुसरी महत्त्वाची गोष्ट अशी की, हिंदी महासागरात ऋतुमानानुसार वाऱ्यांच्या दिशेत उलट-सुलट बदल व फेरफार होतात. त्यामुळे त्यांचा परिणाम हिंदी महासागराच्या उत्तर भागातील प्रवाहसंचलनावर होतो. वाऱ्यांच्या दिशेत बदल झाल्यानंतर प्रवाहाची दिशा बदलते. हिंदी महासागरात नैर्ऋत्य मोसमी वारे जून ते सप्टेंबर पर्यंत नैर्ऋत्य दिशेने वाहतात. त्यामुळे त्या कालात प्रवाहांची दिशा वेगळी असते. ईशान्य मोसमी वाऱ्यांच्या कालात म्हणजे डिसेंबर ते मार्चपर्यंत ईशान्य दिशेकडून वाहत असल्याने प्रवाह संचलन विरुद्ध दिशेने होते. ईशान्य मोसमी वाऱ्यांच्या काळातील प्रवाहसंचलन आकृतीमध्ये दाखविले आहे.

प्रवाहांच्या दिशेत ऋतुमानानुसार होणारे उलटसुलट बदल इतर महासागरात आढळत नाहीत. हिंदी महासागराच्या दक्षिण भागात पश्चिम ऑस्ट्रेलियन प्रवाह व पश्चिमी वाऱ्यांमुळे तयार झालेला पूर्ववाहिनी (west wind drift) असे दोनच शीत प्रवाह आहेत. वेस्ट विंड ड्रिफ्ट तिन्ही प्रमुख महासागरांत आढळते. पश्चिमेकडून

पूर्वेकडे वाहते. त्यांच्या मार्गात खंड नसल्याने ती अक्षवृत्तांना बरीचशी समांतर वाहते.

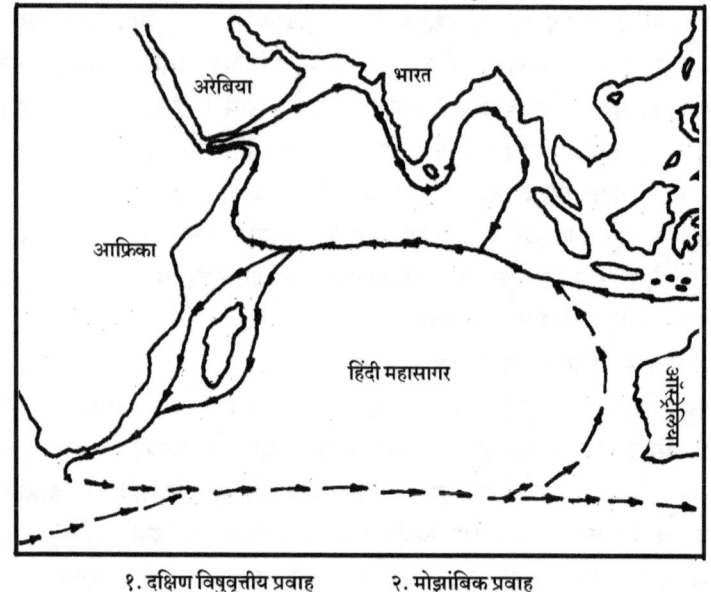

१. दक्षिण विषुवृत्तीय प्रवाह २. मोझांबिक प्रवाह
३. मादा गास्कर प्रवाह ४. अगुल्हास प्रवाह.

पश्चिम ऑस्ट्रेलियन प्रवाह थंड असल्याने ऑस्ट्रेलियाच्या पश्चिम भागात निम ओसाड भाग तयार झालेले आहेत.

हिंदी महासागराच्या उत्तर भागातील प्रवाह : ईशान्य मोसमी वाऱ्यांच्या काळात समुद्रप्रवाह आफ्रिकेच्या पूर्व किनारपट्टीकडे वाहू लागतात. या कालात उत्तर विषुववृत्तीय प्रवाह देखील तयार होऊन आफ्रिकेतील सोमालीच्या किनाऱ्यापासून अंदमान बेटापर्यंत वाहतो. बंगालचा उपसागर व अरबी समुद्र येथील प्रवाह, नैर्ऋत्य दिशेकडे वाहतात. या सर्व प्रवाहचक्रास ईशान्य मोसमी प्रवाह असे म्हणतात. या प्रवाहाच्या दक्षिणेस प्रतिप्रवाह तयार होतो. हा प्रवाह झांझिबारपासून पूर्वेकडे वाहत जातो व सुमात्रापाशी संपतो.

जूननंतर वरील प्रवाहचक्र संपूर्णपणे विरुद्ध वाहू लागते. कारण या काळात नैर्ऋत्य मोसमी वारे वाहत असतात. उत्तर विषुववृत्तीय प्रवाह जवळजवळ नाहीसाच होतो व त्याची जागा नैर्ऋत्य मोसमी प्रवाह घेतो. हा प्रवाह पश्चिमेकडून पूर्वेकडून वाहतो. याच्या अनेक उपशाखा बंगालच्या उपसागरात व अरबी समुद्रात प्रवेश करतात. विषुववृत्तीय प्रतिप्रवाह देखील विखंडित होतो. आफ्रिकेच्या पूर्व किनाऱ्यावर नैर्ऋत्य मोसमी प्रवाहात, पश्चिमी वाऱ्यांच्या प्रवाहाकडून सोमाली प्रवाह येऊन मिळतो.

त्यामुळे नैर्ऋत्य मोसमी प्रवाह अधिक जोरदार बनतो. अधिक पूर्वेकडे नैर्ऋत्य मोसमी प्रवाहाची एक शाखा सुमात्रा बेटांकडे वाहत जाते व पश्चिमेकडे वाहणाऱ्या विषुववृत्तीय प्रवाहात सामील होते. दुसरी शाखा उत्तरेकडून वळून बंगालच्या उपसागरात प्रवेश करते.

दक्षिण भागातील प्रवाह : ऋतूप्रमाणे बदलणाऱ्या मोसमी वाऱ्यांच्या दिशेचा परिणाम, दक्षिण हिंदी महासागरात दिसत नाही. त्यामुळे येथील प्रवाहचक्र हे इतर महासागरातील दक्षिण भागातील प्रवाहाचक्राप्रमाणेच आहे. २०^{0} दक्षिण अक्षवृत्ताच्या उत्तरेकडे दक्षिण विषुववृत्तीय प्रवाह ऑस्ट्रेलियाकडून आफ्रिकेच्या पूर्व किनाऱ्याकडे वाहतो. मादागास्करजवळ १०^{0} दक्षिण अक्षवृत्तापाशी या प्रवाहाच्या अनेक शाखा होतात. एक प्रमुख उपप्रवाह दक्षिणेकडे वाहतो. यास 'अगुल्हास प्रवाह' असे म्हणतात. आग्नेय व्यापारी वाऱ्यामुळे उन्हाळ्यात दक्षिण विषुववृत्तीय प्रवाह अधिक जोरदार बनतो. याउलट तो क्षीण बनतो व त्याची स्थितीही निश्चित राहत नाही.

या प्रवाहाचे काही पाणी, दोन्ही ऋतूत, आफ्रिकेजवळ विषुववृत्त ओलांडते व दक्षिणेकडे वळते. ११^{0} दक्षिण अक्षवृत्ताजवळ आफ्रिकेच्या किनाऱ्यालगत दक्षिणेकडे वळलेल्या प्रवाहास 'मोझांबिक प्रवाह' असे म्हटले जाते.

मोझांबिक प्रवाह व अगुल्हास प्रवाह ३०^{0} दक्षिण अक्षवृत्ताजवळ एकमेकांस मिळतात. तेथून पुढे या संयुक्त प्रवाहास 'अगुल्हास' प्रवाह असे म्हणतात.

आफ्रिकेच्या दक्षिणटोकापाशी अगुल्हास प्रवाह पश्चिमी वाऱ्यांच्या प्रवाहात सामील होतो. नैर्ऋत्य मोसमी वाऱ्यांच्या काळात भारताच्या पश्चिम किनाऱ्यावर मोठ्या प्रमाणात सागरजन्य पदार्थांचे संचयन होते.

पश्चिमी प्रवाह ११०^{0} पूर्व रेखांशापाशी वाहतो. येथे त्याची एक शाखा उत्तरेकडे वाहू लागते. यास पश्चिमी ऑस्ट्रेलिया प्रवाह असे म्हणत असून हा शीत प्रवाह आहे. मकरवृत्तापाशी तो पश्चिमेकडे वळून दक्षिण विषुववृत्तीय प्रवाहास मिळतो, अशा रीतीने दक्षिण हिंदी महासागरातील प्रवाहांचे चक्र पूर्ण होते.

अटलांटिक व प्रशांत महासागराच्या विषुववृत्त ते कर्कवृत्त भागात प्रवाहचक्र सव्य (clockwise) असून उच्च अक्षवृत्तात ते अपसव्य (anticlockwise) आढळते. सर्व महासागराच्या दक्षिण भागात चारच मुख्य प्रवाह आढळतात व अपसव्य प्रवाहचक्र आढळते.

❑

(४) जैवभूगोल

जीवावरण – विविध जीवोम
(Biomes)

टुंड्रा, तैगा, गवताळ प्रदेश,
उष्णकटिबंधीय वने, सागरी समूह / समाज

पृथ्वीवर चार नैसर्गिक आवरणे आहेत. (१) शिलावरण, (२) जलावरण, (३) वातावरण आणि (४) जीवावरण. पृथ्वी ही सजीवसृष्टी अस्तित्वात असणारा विश्वातील एकमेव ग्रह आहे. पृथ्वीवरील सजीवसृष्टी जमिनीवर, जमिनीखाली, पाण्यात व वातावरणात सर्वत्र आढळते. जमिनीखाली विशिष्ट खोलीपर्यंत (सुमारे ४ कि.मी.) सजीवांचे अस्तित्व आढळून आले आहे. महासागरांच्या तळांवरसुद्धा (८ ते १० किमी खोलीवर सागरजलपृष्ठ पातळीपासून) वैशिष्ट्यपूर्ण सजीव आढळून आले आहेत. वातावरणात सुमारे १२ ते १४ किमी उंचीपर्यंत सूक्ष्मजीव आढळून येतात. अशा तऱ्हेने पृथ्वीचा असा कोणताही भाग वा आवरण जिथे सजीव आढळतात त्यास जीवावरण म्हणतात. जीवावरणाची जाडी सुमारे २४ कि.मी. आहे.

जीवोम (Biomes)

जीवावरण पृथ्वीवरील तिन्ही आवरणात आढळून येते – शिलावरण, जलावरण आणि वातावरण. यातील शिलावरण अर्थातच जमिनीवरील जीवसृष्टीचा आपला सर्वाधिक परिचय आहे कारण मनुष्य हा भूवासी प्राणी आहे. पृथ्वीच्या भूपृष्ठाचा विचार केल्यास वेगवेगळ्या भागात स्थानवैशिष्ट्यानुसार वेगवेगळे हवामान दिसून येते. यामध्ये भूशास्त्रीय आणि भूरूपीय वैशिष्ट्यांची भर पडते. यामुळे वेगवेगळ्या प्रदेशात वेगवेगळे वैशिष्ट्यपूर्ण वनस्पती आणि प्राणिजीवन अस्तित्वात आले आहे. जवळपास एकसारखे हवामान असणाऱ्या प्रदेशात त्या प्रदेशाशी सुसंगत वनस्पती आणि प्राणिजीवन विकसित होते. अशा एकसंध व्यापक प्रदेशाला व तेथील प्रादेशिक वनस्पती–प्राणिसमूहाला जीवोम (Biome) असे संबोधण्यात येते. दोन जीवोम शेजारी शेजारी असल्यास त्यांच्यातील सीमारेषा ठळक नसतात. एक जीवोम दुसऱ्यामध्ये क्रमशः मिसळत जातो.

जीवोमची काही ठळक वैशिष्ट्ये पुढीलप्रमाणे –

(१) प्रत्येक जीवोमचे स्वतःचे असे वैशिष्ट्यपूर्ण वनस्पती आणि प्राणिजीवन असते.

(२) जीवोमचे सध्याचे वैशिष्ट्यपूर्ण वनस्पती आणि प्राणिजीवन काळाच्या ओघात विविध टप्प्यांतून जाऊन विकसित झालेले आहे.

(३) हे वैशिष्ट्यपूर्ण वनस्पती-प्राणिजीवन त्यांच्या भोवतालच्या हवामानाशी व पर्यावरणाशी सुसंगत असून जवळपास समतोल अवस्थेत आहे.

(४) शेजारी असणाऱ्या दोन जीवोमच्या दरम्यान संक्रमण पट्टा असतो. थोडक्यात एक जीवोम संपून लगेचच झटकन दुसरा जीवोम सुरू होत नाही. उदा: मध्य आशियात सूचीपर्णी वने आणि स्टेपीज (समशीतोष्ण गवताळ प्रदेश) यांच्या दरम्यान गवत आणि वृक्ष यांचा मिश्र संक्रमण प्रदेश आहे. जगातील प्रमुख जमिनीवरील जीवोम पुढीलप्रमाणे:

(१) टुंड्रा, (२) तैगा, (३) समशीतोष्ण कटिबंधीय सूचीपर्णी वने, (४) समशीतोष्ण कटिबंधीय पानझडी वने, (५) समशीतोष्ण कटिंबंधीय बुटकी काटवने, (६) वाळवंट, (७) समशीतोष्ण कटिबंधीय गवताळ प्रदेश, (८) सॅव्हाना, (९) उष्णकटिबंधीय वर्षा वने, (१०) पर्वतीय प्रदेश व बर्फाळ प्रदेश.

थोडक्यात हे सर्व जीवोम भूगोलात नैसर्गिक वनस्पती प्रदेश म्हणून अभ्यासले जातात. काही प्रमुख जीवोमचा अधिक परिचय करून घेऊ.

१. टुंड्रा

व्याख्या : उत्तर गोलार्धातील अतिशीत आर्क्टिक प्रदेशातील वृक्षविरहीत परंतु छोटी झुडपे, गवत, शैवाल आणि लायकेनयुक्त व जिथे वर्षाचे सहा महिने जमीन गोठलेल्या अवस्थेत असते असा प्रदेश.

स्थान : मुख्यत: उत्तर अमेरिकेतील उदा. अलास्का, कॅनडा, ग्रीनलँड तसेच युरेशियाचा उत्तर भाग/प्रदेशाला आर्क्टिक टुंड्रा म्हणतात.

अल्पाईन टुंड्रा जगातील सर्व उंच पर्वतप्रदेशात वृक्षरेषेच्या वरच्या उतारावर आढळतात.

हवामान : प्रदीर्घ हिवाळा आणि अल्पकाळीन उन्हाळा हे वैशिष्ट्य सूर्याच्या दक्षिणायनाच्या काळात आर्क्टिक वृत्ताच्या उत्तरेकडील अनेक भागात अनेक आठवडे वा महिन्यांची सलग रात्र असते. सूर्याच्या अभावामुळे तापमान शून्याखाली उतरते. जमीन बर्फाखाली असते. या काळात हवा अतिथंड व कोरडी असते. हवामान बऱ्यापैकी स्थिर असते. मात्र क्वचित हिमवादळे होतात. उन्हाळे अल्पकालीन असतात. सूर्याची किरणे तिरपीच पडतात. मात्र दिवसाची लांबी प्रदीर्घ असल्याने थोडी उबदार हवेची स्थिती निर्माण होते. मात्र तापमान १५^{0} सें. चा टप्पा ओलांडते. सर्वसाधारण तापमान कक्षा ३^{0} ते १२^{0} सें.असते. अधूनमधून

जोरदार वारे वाहतात. वर्षाचा बहुतेक पाऊस उन्हाळ्यातच पडतो. वार्षिक पर्जन्यमान २५० मि.मी. पेक्षा कमीच आहे.

उन्हाळ्यात जमिनीचा वरचा गोठलेला पृष्ठभाग मोकळा होत असला तरी अंतर्मृदा गोठलेली असल्याने बर्फ वितळून तयार झालेले पाणी खोलवर मुरू शकत नाही व भूपृष्ठावरच साठून राहते. यामुळे वनस्पतीची विविधता मर्यादित आहे. उन्हाळ्यात बर्फ वितळले की शैवाल, दगडफूल, विविध प्रकारचे गवत, झुडपे आणि रंगीबेरंगी फुले असणाऱ्या वनस्पती उगवतात. 'सेज' नावाची गवत सदृश वनस्पती सर्वत्र फोफावते.

टुंड्रा प्रदेशातील प्राणिजीवन वैशिष्ट्यपूर्ण आहे. जैविक विविधता मोठी आहे. विशेषत: उन्हाळ्यात पशू-पक्ष्यांची रेलचेल दिसून येते. यामागे पुढील कारणे आहेत–

(१) अनेक जमिनीवरचे वन्यपशू तैगा प्रदेशातून उन्हाळ्यात स्थलांतर करून इकडे येतात. जसे रेनडियर, कॅरिबू, लेमिंग्ज, हिमससा इ. हिवाळ्यात हे प्राणी तैगा प्रदेशात परततात. यातील काही पशुजाती मात्र वर्षभर टुंड्रा प्रदेशात मुक्काम करताना दिसतात.

(२) उन्हाळ्यात अनेक जातींचे पक्षी स्थलांतर करून टुंड्रा प्रदेशाकडे येतात. यात मुख्यत: पाणपक्षी, पाणथळपक्षी आणि किनारी पक्ष्यांचा समावेश होतो. हे पक्षी इथे घरटी करतात. अंडी उबवतात. पिलांचे पालनपोषण करून त्यांना वाढवतात. ह्या प्रदीर्घ दिवसांमुळे त्यांना पिल्लांसाठी अन्नशोधन करण्यास बराच मोठा कालावधी उपलब्ध होतो. हिवाळ्यात हे पक्षी स्थलांतर करून उष्णकटिबंधीय वा समशीतोष्ण प्रदेशांकडे जातात.

(३) आर्क्टिक सागरी प्रदेश महासागरी जीवांसाठी प्रसिद्ध आहे. सूक्ष्म प्लवके, त्यावर जगणारे पानझिंगे, शेवंड, खेकडे इ. सागरी संधिपाद, विविध जातींचे शंख, शिंपा तसेच माखली, नळे अशा सागरी जीवांची रेलचेल असते. त्यांच्यावर जगणारे मासे व त्यावर जगणारे सील व वॉलरस हे सागरी सस्तनप्राणी अशी अन्नसाखळी दिसते. किनारी भागात ध्रुवीय अस्वलेही आढळून येतात.

आर्थिक व्यवसाय : प्रतिकूल परिस्थितीमुळे टुंड्रा प्रदेशात लोकवस्ती विरळ आहे. उत्तर अमेरिकेत एस्किमो व उत्तर युरोपात लॅप जमाती आढळतात. या जमाती प्रामुख्याने शिकार व मासेमारी करून उदरनिर्वाह करतात. लॅप लोक रेनडियर पकडून माणसाळवतात व पाळतात. त्यांच्यापासून त्यांना कातडे, मांस आणि दूध उपलब्ध होते. विसाव्या शतकात अनेक बाहेरचे लोक टुंड्रा प्रदेशात

गेले. त्यांनी किनाऱ्याजवळ कायमस्वरूपी वसाहती केल्या. यांचा मुख्य व्यवसाय वन्य प्राणी सापळ्यात पकडून-मारून त्यांची कातडी कमावणे, लोकर मिळवणे हा आहे. अलीकडे काही पर्यटनस्थळेही निर्माण झालेली आहेत. टुंड्रा प्रदेशात दगडी कोळसा, खनिजतेल, नैसर्गिक वायू, लोहसाती इ. महत्त्वपूर्ण खनिजांचे साठे आढळले आहेत. अलास्कासारख्या प्रदेशात तेलाचे उत्पादन सुरू आहे.

२. तैगा

उत्तर गोलार्धात टुंड्रा प्रदेशाच्या दक्षिणेला पूर्व-पश्चिम पसरलेला सूचीपर्णी वनांचा विस्तीर्ण पट्टा आहे. या पट्ट्यालाच तैगा वा तायगा असे नाव आहे. हा उत्तर गोलार्धातील एक महत्त्वाचा जिवोम आहे. मुळात तैगा हे नाव रशियातील सायबैरिया प्रांतातील सूचीपर्णी वनाला दिलेले आहे.

स्थान व विस्तार : तैगा जिवोम प्रामुख्याने उत्तर अमेरिकेतील अलास्का आणि कॅनडा, उत्तर युरोपातील स्कँडिनेव्हिया तसेच रशियाच्या पश्चिमेकडील बाल्टिक किनारपट्टीपासून थेट पूर्वेकडे पॅसिफिक किनाऱ्यापर्यंत पसरलेला आहे. एवढा लांब पसरलेला दुसरा जिवोम व नैसर्गिक प्रदेश कोणताही नाही. रशियातच तैगा प्रदेशाचा पूर्व-पश्चिम विस्तार जवळजवळ ८ हजार कि.मी. आहे.

हवामान : या पट्ट्यात हवामान मुख्यत: खंडीय प्रकारचे आहे. हिवाळे प्रदीर्घ असून उन्हाळे अल्पकालीन असतात. उन्हाळ्यात हवा उबदार असते मात्र दिवसाचे तापमान क्वचितच ६^0 सेंटिग्रेडपेक्षा वर जाते. हिवाळा कडक असून जमीन गोठलेली असते. अधूनमधून हिमवादळे होतात. वृष्टी मुख्यत: उन्हाळ्यात होते. पर्जन्यमान ३०० ते ८०० मि.मी. दरम्यान असते.

वनस्पती व प्राणिजीवन : सूचीपर्णी, सदाहरित वृक्ष हे या जिवोमचे वैशिष्ट्य आहे. अतिशय जवळजवळ व उंच वाढणारे एकाच प्रकारच्या वृक्षांचे वन असे याचे स्वरूप आहे. प्रामुख्याने स्प्रुस, पाईन व फर या वृक्षजाती आढळतात. या वृक्षजातींचा शरीरक्रियात्मक विकासच असा झाला आहे की, हिवाळ्यातील प्रदीर्घकालीन शून्याखाली असलेले तापमान, गोठलेली जमीन, त्यामुळे निर्माण झालेली पाण्याची अनुपलब्धी आणि निर्जलीकरणाची स्थिती अशा प्रतिकूल परिस्थितीस योग्य असे अनुकूलन झालेले आहे. या वृक्षाचा आटोपशीर व त्रिकोणी आकार, सुईच्या आकाराची पाने, खाली झुकणाऱ्या फांद्या व फळांऐवजी शंकू यांमुळे या वृक्ष जाती अतिशीत हवामानात सहज टिकाव धरू शकतात. उदा. स्प्रुस हा वृक्ष हिवाळ्यातील शून्याखाली ४०^0 सें. इतके कमी तापमान सहन करू शकतो.

तैगा प्रदेशातील अनेक वन्य जीव टुंड्रा प्रदेशाशी जोडलेले आहेत. बहुतेक प्राण्यांची कातडी चरबीयुक्त व लोकर जाड आहे. तृणभक्षक प्राण्यांमध्ये मूस वा एल्क हा हरिण वर्गातला प्राणी वैशिष्ट्यपूर्ण आहे. टुंड्रा प्रदेशातून कॅरिबू इकडे स्थलांतर करून येतात. तपकिरी अस्वल हा या प्रदेशातील सर्वात मोठा हिंस्र पशू आहे. मात्र हा प्राणी सर्वभक्षी आहे. लांडगा, कोल्हा व लिंक्स प्रकारचे रानमांजर हे मांसभक्षी पशू सर्वत्र आढळतात. विविध जातींचे ससे हे या जिवोमचे वैशिष्ट्य आहे. उन्हाळ्यात या प्रदेशात अनेक दलदली व पाणथळ जागा निर्माण होतात. त्यात कीटकांची विपुल प्रमाणात निर्मिती होते. कीटकांचा समाचार घ्यायला अनेक जातींचे स्थलांतरित पक्षी येतात. विविध जातींची बदके, घुबडे, सुतार आणि पाणपक्षी इथे अंडी घालतात.

आर्थिक व्यवसाय : तैगा प्रदेशाचा प्रचंड विस्तार व त्या तुलनेत तुरळक वस्ती यामुळे तैगा हा कमीत कमी मानव-हस्तक्षेपित प्रदेशांपैकी एक समजला जातो. जी काही मानव वस्ती आहे, ती या पट्ट्याच्या दक्षिण सीमावर्ती प्रदेशात आहे. गेली अनेक शतके या पट्ट्यातील मानव सापळ्यांनी वा बंदुकांनी शिकार करून जगतो आहे. जगात सर्वात जास्त लोकरधारी प्राणी याच प्रदेशात आढळतात. काही भागात प्राण्यांच्या अतिरिक्त पकड व शिकारींमुळे अनेक वन्य पशू दुर्मिळ झाले आहेत. अलीकडे या प्रदेशात व्यापारी वृक्षतोड मोठ्या प्रमाणात होत असते. ही वृक्षतोड यांत्रिक पद्धतीने होत असल्याने मोठ्या प्रमाणावर वनांचा नाश होत आहे. लाकूड मऊ असल्याने त्याचा वापर मोठ्या प्रमाणात कागद व लगदानिर्मिती उद्योगात कच्चा माल म्हणून केला जातो. कागदाला जगभर न संपणारी मागणी असल्याने हजारो चौ. कि. मी. तैगा वनक्षेत्र त्यासाठी साफ करण्यात आले. सुदैवाने विसाव्या शतकाच्या उत्तरार्धात कॅनडा, अमेरिका, रशिया इ. देशांमध्ये वनसंवर्धनाचे महत्त्व लक्षात आल्याने मोठ्या प्रमाणावर वृक्षारोपण आणि शास्त्रीय पद्धतीने वृक्षतोड करण्यात येऊ लागली आहे.

३. गवताळ प्रदेश

व्याख्या व अर्थ : गवताळ प्रदेश हा जगातील प्रमुख वनस्पती प्रकारांपैकी एक आहे. जिथे गवत हीच प्रमुख वनस्पती आहे, अशा विस्तीर्ण प्रदेशाला गवताळ प्रदेश म्हणतात. ज्या प्रदेशात पर्जन्यमान मध्यम वा कमी असते, तेथे गवताळ प्रदेशांची निर्मिती होते. नैसर्गिक गवताळ प्रदेशाचे समशीतोष्ण आणि उष्णकटिबंधीय असे प्रमुख दोन भेद आहेत.

स्थान व विस्तार : उष्ण कटिबंधीय गवताळ प्रदेश नावाप्रमाणेच कर्कवृत्त आणि

मकरवृत्ताच्या दरम्यान आढळतात. दक्षिण अमेरिका, आफ्रिका, आशिया आणि ऑस्ट्रेलियात हे प्रदेश आढळतात. त्यांना वेगवेगळी स्थानिक नावे आहेत, ती अशी – कँपॉस (ब्राझील), लॅनॉस (ओरिनोको खोरे) – दोन्ही द. अमेरिका. सॅव्हाना (आफ्रिका), दक्षिण व आग्नेय पार्क लँड (द. आफ्रिका). आशियात कमी व मध्यम पावसाच्या पठारी प्रदेशात मर्यादित विस्ताराचे गवताळ प्रदेश आहेत. काही तज्ज्ञांच्या मते हे गवताळ प्रदेश मूळ मोसमी अरण्याच्या मानव हस्तक्षेपित ऱ्हासानंतर शिल्लक राहिलेला वनप्रकार आहे.

समशीतोष्ण कटिबंधीय गवताळ प्रदेश दोन्ही गोलार्धात ३०° ते ४०° अक्षवृत्ताच्या दरम्यान आढळतात. त्यांनाही त्यांच्या स्थानानुसार वेगवेगळी नावे आहेत, जसे प्रेअरी (उत्तर अमेरिका), पंपास (दक्षिण अमेरिका), व्हेल्ड, (द. आफ्रिका), स्टेप (पूर्व युरोप – मध्य आशिया), डाऊन्स (ऑस्ट्रेलिया).

हवामान : सॅव्हाना प्रदेशात सरासरी वार्षिक तापमान २९° सें.च्या आसपास असते. उन्हाळ्यात सरासरी तापमान ३२° सें. पर्यंत वाढते. हिवाळे आल्हाददायक थंड परंतु कोरडे असतात. उन्हाळ्यात मुसळधार पाऊस पडतो. वार्षिक पर्जन्यमान ७५० ते १५०० मिमीच्या दरम्यान असते. समशीतोष्ण कटिबंधातील गवताळ प्रदेशात वार्षिक पर्जन्यमान त्या मानाने कमी म्हणजे २५० ते ८५० मिमीच्या दरम्यान असते.

वनस्पती आणि प्राणिजीवन : नावाप्रमाणेच या प्रदेशात विविध प्रकारच्या गवतांचे प्राबल्य आहे. पाऊसमान कमी असणाऱ्या स्टेप प्रदेशात बुटके गवत उगवते. तर पाऊसमान तुलनेने जास्त असणाऱ्या प्रेअरी प्रदेशात उंच गवत व अधूनमधून वने आढळून येतात. सॅव्हानाप्रदेश अधूनमधून वृक्ष असणारा गवताळ प्रदेश आहे. बाभूळ वर्गातील काटेरी वृक्ष जगातील सर्वात जाड खोड असणाऱ्या वृक्षांपैकी महाचिंच (Baobab Tree), सॅव्हाना प्रदेशाचे वैशिष्ट्य आहे. ऑस्ट्रेलियात मिशेल, फ्लिंडर्स व कांगारू गवताचे अनेक प्रकार तसेच बाभूळवर्गीय वृक्षांबरोबरच निलगिरीच्या काही जाती आढळतात. प्रेअरी आणि स्टेप प्रदेशाचे स्वरूप एखाद्या कुरणासारखे दिसते.

गवताळ प्रदेशात तृणभक्षी कीटक, जमिनीत बिळे करून राहणारे, जमिनीवर धावणारे पशू आढळतात. आफ्रिकेतील सॅव्हाना गवताळ प्रदेश टोळांच्या झुंडीचे प्रमुख उगमस्थान आहे. उत्तर अमेरिकेत विविध जातीचे ससे, खारी, बायसन हा वन्य बैल, कोयोट हा लांडग्यासारखा प्राणी, द. अमेरिकेत पंपास हरिण, लांडगा, पंपास रानमांजर, ऱ्हीया हा शहामृगासारखा पक्षी, आफ्रिकेत अनेक जातींचे कुरंग,

चित्ता, सिंह, रानकुत्रा, शहामृग, आशिया खंडात रानमांजरे, कोल्हा, वन्य गाढव, वन्य घोडा, ऑस्ट्रेलियात कांगारूचे अनेक प्रकार, इम्यू हा शहामृगाचा जातभाई अशी विविधता दिसते. सर्व गवताळ प्रदेशांमध्ये तृणभक्षकांचे व त्यावर जगणाऱ्या हिंस्र पशूंचे प्राबल्य आहे.

आर्थिक व्यवसाय – बहुतेक गवताळ प्रदेशांमध्ये पशुपालनाचा व्यवसाय चालतो. समशीतोष्ण कटिबंधातील गवताळ प्रदेशात विशेषत: प्रेअरी, व्हेल्ड आणि डाऊन्समध्ये अधिक शास्त्रीय पद्धतीचे व्यापारी पशुपालन चालते. प्रेअरीसारख्याच काही प्रदेशात मूळ गवताळ प्रदेश नष्ट करून त्यावर गव्हाची विस्तीर्ण व्यापारी शेती चालते. सॅव्हानासारख्या अनेक प्रदेशात वन्यजीवन विपुल आहे. त्यामुळे 'वन्यजीवन पर्यटन' चांगले विकसित झाले आहे. उदा: केनियातील राष्ट्रीय उद्याने.

४. उष्णकटिबंधीय वर्षारण्ये :

अर्थ व व्याख्या : सतत उच्च आर्द्रता व विपुल पाऊस आणि दीर्घकाळ पावसाळा असणाऱ्या प्रदेशात दाट, उंच व सदाहरित असणाऱ्या वनांना उष्णकटिबंधीय वर्षारण्ये हे नाव दिलेले आहे. उष्णकटिबंधाच्या ज्या भागात २०० सें.मी. वा त्यापेक्षा अधिक पाऊस पडतो व जेथे कोरडा ऋतू अस्तित्वात नसतो वा अल्पकालीन असतो, तेथे आढळणाऱ्या वनांना उष्णकटिबंधीय वर्षारण्ये म्हणतात. शिम्पर (Schimper) या निसर्गतज्ज्ञाने १८९८ मध्ये पहिल्यांदा ही संज्ञा वापरली.

स्थान व विस्तार : बहुतेक वर्षारण्ये विषुववृत्ताजवळ १०° पर्यंत आढळून येतात. त्यामुळे त्यांना विषुववृत्तीय वर्षारण्ये असेही म्हणतात. मध्य अमेरिका, द. अमेरिकेतील ॲमेझॉन नदीचे खोरे, आफ्रिकेतील कांगोचे खोरे, गिनीचा किनारा व आग्नेय आशिया हे या प्रकारच्या वनांचे महत्त्वाचे प्रदेश होत. भारतातील दक्षिण व पश्चिम घाट, ईशान्येकडील डोंगराळ प्रदेश, ब्रह्मदेश, थायलंड इथे विषुववृत्तीय वर्षारण्यांसारखीच पण कमी उंच व कमी दाट वने आढळतात. यांना निव्वळ उष्णकटिबंधीय वर्षारण्ये म्हणतात.

हवामान : विषुववृत्तावर वर्षभर दिवस व रात्री जवळपास एकाच लांबीची म्हणजे प्रत्येकी म्हणजे प्रत्येकी सुमारे १२ तास असतात. पावसाचे प्रमाण २०० सें.मी. ते ४०० सें.मी.च्या दरम्यान असते. पर्जन्य प्रामुख्याने आरोह प्रकारचा असतो. पाऊस बहुधा सायंकाळी पडतो. थोडक्या कालावधीत भरपूर पाऊस कोसळतो. असा पाऊस गडगडाटी असतो. विजाही चमकतात. वर्षभर सरासरी तापमान २४° अंश सें. असते. विषुववृत्तापासून जसजसे वर जावे, तसतसा पाऊस काळ कमी होत जातो. भारतात उन्हाळा, पावसाळा व हिवाळा असे तीन स्पष्ट ऋतू दिसतात.

उष्णकटिबंधीय वर्षारण्यांची वैशिष्ट्ये : उंचावरून वर्षारण्ये म्हणजे एक सलग हिरवा गालीचा भासतो. वर्षभर पाऊस, सातत्याने आढळून येणारी उच्च आर्द्रता व उच्च तापमान यामुळे वनस्पतींच्या वाढीस आदर्श स्थिती आढळून येते. म्हणूनच वर्षारण्ये उंच व दाट असतात. या वनांमध्ये झाडांचे एकावर एक मजले आढळतात. या वनांमधील वृक्ष सरळसोट व उंच वाढतात. त्यांना पर्णसंभार फक्त माथ्याजवळ असतो. जवळपास एकाच उंचीच्या वृक्षांचा पर्णसांभार एकमेकांत मिसळून एक हिरवे छप्पर तयार होते, यालाच मजला वा थर म्हणतात. मात्र मजले सर्वत्र सलग नसतात. जमिनीलगत वाढणारी झुडपे, वर्षायू वनस्पती, गवताच्या विविध जाती यांचा एक थर असतो. ६ ते १५ मी. उंचीवर बुटक्या वा नव्याने वाढणाऱ्या वृक्षांचा दुसरा थर २५ ते ४० मी. दरम्यान, उंच वृक्षाचा सर्वात वरचा थर व अधूनमधून या सर्वोच्च थरांमधून बाहेर माथा काढणाऱ्या, ४५ मी. पर्यंत वाढणाऱ्या एकट्या-दुकट्या वृक्षाची पखरण असे या वनांचे स्वरूप असते. वरचे थर जाड व सलग असल्यास खाली जमिनीवर अंधार असतो. अशा ठिकाणी गवत व झुडपांचे प्रमाण कमी असते व सावलीत वाढणाऱ्या वनस्पतीच आढळून येतात. वनांच्या सीमेवर जिथे मोकळ्या जागा आहेत, तिथे झुडपे, जमिनीलगत वाढणाऱ्या वनस्पतींची रेलचेल असते. झाडे उंच व सरळसोट वाढत असल्याने जमिनीलगत त्यांना आधार देण्यासाठी आधार व प्रमुळे असतात. वृक्षांवर सर्वत्र खालून वरपर्यंत गेलेल्या वेली आणि लतांचे जाळेच असते. वृक्षांच्या फांद्यावर बेचक्यात परोपजीवी तसेच आधारजीवी वनस्पती मोठ्या संख्येने वाढताना दिसतात. पाने बहुधा लांबसडक असतात. पानांची टोके निमुळती व खाली वळलेली असतात, जेणेकरून पावसाचे पाणी ओघळून पडावे. वटवर्गीय वृक्ष, पाम सारख्या वृक्षांच्या सर्व बाजूंनी वाढून त्यांना गुदमरून टाकतात, इतके, की त्यामुळे बऱ्याचदा पामवृक्ष मरून जातो. नावाप्रमाणेच हे वर्षारण्य वर्षभर सदाहरित असते. ही वने त्यांच्या जैवविविधतेसाठी प्रसिद्ध आहेत. वनस्पतींची विविधता इतकी प्रचंड आहे की एक चौ. किमी क्षेत्रात वनस्पतींच्या शेकडो जाती आढळतात. ब्राझीलमधील पारा प्रांतात ४००० पेक्षा जास्त वृक्षजाती आढळून येतात. ॲमॅझॉनच्या खोऱ्यात रबर, कोको, अकापु, कांगोच्या खोऱ्यात महोगनी, सावर, तेल्या माड, आग्नेय आशियात गुर्जन कुलातील वृक्ष, किनारी पट्ट्यांत निवा पामची वने, भरती-ओहोटी अरण्य आढळतात.

वनस्पतींची मोठी विविधता, वनांची, मजल्यांची रचना भरपूर व विपुल अन्न यामुळे या वनांमध्ये प्राण्यांची विविधता प्रचंड आहे. बहुतेक प्राणी झाडांवर राहणारे

आहेत. हजारो जातींचे कीटक, फुलपाखरे, पतंग, साप, सरडे, रंगीबेरंगी बेडूक, पक्षी, माकडे यांची नुसती रेलचेल आहे.

आर्थिक व्यवहार : उष्णकटिबंधीय वर्षारण्यांत हवामानाची प्रतिकूल स्थिती व घनदाट वनांमुळे मानवी वस्ती विरळ आहे. अनेक वनवासी जमाती येथे राहतात. द. अमेरिकेतील अमेरिइंडियन्स, आफ्रिकेत पिग्मी इ. यांतील बहुतेक जमाती प्राचीन अवस्थेत राहत असून भाल्याने शिकार वा मासेमारी करणे, फळे, कंदमुळे गोळा करणे हे त्यांचे प्रमुख व्यवसाय आहेत. वसाहतींच्या कालखंडात आग्नेय आशियात मोठ्या प्रमाणात रबर, चहा, पामतेल यांचे मळे, वने तोडून विकसित करण्यात आले. सिंगापूरसारखे अव्वल दर्जाचे बंदर याच पट्ट्यात आहे. अलीकडे या प्रदेशात मोठ्या प्रमाणावर औद्योगिकीकरण चालू आहे. उदा. मलेशिया. मात्र या वनांचा विकासाच्या नावाखाली मोठ्या प्रमाणावर नाश होतो आहे. पर्यावरणदृष्ट्या कार्बनची जगातील सर्वात मोठी साठवण, पेढी, अनेक नद्यांचे उगम प्रदेश, जैवविविधतेच्या दृष्टीने संपन्न असल्याने ही वने संवर्धित करणे अत्यंत गरजेचे आहे.

५. सागरी परिसंस्था

पृथ्वीचा सुमारे ७१% पृष्ठभाग पाण्याखाली म्हणजे प्रामुख्याने महासागर-सागराखाली आहे. त्यामुळे सागरी परिसंस्था आपोआपच पृथ्वीवरील सर्वात महत्त्वाची परिसंस्था ठरते. पॅसिफिक, अटलांटिक आणि हिंदी हे जगातील प्रमुख महासागर होत. महासागराच्या पृष्ठभागाजवळील खुल्या समुद्रात तसेच सागर तळाशीही जीवसृष्टी वैशिष्ट्यपूर्ण आणि विविधतापूर्ण आढळते. विषुववृत्तीय वनांपेक्षा महासागरी जैवविविधता अफाट आहे. सागरी परिसंस्थेत पुढील प्रमुख निवास आढळतात. हे निवास सागराची खोली व सागरतळाची रचना यांच्याशी जोडलेले आहेत. सागरकिनाऱ्याला लागून भरती-ओहोटीच्या मर्यादेत आढळणारा निवास म्हणजे भरतीच्या वेळी पाण्याखाली जाणारा व ओहोटीच्या वेळी उघडा पडणारा निरुंद किनारीपट्टा होय. सागर पातळीपासून २०० मी. खोलीपर्यंत लाटांचा प्रभाव असतो. सौरप्रारण सागर जलात मुख्यत: २० मी. पर्यंत प्रभाव टाकते. दर ६ तासांनी भरती-ओहोटीचे चक्र बदलत असते. लाटांचा खडकांवर बसणारा तडाखाही जबरदस्त असतो. अशा खडकांवर वावरणारे प्राणी कठीण कवचांचे असतात. या खडकांवर झिजेमुळे अनेक पोकळ्या, खळगे निर्माण होतात. ओहोटीच्या वेळी हे खडक उघडे पडतात तेव्हा हे खळगे पाण्याने भरलेले असतात. या खळग्यांमध्ये अनेक मृदुकाय सजीव दिसतात. सागरजलाचे तापमानही

स्थानानुसार बदलताना दिसते. सागरपृष्ठीय जलाचे तापमान ध्रुवीय सागरात शून्याखाली –२° सें. असते. तर विषुववृत्तीय पट्ट्यात ते ३०° सें. पर्यंत वर असते. सागरजलाची घनता व क्षारताही स्थळ व ऋतूनुसार वेगवेगळी आहे. सरासरी क्षारता दर हजारी ३५ असली तरी ध्रुवीय सागरात ३० तर कर्कवृत्तावर ४० पर्यंत वाढलेली दिसते. सागरात प्लवक नावाचे सूक्ष्मजीव अगणित सापडतात. हे सूक्ष्मजीव अनेक अन्य सजीवांचे खाद्य आहे. द. महासागरात साधारणपणे पुढे दिलेली अन्न साखळी दिसते. सूक्ष्मजीव – झिंग्या – सागरी पक्षी – मोठे मासे – सील – देवमासा. जेथे मोठ्या नद्या सागराला मिळतात, तेथे गोडे पाणी व खारे पाणी एकत्र येते व वेगळीच मिश्र अशी परिसंस्था विकसित होते. उष्णकटिबंधातील उबदार, उथळ सागरभागात प्रवाळी खडकांच्या आश्रयाने प्रवाळी परिसंस्था विकसित झालेली असते. खूप खोलीवर (४ हजार मी. वा जास्त) अंधाराचे साम्राज्य आहे. वरच्या पाण्याच्या स्तंभाचाही प्रचंड दबाव असतो. त्यामुळे खोल सागरतळावरील सजीव उथळ सागरातील सजीवांपेक्षा सर्वस्वी वेगळे असतात. सागरतळाशी प्रामुख्याने एकाच जागी स्थिर असणारे, सरपटणारे वा बिळे करून राहणारे सजीव आढळतात. महासागरी परिसंस्थेची जैवविविधता अफाट आहे, याचा उल्लेख पूर्वीच आलेला आहे. स्पंज, पॉलिप, जलछत्र्या, समुद्रफूल, प्रवाळ इ. कुहरात्री, वलयकृमी, झिंगा, शेवंड, खेकडे, गॅस्ट्रोपोडा वर्गातील शंख, कवड्या, कोनांचे असंख्य प्रकार, एकझडपी शिंपा, ऑक्टोपससारखे अष्टभुज, माखली, नळे, तारामासा, समुद्रकाकडी, अश्वमत्स्यापासून शार्कपर्यंत माशांचे हजारो प्रकार, अत्यंत जहरी सागरी सर्प, अवाढव्य सागरी कासवे, कुरव, सुरय, तुतारी, पाणलाव, पाणकावळे, बगळे, गरुड, अल्बेट्रॉस, पेंग्विन इ. पक्षी व सील, वॉलरस, देवमासा इ. सस्तनी प्राणी... सागरी सजीवांची यादी न संपणारी आहे. महासागरातील सर्वाधिक जैवविविधता उबदार सागरभागात आहे. त्यातही इंडोमलायन आणि वेस्ट इंडिज द्वीपसमूहाच्या परिसरातील सागरभाग त्या दृष्टीने सर्वात समृद्ध गणले जातात.

आर्थिक परिस्थितिकी महत्त्व : महासागराचे आर्थिक महत्त्व खरे तर नव्याने सांगण्याची जरूर नाही. जगातील सर्वात स्वस्त वाहतूकमार्ग, मासेमारी, मिठागरे, सागरतळावर आढळणारी खनिज संपत्ती, पर्यटन, किनारपट्टीवरील हवामानावर होणारा परिणाम, पावसाच्या ढगांची निर्मिती, वादळे, त्सुनामी, पृथ्वीवरील जैवविविधतेचे सर्वात मोठे भांडार असे कितीतरी मुद्दे सांगता येतील. अशी ही महत्त्वाची परिसंस्था हळूहळू धोक्यात येत आहे. अतिरिक्त मासेमारी आणि

सागरजलाचे प्रदूषण यामुळे अनेक मत्स्यजातींचे प्रमाण घटले आहे. चरबीपासून मिळणाऱ्या तेलासाठी देवमाशांचे (जो जगातील सर्वात मोठा सस्तनी आहे) एवढ्या मोठ्या प्रमाणात शिरकाण झाले आहे की देवमाशांच्या अनेक जाती दुर्मीळ झाल्या आहेत. कातड्यांसाठी सीलची अशीच हत्या करण्यात आली. खनिज तेलाची वाहतूक करणारी जहाजे (ट्रॅक्टर) त्यांना गळती लागल्याने वा ते अपघातग्रस्त झाल्याने, लाखो टन खनिज तेल सागरात ओततात. हे तेलांचे तवंग लाटांबरोबर शेकडो कि.मी. दूरपर्यंत वाहून नेले जातात व सागरी व किनाऱ्यालगतच्या सजीवांना धोका निर्माण करतात. नागरी व औद्योगिक कचरा सागरात फेकण्याचे प्रमाणही मोठे आहे. भरती–ओहोटीच्या पट्ट्यामधील कांजळी वने (मॅन्ग्रॉव्ह) वाचवणेही महत्त्वाचे आहे.

❑

५. पर्यावरणविषयक कायदे आणि पर्यावरण आघात निर्धारण

कायदा म्हणजे परंपरेने आलेली मान्यताप्राप्त नियमावली होय. या नियमावलीमुळे एखादे कृत्य करण्यास परवानगी वा दुसरे एखादे कृत्य करण्यास प्रतिबंध केला जातो. शासन अशा नियमावलींच्या आधारे राज्य करते. समाज व्यवस्थितपणे चालविण्यास कायदा आवश्यक असतो. मानवी समाज, संस्कृती आणि पर्यावरण यांचे जवळचे नाते आहे. जगाच्या विविध भागात राहणाऱ्या मानवी समूहांची जीवनपद्धती वेगवेगळी आढळते. त्यांच्या चालीरीती, परंपरा, सण, उत्सव, आर्थिक व्यवहार यावर तेथील निसर्ग आणि पर्यावरणाचा सखोल ठसा उमटलेला असतो. मानव समूह सुद्धा आपापल्या परीने भोवतालच्या पर्यावरणाचा, त्यातील घटकांचा उपभोग घेत असतो. जोपर्यंत असे समूह आकाराने लहान व प्राथमिक पद्धतीने जीवन जगत असतात, तोपर्यंत आसपासच्या निसर्गावर त्यांचा अत्यल्प भार पडतो. मात्र काळाच्या ओघात अशा समूहांची संख्या (लोकसंख्या) वाढत जाते. प्राथमिक जीवनपद्धतीकडून हळूहळू आधुनिक, औद्योगिक जीवनपद्धतीकडे त्यांची वाटचाल सुरू होते. मानवी समाजाच्या या सर्व अवस्थांमध्ये नैसर्गिक साधनसंपदा वापरावर काही ना काही निर्बंध होते व आजही आहेत. प्राथमिक अवस्थेत जीवन जगणाऱ्या अनेक आदिम समाजात आजही अनेक शिकारविषयक बंधने अस्तित्वात असून ती पाळलीही जातात. जसे – विणीच्या हंगामात पशू-पक्ष्यांची हत्या न करणे, पिल्ले व गर्भार माद्या यांची शिकार न करणे इ. ही बंधने कुठेही कागदावर लिहिलेली नसून परंपरेने आलेली आहेत. ही बंधने म्हणजे एक प्रकारचे पर्यावरणविषयक कायदेच होय. कालाच्या ओघात मानवी व्यवसाय, व्यवहार आणि त्याची जीवनपद्धती अधिक गुंतागुंतीची, व्यापक व निसर्गशोषक बनली. त्यामुळे निसर्गवापराने पर्यावरणावर किमान भार येईल, त्याचे किमान नुकसान वा विनाश होईल. नैसर्गिक साधनसंपत्ती अधिक दीर्घकाळ कशी टिकेल, याविषयी नियम-कायदे केले गेले. भारतात इंग्रज काळात वने, वन्य प्राणी यांचा मोठ्या प्रमाणावर विनाश झाला. याच काळात थोडेच पण पर्यावरणविषयक काही कायदे अस्तित्वात आले. उदा: शिकारविषयक काही बंधने. मात्र १९७० पर्यंत देशात पर्यावरणविषयक कायदे अगदी हाताच्या बोटावर मोजता येतील इतकेच होते. १९७० नंतर मात्र मोठ्या प्रमाणावर निसर्ग व पर्यावरणविषयक कायदे अस्तित्वात आले. निसर्ग-पर्यावरणाकडे पाहण्याचा आधुनिक जगाचा बदललेला दृष्टिकोन,

निसर्गसंवर्धनाची तीव्र गरज, पर्यावरणाच्या समस्येची वाढलेली गंभीरता यामुळे या कालखंडात जगभर पर्यावरणविषयक कायदे अस्तित्वात आलेले दिसतात. भारतात केंद्रीय व राज्य पातळ्यांवर पर्यावरण संरक्षण व संवर्धनासाठी अनेक कायदे आणि नियम अस्तित्वात आले आहेत.

इंग्रज राजवटीत इ.स. १८७३ मध्ये तेव्हाच्या मद्रास प्रांतात 'मद्रास गजसंवर्धन' कायदा अस्तित्वात आला. हा खऱ्या अर्थाने भारतातील पहिला आधुनिक पर्यावरण कायदा होय. याचप्रकारचे कायदे नंतर बंगाल, मुंबई, मध्यप्रांतात करण्यात आले. मात्र त्यांचे स्वरूप स्थानिक व मर्यादितच होते. इंग्रज काळातच अस्तित्वात आलेल्या भारतीय दंडविधान कायद्याची काही कलमे प्रदूषणाशी संबंधित आहेत. भारत स्वतंत्र झाल्यावर आपली राज्यघटना अस्तित्वात आली. घटनेतील काही कलमे पर्यावरणाशी संबंधित आहेत. १९७० पूर्वी पूर्णपणे पर्यावरणाशी संबंधित कायदे फारसे अस्तित्वातच नव्हते. १९२७ चा वनसंवर्धन कायदा हा अपवाद मानावा लागेल. भारतीय मत्स्यपालन कायदा (१८९७), पुराणवास्तू संरक्षण कायदा (१९०५), बंगाल (१९०५) व मुंबई (१९१२), धूर नियंत्रण कायदे, विषद्रव्य कायदा (१९१९), मुंबई मोटरवाहन कायदा (१९३९), कारखानेविषयक कायदा (१९४८) ही आणखी काही उदाहरणे. यातील बऱ्याच कायद्यांची काहीच कलमे पर्यावरणाशी संबंधित होती. खास पर्यावरण संवर्धनासंबंधीचे कायदे १९७० नंतरच्या कालखंडात अस्तित्वात आले. त्यातील काही प्रमुख कायदे पुढीलप्रमाणे –

(१) वन्यजीव संरक्षण कायदा (१९७२) : वन्यजीव संवर्धनाचा सर्वंकष विचार करणारा देशातील पहिला कायदा. या कायद्यामुळे वन्यप्राण्यांच्या शिकारीवर पूर्ण बंधने आली. या कायद्यात देशातील दुर्मिळ, ज्यांचे अस्तित्व धोक्यात आले आहे, येऊ पाहत आहे, अशा वन्यजीव जातींची सूची करण्यात आली आहे. हा कायदा १९९१ मध्ये सुधारित स्वरूपात सादर करण्यात आला आहे. या कायद्यानुसार राष्ट्रीय उद्याने व वन्यजीव अभयारण्ये स्थापन करता येतात.

(२) जलप्रदूषण नियंत्रण व प्रतिबंध कायदा (१९७४) : औद्योगिक संस्थांमधून प्रक्रियेतून निर्माण होणारे पाणी, त्याची गुणवत्ता व प्रमाणीकरण करण्याचे काम हा कायदा करतो. या कायद्यानुसार नदी, नाले, तलाव, खाड्या, विहिरी यांसारखे जलस्रोत जाणीवपूर्वक प्रदूषितके सोडून दूषित करणे गुन्हा आहे. या कायद्यानुसार राज्यपातळीवर जलप्रदूषण नियंत्रण मंडळे स्थापन करण्याची तरतूद आहे.

(३) हवा (प्रदूषण व प्रतिबंध) कायदा (१९८१) : हा कायदा हवेत सोडण्यात येणाऱ्या प्रदूषकांच्या मर्यादा व मानक निश्चित करून त्यापेक्षा अधिक तीव्रतेची

प्रदूषके सोडण्यावर बंधन घालतो. तसेच या लक्ष्मणरेषेच्या वरच्या तीव्रतेची प्रदूषके सोडल्यास दंड आणि शिक्षेची तरतूद करतो.

(४) **पर्यावरण (संरक्षण) कायदा (१९८६) :** हा देशातील पर्यावरणविषयक पहिला सर्वंकष कायदा होय. हा कायदा संपूर्ण पर्यावरणाचा म्हणजे जमीन, पाणी व हवा या सर्वांचा विचार करतो. या कायद्याने केंद्र सरकारला अनेक पर्यावरणविषयक अधिकार दिले आहेत. यात पर्यावरणाच्या विविध घटकांच्या गुणवत्तेचे मानदंड निश्चित करणे, धोकादायक पदार्थांची व्याख्या, वर्गीकरण करणे, त्यांची सावध हाताळणी वा वापर, त्यांचे परीक्षण, त्यांच्याविषयक माहितीचे संकलन, औद्योगिक अपघात टाळण्यासंदर्भात उपाय, धोकादायक द्रव्यांच्या वापरास बंदी, पर्यावरण नियोजन करणे इ. गोष्टी येतात. या कायद्यानुसार नियमाबाह्य वर्तन करणाऱ्या व्यक्तीला वा संस्थाप्रमुखास एक लाखपर्यंत दंड व सात वर्षांपर्यंत शिक्षेची तरतूद आहे.

(५) **विकास प्रकल्प पर्यावरण संघात निर्धारण अधिसूचना (१९९४) :** या कायद्यानुसार मोठ्या प्रमाणावर प्रदूषण करू शकतात असे उद्योग उभारायचे असल्यास ते कोणत्या प्रदेशात, कुठे, कसे उभारायचे, या उद्योगांमुळे पर्यावरणात काय संभाव्य परिणाम होऊ शकतात (संघात निर्धारण), हे उद्योग उभारण्यापूर्वी त्यांना पर्यावरण मंत्रालयाकडून 'ना हरकत प्रमाणपत्र' मिळवावे लागते. ज्यांना असे प्रमाणपत्र आवश्यक असते, अशा तीस उद्योगांची यादी या अधिसूचनेत आहे.

(६) **पर्यावरण (औद्योगिक प्रकल्प स्थाननिश्चिती) नियम (१९९६) :** औद्योगिक प्रकल्प उभारताना त्याच्या स्थानामुळे आसपासचा परिसर, वस्त्या, जैवविविधता यांना धोका होणार नाही, याची काळजी घ्यावी लागते. या कायद्यान्वये पर्यावरणदृष्ट्या संवेदनशील प्रदेशात उद्योग उभारण्यास परवानगी नाही तसेच नवीन उद्योग उभारताना कोणत्या अटी व नियम पाळायचे याबाबत हा कायदा मार्गदर्शन करतो.

(७) **ध्वनिप्रदूषण (नियमन आणि नियंत्रण) नियम (२०००) :** विविध क्षेत्रे व प्रभागांसाठी (उदा: शाळेचा व हॉस्पिटलचा परिसर) परिसरातील ध्वनीची गुणवत्ता पातळी किती असावी, हे हा नियम सांगतो. ध्वनिप्रदूषण नियंत्रण ठेवण्यासंदर्भात हा कायदा मार्गदर्शन करतो.

(८) **भारतीय जैवविविधता कायदा (२००२) :** जैवविविधतेच्या दृष्टिकोनातून विचार करता भारत जगातील जैवविविधतादृष्ट्या संपन्न देशांपैकी एक आहे.

आंतरराष्ट्रीय जैवविविधता करारावर भारताने सही केलेली असल्याने जैवविविधतेचे रक्षण व संवर्धन करण्यास भारत कटिबद्ध आहे. या कायद्यानुसार गावपातळीपासून राष्ट्रीय पातळीपर्यंत जैवविविधता मंडळे स्थापन करून त्यांचे सर्वेक्षण, उपयोग यांचे संकलन व संवर्धन या विषयी हा कायदा मार्गदर्शन करतो.

आणखी काही पर्यावरणविषयक कायदे :

(१) धोकादायक टाकाऊ पदार्थ (हाताळणी व व्यवस्थापन) नियम (१९८९).

(२) धोकादायक जैव वैद्यकीय टाकाऊ पदार्थ (हाताळणी व व्यवस्थापन) नियम (१९९८).

(३) पुनर्चक्रित प्लॅस्टिक उत्पादन आणि वापरविषयक नियम (१९९९).

भारतात केंद्र पातळीवर पर्यावरण मंत्रालयाची स्थापना इ.स. १९८० मध्ये करण्यात आली. त्यानंतरच पर्यावरणविषयक कायदे व नियम तयार होण्यात गतिमानता आली.

पर्यावरण संघात निर्धारण

पृथ्वीवरील वाढता लोकसंख्येचा भार, आर्थिक विकासाचे दूरच्या प्रदेशात पोहोचलेले वारे त्यामुळे वेगवान झालेले नागरीकरण आणि औद्योगिकीकरणाची प्रक्रिया, वाहनसंख्येचा स्फोट, त्यामुळे वाढलेले हवा, जल, ध्वनीचे प्रदूषण, चंगळवादी जीवनपद्धतीने नैसर्गिक साधनसंपदेवरील वाढलेला ताण यामुळे पर्यावरणाच्या समस्या अधिकाधिक उग्र स्वरूप धारण करू लागल्या आहेत. असे असले तरी विकास प्रकल्प थांबविणे शक्य नसते व नाही. विकास प्रकल्प होतच राहणार. ज्या परिसरात विकास प्रकल्प उभा राहणार त्या परिसरावर संभाव्य विकास प्रकल्पाचा (रस्ता, धरण, कारखाना, वसाहत इ.) काय व कसा आघात होणार आहे, याचे स्पष्ट चित्र विकास प्रकल्प उभा राहण्यासाठी तयार असणे आता कायद्याने बंधनकारक आहे. संभाव्य विकासप्रकल्पाचा आघात गंभीर स्वरूपाचा असल्यास सदर प्रकल्प रद्द करण्याची शिफारस केली जाते. आघात मर्यादित असून प्रकल्पात काही फेरबदल करून आघात कमी करणे शक्य आहे, असे असल्यास प्रकल्पाच्या आराखड्यात त्यानुसार बदल सुचवून नव्याने आराखडा तयार करण्यास सांगितले जाते. पर्यावरणाचा किमान ऱ्हास होईल व निसर्गचक्र अबाधित राहतील हे विकास प्रकल्प राबविताना पाहिले जाते. तसेच सुधारित प्रकल्प सादर करताना, प्रकल्पाची आर्थिक किंमत अवाच्यासवा वाढत नाही ना, हे ही ध्यानात घ्यावे लागते.

पर्यावरण संघात निर्धारण प्रक्रिया पुढील टप्प्यांमधून जावी लागते.

(१) पर्यावरणविषयक ध्येय वा हेतू निश्चित करणे : उदा. एखाद्या डोंगराळ, दाट जंगलांच्या प्रदेशातून रस्त्याचे नियोजन करायचे असल्यास डोंगराची किमान

तोडफोड, जंगलाचा किमान नाश, एखाद्या विशिष्ट प्राण्याच्या (उदा. शेकरू -मोठी खार) निवासाच्या जागा टाळणे ही ध्येये असू शकतात.

(२) **सर्वेक्षण, माहिती संकलन, माहितीचे मूल्यमापन व निर्धारण व भविष्यातील स्थितीचे अंदाज बांधणे :** बऱ्याचदा परिसरातील आपल्याला हवी असणारी माहिती उपलब्धच नसते. असल्यास आपल्याला हवी ती वा हव्या त्या स्वरूपात ती नसते. अशा वेळी स्वत: सद्य:स्थितीचे सर्वेक्षण करून माहिती संकलन करावे लागते. वरील उदाहरणात जंगलाचा प्रकार, झाडे- वनस्पतींची विविधता, वैशिष्ट्ये, उपयोग, घनता-संख्या, शेकरांची संख्या, घरट्यांच्या जागा ही माहिती उपलब्ध नसल्यास पर्यावरण संघात निर्धारण करणाऱ्या व्यक्ती-संस्थांनाच स्वत: ती गोष्ट करावी लागेल. गोळा केलेली माहिती-आकडेवारी वर्गीकरण करून व्यवस्थित लावून घेणे, तिच्या आधारे रस्ता झाल्यास भविष्यात स्थितीवर (जंगल व खारी) काय परिणाम होईल याचा अंदाज बांधावा लागतो.

(३) **पर्यायी योजना तयार ठेवणे :** वरील उदाहरणात घाट-रस्त्याची एक निश्चित आखणी (नकाशावर) निश्चित केली. प्रत्यक्षात सर्वेक्षण व क्षेत्र पाहणीच्या वेळी असे आढळले की, या आखणीमुळे शेकरू खारीचे गाभ्याचे एखादे क्षेत्र उद्ध्वस्त होते आहे तर याला पर्यायी म्हणून आणखी दोन-चार पर्यायी योजना तयार हव्यात. सर्व योजनांचा तुलनात्मक आढावा घेऊन किमान ऱ्हास करणारा पर्याय निवडण्याची कल्पना असते.

(४) **जनतेचा सहभाग :** जंगलातून जाणारा वरील रस्ता जर काही खेड्यांमधून वा जवळून वा शेतीभातीतून जात असल्यास तेथे राहणाऱ्या लोकांना - आदिवासी, गिरिजन, शेतकरी यांना प्रकल्पाविषयी व त्यांच्या संभाव्य परिणामांविषयी माहिती द्यायला हवी. नव्हे हे कायद्यानेच बंधनकारक आहे. त्यासाठी चावड्यांवर ग्रामसभा भरवून संबंधित अधिकाऱ्यांमार्फत ही माहिती जनतेपर्यंत पोहोचावयास हवी. त्यावरच्या त्यांच्या प्रतिक्रिया नोंदवावयास हव्यात.

याचबरोबर या क्षेत्रातील तज्ज्ञांचेही मार्गदर्शन व चर्चा अपेक्षित आहे. प्रकल्पाचा खर्च व त्यापासून मिळणारे आर्थिक फायदे तसेच पर्यावरणविषयक फायदे-तोटे यांचा शेवटी आढावा घेतला जातो.

भारतात राष्ट्रीय पर्यावरण नियोजन मंडळ व योजना आयोग यांनी पर्यावरण संघात निर्धारण करण्याविषयीची उद्योग, रस्ते, धरणे, लोहमार्ग, जलसिंचन प्रकल्प यांसाठी स्वतंत्र मार्गदर्शक तत्त्वे निश्चित केली आहे. केंद्र सरकारच्या पर्यावरण मंत्रालयाने

विविध क्षेत्रातील तज्ज्ञांच्या समित्या या कामी निश्चित केल्या असून पर्यावरण संघात निर्धारणात त्यांचा मोठा सहभाग असतो. योग्य ती माहिती व आकडेवारी उपलब्ध नसणे, माहिती उपलब्ध असल्यास ती कालबाह्य असणे, माहिती आकडेवारी गोळा करायलाच मोठा कालावधी जाणे, शासनाच्या संबंधित खात्यांमध्ये समन्वयाचा अभाव हे भारतातील प्रकल्प पर्यावरण संघात निर्धारणातील प्रमुख अडथळे आहेत.

आर्थिक भूविज्ञान (Economic Geography)

आर्थिक भूविज्ञानात मानवाच्या चार प्रमुख अर्थक्रिया म्हणजे विविध प्रकारच्या वस्तूंचे उत्पादन, त्यांचे वितरण, त्यांची देवघेव व त्यांचा उपभोग यावर होणाऱ्या भौगोलिक व सांस्कृतिक घटकांच्या परिणामांचा अभ्यास केला जातो. हे घटक पुढे दिले आहेत –

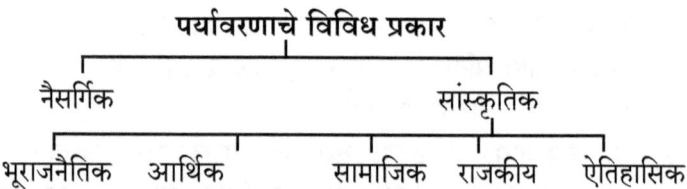

पर्यावरणाचे विविध प्रकार

स्थल–काल अभिसरण क्रियेमुळे (Time Space Convergence) वरील सर्व प्रकारात परिवर्तन होते. स्थल–काल अभिसरण क्रिया म्हणजे कालानुसार स्थळांचे सर्वंकष महत्त्व बदलते. उदा–

(१) पूर्वी ब्रिटिश काळात अंदमान – काळे पाणी – भारताची प्रथम सुरक्षा रेखा – आता २००७ – First Line of Defence in the East.

(२) दिगोगार्सिया १९६० पर्यंतचे एक नगण्य बेट – क्षेत्रफळ २९ चौ. कि.मी. – हिंदी महासागरात मध्यवर्ती – Pinprink in the middle of the Indian Ocean – अमेरिकन संघराज्याचा US सर्वात मोठा भूसामरिक तळ.

(३) अमेरिकन संघराज्य १६०० – १७०० शतकात एक भौगोलिक विभाग (Geographical Expression) होते. आता एकमेव सैनिकीदृष्ट्या बलाढ्य. एवढेच नव्हे तर मानवी क्रियांच्यामुळेही नैसर्गिक पर्यावरणात बदल घडून येतात. त्याचे विवेचन इतरत्र पुस्तकात आहे.

उत्तर अमेरिकेत सुवर्ण अभिलाषेमुळे प्रथम स्पॅनिश नंतर डच, फ्रेंच व इंग्रज आणि जगाच्या सर्व भागातील लोक पैशाच्या आशेने गेले. ४ जुलै १७७६ ला USA अमेरिकन संघराज्य हा देश स्वतंत्र झाला आणि त्यानंतर १२५ वर्षांत तो आर्थिकदृष्ट्या बलाढ्य झाला. हे TSC चे (स्थल, काल अभिसरण) उदाहरण आहे.

आर्थिक भूगोल हे एक गतिमान/गतिशील शास्त्र आहे. उदा: १९४७ मधील भारत हा दलित, पीडित, दुष्काळी प्रदेश/देश होता. चीनसुद्धा तसाच परंतु १९४९ मध्ये चीनमध्ये माओंची राजवट आल्यानंतर त्यांनी अत्यंत द्रुतगतीने चीनला आज महासत्ता बनविले आहे. महासत्ता होण्यासाठी आर्थिक पाठबळ लागते. शिस्त व पैसे न खाणारे राजकीय पुढारी आवश्यक आहेत.

१९१४ मध्ये पहिले महायुद्ध सुरू झाले, त्यावेळी रशिया हा एक गरीब देश होता. परंतु तेथे कृषिक्रांती सुरू झाली होती. नंतरच्या बोल्शेव्हिक क्रांतीनंतर तेथे खऱ्या अर्थाने जरी औद्योगिक क्रांतीस सुरुवात झाली तरी देखील दुसऱ्या महायुद्धात त्यांना अमेरिकेची मदत घ्यावी लागली. रशियात साम्यवाद आल्यानंतरही अमेरिकेने त्यांना मदत केली. सोव्हिएट रशियाचे विभाजन झाल्यानंतरही अमेरिकेने (USA) (अमेरिकन संघराज्य), खूप मदत केली. याला एक कारण असू शकते. अमेरिकेचा डोळा रशियाच्या (सैबेरियाच्या) नैसर्गिक संपदेवर आहे. चीन व जपानलाही रशियाची नैसर्गिक संपदा हवी आहे. (Time Space Convergence) स्थल-काल अभिसरण क्रियेमुळे देखील आर्थिक भूगोल शास्त्र गतिशील झालेले आहे. जरी रशियाचे विभाजन झाले व बाजारपेठांचे अर्थकारण रशियात नव्याने सुरू झाले, तरीही रशियाने प्रथम ट्रान्स सैबेरियन लोहमार्गावर असलेल्या स्थानकांवर व आजूबाजूस बाजारपेठा निर्माण करून अर्थकारणात सुधारणा केल्या. युरोपीय सहकार्यामुळे रॉटर-डॅम ते व्हलाडिव्होस्टोकपर्यंत म्हणजे उत्तर समुद्र - युरो पोर्ट ते प्रशांत महासागर इतक्या प्रदेशात सुलभ वाहतूक करणे शक्य झालेले आहे.

१९४८, १९५६, १९६७, १९७३ या काळात इजिप्त व इस्रायल यांच्यात चार समरप्रसंग उद्‌भवले. त्यावेळी व नंतर अनेक वर्षे सुएज कालवा वाहतुकीसाठी बंद असल्याने सर्व जहाजे केप ऑफ गुड होप मार्गाने येत होती. त्यामुळे अरब जगत व आफ्रिकेचे पूर्व किनारी देश यांना ४०% जास्त दराने वस्तू विकत घ्याव्या लागत होत्या. त्याच वेळी भारताचे औद्योगिकीकरण सुरू झाले होते. त्यामुळे भारतीय विदेशी व्यापारात वाढ होत गेली. स्थलकाल अभिसरण क्रियेची आणखी कित्येक उदाहरणे सांगता येतील. साताऱ्याजवळ ठोसेघरचा धबधबा असून तेथे जून ते ऑक्टोबरपर्यंत पर्यटक गर्दी करतात. सुमारे १९५५ पर्यंत तेथे फारसे पर्यटक जात नसत. आता मात्र तेथील हजार लोकांना तरी पूरक उत्पन्न प्राप्त झालेले आहे. हीच गोष्ट कोकण लोहमार्गामुळे (KRC) कोकण, गोवा व केरळ या ठिकाणी जाणाऱ्या आगगाड्यांना खूप गर्दी असल्याने भरपूर उत्पन्न मिळते व प्रवासी देखील समृद्ध व अप्रदूषित निसर्गामुळे खूष असतात.

रस्त्यांची देखभाल दक्षिणेत योग्य रीतीने केली जात असल्याने गुरुवायूर व मुन्नार (केरळ), कोडाईकॅनाल, रामेश्वर, महाबलीपुरम् (तमिळनाडू) येथील पर्यटन व्यवसायात वाढ झालेली आहे.

डॉ. स्वामीनाथन् प्रणीत हरित क्रांतीनंतर भारताच्या कृषी उत्पादनात वाढ होऊन कृषिजन्य पदार्थांची (हापूस आंबे, द्राक्षे, कापूस, काजू, बासमती व हळद इ.) निर्यात वाढलेली आहे.

वरील उदाहरणांवरून असे दिसून येते की, कालानुसार तंत्रज्ञानात वाढ होते व आर्थिक उलाढाल वाढून लोकांचे जीवनमान सुधारण्यास मदत होते. उपग्रहामुळे आता दूरध्वनीने कमीत कमी वेळात जगात कोणत्याही स्थळी संपर्क साधता येतो. ई-मेल, पत्रव्यवहार, संगणक यामुळेही जगातील असंख्य लोकांना रोजगार उपलब्ध झालेला आहे. परंतु असंख्य लोक अजून दारिद्र्यरेषेखाली आहेत. पण याला दोन कारणे आहेत. एक म्हणजे नियोजनाचा अभाव व अल्पशिक्षित लोकांची वाढणारी लोकसंख्या.

❏

विभाग (क)

६. भौगोलिक विचार
(Geographical Thought)

प्राचीन कालखंड–मध्ययुग–पुनरुज्जीवन–आधुनिक भूगोलाचा आरंभकाळ. भूपृष्ठावरील कोणतेही दोन प्रदेश तंतोतंत एकमेकांसारखे नसतात या गोष्टीची मानवाला नेहमी जिज्ञासा वाटलेली असून परिचित व अपरिचित अशा प्रदेशांमधील भिन्नतेकडे लक्ष पुरविण्याचे त्याने सातत्याने प्रयत्न केले आहेत. मानवाच्या या प्रयत्नांमधून प्रदेशविषयक, स्थलविषयक जो एक विचार उद्‌भवतो त्यास भूगोल विचार अथवा भौगोलिक संकल्पना मानता येईल. अशा विचारांना प्रदीर्घ इतिहास असून या प्रकरणात तीन ढोबळ कालखंडात भौगोलिक संकल्पनांचा आढावा घेतला आहे.

प्राचीन कालखंड

ग्रीकांचे भौगोलिक विचार :

प्राचीन काळी पाश्चात्त्य देशांमध्ये जे ज्ञान निर्माण झाले, साहित्य व कला विकास पावल्या त्यांचा प्रारंभ ग्रीस देशातून झाला. भौगोलिक विचारधारांचे मूळ हे सामान्यत: ग्रीक विद्वानांच्या साहित्यात आढळते.

होमरच्या महाकाव्यात एजियन प्रदेशातील लोक व भूमी या विषयी सत्यकथा व दंतकथा यांची विचित्र सरमिसळ दिसून येते. तथापि मिलेट्स निवासी थेल्स (इ.स. पूर्व ६२४–५४५) हा सामान्यपणे पहिला भूगोलकार म्हणून ओळखला जातो. ॲनिक्झिमॅनडर या त्याच्या शिष्याने दर्यावर्दी लोकांकडून मिळविलेल्या माहितीच्या आधारे सर्वप्रथम नकाशा तयार केला असे मानण्यात येते. पृथ्वी दंडगोलाकार असून ती गोलाकार विश्वात अधांतरी लोंबकळलेली आहे ही त्याची कल्पना. पृथ्वी गोलाकार आहे हे प्रथम ॲरिस्टॉटल याने सिद्ध केले.

पृथ्वीचे आकारमान व आकार या ग्रीक भूगोलकारांपुढे मोठ्या समस्या बनल्या होत्या. होमरपूर्व काळात पृथ्वी सपाट तबकडीसारखी असून ती ओशिएनस नदीने वेढलेली आहे अशी कल्पना प्रचलित होती.

पृथ्वीचा परीघ बराचसा अचूकपणे प्रथम मोजण्याचे श्रेय इरॅतोस्थेनेसचे! अलेक्झांड्रिया (तत्कालीन ज्ञानजगाची सांस्कृतिक राजधानी) मधील प्रसिद्ध

ग्रंथालयात तो ग्रंथपाल होता. पृथ्वीवरील ठिकाणांचे स्थान दर्शविण्यासाठी अक्षवृत्त-रेखावृत्त जालक वापरून तत्कालीन जगाचा नकाशा काढण्याचा त्याने प्रयत्न केला.

हेरोडोटस (इ.स. पूर्व ४८४-४२५) हा मोठा इतिहासकार आणि भूगोलकार म्हणून प्रसिद्ध होऊन गेला. पूर्व भूमध्य सागरालगतच्या भूप्रदेशांची त्यास बरीच माहिती होती. भू-खंडांना युरोप, आशिया व आफ्रिका ही नावे त्याने दिली. मानवाचे निवासक्षेत्र (Ecumene) वर्तुळाकार नसून त्याची पूर्व-पश्चिम लांबी दक्षिणोत्तर रुंदीपेक्षा अधिक आहे असे त्याने प्रतिपादन केले.

अक्षांशाच्या (ग्रीक भाषेत क्लिमॅटा Klimata) आधारे जगाची उष्ण, समशीतोष्ण व शीत कटिबंध पट्ट्यांत विभागणी करणारा पार्मेनाईड्स (इ.स. पूर्व ४५०) हा पहिला भूगोलकार मानला जातो. त्याच्या मते पृथ्वीवरील निवासयोग्य क्षेत्र हे केवळ समशीतोष्ण कटिबंध प्रदेशातच होते.

Geography हा शब्द इरॅतोस्थेनेसने प्रथम वापरला असे मानण्यात येते. अशा भौगोलिक लेखनास ग्रीक संस्कृतीच्या प्रसाराबरोबर बरीच चालना मिळाली.

ग्रीकांची सर्व भौगोलिक विचारसंपदा मात्र रोमन काळातील दोन महान भूगोलकार स्ट्रॅबो व टॉलेमी यांनी संकलित केली. दोघेही ग्रीक वंशांचे होते.

स्ट्रॅबो : (इ.स. पूर्व ६४-२०) हा प्राचीन भूगोलाचा प्रमुख प्रतिनिधी मानला जातो. त्याने 'जिओग्राफिया' नामक सतरा खंडात्मक प्रचंड ग्रंथ लिहिला. भूगोलाची व्याख्या, व्याप्ती, उद्देश व उपयुक्तता इत्यादींचे प्रथम खंडात विवेचन करून अन्य खंडात त्याने साऱ्या जगाचे ज्ञानकोशीय विवेचन केले. दीर्घकालपर्यन्त स्ट्रॅबोचाच प्रादेशिक भूगोल उपलब्ध राहिल्यामुळे त्याचे कार्य हा एक महत्त्वाचा टप्पा ठरला.

टॉलेमी : (इ.स. ९०-१६८) हा रोमन काळातील दुसरा मोठा गणिती, खगोलशास्त्रज्ञ व भूगोलकार होऊन गेला. 'अल्मागेस्ट' (Almagest) ह्या खगोलशास्त्रीय ग्रंथाचा लेखक म्हणून तो अधिक प्रसिद्ध होता. या खेरीज त्याने Guide to Geography हा आठ खंडात्मक मोठा ग्रंथ रचला. टॉलेमीने अनेक ठिकाणांचे अक्षांश, रेखांश काढून प्रक्षेपणांचे विवेचन केले व त्या आधारे ज्ञात जगाच्या निरनिराळ्या भागांचे नकाशे काढले. पृथ्वीपरिघाचे चुकीचे आकारमान विचारात घेतल्याने ठिकाणांच्या दिशा व त्यांमधील अंतरे इत्यादींबाबत बऱ्याच उणिवा टॉलेमीच्या विवेचनात व नकाशात राहिल्या. पृथ्वी गोलाकार व स्थिर असून ती विश्वाच्या केंद्रस्थानी आहे असे तो मानी. विषुववृत्तीय प्रदेश अतिउष्ण असल्याने वस्तीयोग्य नाहीत या तत्कालीन मान्य कल्पनेचा त्याने पुन्हा पुरस्कार केला. विविध प्रमाणानुरूप पृथ्वी वर्णनातील फरक त्याने जाणला होता व त्यानुसार, संपूर्ण पृथ्वीच्या

वर्णनास Geography भू-वर्णन, पृथ्वीच्या काही भागांच्या वर्णनाला Chorography प्रदेश-वर्णन, व स्थानिक भागांच्या तपशीलवार वर्णनास Topography स्थल वर्णन अशा संज्ञा वापरल्या.

मध्ययुग

ग्रीक कालखंडानंतर पाश्चात्त्य जगात अन्य विद्यांप्रमाणे भूगोलाचीही पीछेहाट सुरू झाली. इ.स. २०० पासून ते इ.स. १२०० पर्यंत पाश्चात्त्य समाजांनी ईश्वरवादी विचारसरणीची कास धरली. भौगोलिक ज्ञान जवळजवळ विस्मृतच होऊन गेले. जगाची प्रतिमा व विवेचन बायबलला मानवेल अशा स्वरूपात बदलली गेली. ग्रीक विचार सर्वत्र दाबले गेले. पृथ्वी ही जेरुसलेम केंद्रस्थानी असलेली तबकडी बनली! तत्कालीन नकाशे ही चित्रविचित्र तऱ्हेचे धार्मिक विचारांबरहुकूम काढले गेले. या सर्व प्रकारांमुळे ख्रिस्ती कालखंडातील भूगोलाचे वर्णन, बीझली या भूगोलकाराने 'Systematic non sense' या शब्दांत केले.

या उलट महंमदाच्या मृत्यूनंतर शंभर वर्षांच्या आतच अरब विद्वानांनी बहुतेक सर्व ग्रीक तात्त्विक ग्रंथांची अरबीत भाषांतरे केली व अरबांच्या अमलाखाली जुन्या ग्रीक विद्येचे पुनरुज्जीवन झाले. प्राचीन काळी मानवाने मिळविलेल्या ज्ञानाचा पुन्हा अभ्यास व निरीक्षण सुरू झाले. अशा प्रकारे ॲरिस्टॉटल व टॉलेमीचे विचारधन जतन करून पाश्चिमात्य युरोपात पसरविले ते अरबांनी! साधारणत: आठव्या शतकापासून अरब जगतात ज्ञानाबाबत एक नवा उत्साह पसरला. अरबी व्यापारी सर्वत्र प्रवास करून जी माहिती गोळा करीत ती ग्रीक संकल्पनांशी पडताळून बघत किंवा टॉलेमीच्या नकाशात भरत.

इब्न कौकल, इब्न बतुता सारख्या व्यापारी प्रवाशांनी विविध प्रदेशांत दूरवर प्रवास करून जगाच्या ज्ञानात भर टाकली. इब्न बतुता (१३०४-१३६८) हा त्या काळातला श्रेष्ठ प्रवासी. त्याने उत्तर चीन व दक्षिणेकडे आफ्रिकेच्या पूर्व किनारपट्टीपर्यंत प्रवास केला.

अल्मकदीसीने (९८५) जगाची चौदा हवामान प्रदेशांत विभागणी करून दक्षिण गोलार्ध हा खुला महासागर व सर्व भूमी ही उत्तर गोलार्धात आहे असे प्रतिपादन केले. अबल्बेरूनीने हिंदुस्थानचे वर्णन करणारा 'किताब अल्हिन्द' हा ग्रंथ लिहिला. इब्नसीना (Avicena) याने नदीच्या कार्याने पर्वतांची झीज कशी होते इत्यादींचे विवेचन करून भूरूप (Land forms) ज्ञानात भर टाकली. अल्ल इद्रीसी या भूगोलकाराने ग्रीक भूगोलकारांची पाच हवामान पट्ट्यांची कल्पना सत्य परिस्थितीशी विसंगत आहे असे प्रतिपादन केले. इब्नखाल्दून (१३३२-१४०६) याचे ऐतिहासिक भूगोलातील कार्य अत्यंत प्रशंसनीय होते. त्याचबरोबर मानव व निसर्ग संबंध, निसर्गाचा मानवावर

होणारा परिणाम इत्यादी बाबतची त्याची सूक्ष्म व अचूक निरीक्षणे व विश्लेषण यामुळे भूगोल ज्ञानास प्रतिष्ठा प्राप्त झाली. घटनांच्या ज्ञानात अरबांनी जरी बरीच भर घातली तरी नकाशाशास्त्राच्या विकासात त्यांचे कार्य जवळजवळ नगण्य होते.

पुनरुज्जीवन

अरब विचारवंत ज्यावेळी ज्ञानात भर टाकीत होते त्यावेळी तत्कालीन ख्रिस्ती (युरोपीय) जगतात दीर्घ काळ भौगोलिक क्षितिजे संकुचितावस्थेत होती. धर्मयुद्धे आणि पोर्तुगीज व स्पॅनिश लोकांनी आरंभिलेल्या शोध यात्रांमुळे (Exploration) प्रथमच भौगोलिक क्षितिजे विस्तार पावू लागली.

पंधराव्या शतकात टॉलेमीच्या भूगोलाचे लॅटिन भाषेत भाषांतर झाले व त्याचा विद्वत् जगतावर दूरगामी परिणाम झाला. याच सुमारास पोर्तुगीज-स्पॅनिश शोध प्रवासांनी उच्चांक गाठला. अमेरिका-भारतादी प्रदेशांची युरोपियनांच्या ज्ञानात भर पडली.

भौगोलिक विचारधनाचे पुनरुज्जीवन सोळाव्या, सतराव्या व अठराव्या शतकातील विद्वानांच्या ग्रंथांतून ग्रंथित झाले. १६२५ मध्ये नथॅनिएल कार्पेन्टरने इंग्रजी भाषेतील पहिले भौगोलिक लिखाण केले. निरीक्षण केलेल्या घटनांची वस्तुनिष्ठ मांडणी व तदनुषंगिक स्पष्टीकरण या बाबतीत त्याचे लेखन उल्लेखनीय व प्रशंसनीय ठरले. प्रवासवर्णनांचे विपुल लेखन झाल्याने ज्ञानकोशीय स्वरूपाच्या पृथ्वीवर्णनासाठी प्रवासवर्णनातील माहितीचा उपयोग झाला.

जगाच्या एकूण ज्ञानात खूप भर पडल्याने त्याची मांडणी करण्याचे प्रयत्न होऊ लागले. या दृष्टीने भौगोलिक ज्ञानाची नवरचना (मांडणी) करण्याची निकड प्रथम बर्नर्ड व्हॅरेनियसने (१६२२-१६५०) जाणली. १६५० साली त्याने General Geography नामक महनीय ग्रंथ ॲमस्टरडॅम येथे प्रकाशित केला. व्हॅरेनियसने भूगोलाचे दोन भागात वर्गीकरण केले. सामान्य भूगोल General Geography व विशेष भूगोल Special Geography. सामान्य भूगोलात संपूर्ण पृथ्वीचा (प्रदेशरहित) विचार केला असून विशेष भूगोलात पृथ्वीच्या विशिष्ट भागाचा, प्रदेशाचा अभ्यास अभिप्रेत होता, त्यामध्ये भाग केले आहेत. Chorography मोठ्या आकारमानाच्या प्रदेशांचे वर्णन. Topography पृथ्वीवरील लहान प्रदेश किंवा स्थानिक प्रदेश वर्णन. व्हॅरेनियसने भूगोल ज्ञानास एक शास्त्रीय रचना (मांडणी) पुरविली.

ज्ञानाच्या चौकटीत भूगोलाध्ययनास उचित स्थान देण्याचे कार्य सुविख्यात जर्मन तत्त्वज्ञ इमॅन्यल कान्ट यांचे. कोयनिग्जबर्ग विद्यापीठात चाळीस वर्षे त्यांनी प्राकृतिक

भूगोलाचे अध्यापन केले. कान्टने दोन जगांची कल्पना मांडली. एक म्हणजे अनुभवांच्या आटोक्यात येणारे किंवा बुद्धीला आकलन होणारे व दुसरे म्हणजे बुद्धीला अगम्य; परंतु त्याहून उच्चतर श्रद्धेच्याच द्वारे ज्याची अनुभूती येऊ शकेल असे जग. अशा प्रकारे मानवी ज्ञानाचे दोन भागांत वर्गीकरण केले. एक म्हणजे तात्त्विक वर्गीकरण Logical Classification. यामध्ये विशिष्ट तात्त्विक प्रणालीनुरूप घटनांचे आकलन केले जाते. दुसरे भौतिक वर्गीकरण – Physical Classification. यात घटनांचे स्थलकालानुरूप आकलन समाविष्ट आहे. पहिल्या वर्गीकरण प्रकाराने निसर्गाचे क्रमबद्ध ज्ञान; तर दुसऱ्या प्रकाराद्वारे निसर्गाचे भौगोलिक विवरण मिळते. निसर्गातील घटनांचे कालसापेक्ष विवरण म्हणजे इतिहास असून स्थलसापेक्ष विवरणास कान्टने भूगोल म्हटले. यामध्ये भूपृष्ठावरील घटनांच्या मांडणीचा समावेश होतो. अशा प्रकारे मानवी जाणिवांचा परीघ इतिहास आणि भूगोल या दोहोंनी मिळून व्यापला जातो.

निसर्गाचे सामान्य विवेचन म्हणजेच कान्टप्रणीत प्राकृतिक भूगोल असून तो केवळ इतिहासाचाच नव्हे तर अन्य संभाव्य भूगोलाचा पाया होय. कान्टप्रणीत अन्य भूगोल पुढीलप्रमाणे

(१) गणितीय भूगोल (Mathematical Geography) : पृथ्वीचे रूप, आकारमान, गती व सूर्यकुलातील तिचे स्थान आदींचा अंतर्भाव होतो.

(२) नैतिक भूगोल (Moral Geography) : यात मानवाच्या विविध चालीरीती व अन्य गुणवैशिष्ट्यांचे वर्णन येते.

(३) राजकीय भूगोल (Political Geography) : विविध राजकीय एककां (units) मधील संबंध व त्यांची भौतिक (प्राकृतिक) पार्श्वभूमी यांचा समावेश होतो.

(४) व्यापारी भूगोल (Commercial Geography) : वस्तूंच्या वितरणांचा व आंतरराष्ट्रीय व्यापार इत्यादींचा विचार केला जातो.

(५) धर्मशास्त्रीय भूगोल (Theological Geography) : यात विविध पर्यावरणांनुसार धर्मतत्त्वांमध्ये जे बदल आढळतात त्यांचे वितरण केले जाते.

अशा प्रकारे अठराव्या शतकाच्या उत्तरार्धात कान्टने भूगोलास जे तात्त्विक अधिष्ठान प्राप्त करून दिले, त्याच्या अनुरोधाने पुढे कार्ल रिटर आणि अलेक्झांडर फॉन हुंबोल्ट या जर्मन विद्वानांनी भूगोलास आधुनिक शास्त्रीय रूप दिले. एकोणिसाव्या शतकाच्या उत्तरार्धात त्यांच्या कार्याद्वारे एक व्यवसाय क्षेत्र म्हणून भूगोलशास्त्राचे पदार्पण झाले. भूगोलशिक्षित विद्यार्थिवर्ग भूगोलकार म्हणून चरितार्थ करू लागले. आधुनिक भूगोल हे एका अर्थी जर्मन शास्त्र झाले व नंतरच्या काळात या आधुनिक

भूगोल संकल्पनेनुसार अन्य देशांत विकास होऊन फ्रेंच भूगोल संप्रदाय, आपापल्या गुण–वैशिष्ट्यांसह अस्तित्वात आले.

मानवी भूगोलान्तर्गत नव–विचार प्रवाह

मागील एका प्रकरणात आपण आधुनिक भूगोलाचा विकास कार्ल रिटर व अलेक्झॅन्डर फॉन हुंबोल्टच्या कार्यातून कसा झाला हे पाहिले. या दोघांच्या निधनानंतर भूगोल अभ्यासकात वैचारिक गोंधळसदृश वातावरण निर्माण झाले होते. कारण रिटरच्या अनुयायांपैकी काहींनी भूगोलान्तर्गत अभ्यासाबाबत अतिरेकी भूमिका घेण्यास सुरुवात केली. ती म्हणजे मानवी घटकांच्या अध्ययनास भूगोलात स्थान नसावे! अर्थात हा विचार सर्वमान्य होण्यासारखा नव्हता हे सांगावयास नको.

या पार्श्वभूमीवर फ्रेडरिक रॅत्झेल यांचे भूगोल क्षेत्रातील पदार्पण व मानवी घटकांच्या अध्ययनास भूगोलात अग्रहक्क देऊन मानवी भूगोलाची त्यांनी कशी उभारणी केली हेही आपण प्रकरण पाचमध्ये अभ्यासले आहे. तथापि, त्यांनी आरंभिलेल्या मानवी भूगोलाचे स्वरूप बरेचसे एकांगी होते. भूगोलाध्ययनात मानवास केन्द्रबिन्दू मानून त्यांनी जो 'अॅन्थ्रोपोजिऑग्राफिया' नावाचा ग्रंथ लिहिला त्यात नैसर्गिक पर्यावरणाचा मानवावर होणाऱ्या परिणामांना प्राधान्य दिल्याने त्यांच्या विचारांचा सूर काहीसा एकांगी झाला. त्यांची शिष्या कु. एलन सेम्पल यांनी 'Influences of Geographic Environment' या ग्रंथात त्या विचारसरणीचे एकप्रकारे प्रवर्तन केले व 'नियतिवाद' (Determinism) आरंभिला.

या उलट भूमिका घेऊन फ्रेंच भूगोलकार पॉल व्हिदल द ला ब्लाश आणि त्यांचे शिलजीन ब्रून्हस, अल्बर्ट देमॅन्जो, मॅक्स सोर आदींनी पर्यावरण (निसर्ग) व मानव यांमधील संबंध वेगळ्या पायांवर उभे केले. मानवी कार्यावर पर्यावरणाचा प्रभाव काही प्रमाणात पडतो हे जरी त्यांनी मान्य केले तरी यासंबंधात मानवी इच्छादेखील महत्त्वाची असते व ती सुद्धा निसर्गात निश्चितपणे काही बदल घडवून आणू शकते असे प्रतिपादन करून मानवी भूगोलास अधिक शास्त्रीय स्वरूप देण्याचा प्रयत्न केला व या प्रयत्नांमधून मानवी भूगोल विकसित झाला. पहिल्या प्रकरणात उल्लेखिल्याप्रमाणे असा मानवी भूगोल विचार हा सापेक्षत: अलीकडील काळातला. त्यामुळे या विषयाचे स्वरूप अधिक स्पष्ट होण्यासाठी काही प्रमुख भूगोलकारांनी मानवी भूगोलाच्या केलेल्या व्याख्यांचा येथे परिचय करून घेणे इष्ट ठरेल.

व्हिदल द ला ब्लाश : मानवी भूगोल हा मानवी व्यवहारांशी संबंधित असून त्यात भूपृष्ठावरील मानवी कार्याचा समावेश होतो. लोकसंख्या व मानवी वस्त्यांचे वितरण, संस्कृतीची मूलतत्त्वे आणि विविध वाहतूक प्रकार या तीन घटकांचा अभ्यास

त्यांना अभिप्रेत होता.

जीन ब्रून्हस : शिलावरण, जलावरण, वातावरण व जीवावरण यांच्या परस्पर संबंधित क्रिया–प्रक्रिया घडणाऱ्या जगात मानवी जीवन हे केवळ एक अंग होय. मानवी भूगोलाचा संबंध मानवी व्यवहार व त्या व्यवहारांचे परिणाम भूपृष्ठावर होणाऱ्या परिणामांशी आहे.

एल्सवर्थ हंटिंग्टन : भौगोलिक पर्यावरण व मानवी व्यवहार आणि त्यांच्या गुणवैशिष्ट्यांच्या संबंधांचे स्वरूप व वितरणांचा अभ्यास म्हणजे मानवी भूगोल.

ला ब्लाश व जीन बून्हस या दोहोंच्या विचारांचा उत्कृष्ट समन्वय मॅक्स सोर यांच्या विचारात आढळतो. 'मानवी भूगोलाचा पाया' Foundation of Human Geography या त्रिखंडात्मक ग्रंथात विशद केल्याप्रमाणे मानवाच्या सामाजिक, आर्थिक व राजकीय अंगांसह सम्यक, समग्र असा मानवी भूगोल त्यांना अभिप्रेत होता.

या सर्व व्याख्या विचारात घेता असे लक्षात येते की, त्यामध्ये एकवाक्यता नाही.

रॉजर मिन्शूल यांनी मानवी भूगोलाध्ययनास मार्गदर्शक ठरतील अशी पंचसूत्रे प्रतिपादन केली ती पुढीलप्रमाणे–

(१) विषयवस्तू भूपृष्ठावर दृश्य स्वरूपात असावी किंवा नकाशात दर्शविता येणारी असावी.

(२) तिला जागतिक विस्तार असावा आणि ती स्थलपरत्वे भिन्न असावी.

(३) स्थलपरत्वे बदलणाऱ्या विषयवस्तूचा अन्य बदलणाऱ्या घटनांशी (वस्तूंशी) संबंध असावा.

(४) मानवी दृष्ट्या असे घटक वा घटना महत्त्वपूर्ण असाव्यात; आणि

(५) अशा घटकांद्वारे अभिक्षेत्रात तर्कसंगत मांडणी सूचित व्हावी.

विविध भूगोलकारांनी केलेल्या व्याख्या आणि मिन्शूलप्रणीत मार्गदर्शक पंचसूत्रे यांच्या विवेचनावरून हे लक्षात येते की मानवी भूगोलाची वाटचाल दोन प्रमुख व परस्परसंबंधित बाबींच्या दिशेने होत आहे. पहिली म्हणजे, मानव पृथ्वीच्या पाठीवर कसा उदरनिर्वाह करतो त्या अंगाचा विचार, आणि दुसरे, मानव भूपृष्ठावर जीवन कसे व्यतीत करतो, ते अंग! दुसऱ्या शब्दांत, मानवाचे आर्थिक व्यवहार आणि आर्थिकेतर व्यवहार यांचे मानवी भूगोलात विवरण असते. त्यानुसार मानवी भूगोलान्तर्गत विविध उपशाखांचा उल्लेख पहिल्या प्रकरणात केला असून त्यांची पुनरुक्ती करण्याचे प्रयोजन नाही. येथे एवढे लक्षात घेतले पाहिजे की मानवापुढे सतत नवे प्रश्न, अनेक समस्या निर्माण होत असतात व ते सोडविण्यासाठी त्यानुसार

त्यांचे अभ्यासक त्याची व्याख्या, स्वरूप व अभ्यास पद्धती ठरवीत जातात आणि अशा प्रकारे नवनव्या विषयांची ज्ञान क्षेत्रांत भर पडत जाते.

नव–विचार प्रवाह (Recent Trends)

भूगोलान्तर्गत मानवी घटकांच्या अध्ययनास गेल्या काही वर्षांत विशेषत: युद्धोत्तर काळात फार महत्त्व लाभले असून या घटकांच्या विविध अंगोपांगांचा सखोल अभ्यास विस्तृत प्रमाणात होऊ लागला आहे हे आपण मागील एका प्रकरणात पाहिलेच आहे. विषयातील घटकोपघटकांचे महत्त्व जरी अभ्यासकांच्या आवडीनुसार व प्रवृत्तीनुसार बदलत असले तरी प्रतिपाद्य विषय मांडण्याचे स्वरूप, मग ते मानवाचे आर्थिक व्यवहार असोत अथवा आर्थिकेतर व्यवहार असोत, हे बरेचसे वर्णनात्मक (Descriptive) पद्धतीचे असें. त्यामुळे बव्हंशी भौगोलिक लेखनात 'प्रादेशिक विवरण' (Regional Description) छटा प्रकर्षाने प्रतीत होत असे. प्रादेशिक वर्णनांना महत्त्व नसते असे नाही. तथापि अशा वर्णनात घटना बहुश: नैमित्तिक निरीक्षणाद्वारे प्रस्थापित केल्या जात असत व त्यामध्ये घटनांबाबत काळजीपूर्वक केलेल्या मोजणीचा किंवा मोजमापांचा (Measurements) अभाव असे. तसेच विविध घटनांमधील कार्यकारणसंबंध बऱ्याचदा आपातत: घेतलेल्या निर्णयांनुसार जोडून व्यक्त केले जात. क्वचितच गृहीतकांची (Hypothesis) चिकित्सा, छाननी होत असे किंवा त्याद्वारे सिद्धान्त (Theorisation) वा सामान्यीकरण (Generalisation) होत असे!

विषयांतर्गत विविध घटनांच्या निरीक्षणांच्या आधारे काही सिद्धान्त वा नियम प्रस्थापित करणे, सिद्धान्तांची चाचणी घेऊन काही सुधारणा करणे व त्याद्वारे अज्ञात घटनांचा–भावी घटनांचा–शोध घेणे इत्यादी बाबी शास्त्रीय अभ्यासपद्धतीचा गाभा मानल्या जातात. अशा शास्त्रीय निकषांच्या संदर्भात भूगोलातील प्रादेशिक विवेचन हे बरेच असमाधानकारक ठरले. प्रादेशिक विवेचन मग ते कोणत्याही प्रदेशांचे असो अथवा ते कितीही उत्कृष्ट असो, अखेर ते वर्णनच असते. त्यामधून काही सिद्धान्त प्रस्थापित करण्यास क्वचितच वाव राहतो. दुसरे असे की, नित्य बदलत्या परिस्थितीच्या संदर्भात महत्त्वाच्या मानवी समस्यांवर प्रकाश टाकण्यास अशा वर्णनांचा तितकासा उपयोग होईना. याची जाणीव भूगोल अभ्यासकांत या शतकाच्या मध्यानंतर तीव्रतेने झाली.

अलीकडे विविध शास्त्रांत मानवी जीवनाच्या निरनिराळ्या अंगांचा विशेष अभ्यास करण्यासाठी आकडेशास्त्राचा व सांख्यिकी पद्धतीचा (Quantitative Methods) वापर वाढत्या प्रमाणात होऊ लागला आहे. कारण याद्वारे विविध समस्यांचा अभ्यास

होऊ लागल्याने मानवी जीवनविषयक प्रश्न समजावून घेणे, त्यांची उकल करणे, तसेच त्यांवरील उपायांचे यशापयश जाणून घेणे अधिक सुलभ झाले आहे आणि या जाणिवेतूनच मानवी भूगोलातही विविध सांख्यिकी तंत्रांचा (Quantitative Techniques) व वेगवेगळ्या प्रतिमानांचा (Models) वापर करण्याची प्रवृत्ती १९५० नंतर बळावू लागली. काही अभ्यासक या प्रवृत्तीस मानवी भूगोलातील एक क्रांती मानतात जी सांख्यिकी क्रांती (Quantitative Revolution) या नावाने ओळखली गेली.

येथे या नवप्रवृत्तीच्या - सांख्यिकी क्रांतीच्या - तपशिलात न जाता एवढेच लक्षात घेतले पाहिजे की भूगोलाभ्यासात नकाशांचा जसा एक हत्यार (tool) वा माध्यम म्हणून उपयोग केला जातो, त्याप्रमाणे विविध सांख्यिकी तंत्रे आणि प्रतिमाने देखील सांप्रतकालीन मानवी भूगोलातील हत्यारे होत. दुसऱ्या शब्दात, सांख्यिकी तंत्रे-प्रतिमाने आदी नवनवीन बाबी या मानवी भूगोलात साधनीभूत गोष्टी असून ते काही अंतिम साध्य नव्हते.

उपरोक्त पार्श्वभूमीच्या संदर्भात असे म्हणता येईल की प्रादेशिक वर्णन पद्धतीस पर्यायी असा जो नवविचार मानवी भूगोलात, विशेषत: १९५० ते १९६० या दशकात, दृढमूल झाला आहे, तो म्हणजे 'स्थान निश्चिती विश्लेषण' Locational Analysis किंवा प्रचलित शास्त्रीय भाषेत 'अभिक्षेत्रीय विश्लेषण' Spatial Analysis हा होय.

मानवी घटनांच्या भूपृष्ठीय वितरणांमध्ये निश्चितच एक नियमितता Regularity, प्रमाणबद्धता आढळून येते. विशिष्ट भूमी उपयोग, विशिष्ट कृषिप्रकार, वस्त्या, उद्योगधंदे, वाहतूक प्रकार आदी घटना विशिष्ट भौगोलिक परिस्थितीत व विशिष्ट भू-क्षेत्रात आढळतात, एवढेच नव्हे तर अशा वितरणांमुळे भूपृष्ठाला एक आगळे रूप प्राप्त होत असते. आधुनिक अभ्यासक अशा रूपांना 'अभिक्षेत्रीय प्ररूप' Spatial Pattern म्हणतात. पृथ्वीच्या पाठीवरील अशा वितरणांचा - त्यांच्या मांडणीचा, त्यामागील नियमिततेचा, प्रमाणबद्धतेचा म्हणजेच अभिक्षेत्रीय प्रारूपांचा शोध घेणे हे कार्य मानवी भूगोल अभ्यासक सध्या महत्त्वाचे मानतात.

विविध प्रदेशांतील अभिक्षेत्रीय प्रारूपांचे वर्णन करणे एवढेच आधुनिक भूगोलाचे कार्य नव्हे, तर त्या प्रारूपांचे शास्त्रीय विश्लेषण करणे महत्त्वाचे आहे.

तसेच अभिक्षेत्रीय प्रारूपे घडवून आणण्यास कारणीभूत होणाऱ्या विविध प्रक्रियांचे (Processes) (भौतिक, आर्थिक, सामाजिक इत्यादी) विश्लेषण करणे हे देखील सध्या मानवी भूगोलात तितकेच महत्त्वाचे मानले जाते.

अभिक्षेत्रीय प्रारूप आणि प्रक्रिया यांच्या विश्लेषणांवर आधारित भावी घटनांबाबत सूचक असे शास्त्रीय अंदाज prediction व्यक्त करणे हे सुद्धा मानवी भूगोलान्तर्गत नव विचार प्रवाहांचे एक महत्त्वाचे अंग मानण्यात येते.

अशा प्रकारे मानवी भूगोलात अभिक्षेत्रीय विश्लेषणाद्वारे महत्त्वपूर्ण बदल घडत आहे.

मानवी भूगोलातील परंपरागत घटकांच्या अध्ययनाखेरीज प्रदूषण, दारिद्र्य, भूक, अवर्षण, महापूर, वर्णभेद, सामाजिक विषमता वा अन्याय आदी ज्वलंत मानवी समस्यांची अलीकडे बरेच अभ्यासक दखल घेऊ लागले आहेत. खरे पाहता या समस्या काही नवीन नाहीत. परंतु दीर्घकाळपर्यंत भूगोलकार त्याबाबतीत थोडेसे उदासीन होते. १९६० नंतर मात्र नवनवीन तंत्रे, प्रतिमाने (Models) इत्यादींच्या साहाय्याने या समस्यांचे अध्ययन करण्याची प्रवृत्ती वाढत्या प्रमाणात दिसू लागली.

ज्वलंत मानवी समस्यांची दखल घेऊन त्यांचा विशेष अभ्यास करण्याच्या भूगोलकारांच्या या अगदी अलीकडील प्रयत्नास डी. एम. स्मिथ यांनी मानवी भूगोलातील सुधारणावादी क्रांती (Radical Revolution or Relevance Revolution) म्हटले आहे.

मानवी भूगोलांतर्गत पारंपरिक घटकवस्तूंच्या अध्ययनाव्यतिरिक्त मानवास भेडसावणाऱ्या काही महत्त्वाच्या प्रश्नांची भौगोलिक जाण व तदनुषंगिक भौगोलिक विश्लेषण हे एका अर्थाने भूगोल अभ्यासकांच्या सामाजिक बांधिलकीशी (Social Relevance) संबंधित असल्यामुळे असा विचार मानवी भूगोलात सध्या महत्त्वाचा ठरत आहे.

उपर्निर्दिष्ट विवेचनावरून आपणास असे दिसते की भूगोलान्तर्गत पारंपरिक प्रदेश वर्णनात्मक अभ्यासाकडून शास्त्रीय पद्धतींवर भर असणाऱ्या अभिक्षेत्रीय विश्लेषणाकडे मानवी भूगोलाची वाटचाल होत आहे. त्याचप्रमाणे मानवी समस्यांचा सामाजिक बांधिलकीच्या जाणिवेतून भौगोलिक अभ्यास करण्याची प्रवृत्ती देखील मानवी भूगोलातील नव-विचार प्रवाहाचा महत्त्वाचा भाग आहे.

❑

७. लोकसंख्या भूगोल
(Population Geography)

लोकसंख्या : एक नैसर्गिक संपत्ती

प्रत्येक देशाची लोकसंख्या त्या देशाचा आत्मा असते. हा आत्मा जर संतुष्ट असेल तरच देश, सुखी, समाधानी व शक्तिशाली असतो. सुसंघटित व एकछत्री अमलातील व विशिष्ट तत्त्वप्रणालीतील लोक कोणत्याही देशाला आंतरराष्ट्रीय राजकारणात प्रतिष्ठा मिळवून देतात. दुसऱ्या महायुद्धाच्या वेळी सर्व ब्रिटिश जनता एकदिलाने लढत होती. उत्तर व्हिएतनामसारख्या चिमुकल्या राष्ट्राने याच शक्तीच्या जोरावर अमेरिकेसारख्या राष्ट्राशी झुंज दिली. अफाट व सुसंघटित जनतेमुळे चीन हा देश आंतरराष्ट्रीय राजकारणात एक शक्ती म्हणून ओळखला जातो.

लोकसंख्येशिवाय राष्ट्र निर्माणच होऊ शकत नाही. लोकसंख्या हा घटक राष्ट्राच्या निर्मितीत व प्रगतीत अतिशय महत्त्वाचा आहे. अन्नधान्याचे, कच्च्या मालाचे उत्पादन करण्यास शेतमजूर लोकसंख्येतून मिळू शकतात. देशातील लोक शिक्षित असतील तर त्यांच्यातून कुशल कारागीर निर्माण होऊ शकतात. औद्योगिक विकासाला त्यांची अत्यंत आवश्यकता असते. दुसऱ्या महायुद्धात राखरांगोळी होऊनसुद्धा जर्मनी व जपान हे दोन देश आज अत्यंत प्रगत व उद्योगप्रधान देश म्हणून ओळखले जातात. याचे श्रेय तेथील उद्योगी, कामसू व देशाभिमानी जनतेलाच द्यायला हवे. चीनजवळ आज तरुणांचा भरणा अफाट असलेले मनुष्यबळ आहे. यातून चीनने प्रचंड लष्करी सैन्य उभे केलेले आहे. चीनच्या रशियन व भारतीय सरहद्दीच्या प्रदेशात ओसाड, निर्मनुष्य भाग आहेत. संरक्षणाच्या दृष्टीने विचार करता सीमावर्ती प्रदेशात लोकवस्ती असणे आवश्यक आहे. याच भागात आता चीनने वसाहती निर्माण केलेल्या असून आणखी वसाहती करण्याच्या अनेक योजना त्याने आखलेल्या आहेत.

संयुक्त संस्थाने, सोव्हिएट संघराज्य, ब्रिटन या देशांना त्यांच्या जनतेनेच आंतरराष्ट्रीय राजकारणात प्रतिष्ठा मिळवून दिलेली आहे. सोव्हिएट रशियातील सैबेरियाचा भाग म्हणजे एक वेगवेगळ्या खनिजांचे प्रचंड भांडार आहे. त्याचा औद्योगिक विकास करण्यासाठी रशियन सरकारने मोठ्या प्रमाणात सैबेरियात वसाहती निर्माण करण्याचे धोरण स्वीकारलेले असून पुढील पन्नास वर्षांत सैबेरियात मोठ्या प्रमाणात वस्ती वाढणार आहे. जास्त संततीसाठी रशियन सरकार उत्तेजन देते तर जगाच्या इतर भागात लोकसंख्या आळा घालण्यासाठी प्रयत्न केला जातो. असे

उलटसुलट धोरण आढळून येते कारण लोकसंख्या ही एक मोठी शक्ती आहे.

लोकसंख्येची वैशिष्ट्ये :

मानवाचे भूपृष्ठावरील वितरण म्हणजेच जागतिक लोकसंख्येची वाटणी. हा एक मानवी भूगोलामधील मूलभूत प्रश्न आहे. आपल्या अस्तित्वामुळे वेगवेगळ्या वंशांच्या सरमिसळीमुळे व निसर्गात मानवाने घडवून आणलेल्या बदलांमुळे मानव हा एक अत्यंत परिणामकारक भौगोलिक घटक बनलेला आहे. लोकसंख्येच्या अभ्यासाला जनसंख्याशास्त्र असे नाव असून मानवी भूगोलाच्या अभ्यासकांना एखाद्या देशाच्या किंवा विभागाच्या लोकसंख्येची पुढील वैशिष्ट्ये अभ्यासावी लागतात.

(१) एकूण लोकसंख्या.

(२) लोकसंख्येची घनता व तिचे वितरण.

(३) नजीकच्या काळात लोकसंख्येत झालेली वाढ.

(४) सध्याच्या काळातील लोकसंख्यावाढीचा वेग व तिच्या हालचाली.

(५) वयोमानानुसार लोकसंख्येची रचना.

(६) लोकसंख्येतील पुरुष व स्त्रिया यांचे प्रमाण.

(७) लोकसंख्येतील साक्षरतेचे प्रमाण.

वरील सर्व गोष्टींचा शास्त्रीय अभ्यास करून त्यातून योग्य ते निष्कर्ष काढले जातात. त्यांचे लष्करी, राजकीय, आर्थिक व सामाजिकदृष्ट्या खूपच महत्त्व असते.

ख्रिस्तपूर्व ५००० वर्षे जगाची लोकसंख्या सुमारे १ कोटी असावी. ख्रिस्ताच्या वेळी ती सुमारे १० कोटी होती तर इसवी सन १६०० मध्ये ती ४० कोटी झाली. भूकंप, आगी, पूर व दुष्काळ या नैसर्गिक आपत्तींमुळे लोकसंख्येची वाढ अत्यंत मंद गतीने होत होती. इ.स. १७५० मध्ये म्हणजे औद्योगिक क्रांतीच्या वेळी जगाची लोकसंख्या सुमारे ८० कोटींच्या जवळपास होती तर १९५० मध्ये म्हणजे पुढील २०० वर्षांत लोकसंख्येत पाच पटीने वाढ झाली. औद्योगिक व कृषी व्यवसायातील क्रांतीमुळे लोकसंख्येत वाढ झाली हे जरी खरे असले तरीसुद्धा आपल्याला असे म्हणता येईल की, वाढणाऱ्या लोकसंख्येमुळेच औद्योगिक कृषिक्रांतीला योग्य अशी परिस्थिती निर्माण झाली. अन्नधान्याच्या प्रकारात व उत्पादनात झालेली वाढ, लोकांचे वाढलेले वैद्यकीय ज्ञान व त्यामुळे निर्माण झालेली स्वच्छता आणि आरोग्य यांमुळे लोकसंख्या द्रुत गतीने वाढली. विज्ञानातील वाढीमुळे नैसर्गिक आपत्तींना आळा बसला. कायदा आणि सुव्यवस्था यांमुळे यादवी युद्धांचे प्रमाण कमी झाले. या सर्व गोष्टींमुळे २० व्या शतकात लोकसंख्येची भयानक वाढ झाली. सध्या जगाची लोकसंख्या प्रत्येक दिवसाला सुमारे १,४४,०० किंवा प्रतिवर्षी सुमारे ५ कोटी या

गतीने वाढत आहे.

परंतु लोकसंख्येची वाढ सर्वत्र सारखी आढळून येत नाही. वाढीचा सरासरी वेग १.६% असा प्रतिवर्षी सर्व जगात आढळून येत असला तरीसुद्धा नॉर्वे व आयर्लंडमध्ये तो थोडा कमी आढळून येतो. मेक्सिको, श्रीलंका इत्यादी देशांत वाढीचा वेग प्रतिशत ३% इतका आढळतो. भारतासारख्या जास्त लोकवस्ती असलेल्या प्रदेशात लोकसंख्या वाढीचा वेग जास्त असतोच असे म्हणता येणार नाही. लॅटिन अमेरिकेतील देशात मोसमी आशियाई देशापेक्षा लोकसंख्येची वाढ अत्यंत जलद गतीने होते. पण मुळातच दाट लोकसंख्या असलेल्या प्रदेशात जरी मंद गतीने लोकसंख्या वाढली तरीसुद्धा अन्न, वस्त्र, निवारा या संदर्भात अनेक कठीण प्रश्न निर्माण होतात.

जगातील लोकसंख्येचे वितरण :

पुढील नकाशात जागतिक लोकसंख्येचे वितरण दाखविले आहे. त्यावरून असे दिसते की, जगाची लोकसंख्या अत्यंत अनियमितपणे विखुरलेली आहे. काही ठिकाणी ती अत्यंत दाट असून काही भागात विरळ आढळते. आफ्रिका खंड, मध्यपूर्व व इंडोनेशिया या भागांत तर लोकसंख्येचे वितरण अतिशय विषम आढळते. नकाशावरून असे दिसते की, जगाच्या ४ भागात लोकवस्ती अतिशय दाट असून या लोकवस्तीच्या आजूबाजूस मात्र विषम प्रमाणात तिचे वितरण आहे. दाट लोकसंख्या असलेले भाग पुढीलप्रमाणे आहेत (आकृती ६.१ पाहा).

(१) पश्चिम व मध्य युरोप, विशेषत: ब्रिटन, फ्रान्स, जर्मनी, हॉलंड, बेल्जियम व इटली हे देश. येथे औद्योगिक क्रांती प्रथमत: झाली. हे सर्व देश उद्योगप्रधान आहेत.

(२) उत्तर अमेरिकेतील न्यू इंग्लंड संस्थाने, त्यांच्या लगतचा भाग व आग्नेय कॅनडा म्हणजे सेंट लॉरेन्स नदीचा सखल प्रदेश.

(३) खंडप्राय हिंदुस्थान – भारत, पाकिस्तान, बांगला देश व श्रीलंका हे देश.

(४) आशियातील अतिपूर्वेकडील देश – पूर्व चीन, कोरिया, जपान व तैवान, वरील चार विभागांशिवाय इतरत्र लोकसंख्या तुरळक आहे. पण इजिप्तमधील नाईलचे खोरे, नायजेरिया, जावा, न्यू साउथ वेल्सचा किनारा (ऑस्ट्रेलिया), प्लेट नदीचे खोरे, आग्नेय ब्राझील व कॅलिफोर्निया राज्य (संयुक्त संस्थाने) येथे मात्र दाट लोकवस्ती आढळते. हे प्रदेश एकमेकांपासून खूपच दूर आहेत.

पृथ्वीवर अनेक ठिकाणी दर चौरस किलोमीटरला १ इतकी विरळ लोकवस्ती असलेले भाग आढळून येतात. काही ठिकाणी तर हजारो चौरस किलोमीटर्सच्या

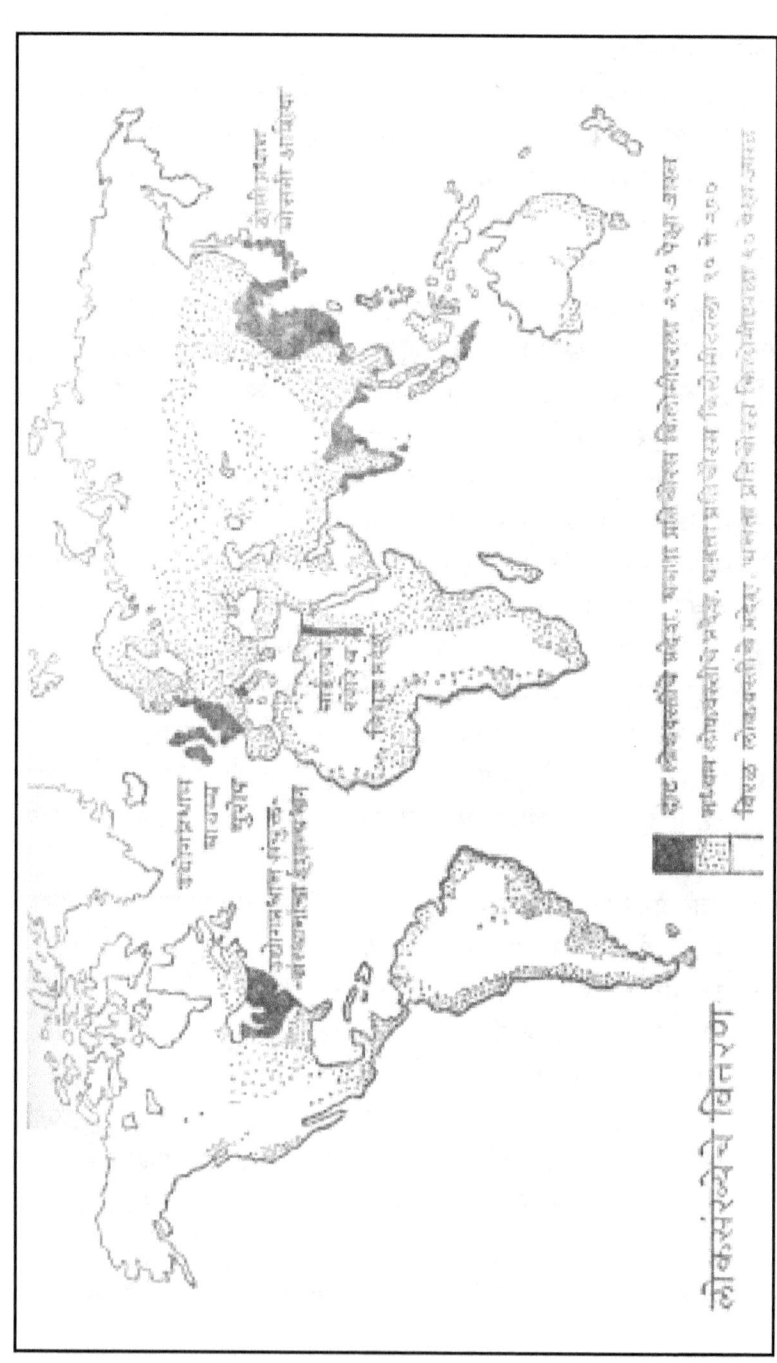

लोकसंख्येचे वितरण

प्रदेशात एकही माणूस दृष्टीस पडत नाही. अत्यंत विरळ लोकवस्ती असलेले प्रदेश पुढीलप्रमाणे आढळतात.

(१) अतिशीत असा टुंड्रा प्रदेश : यात कॅनडा, ग्रीनलंड, सैबेरिया व अंटार्क्टिका यांचा समावेश होतो. वर्षातून बराच काळ या प्रदेशात तापमान शून्याखाली असल्यामुळे तेथे वस्ती कमी आढळते.

(२) हिमालयाच्या आजूबाजूचा प्रदेश, वादळी वाऱ्यांनी ग्रासलेला मध्य आशियातील प्रदेश, रॉकी व अँडीज पर्वतराजींचा दुर्गम प्रदेश. या सर्व डोंगराळ प्रदेशात अनेक तुरळक व निर्मनुष्य वस्तीचे विभाग आहेत.

(३) उष्ण प्रदेशातील वाळवंटात, उदाहरणार्थ सहारा, अरेबियाचे वाळवंट व ऑस्ट्रेलियातील वाळवंट, या ठिकाणी पाण्याच्या अभावामुळे लोकसंख्या कमी आहे.

(४) सेल्वाज म्हणजे विषुववृत्तीय जंगलाच्या प्रदेशात, ॲमेझॉन खोरे, बोर्निओ, न्यूगिनी व कांगो खोऱ्याचा जंगलाचा काही भाग येथे लोकवस्ती कमी आहे.

(५) चीन व भारतासारख्या दाट लोकवस्तीच्या प्रदेशातही अनेक ठिकाणी अगदी तुरळक लोकसंख्या असलेले अनेक विभाग आढळून येतात. उदाहरणार्थ, चीनमधील सिंकियांग व गोबीचे वाळवंट, भारतामधील थरचे वाळवंट या प्रदेशांत, त्याचप्रमाणे हिमालयाच्या दुर्गम प्रदेशात अतिशय कमी लोकवस्ती आहे. अगदी तुरळक लोकसंख्येच्या विभागात असलेल्या सुपीक खोऱ्यांत दाट लोकवस्ती आहे. परंतु अशी ठिकाणे फारच थोडी आहेत.

लोकसंख्येचे वितरण अत्यंत विषम आहे; एखाद्या प्रदेशातही ते अनियमित आहे हे वरील विवेचनावरून आपल्याला समजेल. लोकसंख्येच्या वितरणावर परिणाम करणारे भौगोलिक घटक पुढीलप्रमाणे आहेत.

(१) स्वाभाविक प्रदेशाची सुगमता : जेथे पोहोचणे सहज शक्य असते तेथे लोकसंख्या जास्त, तर दुर्गम प्रदेशात किंवा माणसाला ये–जा करण्यास कठीण अशा प्रदेशात कमी अशी स्थिती सर्वत्र आढळते.

(२) भूरचना व भूवैशिष्ट्ये : यांचाही परिणाम लोकसंख्येवर होतो. अति उंच प्रदेशात, दलदलीच्या भागात वस्ती जवळजवळ नसतेच.

(३) हवामान : अतिउष्ण किंवा अतिथंड हवामानाच्या प्रदेशात वस्ती कमी असते.

(४) वनस्पती : निबिड अरण्यापेक्षा विरळ अरण्ये व गवताळ प्रदेश मानव आपल्या वसाहतींसाठी पसंत करतो.

(५) पाणीपुरवठा : पाणी ही जीवनावश्यक गोष्ट असल्याने पाणीपुरवठा निश्चित स्वरूपाचा व मुबलक असणाऱ्या प्रदेशात लोकसंख्या एकवटलेली आढळते. वाळवंटी प्रदेशात देखील हिरवळीच्या जागी लोकवस्ती आढळते. मानवाला शेती, उद्योगधंदे व वसाहती या सर्व गोष्टींसाठी पाणी अत्यंत आवश्यक असते.

(६) पृथ्वीच्या कवचात अनेक उपयुक्त खनिजे सापडतात. ही खनिजे व संपत्ती मिळविण्यासाठी खाणींच्या आसपास मनुष्यवस्ती आढळते.

वरील भौगोलिक घटकांमुळे जगात अनेक ठिकाणी मानवाला योग्य असे आर्थिक व्यवसाय उपलब्ध होऊ शकतात. म्हणून किफायतशीरपणे उद्योग-व्यवसाय करता येईल अशी आदर्श नैसर्गिक परिस्थिती ज्या प्रदेशात असते तेथे मानवसमूहांची दाटी झालेली असते. याउलट नैसर्गिक परिस्थिती जेथे कमी प्रमाणात मानवाला फायदेशीर असते तेथे मानव फारसा आकर्षित होऊ शकत नाही. जगातील सुमारे ७५% लोकांचा व्यवसाय शेती असून जेथे सखल प्रदेश, दीर्घकाल टिकणारा पावसाळा व सुपीक जमिनी आहेत त्या प्रदेशात प्रगत अवस्थेतील शेती मोठ्या प्रमाणात आढळते व त्यामुळे तेथे दाट ग्रामीण लोकसंख्या आढळते. जावा बेटातील उत्तर-मध्य भागात तेगलजवळ दर चौरस किलोमीटरला २००० पेक्षाही जास्त लोकसंख्या आहे. कोलकात्यापासून दिल्लीपर्यंतचा गंगा खोऱ्याचा भाग व यांगत्सेच्या पूर-मैदानात अशीच परिस्थिती आहे. डोंगराळ प्रदेशात तीव्र उतार, उथळ नापीक जमिनी, थंड हवा व सोसाट्याचा वारा या गोष्टींमुळे लोकसंख्या अगदी कमी असते.

एकोणिसाव्या व विसाव्या शतकात वेगवेगळ्या धातूंच्या उत्पादनास जोराने सुरुवात झाल्यामुळे खाणींच्या भोवताली लोकसंख्या वाढली. जर्मनीमधील ऱ्हूर प्रदेशातील वस्ती ॲपेलेसिन पर्वताजवळच्या कोळशाच्या खाणीमुळे वाढली. उत्तर चिलीत चुक्कामाटाजवळील भाग वस्तीस प्रतिकूल असूनदेखील तेथील तांब्याच्या खाणीमुळे लोकांनी गजबजलेला आहे. या शहराची उंची सुमारे ३०५० मीटर्स आहे. कॅनडातील युरेनियम व सोने यांच्या खाणीमुळे तेथे वस्ती आढळते.

भौगोलिक स्थानाचादेखील लोकसंख्येवर परिणाम होतो. एखाद्या प्रदेशाच्या भौगोलिक स्थानाशी वाहतूक व इतर विकसित प्रदेशांचे सान्निध्य व दूरत्व या गोष्टी निगडित असतात. उत्तर अमेरिकेचा मध्यपूर्व भाग पश्चिम भागापेक्षा युरोपला जवळ असल्याने अमेरिकेत वसाहत करणारे लोक सुरुवातीस येथे आले; त्यामुळे हल्ली तेथे लोकसंख्या पश्चिम भागापेक्षा जास्त आढळते. ऑस्ट्रेलिया हे 'द्वीपखंड' जगाच्या कोपऱ्यात असल्याने जगात सर्वत्र वसाहती स्थापन करणाऱ्या युरोपियन लोकांचे लक्ष त्याकडे उशिरा गेले. त्यामुळे त्या संपूर्ण खंडात जनसंख्येची घनता अत्यल्प आहे.

औद्योगिक घटक :

भौगोलिक घटकांव्यतिरिक्त ऐतिहासिक, राजकीय व धार्मिक अशा मानवी घटकांचाही परिणाम लोकसंख्येच्या घनतेवर होतो. अमेरिकेतील न्यू इंग्लंड संस्थानात पिलग्रिम फादर्सनी प्रथम वसाहतीस सुरुवात केली. धार्मिक छळाला कंटाळून त्यांनी इंग्लंडचा त्याग केला. राजकीय कैद्यांना 'थंड' करण्यासाठी रशियन सरकारने राजबंद्यांची सैबेरियात रवानगी केली व सक्तीने तेथे वसाहत करण्यास सुरुवात केली. ऑस्ट्रेलियात व अंदमान बेटात सुरुवातीस ब्रिटिशांनी कैद्यांच्या वसाहती निर्माण केल्या.

लोकसंख्येची घनता :

लोकसंख्येची घनता ही एक क्लिष्ट गोष्ट असून ती भौगोलिक तसेच अभौगोलिक घटकांवर अवलंबून असते. लोकसंख्येनुसार जगाची विभागणी आपल्याला दाट, मध्यम व विरळ वस्तीचे प्रदेश अशी करता येईल.

(१) **दाट लोकवस्तीचे प्रदेश :** या सर्व प्रदेशात प्रति-चौरस किलोमीटरला लोकसंख्येची घनता २०० च्या वर आहे. राहणीमानाप्रमाणे दाट लोकवस्ती असणाऱ्या विभागांचे दोन उपविभाग पाडता येतील.

(अ) **उच्च राहणीमान असलेले प्रदेश :** इंग्लंड, नेदरलँड, फ्रान्स, जर्मनी, संयुक्त संस्थानांचा ईशान्य भाग.

(ब) **कनिष्ठ राहणीमान असलेले प्रदेश :** गंगा व सिंधूचे खोरे, जावा, उत्तर चीनचा मैदानी प्रदेश.

(२) **मध्यम घनता असलेले प्रदेश :** लोकसंख्येचे प्रमाण दर चौरस किलोमीटरला १० ते २०० पर्यंत आढळून येते. राहणीमानानुसार मध्यम लोकसंख्या विभागांचे दोन गट पाडता येतील

(अ) **उच्च राहणीमान असलेले भाग :** डेन्मार्क, न्यू साउथ वेल्स, सेंट लॉरेन्स नदीचे खोरे व संयुक्त संस्थानामधील मध्यपूर्वेचा भाग.

(ब) **कनिष्ठ राहणीमान असलेले भाग :** तुर्कस्तान, कंबोडिया, पोर्तुगाल व पूर्व ब्राझील.

(३) **विरळ लोकसंख्या असलेले प्रदेश :** दर चौरस किलोमीटरला लोकसंख्येचे प्रमाण १० पेक्षा कमी असते. राहणीमानाप्रमाणे त्यांचेही दोन उपविभाग पाडता येतील

(अ) **उच्च राहणीमान असलेले प्रदेश :** स्वीडन, न्यूझीलंड, कॅनडातील ब्रिटिश कोलंबिया.

(ब) कनिष्ठ राहणीमान असलेले प्रदेश : पॅराग्वे, ली, बोर्निओ बेट (इंडोनेशियन व मलेशियन).

जगाच्या एकूण पृष्ठभागापैकी अर्धा भाग मानवाने अजून वसाहतीखाली आणलेला नाही. १/४ भागात विरळ लोकसंख्या असून उरलेले १/४ भाग मात्र दाट लोकवस्तीकरिता प्रसिद्ध आहे. लोकसंख्येचे अनियमित वितरण हे तिचे प्रमुख वैशिष्ट्य आहे. संपूर्ण दक्षिण गोलार्धातील लोकसंख्या चीनच्या फक्त १/४ आढळून येते.

लोकसंख्येचे स्थलांतर :

मानवी भूगोलामध्ये लोकसंख्येचे स्थलांतर ही एक महत्त्वाची घटना समजली जाते. जेथे जीवन कंठणे कठीण जाते त्या भागांचा मानव त्याग करतो. जेथे जीवन सुसह्य होण्याची शक्यता आहे अशा दुसऱ्या काही प्रदेशात तो वसाहतीसाठी जातो. मानवाने केलेले स्थलांतर पुढील तीन प्रकारांत मोडते.

(१) पुरातन काळात मानवाने अजाणपणे केलेले स्थलांतर.

(२) मानवाने सक्तीने घडवून आणलेले स्थलांतर : पूर्वीच्या काळी गुलामगिरीची पद्धत अस्तित्वात होती. जेते लोक जिंकलेल्या लोकांना गुलाम करीत व इतर ठिकाणी नेऊन विकत. अशा प्रकारे लोकसंख्येचे सक्तीने स्थलांतर होई. अमेरिकेत निग्रो मजूर सक्तीने हजारोंच्या संख्येने आणले गेले व तेथे पुढे वंशभेदाचा प्रश्न निर्माण झाला.

(३) स्वखुषीने केलेले स्थलांतर : मानव आपले राहणीमान सुधारण्यासाठी मातृभूमी सोडून इतर देशात नशीब काढण्यासाठी स्वखुषीने जातो. ब्रिटिश राष्ट्रकुलातील देशात अशा प्रकारच्या स्थलांतराची पद्धत आढळते. ब्रिटनमधील लोक ऑस्ट्रेलिया व न्यूझीलंडमध्ये गेलेले आहेत. भारतीय लोक कॅनडामध्ये स्थानिक होण्यासाठी जातात. इस्त्रायलमध्ये अनेक देशांतून ज्यू लोक येऊन स्थायिक झालेले आढळतात. विसाव्या शतकात युरोपीय देश, आशिया खंड व जगाच्या इतर भागातून लक्षावधी लोक उत्तर अमेरिकेत येऊन स्थायिक झाले. वेस्ट इंडीज व मॉरिशियस बेटांत भारतीयांची बरीच वस्ती आढळून येते. ही सर्व आंतरराष्ट्रीय स्थलांतरांची उदाहरणे झाली. आता आपण देशांतर्गत स्थलांतरांची काही उदाहरणे पाहू. भारत सरकार अंदमान व निकोबार बेटांत स्थायिक होणाऱ्यांसाठी अनुदान व जमीन देते. त्याचा फायदा घेऊन अनेक लोक तेथे स्थायिक होण्यासाठी जातात. मुंबईमध्ये स्थायिक झालेली अनेक दाक्षिणात्य कुटुंबे ही अंतर्गत किंवा देशान्तर्गत स्थानान्तराची इतर उदाहरणे सांगता येतील.

ऐतिहासिक कालातही मंगोल टोळ्यांनी गोबी व मंगोलियाच्या गवताळ प्रदेशातून उत्तर भारतासारख्या सुपीक प्रदेशाकडे स्थलांतर केलेले आढळते. १९ व्या शतकात आफ्रिकेतील बांटू लोकही आपला देश सोडून दुसरीकडे गेले. तसेच दक्षिण चीनमधून आग्नेय आशियाई देशात स्थायिक होण्यासाठी चिनी लोक पूर्वीपासून येत असत. आज चिन्यांचे प्रमाण व प्रभाव या दोन्ही गोष्टी आग्नेय आशियाई देशात आढळून येतात. मानवाच्या मोठ्या प्रमाणात होणाऱ्या स्थलांतरामागे पुढील प्रमाणे आढळून येतात.

(१) आल्हाददायक हवामान.

(२) पैसा मिळण्याची इतर ठिकाणी असलेली संधी.

(३) आपल्या देशाबाहेर असलेले उच्च राहणीमान.

(४) आचार-विचारांचे स्वातंत्र्य.

(५) परदेशाबद्दल असलेले कुतूहल, औत्सुक्य व आपला देश सोडून इतरत्र जाण्याची माणसात असलेली धाडसाची वृत्ती.

स्थलांतर करणाऱ्या माणसांत कल्पक, हुषार, धाडसी व शारीरिक आणि मानसिकदृष्ट्या खंबीर अशा लोकांचा भरणा जास्त असल्याने जेथे अशा प्रकारचे लोक जातात, तेथील लोकसंख्येत चांगल्या लोकांची भर पडते. ज्या भागांतून हे लोक येतात त्या भागात एक प्रकारचे नुकसान होते (ब्रेन ड्रेन). आजकाल पश्चिम युरोपीय देशातून अमेरिकेत हजारो शास्त्रज्ञ, डॉक्टर, इंजिनियर्स स्थायिक होण्यासाठी जात आहेत. त्यामुळे पश्चिम युरोपीय देशांपुढे एक सामाजिक समस्या उभी राहत आहे.

काही लोक आपली मायभूमी पुढील कारणांमुळे स्वखुषीने अगर सक्तीने सोडतात

(अ) निसर्गाच्या प्रतिकूलतेमुळे जीवन असह्य होते. ते सुसह्य करण्यासाठी लोक आपले मूलस्थान सोडतात. नॉर्वे व स्कॉटलंडमधील हायलँडर्समध्ये डोंगराळ प्रदेश सोडून जाण्याची प्रवृत्ती आढळते.

(ब) वारंवार होणारे भूकंप, ज्वालामुखीचे उद्रेक, पूर व दुष्काळ यांमुळेही मानव स्थलांतर करतो.

(क) धार्मिक छळामुळे लोक मातृभूमी सोडतात. प्युरिटन लोकांनी १७ व्या शतकात इंग्लंड देश सोडला. सिंधी व पंजाबी लोक फाळणीपूर्वी व नंतर वायव्य भारतातून भारताच्या इतर भागांत आले.

(ड) राजकीय छळामुळे किंवा युद्धामुळे लोक स्थानबदल करतात. ज्यू लोक नाझी जर्मनी सोडून दुसऱ्या महायुद्धापूर्वी इतरत्र गेले. हल्ली युगांडातून अनेक भारतीय

लोक भारतात निर्वासित म्हणून आले. अलीकडेच दक्षिण व्हिएतनामचा पाडाव झाल्यावर हजारो निर्वासित अमेरिकेत गेले.

(इ) आर्थिक अडचणींमुळे लोक आपले स्थान सोडतात. मुंबईत दरवर्षी शेकडो कुटुंबे केरळ राज्यातून व उत्तर प्रदेशातून येतात. फेरीवाल्यांत यांचाच भरणा जास्त असतो. त्यांपैकी बरेचसे झोपडपट्टीत आपले जीवन व्यतीत करतात. अमेरिकेत सोन्याच्या खाणी आहेत हे समजल्यानंतर पोर्तुगीज व स्पॅनिश लोक तेथे लवकर श्रीमंत होण्यासाठी गेले. परंतु फारच थोड्यांना तेथे सोने व रूपे मिळाले व बाकीचे तेथे स्थायिक झाले. सुमारे १७०० वर्षांपूर्वी भारतीय लोकांनी व्यापारासाठी सुमात्रा, जावा, कांबोडिया येथे वसाहती केल्या. आफ्रिकेतील अनेक देशांतही भारतीय लोक व्यापारासाठी गेलेले आहेत.

लोकसंख्येची वाढ :

माल्थसने सूचित केल्याप्रमाणे जगाची लोकसंख्या भूमितीय श्रेणीने (२:४:८:१२), व अन्नपुरवठा (२:४:६:८) म्हणजे गणितीय श्रेणीने वाढत असल्याने अनेक कूट प्रश्न जगापुढे निर्माण झालेले आहेत. पुढील गोष्टींवरून जगाची लोकसंख्या अत्यंत धोकादायक गतीने वाढत आहे हे लक्षात येईल.

विपुल व सदैव वाढणारी लोकसंख्या लष्करी व औद्योगिकदृष्ट्या एक मोठी शक्ती आहे. पण अतिरिक्त लोकसंख्येमुळे अनेक प्रश्न निर्माण होतात. लोकसंख्येच्या वाढीमुळे दिवसेंदिवस कमी होत जाणाऱ्या नैसर्गिक संपत्तीवर एक प्रकारचा भार पडतो. जगात आज निम्म्याहून अधिक लोक अर्धपोटी आहेत. अशा लोकांची संख्या आशिया खंडात जास्त आहे. प्रत्येक देशात लोकसंख्येची वाढ होत असून वाढीचा वेग मलेशियामध्ये ३.३% असून जपानमध्ये १.१% आहे. औद्योगिकीकरण झालेल्या देशात लोकसंख्या वाढीचा वेग कमी असतो. कारण तेथे जननप्रमाण कमी असते. ब्रिटन, ऑस्ट्रेलिया, जर्मनी या देशात कुटुंबाचा आकार लहान असून तेथे राहणीमान उच्च प्रकारचे असते. तर भारत, इंडोनेशिया, पाकिस्तान, बांगला देश येथील कुटुंबाचा आकार मोठा असून राहणीमान निकृष्ट दर्जाचे असते. मोसमी अविकसित देशांत मुळातच लोकसंख्या जास्त असल्याने लोकसंख्येतील वाढ अत्यंत बिकट प्रश्न निर्माण करते. अन्न, वस्त्र, निवारा या जीवनावश्यक गोष्टी समाजाला योग्य रीतीने पुरविणे कठीण होऊन बसते. तसेच शिक्षण व वैद्यकीय ज्ञान या बाबतीत समाज भुकेलाच राहतो. युनेस्कोच्या पाहणीनुसार जगातील प्रत्येक ५ व्यक्तींपैकी ४ व्यक्ती अर्धपोटी असतात. उष्ण कटिबंधातील देशात वस्त्राचा प्रश्न हवामानामुळे

तितकासा बिकट नसतो. आशियातील बहुतेक देश गेल्या २५ ते ३० वर्षांत स्वतंत्र झालेले असून तेथे आता औद्योगिकीकरण चालू आहे. औद्योगिकीकरणामुळे उदयास येणाऱ्या औद्योगिक नगरात राहण्याचा प्रश्न मात्र अतिशय बिकट झालेला आहे. लोकांना दलित वस्त्यांत आणि झोपडपट्ट्यांत राहणे भाग पडते आहे. यामुळे देखील अनेक सामाजिक प्रश्न उद्‌भवतात. सर्व अविकसित देशांत समाज हळूहळू साक्षर होत असला तरीसुद्धा लोकसंख्या वाढीमुळे त्या समाजाचा सांस्कृतिक दर्जा अजूनही कनिष्ठ प्रकारचा आहे. नव्याने स्वतंत्र झालेल्या आफ्रो-अशियाई देशात अजून नैसर्गिक साधन सामग्रीचा विकास योग्य न झाल्याने दैन्यावस्था आढळून येते. परंतु नैसर्गिक संपत्तीच्या विकासालासुद्धा मर्यादा आहे. लोकसंख्येच्या वाढीवर जर नियंत्रण ठेवले तरच आर्थिक विकासाचा लाभ या देशांना घेता येईल, एरवी नाही.

जादा लोकसंख्या ही सापेक्ष असते. एखाद्या विभागाची लोकसंख्या ही जास्त आहे की कमी आहे हे ठरविताना त्या प्रदेशातील नांगरटीखालील किंवा कसल्या जाणाऱ्या जमिनीशी एकूण लोकसंख्येची तुलना करणे आवश्यक आहे. सहारा वाळवंटात हिरवळी किंवा मरूवने आहेत. त्या सर्व ठिकाणी दाट लोकवस्ती असून जादा लोकसंख्या असते. पण एकूण सहाराच्या विस्ताराशी जर तिची तुलना केली तर ती प्रत्येकी चौरस किलोमीटरला २ किंवा ३ भरेल. पण बंगाल (पूर्व व पश्चिम) मध्ये दर चौरस किलोमीटरला सुमारे ३०० लोक आढळतात व सुंदरबनासारख्या प्रदेशात मात्र विरळ लोकवस्ती आहे. यावरून आपण असे म्हणू शकतो की, ओॲसिस अगर वाळवंटातील हिरवळीच्या ठिकाणी नांगरटीखाली जमीन कमी असल्याने लोकसंख्येचा भार जास्त असतो, तर गंगेच्या त्रिभुज प्रदेशात (बंगालमध्ये) कसण्यायोग्य जमीन खूपच असल्याने लोकसंख्येचा भार त्या मानाने कमी आढळतो.

औद्योगिकीकरणाचा निकष लावून एखाद्या विभागातील लोकवस्ती अधिक आहे की कमी आहे हे पाहणे उचित ठरेल. लंडन व मुंबईसारख्या औद्योगिक शहरात प्रत्येक किलोमीटरला २००० पेक्षा जास्त लोक असूनदेखील ते सुखासमाधानात राहू शकतील. परंतु गंगेच्या मैदानात लोकसंख्येची घनता प्रत्येक किलोमीटरला ४०० पर्यंत असूनही तेथील लोक उदरनिर्वाहासाठी शेतीत गुंतलेले असल्याने कसेबसे गुजराण करीत असतात. कारण अमाप पीक देऊन लोकांचे जीवन सुसह्य करण्याची जमिनीची कुवत कमी झालेली असते.

यावरून आपल्याला असे म्हणता येईल की, उद्योगव्यवसायामुळे शेती-व्यवसायापेक्षा जास्त लोकसंख्येचा जास्त भार तोलला जातो.

लोकसंख्या वाढीमुळे निर्माण झालेल्या समस्यांवर उपाय

(१) समस्यांच्या संदर्भात अंदाज बांधून योजना आखणे : भावी काळात लोकसंख्येत किती वाढ होईल हे सरकारला कळू शकते किंवा त्या संदर्भात अंदाज बांधता येतात. परंतु भारतासारख्या देशाबाबत असे अंदाज थोडे चुकण्याची शक्यता असते. १९५१ ते १९६१ या काळात भारताची लोकसंख्या ३ कोटीवरून ४१ कोटीवर जाईल असा अंदाज होता; परंतु १९६१ मध्ये प्रत्यक्षात लोकसंख्या ४३.८ कोटी होती व जनसंख्या वाढीचा वेग २.५% म्हणजे अपेक्षेपेक्षा १.२% ने जास्त होता.

(२) संततिनियमन : धार्मिक समजुतींचा पगडा लोकांवर असतो. त्यामुळे लोकसंख्येवर नियंत्रण ठेवणे कठीण जाते. हिंदू लोकांत 'वंशाचा दिवा' होईपर्यंत म्हणजे मुलगा होईपर्यंत संतती वाढू देण्याची प्रथा अजूनही अनेक ठिकाणी आहे. मुस्लिम धर्मात चार बायका करण्याची पद्धत आहे व ख्रिश्चन आणि मुस्लिमांना संततिनियमन धार्मिक कारणांमुळे मान्य नाही. त्यामुळे लोकसंख्यावाढीस आळा घालणे कठीण होऊन बसते. जपान व भारत या देशांत संततिनियमनाचा प्रचार व प्रसार खूप झाल्याने लोकसंख्या वाढीला थोडा आळा बसत आहे. परंतु या बाबतीत अजूनही खूपच प्रगती होणे अत्यंत आवश्यक आहे; तरच सरकार आखीत असलेल्या योजना यशस्वी होणे शक्य आहे.

(३) लोकसंख्येचे स्थलांतर : मोठ्या प्रमाणात लोकसंख्येचे स्थलांतर करून व लोकसंख्येचे विकेंद्रीकरण करून विभागातील किंवा लहान देशातील गर्दी कमी करता येईल. परंतु हादेखील एक वादग्रस्त उपाय समजला जातो. आयर्लंडने मोठ्या प्रमाणात अमेरिकेत आपल्या देशातील लोकांचे स्थलांतर करून हा प्रश्न सोडविण्याचा प्रयत्न केला . परंतु दीर्घ काळापर्यंत असे लोकांचे स्थलांतर करणे शक्य होणार नाही. भारतासारख्या देशाने कॅनडामध्ये अगर अंदमान बेटात लोकांचे स्थलांतर करण्याचे ठरविले तरीदेखील हा प्रश्न सुटणे कठीण आहे. कारण भारतीय लोकसंख्येत प्रतिवर्षी १.५ कोटी लोकांची भर पडते. वसाहत करण्यासाठी दूरदेशी जाणारे लोक शिक्षित व तंत्रज्ञ असल्याने व अविकसित देशात अशा लोकांची संख्या कमी असल्याने अशा खुषीने केलेल्या स्थलांतरामुळे लोकांची गर्दी कमी होत नाही. इंडोनेशियन सरकार अत्यंत दाट लोकवस्ती असलेल्या जावा बेटातून, सुमात्रा, बोर्निओ या बेटांत वसाहती स्थापन करण्यासाठी उत्तेजन देते. परंतु त्याला अजून म्हणण्यासारखा प्रतिसाद मिळालेला नाही.

(४) नैसर्गिक साधनांचा विकास :

(अ) नैसर्गिक साधनसंपत्ती मर्यादित आहे. परंतु तिचे योग्य प्रकारे संवर्धन केले तर उपलब्ध सामग्रीतून लोकांना पुरेल इतकी निर्माण करणे सहज शक्य आहे. अविकसित देशात योग्य प्रकारे जमिनीचे वाटप करून, भूसंधारण करून, खतांचा योग्य वापर करून, जलसिंचनाच्या योजना आखून व शेतमजुरांना शेतीचे शास्त्रीय ज्ञान देऊन जमीन कसल्यास धान्योत्पादन वाढविणे सहज शक्य आहे. थोडक्यात 'हरितक्रांती' यशस्वी झाल्यास लोकसंख्येचा जमिनीवर पडणारा भार निश्चितपणे कमी होऊ शकेल. परंतु याचबरोबर लोकसंख्यावाढीचा वेग कमी राखणे अत्यंत आवश्यक आहे. चीनने हरितक्रांती बरीच यशस्वी करून दाखविली आहे. पडीक जमीन लागवडीखाली आणणे, जमिनीतून दुबार पिके घेणे व पिकांचे दरहेक्टरी उत्पादन वाढविणे, याच उपायांनी मोठ्या प्रमाणात अन्नधान्य निर्माण होऊ शकेल. त्यामुळे सतत वाढणारी लोकसंख्या थोड्या प्रमाणात पोसली जाईल. जगात एकूण १३४० कोटी हेक्टर्स जमीन कसण्यायोग्य असून यापैकी ११०० कोटी हेक्टर्स जमीन निश्चित स्वरूपाचा पाऊस जेथे पडतो अशा प्रदेशात आहे. परंतु ११०० कोटी हेक्टर्सपैकी फक्त ९०० कोटी हेक्टर्स जमीन प्रतिवर्षी कसली जाते. उर्वरित जमीन दुर्गम प्रदेशात व लोकवस्तीपासून दूर असल्याने तिला नांगरटीखाली आणण्यासाठी खूप पैसा, यंत्रसामग्री आणि स्थापत्य व अभियांत्रिकी ज्ञान यांची आवश्यकता आहे.

सोव्हिएट रशिया व कॅनडामध्ये लागवडीखाली येऊ शकेल असे भरपूर क्षेत्र आहे. दोन्ही देशांत अतिशीत हवामान असल्याने लवकर तयार होणाऱ्या जातींची लागवड करून उत्पादन वाढविण्याचे प्रयत्न चालू आहेत. मध्य आशियातील ओसाड प्रदेशात सैबेरियातील नद्यांचे पाणी वळवून रशियन सरकारने अन्नधान्यांचे उत्पादन केलेले आहे. भारताने राजस्थान कालव्यासारख्या योजना यशस्वी रीतीने कार्यवाहीत आणल्यास राजस्थानच्या वाळवंटातूनही पिके निघू शकतील. सिंकियांगच्या वाळवंटात चीनने जलसिंचन करून यशस्वी रीतीने धान्योत्पादन सुरू केले आहे. ब्राझीलमध्ये गवताळ प्रदेशात व जंगलात शेती करण्यास भरपूर वाव आहे; व त्या दृष्टीने ब्राझीलियन सरकार प्रयत्नशील आहे.

(ब) अविकसित देशांत योजनाबद्ध औद्योगिक विकास घडवून आणल्यास मोठ्या प्रमाणांत संपत्ती निर्माण होऊ शकते. आफ्रिका व आशियामधील बहुतेक अविकसित देशात जंगल व खनिज संपत्ती आहे. तिचा योजनाबद्ध विकास स्वकष्टाने करता येणे शक्य आहे. जागतिक बँक व कोलंबो प्लॅनसारख्या संस्थांकडून अविकसित देशांना मदत मिळू शकते. अमेरिका, रशिया, ब्रिटन, जर्मनी, फ्रान्स, कॅनडा व जपान हे समृद्ध देश इतर देशांना थोडीफार मदत देतात. यामुळे अविकसित देशांत औद्योगिकीकरण होण्यास सुरुवात झालेली आहे. भारत सरकारने दामोदर खोऱ्याची योजना यशस्वी केल्याने तेथे आता जर्मनीतील 'ऱ्हूर' खोऱ्यासारखा संपन्न प्रदेश निर्माण झाला आहे. दामोदर खोऱ्यात जर्मनीतील ऱ्हूरप्रमाणेच भरपूर कोळसा असल्याने औद्योगिकीकरण झाले आहे. चीनने यांगत्सेच्या मध्य खोऱ्यात वूहॅनच्या परिसरात मोठ्या प्रमाणात उद्योग व्यवसायांची मुहूर्तमेढ रोवलेली आहे.

(५) **समुद्रबूड जमिनीतील संपत्तीचा वापर :** बऱ्याच देशांलगत उथळ समुद्रकिनारा असतो. या उथळ भागास समुद्रबूड जमीन म्हणतात. तेलटंचाईमुळे मानव आता समुद्रातील संपत्ती शोधत असून मुंबईजवळ 'बाँबेहाय'मध्ये, बंगालच्या किनाऱ्यावर आणि उत्तर समुद्रात भरपूर तेल सापडले आहे. समुद्रबूड जमिनीत इतर खनिजे भरपूर प्रमाणात असावीत असा शास्त्रज्ञांचा कयास आहे. त्याचप्रमाणे यांत्रिक बोटी वापरून मोठ्या प्रमाणात मासे पकडल्यासही अन्नधान्याचा प्रश्न थोडाफार सुटू शकेल. अर्धविकसित देशात अशा प्रकारे यांत्रिक 'सागरशेती'ला आता सुरुवात झालेली आहे. प्लँकटॉनसारख्या जलाशयापासून मानवोपयोगी अन्न तयार करण्याचे प्रयोग यशस्वी झाल्यास जगाचा अन्नप्रश्न लवकर सुटू शकेल. धुव्रप्रदेशातील हिमस्तर वितळवल्यास समशीतोष्ण व शीतकटिबंधातील हवामानात थोडा फरक पडेल व त्यामुळे त्या प्रदेशातील हंगामकाल वाढून अन्नपिकांचे उत्पादन वाढेल. या दृष्टीनेही शास्त्रज्ञांचे संशोधन चालू आहे. या गोष्टींवरून अन्नधान्याचे उत्पादन वाढविण्यासाठी आंतरराष्ट्रीय सहकार्य मोठ्या प्रमाणात लागेल. शीतयुद्धामुळे निर्माण झालेला तणाव त्यासाठी कमी होणे आवश्यक आहे. अमेरिकेतील शेतकरी काही वर्षी कमी क्षेत्रात गव्हाची लागवड करतात तर जादा उत्पादन झाल्यानंतर गहू जाळून टाकतात. कारण जादा उत्पादनामुळे त्यांचा फायदा

कमी होतो. हेच अन्न तुटीच्या प्रदेशांना पाठविल्यास तेथील प्रश्न थोडेफार सुटण्यास मदत होईल.

दक्षिण गोलार्धात मकरवृत्ताच्या दक्षिणेस जगातील फक्त ४% लोक राहतात. ऑस्ट्रेलिया, दक्षिण अमेरिका व आफ्रिका येथे दाट लोकवस्ती असलेल्या प्रदेशातून मोठ्या प्रमाणावर स्थलांतर केल्यास या प्रश्नांची तीव्रता कमी होईल. पूर्वी ऑस्ट्रेलियन सरकारने श्वेत ऑस्ट्रेलिया धोरण स्वीकारले होते. याचा अर्थ असा की, फक्त गौरकाय लोकांनाच ऑस्ट्रेलियात कायमची वसाहत करण्याची परवानगी होती. आता हे धोरण बदलले आहे. आग्नेय आशियाई देशांच्या विकासात भारतीय-चिनी लोकांचा खूप मोठा वाटा आहे. त्याचप्रमाणे मुळातच सांस्कृतिक दर्जा उच्च असलेल्या ऑस्ट्रेलियाचा सर्वांगीण विकास घडून येण्यास नवीन वसाहतीस येणाऱ्या लोकांचा हातभार निश्चितच लागेल.

❑

८. / ९. अधिवास (वस्ती) भूगोल
(Settlement Geography)

वसाहती, वस्ती (settlement) किंवा अधिवास यांची व्याख्या अनेक तज्ज्ञांनी केलेली आहे. डिकिनसन यांच्या मते शेतवाड्या, गृहसमूह, नगरे इत्यादी मानवी समाजास आवश्यक असलेल्या सामाजिक, भौगोलिक गोष्टींची क्षेत्रीय व्यवस्था म्हणजे अधिवास. स्थळ व काल यांच्या गतिमय संबंधांमुळे त्यांची निर्मिती होते. वस्त्यांना स्थळ व काळ यांच्या संदर्भातील मानवी अनुभवांचे सार असेही समजण्याचा प्रघात आहे. मानवी संस्कृतीचे केंद्र स्थान म्हणूनही वस्त्या, वसाहती यांचा अभ्यास केला जातो.

ओढे, नद्या, सरोवरे, टेकाडे, कालवे, रस्ते, चौक इत्यादी निसर्गनिर्मित व मानवनिर्मित गोष्टींचा आविष्कार वस्त्यांच्या विविध आकृतिबंधात झालेला आढळून येतो. घरे, शेतवाड्या, रस्ते, चौक यांच्या स्वरूपात मानवी समूहांचे झालेले संघटन वस्ती या शब्दांने दर्शविले जाते.

पर्यावरणाशी एकरूप होण्यासाठी मानवाने टाकलेले पहिले पाऊल म्हणजे अधिवास, वस्ती किंवा वसाहत. मानव आपल्या पर्यावरणाशी किंवा परिसराशी एकरूप होत असताना त्याला अनेक समस्यांना तोंड द्यावे लागते. वस्तीचे संरक्षण, वस्तीजवळील कायम पाणीपुरवठा, इतर वस्त्यांशी संपर्क ठेवण्यासाठी, बाजारपेठांपर्यंत मालाची ने-आण करण्यासाठी आवश्यक असलेल्या वाहतूक संस्था यांच्या संदर्भात अनेक अडचणी उभ्या राहतात. घरांसाठी वापरले जाणारे सामान, प्राकृतिक पर्यावरणाच्या विविध घटकांचा वस्तीवर झालेला परिणाम याचा सर्वांगीण विचार विविध शास्त्रांत केला जातो. भूगोलतज्ज्ञांप्रमाणेच अर्थ व समाजशास्त्रज्ञ, मानवजातिविज्ञानतज्ज्ञ, स्थापत्यविशारद यांचाही घनिष्ठ संबंध वसाहत संशोधनाशी येतो.

मानवी भूगोलात वस्त्यांच्या अभ्यासाला हल्ली खूपच महत्त्व प्राप्त झालेले आहे. वस्ती किंवा अधिवास भूगोल ही मानवी भूगोलाची विकसित शाखा समजली जाते. शेतवाडी, खेडेगाव, नगर, संकलित नगरे इत्यादी वस्त्यांचे म्हणजे मानवी अधिवासाचे अनेक प्रकार आढळून येतात. त्यांच्या स्थलीय पार्श्वभूमीत विविधता असते. नैसर्गिक

व सांस्कृतिक पर्यावरणाच्या विविध प्रतिक्रिया वरील मानवी अधिवासात चाललेल्या असतात. या प्रतिक्रिया त्या अधिवासात प्रतिबिंबित झालेल्या दृष्टीस पडतात. त्यामुळे लहान-मोठ्या मानवी अधिवासांना विशिष्ट व्यक्तिमत्त्व प्राप्त झालेले असते. यांचा अभ्यास मानवी भूगोलात केला जातो. उंचसखलता, हवामान, भू-शास्त्रीय घडण, वनस्पती व प्राणिजीवन यांच्या साहाय्याने मानवी वस्त्यांचा सखोल अभ्यास करता येतो.

वस्ती या शब्दाचे भूगोलात दोन अर्थ आहेत : (१) स्थलांतर करून आलेल्या लोकांनी एखाद्या प्रदेशात केलेल्या वसाहती, (२) गटागटाने विविध प्रकारच्या घरात, झोपड्यात, खेडेगाव व विशाल नगरांत लोक राहतात त्यालाही वस्ती असे म्हणतात. अधिवास भूगोलात वर दिलेल्यांपैकी दुसऱ्या अर्थाशी निगडित असलेल्या वस्त्यांचा अभ्यास करतात.

भुवनेश्वर, गांधीग्राम यांसारख्या भारतातील नवनिर्मित राजधान्या; लेनिनग्राड, व्हँकुव्हर, मरमन्स्क यांसारखी बंदरे; पुणे, पॅरिस, बिजिंग, कायरो यांसारखी इतिहास-प्रसिद्ध शहरे, टोकियो - याकोहामा, कोलकाता-हावरा, बुडापेस्ट यांसारखी जुळी शहरे या सर्व ठिकाणी मानवाने निवारा शोधलेला आढळतो. ही निवाऱ्याची ठिकाणे उत्तर ध्रुवापासून दक्षिण ध्रुवापर्यंत विविध हवामान विभागांत विखुरलेली आहेत. या अधिवासांची स्थापना,त्यांचे कार्य, त्यांची ठेवण व विकास, त्यांच्या बांधकामासाठी वापरलेले साहित्य, या सर्व नागरी व ग्रामीण अधिवासांचे परस्परसंबंध, नकाशावरील त्यांचे आकृतिबंध या सर्व गोष्टींचा सखोल अभ्यास अधिवास भूगोल या सामाजिक भूगोलाच्या शाखेत केला जातो.

खेडेगाव व शेतवाड्या यांचे पर्यावरण संबंध शहरे व नगरे यांच्या पर्यावरण संबंधापेक्षा जास्त निकटवर्ती असतात. या सर्व अधिवासांच्या दरम्यान कच्चा व पक्का माल, विविध सेवा व व्यक्ती यांचा सतत ओघ आढळून येतो. त्यांच्या दरम्यानच्या वाहतुकीचेही विविध आकृतिबंध आढळतात. कारण वरील प्रकारचा ओघ वाहतुकीमुळे व सातत्याने टिकू शकतो.

नागरी-ग्रामीण अधिवास व त्यांचे पर्यावरण संबंध, विविध अधिवासांच्या दरम्यान आढळणारा व्यक्ती, सेवा, माल यांचा ओघ यांमुळे अनेक आर्थिक, सामाजिक प्रकारच्या समस्या निर्माण होतात. त्यांचा संबंध बऱ्याच वेळेस अधिवासांच्या रचनेशीही जुळून येतो. या समस्यांचा विचारही अधिवास भूगोलात करतात.

नागरी-ग्रामीण वसाहतींच्या अभ्यासात त्यांच्या स्थापनेस कारणीभूत झालेले घटक, त्यांच्या पूर्वीच्या समस्या, त्यांच्या रचनेतील दोष, या वसाहतींचे हल्लीचे स्वरूप,

वस्त्यांचा विकास, लोकसंख्या वाढल्याने व तंत्रविद्येत प्रगती झाल्याने त्यांच्यात आवश्यक असलेला बदल यांचा विचार अधिवास भूगोलात केला जातो; कारण विविध स्थळांची उंचसखलता, पाणीपुरवठा, हवामान व परस्पर भौगोलिक संपर्क या नैसर्गिक घटकांशी वरील गोष्टींचा अतूट संबंध आढळून येतो. अशा प्रकारे अभ्यास केल्यानंतर भूतकाळात दडलेल्या भविष्यकालीन घटनांचा मागोवा लागतो. उदा: मॉस्को हे विशाल नगर पंधराव्या शतकात ओंडक्याची घरे असलेले खेडे होते. आज बलाढ्य रशियाची सूत्रे ५० लक्षांवर वस्ती असलेल्या मॉस्कोहून हलविली जातात. तसेच भारताचे प्रवेशद्वार असलेल्या मुंबई बेटावर पूर्वी मासेमारी हा व्यवसाय प्रमुख होता. आताच्या मोहमयी मुंबईस भारताच्या अर्थकारणात महत्त्वाचे स्थान प्राप्त झाले आहे. गारदेवी, शितळादेवी, मुंबादेवी, ताडदेव, घोडपदेव ही नावे पूर्वीच्या वसाहतींची नावे आहेत.

अधिवास भूगोलाच्या अभ्यासात वरील गोष्टींचेही परीक्षण केले जाते.

अधिवास म्हणजे वस्ती भूगोल ही सामाजिक भूगोलाची शाखा, परंतु सामाजिक भूगोल ही मानवी भूगोलाची शाखा असल्याने अधिवास भूगोल ही मानवी भूगोलाची शाखा समजली जाते. परंतु वस्ती भूगोलाच्या अभ्यासात बराच भाग नागरी भूगोलाने (Urban Geography) व्यापलेला आहे.

नगर (शहर), विशाल नगर, संकलित नगर, प्रमहानगर अशी विविध प्रकारची नगरे आहेत. यांमध्ये व्हेनिस-बँकॉक यांसारख्या 'जलनगऱ्या' येतात; न्यूयॉर्क-कोलकातासारखी संकलित नगरे येतात; सिडनी-व्हॅल्पारिसोसारखी बंदरे येतात. अशा शहरांचा अभ्यास दोन प्रकारे करण्याचा प्रघात आहे. (१) शहर - एक भौगोलिक अस्तित्व या अनुरोधाने त्यांचा अभ्यास केला जातो. (२) शहर - नगर म्हणजे परस्पर संलग्न परंतु छोट्या-छोट्या वस्त्यांचे एकत्रीकरण झालेला भाग या नात्यानेही त्यांचा अभ्यास केला जातो.

पहिल्या अभ्यासपद्धतीत संपूर्ण नगरदृश्यांचा नैसर्गिक व सांस्कृतिक पर्यावरणाशी असलेला बदलता संबंध अभ्यासावा लागतो. नगरे लहान-मोठ्या आकाराची असतात. त्यांची रचनाकृती व कार्ये या गोष्टीही भिन्न स्वरूपाच्या असतात. घरासाठी वापरले जाणारे साहित्यही भिन्न-भिन्न स्वरूपाचे असते. नगरातील लोकांना अनेकदा समान व भिन्न प्रश्नांना तोंड द्यावे लागते. प्रत्येक नगराचे प्रभावक्षेत्र असते. आजूबाजूच्या ग्रामीण व अर्धनागरी परिसरावर त्यांचा प्रभाव आढळतो. उदा. मुंबईचा प्रभाव वसई, विरार, पनवेल यालगतच्या अर्धनागरी वसाहतींवर आहेच; शिवाय कोकणपट्टीच्या इतर भागातही आढळून येतो. याला नागर प्रभावक्षेत्र (Urban Sphere Of

Influence) असे म्हणतात. नागर प्रभावक्षेत्राचा सखोल अभ्यास करून मुख्य नगर व प्रभावक्षेत्र यांचा एकमेकांवर होणाऱ्या परिणामांच्या संदर्भात अनेक निष्कर्ष काढता येतात.

दुसऱ्या अभ्यासपद्धतीत, शहर म्हणजे परस्पर संलग्न, परंतु छोट्या-छोट्या वस्त्यांचे एकत्रीकरण झालेला भाग. याच अनुषंगाने शहरांच्या विकासाचा अभ्यास केला जातो. या अभ्यासपद्धतीत शहराची क्षेत्रीय व्यवस्था म्हणजे शहरात असलेली विविध क्षेत्रे, त्यांचे कार्य, सामाजिक स्तरावरील त्यांची विभागणी, मध्यवर्ती बाजारपेठ, व्यापारउदीम व वाहतूक आणि इतर सेवा व शहरातील विविध भागातील सर्व प्रकारचे चलनवलन या संदर्भात परीक्षण केले जाते.

प्रत्येक शहराचा त्या-त्या विभागाच्या राज्यात ठसा उमटलेला असतो. विभागाच्या, राज्याच्या विकासात त्याचा हातभार लागलेला असतो. उदा: मुंबई शहराचा ठसा महाराष्ट्र व गुजरातमधील विकासावर, घरबांधणीवर, वाहतुकीवर पडलेला आढळून येतो. वरील दोन्ही प्रकारच्या पद्धतींनी अनेक भूगोलतज्ज्ञांनी विविध वसाहतींचा अभ्यास केलेला आढळून येतो. परंतु शहरांचा तौलनिक अभ्यास मात्र कमी आढळतो.

हल्ली जगात सर्वत्र व विशेषत: विकसनक्षम देशांत फार मोठ्या प्रमाणात नागरीकरण सुरू आहे. शहरांची वाढ होत असताना ग्रामीण परिसर, जंगले, शेते, माळराने, गायराने यांवर सतत दडपण येते, त्यांचा नाश होतो. नागरीकरणामुळे नागर विभागातील लोकांचे राहणीमान सुधारले असले तरी सर्व प्रकारच्या सुविधा मिळविण्यासाठी त्यांची सतत धडपड चालू असते, सुविधा मिळविण्याबाबत त्यांच्या अपेक्षा सतत वाढत जात असतात. त्या मिळणे वा न मिळणे हे निकटच्या पर्यावरणाच्या गुणवत्तेवर अवलंबून असते.

पूर्वीच्या अनेक प्राचीन संस्कृतींनी आपल्या परिसराचा नाश केला. नाईलच्या खोऱ्यात पशुपालन, शेती व व्यापार यांवर जगणाऱ्या अनेक ग्रामीण व नागरी वसाहती होत्या. मराठवाड्यात तेर या गावी प्रागैतिहासिक वसाहती होत्या. प्रवरेच्या खोऱ्यातही ग्रामीण वसाहती पूर्वी असल्याचे डॉ. सांकलिया यांनी सिद्ध केलेले आहे. कालौघात या सर्व वसाहती नष्ट झाल्या. नैसर्गिक व मानवनिर्मित घटक त्यांच्या नाशास कारणीभूत झाले. नाईल खोऱ्यातील पशुपालकांनी बेबंदपणे गुरे, मेंढ्या चारून गवताळ प्रदेशांचा नाश केला. पुढे त्याच ठिकाणी न्युबीयन वाळवंट तयार झाले. जनावरांच्या खुरांनी जमीन सतत तुडविली जाऊन व गवतांना फुले येण्यापूर्वीच गवत खाल्ल्याने ती कोणतेही पीक देईनाशी झाली.

भगवान कृष्णाची द्वारका व मोहेंजोदारो ही प्राचीन नगरे नैसर्गिक आपत्तीमुळे नष्ट

झाली. द्वारकाधीशाच्या मंदिराजवळच प्राचीन काळी गोलाकार वस्ती असल्याचे पुरावे १९७९ च्या सप्टेंबर महिन्यात तेथे झालेल्या उत्खननात आढळून आले आहे.

गुजराथमधील मोरवी गाव मच्छू धरण होण्यापूर्वी पूररेषेवर होते. परंतु मानवनिर्मित जलाशयामुळे पूररेषेचा विस्तार वाढला (धरण फुटल्यानंतरच्या). अशा आणीबाणीच्या प्रसंगी निर्माण होणाऱ्या पूररेषांचा विचार आपले तथाकथित राजकीय पुढारी व विचारवंत करीत नसल्याने मच्छू व पानशेत धरण फुटल्यानंतर मोठ्या प्रमाणात नुकसान झालेले आहे. त्याचप्रमाणे भारताच्या सपाट पूर्व किनाऱ्यावरही योजनाबद्ध अशी आखणी करून वादळाच्या वेळी किनाऱ्यावर वाढणारा पाणपसारा विचारात घेऊनच आता वसाहतींची जागा निश्चित करणे आवश्यक आहे; तर खडबडीत अशा पश्चिम किनाऱ्यावर असलेल्या वसाहतींना वादळापेक्षा जमिनीची सागरी खननामुळे जी धूप होते तिला तोंड द्यावे लागते. ऐतिहासिक कालापासूनचा मानवाच्या वस्त्यांबद्दलचा बरा-वाईट अनुभव ध्यानात घेऊन नागरी भूगोलतज्ज्ञ पुढील गोष्टींवर भर देतात.

(१) प्रत्येक वसाहतीचे स्थलीय विश्लेषण व स्थलीय पर्यावरणाच्या गुणवत्तेचे परीक्षण
(२) बाजारपेठ, कारखाने, शैक्षणिक व सामाजिक संस्था यांचा एखाद्या वस्तीशी जो परिवर्तनशील संबंध असतो त्याचा अभ्यास
(३) स्थळाच्या सांस्कृतिक पर्यावरणाचा नैसर्गिक पर्यावरणाच्या गुणवत्तेवर होणारा परिणाम.

वरील प्रकारच्या अभ्यासामुळे नियोजनातील वैगुण्ये समजण्यास मदत होते. नागरीकरणामुळे ग्रामीण भागांतून शहराकडे सुरू असलेला ओघ अनेक सामाजिक समस्या निर्माण करतो; त्यामुळे निर्माण होणाऱ्या परिसरविषयक दोषांचे निर्मूलन करण्यासाठी नियोजन करणे हे देखील नागरी व मानवी भूगोलतज्ज्ञांचे कार्य समजले जाते.

प्रत्येक वस्तीला स्वत:चे वैशिष्ट्य असते. वस्त्या स्थायी व अस्थायी अशा दोन प्रकारच्या असतात. अस्थायी वस्त्या तात्पुरत्या, काही काळासाठी, विशिष्ट ऋतूसाठी किंवा विशिष्ट उद्दिष्टांसाठी असतात. कंजारभाट जमातीची पाले (तात्पुरत्या झोपडीचे नाव), एस्किमोंचे इग्लू व ट्युपिक, मंगोलियन लोकांचा युर्ट इत्यादी विशिष्ट घरांच्या साहाय्याने केलेल्या वस्त्या या हंगामी आहेत. विशिष्ट ऋतू किंवा काळानंतर त्या हलविल्या जातात किंवा नष्ट केल्या जातात, अगर तशाच ठेवल्या जातात. प्रत्येक स्थायी वस्तीचे स्वत:चे वैशिष्ट्यपूर्ण स्थान असते. स्थायी वस्तीत मानवसमूहांच्या धार्मिक वा सामाजिक प्रथा प्रतिबिंबित झालेल्या आढळून येतात. स्थायी वस्त्यांचा काही भाग सार्वजनिक उपयोगासाठी राखून ठेवलेला असतो, तर देवळे, मशिदी,

चर्च, अग्यारी, गुरुद्वारा, सिनॅगॉग, बुद्ध मंदिर इत्यादी इमारती विशिष्ट समाजाच्या धार्मिक कार्यांसाठी वापरल्या जातात. वरील सर्व प्रार्थनामंदिरे एखाद्या स्थळी असल्यास तेथील वस्ती बहुढंगी (Cosmopolitan) समजली जाते.

पुरातनकाळी मानव गुहेत राहत असें. निवारा व विश्रांती घेण्यासाठी तो गुहेचा वापर करी. ऊन, वारा, पाऊस, हिमवर्षाव, वादळे, जिवाणू, श्वापदे व मैत्री नसलेल्या टोळ्या यांपासून संरक्षण व्हावे म्हणून पुरातन काळच्या कंदमुळे व फळे यांवर उपजीविका करणाऱ्या मानवाच्या अस्थायी वस्त्या निर्माण झालेल्या होत्या.

पशुपालनाची व शेतीची कला अवगत झाल्यानंतर मानवी वसाहतींच्या स्वरूपात बदल झाला. अक्षय पाणीपुरवठा असलेल्या गोष्टींकडे जास्त लक्ष देऊन, उदा. कालवा, विहिरी, तळी यांच्या साहाय्याने जेथे पाणी मिळणे शक्य असेल, अशा ठिकाणी वस्त्या केल्या गेल्या. औद्योगिक क्रांतीनंतर प्रथम युरोपमध्ये व नंतर जगाच्या इतर भागात वस्त्यांचे स्वरूप बदलले. पाणीपुरवठ्याबरोबरच सुपीक जमीन, हवामान, समतोल जमीन इत्यादी घटकांचाही विचार वस्ती करताना केला जातो. धार्मिक, सामाजिक, सांस्कृतिक, राजकीय, शैक्षणिक, स्वास्थ्यविषयक व प्रशासन या दृष्टीने अनुकूल असणाऱ्या स्थळांचा विचार करून मगच वस्त्या केल्या जाऊ लागल्या.

अधिवास किंवा वस्त्यांचा अभ्यास करताना पुढील गोष्टींचा विचार करणे आवश्यक आहे.

(१) वसाहती, वस्त्या, अधिवास यातील घरे कोणत्या प्रकारची आहेत?

(२) घरांचा आकार

(३) घरांची उंची-मजले

(४) घरे बांधण्यासाठी वापरलेले साहित्य

(५) घरांचा आराखडा-अंतर्गत रचना

(६) घरांची दारे, खिडक्या, त्यांची संख्या व दिशा

(७) शुद्ध पाणी व सांडपाणी वाहून नेण्यासाठी केलेली व्यवस्था

(८) घरांचा परस्पर संपर्क

(९) शेतवाड्यांमधील अंतर, त्याची सुरक्षा व्यवस्था

वरील सर्व गोष्टींचा संबंध आजूबाजूच्या निसर्गाशी, परिसराशी असतो. शीतप्रदेशात ओंडक्यांची घरे तर वाळवंटी प्रदेशात मातीची घरे, भरपूर पावसाच्या व सुसाट वारा असलेल्या प्रदेशात दगड, चुना, सिमेंट वापरून बांधलेली जाड भिंतींची घरे आढळतात. घरातील खोल्यांची संख्या व मजले यावरून घरात राहणाऱ्या व्यक्तींच्या आर्थिक परिस्थितीची कल्पना येते.

त्याचप्रमाणे वस्त्यांचे भौगोलिक स्थान (Location), स्थळ - प्रत्यक्ष जागा (site), वस्त्यांच्या भोवताली असलेला परिसर (Situation), आकार (Shape), विस्तार (Size), वस्त्यांचे आकृतिबंध (Paterns) व वस्त्यांचे कार्य (Function) यांचाही विचार अधिवास भूगोलात केला जातो.

मानवी वस्त्यांचे वर्गीकरण अनेक प्रकारे करता येते.

(१) काल–समय यावरून वर्गीकरण केल्यानंतर वस्त्यांचे पुढील दोन प्रकार आपल्याला मिळतात.

(अ) स्थायी वस्ती (Permanent Settlement),

(ब) अस्थायी वस्ती (Temporary Settlement).

मोसमी क्षेत्रांकरण करणारे पशुपालक व तोडे. कुलूमनाली परिसरात पशुपालक अनेक कुटुंबे गेली हजारो वर्षे ऋतुमानानुसार जेथे भरपूर चारा उपलब्ध असेल, अशा कुरणात भटकंती करीत असतात. आपल्या तरुण गिर्यारोहकांना ते खूप मदत करतात. १९४८, १९६५, १९७१ व १९९९ कारगिलमधील पाकिस्तानी आक्रमणांची सूचना या पशुपालकांनीच आपल्याला दिली होती.

(२) स्थलवैशिष्ट्यांवर आधारित वर्गीकरण केल्यानंतर वस्त्यांचे पुढील प्रकार मिळतात.

(अ) मैदानी प्रदेशातील, (ब) पठारावरील, (क) पर्वतीय, (ड) सागर तटीय, (इ) नदी तीरावरील, (फ) तलाव किंवा सरोवरावरील, (य) जंगलातील, (र) वाळवंटातील.

(३) वस्त्या अनेक घरांच्या मिळून बनलेल्या असतात. घरांच्या अंतरावरूनही त्यामुळे वस्त्यांचे वर्गीकरण करता येते. यात पुढील प्रकारांचा समावेश करता येतो.

(अ) एकाकी (Isolated), (ब) विखुरलेली (Dispersed or Scattered), (क) सघनघनीकृत (Compact Clustered Nucleated), (ड) संयुक्त (Composite), (इ) अपखंडीत (Fragmented).

(४) वस्त्यांचे विविध प्रकारचे कार्य असते. कार्यावरूनही वस्त्यांचे वर्गीकरण करता येते. त्याचे प्रकार पुढे दिलेले आहेत.

(अ) शासकीय वस्ती   Administrative Settlement

(ब) रक्षात्मक   Defensive

(क) सांस्कृतिक केंद्र   Cultural Centre

(ड) संग्रह केंद्र   Collection Centre

(इ) औद्योगिक केंद्र   Industrial Centre

(फ) वाहतूक व वितरण केंद्र   Transport and Distribution Centre
(य) पर्यटन केंद्र   Resort Town
(र) व्यापारी केंद्र   Commercial Centre
(व) राजकीय वस्ती   Political Centre
(श) धार्मिक केंद्र   Religious Centre

(५) प्रमुख व्यवसायांवरूनही वस्त्यांचे वर्गीकरण करता येते. यानुसार पुढील प्रकार मिळतात.

(अ) ग्रामीण वस्ती – यात कृषी, पशुपालन व मासेमारी यांवर अवलंबून असणारे लोक जेथे राहतात, त्या वस्तीला ग्रामीण वस्ती असे नाव आहे.

(ब) नागरी वस्ती वरील व्यवसाय म्हणजे अ गटातील किंवा प्राथमिक व्यवसाय सोडून व्यापार, कारखानदारी करणारे लोक जेथे राहतात, त्या वस्तीस नागरी वस्ती असे म्हटले जाते.

(६) वस्त्यांच्या विकासाच्या अवस्थेवरूनही वर्गीकरण केले जाते. यानुसार पुढील प्रकार मिळतात. हे प्रकार म्हणजे वस्त्यांच्या अवस्था असे म्हणता येईल.

(अ) प्रारंभिक, (ब) शैशव, (क) बाल्यावस्था, (ड) किशोरावस्था, (इ) प्रौढावस्था, (ई) प्रौढोत्तरावस्था, (फ) वृद्धावस्था.

(७) वस्त्यांचे वर्गीकरण त्यांच्या विस्तारावरूनही केले जाते. ते पुढीलप्रमाणे आहे.

(अ) एकाकी घरे (Isolated buildings, Farmsteads), (ब) गृहसमूह (Hamlet), (क) खेडी (Villages), (ड) नगर (Town), (इ) शहर (City), (फ) महानगर (Matropolis), (य) संकलित नगर (Conurbation), (र) विराट नगर किंवा अतिविशाल नगर (Megapolis).

(८) वस्त्यांच्या आकारावरूनही वस्त्यांचे वर्गीकरण केले जाते. तेही प्रकार पुढे दिलेले आहेत.

(अ) रेषाकृती (Linear), (ब) अरीय (Radial), (क) ताराकृती (Star), (ड) पंखाकृती (Fan shaped), (इ) गोलाकार (Circular), (फ) त्रिकोणाकृती (Triangular), (भ) चौरसाकृती (Square shaped), (र) चौकपटाकृती (Checker board type), (व) ठोकळाकार (Block type), (श) बाणाकृती (Arrow type), (ह) मधमाशांच्या पोळ्यासारखी (Bee-hive type), (म) शिडीच्या आकाराची (Staires or terrace pattern), (न) तिठ्यावरील वस्ती (Cross Road Settlement).

याशिवाय 'L', 'T', 'H', 'Z', 'S', 'V' व 'Y' आकारांच्या वस्त्याही अनेक ठिकाणी आढळून येतात.

इंग्लंडसारख्या देशात २५०० पेक्षा जास्त खेडी असून सुमारे २०% वर लोक खेड्यात राहतात. भारतात ६,००,००० वर खेडी असून भारतातील ७०% पेक्षा जास्त लोक खेडेगावात राहतात. जगातील तीन माणसांपैकी दोन व्यक्ती खेड्यात राहतात. गृहसमूहात किंवा फार्मस्टेड्सवर राहतात. नकाशावर खेड्यांचे अस्तित्व दिसत नसले तरीही आर्थिक व सामाजिक जीवनात खेड्यांचा व इतर ग्रामीण वसाहतींचा महत्त्वपूर्ण वाटा असतो.

ग्रामीण स्थान–निश्चितीवर परिणाम करणारे घटक :

(१) पाणीपुरवठा : ग्रामीण स्थाननिश्चितीवर परिणाम करणारा सर्वात महत्त्वाचा घटक म्हणजे पाणीपुरवठा. पाण्याला जीवन असाही शब्द संस्कृतमध्ये आहे. जीवन या शब्दातच या घटकाचे महत्त्व सामावलेले आढळून येते. जीवनास हवेप्रमाणेच अत्यावश्यक घटक म्हणजे पाणी. खेडेगावात किंवा ग्रामीण भागात शहरासारखी नळाद्वारे पाणीपुरवठ्याची सोय नसल्याने जेथे कायम स्वरूपाचा पाणीपुरवठा निसर्गाकडून होत असतो अशाच ठिकाणी ग्रामीण वस्त्या उदयाला येतात. झरे, नदी, तलाव, सरोवर, भू–जल यांद्वारे निसर्ग मानवाला पाणी पुरवीत असतो. अक्षय पाणीपुरवठा नसलेल्या ठिकाणी फारच थोड्या ग्रामीण वस्त्या जगात आढळून येतील. सतत पाणीपुरवठा असलेल्या स्थळांची निवड मानव पूर्वापारपासून वसाहतींसाठी करीत आलेला आहे. ज्या स्थळांना सतत पाणीपुरवठा असतो अशा ठिकाणी आढळणाऱ्या वस्त्यांना आर्द्रस्थान वस्ती (Wet point Settelment) असे म्हणतात. पाणी हा जीवनावश्यक घटक असल्याने जेथे अक्षय पाणीपुरवठा असतो अशा स्थळी वस्ती करणे जरी त्रासाचे असले किंवा अशा स्थळांच्या ठिकाणी दलदली असल्या अगर शेतापासून ती आर्द्रस्थाने लांब असली किंवा इतर कोणतेही तोटे त्या ठिकाणी असले तरी देखील मानव आर्द्रस्थानेच पसंत करतो. अशी आर्द्रस्थाने कमी आढळतात. त्यांच्या आसपास वस्ती करण्यास योग्य जागाही कमी असते. आर्द्रस्थानांचे काही फायदे व वैशिष्ट्ये पुढे दिलेली आहेत.

(१) आर्द्रस्थान वस्त्यांना पिण्यासाठी, धुण्यासाठी व रोजच्या व्यवहारात वापरण्यासाठी भरपूर पाणी उपलब्ध असते.

(२) नद्या किंवा सरोवराच्या काठी वस्त्या असल्यास अनेकदा हे पाणी जलसिंचनासाठी वापरता येते. पाऊस न पडल्यास नद्यांचे पाणी वापरून

दुष्काळाचे निवारण करता येते.

(३) नद्या किंवा सरोवरे यांत चांगल्या प्रतीची मासळी मिळत असल्याने त्यांचा उपयोग पूरक अन्न म्हणून करता येतो.

(४) सरोवरे, नद्या, तलाव यांचा वापर वाहतुकीसाठी करता येतो. त्यामुळे आजूबाजूच्या इतर ग्रामीण व नागरी वसाहतींशी संपर्क साधला जातो व वस्तूंची देवाण-घेवाण करता येते. अशी वाहतूक वेळकाढू असली तरी स्वस्त असते व तिची निगा राखण्यासाठी ग्रामीण वसाहतीतील साधने फारशी लागत नाहीत. निसर्गाकडून ही निगा राखली जात असते. कंबोडियामधील तोनलेसॅप हे सरोवर, ब्रह्मदेशातील इन्ले सरोवर, सैबेरियातील (रशिया) बैकल सरोवर ही आर्द्रस्थान वस्त्यांची उत्कृष्ट उदाहरणे आहेत. दुष्काळग्रस्त महाराष्ट्रात अनेक ठिकाणी पाझर तलाव निर्माण केलेले आहेत. हे पाझर तलाव म्हणजे मानवनिर्मित आर्द्रस्थाने. असे पाझर तलाव आणखी निर्माण झाल्यास तेथेही नवीन ग्रामीण वसाहती निर्माण होतील.

(५) सतत पाणी मोठ्या प्रमाणावर उपलब्ध असल्यास आर्द्रस्थान वस्त्यांच्या परिसरात कोरड्या ऋतूत देखील शेती करणे शक्य असते. विविध प्रकारची पिके तेथे घेता येतात.

(६) बारमाही ओढे, नद्या, वहाळ यांचा उपयोग पूर्वीच्या काळी संरक्षणाच्या दृष्टीने खूपच होत असें. असे अडथळे ओलांडून वस्तीवर हल्ला करणे शत्रूस कठीण जात असें. मुळा-मुठा नद्यांच्या संगमालगत पूर्वी पुनग नावाचे खेडे होते, त्याचेच रूपांतर आजच्या पुण्यात झाले. पंजाबमधील अनेक खेडी अशाच अक्षय पाणीपुरवठा व संरक्षण या दोन्ही गोष्टी मिळणाऱ्या ठिकाणी आढळून येतात.

(७) सांडपाणी टाकून देण्यासाठीही नदीचा वापर करता येतो.

झरे व विहिरी यांच्या आजूबाजूस आढळणाऱ्या वस्त्यांनाही आर्द्रस्थान वस्त्या असे म्हणतात. जेथे नद्या, सरोवरे फारशा नसतात, अशा ठिकाणी पाणीपुरवठा झरे व विहिरी यांच्या साहाय्याने होऊ शकतो; परंतु त्यासाठी मात्र प्रस्तरांची विशिष्ट रचना आवश्यक असते. चुनखडीच्या प्रदेशात व वाळवंटात आढळणाऱ्या तुरळक वस्त्या विहिरी व झरे, यांवरच पाणीपुरवठ्यासाठी अवलंबून असतात. चुनखडीच्या प्रदेशात (कार्ट्स), चुनखडकाच्या तळाशी झरे आढळण्याची शक्यता असते. एखाद्या ठिकाणी झऱ्यांची रांग असते.

अशा झऱ्यांच्या भोवती असलेल्या वस्त्यांना निर्झर रेषेवरील वस्त्या (Springline Settlements), असे म्हणतात. इंग्लंडमधील लिंकनशायर परगण्यात अशा निर्झर रेषेवरील वस्त्या आहेत. निर्झर रेषेवरील वस्त्यांना दोन गोष्टींचा लाभ होतो- (१) शाश्वत पाणीपुरवठा, (२) निरनिराळ्या प्रकारची शेत जमीन. नतिपाद झरे (Dip Slope Springs) व भृगुपाद झरे अशा दोन्ही प्रकारच्या झऱ्यांच्या परिसरात वस्त्या आढळून येतात. या झऱ्यांच्या लगत, वरच्या बाजूस असलेल्या उंचवट्यावर मेंढ्यांसाठी कुरणे आहेत; तर झऱ्यांपासून दूर शेतीसाठी योग्य प्रकारचे जलोत्सारण असलेली जमीन आहे. झऱ्यांच्या सान्निध्यात असलेल्या गावांच्या खालच्या म्हणजे झऱ्यांच्या विरुद्ध बाजूस असलेल्या जमिनीवर गुरांसाठी सकस कुरणे आढळून येतात. नैर्ऋत्य इंग्लंडमध्येही मेंडिस टेकड्यांच्या पायथ्याशी निर्झर रेषेवरील खेडेगावे आहेत. उदा: छेडुर आणि ॲक्सब्रीज. मेंडिस टेकड्यांच्या विभागात जलभेद्य (Permeable) खडक जलाभेद (Unpermeable) खडकांवर असून ते पृष्ठभागांवर एकत्र आलेले असल्याने झरे तयार झालेले आहेत. लिंकनशायरमध्ये Redbourne नावाचे खेडेगाव आहे. Bourne याचा अर्थ झरा असा होतो. अशी अनेक गावे इंग्लंडमध्ये आहेत. धुळे जिल्ह्यातील अश्वत्थामा डोंगराच्या पायथ्याशी अनेक झरे असून त्यांच्या उगमस्थानी भिल्लांच्या कायम वस्त्या आहेत. तंट्या भिल्लाचे गाव पाताळपाणी, हे महूजवळ असून ती एक आर्द्रस्थान वस्ती आहे. वाळवंटी प्रदेशातील पाणथळ जागांच्या ठिकाणी असणाऱ्या तुरळक वस्त्याही आर्द्रस्थान वस्त्यांत मोडतात. सहारासारख्या वाळवंटात अनेक मरूवने आहेत. त्यांच्या आजूबाजूस वसाहती आढळून येतात. त्यांना भरपूर पाणीपुरवठा होत असल्याने काही ठिकाणी गहू, मका, फळे, खजूर इत्यादी प्रकारची उत्पन्ने घेता येतात. अशा ठिकाणी मात्र दाट लोकवस्ती आढळून येते. सहाराच्या पश्चिम भागात आर्द्रस्थान वस्त्यांची संख्या खूपच आढळते. सहाराच्या पश्चिम भागात ॲटलास व अह्गर पर्वत आहेत. त्यावरून निघणारे हंगामी जलप्रवाह अनेक ठिकाणी वाळवंटात लुप्त होतात. त्यांना वाडी (Wadi) असे म्हणतात. अशा वाडींच्या भोवताली किंवा वाडींच्या पात्रातही विहिरी खणल्यानंतर पाणी मिळते. त्यामुळे वाडींच्या बाजूस रेषाकृती परंतु आर्द्रस्थान वस्त्या आढळून येतात. ब्रिस्क्रांसारख्या मोठ्या मरूवनातून कालवे काढलेले आहेत. या कालव्यांच्या बाजूसही वस्त्या आढळून येतात. मध्यप्रदेशातील पाण्याची टंचाई असलेल्या डोंगराळ भागात सागर, कवा, कुंड, पानी या

आडनावांच्या अनेक वस्त्या आहेत. (गोंडकुवा, गौकुंड) या सर्व आर्द्रस्थान वस्त्या म्हणून ओळखल्या जातात.

(२) **कोरडी जमीन :** ग्रामीण स्थाननिश्चितीवर परिणाम करणारा दुसरा घटक म्हणजे कोरडी जमीन. अनेक नद्यांच्या खोऱ्यात पुराची भीती असते तर काही ठिकाणी दलदली व पाणथळ जागा असतात. जमिनीत खूप ओल असते. अशा ओलसर जागा मुद्दाम वगळून निसर्गनिर्मित कोरड्या जागा वस्तीसाठी निवडल्या जातात त्यांना शुष्कस्थान वस्त्या (Dry Point Settlements) असे म्हणतात. पूर मैदानाच्या पलीकडे असलेल्या कोरड्या भागावर, पूर तटावर, नदीकाठापासून तळापर्यंत असलेल्या पायऱ्यांवर, सरोवरातील बेटांवर अशा शुष्कस्थान वस्त्या आढळून येतात. नेदरलँड्स (हॉलंड) या देशाचा बराचसा भाग दलदलीचा आहे. सागरपातळी व किनाऱ्यालगतची जमीन यांत फारसा फरक नाही. अशा ठिकाणी नदीतटमंच किंवा सरोवरातील बेटे यांसारखी निसर्गनिर्मित शुष्कस्थाने नाहीत. अशा ठिकाणी डचांनी पवनचक्क्यांच्या साहाय्याने दलदली हटवून किनाऱ्यावर प्रचंड भिंती बांधून डाईक्स वस्तीसाठी उंचवटे तयार केलेले आहेत. या मानवनिर्मित शुष्क स्थानांना Terpens असे म्हणतात. नेदरलँड्समधील अनेक ठिकाणांच्या जमिनी या मानवनिर्मित आहेत. त्यांना पोल्डर्स (Polders) असे म्हणतात. या पोल्डर्सच्या बंधाऱ्यावर देखील वस्त्या आढळून येतात. त्याही शुष्कस्थान वस्त्यांत मोडतात.

ब्रह्मपुत्रा व गंगेच्या त्रिभुज प्रदेशात (सुंदरवन) नद्यांची पात्रे विस्तीर्ण असून त्यांना असंख्य वितरिका आहेत. या ठिकाणी देखील काठावरील जमीन व नदीपातळी यांत फारसा फरक नाही. येथेही कृत्रिम पूरतट किंवा बंधारे निर्माण केलेले असून पुराच्या पाण्यामुळे त्यावरील वस्त्यांचे संरक्षण होते. महापुराच्या वेळी मानवनिर्मित बंधाऱ्यांना बेटांचे स्वरूप प्राप्त होते. त्यांचा परस्पर संपर्क तुटतो परंतु एरवी मात्र तेथे भातशेती व तागासाठी सुपीक जमीन आढळून येते. बंगालमध्ये भातशेतीत गुंतलेल्या व ताग पिकविणाऱ्या ग्रामीण वसाहतीत फरक करता येतो. जेथे शेताजवळ वितरिका असून त्यांना कोरड्या ऋतूत स्वच्छ पाणी असते, तेथे तागाची शेते आढळून येतात. कारण तागाचा वाख तयार करण्यासाठी स्वच्छ पाणी लागते.

इंग्लंडमध्ये यॉर्क खोरे, ट्रेंट खोरे व सॉमरसेटच्या मैदानी प्रदेशात अनेक शुष्कस्थान वस्त्या आहेत. वरील भाग पाणथळ, दलदलीचे आहेत व अत्याधुनिक तंत्र व यंत्रे पाणी उपसण्यासाठी उपलब्ध असूनही येथील खेडेगावे कोरड्या उंचवट्यावर

व टणक जमिनीवरच आढळतात. कारण या ओलसर प्रदेशात शुष्कस्थाने आहेत.

बोर्निओ बेटाचा मलेशियाचा भाग व इंडोनेशियाचा भाग (कालीमेटन), इंडोनेशियाचे सुमात्रा बेट व थायलंडमधील आणि ब्रह्मदेशातील तेनासरीमची किनारपट्टी यावर वर्षभर भरपूर पाऊस, त्यामुळे सखल प्रदेशात असंख्य दलदली आहेत. प्राणी, माशा, कीटक यांपासून बचाव होण्यासाठी या विभागातही मानवनिर्मित शुष्कस्थाने निर्माण करून वस्त्या निर्माण केलेल्या आहेत. जमिनीपासून उंचावर असल्याने व ओंडक्याखाली मोकळी जागा असल्याने हवा खेळती राहून घर थंड राहते. येथील घरे लाकडाच्या ओंडक्यांवर बांधलेली आढळतात. पुराच्या वेळी पाणी जी पातळी गाठते, त्यापेक्षा थोडीशी उंच ही घरे असतात. नदीकाठापलीकडे असे अनेक गृहसमूह आढळून येतात.

इंग्लंडमध्ये प्रथम जेव्हा थेम्स खोऱ्यातून मोठ्या प्रमाणात वस्तीला सुरुवात झाली तेव्हा वसाहत करणाऱ्यांनी नदीकाठावरील कोरडे उंचवटे (eys) पसंत केले. मॉर्नी (वेस्टमिन्स्टर), चेल्सा हैकनी ही खेडेगावे अशाच ठिकाणी वसलेली आहेत. जर्मनीत ऱ्हाईन खचदरी व एल्ब दरीत असलेल्या नदीतटमंचावर टणक जमीन व कोरडा भाग असल्याने तेथेही शुष्कस्थान वस्त्या आढळून येतात.

भरपूर पाणी असलेल्या वसाहतींना 'सागर' व पाण्याची टंचाई असलेल्या वस्त्यांना 'निपाणी' अशीच नावे पडलेली आहेत. नावावरूनही वस्त्यांच्या काही वैशिष्ट्यांची कल्पना येऊ शकते.

पूर्वीच्या काळी जवळजवळ सर्व ग्रामीण वसाहती व खेडी स्वयंपूर्ण असत. श्रमविभागणी (Division of Labour) मुळे संपत्तीत वाढ करता येते, हे लक्षात आल्यानंतर खेडेगावांची व ग्रामीण वस्त्यांची स्वयंपूर्णता कमी झाली व विविध वस्त्यांत आणि गावांत देवाण-घेवाण मोठ्या प्रमाणात सुरू झाली. त्यामुळे वाडे, पाडे, गृहसमूहांचे रूपांतर खेड्यात झाले. खेड्यातील लोकांची वस्तूंची देवघेव करण्याच्या निमित्ताने, शेतावर कामाला जाण्याच्या निमित्ताने ये-जा वाढली. त्यामुळे दोन वस्त्यांच्या अगर खेडेगावांच्या दरम्यान गृहसमूह निर्माण झाले. जेथे दोन नद्या एकत्र येतात, अशा संगमाच्या ठिकाणी किंवा नदी ओलांडण्यास जेथे सोईस्कर जागा असेल, अशाच ठिकाणी वस्त्या निर्माण झाल्या. गोव्यात बाणस्तरी (मंगेशीजवळ), व कोलवाड आणि तेरेखोल नदीवर किरणपाणी, धरमतर (कुलाबा जिल्हा) ही खेडेगावे वरील प्रकारात मोडतात. अर्थात अशांपैकी अनेक वस्त्यांचे व खेडेगावांचे रूपांतर मोठ्या शहरात अगर

नगरात झाल्याची उदाहरणे आहेत.

टेकड्यांच्या माथ्यावरील गावे

आजही अनेक गावे डोंगरमाथ्यावर दृष्टीस पडतात. राजकीय अस्थिरतेच्या काळात संरक्षणाच्या दृष्टीने त्यांची स्थापना झालेली होती. पूर्वीच्या काळी त्यांची स्थापना एखाद्या किल्ल्याभोवती अगर थोड्याशा दुर्गम अशा ठिकाणी टेकडीच्या अगर डोंगराच्या माथ्यावर झाली. चाचे, पुंड, पाळेगार व लुटारू यांपासून बचाव व्हावा, परकीय आक्रमकांपासून बचाव हा त्यामागचा प्रमुख हेतू असे. महाराष्ट्रातील अनेक दुर्गांभोवती अशा वस्त्या आढळून येतात. सिंहगड (डोणजे), पुरंदर (सासवड), लोहगड, विसापूर, राजमाची या सर्व दुर्गांच्या भोवताली वस्त्या आहेतच. सासवडजवळ जेजुरी येथे अहिल्याबाई होळकर यांनी एक देवालय टेकडीच्या माथ्यावर बांधले. त्याच्याभोवती टेकडीच्या पायथ्याशी एक कोट बांधला. त्यामुळे पाणी आडून जेजुरी गावच्या विहिरींना अक्षय पाणीपुरवठा सुरू झाला व तेथेच जेजुरी गाव वसले. आजही हे गाव तेथे टिकून आहे.

फ्रान्समधील Auvergne भागात मृत ज्वालामुखीच्या शंकूभोवताली अनेक दुर्ग, माची, गढ्या असून त्यांच्या पायथ्याशी छोटी छोटी गावे पूर्वापारपासून आहेत.

डोरोथी सिल्वेस्टर यांच्या मतानुसार इंग्लंडमध्ये १२०० पेक्षा जास्त टेकड्यांच्या शिखरावरील खेडेगावे असून त्यांपैकी बहुतेक खेडेगावांत शेती किंवा खाणकाम हे उद्योग आढळून येतात. ही खेडेगावे डोंगरकण्यांवर (Ridge) किंवा डोंगराच्या सोंडेवर (Spur) अगर लहान पठारावर वसलेली आढळतात. महाराष्ट्रात पठारकांस (नगर जिल्हा) व सातपुडा आणि विंध्य पर्वताच्या उत्तरेस माल, घाटा, टिला या शब्दांनी शेवट होणारी सर्व खेडेगावे उंचवट्यावरच वसलेली आढळतात.

(३) **निवारा (Shelter) :** ग्रामीण वस्त्यांवर परिणाम करणारा आणखी एक घटक म्हणजे निवारा. याचा संबंध हवामान, भूरचना या प्राकृतिक घटकांशी येतो. निवारा ही मानवाची एक मूलभूत गरज. निवाऱ्याचे स्वरूप हवामानाप्रमाणे, घरे बांधण्यासाठी उपलब्ध असलेल्या साहित्याप्रमाणे बदलत असते. निवाऱ्यासाठी लागणारे साहित्य आजूबाजूच्या परिसरातून (जंगले, खडक) उपलब्ध होऊ शकते. घरे बांधण्यासाठी दगड व लाकूड या महत्त्वाच्या वस्तू लागतात. या वस्तू वस्तीजवळ असल्यास उत्तम, नसल्यास आजूबाजूच्या प्रदेशातून त्या

आणाव्या लागतात. मानव स्थिर जीवन जगू लागल्यानंतर शेतांच्या जवळ असलेली जंगले नष्ट करून घरे बांधण्यात आली; परंतु आता मोठ्या प्रमाणात निर्वनीकरण (Deforestation) झाल्याने अनेक ठिकाणी खूप दूरवरून बांधकामासाठी लाकूडफाटा आणावा लागतो. कॅनडासारख्या थंड प्रदेशात थंडीपासून संरक्षण व्हावे, म्हणून लाकडाची घरे बांधतात तर सॅव्हाना लोएसव्याप्त प्रदेशात लोक लोएस मातीचा वापर घर बांधण्याकडे करतात. एस्किमो लोक बर्फाच्या ठोकळ्यांचा व लाद्यांचा वापर घरासाठी करतात.

(४) **हवामान :** उत्तर गोलार्धातील पर्वतीय प्रदेशात आल्प्स, हिमालय या ठिकाणी दक्षिणाभिमुखी उतारावर सूर्यप्रकाश असल्याने तापमान उत्तराभिमुख उतारापेक्षा जास्त असते म्हणून ते उतारवस्तीसाठी निवडले जातात; तर दक्षिण गोलार्धात चिली, न्यूझीलंडमधील डोंगराळ प्रदेशात उत्तराभिमुख उतार दक्षिणाभिमुख उतारापेक्षा थोडेसे प्रकाशित व उबदार असल्याने खेडेगावे वसविण्यासाठी पसंत केले जातात.

आल्प्समध्ये हिवाळ्यात फॉन वारे वाहतात व उत्तर अमेरिकेत रॉकी पर्वताच्या पूर्व उतरणीवर वाहणाऱ्या अशा वाऱ्यांना चिनुक वारे असे नाव आहे. या कोरड्या व गरम वाऱ्यामुळे बर्फाच्छादित उतार एकदम मोकळे होतात. त्यामुळे बर्फ एकाएकी वितळून स्तरपूर अगर पाणलोट तयार होतात, त्यामुळे पर्वतपायथ्याऐवजी पायथ्यापासून थोड्या उंचीवर खेडी वसविली गेली आहेत. सावंतवाडी तालुक्यातील माणगाव खोऱ्यामधील काही भागात मलेरिया असल्याने लोकांनी वस्ती सोडून दिली. आता मलेरियाचे निर्मूलन झाल्याने तेथे परत वस्ती वाढू लागली आहे.

साधारणपणे रोगट हवामान विभाग, अतिउष्णता व अतिथंडी असलेले विभाग, हे वस्तीसाठी टाळले जातात. ब्रह्मदेशात आराकानच्या किनाऱ्यावर व श्रीलंकेतील कोरड्या भागात व हवामानाच्या दृष्टीने जेथे योग्य परिस्थिती आहे, असे विभाग वस्तीसाठी निवडले जातात. जेथे थंड, कोरडे, अप्रदूषित हवामान आहे, अशा ठिकाणी पर्यटकांच्या सोयीसाठी खास वस्त्या निर्माण करतात. अर्थात या ठिकाणी मात्र पर्यटनाचा मोसम सुरू होतो, तेव्हाच खूप वस्ती आढळते.

संयोजित वस्त्या (Planned Settlements)

सर्वच वस्त्या पूर्वनियोजित नसतात. आधुनिक काळात वस्तीसाठी जागा निवडताना प्रामुख्याने पाणी व निवारा यांचा विचार केला जातो व या गोष्टी उपलब्ध असल्यास

संयोजक विविध प्रकारची वस्त्यांची रचना करू शकतात. पूर्वीच्या काळी नगर अगर पेठ किंवा ग्रामीण वस्तीची जागा निश्चिती ही राजे, जमीनदार करीत असत. आता स्थाननिश्चिती ही संयोजक व सरकार करते.

इंडोनेशिया, मलेशिया, चीन, भारत इत्यादी अतिरिक्त लोकसंख्या असलेल्या देशात व कॅनडा, ऑस्ट्रेलियासारख्या पुढारलेल्या परंतु न्यून लोकसंख्या असलेल्या देशात अनेक संयोजित वस्त्या आढळतात. इंडोनेशियाचे जावा बेट, चीनचा पूर्व भाग, दाट लोकवस्तीचे प्रदेश तेथून हजारो कुटुंबांचे स्थलांतर त्यांनी केले. स्थलांतर करण्यापूर्वी योग्य रीतीने स्थलांतरासाठी योग्य जागांची पाहणी (सर्वेक्षण) केली गेली. तेथील भूरचना, जमिनी, हवामान यांचा अभ्यास करून कोणती पिके तेथे घेता येतील यांचा अंदाज घेऊन तो भाग विकसनक्षम आहे किंवा नाही, हे ठरवून मगच स्थलांतराचा निर्णय घेण्यात आला.

प्रथम जंगले साफ करून रस्ते व रेल्वे काही ठिकाणी तयार केले गेले. लागवडीसाठी रोपे लावण्यात आली. वीज, घरे, पाणी, शाळा, दवाखाने यांची सोय करण्यात आली. संयोजित वस्त्यांचे पुढील फायदे आढळून येतात.

(१) भूमिहीन लोकांना जमीन मिळते, त्यामुळे त्यांना कामधंदा प्राप्त होऊन रोजगार उपलब्ध होतो, समाजातील बेकारांचे प्रमाण कमी होते.

(२) नैसर्गिक साधनांनी युक्त परंतु लोकसंख्या अगदी कमी असलेला प्रदेश किंवा भविष्यलक्षी प्रदेश वसाहतीसाठी निवडल्यास त्याचा पद्धतशीरपणे विकास करता येतो.

(३) नवीन वसाहती निर्माण केल्यामुळे काही ठिकाणी ग्रामीण भागांतून शहरांकडे होणारे स्थलांतर कमी करण्यात येते.

(४) संयोजित वसाहतींमुळे योग्य ती पिके किंवा निर्यातीच्या दृष्टीने महत्त्वाची पिके घेता येतात.

(५) विशिष्ट विभागात शास्त्रीय पद्धतीने विकास होत असल्याने विकासाचा वेग व मार्ग नियंत्रित करता येतो व त्यामुळे निसर्गसंवर्धनास मदत होते. वनांचा नाश, जमिनीची धूप व प्रदूषण या गोष्टी कमी करता येतात.

परंतु संयोजित वस्त्यांमुळे लोकांच्या स्वातंत्र्यावर, महत्त्वाकांक्षेवर, निवडीवर मर्यादा येतात. संयोजकांनी आखून दिलेल्या चौकटीतच विशिष्ट पद्धतीने त्यांना स्वत:ची व परिसराची उन्नती करावी लागते. मलेशियासारख्या देशात संयोजित वस्त्यांच्या आजूबाजूस रबर, तेल्याताड, चहा इत्यादी निर्यातीची पिके घेतली जातात; परंतु विदेशी बाजारेपेठेतील परिस्थितीवर व किमतीवर बरेच वेळा ती अवलंबून असतात.

त्यामुळे संयोजित वस्त्यांच्या आजूबाजूस होणाऱ्या पदार्थांच्या उत्पादनावर परिणाम होऊन प्रसंगी तेथील निवासी लोकांना नुकसान सोसावे लागते. जेव्हा संयोजित वस्त्यांची निर्मिती होते, तेव्हा व त्यानंतर काही काळ तेथील लोकसंख्या ही आदर्श असते; परंतु दोन-तीन पिढ्यांनंतर मात्र तेथे अतिरिक्त लोकसंख्या निर्माण होऊन परत नागरी विभागाकडे लोकांचा ओघ सुरू होण्याची शक्यता असते.

नदी प्रकल्पात काही गावे बुडण्याची शक्यता असल्याने, अगर अस्थिर राजकीय परिस्थितीमुळे लोकसंख्येचे स्थलांतर झाल्याने काही भागांतून लोकांना सक्तीने हलवून त्यांचे इतरत्र पुनर्वसन करावे लागते. घानामधील व्होल्टा खोरे, सैबेरियाच्या खाणींच्या भागात, भारतातील बहुतेक सर्व नदीप्रकल्पांच्या परिसरात, दंडकारण्यात व अंदमान द्वीपसमूहात संयोजित वस्त्या आढळून येतात. ईशान्य सीमावर्ती प्रदेश, राजस्थान सीमाभागातही वस्ती करण्यासाठी जाणाऱ्या लोकांना काही सवलती भारत सरकार देते. अंदमान द्वीपसमूहात जाणाऱ्या लोकांना दरडोई २००० रुपये व १.५ हेक्टर जमीन भारत सरकार देते. या सर्व कमी लोकसंख्येच्या परंतु सुप्त नैसर्गिक साधनांच्या विभागांचा पद्धतशीर विकास व्हावा व राजकीय आणि लष्करीदृष्ट्या लवचिक विभागात वर्गविरहित समाज निर्माण व्हावा हा भारतसरकारचा त्यामागचा हेतू आहे.

शेते आणि खेडी (Farms and Villages)

Farm या शब्दाचा अर्थ जरी शेती असा असला तरीदेखील पाश्चात्त्य देशांत त्यामुळे वेगळा अर्थ ध्वनित होतो. एखाद्या मोठ्या शेतकऱ्याच्या मालकीचे बरेच मोठे, अनेक हेक्टर्स जमीन असलेले शेत म्हणजे फार्म. फार्म नागरी वस्तीपासून दूर असतात. अमेरिकेत Farmsteds (शेतवाडी) असा शब्दप्रयोग वापरला जातो. फार्मस्टेड्स म्हणजे इमारतींचा गट. अमेरिकेत शेताचा विस्तार मोठा असल्याने शेतकरी मोठी घरे बांधून आपल्या कुटुंबासह तेथे राहतात. Farmsteds वर शेतकऱ्यांचे नोकरचाकरही राहतात. फार्मस्टेड्सवरील इमारतीत गुरांचे गोठे, तबेले, अन्नधान्य साठविण्यासाठी कोठ्या व यंत्रसामग्री, शेतीची अवजारे ठेवण्यासाठी खास जागा असते.

उत्तर अमेरिकेत मोठ्या प्रमाणात गोऱ्यांच्या वसाहतींना सुरुवात होऊन सुमारे ३५० वर्षेच झाली असल्याने लोकसंख्या कमी आहे. त्यामुळे मोठ्या विस्ताराच्या कॅनडा व संयुक्त संस्थानात दरडोई जमिनीचे प्रमाण खूपच आढळून येते. दरडोई जास्तीत जास्त जमीन कसण्यासाठी शेतीचे यांत्रिकीकरण त्यांनी केलेले असून सर्व फार्मस्टेड्स शहरापासून, नगरापासून, मध्यवर्ती बाजारापासून दूर असतात. फार्मस्टेड्सवर

सर्व प्रकारच्या सुविधा उपलब्ध असतात. आठवडाभर किंवा पंधरवडाभर लागणाऱ्या वस्तू नजीकच्या बाजारपेठेतून आणून व्यवस्थित ठेवण्याची सोय तेथे असते. फार्मस्टेड्स दुमजली वा तीन मजली असून त्यांचे आकार 'T', 'L' किंवा 'U' सारखे असतात. फार्मस्टेड्सपर्यंत मोटारवाहतूक व दूरसंकेतन यांची चांगली सोय असते. फार्मस्टेड्सवर दूरदर्शनसारख्या सुविधा उपलब्ध असतात. शहरांतून फार्मस्टेड्सकडे रोज जा-ये करून वेळ घालविण्याऐवजी शेतकरी तेथेच राहणे पसंत करतात. शहरी माणसांपेक्षा त्यांच्या गरजा काही अंशी कमी असतात, त्यामुळे त्यांना वस्तू व सेवा कमी प्रमाणात लागतात. संयुक्त संस्थानातील कॅनसास, नेब्रास्का, आयोवा इत्यादी राज्यात असंख्य फार्मस्टेड्स आहेत. भारतात केरळ किनाऱ्यावर व पश्चिम बंगालमध्ये अशी फार्मस्टेड्स किंवा शेतवाड्या आढळतात.

पाडा, वाडी किंवा भारताच्या पूर्व किनाऱ्यावरील कुप्पम म्हणजे Hamlets. किनाऱ्यावरील मासेमारी करणाऱ्या वस्त्यांच्या व शेतांच्या संदर्भात हा शब्द वापरला जातो. शेतावरील घरांचे समुदाय म्हणजे हॅमलेट्स. हॅमलेट्स व खेडी यांत फरक आहे. लोकसंख्या व घरांची संख्या यावरून (हॅमलेट्स) गृहसमूह व खेडी यांत फरक करणे कठीण असले तरी गृहसमूहातील घरे खेड्यांपेक्षा थोडीशी विस्कळित असतात. टेकड्यांच्या प्रदेशात व विशेषत: कोकणासारख्या खडबडीत प्रदेशात वस्त्या विरळ असतात. अशा ठिकाणी समाजातील विविध जाती-जमातींचे लोक निरनिराळ्या ठिकाणी राहतात. त्यामुळे व्यावसायिक व जातीय स्तरांवरही पाडे किंवा गृहसमूह (हॅमलेट्स) निर्माण होतात. उदा: ब्राह्मणपाडा, महारपाडा, कुंभारवाडा, पाटीलवाडा इत्यादी पाडे कोकणात अनेक ठिकाणी आढळून येतात. गृहसमुदायाच्या आजूबाजूस तेथील लोकांची जमीन असते. आपल्याकडील असे गृहसमूह (हॅमलेट्स) एखाद्या पाटलाची किंवा जमीनदाराची वस्ती म्हणून ओळखली जातात. अशा ठिकाणी मंदिर, चर्च, मशीद, शाळा, दवाखाने, दुकाने अशा सार्वजनिक जागा नसतात. वाहतुकीची सोय फारशी चांगली नसते. गृहसमूहाशी संपर्क साधणे कठीण जाते. अशा गृहसमूहातील लोकांची संख्या १० ते ५०० पर्यंत असते.

गृहसमुदायातील घरे वेगवेगळ्या प्रकारची असू शकतात. काही घरे साधी, विशेष गृहशिल्पशास्त्र न वापरून बांधलेली; तर काही घनीकृत, जवळजवळ, आटोपशीर, टुमदार अशी असतात; तर काही उभी असून काही विस्कळित आढळून येतात.

खेडेगाव : घनीकृत गृहसमुदायास खेडेगाव म्हणता येईल. खेडेगावातील संपूर्ण जीवन आजूबाजूच्या परिसराशी एकरूप झालेले आढळून येते. खेडेगावातील बहुतेक लोक शेतीत गुंतलेले आढळून येतात. ही शेते गावाच्या आजूबाजूसच असतात.

खेडेगावात सर्वसाधारणपणे दुकाने, मंदिर, मशीद, चर्च (गोवा व वसईलगत जास्त), फिरते किंवा स्थिर दवाखाने आढळून येतात. लहान खेडेगावात शाळा, दवाखाने, टपालकचेऱ्या नसतात; परंतु लहान खेडेगावचा संपर्क लगतच्या मध्यवर्ती बाजारपेठेशी आढळून येतो. मोठ्या खेडेगावातून तालुक्याच्या ठिकाणी किंवा जिल्ह्याच्या ठिकाणी जाण्यासाठी बारमाही रस्ते किंवा रेल्वे यांची सोय आढळते.

खेडेगावांची निर्मिती : अनादिकाळापासून मानवाची कळप करून राहण्याची वृत्ती आढळते. मनुष्य एकाकी राहूच शकत नाही, तो समाजशील प्राणी आहे. संघ करून राहणे ही त्याची निसर्गप्रवृत्ती आहे. रक्ताच्या नात्याने माणसे जोडली गेली व कुटुंब म्हणून एकत्र राहू लागली. नंतर कुटुंबा-कुटुंबांचे रक्ताचे नाते निर्माण होऊन अनेक कुटुंबे एकत्र राहू लागली; यातूनच खेडेगावे तयार झाली असावीत. दक्षिण अमेरिकेतील कोलंबिया देशाची वुकानो इंडियन जमातीची सुमारे चार-पाच कुटुंबांची मिळून घरे आढळतात. त्यांना मेलॅकस असे म्हणतात. यात सुमारे २० ते २५ लोक राहतात. बोर्निओमधील ड्याक लोक लंबगृहात (Long House) राहतात. लाकडाच्या बांधलेल्या व शाकारलेल्या लंबगृहात सुमारे ६०० लोक राहतात. सुमारे २२० मीटर्सपर्यंत त्यांची लांबी आढळते. शिकारीवर, वन्य पदार्थांवर (कंदमुळे, फळे, झाडपाला) गुजराण करावयाच्या अवस्थेत मानव असताना कळप करून राहणे व वेळ प्रसंगी एक जागा सोडून दुसरीकडे जाणे; परंतु तेथेही आपल्या सोयीची विश्रामस्थाने बांधणे या गोष्टी मानव पूर्वापारपासून करीत असे. शेतीला सुरुवात झाल्यानंतर मानवाला स्थिरता प्राप्त झाली. शेतजमिनीबद्दल आत्मियता निर्माण झाली. टिकाऊ घरे बांधून राहण्याकडे त्याची प्रवृत्ती वाढली. अनेक कुटुंबे एकत्र राहू लागली. त्यातूनच पुढे खेडेगावे निर्माण झाली.

विख्यात फ्रेंच मानवी भूगोलतज्ज्ञ परपिलू यांच्या मते, मानव-समूहावर काही प्राकृतिक व सांस्कृतिक निर्बंध होते; त्यामुळेच कळप करून राहण्याची वृत्ती बळावून त्यातूनच पुढे ग्रामीण वसाहती निर्माण झाल्या. परपिलू यांनी सांगितलेले निर्बंध पुढे दिले आहेत :

(१) प्राकृतिक किंवा परिसरीय निर्बंध : विशिष्ट प्रकारच्या नैसर्गिक परिस्थितीत मानव एकाकी राहू शकत नसे. पूर, वादळ इत्यादी नैसर्गिक आविष्कारांचे त्याला भय वाटे म्हणून तो कळप करून राहू लागला.

(२) तांत्रिक निर्बंध : पाणवठ्याच्या जागी मानवाने वस्ती केल्यानंतर वेगवेगळ्या प्रकारे संरक्षण व्हावे म्हणून त्याने भिंती बांधल्या, बांध घातले, छोटी अवजारे निर्माण केली. यासाठी त्याला एकत्र राहण्याची गरज भासू लागली.

(३) **कृषी–निर्बंध :** शेतीसाठी भरपूर जागा लागते. शेतीची विविध कामे करण्यासाठी मनुष्यबळ लागते; त्यामुळे स्थिर जागी राहून एकमेकांच्या सहकार्याने मानव शेती करू लागला.

(४) **राजकीय व सामाजिक निर्बंध :** पूर्वी मोठ्या जमीनदाराची सत्ता अनेक ठिकाणी असे. त्याच्या हुकमतीमुळे विशिष्ट प्रदेशात लोकांना शेती करावी लागत असे; त्यामुळेही ग्रामीण वस्त्या निर्माण झाल्या. इस्रायल सरकारने स्थापन केलेले किबुत्झ व रशियन सरकारने सामुदायिक शेती करण्यासाठी निर्माण केलेले कोलखोझ व चीनमधील कम्यून्स याच प्रकारात मोडतात.

खेडेगावाचे स्थान (Location of Village) : खेडेगावाचे भौगोलिक स्थान हा एक महत्त्वपूर्ण घटक आहे. खेडेगाव किंवा इतर ग्रामीण वसाहतींच्या आजूबाजूस जो परिसर असतो तो म्हणजे स्थान. ग्रामीण वसाहतींच्या निर्मितीमागे स्थानवैशिष्ट्ये दडलेली आढळून येतात. त्यांच्या विकासास व नाशासही ही वैशिष्ट्ये कारणीभूत होतात. खेडेगावांच्या भौगोलिक स्थानावरूनही त्यांचे वर्गीकरण करता येते. भौगोलिक स्थान प्रामुख्याने वस्त्यांच्या आजूबाजूस असलेली स्वाभाविक रचना दर्शविते. वस्ती करण्यासाठी भरपूर पाणी व सुगम सपाट जागा; इंधनपुरवठा होण्यासाठी जंगल किंवा बाहेरून कोळसा, तेल, लाकूडफाटा हे पदार्थ येत असल्यास योग्य वाहतुकीची सोय; लोकांचे जे व्यवसाय असतात त्या व्यवसायानुरूप संपन्न निसर्ग म्हणजे सुपीक जमीन, सकस कुरणे, दाट वनश्री, उथळ, भरपूर मासे असलेल्या खाड्या अगर सागर व खनिजे इत्यादींपैकी काही घटकांचे अस्तित्व. वरीलपैकी सर्वच घटक एकत्र आढळून येत नाहीत, परंतु कमीजास्त संख्येने ते निरनिराळ्या ठिकाणी आढळून येतात. अशा ठिकाणी लोकवस्ती होऊ शकते. यांपैकी काही भौगोलिक स्थानांचा विचार पुढे केलेला आहे.

(१) **मैदानी प्रदेशातील वस्ती :** मैदानी प्रदेशात सपाट जागा, सुपीक जमीन, मंद उतार या गोष्टी सर्वसाधारणपणे आढळून येतात. पूरमैदाने, हिमगाळाची मैदाने, वाऱ्याच्या स्थापनकार्यामुळे तयार झालेली मैदाने, सरोवरीय मैदाने, त्रिभुज प्रदेश, समतल मैदाने, उत्थापित मैदाने व सागरी मैदाने असे मैदानांचे विविध प्रकार असून तेथे सुपीक जमिनी, पुरेसा पाऊस व योग्य हंगामकाल असल्यास विविध प्रकारची पिके घेता येतात व दाट लोकवस्ती आढळून येते. शेतीस योग्य हवामान असलेल्या मैदानी प्रदेशांच्या अस्तित्वामुळे पृथ्वीवर झपाट्याने मानवीकरण होण्यास मदत झालेली आहे. वेई खोरे (चीन), गंगा खोरे, कावेरी खोरे (भारत), तैग्रीस–युफ्रेटीस खोरी (इराक), नाईल खोरे (इजिप्त) इत्यादी सर्व ठिकाणी

प्राचीन संस्कृतीची केंद्रस्थाने आढळून येतात. एवढेच नव्हे तर या सर्व ठिकाणी संस्कृती सातत्याने टिकून राहिलेली आहे. विविध प्रकारच्या शेतीस आवश्यक असलेली आदर्श नैसर्गिक परिस्थिती मैदानी प्रदेशात आढळून येते. त्यामुळे शेतीत गुंतलेल्या हजारो ग्रामीण वस्त्या मैदानी प्रदेशात आढळून येतात. शेतीसाठी अशा ग्रामीण वस्त्यांची आवश्यकता असते. मैदानी प्रदेशात विहिरी, तलाव, कालवे इत्यादींच्या साहाय्याने पाणीपुरवठा होऊ शकत असल्याने या मानवनिर्मित पाणी देणाऱ्या घटकांच्या परिसराभोवती असंख्य खेडी निर्माण झालेली दिसतात. मैदानी प्रदेशात वाहतुकीसाठी बैलगाडी, मोटार, रेल्वे, नदीमार्ग व विमानमार्गही उपलब्ध असल्याने खेडोपाडी होणारा माल दूरवर पाठविण्याची चांगली सोय असते. सपाट भूमीमुळे हालचाली सुगम होतात. कालवे काढणे व वाहतुकीच्या साधनांची वाढ करणे सोपे जाते. शेतीमुळे मानवाची भटकी अवस्था संपून तो स्थिर जीवन जगू लागला आणि ही क्रिया प्रथम मैदानी प्रदेशात झाली. मैदानी प्रदेशातील अनेक वस्त्या पूर्वापारपासून आढळून येतात.

(२) **पठारावरील वस्ती :** पठारांचे तीन प्रमुख प्रकार आहेत. लाव्हा रसाच्या उद्रेकामुळे तयार झालेली पठारे, पर्वतान्तर्गत पठारे व झिजेची पठारे. पठारांचे वर्णन जास्त उंचीवरील मैदाने असे करता येईल. पठारावर सपाट जागा भरपूर असून उंचवटेही असतात व नद्यांची खोरीही आढळून येतात. लाव्हा रसाच्या पठारावर असिताश्माची झीज होऊन तयार झालेली सुपीक व ओलावा धरणारी जमीन अनेक ठिकाणी व विशेषत: दख्खनच्या पठारावर आहे. परंतु पठारी प्रदेशात पर्जन्यमान कमी आढळते. बहुतेक पठारे वर्षाछायेच्या प्रदेशात वसली आहेत; त्यामुळे शेती पावसावर अवलंबून असल्यास पावसाचा जुगार ठरण्याचा संभव असतो. अर्थात पठारावर असलेल्या नद्यांना धरणे बांधून व पाझर तलाव काढून शेतीवर पावसाचा असलेला पगडा कमी करता येतो. महाराष्ट्रातील पठारी प्रदेशात लाव्हाच्या दोन थरांमधील खडक पाणी धरून ठेवणारा आहे. या किंवा सोपानाश्मात पाण्याचे साठे असण्याचा दाट संभव असतो. जेथे सोपानाश्म जाड असून त्यात भरपूर पाणी असते, अशा ठिकाणी वस्ती आढळून येते. पठारावरील वस्त्या घनीकृत (Compact) असतात; परंतु मैदानी प्रदेशामुळे त्या जवळ जवळ नसतात. बऱ्याच पठारी प्रदेशांवर खनिजे आढळून येतात. भारतातील छोट्या नागपूरचे पठार, ब्रह्मदेशातील शानचे पठार, दक्षिण आफ्रिकेतील पठार, ब्राझीलचे पठार व कॅनडातील कॅनेडियन ढालक्षेत्राचा पूर्व भाग या सर्व ठिकाणी मोठ्या प्रमाणात खनिजे सापडतात. त्यामुळे तेथे खाणींच्या

भोवताली वस्ती निर्माण झालेली आहे. तिबेटचे, इराणचे पठार, अफगाणिस्तानचे पठार, लडाखचे पठार इत्यादी पठारी प्रदेशांत पाऊस तुरळक पडतो; त्यामुळे तेथील गवतावर पशुपालनाचा व्यवसाय चालतो. अशा ठिकाणी अस्थायी वस्त्याही आढळतात. बोलिव्हिया व तिबेटची पठारे सागरपातळीपासून खूप उंचावर आढळून येतात. आजूबाजूच्या भागाशी त्यांचा संपर्क फार मोठ्या प्रमाणात आलेला नाही अशा ठिकाणी लोकवस्ती विरळ आहे. बोलिव्हिया हा डोंगराळ देश आहे. अँडिज पर्वताचा बोलिव्हियातील भाग वस्तीस निरुपयोगी आहे; त्यामुळे बहुतेक वस्ती अल्टीप्लॅनोवर (Altiplano) आढळून येते; परंतु तेथेही निसर्ग फारसा अनुकूल नसल्याने वस्त्या विखुरलेल्या आहेत. मध्य आशियातील टिएनशान, अल्ताई, कुनुलून इत्यादी पर्वतांच्या पायथ्याशी अनेक पठारे आहेत. पठारे आणि डोंगरांचा पायथा यांच्या सीमेवर अनेक जलोढ त्रिभुज किंवा पूर-पंखे आहेत. तेथील गवतावर मध्य आशियातील अनेक जमाती पशुपालनाचा व्यवसाय करतात. जेथे थोडीफार शेती होते व जी ठिकाणे पूर्वीच्या 'सिल्क व जेड रोड' यांसारख्या खुष्कीच्या मार्गावर आहेत, तेथेही ग्रामीण वस्त्या आहेत.

(३) पर्वतमय प्रदेशातील वस्ती : मोठ्या प्रमाणात मानवी वस्तीस पर्वतमय प्रदेश हे निरूपयोगी समजले जातात. पर्वतमय प्रदेशातील ३० अंशांपेक्षा जास्त उतार, विरळ व सतत धुपणाऱ्या जमिनी, भरपूर पाऊस, हिमवृष्टी व मध्यकटिबंधातील पर्वतीय भागात आढळणारे दहिवर यामुळे शेती हा मानवाचा महत्त्वपूर्ण व्यवसाय फारच थोड्या ठिकाणी आढळतो. फारच थोड्या ठिकाणी डोंगरशेती करतात; परंतु तेथे वस्ती विरळ असते. पर्वतमय प्रदेशात जी खोरी असतात त्याच ठिकाणी वस्ती असते. खडबडीत जमीन व असंख्य जलप्रवाह यामुळे वाहतूक दुरापास्त; परिणामी वस्त्यांना संपर्क साधणे कठीण जाते. जावा बेटातील (इंडोनेशिया) सिकतधर्मी ज्वालामुखींच्या उद्रेकामुळे डोंगराळ प्रदेशातही सुपीक जमिनी आहेत. त्यामुळे तेथे शेतीची विविधता असून दाट लोकवस्ती आहे. त्यामुळे जावातील पर्वतांना मानवी वारुळे (Human Anthills) असे म्हणतात. पर्वतमय प्रदेशात जेथे जलविद्युत प्रकल्प आहेत, जेथे पर्यटनाचा विकास झालेला आहे व जेथे खनिजे आहेत अशाच ठिकाणी नागरी वस्त्या आहेत व त्यांच्या भोवताली ग्रामीण वस्त्या आढळून येतात. आसाम, हिमाचल प्रदेश, निलगिरी पर्वत या ठिकाणी चहाचे मळे आहेत. अशा मळ्यांच्या परिसरात वस्त्या आढळतात. उरल, ॲपेलेशियन व रॉकी इत्यादी पर्वतांच्या परिसरात असलेल्या

खाणींच्या भोवतालीही वस्त्या आहेत.

(४) **समुद्राकाठची वस्ती :** किनाऱ्यावर जमीन व पाणी यांवरील पर्यावरण एकमेकांजवळ असते; त्यामुळे किनाऱ्यावरील वस्त्यांना सागरी व जमिनीवरील पर्यावरणाचा लाभ होतो. जमिनीवरील तांदूळ, नारळ, अननस यांसारखे पदार्थ व समुद्रातील मासे, कालवे यांसारखे पदार्थ यांचा लाभ होतो. किनारपट्टीवर मुंबई, न्यूयॉर्क, कोलकाता, व्हँकुव्हर यांसारखी बंदरे आढळतात. जमिनीवरील व सागरावरील पदार्थांची देवाण-घेवाण करणे यामुळे शक्य होते. परदेशी पदार्थही आणता येतात. या बंदरांच्या अगदी निकटवर्ती भागात त्यांना लागणाऱ्या वस्तूंचा पुरवठा करणारी व मासेमारी करणारी खेडी उदयास येतात. जपानमधील अंतर्गत समुद्र (Inland Sea) ही जपानची मर्मभूमी समजली जाते. या भागात गहू, तांदूळ, रेशीम, मासे इत्यादी पदार्थ पूर्वीपासून होत असून गेल्या पाऊणशे वर्षांपासून अनेक प्रकारचा औद्योगिक माल तेथे होऊ लागलेला असल्याने अंतर्गत समुद्रालगत टोकियो, याकोहामा, ओसाका इत्यादी जी महानगरे आहेत, त्यांना विविध जीवनावश्यक वस्तू व कच्चा माल यांचा पुरवठा करणाऱ्या ग्रामीण वस्त्या तयार झालेल्या आहेत. मुंबईजवळ घोलवड, केळवे, माहीम; तर चेन्नईजवळ तांबरम, अड्यार, चेंगलपेठ इत्यादी वस्त्या वरील प्रकारात मोडतात. यांपैकी काहींचे रूपांतर अर्धनागरी वस्त्यांत झालेले आहे. जपानमध्ये मासेमारी हा प्रमुख व्यवसाय आहे. उत्तर होनशू होक्काइडो बेटांत हंगामकाल दहिवरामुळे अगदी मर्यादित असतो. तेथे फक्त उन्हाळ्यात पिके घेता येतात. एरव्ही जेव्हा समुद्र गोठलेला नसतो तेव्हा मासेमारी किंवा सागरशेती लोक करतात. यामुळे पूरक अन्न उपलब्ध होते. उत्तर जपानमध्ये अशा प्रकारचा दुहेरी व्यवसाय करणारी म्हणजे शेती व मासेमारी करणारी अनेक खेडी आहेत. त्यांना (Agricultural Fishing Villages) असे म्हणतात. याच भागात कुशिरो, मुरोरान, रुमॉय, हकोडेट, सॅपोरो यांसारखी मोठी शहरे असून त्यांना लागणारा शेतमाल व सागरमाल त्यांच्या भोवताली असलेल्या वरील प्रकारच्या ग्रामीण वस्त्या पुरवतात.

(५) **जंगलातील वस्ती :** आयनिक प्रदेशातील व सूचीपर्णी जंगलात अनेक प्रकारचे पदार्थ मिळतात. जंगलांतून लाकूडफाटा, डिंक, मध, राळ, वनौषधी, साग, शिसव, चंदन, बांबू यांसारखी उपयुक्त लाकडे व कागद आणि कृत्रिम तंतूसाठी नरम लाकडे मिळतात. अनेक जंगलांत अभयारण्ये (Game Sanctuaries) असतात. (उदा : ताडोबा, काझीरंगा, पेरियार). जंगलातही

मानवाची वर्दळ वाढल्याने आता तिथे वस्त्या निर्माण झालेल्या आहेत; परंतु त्यांचे कार्य वेगळे असते. कॅनडामध्ये खूप दूरवरून लाकूडतोडे (Lumberjacks) हिवाळ्यात लाकूडकटाईसाठी जातात. त्यांच्याही अस्थायी वस्त्या आढळतात. नॉर्वे, सैबेरिया, ब्रह्मदेश इत्यादी देश जलसंपत्तीसाठी प्रसिद्ध आहेत. ब्रह्मदेशातील आराकान व पेगुयोमान सागाची काही जंगले आहेत. या ठिकाणी लाकूडतोड चालणाऱ्या विभागात खेडी आहेत. खेड्यांतील काही लोक डोंगरशेती करून जंगलातील वस्त्यांना खाद्यपिके व भाजीपाला पुरवतात. बहुतेक जंगलांच्या सीमेवर व विरळ जंगलांत लोकवस्त्या आढळून येतात. शिवालिकमधील जंगलातही वन्य पदार्थ गोळा करून व थोडीफार फळबागांची शेती करून उपजीविका करणारी खेडी आहेत. सावंतवाडी तालुक्यात दापोली, आंबोली सारखी गावे, कर्नाटकमधील दांडेलीसारख्या व महाराष्ट्रामधील चंद्रपूरसारख्या जंगलातील ग्रामीण वस्त्या पुढील प्रकारात मोडतात.

खेडेगावांचा विस्तार व आकार (Size and Shape of Villages) :

कृषी व्यवसाय हा सर्व ग्रामीण वस्त्यांचा अत्यंत महत्त्वपूर्ण आधार समजला जातो. खाणकाम, वनव्यवसाय हे त्यामानाने गौण आधार समजले जातात. त्यामुळे साहजिकपणे कृषीव्यवसायाच्या अवस्थेचे, दर्जाचे प्रतिबिंब खेडेगावांच्या विस्तारात उमटलेले असतात. खेडेगावाने व्यापलेला जमिनीचा भाग म्हणजे त्याचा विस्तार. त्याचप्रमाणे खेड्यांच्या विस्तारावरून त्यांच्या परिसरातील नैसर्गिक, सामाजिक व आर्थिक पर्यावरणांची कल्पना येते. आणखी एक महत्त्वाची गोष्ट अशी की, खेडेगावांचा विस्तार हा काळमानानुसार बदलत असतो. खेडेगावांचा विस्तार लोकसंख्या व क्षेत्रफळ या दोन्हींच्या संदर्भात वाढतो किंवा कमी होतो. काही खेडी शेकडो वर्षे निर्माण झाली त्याच अवस्थेत राहतात. त्यांच्या विस्तारात फारशी वाढ वा घट होत नाही. याचे उत्तर त्या खेडेगावांच्या आजूबाजूस असलेल्या परिसरात सापडेल. खेडेगावांच्या आजूबाजूचा परिसर जर साधनसामग्रीच्या दृष्टीने संपन्न नसेल तर खेडेगावांची वाढ फारशी होऊ शकत नाही, किंवा संपन्न परिसर असूनही जर तेथे राहणाऱ्या मानवी समाजाची सांस्कृतिक प्रगती मर्यादित असेल व परिसरांचा विकास घडविण्यासाठी लागणारी आयुधे व तंत्र त्यांच्याजवळ नसेल तरीही खेडेगावांच्या विस्तारात वाढ होत नाही. अंतराळयुगात जग जवळ आले आहे. नागरी संस्कृतीचे लोण खूप दूरवर खेडोपाडी पोहोचले आहे परंतु एखादे खेडेगाव जर वाहतूक किंवा वर्दळीपासून दूर असेल, एकाकी असेल तर त्यांचा विकास होऊ शकत नाही ; कारण

प्रगत भागातील विकासाचे तंत्र व मंत्र तेथे येऊन पोहोचू शकत नाहीत. खाणकामामुळे काही खेडी उदयाला येतात; परंतु या भागातील खनिजे संपल्यानंतर तेथील लोक दुसरीकडे जातात. अमेरिकेत अशा ओसाड वाड्यांना Ghost Villages असे म्हणतात. भारतात बिहारमध्ये अशी ओसाड गावे तयार होण्यास सुरुवात झालेली आहे. जगात अनेक ठिकाणी विशेषत: मुंबई, व्हँकुव्हर, न्यूयॉर्क, न्यूऑर्लिन्स यांसारख्या मोठ्या बंदरांचा विकास झाल्यानंतर त्यांच्या आजूबाजूस असणारी व मासेमारीवर उपजीविका करणारी खेडी लयास गेलेली आहेत; कारण वर निर्देश केलेल्या मोठ्या बंदरांच्यामुळे निर्माण झालेला आर्थिक दबाव त्यांना पेलू शकला नाही. मोठ्या बंदरांमध्ये मोठ्या प्रमाणात मासेमारी सुरू झाल्याने खेडेगावातील कोळी तिकडे किंवा दुसरीकडे गेल्याने मासेमारी करणाऱ्या ग्रामीण वस्त्यांचा ऱ्हास झाला. जगातील जवळजवळ सर्व देशांत अनेक खेडेगावे शतकानुशतके तशीच राहतात. त्यांच्या इमारतीत, घरात काहीही फरक पडत नाही. परंतु अशी खेडी महत्त्वाच्या शहरांपासून दूर असतात. मोठ्या शहरांजवळ असणाऱ्या खेड्यांचे मात्र अर्धनागरीकरण होते, किंवा ती मोठ्या शहरांची उपनगरे म्हणून त्यांच्यात सामावली जातात. लगतच्या मोठ्या शहरातील लोक तेथे राहण्यासाठी येतात. त्यामुळे त्यांचे रूपांतर निवासी नगरांत (Dormitory Town) होते. मुंबईजवळ साहार, वरळी, दहीसर, डोंबिवली ही सर्व निवासी नगरे आहेत. खेडेगावांच्या विस्तारावर सांस्कृतिक व प्राकृतिक अशा दोन्ही प्रकारचे घटक परिणाम घडवून आणतात. प्रथम आपण प्राकृतिक घटकांचा विचार करू.

प्राकृतिक घटक :

जमिनीची सुपिकता, जमिनीचा उतार, सूर्यप्रकाश, पाणीपुरवठा इत्यादी प्रमुख घटकांचा समावेश प्राकृतिक घटकांत होतो. यांचा संबंध शेतमालाचे उत्पादन, जीवनासाठी आवश्यक असलेले सुसह्य हवामान, वस्तीसाठी आवश्यक असलेली सपाट जागा यांच्याशी आढळून येतो.

सुपीक जमीन, पुरेसा पाऊस व भरपूर हंगामकाल या गोष्टी जेथे आढळून येतात, तेथे प्रागतिक अवस्थेपर्यंत गेलेली शेती आढळते, अशा ठिकाणी लोकवस्ती ही दाट असून खेडी जवळजवळ व विस्ताराने मोठी असतात. भारतात उत्तर प्रदेश, कावेरी खोरे, चीनच्या यांगत्से व व्हँग खोऱ्यात, उत्तर फ्रान्सच्या लिमोन भागात, पूर्व मध्य जावात तेगलजवळ मोठा विस्तार असलेली खेडी आहेत. अशा खेड्यांत मोठी घरे, दुकाने, टपालकचेऱ्या, सार्वजनिक उपयोगाच्या इमारती, बस स्थानके व मंदिरे, चर्च, मशिदी आढळतात. भारत-चीन यांसारख्या देशांत भरपूर मनुष्यबळ वापरून शेती

केली जात असल्याने खेडेगावांचा विस्तार अनेक ठिकाणी मोठा आढळतो.

जमिनीचा उतार जास्त असल्यास वस्तीसाठी, शेतीसाठी जागा कमी उपलब्ध असते. त्यामुळे डोंगराळ प्रदेशातील खेडेगावांचा विस्तार मैदानी प्रदेशातील खेडेगावांत कमी आढळतो व अशा खेड्यांच्या विकासावर आपोआपच बंधने येतात. त्यामुळे विशिष्ट मर्यादेपलीकडे त्यांचा विस्तार होऊ शकत नाही.

जेथे खडबडीत निमओसाड प्रदेश असतो, तेथे वस्त्या कमी असून लहान असतात. शेतीला पुरेशी जागा खडबडीत प्रदेशात नसते, घड्या असलेल्या प्रदेशात घळपाडी होऊन तेथे शेतीचे नुकसान होते व दर हेक्टरी उत्पादनही कमी असते. चंबळ नदीच्या दुर्भूमीत (Bad lands) बिहडांच्या प्रदेशातील वस्त्या अगदी लहान आढळतात.

प्रत्येक वस्तीच्या आजूबाजूस जो निसर्ग असतो, जी साधने त्या परिसरात असतात, त्यांचे उपयोजन तेथील लोक कसे करतात यावरही वस्तीचा विस्तार अवलंबून असतो. कालानुसार खेडेगावातील लोकांना नवीन तंत्र अवगत होते; त्यामुळे ते परिसराचा विकास करतात. त्याचबरोबर लोकसंख्याही वाढून वस्तीचा आकारही वाढल्याची उदाहरणे आहेत. सुदानमध्ये राहणाऱ्या वन्य व गवताळ प्रदेशातील जमाती कॅसाव्हाचे कंद (साबुदाणा) यांची पिके घेतात; अन्नपदार्थ, कंदमुळे गोळा करतात, त्यामुळे त्यांच्या अनेक ग्रामवसाहती व खेडी आढळून येतात. परंतु ऑस्ट्रेलियातील बिंदिवू जमातीचे लोक अजूनही अश्मयुगीन अवस्थेतच आहेत. पशुपालनाचाही व्यवसाय त्यांनी गोऱ्यांशी संपर्क येईपर्यंत सुरू केलेला नव्हता.

साधारणपणे खेडेगावांचे किंवा ग्रामीण वसाहतींच्या विस्ताराचे तीन प्रकारांत वर्गीकरण करता येईल : (१) एकाकी घरे (Isolated Dwellings), (२) गृहसमूह (Hamlets), (३) खेडी (Villages).

(१) एकाकी घरे : गावापासून, शहरांपासून दूरवर शेतात एकाकी घरे आढळून येतात. याची थोडीशी माहिती मागे आलेलीच आहे. अमेरिका, कॅनडा व ऑस्ट्रेलियात अशी एकाकी घरे आढळून येतात. या सर्व ठिकाणी अमाप जमीन, शेतीचे यांत्रिकीकरण, विकासाला भरपूर पैसा व वाव आणि सुलभ वाहतूक यांमुळे घरे एकाकी असूनही व मोठ्या शहरांपासून दूर असूनही तेथे शहरातील सर्व सुविधा मिळू शकतात.

(२) गृहसमूह : विरळ लोकवस्तीच्या प्रदेशात गृहसमूह आढळतात. यात दोन शेतकऱ्यांची कुटुंबे व शेतावर काम करणारी मजूर मंडळी शेतावर झोपड्या-घरे बांधून राहतात. यांना आपल्याकडे पाडा, वाडा अशी नावे आहेत.

(३) खेडेगाव : खेडेगावात प्रामुख्याने शेतीसाठी संघटित झालेला समाज राहतो. आजूबाजूच्या जमिनीशी त्याचे अतूट नाते असते. दुष्काळ, पूर, रोगराई, शहरी आकर्षण, गरिबी इत्यादी कारणांमुळे अनेक खेडेगावांतील लोक स्थलांतर करतात; त्यामुळे खेडेगावांच्या विस्तारात घट झालेली दिसून येते. शहराजवळ असलेल्या खेड्यात शेतीव्यतिरिक्त इतर व्यवसाय करणाऱ्या मजुरांची संख्या आढळते.

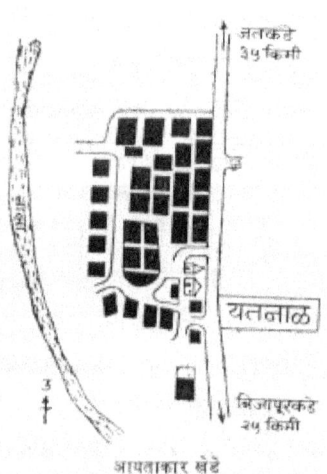

आयताकार खेडे

खाड्या, दलदली, टेकड्या, बेटे इत्यादी प्राकृतिक प्रकारांचाही खेडेगावाच्या विस्तारावर परिणाम होतो. खेडेगावांच्या विस्तारास वरील घटकांच्या अस्तित्वामुळे नैसर्गिकरीत्याच पायबंद बसतो.

खेडेगावांचा आकार (Shape of Villages) : प्रत्येक वस्तीस स्वत:चा वैशिष्ट्यपूर्ण आकार असतो. आकार भौगोलिक, सांस्कृतिक, ऐतिहासिक आणि आर्थिक घटकांवर अवलंबून असतो. हे घटक पुढे दिलेले आहेत.

(१) भौगोलिक घटक : नद्या, खाड्या, स्वाभाविक रचना यांच्या संदर्भातील स्थान.

(२) सांस्कृतिक : ऐतिहासिक घटक – रस्ते, संरक्षण या दृष्टीने झालेली रचना.

(३) आर्थिक घटक : पूर्वापारपासून चालत आलेल्या कृषिपद्धती भूमीचा उपयोग.

खेडेगावांचे पुढील प्रमुख आकार आढळून येतात.

(अ) लंबाकार वस्ती : लंबाकार वस्त्या साधारणपणे रेल्वे मार्ग, रस्ते यांच्या दोन्ही बाजूंस आढळून येतात. अशी खेडेगावे प्रामुख्याने इंग्लंडमध्ये आढळून येतात.

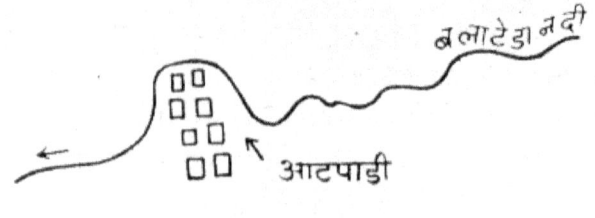

अर्ध गोलाकार खेडे

उदा. यॉर्कशायर परगण्यातील कॉक्स वॉल्ड, लाँग प्रेस्टन व हॅटफिल्ड, नॉर्मंडी फ्रान्सच्या विभागात; मुंबई – गोवा रस्त्यावरील ओसरगाव व गोव्यात पणजी-म्हापसा-मडगाव यांना जोडणाऱ्या रस्त्यावर अशी गावे आहेत. मुंबई-पुणे रस्त्यावरील वडगाव व नेताजी पालकरांचे चौक गाव वरील प्रकारांत मोडते.

(ब) गोलाकार वस्ती : एखाद्या तलावाभोवती अगर टेकडीभोवती अशा प्रकारची वस्ती आढळून येते. सावंतवाडी हे गाव तेथील मोती तलावाभोवताली वसलेले आहे. नंतर त्याचे रूपांतर लहान नगरात झाले. मोती तलाव बांधल्याने तेथे वर्षातून १० महिने पाणी असते. पिण्याव्यतिरिक्त त्याचा उपयोग करता येतो, परंतु मोती तलावामुळे तलावाच्या आजूबाजूस असलेल्या विहिरीचे पाणी वाढलेले आहेत.

(क) 'T' किंवा 'Y' आकार : औद्योगिकीकरण झालेल्या देशातील खेड्यातही अनेक सुविधा उपलब्ध होऊ शकतात. या सुविधा मध्यवर्ती सेवा विभागात उपलब्ध होऊ शकतात. अशा खेड्यांचे आकार 'T' किंवा 'Y' सारखे असतात.

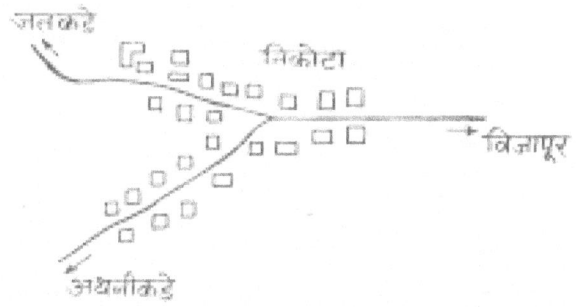

Y ' आकाराचे खेडे

'T' च्या माथ्यावर मध्यभागी किंवा 'Y' च्या दोन बाजू जेथे एकत्र येतात तेथे त्या खेड्यांपुरती किंवा आजूबाजूच्या खेड्यांपुरती मध्यवर्ती बाजारपेठ असते.

(ड) क्रुसाकार फुलीसारखी खेडी : जेथे दोन रस्ते, रेल्वेमार्ग एकमेकांना छेदतात, अशा ठिकाणी देखील ग्रामीण वस्ती निर्माण होण्याची शक्यता असते. मुंबई-मद्रास लोहमार्गावरील कुर्डुवाडी या ठिकाणी बार्शी लाईट रेल्वेचा मिरज-लातूर मार्ग मुंबई-मद्रास लोहमार्गास ओलांडतो, तेथे फुलीसारखे गाव निर्माण झालेले आहे. गावातले लोक शेती करून रेल्वे वसाहतीमधील लोकांना आवश्यक वस्तूंचा पुरवठा करतात. आळेफाटा हे खेडेही क्रुसाकार आहे.

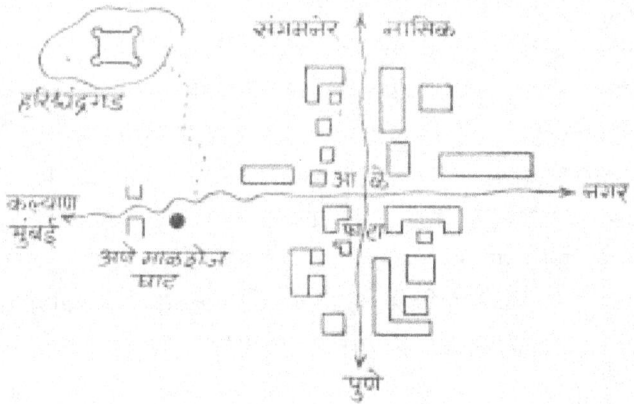

(ई) जुळी खेडी : पुलाच्या अगर एखाद्या लहान नदीच्या किंवा खाडीच्या दोन्ही बाजूस ग्रामीण वसाहती तयार होतात. अमरावती नदीच्या दोन्ही बाजूस दोंडाईचे

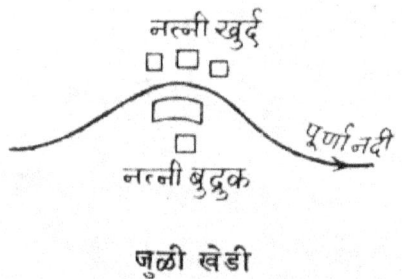

जुळी खेडी

व वरवाडे ही दोन गावे आहेत. गोव्यात जुआरी खाडीच्या दोन्ही बाजूस आगाशी व कुठाळी ही गावे आहेत.

❏

१०. राजकीय भूगोल

राजकीय भूगोल ही मानवी भूगोलाची जास्तीत जास्त मानवीकरण झालेली शाखा आहे. कारण अंतर्गत व आंतरराष्ट्रीय राजकारणातले सर्व निर्णय मानव घेतो व ते भौगोलिक व सांस्कृतिक परिस्थितीवर आधारित असतात. शिवाय राजकीय भूगोल हा विस्तृत व बहुविध पैलू असलेला गतिमान विषय आहे. मानवाच्या विविध प्रकारच्या राजनीतींचा व राज्यपद्धतींचा स्थळ व क्षेत्र या संदर्भातील आविष्कार राजकीय भूगोलात अभ्यासला जातो. जगाच्या पाठीवर वेगवेगळ्या ठिकाणी राज्य करण्याच्या विविध पद्धती आढळतात. प्रत्येक देशाची राजनीती वेगवेगळी आढळते. या विविध राजनीतीवर भौगोलिक परिस्थितीचे काय परिणाम झालेले आहेत, हे राजकीय भूगोलात अभ्यासले जाते. भारत, जपान, चीन, इराण, इंग्लंड या देशांत राज्यशकट हाकण्याच्या विविध पद्धती असून त्या देशांत सर्वोच्च राजकीय संघटना असतात. उदा. भारतात संसद, संयुक्त संस्थानात सीनेट, जपानमध्ये डाएट, इराणमध्ये मजलीस. या सर्व राज्यसंस्थांचे सार्वभौमत्व त्यांची सत्ता ही विशिष्ट भूप्रदेशावर आढळून येते. म्हणजेच सर्वोच्च राजकीय संस्था विशिष्ट भूप्रदेशापुरत्या मर्यादित असतात. त्या प्रदेशाबाहेर त्यांचे सार्वभौमत्व संपते म्हणजेच राज्यसंस्थांना क्षेत्रीय घटक असतो. प्रत्येक राज्यसंस्थेच्या अस्तित्वासाठी तिने भूप्रदेशावरील विशिष्ट क्षेत्र व्यापणे आवश्यक असते. असा भूप्रदेश नसल्यास राज्याचे अस्तित्व फक्त कल्पनेतच उरते. भूप्रदेशावरील क्षेत्रीय भिन्नता असल्याने म्हणजे भूप्रदेशाचा एक भाग दुसऱ्या भागासारखा हुबेहूब नसल्याने व प्रत्येक प्रदेशाची वैशिष्ट्ये वेगवेगळी असल्याने त्या वैशिष्ट्यांचे परिणाम त्या त्या राजसत्तांवर, राजकीय सत्ताधीशांवर, शासनपद्धतीवर, राजकीय पक्ष व त्यांच्या धोरणांवर होतात. त्यांचा अभ्यास राजकीय भूगोलात केलेला असतो.

राजकीय भूगोल म्हणजे भौगोलिक घटक व राजकारण यांच्या परस्परसंबंधांचा अभ्यास. राजकीय भूगोलाच्या अभ्यासात राज्यसंस्थेस (State) अनन्यसाधारण महत्त्व असते. देशोदेशीच्या राज्यसंस्थांचे स्वरूप वेगवेगळे असते, त्यांच्या त्यांच्या अंतर्गत शासकीय व आंतरराष्ट्रीय समस्यांचा भौगोलिक दृष्टिकोनातून अभ्यास राजकीय भूगोलात केलेला असतो.

अनेक भूगोलतज्ज्ञांनी राजकीय भूगोलाची व्याख्या करण्याचा प्रयत्न केलेला आहे. प्राध्यापक पौंडस यांनी राज्यसंस्थेस राजकीय भूगोलाच्या अभ्यासात प्राधान्य देऊन पुढील व्याख्या केलेली आढळते.

"राजकीयदृष्ट्या संघटित झालेले प्रदेश, त्यांची साधनसामग्री, विस्तार व त्यांच्या विशिष्ट भौगोलिक स्वरूपाची कारणमीमांसा यांचा अभ्यास," म्हणजे राजकीय भूगोल.

(रेनर यांच्या मते, " मानव, स्थळ व नैसर्गिक साधने यांच्यातील कूटनीतीचा राजकीय आविष्कार" म्हणजे राजकीय भूगोल.)

(The political phase of the Strategy of man, Space and resources)

ब्रिटिश भूगोलतज्ज्ञ मूडाय यांच्या मते, "समाज व पर्यावरण यांच्या परस्पर संबंधांचे विश्लेषण म्हणजे राजकीय भूगोल."

कोहेन यांच्या मते "आंतरराष्ट्रीय समस्यांचा स्थळाच्या दृष्टिकोनातून केलेला अभ्यास" म्हणजे राजकीय भूगोल.

व्हॉल्कनबर्ग यांच्या मते "राष्ट्राराष्ट्रांतील डाव व प्रतिडाव यांवर भौगोलिक परिस्थितीच्या होणाऱ्या परिणामांचा अभ्यास म्हणजे राजकीय भूगोल."

हार्टशॉर्न यांच्या मते, " विविध प्रदेशांतील राजकीय वैशिष्ट्यांत साधर्म्य व भिन्नता असते. त्यांचा संपर्क संपूर्ण पर्यावरणातील क्षेत्रीय भिन्नता व साधर्म्य या गोष्टींशी असतो. या परस्पर संपर्काचा अभ्यास म्हणजे राजकीय भूगोल."

कार्लसन असे म्हणतात की, "भूपृष्ठावर विविध प्रकारचे स्थलप्रदेश असतात. त्यांच्यातील परस्पर संपर्काचे ज्ञान राजकीय भूगोलाच्या अभ्यासामुळे होते. स्थळांचा घनिष्ठ संबंध प्रचलित राजकीय घटनांशी असल्याने राजकीय भूगोलाच्या अभ्यासामुळे आंतरराष्ट्रीय प्रश्नांची उकल होण्यास, वेगवेगळ्या राजकीय विभागांतील तणाव कमी होण्यास, त्यांच्यात सयुक्तिक बदल होऊन सामंजस्य वाढण्यास मदत होते."

वरील सर्व व्याख्यांवरून असे आढळून येते की,

(१) राज्यसंस्था ही राजकीय भूगोलातील अभ्यासाचा केंद्रबिंदू आहे.

(२) राज्यसंस्था मानवसमूहांनी बनविलेल्या असून भिन्न भिन्न मानवसमूह विविध राज्यसंस्थांत राहत असतात.

(३) पृथ्वीवरील राज्यसंस्थात विभिन्न पर्यावरण आढळते.

(४) त्यातील मानवसमूह वेगवेगळ्या प्रकारे राजकीयदृष्ट्या संघटित झालेले असतात. या सर्व गोष्टींचा भौगोलिक दृष्टिकोनातून अभ्यास राजकीय भूगोलात केला जातो.

उदाहरणादाखल असे म्हणता येईल की, अफाट विस्ताराच्या रशियात साम्यवादी राजवट तर चिमुकल्या ब्रिटनमध्ये घटनात्मक राजेशाही अशी वेगवेगळी राजकीय परिस्थिती सर्वत्र आढळते. अशा विविध राजकीय बैठकींची भौगोलिक पार्श्वभूमी राजकीय भूगोलात अभ्यासली जाते. नव्याने स्वतंत्र झालेल्या देशात नैसर्गिक संपत्तीचा योग्य प्रकारे विनियोग (आर्थिक उन्नतीसाठी) करण्याची कुवत, त्यासाठी लागणारा पैसा, तंत्रविज्ञान व संघटन या गोष्टी नसतात, राहणीमान निकृष्ट दर्जाचे असते. त्यामुळे साम्यवादाच्या प्रसारास तेथे भरपूर वाव असतो. तर साम्यवादाचा प्रसार होऊ नये म्हणून अमेरिका कटिबद्ध आहे. म्हणजेच नवोदित राज्यसंस्थांत त्यांच्या जन्मापासून बड्यांची स्पर्धा सुरू होते. भारत स्वतंत्र झाल्यानंतर भारतावर आपला प्रभाव राहावा म्हणून रशिया व संयुक्त संस्थाने हे दोन्ही देश धडपडत होते व अजूनही त्यांची धडपड चालू आहे. राजकीय भूगोलात या सर्व गोष्टी अभ्यासल्या जातात. पौंडस यांच्या मते राजकीय भूगोलात पुढील गोष्टींचा अभ्यास केला जातो.

(१) राज्यसंस्था व राष्ट्र यांच्या सीमा एकत्र आहेत का नाहीत.

(२) राज्यसंस्थेतील नैसर्गिक संपत्ती, आकार व आकृती यांचा राज्यसंस्थेच्या सुरक्षेवर, राजकीय डावपेचांवर होणारा परिणाम.

(३) राज्यसंस्थेतील लोकसंख्या, तिची कार्यक्षमता, रचना व गुण-दोष यांचा राज्यसंस्थेवर होणारा परिणाम.

(४) राज्यसंस्थेतील सामाजिक घटकांचे एकमेकांशी असलेले संबंध, त्यावर झालेला भौगोलिक परिस्थितीचा परिणाम.

राजकीय भूगोलाबद्दल गॉटमन यांचे विचार लक्षात घेणे जरुरी आहे. पृथ्वी ही बिलियर्डच्या चेंडूसारखी गुळगुळीत असती तर भूगोलशास्त्र अस्तित्वातच आले नसते व पृथ्वीवर असलेल्या वेगवेगळ्या विभागांचे आंतरराष्ट्रीय संबंधही सुकर झाले असते. परंतु भूमीची ठेवण ही विविध प्रकारची आहे. त्यामुळे जगात अनेक आर्थिक व सांस्कृतिक भेद आहेत. त्यायोगे अस्तित्वात आलेले राजकीय विभाग हाच तर आंतरराष्ट्रीय संबंधाच्या शास्त्राचा अस्तित्व हेतू आहे.

याच संदर्भात भारतातील राजकीय भूगोलशास्त्र पंडितांना आवाहन करणारे विचार, त्यांना कार्यप्रवृत्त करणारे विचार (कै.) मेजर जनरल य. श्री. परांजपे यांनी आपल्या व्याख्यानात अनेकदा मांडलेले होते, ते पुढे दिले आहेत.

'पृथ्वी ही शेषाच्या डोक्यावर ठेवलेला चपट्या आकाराचा एक भर आहे या कल्पनेच्या काळापासून, अंतराळ प्रवासाच्या युगापर्यंत खूपच फरक आढळतो. त्याचबरोबर भूगोलशास्त्राच्या अभ्यासक्षेत्रातही फरक झालेला आहे. आधुनिक

काळातील भूगोलाचे ज्ञान म्हणजे अनेकविध देशांच्या भूस्वरूपाची, वातावरणाची, जलस्थलांची, पिकांची किंवा खनिजांची केवळ आकडेवारी माहीत असणे असा नसून त्या अनेकविध भौगोलिक घटकांचा त्यांच्या कमी-अधिक प्रमाणात असलेल्या उपस्थितीचा त्या त्या राष्ट्राच्या कार्यक्षमतेवर, तेथील जनतेच्या स्वभावधर्मावर आणि त्या देशाच्या आपापसांतील सांस्कृतिक, राजकीय व आर्थिक संबंधांवर काय परिणाम होतात याची चिकित्सा करून त्यापासून धडे घेतले तरच त्याबद्दलच्या ज्ञानाचा योग्य उपयोग झाला असे म्हणता येईल. हाच राजकीय भूगोलाचा मुख्य हेतू मानला जातो.'

राजकीय भूगोलाचा संबंध परराष्ट्रीय व लष्करी धोरणाशी व डावपेचांशी येतो. त्यामुळे देशाच्या संरक्षणविषयक धोरणात राजकीय भूगोलाच्या अभ्यासाला महत्त्वाचे स्थान आहे. व्यापक दृष्टिकोनातून विचार केल्यानंतर हे लगेच समजते, कारण सर्व प्रकारच्या संघर्षाच्या वेळी आपल्या शत्रूची लढण्याची कुवत लक्षात घ्यावी लागते. ती पुढील घटकांवर अवलंबून असते :

(अ) भूप्रदेशाचा (शत्रूच्या) विस्तार, (ब) लोकसंख्या,
(क) नैसर्गिक साधने, (ड) त्याची वाहतूक संख्या,
(इ) त्याला मदत करणारे परकीय देश यांचा तौलनिक अभ्यास राजकीय भूगोलात करतात.

राजकीय भूगोलाच्या अभ्यासामुळे संघर्षाच्या संदर्भात केले जाणारे नियोजन जास्त तर्कशुद्ध होते. यासंबंधी रिचर्ड हार्टशॉर्न यांचे विचारही मनन करण्याजोगे आहेत.

'ऐतिहासिक भूगोलाचा अभ्यास करून देशादेशांतील बऱ्यावाईट संबंधांची कारणे शाबीत करणे आवश्यक आहे. त्यावरून त्यांच्या भावी संबंधांची व त्यांच्या तीव्रतेची कल्पना येते. राजकीय भूगोलतज्ज्ञांनी संबंधित भूक्षेत्राचे सूक्ष्म निरीक्षण केले पाहिजे. त्या क्षेत्राच्या राजकीय समस्यांशी संबंधित अशा सर्व भूगोलशास्त्रीय कसोट्या लावून त्या क्षेत्राच्या अनेक विभागांतील समानता व भेद जाणून घेतले पाहिजेत. प्रत्येक कसोटी लावताना त्यांचे तुलनात्मक परीक्षण करून त्यांच्यातील सलोख्याची किंवा संघर्षाची कारणे शोधून काढणे व त्यावर संशोधन होणे आवश्यक आहे. त्यामुळेच आंतरराष्ट्रीय समस्यांची उकल होत जाते व सामंजस्य वाढण्यास मदत होते.

आज जगात सुमारे २०० पेक्षा जास्त राज्यसंस्था (सार्वभौम) आहेत.

(१) राज्यसंस्था म्हणजे काय?

राजकीय नकाशावरील भौगोलिक लक्षण म्हणजे राज्यसंस्था. प्रख्यात ब्रिटिश राज्यशास्त्रज्ञ हॅराल्ड लास्की यांच्या मते राज्यसंस्था म्हणजे –

(१) मानवाचे आचरण नियमबद्ध करण्याचा मार्ग.

(२) आधुनिक समाजमंदिराचा कळस किंवा भूषणाग्र.

(३) विविध स्तरांवरील सरकार व प्रजा यांत विभागलेला प्रादेशिक समाज.

(४) राजनियमानुसारी किंवा न्यायशास्त्रसंमत व्यवस्था.

(५) समाज, प्रदेश व सरकार यांचे क्लिष्ट नाते असलेली व्यवस्था.

वरील पाच प्रकारे लास्की यांनी राज्यसंस्था म्हणजे काय ते स्पष्ट केलेले आहे.

भूगोलतज्ज्ञ मूडाय यांच्या मते फक्त एखादा प्रदेश व त्यात राहणारे लोक यांची मिळून राज्यसंस्था बनत नाही. एखाद्या भूप्रदेशातील पर्यावरण व त्यातील लोक यांचा जो परस्परसंबंध असतो, त्यामुळे राज्यसंस्थेसारख्या क्लिष्ट संघटनेच्या योजनांबाबत आणि युद्धसामर्थ्याबाबत योग्य अनुमानाने काढणारे शास्त्र.

राजकीय भूगोलाचा संबंध राज्यसंस्थेशी आहे. विशिष्ट कार्य करण्यासाठी ध्येयप्रेरित होऊन राज्यसंस्था कार्य करीत असते. एका विशिष्ट भूप्रदेशात राहणाऱ्या समाजाचे रक्षण करण्याचे व त्या समाजाची नीतिमूल्ये जोपासण्याचे कार्य राज्यसंस्थेने करावयाचे असते. इस्रायल व बांगलादेश हे वरील विधानांची सत्यता पटवतील. यहुदी संस्कृतीचे जतन हे इस्रायलच्या सरकारचे ध्येय आहे. बंगाली मुस्लिम संस्कृतीचे जतन करणे हे बांगलादेशाचे उद्दिष्ट आहे. देशांच्या राज्यसंस्थेच्या निर्मितीचाही अभ्यास राजकीय भूगोलात केला जातो.

एखाद्या विभागातील अनेक देश एकत्र येतात; संरक्षणासाठी, आर्थिक उन्नतीसाठी मर्यादित स्वरूपाच्या आर्थिक व सैनिकी संघटना स्थापू शकतात. NATO, CENTO, ANZUS व ASEAN ही वरील प्रकारच्या प्रादेशिक संघटनांची उदाहरणे आहेत.

म्हणजे राज्यसंस्थांची निर्मिती, त्यांच्या सीमा, इतर राज्यसंस्थांच्या संदर्भातील धोरणे यांमागे असलेल्या भौगोलिक घटकांचा अभ्यास राजकीय भूगोलात केला जातो. याशिवाय राज्यसंस्थांच्या वसाहती (उदा. अंदमान – भारत, हवाई – संयुक्त संस्थाने) व त्यांची भौगोलिक पार्श्वभूमी यांचाही अभ्यास राजकीय भूगोलात केला जातो.

तंत्रज्ञानात जे झपाट्याने बदल होत आहेत, त्यांचाही परिणाम जागतिक भू-राजनैतिक परिस्थिती व भविष्यचित्रावर (Senario) होत असल्याने राजकीय भूगोलाची गतिमानता वाढत आहे. राष्ट्रीय सुरक्षा, आण्विक रणनीती, अमली पदार्थांच्यावर आधारित दहशतवाद, लोकसंख्या नियंत्रण व पर्यावरण समतोल यांच्या तौलनिक अभ्यासातील भौगोलिक घटकांचे महत्त्व राजकीय भूगोलात अभ्यासले जाते. परंतु भारतात मात्र अनादिकालापासून कौटिल्याचा अपवाद वगळता त्याची उपेक्षा केली जाते.

रॅटझेल यांनी राजकीय भूगोलात निर्माण केलेल्या विचारधारा

फ्रेडरिक रॅटझेल (१८४४-१९०४) हे जर्मन प्रकांड पंडित राजकीय भूगोलाचे जनक समजले जातात. रॅटझेल यांच्यावर डार्विन यांच्या विचारसरणीचा खूपच प्रभाव दिसून येतो. रॅटझेल हे प्राणिशास्त्रातील पदवीधर होते व डार्विन यांचे नियम वापरून त्यांनी भूराजनीती व राजकीय भूगोलांच्या विचारधारांत क्रांतिकारी बदल घडवून आणले. रॅटझेल प्रामुख्याने निसर्गवादी विचारसरणीचे होते व त्यांच्या वैचारिक प्रभावामुळे हिटलरनियंत्रित तिसऱ्या राईशची स्थापना झाली, असे समजले जाते. रॅटझेल यांनी राजकीय भूगोलात मौलिक संशोधन केले. त्यांची लेखनशैली आक्रमक होती. जर्मनीतील लाईपझीग येथे राजकीय भूगोलाचे अध्यापन त्यांनी केले. राज्यसंस्था ही सजीवांप्रमाणे असून तारुण्य, प्रौढावस्था, वृद्धावस्था या तिच्या तीन अवस्था आढळून येतात, हे त्यांच्या संशोधनाचे सूत्र होते व राज्यसंस्थांची सीमारेषा शरीरावरील कातडीप्रमाणे असते, असे रॅटझेल म्हणत. रॅटझेल यांनी विविध विषयांवर अफाट लेखन केले. त्यात २४ पुस्तके व २००० लेख आहेत. अँथ्रापोजिऑग्राफी (१८८२) व राजकीय भूगोल (१८९७) हे त्यांचे दोन महत्त्वपूर्ण ग्रंथ आहेत. रॅटझेल यांनी राज्यांच्या स्थलीय विकासाच्या संदर्भात सात नियम सांगितले. ते पुढे दिलेले आहेत.

(१) संस्कृतीच्या विकासाबरोबर राज्यसंस्थांचा आकार वाढत जातो.

(२) जनतेच्या अनेक गुणांच्या आविष्कारापाठोपाठ राज्यसंस्थांचा विकास होत असतो. जनतेच्या गुणांचा आविष्कार राज्यसंस्थांच्या विकासापूर्वी होणे आवश्यक असते.

(३) लहानसहान जनसमूहांचे एकीकरण केल्याने राज्यसंस्थांचा विकास होत जातो व त्याच वेळी जनसमूह व भूप्रदेश(पृथ्वी) यांचे नाते दृढ होत जाते.

(४) सीमारेषा म्हणजे राज्यसंस्थांचे बाह्यांग असते.

राजकीय भूगोल

राजकीय भूगोल ही मानवी भूगोलाची जास्तीत जास्त मानवीकरण झालेली शाखा आहे. कारण राजकारणातले अनेक निर्णय मानव घेतो व ते भौगोलिक, सांस्कृतिक परिस्थितीवर आधारित असतात म्हणूनच अभ्यासाला प्राधान्य देऊन पुढील व्याख्या केलेली आढळते.

'ऐतिहासिक भूगोलाचा अभ्यास करून देशादेशांतील बऱ्यावाईट संबंधांची कारणे शाबीत करणे आवश्यक आहे. त्यावरून त्यांच्या भावी संबंधांची व त्यांच्या तीव्रतेची कल्पना येते. राजकीय भूगोलतज्ज्ञांनी संबंधित भूक्षेत्राचे सूक्ष्म निरीक्षण केले पाहिजे. त्या क्षेत्राच्या राजकीय समस्यांशी संबंधित अशा सर्व भूगोलशास्त्रीय कसोट्या लावून त्या क्षेत्राच्या अनेक विभागांतील समानता व भेद जाणून घेतले पाहिजेत. प्रत्येक

कसोटी लावताना त्यांचे तुलनात्मक परीक्षण करून त्यांच्यातील सलोख्याची किंवा संघर्षाची कारणे शोधून काढली पाहिजेत. यामुळे आंतरराष्ट्रीय समस्यांची उकल होणे सोपे जाते व सामंजस्य वाढण्यास मदत होते.

सैनिकी भूगोल ही राजकीय भूगोलाचीच एक शाखा समजली जाते. बहुतेक देशांत तिचा सखोल अभ्यास केला जातो.

सार्वभौम सरकार

राज्यसंस्थेतील अत्यंत महत्त्वाचा घटक म्हणजे सार्वभौम सरकार. भूप्रदेश व लोकसंख्या यांना एकत्रित ठेवणारा, जमिनीशी बांधणारा घटक म्हणून सरकारची आवश्यकता. सार्वभौम सरकारची पुढील कार्ये आढळून येतात :

(अ) देशाच्या सीमांचे रक्षण करणे.

(ब) देशातील नैसर्गिक संपत्तीचे संरक्षण व संवर्धन करणे आणि देशविघातक शक्तींचा बिमोड करणे.

(क) देशातील समाजात विभिन्न जाति-धर्माचे विविध प्रकारच्या आशाआकांक्षा आणि श्रद्धा असलेले लोक असतात. त्यांच्या भिन्न स्वभावांमुळे संघर्ष निर्माण होण्याची शक्यता असते. असे संघर्ष मिटवून संघर्षाची मुळे नाहीशी करून एकसंध समाज निर्माण करणे व त्यासाठी कायदे करून त्यांची अंमलबजावणी करणे, हे सरकारचे कर्तव्य असते.

(ड) अंतराळ युगात अनेक राज्यांत होत असलेल्या औद्योगिकीरणामुळे प्रदूषणाचा प्रश्न निर्माण झालेला आहे. तो धोका कमी करून राज्यसंस्थेतील निसर्गाचे संवर्धन करणे हे देखील एक सरकारचे कर्तव्यच आहे.

प्रत्येक राज्यसंस्थेत विविध स्तरांवरील सामाजिक, आर्थिक, धार्मिक व राजकीय संस्था असतात. समाजातील विविध घटक एकत्र आणण्यासाठी त्यांची बौद्धिक, शारीरिक, आर्थिक उन्नती होण्यासाठी अशा संघटनांची गरज असते. समाजातील दलित व मागासवर्गीय घटकांचे जीवनमान, राहणीमान उंचावण्यासाठी अशा संस्था प्रयत्नशील असतात. समाजातील घटकांत होणारे संघर्ष टाळून त्यांत सुसंवाद निर्माण करणे, हे त्यांचे कर्तव्य असते. राज्यसंस्थांच्या वरील तीन प्रधानांगांत चलनवलन व परिवर्तन घडून येते असल्याने त्यांचे भूराजनैतिक व्यक्तिमत्त्व बनते.

राज्यसंस्थांच्या उत्क्रांतीचा अभ्यास पुढील मुद्द्यांना धरून होणे आवश्यक आहे.

(१) जगात विविध राज्यसंस्था का आहेत?

(२) प्रत्येक राज्यसंस्थेची निर्मिती कशा प्रकारच्या पर्यावरणात का झाली?

(३) प्रत्येक राज्यसंस्थेने तिचा परिसर किंवा भूप्रदेश किती काळपर्यंत व्यापलेला

आहे, म्हणजेच किती काळपासून सध्याच्या भूप्रदेशावर त्या त्या राज्यसंस्थेचे स्वामित्व आहे.

(४) आपल्या भूप्रदेशावर त्या त्या राज्यसंस्थेचे स्वामित्व का आहे?

(५) राज्यसंस्थेस लाभलेले स्थैर्य अगर अस्थिरता यांची कारणमीमांसा व राज्यसंस्थेतील विविध राष्ट्रवाद व प्रादेशिक वाद.

राज्यसंस्था व राष्ट्र यांतील फरक

(१) राष्ट्राच्या व्याख्येवरून असे ध्यानात येते की, राष्ट्रात समान संस्कृती, धर्म, वंश, भाषा इत्यादी घटक असतात तर राज्यसंस्थेत ते असतीलच असे नाही. स्वित्झर्लंडमध्ये युरोपातील वरील तीन राष्ट्रांचे तुकडे एकत्र येऊन एक सार्वभौम राज्यसंस्था निर्माण झालेली आहे. न्यायशास्त्रसंमत व्यवस्था म्हणजे राज्यसंस्था. राष्ट्रात राजनियमन असेलच असे नाही. राज्यसंस्था हा शब्द निश्चित असे क्षेत्र दर्शवितो.

(२) राज्यसंस्था ही सार्वभौम, स्वतंत्र असते. राष्ट्र असेलच असे नाही. आग्नेय तुर्कस्तान, वायव्य इराण व उत्तर इराकमधील कुर्दीश प्रदेश व बसक प्रांत ही राष्ट्रे स्वतंत्र नाहीत, त्या सार्वभौम राज्यसंस्था नाहीत.

(३) राज्यसंस्था या संकल्पनेत काही प्रतीकांचा समावेश असून राज्यसंस्थेतील लोकांची निष्ठा राज्यसंस्थेशी असते. (कुमार नारायण, ए.बी. फकी, सुहेबसिंग, लरकिन्सबंधू या सारखे अपवाद वगळता) परंतु राष्ट्रातील लोकांची निष्ठा प्रामुख्याने त्यांच्या संस्कृतीशी आढळते.

(४) राष्ट्रात साधारणपणे एकच भाषा बोलणारे लोक आढळतात. पोलंड, जपान या ठिकाणी एकच भाषा बोलली जाते.

(५) राज्यसंस्थेतील समाज राजकीयदृष्ट्या सुसंघटित असतो. बहुजनहिताय बहुजनसुखाय असा कारभार करण्याकडे प्रत्येक राज्यसंस्थेचा कल असतो. परंतु सार्वभौम नसलेल्या राष्ट्रातील समाज राजकीयदृष्ट्या असंघटित व आर्थिक आणि सैनिकीदृष्ट्या कमकुवत असतो. त्यामुळे सार्वभौम राज्यसंस्था निर्माण करण्याचे त्यांचे स्वप्न अपुरे राहाते.

(६) राज्यसंस्थेतील लोक निश्चित अशा सीमांच्या आत आढळून येतात. परंतु स्वतंत्र राष्ट्रातील लोक मात्र अनेक देशांच्या सीमावर्ती भागात आढळतात.

केंद्रोपगामी घटक – राज्यभावना :

अमेरिकन भूगोलतज्ज्ञ प्रिस्टन जेम्स यांनी राज्यभावना या संकल्पनेची आवश्यकता प्रथम प्रतिपादन केली. देशातील परंपरा, लोकसमाजाचे अनुभव, नीतिमूल्ये, सामाजिक

उद्दिष्टे यांच्या समन्वयामुळे निर्माण झालेली राष्ट्रीय प्रेरणा म्हणजे राज्यभावना. राज्यसंस्था निर्माण होण्यासाठी व त्यासाठी एखाद्या विभागातील लोक कार्यप्रवृत्त होण्यासाठी स्फूर्तिदायी प्रेरणेची आवश्यकता असते. अशी स्फूर्तिदायी प्रेरणा म्हणजे राज्यभावना. राज्यभावना ही संजीवन मंत्रासारखी आहे. देशाचा इतिहास, दंतकथा, राष्ट्रनेत्यांच्या गौरवगाथा, धर्मभावना कला, संगीत, नृत्य स्थापत्य व शिल्पकला, वाङ्मय, राष्ट्रीय सण यांचे प्रतिबिंब राज्यभावनेत दिसते. भारताच्या संदर्भात बोलायचे झाल्यास भारतीय राज्यभावनेत पुढील गोष्टींचा समावेश होतो.

(१) रामायण, महाभारत यांसारखी महाकाव्ये.
(२) सम्राट अशोक, हर्ष, विक्रमादित्य, राणा प्रताप, शिवाजीमहाराज यांचा ओजस्वी व स्फूर्तिदायक इतिहास.
(३) लोकमान्य टिळक, महात्माजी, पंडितजी, बाबासाहेब आंबेडकर यांचे देश उभारणीचे कार्य.
(४) मणिपुरी, मोहिनीअट्टम,भांगडा सारखी नृत्यकला.
(५) ज्योतिर्लिंग, गोपुरे, सूर्यमंदिर, अजंठा, वेरूळ, अमृतसरचे सुवर्णमंदिर, ताजमहाल, कोचीमधील ज्यूंच्या पवित्र वास्तू, असंख्य बौद्ध विहार, सांचीचा स्तूप.
(६) गणपती, बौद्ध पौर्णिमा, दिवाळी, दसरा, मोहरम, नाताळ, पतेती यासारखे सण.
(७) अशोकचक्र, स्वस्तिक, ॐ, यासारखी प्रतीके यामुळे आपली अस्मिता जागृत होते. आपला राष्ट्राभिमान जागृत होतो.

वरील सर्व गोष्टींबद्दल आपल्याला दुर्दम्य अभिमान वाटतो. राज्यभावना हा केंद्रोपगामी म्हणजे विधायक घटक समजला जातो.

राज्यभावनेमुळे घटक राज्यांना परिणामकारकरीत्या केंद्राशी जोडतो येणे शक्य होते. संस्कृतीच्या भिन्न भिन्न छटा असणारे व केंद्रापासून दूरवर असणारे अतूट बंधाने गुंफणे व केंद्राशी संलग्न राखणे राज्यभावनेमुळे शक्य होते. भारतासारख्या अठरापगड जातींच्या देशात तर राज्यभावना असल्यामुळेच देश अजून एकसंध आहे. मुंबई, कोलकात्यासारख्या विराट नगरात बहुढंगी संस्कृती, तर सर्व ग्रामीण विभागातील समाज नागरी संस्कृतीपासून विन्मुख, असे असूनही भारत एकसंध आहे. भारतीय समाजाची अजून शकले झालेली नाहीत. फुटीर वृत्तीचे निर्दालन करण्याने समस्यांची उकलही राज्यभावनेमुळे होऊ शकते. राज्यभावना म्हणजे राज्यसंस्थेचा आत्माच होय.

अस्थिरवासी जमाती, गवताळ प्रदेशातील भटके पशुपालक यांना विशिष्ट भूप्रदेशाबद्दल प्रेम नसते. चाऱ्याच्या शोधार्थ त्यांची सतत भटकंती सुरू असते. परंतु

नाईल, तैग्रीस, युफ्रेटीस, गंगा, सिंधू, कावेरी, वेई, मेकाँग, इरावती इत्यादी नद्यांच्या खोऱ्यात मात्र राज्यभावना निर्माण झालेली आढळून येते. कारण तेथे स्थिर जीवन आढळून येते.

औद्योगिकीकरणाच्या विलक्षण गतीमुळे व विस्तारामुळे सार्वभौम राज्यसंस्था कमकुवत झालेल्या आहेत. आधुनिक मानवाला हरतऱ्हेच्या वस्तू लागतात. त्या सर्वच्या सर्व देशात बनू शकत नाहीत. त्यापैकी बऱ्याच वस्तू किंवा त्याच्या निर्मितीस लागणारा कच्चा माल बऱ्याच देशांना आयात करावा लागतो. त्यामुळे इंग्लंड, जपानसारख्या देशांचे अर्थकारण तर खूपच परावलंबी झाले आहे. यांनी जगात सर्वत्र आपली प्रभावक्षेत्रे निर्माण करण्याचा जो हव्यास धरला त्यामुळे अनेक संघर्ष जगात उद्‌भवले. या संघर्षामुळे (इराक, सायप्रस इत्यादी) अनेक भागातील नैसर्गिक साधनांची नासधूस झालेली आहे. अर्धविकसित देशात याच साधनांचा वापर तेथील मानव समूहांच्या विकासाकरता करणे शक्य होते. परंतु हे कळत असूनही त्या दृष्टीने अजून नवोदित राज्यांची पावले वळत नाहीत.

रूसो यांनी विसाव्या शतकाबद्दल भाकीत करून ठेवले होते. 'विसाव्या शतकात मानवजतीला ग्रासणारे वाद नष्ट होतील. एकमेकांबद्दल द्वेष नाहीसा होईल. सीमारेषेबद्दलचे वाद संपुष्टात येतील. फक्त मानव अस्तित्वात असेल, कारण तो अखिल जगताचा नागरिक असेल.' सर्व जगात एक राज्यसंस्था निर्माण होणे कठीण असले तरी राष्ट्रानुसार संघटना निर्माण झाल्यास किंवा अनेक देशांनी संघराज्ये स्थापन केल्यास त्या संघराज्यात आपापसात सुसंवाद नांदणे, निर्माण होणे कठीण नाही.

राष्ट्र व राष्ट्रीयत्व (Nation and Nationality)

राष्ट्र व राष्ट्रीयत्व हे रूढ शब्द आहेत. त्यांचा वापर आपण नेहमी करतो. परंतु या थोड्या क्लिष्ट संकल्पना आहेत.

एका विशिष्ट भूप्रदेशात असलेले व संस्कृती, इतिहास, धर्म, वंश, भाषा इत्यादी सामाईक माध्यमांच्या बंधनांमुळे एकत्र आलेले लोक म्हणजे राष्ट्र.

प्रा. बर्जेस यांच्या मते, भौगोलिक एकता असलेल्या प्रदेशात वस्ती करणारा वांशिक एकता असणारा लोकसमुदाय म्हणजे राष्ट्र. प्रा. बर्जेस यांनी पुढील गोष्टींवर राष्ट्र या शब्दाशी व्याख्या करताना भर दिलेला आढळतो.

(१) सलग भूप्रदेश, (२) त्या सलग भूप्रदेशात राहणारे लोक, (३) त्या लोकसमुदायात असणारी वांशिक एकता. वांशिक एकता याचे स्पष्टीकरण करताना प्रा. बर्जेस यांनी काही परंपरा गृहीत धरलेल्या आढळतात. इतिहास, भाषा, वाङ्मय या परंपरा विशिष्ट भूप्रदेशात राहणाऱ्या लोकांच्या एकच असाव्यात, असे प्रा. बर्जेस

यांचे मत आहे.

प्रा. बार्कर यांनाही राष्ट्राची व्याख्या केलेली आहे. विशिष्ट भूप्रदेशावर वस्ती करून राहणारा समुदाय म्हणजे राष्ट्र. वरील दोन्ही व्याख्यांवरून असे लक्षात येते की राष्ट्र बनण्यासाठी काही समान गोष्टींची आवश्यकता असते. या समान गोष्टी पुढीलप्रमाणे आहेत. (अ) भूप्रदेश, (ब) संस्कृती, (क) इतिहास, (ड) धर्म, (इ) वंश, (फ) भाषा. म्हणजेच जर एखाद्या ठराविक भूप्रदेशात जर वरील घटक समान असतील तर तेथे राष्ट्र बनू शकते. त्यामुळे विविध समाजघटकांत ऐक्य आढळते. प्रा. बार्कर यांच्या मते सलग अशा भूप्रदेशात हवामान सारखेच असते. त्यामुळे लोकांचे प्रमुख व्यवसाय सारखेच असतात. दुय्यम व्यवसाय एकमेकांना पूरक असतात. वर्षानुवर्षे एकत्र कालक्रमणा केल्यामुळे एकमेकांबद्दल प्रेम निर्माण होते. अशा प्रदेशात विकसित होणाऱ्या भाषा, वाङ्मय, संस्कृती व कला या गोष्टी लोकांची मने सांधतात. अशा प्रदेशात राष्ट्र निर्माण होते.

अशा भूप्रदेशात जीवनाची काही निश्चित अशी मूल्ये आढळून येतात. त्यामुळे तेथील जनतेस असे वाटते की, आपल्या जीवनमूल्यांचे, संस्कृतीचे संवर्धन व्हावे. अशी भावना असलेली जनता राजकीयदृष्ट्या संघटित होते. एका झेंड्याखाली येण्याचा प्रयत्न करते, त्यासाठी सरकार स्थापन करते व एखाद्या परकीय (पूर्वीच्या) सत्तेपेक्षा ते सरकार कितीही अकार्यक्षम असले तरी ते राष्ट्रीय असल्याने त्यालाच सर्वमान्यता मिळू शकते.

जपानी द्वीपसमूहात सर्वसाधारणपणे समान पर्यावरण आहे, लोक बुद्धधर्मीय असून एकच भाषा बोलतात. कृषी व कारखानदारी हे प्रमुख व्यवसाय असलेल्या जपानमध्ये त्यामुळे राष्ट्रीय एकात्मता आढळते. अशियाच्या भूमीपासून देश अलग असल्याने जपानमध्ये विशिष्ट प्रकारची संस्कृती निर्माण होऊ शकली. राष्ट्रीयत्वाची भावना जपानमध्ये अत्यंत प्रखर आहे. त्यामुळेच जपानी लोकांनी दुसऱ्या महायुद्धात सर्वनाश होऊन देखील आपल्या देशाला परत मानाचे स्थान मिळवून दिले.

वांशिक एकता हा एकच घटक राष्ट्र निर्माण करण्यास कारणीभूत ठरतो असे नाही. स्वित्झर्लंडमध्ये इटालियन, फ्रेंच व जर्मन या तीन वेगळ्या विभागातील लोक एकत्र आलेले आहेत. त्याचप्रमाणे भारतीय समाज हा बहुवंशीय आहे. तरीही भारत एक राष्ट्र आहे असे आपण मानतो. म्हणजेच राष्ट्र बनण्यासाठी एकवंशीय लोक लागतात असेही नाही. तसेच एकाच भूप्रदेशात राहणारा समाज पाहिजे असेही नाही. जगभर पसरलेल्या ज्यूंचा याला अपवाद आहे. जगातील अनेक देशात ज्यू लोक राहतात. परंतु त्यांच्या मनात एकत्वाची भावना असल्याने ते राष्ट्ररूपाने जगतात.

म्हणजे सलग भूप्रदेश, वांशिक एकता यापेक्षा 'समाजातील घटकात आपण एक आहोत' ही भावना असणे आवश्यक आहे.

मोठ्या देशात समाजाचे वेगवेगळे भाग असतात. त्यांच्यात बरेच समान घटक असले तरी सूक्ष्म भेद असू शकतात. परंतु काही माध्यमातून ते एकरूप होऊ शकतात. युद्धपूर्व जर्मनीत असे काही भेद होते. प्रशिया व बव्हेरिया या कृषिप्रधान प्रांतात सेनाप्रभावी विचारसरणी होती, तर ऱ्हूर, सार या खनिज संपत्तीने युक्त असलेल्या भागात मात्र उद्योगप्रधान विचारसरणी होती. परंतु सर्वच प्रांत जर्मनवंशीय होते. जर्मन पुराणांच्या साहाय्याने त्यातील समान निष्ठा व तत्त्वज्ञान यांची सांगड घालून हिटलरने सर्व जर्मनवंशीयांचे (नॉर्डीक रेस) एकत्रीकरण साधले व जर्मनीस शक्तिमान बनविले. परंतु याच वेळी जर्मन वंश इतरांपेक्षाही श्रेष्ठ आहे असे शिकवले गेल्याने जर्मन राष्ट्रवादास आक्रमक स्वरूप प्राप्त झाले व त्यातून दुसरे महायुद्ध उद्‌भवले.

जर्मन तत्त्ववेत्त्यांच्या मते, राष्ट्रातील समाज भावनिकदृष्ट्या एक असून इतर समाजापेक्षा आपण वेगळे आहोत असे मानतो, तर ब्रिटिश विचारवंत वेगळ्या स्वरूपाची विचारमांडणी मांडतात. त्यांच्या मते, फक्त भावनात्मक राजकीय स्वरूपाचे असणे आवश्यक आहे. एखादा देश परतंत्र असेल तर स्वातंत्र्य टिकविण्याची प्रेरणा समाजाला राष्ट्ररूप देते. ब्रिटिश विचारवंत लॉर्ड ब्राईस यांच्या मते, समाजातील लोक इतिहास, संस्कृती, भाषा, वाङ्मय यांद्वारे एकत्रित सांधले जातात. त्यांच्यात आपण इतरांपासून वेगळे आहोत अशी भावना निर्माण होते. स्वातंत्र्य टिकविण्यासाठी किंवा मिळविण्यासाठी ते झगडतात. तेव्हाच त्या समाजास राष्ट्राचे रूप प्राप्त होते.

समान व सलग भूप्रदेश, इतिहास व वांशिक एकता यामुळे राष्ट्र बनते. राष्ट्रनिर्मितीस पुढील गोष्टी आवश्यक असतात.

(१) भूप्रदेश : भूप्रदेशाला काही लोक पि[illegible]नी तर काही मातृभूमी म्हणतात. वर्षानुवर्षे एकाच भूमीत राहिल्यानंतर त्या भूमीवर, मातीवर प्रेम निर्माण होते. एकाच मातेची लेकरे अशी भावना रुजते. सलग भूमी असल्यास लोक व्यवसायामुळे जवळ येऊ शकतात. धार्मिक-भाषिक भेद गौण बनतात. अशा समाजातील विविध थरांचे संघटन सुलभ होते. इंडोनेशियाच्या मालकीची अनेक बेटे आहेत, परंतु प्रत्येक बेटावर एकच संस्कृती नाही. भौगोलिक सलगता नसल्याने भावनात्मक ऐक्य निर्माण कसे करावयाचे हा एक मोठा प्रश्न इंडोनेशियन सरकारपुढे आहे. पाकिस्तानचेही पूर्व पाक व पश्चिम पाक असे दोन भाग होते. दोन्ही तुकड्यात १६०० किमी. पेक्षा जास्त अंतर. त्यामुळे दोन्ही समाजात सामंजस्य, ऐक्य निर्माण होऊ शकले नाही. याची परिणती

१९७१ मध्ये विभाजनात होऊन पूर्व पाकचे बांगलादेश हे राष्ट्र राज्य झाले. सलग भूप्रदेश नसल्याने अनेक भेद निर्माण झाले.

(२) **इतिहास :** एकच इतिहास असणारा समाज लवकर एकरूप होऊ शकतो. गतवैभव, पराक्रम, सामुदायिक मान-अपमान यामुळे समाजात एकात्मतेची भावना निर्माण करता येते. यातूनच पुढे राज्य संकल्पना निर्माण होते.

(३) **संस्कृती :** संस्कृती व इतिहास यांचे अगदी जवळचे नाते आहे. मानव, निसर्ग आणि मानवामानवांतील संबंधांचे चित्रण संस्कृतीत आढळते. साधारणपणे एकाच प्रकारचे पर्यावरण असलेल्या प्रदेशात संस्कृती (धार्मिक भेद सोडून) साधारणपणे एकाच प्रकारची आढळते. संस्कृतीत परंपरा, चालीरीती, कला, शास्त्रे, वाङ्मय यांचा अंतर्भाव होत असल्याने या गोष्टीत एकवाक्यता आढळल्यास समाज एकरूप होण्यास मदत होते.

(४) **वांशिक एकता :** आज जगात कोणताही वंश शुद्ध नाही व अंतराळ युगात वांशिक एकतेला फारसे महत्त्वही नाही. परंतु प्रत्येक वंशाची काही ठळक वैशिष्ट्ये असतात. त्यातील काहींचा पाठपुरावा करून एक समाज दुसऱ्या समाजापासून वेगळा व श्रेष्ठ आहे असे भासविले जाते. आफ्रिकेत व अमेरिकेच्या काही संस्थानांत काळा - गोरा भेद तीव्र आहे. शंभर वर्षांपूर्वी ब्रिटिशांनी भारतात गोरा श्रेष्ठ, काळा कनिष्ठ असा प्रचार करून आपली खुंटी बळकट केली होती.

(५) **राष्ट्रीयत्व :** जनतेत आध्यात्मिक व मानसिक स्वरूपाची जेव्हा एकी असते, तेव्हा त्यांच्यात राष्ट्रीयत्व निर्माण झाले असे समजले जाते. राष्ट्रीयत्व निर्माण झालेला समाज जर पारतंत्र्यात असेल तर स्वातंत्र्य मिळविण्यासाठी परकीय सत्ता नाहीशी करण्यासाठी प्रयत्न करतो. अठराव्या शतकाच्या शेवटी उत्तर अमेरिकेत अशी भावना निर्माण झाली तेव्हाच त्यांनी ब्रिटिशांशी संघर्ष पत्करला. त्यामुळे अमेरिकन राष्ट्र हे १७७६ मध्ये जन्मास आले.

सीमाप्रदेश व सीमारेषा (Frontiers and boundaries)

१. व्याख्या व वर्गीकरण (Definition and classification)

सीमाप्रदेश व सीमारेषा यांचा सर्वांगीण व शास्त्रीय अभ्यास करणारी एक शाखा राजकीय भूगोलात निर्माण झालेली आहे. सीमाप्रदेश व सीमारेषा हे दोन्ही शब्द व्यावहारिक भाषेत समानार्थी वापरले जात असले तरी त्यांचे वेगवेगळे अर्थ राजकीय भूगोलात समजले जातात.

एखाद्या सलग भूप्रदेशावर दोन वेगवेगळ्या राज्यसंस्था असतात. सीमारेषा त्यांना

अलग करतात. कोणत्याही राज्यसंस्थांचा विस्तार हा सर्व दिशांना असलेल्या सीमांच्या साहाय्याने सांगितला जातो. आखलेल्या रेषात्मक सीमा या जास्त सुस्पष्ट, निःसंदिग्ध असतात. सीमेवर एका राज्यसंस्थेचे कायदेशीर हक्क व सार्वभौमत्व या गोष्टी संपतात व सीमेपलीकडे दुसऱ्या राज्यसंस्थेच्या सार्वभौमत्वास सुरुवात होते.

सीमा नकाशावर रेषांच्या साहाय्याने दाखविल्या जातात. परंतु प्रत्यक्षात सीमारेषा म्हणजे एक उभी पातळी असते. ही उभी पातळी हवा व जमीन यांना छेदते. जमिनीच्या वर व खाली सीमेचे कार्य आढळून येते. सीमेलगत खाणी असल्यास खाणींच्या मालकीवरून वाद उद्भवतात. अशा वेळी सीमेचा उपयोग खाणींच्या हद्दी निश्चित करण्यास होतो. प्रत्येक राज्यसंस्थेवरील हवा ही त्या त्या देशाच्या मालकीची असते. प्रत्येक देश आपापल्या वायुहद्दीचे डोळ्यात तेल घालून रक्षण करीत असल्याने वायुसीमेची निश्चिती करण्यासही सीमेचा उपयोग होतो.

दोन देशांमधील सीमाप्रदेशात फारसे सांस्कृतिक भेद आढळत नाहीत. भारत, पाक यांच्या पंजाब सीमेवर दोन्ही बाजूंस समान संस्कृती आहे. फक्त धर्म वेगळा आहे. उत्तर व दक्षिण व्हिएतनाममध्ये १९७५ पूर्वी अशीच परिस्थिती होती. पश्चिम व पूर्व जर्मनी यांच्या दरम्यानची सीमा अगदीच कृत्रिम होती. एका जर्मन राष्ट्राची राजकीय फाळणी होती. पश्चिम बंगाल व बांगला देश यांच्यातही समान संस्कृती आहे. बोमन यांच्या मते, ''प्रत्येक सीमेचा बरेवाईटपणा (शांत व ज्वलंतपणा) हा आंतरराष्ट्रीय परिस्थितीवर अवलंबून असतो. प्रत्येक सीमेत संघर्षाचे सुप्त गुण असतात. सीमेपलीकडे राष्ट्रीय हितसंबंध, राष्ट्राची अस्मिता, महत्त्वाकांक्षा यातही फरक आढळतो. बऱ्याच अंशी सीमा हा भावनात्मक व नाजूक विषय आहे.'' मॅजिनो व सिगफ्रिड तटबंदी, चीनची भिंत, 'मराठा खंदक' या जगातील गाजलेल्या सीमा आहेत. सीमेवर दोन सार्वभौम देश एकमेकांसमोर आढळून येतात. एखादा सलग भूप्रदेश दोन्ही देशांत असतो त्याला सीमाप्रदेश असे म्हणतात. यात आखलेली रेषा म्हणजे सीमा. वेगवेगळे राजकीय नियंत्रण असलेले भाग सीमेमुळे अलग केले जातात. तेथे दोन्ही राज्यसंस्थांमधील लोकांची वर्दळ असते. देवघेव चालू असते. त्यामुळे गुरे चारणे, शेती करणे, वनसंपत्ती गोळा करणे व खनिजांचे उत्पादन करणे यावरून संघर्ष उद्भवतात. आंतरराष्ट्रीय सीमेवरूनच संघर्ष उद्भवतात असे नाही तर एखाद्या राज्यसंस्थेतील घटकराज्यांच्या सीमाही वादग्रस्त ठरू शकतात. महाराष्ट्र व कर्नाटक यांची सीमा काही कमी स्फोटक नाही. यामुळेच इस्लामी अतिरेक्यांचे फावते.

राजकीय भूगोलात राजकीय सीमांचा शास्त्रशुद्ध अभ्यास केला जातो. तो पुढील घटकांना धरून असतो.

(१) सीमा व सीमाप्रदेशांचे स्थान व विस्तार.

(२) सीमांच्या भोवती असणारी नैसर्गिक व मानव-निर्मित तटबंदी.

(३) सीमाप्रदेशाची भूरचना.

(४) सीमा भागातील लोकसंख्येची घनता, लोकांची सांस्कृतिक पातळी, लोकांचे आर्थिक व्यवसाय.

प्रत्येक सीमेची वैशिष्ट्ये व दर्शन त्या त्या सीमाभागात राहणाऱ्या काही व्यक्तींच्या व समाजाच्या स्वभाववैशिष्ट्यांत दिसून येतात. सीमेची जी वैशिष्ट्ये असतात, त्यांचा परिणाम सीमावर्ती प्रदेशातील भूदृश्यावर झालेला आढळून येतो. कॅनडा व संयुक्त संस्थानांच्या सीमावर्ती प्रदेशात नायगारासारखी प्रेक्षणीय स्थळे आढळतात. अमेरिकन व कॅनेडियन नागरिक मुक्तपणे संचार करताना दिसतात. वाघा सीमा अपवाद वगळता भारत, पाक यांच्या सीमेवर अशी परिस्थिती नाही. तेथे नेहमीच तंग वातावरण असते. पहिल्या महायुद्धानंतर युरोपीय देशांच्या सीमा बदलण्यास हिटलर ही व्यक्ती कारणीभूत झाली, अशा प्रकारच्या व्यक्तीमुळे सीमेत बदल होऊ शकतात. युद्धोत्तर काळात १९५३ पर्यंत रशियात स्टॅलिनची सत्ता होती. तेव्हा रशियन सीमा पश्चिमेकडे सरकली. सिक्कीम भारतात १९७५ मध्ये सामील झाल्यानंतर तेवढ्या भागापुरती भारताची सीमा चीनला भिडली. काही देशांमध्ये पारंपरिक प्रत्यक्ष (De facto) सीमा व सीमाप्रदेश असतात. १९६२ च्या भारत-चीन संघर्षापूर्वी हिमालयाच्या दुर्गम रांगा दोन्ही देशांतील सीमान्त भाग म्हणून गणले जात. सोमालिया व इथिओपिया यांच्या दरम्यान असलेल्या ओगाडिन प्रांताच्या काही भागात बिगरमालकीचे प्रदेश (No Man's Land) आहेत. दोन देशांतील संबंध दुरावल्यानंतर ते वादग्रस्त बनू शकतात.

सीमांचे कार्य- आंतरराष्ट्रीय सीमांचे महत्त्वपूर्ण कार्य आढळते. ते पुढे दिलेले आहे: (१) संरक्षण, (२) आंतरराष्ट्रीय संबंधांचे नियंत्रण, (३) सीमा प्रदेशातील नैसर्गिक साधनांचे योग्य वाटप, (४) वादग्रस्त सीमांची व त्यांच्याशी निगडित अशा प्रश्नांची उकल.

(१) संरक्षण :

सीमा या संरक्षणाच्या प्रश्नाशी निगडित असतात. अनादिकालापासून त्यांचे हे कार्य चालू आहे. आल्प्स, हिमालय, हिंदुकुश, इंग्लिश खाडी, ब्रह्मपुत्रा नदी इत्यादी भौगोलिक घटक अत्यंत परिणामकारक संरक्षक

अडथळे म्हणून ओळखले जातात; परंतु अति-संहारक दूर पल्ल्याच्या अस्त्रांमुळे व आण्विक, जैविक, रासायनिक या अडथळ्यांचे महत्त्व नाहीसे झालेले आहे. अशा अडथळ्यांमुळे भौगोलिक सलगता नाहीशी होत असें. नदी, पर्वत, समुद्र, जंगले इत्यादी अडथळ्यांना न जुमानता क्षेपणास्त्रांच्या साहाय्याने आक्रमण करता येते. अर्थात सर्वच देशांजवळ क्षेपणास्त्रांसाठी लागणारे तंत्र व पैसा नसल्याने अजूनही जगाच्या अनेक भागांत हे अडथळे महत्त्वाचे आहे. असे अडथळे सहजासहजी पार करणे कठीण जाते.

(२) आंतरराष्ट्रीय संबंधांचे नियंत्रण :

पहिल्या महायुद्धापूर्वी दुसऱ्या देशात प्रवास करण्यासाठी परवाना लागत नसे, परंतु १९२० नंतर व्यापारात वाढ झाली, विमानमार्ग मोठ्या प्रमाणात निघाले, त्यामुळे ही आवश्यकता भासू लागली. व्यापाराबरोबर चोरटी आयात वाढली, त्यामुळे सीमांचे नियंत्रण, आर्थिक संबंधांची जपणूक करण्यासाठी आवश्यक भासू लागले. आतंकवादामुळेच पारपत्र व परवाना या संदर्भात कायदे कडक झालेले आहेत.

(३) सीमाप्रदेशातील नैसर्गिक साधनांचे योग्य वाटप :

काही सीमाप्रदेशांच्या दोनही बाजूंस जलसंपत्ती असते. ही जलसंपत्ती नद्यांच्या रूपात असते. जलसिंचन, वीजनिर्मिती, पूर नियंत्रण, नागरी उपयोगासाठी या पाण्याचे वाटप होणे आवश्यक असते. दोन राज्यसंस्थांच्या दरम्यान पाणी असल्यास तेथील मासे व खनिजे यांच्या वाटपासाठीही सीमेची आवश्यकता भासते. औद्योगिकीकरणामुळे प्रदूषणाची समस्या निर्माण झालेली आहे. यांची सोडवणूक करण्यासाठीही सीमेचा उपयोग होतो. सीमेच्या दोन्ही बाजूंस असणारे देश एकत्र बसून, तह करून त्यांची सोडवणूक करू शकतात. इराक व कुवेत यांच्या दरम्यान असलेले रु मैला तेलक्षेत्र सीमेच्या दोन्ही क्षेत्रात असल्याने इराक-कुवेत युद्ध उद्भवले.

(४) वादग्रस्त प्रश्नांची उकल :

सीमाप्रदेश अनेकदा वादग्रस्त बनतात. त्यातूनच पुढे संघर्ष निर्माण होतात, अशा प्रदेशात सीमा नसल्यास समस्या उभ्या राहतात व जागतिक शक्ती अशा ठिकाणी आपापला स्वार्थ साधण्यासाठी हस्तक्षेप करतात. असे वादग्रस्त प्रश्न सीमाप्रदेशात निर्माण होऊ नयेत म्हणून सीमांची आवश्यकता असते. सोमाली द्वीपकल्पात इथिओपिया व सोमाली प्रजासत्ताक हे दोन देश यांच्या सीमाप्रदेशातील मेंढपाळ दोनही देशांत मुक्त संचार करतात.

तेथे निश्चित अशी सीमा नसल्याने १९७८ मध्ये संघर्ष उद्भवला.

लॉर्ड कर्झन असे म्हणतात की, ''सीमा प्रदेश हे वस्तऱ्याच्या पात्यासारखे असून युद्ध व शांती आणि राष्ट्राचे जीवन व मृत्यू यांवर हे पाते टांगलेले असते.'' जागतिक शक्तींना मात्र कृत्रिम व मानव-निर्मित सीमांचा काहीच उपयोग होत नसतो. कारण युद्धनीती व युद्धतंत्र शास्त्रांच्या वाढीमुळे त्यांचे भूसामरिक तत्त्वज्ञान बिघडलेले आहे. प्रत्यक्ष सीमा न ओलांडता, क्षेपणास्त्रांच्या साहाय्याने सीमेपासून खूप दूर, हजारो किलोमीटर्स दूर राहूनही एक देश दुसऱ्या देशावर आक्रमण करू शकतो.

२. सीमा प्रदेश व सीमारेषा यांतील फरक (Difference between Frontiers and Boundaries)

(१) सीमाप्रदेश हे नैसर्गिक असतात. काही विशिष्ट भौगोलिक विभागात ते आढळून येतात. भारताच्या वायव्य जम्मू-काश्मिर, लडाख, पश्चिमेकडील सीमाप्रदेश हे राजस्थान वाळवंट व पंजाबाचे मैदान या विभागात आहेत. सीमारेषा या कृत्रिम मानव-निर्मित असतात. बऱ्याच वेळेस भौगोलिक घटकांचा आधार न घेता त्यांची आखणी केलेली आढळते. भारत-पाक यांची सीमा अनेक ठिकाणी भौगोलिक अडथळ्यांना न जुमानता आखलेली आहे. इटली व फ्रान्स यांची सीमा खरे पाहता आल्प्सवर आहे; परंतु दोन्ही देशांच्या सोयीसाठी ती थोडीफार पुढेमागे सरकवलेली आढळते.

(२) सीमाप्रदेशांना क्षेत्रीय घटक असतो. निश्चित असे भौगोलिक क्षेत्र असते. अशा प्रकारचे क्षेत्र सीमांना नसते. सीमा या रेषा असतात. पूर्वीपासून सीमाप्रदेश हे अस्तित्वात होते; परंतु सीमारेषांची निर्मिती ही अलीकडच्या काळात झालेली आहे. सीमा ही रेषा असल्याने तेथे वस्ती करता येत नाही. सीमाप्रदेश हे संक्रमण अवस्थेत असू शकतात, त्यात बदल होऊ शकतो. परंतु सीमारेषा एकदा निश्चित केल्यानंतर तीत सहसा बदल होऊ शकत नाही. युद्धाशिवाय हे बदल क्वचितच होतात.

उदा. इराक, इराण, सीरिया व तुर्कस्तान यांच्या सीमावर्ती प्रदेशातील कुर्द या मुस्लिमव्यापित प्रदेशातून व पिरॅनिझ मधील (स्पेन व पोर्तुगाल यांच्या मधील पर्वतातून) बसक मधील प्रदेशातून झालेल्या स्थलांतरातून सीमारेषा बदलल्या.

(३) बिगरमालकीचे प्रदेश (No Man's Land) सीमाविभागात आढळतात.

जेथे सीमा आखलेल्या नसतात तेथे ते असतात; परंतु सीमाआखणी केल्यावर बिगरमालकीचे प्रदेश नष्ट होतात. सियाचिन हिमनदी परिसर बिगर मालकीचा प्रदेश काही काळ गणला जात असें. त्यामुळे भारत- पाक दरम्यान तणाव निर्माण झाला. पाकिस्तानने बिगर मालकीचे अनेक प्रदेश बळकाविलेले आहेत.

(४) सीमाप्रदेशात विविध प्रकारची भूमिस्वरूपे आढळून येतात व तेथे बऱ्याच वेळेस लोकवस्तीही असते.

(५) सीमाप्रदेश म्हणजे मध्यवर्ती सत्तेपासून दूरवर असलेले विभाग. तेथील चालीरीती, संस्कृती, लोकांच्या महत्त्वाकांक्षा व उद्दिष्टेही भिन्न असतात. त्यांचे साम्य सीमेपलीकडच्या दुसऱ्या राज्यसंस्थेतील सीमाप्रदेशांबरोबर आढळून येते. अशा सीमाप्रदेशातून अनेक राजकीय कटकटी निर्माण होतात. बऱ्याच वेळेस स्वायत्ततेची किंवा स्वतंत्र राज्याची मागणी येते. काश्मीर, नागाप्रदेश व कॅनडामधील क्वेबेक, मॉंट्रियल शहरालगतचा प्रदेश या ठिकाणाहून व पाकमधील वायव्य सरहद्द प्रांतातून अशा मागण्या पुढे आलेल्या होत्या.

(६) सीमाप्रदेशात केंद्रोत्यागी (Centrifugal) केंद्रापासून दूर जाणाऱ्या व फुटीरवृत्ती असलेल्या शक्ती एकवटलेल्या आढळून येतात, तर सीमा ही केंद्राभिमुख शक्तीचे द्योतक असते. केंद्रोत्यागी शक्तींना (सीमाप्रदेशातील) आवर घालण्याचे व त्यांना केंद्राकडे अंतर्मुख करण्याचे कार्य सीमा करते. सीमा ही कायदेशीर व राजकीय घटना समजली जाते (पंजाब, ईशान्येकडील सप्तभगिनी).

(७) सीमाप्रदेश हे संक्रमक अवस्थेमधील प्रदेश असतात. मध्यवर्ती सत्तेपासून थोडेसे अलग पडलेले हे भाग असतात. तेथील भिन्नतेमुळे त्यांना स्वायत्तता दिल्यास असे स्वायत्त भाग एकत्र येऊ शकतात. असे स्वायत्त प्रांत व मध्यवर्ती सत्ता यांच्यात समान भूमिका शोधून काढून स्वायत्त प्रांतांना केंद्राभिमुख करता येते. एक सीमाप्रदेश दुसऱ्या राज्यसंस्थेच्या सीमाप्रदेशाबरोबर एकरूप होऊ नये म्हणून सीमा आखलेली असते. दोन सीमाप्रदेश अलग करणे हे सीमेचे कार्य असते.

३. सीमारेषांचे वर्गीकरण (Classification of Boundaries) : सीमांचे

वर्गीकरण दोन प्रकारे करता येते.

रचनाकृतिमूलक सीमारेषा (Morphological Classification)

(१) भौगोलिक घटकांमुळे सीमांना स्थिर वैशिष्ट्ये प्राप्त झालेली असतात. नद्या, डोंगर, सरोवरे, जंगले इत्यादी नैसर्गिक घटकांवर सीमा आखलेल्या असतात. त्यांच्या साहाय्याने ठरविल्या जाणाऱ्या सीमांना रूपाकार किंवा रचनाकृतिमूलक (Morphological Boundaries) असे म्हणतात.

(२) उत्पत्तीनुसारही सीमांचे वर्गीकरण केले जाते. ज्या प्रकारे सीमांची उत्पत्ती झाली त्यावरून केले जाणारे वर्गीकरण दुसऱ्या प्रकारात मोडते. विविध समाजांना त्यांच्या विकासाबरोबर अलग करणाऱ्या सीमा यात मोडतात. रूपाकार किंवा रचनाकृतिमूलक सीमांचे पुढील प्रकार आढळतात

(१) पर्वत व टेकड्यांवरील सीमा.

(२) नदी, कालवे व सरोवरे यांच्या साहाय्याने ठरविलेली सीमा.

(३) वाळवंटे, जंगले व दलदली यांवरून, ठरविलेली सीमा.

(४) इतर कोणत्याही ठळक प्राकृतिक रूपावरून ठरविली जाणारी सीमा.

उत्पत्तीनुसार वर्गीकरण (Genetic Classification)

(१) पर्वत व टेकड्यांच्या साहाय्याने ठरविली जाणारी सीमा : बऱ्याच वेळेस डोंगरकड्यांना जलविभाजकांचे रूप प्राप्त होते. डोंगरमाथ्याच्या दोन्ही बाजूस तीव्र व निश्चित अशा दिशांनी उतार असतात. या उतारावरून दोन प्रमुख प्रवाह तयार होतात. अशा दोन प्रवाहांच्या मधील भाग (डोंगराचा) म्हणजे जलविभाजक. जलविभाजकावरील सीमा निश्चित, कायम स्वरूपाची व अत्यंत बिनचूक सीमा म्हणून ओळखली जाते, असे सर थॉमस होल्डिच म्हणतात. जलविभाजक ओलांडणे कठीण असते. त्यामुळे काही वेळेस जलविभाजकांच्या दोन्ही बाजूंस दोन वेगवेगळे समाज आढळतात. विभिन्न संस्कृती असलेल्या राज्यसंस्थाही आढळतात. लष्करीदृष्ट्या अशा सीमा अतिशय सुरक्षित समजल्या जात असत, परंतु लांब पल्ल्याच्या तोफा व अस्त्रे निघाल्यानंतर अशा सीमांचा भेद करता येणे सोपे झाले आहे. तरीदेखील जलविभाजक-रेषा ओलांडून मोठ्या प्रमाणात आक्रमण करणे तेवढे सोपे नाही. फ्रान्स-जर्मनीमधील आर्देन्स पर्वत ओलांडून दोस्तांवर प्रतिहल्ला हिटलरने केला परंतु त्याला यश आले नाही.

जलविभाजकांना भरपूर लांबी व पुरेशी रुंदी असते. अनेक ठिकाणी ते

दुर्गम व खडबडीत असले तरी त्यांवरील सीमा एकदा ठरविल्यानंतर त्यात सहसा बदल होऊ शकत नाहीत. पण पर्वतमय विभागातील पर्यावरण सारखेच असल्याने तेथे राहणारे वेगवेगळ्या राज्यसंस्थेतील लोक पर्यावरणाशी एकरूप होऊन आपली उपजीविका करीत असतात. तेथे एक लहानसा सांस्कृतिक विभाग तयार झालेला असतो. अशा ठिकाणी लोकवस्ती विरळ असते, पण ती जास्त असल्यास तेथील मानवसमूहांचे मात्र राजकीय विभाजन होते. हिमालय, अँडीज यांसारख्या पर्वतरांगा खूपच रुंद असतात. अशा रांगात एकमेकांना समांतर रांगा असतात. त्यामुळे सीमा ठरविताना अडचण येते. क्लिष्ट पर्वतरांगांत काही एकमेकांना जोडलेल्या दऱ्या असतात. त्यावरून वेगवेगळ्या प्रकारचे भौगोलिक निष्कर्ष दोन्ही बाजूंचे लोक काढतात. अशा सीमांची आखणी करणे कठीण होते. अँडीज पर्वतावरील चिली व अर्जेंटिना यांमधील सीमा, भारत व चीन यांमधील हिमालयातील सीमा या वादग्रस्त सीमा समजल्या जातात. पर्वतमय प्रदेशातील विरळ हवामान, उथळ जमीन, हिमनद्या, हिमाच्छादित भूमी व तुहिन यांमुळे पर्वतमय प्रदेशात वस्ती कमी आढळते. पर्वतांचा हालचालींना (सैन्याच्या व मुलकी) अडथळा होत असल्याने पर्वतमय प्रदेशावरील सीमांना आपोआपच स्थिर स्वरूप प्राप्त होत असते. दुर्गम डोंगराळ प्रदेशात अनेक खिंडी असतात. आल्प्स (ब्रेनर), अँडीज (उस्पलाता), हिमालय (नथूला), काराकोरम (काराकोरम) ही उत्तुंग खिंडींची काही उदाहरणे. अशा प्रकारच्या खिंडीतून नियंत्रित वाहतूक चालू ठेवता येते.

डोंगराळ प्रदेशातील सीमा सर्वोच्च डोंगरकड्यावर, जलविभाजकांवर, डोंगराच्या पायथ्याशी किंवा डोंगरकण्याखाली आखण्याची पद्धत आहे. पर्वतमय प्रदेशातील हिमनद्या, ढग, सदोदित पाऊस व जंगले यांमुळे सीमेची आखणी करणे कठीण जाते. प्रत्येक पर्वतश्रेणीची खास वैशिष्ट्ये असतात. या सर्वांचा परिणाम सीमांवर होतो. फ्रान्स व स्पेन यांची सीमा पिरनिज पर्वतावर असून या सीमेचा निम्म्याहून अधिक प्रदेश १००० मीटर्स उंचीवर व बराचसा भाग ५०० ते १००० मीटर्स उंचीवर आहे. बिस्केचा उपसागर व भूमध्य सागर यांच्या दरम्यान पिरनिज पर्वत पसरलेला आहे.

(२) **नदी, कालवे व सरोवर यांच्या साहाय्याने ठरविलेली सीमा :** नदीच्या खोऱ्यातील वैशिष्ट्यपूर्ण पर्यावरणामुळे तेथे ठराविक प्रकारचे मानवी जीवन

आढळून येते. जगातील अनेक नद्या विविध राजकीय विभागांना एकत्र आणतात. समान अर्थकारणामुळे हे राजकीय विभाग एकत्र येऊ शकतात. परंतु नद्या राजकीय विभागांना अलग करू शकतात. नद्यांच्यावरूनही सीमा ठरविली जाते, नकाशावर नद्या योग्य रीतीने दाखविता येतात. नद्यांच्या साहाय्याने आखलेली सीमा संकुचित व स्पष्ट असते. नद्यांच्या पात्रामुळे लष्करी हालचालींना प्रतिबंध होतो. अशा ठिकाणी बचावाचे युद्ध खेळणे सोपे जाते. छांब विभागातील मुनवरतावी नदीचा १९६५ व १९७१ च्या युद्धात भारताला बराच उपयोग संरक्षणाच्या दृष्टीने झाला. नदी-सीमा ठरविली जात असताना पात्राचा, काठाचा व वाहतुकीस योग्य अशा पात्राचा उपयोग केला जातो. म्हणजेच पुढील तीनपैकी नदीकृत स्थळांचा वापर सीमा ठरविताना केला जातो.

(१) नदीचे काठ, (२) पात्राचा मध्यभाग किंवा मध्यरेषा, (३) वाहतुकीस योग्य अशा पात्राची मध्यरेखा.

भारतीय सीमारेषा व त्या संदर्भातील समस्या
(India's Borders and Associated Problems)

(१) नदीच्या काठाचा उपयोग दोन राज्यसंस्थांमधील सीमा ठरविण्यासाठी सहसा केला जात नाही. कारण त्यात एखाद्या राज्यसंस्थेवर अन्याय होण्याचा संभव असतो. काठावरून सीमा ठरविण्यास नदीच्या पाण्याचा वापर, पाण्यातील मासळींचा उपयोग व नदीचा जलवाहतुकीसाठी किंवा वीजनिर्मितीसाठी उपयोग एकाच देशाला होऊ शकतो. दुसऱ्या राज्यसंस्थेला त्याचे फायदे मिळत नाहीत. पण याला काही अपवाद आहेत. इराक व इराण यांच्या इराणी आखातालगतच्या सीमेचा अभ्यास केल्यानंतर वरील गोष्टी ध्यानात येतात. शत अल अरब ही नदी इराणी आखातास येऊन मिळते, परंतु आखाताच्या पश्चिमेकडील माथ्यापासून सुमारे ७५ कि.मी. पर्यंत वरील नदीच्या डाव्या तीरावर इराकचा हक्क असून डाव्या तीरावरच इराक-इराण यांमधील आंतरराष्ट्रीय सीमा आहे. या नदीच्या डाव्या तीरावर इराणचा मानबिंदू व जगातील अत्यंत मोठ्या तेल शुद्धीकरण कारखान्यांपैकी एक कारखाना अबादान हा आहे. अबादान कारखान्यातून निघालेली तेलवाहू जहाजे इराकी हद्दीतून मग इराणी आखातात येतात. एका तहानुसार इराणी जहाजांना मुक्त प्रवेश व मार्ग इराकी हद्दीतून मिळतो. परंतु अनेकदा इराकने आडमुठे धोरण स्वीकारून इराणी जहाजांची कायदेशीर कोंडी

केलेली होती. शत अल अरब नदीच्या वापरावरून दोन्ही देशांतील राजनैतिक संबंध अनेकदा बिघडलेले होते. १९९० मध्ये दोन्ही देशांनी एकत्र बसून हा प्रश्न शांततेच्या मार्गाने सोडविला. इराणी आखातातील काही बेटे ताब्यात घेऊन इराकी जहाजांची कोंडी करण्याचा इराणचाही डाव होता.

(२) नद्या आपली पात्रे बदलतात. जेथे तीव्र नागमोडी वळणे असतात अशा ठिकाणी नद्या नाल्यांची सरोवरे (Ox bow lakes) तयार करतात. त्यामुळे नदीच्या मध्यपात्रात असलेली सीमा सरकते. पूर्वी नागमोडी वळणाच्या

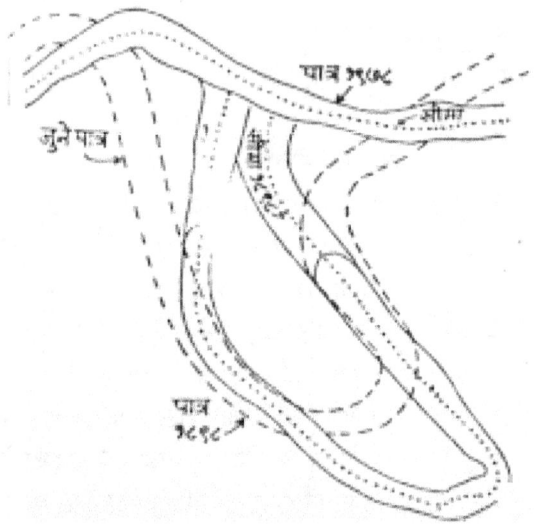

मध्यभागी असलेली सीमा नदीच्या नवीन पात्राच्या मध्यावर येते. कारण नदीचे जुने पात्र टाकून दिलेले असते. संयुक्त संस्थाने, मेक्सिको यांची रिओ ग्रँड नदीवर सीमा आहे. या नदीने गेल्या शंभर वर्षांत अनेकदा पात्र बदलले आहे. त्यामुळे सीमा उत्तरदक्षिण सरकलेली आढळून येते. १८९८ मधील सीमेपेक्षा सध्याची सीमा उत्तरेस असून तेथे नदीने नवीन सरळ पात्र तयार केलेले आहे. १८९८ मधील सीमा एका नागमोडी वळणावर होती. नद्या घळ्यांमधून वाहत असल्यास आणखी काही प्रश्न निर्माण होतात. पाणवीज प्रकल्प निर्माण करण्याजोगी परिस्थिती घळ्यांच्या विभागात असते. सीमावर्ती प्रदेशात अशा घळ्या असल्यास नदीच्या पाण्याचा

जास्तीत जास्त लाभ करून घेण्याचा प्रयत्न संबंधित राज्यसंस्था करतात. त्यामुळे वाद उद्‌भवतात. आयबेरियन द्वीपकल्पातील तागस नदीवरून स्पेन व पोर्तुगाल यामध्ये आणि आफ्रिकेतील झांबेझी नदीवरून ऱ्होडेशिया व झांबियामध्ये अशा प्रकारचे वाद उद्‌भवलेले होते. नद्यांना मोसमी अनियमितता (Regimes) असते. अशा नद्यांच्या बाबतीत जर सीमा एका तीरावर असेल तर नद्या पावसाळ्यात दुथडी भरून वाहत असताना त्यांचा विस्तार होतो.

(३) नदीच्या पात्राचा सर्वच भाग नौकानयनास पुरेसा खोल नसतो. थोडासाच भाग मोठ्या बोटींच्या वाहतुकीस योग्य असे जे पात्र असते, त्याची मध्यरेखा ही सीमा समजली जाते. वाहतुकीस योग्य असे सर्वात खोल भाग नदीच्या मध्यभागी असतातच असे नाही. बऱ्याच वेळेस ते नदीच्या डाव्या किंवा उजव्या तीरावरही असू शकतात. (उगमस्थानाकडे पाठ व मुखाकडे तोंड केल्यावर नदीच्या मध्यभागी उभे राहिल्यास डाव्या हातात असणारा डावा तीर.) वाहतुकीयोग्य पात्रातही बदल होत असतात. वाहतुकीयोग्य पात्राची मध्यरेखा दाखविण्यासाठी तरंगती पिपे (Buoys) ठेवलेली असतात. त्यांची देखभाल कोणी व कशी करावयाची यावरूनही समस्या उद्‌भवतात.

काही नद्यांत बेटे असतात. मध्यरेखेवरून ठरविलेल्या सीमेने या बेटांचे विभाजन होते. नद्यांनी आपली पात्रे बदलल्यावर बेटांची मालकी कायदेशीररीत्या बदलते. अशा वेळी पूर्वीच जर काही करार झालेले नसतील तर वाद उद्‌भवतात. रशिया व चीन यांच्या सीमेवर उस्सुरी नदी आहे. या नदीने पात्र बदलल्यावर काही बेटे तयार होतात. त्यामुळे रशिया व चीन यांच्यात १९६९ मध्ये संघर्ष उद्‌भवला होता. मेकाँग, साल्वीन, कांगो, व्होल्टा या सर्व नद्यांच्या बाबतीत वरील परिस्थिती आढळून येते. ऱ्हाईन व डॅन्यूब या युरोपातील दोन प्रमुख नद्या. युरोपातील देशांच्या या दोन नद्यांवरून बऱ्याच ठिकाणी सीमा आखल्या गेल्या. परंतु १९४५ नंतर व युरोपीय सामायिक बाजारपेठ अस्तित्वात आल्यावर ऱ्हाईन व डॅन्यूब यांचे कार्य बदलले. युरोपीय देशांपैकी काहींना अलग करण्याऐवजी त्यांना एकत्र आणण्याचे कार्य या नद्या करीत आहेत. या नद्यांचे सुमारे १४०० किमी. भाग नौकानयनास योग्य आहे. पूर्व व पश्चिम युरोपमधील व्यापार वाढण्यास या नद्यांची मदत होणार आहे. लुडविग कालव्यामुळे मेन ही ऱ्हाईनची उपनदी डॅन्यूबला जोडलेली आहे. यामुळे काळा समुद्र व उत्तर समुद्र जोडले गेलेले आहेत. म्हणजे २० व्या शतकाच्या उत्तरार्धात या नद्यांचे कार्य बदलले आहे. विभाजनाऐवजी एकीकरणाचे कार्य त्या करीत आहेत.

जंगले, वाळवंट व दलदली यांवरूनही सीमा ठरवली जाते. या तीन प्राकृतिक रूपांची पुढील तीन वैशिष्ट्ये सांगता येतील -

(१) त्यांचा विस्तार अनियमित असतो.

(२) त्यांच्या परिसरात लोकवस्ती अगदी विरळ असते.

(३) असे विभाग वाहतुकीस ये-जा करण्यास सोयीचे नसतात.

वरील वैशिष्ट्यांमुळे जंगले, वाळवंटे व दलदलींच्या दोन्ही बाजूस राहणाऱ्या समाजातील भेद वाढीस लागतात. जंगले, वाळवंटी व दलदली एका दृष्टीने बिगरमालकीचे प्रदेश म्हणूनही ओळखले जातात. आफ्रिकेतील सॅव्हानाच्या गवताळ प्रदेशातील संस्कृती व भूमध्य सागर किनाऱ्यावरील संस्कृती यांची फारकत सहारा वाळवंटामुळे ऐतिहासिक कालात व आजही झालेली दृष्टीस पडते. युरोपमध्ये रशिया व फिनलंड यांच्या सीमेवर जंगले आहेत. त्यामुळे रशिया, पोलंड व फिनलंड यांची फारकत झालेली आढळते. ऱ्हाईन व म्यूस नदी यांच्या खालच्या टप्प्यात असलेल्या दलदलीमुळे बेल्जियम व हॉलंड यांची अलगता निर्माण झालेली आहे. रशिया-पोलंड सीमेचा काही भाग (दोन युद्धकालाच्या दरम्यानचा) प्रिपेट दलदलीवरून ठरविला गेला. तेथेच मार्शल हिंडेनबर्गने रशियन सैन्यास कात्रीत पकडले होते. सुप्रसिद्ध कर्झन रेषा ही ही प्रिपेट दलदलीवर असून त्यामुळे पोलंडच्या पूर्व सीमा निश्चित होण्यास मदत झालेली होती. सीमाप्रदेशात दलदली असल्यास व आर्थिकदृष्ट्या त्यांचा काही उपयोग होत असल्यास वादग्रस्त प्रश्न उद्‌भवतात. १९६५ मध्ये भारत व पाक यांचा संघर्ष कच्छच्या रणातील काही बेटांवरून उद्‌भवलेला होता. येथे नैसर्गिक वायू व तेल असण्याची शक्यता असून लष्करी हालचालींना येथील दलदलींचा प्रतिबंध होतो. येथील काही भागात सकस गवताची चराऊ कुरणे आहेत. तेथे पशुधन पोसणाऱ्या मेंढपाळांपासून भारत सरकार कर गोळा करते. त्यांनाही पाकने हरकत घेतलेली होती. भारत-पाक सीमेवरील थरच्या वाळवंटात अनेक ठिकाणी भूजल आहे. या भूजलाचा वापर करून पाकिस्तानने अनेक ठिकाणी वसाहती निर्माण केलेल्या असून तेथे छोट्या लष्करी छावण्या आहेत.

सरोवरे

सरोवरांचा उपयोगही सीमा ठरविण्यासाठी केला जातो. सरोवरांच्या मध्यभागी रेषा कल्पून ती सीमा म्हणून समजली जाते. करीबा धरण होण्यापूर्वी झांबिया व ऱ्होडेशिया यांची सीमा करीबा सरोवरात मध्यरेषेवर होती. करीबा धरण झाल्यावर मध्यरेषेच्या जवळपास काही विशिष्ट बिंदू दोन्ही देशांनी निश्चित केले व तेथे नवीन सीमा आखली. संयुक्त संस्थाने व कॅनडा यांची सीमा पंचमहासरोवरात बऱ्याच

ठिकाणी मध्यरेखेवर आहे. सरोवरातील खोल पाण्याचा जलवाहतुकीसाठी व इतर ठिकाणचा मासेमारीसाठी दोन्ही देशांना कसा उपयोग होईल, याचा विचार करून सीमा निश्चित केलेली आहे.

उत्पत्तीनुसार सीमांचे वर्गीकरण (Genetic Classification)

भूगोलतज्ज्ञ हार्ट–शॉर्न यांनी एक उपयुक्त वर्गीकरण सुचविलेले आहे.

सांस्कृतिक दृश्याच्या किंवा पर्यावरणाच्या विकासावर ते आधारित आहे. सीमांचे कार्य वरील प्रकाराच्या वर्गीकरणात विचारात घेतले जाते. जेव्हा सीमा निश्चिती केली गेली, तेव्हा ती सीमा व त्या विभागातील सांस्कृतिक दृश्य (Cultural Land) यांच्या परस्परसंबंधांचाही या प्रकारच्या वर्गीकरणात विचार केला जातो. याचे पुढील प्रकार आढळून येतात.

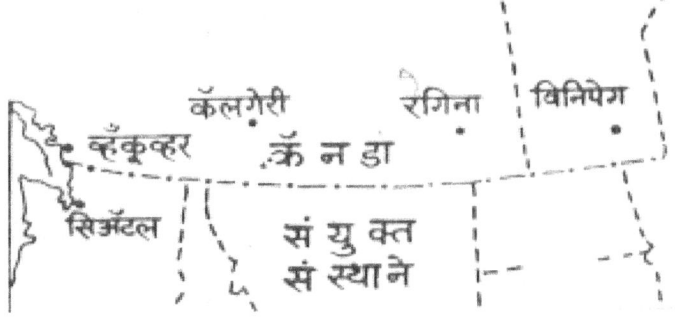

(१) पूर्वनिर्धारित सीमा (Antecedent Boundary) :

सद्य:स्थितीत अस्तित्वात असलेल्या वसाहतीचे मूळ प्रारूप निर्माण होण्यापूर्वी म्हणजे त्यांची मूलभूत वैशिष्ट्ये निर्माण होण्यापूर्वी जी सीमा तयार झालेली असते, ती पूर्वनिर्धारित सीमा म्हणून ओळखली जाते. वसाहतींचा विकास होण्यापूर्वीच निश्चित केलेली सीमा, म्हणजे पूर्वनिर्धारित सीमा. अनेक वेळा वाळवंटासारख्या किंवा गवताळ प्रदेशासारख्या निर्मनुष्य अगर विरळ लोकवस्ती असलेल्या ठिकाणी सीमा प्रथम आखली जाते. मग तेथे रेल्वे, रस्ते, विमानतळ, कारखाने इत्यादी वास्तू निर्माण होतात. संयुक्त संस्थाने व कॅनडा यांची पंचमहासरोवरांच्या पश्चिमेकडील सीमा वरील प्रकारात मोडते. १७८२ ते १८४६ च्या दरम्यान ही सीमा आखली गेली व नंतर व्हॅंकूव्हर, सीॲटल, कॅलगेरी, विनिपेग, रेगिना या शहरांचा विकास होण्यास सुरुवात झाली. कॅनडा व अलास्का (संयुक्त संस्थाने) यांची सीमादेखील वरील प्रकारात मोडते.

(२) स्वभावोद्‌भूत सीमा (Subsequent Boundaries) :

एखाद्या सीमाप्रदेशात वसाहती निर्माण झाल्यावर तेथील सांस्कृतिक दृश्ये तयार झाल्यावर सीमा ठरविली जाते. अशा सीमांना स्वभावोद्‌भूत सीमा असे म्हणतात. भारत व पाकिस्तान यांच्या दरम्यानची सीमा वरील प्रकारात मोडते. धार्मिक व त्यामुळे झालेले सांस्कृतिक भेद यांवर ही सीमा आधारित आहे. स्वभावोद्‌भूत सीमा असलेल्या सीमा विभागात लोकसंख्येची देवाणघेवाण होते. युरोपखंडात अनेक भाषा – फ्रेंच, इटालियन, जर्मन, फ्लेमिश, पोलिश इत्यादी भाषा प्रमुख त्यामुळे युरोपातील वेगवेगळ्या देशांच्या सीमा भाषिक रचनेवरून ठरविल्या गेलेल्या आढळतात. चिली व अर्जेंटिना यांच्या दरम्यानची सीमादेखील वरील प्रकारात मोडते.

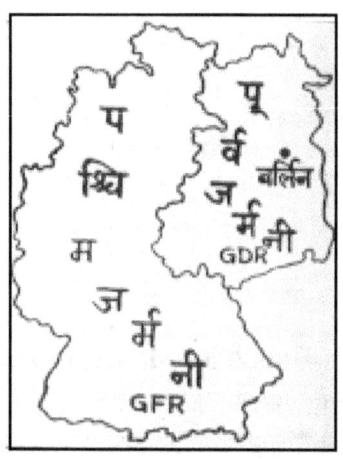

(३) पूर्वारोपित सीमा (Superimposed Boundaries) :

अशा प्रकारच्या सीमांची निश्‍चिती स्वभावोद्‌भूत सीमांप्रमाणेच सांस्कृतिक दृश्ये तयार झाल्यावर केली जाते. परंतु अशा सीमा सांस्कृतिक साम्य वा भेद यांचा विचार न करता आखल्या जातात. बऱ्याच वेळेस अशा सीमांचा स्थानिक, सांस्कृतिक घटकांशी काहीही संपर्क आढळून येत नाही. आशिया, आफ्रिका व दक्षिण अमेरिकेत वसाहतवादी देशांनी आपली राजकीय उद्दिष्टे व हेतू साध्य करण्यासाठी अशा प्रकारच्या सीमा तेथील प्रदेशातील लादल्या. पूर्वारोपित सीमा आफ्रिकेत अनेक ठिकाणी संघर्षास कारणीभूत झालेल्या आढळतात. आफ्रिकी देश स्वतंत्र झाल्यावर त्यांना परकीय सत्तांनी लादलेल्या सीमांचा फोलपणा कळून आला. सोमाली प्रजासत्ताक व इथिओपिया आणि

केनया यांच्यातील सीमा वरील प्रकारात मोडतात. शस्त्रसंधी झाल्यानंतर (Truce) आखल्या जाणाऱ्या सीमाही वरील प्रकारात मोडतात. काश्मीरमधील भारत-पाक युद्धबंदी रेषा, गाझा पट्टी, उत्तर व दक्षिण कोरिया यांतील सीमा वरील प्रकारात मोडतात. युद्धानंतर एकवंशीय व एकच संस्कृती असलेल्या जर्मनीची दोस्तांनी अनैसर्गिक फाळणी केली. जर्मनी परत शस्त्रसज्ज होऊन युद्धास उभा राहू नये म्हणून हा नवीन 'उपक्रम' त्यांनी केला. पूर्व व पश्चिम बर्लिन यांच्या सीमा वरील प्रकारात मोडतात. पूर्व बर्लिन व जर्मनी, रशियाअंकित जर्मन विभाग, तर पश्चिम भागात इंग्लिश, अमेरिकन व फ्रेंच हे तीन उपविभाग होते. बर्लिनची भिंत (पूर्व व पश्चिम बर्लिनमधील) ही पूर्वरोपित सीमा होती. नोव्हेंबर १९९० मध्ये भिंत पाडण्यात आली व नंतर जर्मनीचे एकीकरण झाले.

(४) अविशिष्ट सीमा (Relict Boundaries) :

पूर्वीच्या वसाहती परंतु आता स्वतंत्र राज्यसंस्थात अशा सीमा दृष्टीस पडतात. सीमांच्या दोन्ही बाजूस वसाहतवादाचे अवशेष वास्तुस्वरूपात दिसून येतात. ब्रिटन, फ्रान्स इत्यादी देशांनी वसाहतीमधून सत्तात्याग करताना तेथे काही भाग एकत्र करून नवीन राज्यसंस्था निर्माण केल्या. या राज्यसंस्थांच्या सीमा म्हणजे अवशिष्ट सीमा. वसाहतवादाच्या खुणा तेथे स्पष्ट दृष्टीस पडतात. घाना, कामेरून्स यांच्या सीमा वरील प्रकारात मोडतात. बाल्कन राष्ट्रात पूर्वीच्या ऑटोमन साम्राज्याच्या खाणाखुणा सीमा प्रदेशात स्पष्ट दिसतात. वास्तुशिल्प, स्थळांची नावे, शेतीच्या पद्धती यावरून पूर्वी कोणती राजवट तेथे होती, हे स्पष्ट कळून येते. मुंबईजवळ वसई, जूचंद्र व गोव्यात पोर्तुगीज राजकीय प्रभावाचे अवशेष अजूनही दिसतात. पाँडेचरी व तामिळनाडू यांच्या सीमेवर फ्रेंच व

ब्रिटिश संस्कृती (पूर्वीची) यांमधील फरक अजूनही जाणवतो.

(५) ज्यामितीय सीमा (Geometric Boundaries) :

नकाशावर काही सीमा सरळ रेषांनी काढलेल्या असतात. अक्षवृत्ते व रेखावृत्तांना समांतर अशी त्यांची रचना असते. संयुक्त संस्थाने व कॅनडा यांची सीमा, आफ्रिकेतील व अरब जगातील काही राज्यसंस्थांच्या सीमा वरील प्रकारात मोडतात.

जेव्हा सीमा ठरविल्या गेल्या तेव्हा ते प्रदेश आर्थिकदृष्ट्या अजिबात उपयोगाचे नव्हते. त्यामुळे व सीमा-आखणीचे काम जलद व्हावे म्हणून सरळ रेषांचा उपयोग करून सीमा आखल्या गेल्या. सहारा व कलहारीच्या वाळवंटातही अशा सीमा आहेत. परंतु अशा प्रदेशात वस्ती अगदी विरळ व काही ठिकाणी अजिबात नसल्याने सीमांमुळे कोणाचेच नुकसान होत नाही. अंटार्क्टिका खंडाची विभागणी आता याच पद्धतीने होत असून तेथे विविध देशांची प्रभावक्षेत्र नकाशावर दिसू लागलेली आहेत.

भारताच्या सीमारेषा Boundaries of India

१५ ऑगस्ट १९४७ ला स्वातंत्र्य मिळाल्यानंतर त्यापूर्वीच्या ब्रिटिश राजवटीच्या ज्या सीमारेषा होत्या त्याच भारत व पाकिस्तान यांना प्राप्त झाल्या. ब्रिटिश गेल्यानंतर खंडप्राय हिंदुस्थानात भारत व पाकिस्तानचे पूर्व आणि पश्चिम असे दोन भाग झाले. भारताच्या जमिनीवरील सीमारेषांची लांबी १५२०० (पंधरा हजार दोनशे) किलोमीटर्स असून तिची देशवार विभागणीपुढे दिलेली आहे.

भारत-चीन सीमारेषा ४२५५ किमी, भारत-पाक ४०९०, भारत-बांगलादेश ३९१० कि. मी., भारत-म्यानमार (ब्रह्मदेश) १४५० कि.मी. भारत-नेपाळ १०५० किमी. भारत भूतान-४७५ किमी.

भारत-चीन सीमारेषा ख्रिस्ताब्दापूर्वी १५०० वर्षांपासून भारत व चीन यांच्या दरम्यानचा सीमा विभाग अस्तित्वात आहे. रामायण व महाभारत व अनेक संस्कृत नाटकांत हिमालयाच्या सर्व रांगांचे व त्या पलीकडील काही प्रदेशांचे वर्णन आहे व हिमालयाच्या शिखरांपर्यंतचा भाग हा तत्कालीन भारतवर्षाचा भाग असे म्हटले आहे. मौर्य, अशोक, कुशाण व गुप्त आणि नंतर परकीय मोगल यांच्या भारतातील साम्राज्यांच्या सीमा हिमालयाच्या पाणलोट क्षेत्रापर्यंत भिडलेल्या होत्या. सध्याची भारत-चीन सीमा रेषा ही चीनमधील मांचुसाम्राज्य, ब्रिटिश राजवट व प्रजासत्ताक चीन यांच्या परदेशी धोरणाचा परिपाक आहे. तिबेट व चीन बरोबर व्यापार वाढविणे हे ब्रिटिशांचे धोरण होते. त्यांनी तावांग परिसर तिबेटला परत करण्यास हवा होता;

परंतु त्यांचे असे मत होते की, ऐतिहासिक कालापासून तो भारताचा म्हणजे तत्कालीन ब्रिटिशव्याप्त हिंदुस्थानचा एक भाग आहे, त्यामुळे त्यांनी तो भाग तिबेटला परत केला नाही.

१९५४ मध्ये भारत व चीन यांनी तिबेटच्या संदर्भात एक करार व्यापार व यात्रेकरू यांच्या सोयीसाठी केला; परंतु या करारानुसार भारताने चीनचा तिबेटवरील हक्क मान्य करावा, स्वत:चा सोडावा व चीनचे सार्वभौमत्व मान्य करावे, असे केल्यामुळे भारत व चीन यांच्या दरम्यानचे जे एक मध्यवर्ती लघुराज्य (Buffer state) होते ते नाहीसे झाले. भारत व चीन यांची सैन्य समोरासमोर आली. तिबेटमध्ये चीनने सुसज्ज असे अण्वस्त्र तळ निर्माण केले. हिमालयात भारतास उत्तुंग अशा सीमावर्ती प्रदेशात शत्रू निर्माण झाला. भारत व चीन यांच्यातील सीमारेषेचे व सीमा विभागांचे तीन उपविभाग आहेत.

(१) पश्चिम भाग यात गिल्जिट, हुंझा व लडाख हे परिसर आहेत.

(२) मध्य विभागात यात हिमाचल प्रदेश व उत्तर प्रदेश व उत्तर प्रदेश यांना निकटवर्ती असे भाग व

(३) पूर्व विभाग-पूर्वीचा नेफा, आसाम, अरुणाचल प्रदेश यांच्या सीमेवरील भाग.

(१) पश्चिम विभाग :

याठिकाणी असलेली सीमारेषा ही १७७० कि.मी. लांबीची असून भारताचा जम्मू-काश्मीर प्रांत किंवा राज्य व चीनचे झिंगीयांग व तिबेट हे प्रांत या सीमारेषेमुळे अलग झालेले आहेत. सीमारेषेची लांबी जरी १७७० कि.मी. असली तरी त्यापैकी ४८० कि.मी. लांबीची सीमारेषा ही काश्मीर राज्याच्या पाकव्याप्त प्रदेशात आहे व उर्वरित १२९० कि.मी. लांब सीमारेषा लडाख व काश्मीरमध्ये आहे. मुस्तांग, अधिल व काराकोरम पर्वतराजीच्या पाणंदीवर (Watershed) ही सीमारेषा असून हा सर्व प्रदेश जवळजवळ निर्मनुष्य आहे. ८० अंश पूर्व रेखांशांपर्यंत पश्चिम विभागातील भारत-चीन सीमारेषेची मर्यादा मानली जाते. पाणंदीवरील सीमारेषा म्हणजे पर्वतांच्या आकाशरेषेवरील (Skyline) सीमारेषा. वरील तीन पर्वतांच्या उत्तरेस चीनच्या तारीम खोऱ्यात जाणारे प्रवाह आहेत, तर दक्षिणेस सिंधुनदीच्या खोऱ्याकडे जाणारे प्रवाह आहेत. काराकोरम (कृष्णगिरी) पर्वतावरून पश्चिम विभागातील सीमारेषा नंतर लनक, कोने व केमसँग पर्वतराजीच्या आकाशरेषेवरून पँगाँग सरोवर व कैलास पर्वताकडे येते. याठिकाणच्या ५००० चौरस किलोमीटर्स प्रदेशावर चीनने आपला हक्क सांगितला असून त्यात अक्साई चीन, चँगमो खोरे, पँगाँग

व स्प्रॅगूर सरोवर मोडतात. हा सर्व प्रदेश, खडबडीत ओसाड व निर्जीव असा आहे. अक्साई चीनचे पठार सध्या तरी बिगर मालकीची भूमी समजली जाते. उत्तुंग कोरडी पठारे, (ध्रुवप्रदेश वगळता), जगातील लांब हिमनद्या (हिमालय), हिमाच्छादित, निर्जीव, निर्मनुष्य सृष्टीने हा भाग व्यापलेला आहे. संपूर्ण लडाखमध्ये अत्यंत विरळ लोकवस्ती असून लडाखी लोक भटके पशुपालक आहेत. ते हिंदी व मुंडा मिश्रित भाषा बोलतात. वांशिक व सांस्कृतिकदृष्ट्या त्यांचे मंगोलवंशीय तिबेटी लोकांशी साम्य आढळते. भारताच्या एका कोपऱ्यात या विभागाचे स्थान असल्याने हा भाग अलग पडल्यासारखा आहे. त्यामुळे येथील लोकात एकाकी पडल्याची, टाकले गेल्याची भावना आहे. लडाखमध्ये हिंदू, बौद्ध व इस्लामधर्मीय लोक आहेत.

१६६५ व १६८४ मधील लडाख-तिबेट करारानुसार पश्चिम विभागातील सीमारेषा ठरविण्यात आली व १८४२ मधील काश्मिर-चीन-तिबेट यांच्यातील डोग्रा-लडाख करारानुसार त्याला मान्यता देण्यात आली. चिनी सरकार, जम्मूचे महाराज व तिबेटी सरकारांच्या या त्रिपक्षीय करारांवर शिक्कामोर्तब झालेले आहे. हे आंतरराष्ट्रीय कायदा महामंडळाने मान्य केलेले आहे. १८४६-४७ मध्ये चिनी सरकारने ब्रिटिशांना असे कळविले की, चीनच्या नैर्ऋत्य भागातील सीमारेषा योग्य रीतीने निश्चित केलेली असल्याने त्याबद्दल आणखी काही चर्चा वा करार करण्याची आवश्यकता नाही. १८६८ च्या काश्मिरच्या नकाशासंग्रहात तिबेट व लडाख यांच्या दरम्यानची सीमारेषा सध्याच्या अधिकृत भारतीय नकाशाप्रमाणेच दाखविली होती. १८९३ च्या चिनी नकाशातही सीमारेषा सध्याच्या अधिकृत भारतीय नकाशाप्रमाणेच दाखविली होती. तिबेटी नियतकालिके, पर्यटकांच्या नोंदी, अधिकृत व अनधिकृत नकाशे, सर्वेक्षण व महसूल अहवाल यांचा वृत्तान्त उपलब्ध आहे. त्यातून भारताच्या भूमिकेसच पुरावा उपलब्ध होतो. १८९९ च्या ब्रिटन-चीन पत्रव्यवहारानुसार जी सीमारेषा मान्य करण्यात आली होती, ती नकाशावरही होती. त्या नकाशात अक्साई चीनमधील रस्ता हा चिनी सीमेच्या आत म्हणजे चीनच्या भूमीवर दाखवला नव्हता.

१८४२ मध्ये सिंकियांग किंवा झिंगियांग प्रांत चीनमध्ये समाविष्ट करण्यात आला. त्यामुळे १८४२ च्या कारारावर झिंगियांग प्रांत कोणताही हक्क सांगू शकत नाही. सर्व चिनी नकाशात जी सीमारेषा झिंगियांग प्रांताची दाखविली आहे, ती कुनलून पर्वतराजीपर्यंत आहे. कुनलून पर्वताच्या दक्षिणेस झिंगियांग प्रांतांची हद्द नाही. या प्रांतास लागून असलेला, अधिल व काराकोरम पर्वतांच्या

दरम्यानचा प्रदेश २ मार्च १९६३ पासून पाकिस्तानने चीनला दिला. कारण पाकिस्तानने जो अनाधिकाराने भारतीय काश्मिरचा भाग व्यापलेला होता, त्याचेच दान त्यांनी चीनला केले. या ठिकाणी राहणारे लोक उर्दू, शस्की व शीमा या भाषा बोलतात. वास्तविक पाहता १८९२ मध्येच चीनने या विभागास सीमाप्रदेश म्हणून मान्यता दिलेली होती. असे असूनही १९५४ मध्ये चीनने या प्रदेशावर आपला हक्क सांगितला व १९६२ मध्ये या विभागात ५४००० चौरस किलोमीटर्स क्षेत्रफळाचा प्रदेश बळकावला. झिंगियांग तिबेट सैनिकी राजमार्ग अक्साई चीनमधून जातो. तो चिन्यांची नव्याने बांधलेला आहे. त्यामुळेच वादास सुरुवात झाली.

(२) भारत व चीन यांच्या दरम्यानची मध्य विभागातील सीमारेषा :

भारत व चीन यांच्या दरम्यानची मध्य विभागातील सीमारेषा एका पाणलोटावर असून तिची लांबी ६२५ कि. मी. आहे. ती लडाखपासून नेपाळी सरहद्दीपर्यंत पसरलेली आहे. मध्यविभागातील सीमारेषा भारताच्या हिमाचल प्रदेश व उत्तर प्रदेश या घटकराज्यांना स्पर्श करते. मध्यविभागात एकूण सहा वादग्रस्त भाग आहेत. ते पुढीलप्रमाणे :

(१) शिंपकी खिंडी, (२) बारा होती, (३) सांगचा मल्ला, (४) लॅपथॉल, (५) निलंग, (६) वूजे. हिमाचल प्रदेश व चीनमधील सीमारेषा ही स्पिती खोरे व चीनमधील पाराचू खोरे यांना अलग करणाऱ्या डोंगरकड्यावर आधारित पाणलोटावर आहे. हीच सीमारेषा पुढे सतलज नदीस पूर्वेकडून मिळणाऱ्या उपनद्यांच्या पाणलोटाकडे जाते. उत्तर प्रदेश व चीन यांच्या दरम्यानची सीमारेषा सतलज, काली, अलकनंदा व भागिरथी या नद्यांच्या पाणलोटावर आहे. शिपकी खिंडीत ही सीमारेषा सतलज नदीस ओलांडते व नंतर अना, निती, कुंगरी, बिंगरी, धर्म व विपुलेख या नद्यांच्या पाणलोटावरून भारत-चीन-नेपाळ या तीन राष्ट्रांच्या सीमारेषा जेथे एकत्र मिळतात, तेथे जाते. मध्यविभागात चिन्यांनी सुमारे २००० चौरस किलोमीटर क्षेत्रावर आपला दावा सांगितला असून त्यात शिंपकी खिंड व बाराहोती नावांची दोन प्रमुख भूसामरिक महत्त्वाची स्थळे आहेत. यापैकी बाराहोती हा ४ चौरस कि. मी. क्षेत्रफळाचा भाग अलकनंदा व सतलज या नद्यांच्या दरम्यान आहे. येथे चिन्यांच्या म्हणण्यानुसार तुंजून ही दुसरीच एक खिंड सीमावर्ती आहे. परंतु बाराहोतीचा प्रदेश तुंजून खिंडीच्या दक्षिणेस असूनही चिनी त्या परिसरावर आपला हक्क सांगत आहेत. तिबेट व ब्रिटिश सरकारने १८९० व १९१९ मध्ये केलेल्या करारानुसार हा

भाग तत्कालीन ब्रिटिश अंकित भारतामध्ये होता व गढवाली शासनाचे कायदेकानून व अंमल त्यावर होता.

उत्तर प्रदेशातील अलमोरा जिल्ह्यातील सांगचा मल्ला व लॅपथॉल या दोन परिसरावर देखील चिन्यांनी आपला अधिकार सांगितला आहे. या ठिकाणी पूर्वीपासून भारतीय शासन होते व तिबेटने त्यावर कधीही आपला हक्क सांगितला नव्हता. निलँग व जँधग परिसर मुख्य पाणलोटाच्या दक्षिणेस १४० किमी. अंतरावर असूनही चिनी त्यावर आपला दावा सांगत आहेत. या विभागातील वुजेजवळ असलेल्या बौद्ध विहारांच्या जीर्णोद्धारासाठी चिन्यांनी आर्थिक मदत गोळा केलेली होती म्हणून त्या ठिकाणी चिनी आपला हक्क सांगत आहेत. १९५१ मध्ये चीनने प्रसिद्ध केलेल्या नकाशातही वुजेचा परिसर भारतीय भाग दाखविण्यात आलेला होता. हा भाग कायदेशीरदृष्ट्या भारताचा आहे. याला पुढील कारणामुळे दृष्टी मिळते.

(१) महसूल व कर संकलन, (२) पोलीस नियंत्रण, (३) शासन, (४) वन शासन, (५) जनगणना, (६) रस्ते बांधणी, (७) चौकी व पहारे त्यावरील नेमणुका यावर भारताचे नियंत्रण आहे.

वर नमूद केलेले ६ वादग्रस्त भाग १९५४ च्या भारत-चीन करारातील चौथ्या परिच्छेदात असून तेथे सहा खिंडी आहेत व त्यांच्या दक्षिणेस हे वादग्रस्त प्रदेश आहेत. या सर्व खिंडीतून गेली शेकडो वर्षे याक व खेचरावरून व्यापार चालत असून त्यावर आपले नियंत्रण असावे म्हणून चिन्यांनी हा मुळात भारतीय मालकीचा असलेला प्रदेश व त्याला जोडणाऱ्या खिंडी वादग्रस्त विषय बनविला आहे. येथील सर्वात मोक्याचे ठाणे म्हणजे बाराहोती, संरक्षणव्यूहाच्या दृष्टीने त्याचे महत्त्व अनन्यसाधारण असून बाराहोतीवर जो कब्जा करेल तो गंगाखोऱ्याच्या वरच्या टप्प्यावर नियंत्रण राखू शकेल, अशी स्थिती आहे.

भारत-चीन मध्यभाग व पूर्व भाग यांच्या दरम्यान नेपाळ, भारताचे सिक्कीम राज्य व भूतान हे भाग येतात. यापैकी नेपाळ व भूतानबरोबर भारताची आंतरराष्ट्रीय सीमा असून सिक्कीम व तिबेट यांच्या दरम्यान असलेल्या भारताच्या आंतरराष्ट्रीय सीमारेषेची लांबी २२५ किमी. आहे व १७ मार्च १८८० च्या कलकत्ता येथील करारानुसार तिच्यावर शिक्कामोर्तब करण्यात आलेला आहे. तिची आखणी १८९५ मध्ये पूर्ण झाली. भूतान व तिबेट (चीन) यांच्या दरम्यानची सीमारेषा भारत व चीन यांच्या दरम्यानच्या सिमला करारानुसार आहे. नेपाळ-भारत या सीमारेषा वादग्रस्त नाहीत. नेपाळ, चीन व सिक्कीम

(भारत) चीन या सीमारेषा पाणलोटावर आधारित आहेत.

(३) पूर्व भागातील सीमारेषा :
भारत-चीन सीमारेषा

भारत-चीन यांच्यातील सीमारेषा पूर्व भाग भूतानच्या पूर्वेस सुरू होते. पूर्वेस तालूखिंडीपर्यंत तिची लांबी ११४० किमी. आढळून येते. तालूखिंडीत भारत-चीन व म्यानमार (ब्रह्मदेश) यांच्या सीमा एकत्र येतात. पूर्व भागातील सीमारेषेस मॅक्मोहन रेषा असे म्हणतात. १९१३-१४ मध्ये भारत व चीन यांच्या दरम्यान सिमला येथे जो सीमारेषा करार झाला, त्या वेळी मॅक्मोहन हे ब्रिटिशांचे प्रतिनिधी होते. ब्रह्मपुत्रा नदीस उत्तरेकडून जे पाणलोट येऊन मिळतात, त्यावर मॅक्मोहन रेषा आधरलेली आहे; परंतु अरुणाचलातील लोहित, सिअँग, सुबानसिरी व कामेंग या चार नद्या आजूबाजूचे डोंगर फोडून वाहतात. या प्रदेशात त्सोकारो व त्सारी सर्पा ही दोन तिबेटी धर्मस्थळे असून त्यांच्यासकट ९४७०० चौरस किमी. प्रदेशावर चीनने आपला हक्क सांगितलेला आहे. यात २४-२५ मार्च १९१४ च्या सिमला करारानुसार चीनने वर निर्देश केलेल्या मॅक्मोहन रेषेस मान्यता दिली व १९५६-५७ मध्ये मॅक्मोहन रेषा ही चीन व तत्कालीन ब्रह्मदेश (म्यानमार) यांच्या दरम्यानची अधिकृत सीमारेषा आहे, असे जाहीर केले. त्याच वेळी चीनतर्फे असे जाहीर करण्यात आले की, भारत व चीन यांच्यातील अत्यंत मैत्रीपूर्ण वातावरण लक्षात घेता भारत व चीन यांच्या दरम्यान असलेल्या मॅक्मोहन रेषेस सर्वसाधारणपणे मान्यता प्राप्त झालेली आहे. मॅक्मोहन रेषा ही

नैसर्गिक डोंगरकड्यावरील पाणलोटावर आधारित असून वांशिक व शासकीय गोष्टींवरही अवलंबून असल्याने अनादी कालापासून भारत व चीन यांच्या दरम्यानची ती नैसर्गिक सीमा आहे.

परंतु १९५९ मध्ये चीनने एकदम असे जाहीर केले की मॅक्मोहन रेषा ही ब्रिटिश साम्राज्यवाद्यांनी चीन व तिबेटवर लादलेली रेषा असल्याने तिचा स्वीकार करू शकत नाही. चीनला ती मान्य नाही. शिवाय नेफा म्हणजे भारताच्या उत्तर सीमान्त प्रदेशातील लोकांचे तिबेटमधील लोकांशी वांशिक साम्य असल्याने तो भाग भारताचा नसून चीनचा आहे; परंतु नेफा (आता अरुणाचल) प्रदेशातील लोकांचे आसाम व ब्रह्मपुत्रा नदीच्या खोऱ्यातील व तेथील पर्वतीय लोकांशी वांशिक साम्य आहे. या संदर्भात भारताने जुन्या चिनी नकाशांचे पुरावे दिलेले होते. २०ऑक्टोबर १९६२ ला चीनने एकदम हल्ला करून सेला, बोमदिला, तावांग, थागला टेकडी, लोग्जू, वॉलांग, धोला ही ठाणी जिंकून घेतली व भारताच्या ९४७०० चौरस कि.मी. क्षेत्रावर आपला दावा सांगितला. नेपाळ व म्यानम्यार यांच्याबरोबर असलेली मॅकमहोनरेषा चीनने मान्य करूनही भारताच्या बाबतीत दुटप्पी धोरण स्वीकारले. यामागे अनेक कारणे सांगितली जातात. आशिया खंडात अग्रपूजेचा मान आपल्याला मिळावा असे चीनला वाटत होते. भारत व चीन हे नैसर्गिकदृष्ट्या समानधर्मी शेजारी देश आहेत. त्यांच्यात शांततामय सहजीवन नांदणे कठीण आहे. विदेशी व्यापारात त्यांची एकमेकांशी स्पर्धा सुरू आहेच. म्हणून भारताच्या औद्योगिक प्रगतीस खीळ घालण्यासाठी चीनने भारतावर आक्रमण करून नंतरच्या कालात भारताचा संरक्षण खर्च अब्जावधी रुपयांनी वाढविला व औद्योगिक प्रगतीचा वेग खूपच कमी केला. १९६२ च्या आक्रमणानंतर नेहरू सरकार कोसळेल व भारतीय कम्युनिस्ट सत्तेवर येतील व भारत समाजवादी देशांच्या कळपात सामील होईल अशी चीनला आशा होती; परंतु ती फोल ठरली. पश्चिम भागात चीनचा अक्साई चीनवरील हक्क भारताने मान्य करावा, असे चीनला वाटते कारण रशिया, अफगाणिस्तान, पाकिस्तान सीमावर्ती प्रदेशालगत अक्साई चीनचे स्थान असल्याने व विशेषत: रशियन तुर्कस्तान व चिनी तुर्कस्तान यांच्या दरम्यानची रशिया-चीन सीमारेषा सर्वमान्य नसल्याने चीनला अल्माअटा येथील रशियन सैन्याची भीती वाटत होती. म्हणूनच अक्साई चीनवर कब्जा करून तेथील रस्त्याचे रूपांतर त्यांनी सैनिकी राजमार्गात केले. अक्साई चीनवरील आपला अधिकार भारताने सोडल्यास चीन पूर्व भागातील मॅकमहोन रेषेस

संमती देईल. परंतु १९९० मधील रशियाच्या विभाजनानंतर अल्मामटा येथिल रशियन तळ कझाकस्तानात गेला व त्यामुळे त्याचा धोका उरला नाही.

१९८३ मध्ये २१ वर्षांच्या कालखंडानंतर भारत व चीन यांच्यात परत वाटाघाटींना सुरुवात झालेली असून आतापर्यंत झालेल्या सहा फेऱ्यांत फारच थोडी प्रगती झालेली आहे. परंतु भारत व चीनमध्ये व्यापार-उदीम थोड्या प्रमाणात सुरू झालेला आहे. कैलास व मानससरोवराकडे मात्र भरपूर पैसे घेऊन चिन्यांनी भारतीय यात्रेकरूंना जाण्याची परवानगी दिलेली आहे.

भारत–पाक सीमारेषा

भारत-पाकिस्तान सीमारेषा १९४७ च्या रॅडक्लिफ निवाड्यानुसार निर्माण झालेली असून, मुस्लिम बहुसंख्य विभाग पाकिस्तानात सामील करण्यात आले. ब्रिटिशव्याप्त हिंदुस्थानची फाळणी करण्यात येऊन भारत व पाकिस्तान अशी दोन स्वतंत्र राष्ट्रे करण्यात आली. १९४७ ते १९७१ पर्यंत पाकिस्तानचे पश्चिम पाकिस्तान व पूर्व हा पश्चिम पाकिस्तान असे दोन भाग होते. १९७१ मध्ये पूर्व पाकिस्तान पाकिस्तानपासून वेगळा झाला व बांगला देश म्हणून ओळखला जाऊ लागला.

दक्षिणेस सीर खाडी ते उत्तरेस सियाचिन हिमनदीपर्यंत पसरलेली भारत-पाकिस्तान सीमारेषा रॅडक्लिफ रेषा म्हणूनही ओळखली जाते. तिची लांबी ४०९० कि. मी. आहे. जम्मू-काश्मीर, लडाख, पंजाब, राजस्थान व गुजरात या भारताच्या चार घटक राज्यांना ती भिडलेली आहे. कच्छचे रण हा एक अंतर्गत समुद्र आहे. त्यामुळे त्याच्या मध्यावर सीमारेषा आंतरराष्ट्रीय संकेतानुसार आखली पाहिजे असे म्हणून कच्छच्या रणात एप्रिल १९६५ मध्ये पाकिस्तानने आक्रमण केले. ब्रिटिश पंतप्रधानांनी मध्यस्थी केल्यानंतर भारताने हा प्रश्न आंतरराष्ट्रीय लवादाकडे सोपविला. पाकिस्तानने कच्छच्या रणात ९०६५ किलोमीटर्स इतका प्रदेश मागितला होता; परंतु आंतरराष्ट्रीय लवादाने त्यांना ९०६ चौरस किलोमीटर्स इतका प्रदेश बहाल केला. आक्रमण करून एखाद्या प्रदेशावर दावा केल्यानंतर त्यातील काही भाग आपला नसला तरी आपल्याला मिळू शकतो हे कच्छ मोहिमेवरून सिद्ध झाले. सियाचिन हिमनदी परिसरातही त्यांनी हेच तंत्र वापरून भारतास नामोहरम करण्याचा प्रयत्न केला; परंतु अजूनही ते यशस्वी झालेले नाही. कच्छ निवाड्यामुळे नगरपारकरच्या दोन्ही बाजूचे काही भाग पाकला मिळाले. छाडबेट, धाराबनी, पिशेल व कून हे ते भाग आहेत. त्याआधी १९४८ मध्ये काश्मीरवर आक्रमण करून पाकिस्तानने

काश्मिरचा १/३ भाग व्यापलेला आहेच. त्याला ते आझाद काश्मीर तर आपण पाकव्याप्त भारत असे म्हणतो.

१९७१ च्या युद्धात भारताने पाकिस्तानचा १३१२ चौरस किलोमीटर्स इतका प्रदेश व्यापलेला होता तर पाकिस्तानने पंजाबमध्ये भारताचा १७० चौरस किलोमीटर्स इतका प्रदेश व्यापलेला होता; परंतु ३ जुलै १९७२ च्या सिमला करारानुसार दोघांनी, एकमेकांचे व्यापलेले प्रदेश परत केले. सिमला करारान्वये ठाको चाल हे गाव भारतात आले, तर धूम व चिकन ही उरीजवळची दोन खेडी भारताने पाकला दिली. अनेक ठिकाणी भारत-पाक सीमारेषा ही नैसर्गिक अडथळ्यावर नाही. जम्मू काश्मिरमध्ये डोंगराळ व काही ठिकाणी हिमाच्छादित प्रदेश आहे तर पंजाब सीमेवर मैदानी प्रदेश असून राजस्थान सीमेवरील इंदिरा (राजस्तान) कालवा हा लाहोरजवळील इच्छोगिल कालव्याप्रमाणेच पाणी भरलेला एक संरक्षक खंदक आहे. गुजरात सीमेवर कच्छचे रण आहे. एका दृष्टीने विचार करता असते दिसते की, भारत व पाक यांच्यात शांततामय सहजीवन नांदण्यास खूप वाव आहे. कारण दोन्ही देश नैसर्गिकदृष्ट्या असमान आहेत. त्यामुळे व्यापारास खूप वाव आहे. परंतु राजकीय परिस्थिती व एकमेकांबद्दल वाटणारा अविश्वास यामुळे त्यांच्यात सहजीवन नांदू शकत नाही. काश्मीर, सियाचीन याखेरीज सिंधूच्या उपनद्यांच्या पाणीवाटपाचा प्रश्नही देशांनी अजून सोडविलेला नाही.

भारत-पाक सीमेवर सर्वत्र कुंपण नाही. अनेक विभागात कुंपण असले तरी ते ओलांडून चोरटी वाहतूक करणारे, अमली पदार्थांचे व्यापारी, घुसखोर व पंजाब आणि जम्मू-काश्मिरमधील अतिरेकी येतात. १९७९ मध्ये अफगाणिस्तानात रशियन हस्तक्षेप झाल्यानंतर अमली पदार्थ व एके ४७ बंदुकी आणि इतर प्राणघातक शस्त्रे यांची भारतात आयात होण्याचे प्रमाण वाढलेले आहे. काश्मिरमध्ये १९८९ पासून अतिरेकी कारवायात जी वाढ झालेली आहे व ब्ल्यू स्टार मोहिमेत, १९९३ मधील मुंबई स्फोटातील तसेच त्यानंतर कोईमतूर, दिल्ली, मुंबईमधील घाटकोपर, मुलुंड, विलेपार्ले व १८ मे २००७ रोजी हैदराबादमध्ये झालेल्या स्फोटात अतिरेक्यांनी जी सामग्री वापरलेली होती ती सर्व पाकिस्तानमधून आल्याचा पुरावा भारताजवळ आहे. भारत-पाकिस्तान सीमारेषा ही सच्छिद्र सीमारेषा समजली जाते.

भारत-बांगलादेश सीमारेषा

बांगला देशाची निर्मिती १९७१ च्या भारत-पाकिस्तान युद्धानंतर झाली. १९४७ ते १९७१ पर्यंत भारत-बांगलादेश सीमा ही भारत-पूर्व पाकिस्तान सीमा म्हणून ओळखली जाई. कारण बांगलादेश हा त्या काळात पूर्व पाकचा भाग होता. भारत व बांगलादेश सीमेची लांबी ३९१० किमी. असून त्यापैकी २२७२ किमी. सीमारेषा ही भारताच्या पश्चिम बंगाल राज्याबरोबर आहे. भारत-पाक सीमारेषेप्रमाणेच भारत-बांगलादेश सीमारेषा सच्छिद्र असून सहजासहजी ही ओलांडता येते. भारताने अलीकडे बांगलादेश सीमेवर कुंपण घालणे सुरू केलेले आहे. आसाम, मेघालय व त्रिपुरात होणाऱ्या घुसखोरीस आळा बसावा असा त्यामागचा उद्देश आहे. प्रथमपासून भारत व पूर्व पाक यांच्या दरम्यानची सीमारेषा ही वादग्रस्त होती. १९७१ मध्ये जरी पूर्व पाकचे रूपांतर बांगलादेशात झाले तरी देखील फक्त देशाचे नाव बदलले, तेथील सरकारची वृत्ती भारतद्वेष्टीच राहिली. १९४७ मध्ये खुलना हा बहुसंख्य हिंदू विभाग पाकला बहाल करण्यात आलेला होता. त्याचप्रमाणे चितगावच्या डोंगराळ भागात ९७.६ टक्के बिगरमुस्लिम चकमा वन्य जमात होती तरीही तो भाग व ७७% बिगर मुस्लिम असलेला जलपैगुरी हा भागही पाकला देण्यात आला. या दोन प्रदेशांची म्हणजे चितगाव व जलपैगुरी यांची हिंदू बहुसंख्य विभागांशी भौगोलिक सलगता नसल्याने ते भाग भारतास देऊ नयेत, असे पाकचे म्हणणे होते. गेल्या पाच वर्षांत चितगावमधील वन्य जमातींवर बांगला देशाच्या सैनिकांची जुलमी राजवट आहे. बांगलादेशाच्या सरकारी वृत्तीत बदल झालेला नाही. भारत व बांगलादेशात एकमेकांचे (अंतर्वर्ती प्रदेश) Enclaves आढळून येतात. आजही भारत बांगलादेश यांच्या सीमावर्ती भागात काही वादग्रस्त प्रदेश असून त्याची चर्चा पुढे केलेली आहे.

(१) भारतातील मुर्शिदाबाद व बांगलादेशात राजेशाही हे दोन वादग्रस्त प्रदेश समोरासमोर असून गंगा नदी आपले पात्र येथे दरवर्षी बदलत असल्याने सीमारेषेत बदल घडून येणे अपरिहार्य ठरते. या भागात वस्तीही दाट असल्याने अनेक समस्या उद्भवतात.

(२) भारतातील करीमपूर व बांगला देशातील दौलतपूर यांच्या दरम्यान माताभंगा नदीच्या मध्यावर सीमारेषा आता निश्चित करण्यात आलेली आहे. रॅडक्लिफ निवाड्यात यात थोडा बदल करण्यात आलेला आहे. यामुळे बांगलादेशास १३ चौरस किलोमीटर्स इतका प्रदेश आणखी मिळाला.

(३) सिल्हेट जिल्हा हा तिसरा वादग्रस्त प्रदेश गॅरो, खासी, जयंतीया या डोंगराळ व वनाच्छादित प्रदेशास संलग्न आहे. तेथे तीव्र उताराच्या भूमीवर दाट जंगलात सीमा आखणी करणे कठीण जाते.

(४) बारीखारी व गोविंदपूर यांच्या दरम्यान आणखी एक वादग्रस्त भाग आहे.

(५) बेरुबारी युनियन १२ हा बांगला देश व भारत यांच्या दरम्यानचा आणखी एक वादग्रस्त प्रदेश आहे. याचे क्षेत्रफळ २२.७ चौरस किमी इतके आहे. यापैकी निम्मा भाग भारताने लवादाच्या निवाड्यानुसार बांगलादेशाला देणे आवश्यक आहे. जलपैगुरी जिल्ह्यात भारत, बांगलादेश सीमेवर बेरुबारी नावाचे एक गाव आहे. १० सप्टेंबर १९५८ च्या करारानुसार बेरुबारीची विभागणी वरील प्रकारे करणे आवश्यक आहे. परंतु कोर्टाच्या मनाई हुकमाने व इतर अनेक कारणांमुळे तो प्रश्न भिजत पडला आहे. बेरुबारीची विभागणी अशा रीतीने होईल, पंचघर (बांगलादेश) व भारतीय बेरुबारी, कुचबिहारी अंतर्वर्ती प्रदेशाशी (Enclaves) संलग्न राहील व बांगलादेशाला दिला जाणारा बेरुबारी पंचघरशी संलग्न राहील. कुचबिहारचा दक्षिण भाग बांगला देशात राहील, अशी तरतूद करण्यात आलेली आहे.

(६) लाठीतिल्ली–दमाबारी भागात पाकिस्तानने १९६२ मध्ये २०० हेक्टर इतकी जमीन आक्रमण करून घेतलेली आहे. ती अजूनही भारताकडे परत आलेली नाही.

१९४७ पासूनच व विशेषत: फक्रुद्दिन अली अहमद आसाममध्ये असताना लक्षावधी बांगला मुस्लिम बेकायदेशीररीत्या आसाम, मेघालय, त्रिपुरा येथे येऊन स्थानिक झाले. त्यांच्या आतापर्यंत दोन पिढ्या भारतात गेल्याने त्यांना भारतीय नागरिकत्व द्यावे, अशी मागणी काही जात्यंध व भारताची आणखी शकले करू इच्छिणारे लोक करीत आहेत. त्यांना भारतीय नागरिकत्व दिल्यास आसामच्या काही जिल्ह्यात अल्पसंख्याकांचे प्रमाण खूपच वाढेल व त्यांची एकगठ्ठा मते मिळविण्यासाठी अनेक राजकीय पक्ष धडपडतील. आसाम आंदोलन यामुळे आणखी तीव्र बनण्याची शक्यताआहे. बांगलादेश व तत्पूर्वी पूर्व पाकमधून आलेले घुसखोर बेसुमार वृक्षतोड करून वसाहती करीत असल्याने सामाजिक तणाव भारताच्या ईशान्य कोपऱ्यात निर्माण होत आहे. १९८९ नंतर हिंदूंची व चकमा या वन्य जमातींची भारताकडे, त्यांच्यावर अत्याचार होत असल्याने धाव सुरू झालेली आहे.

१९५२ ते १९८२ या काळात भारताने सुमारे चार लक्षांवर बांगलादेशातील घुसखोर हुडकून काढले. त्यांची परतपाठवणी करणे अजून जमलेले नाही. मुंबईमध्ये अवैधरीत्या घुसलेले बांगलादेशी महाराष्ट्र सरकारने परत पाठविले, परंतु पश्चिम बंगाल सरकारने त्यांना परत महाराष्ट्रात पाठविले. हा अराष्ट्रीय-विद्रोही वृत्तीचा कळस. १९८० मध्ये भारत व बांगलादेश यांच्या दरम्यान न्यू मूर किंवा मरी म्हणजेच तालपती बेटाच्या मालकी हक्कावरून तणाव निर्माण झालेला होता. फराक्का धरण व गंगा जलवाटप समस्या सुटेल अशी चिन्हे दिसत आहेत.

भारत-नेपाळ सीमारेषा

११५० कि.मी. लांबीच्या नेपाळ-भारत सीमारेषाही ब्रिटिशांकडून मिळालेला वारसा असून सीमारेषा ठरण्यापूर्वी नेपाळ व ब्रिटन यांचे अनेक रक्तरंजित संघर्ष १७६९ पासून झालेले आहेत. १८१४-१५ च्या संघर्षानंतर सुगाडलच्या तहानुसार, नैनिताल, अलमोरा, गढवाल, डेहराडून व शिमला या हिमालयाच्या पायथ्यानजीकच्या जिल्ह्यांचे काही भाग ब्रिटिशांना मिळाले त्यांच्या पूर्वेकडील थोडासा प्रदेश सिक्कीमला मिळाला. १८५७ च्या स्वातंत्र्य समरात ब्रिटिशांच्या बाजूने गुरख्यांनी मर्दुमकी गाजविल्यामुळे ब्रिटिशांनी तराईचा काही भाग नेपाळला परत केला. सध्याची भारत-नेपाळ सीमारेषा १८५८ मध्ये अस्तित्वात आलेली असून अत्यंत शांत आहे. भारत व नेपाळ दरम्यान कोणताही वाद नसून भूवेष्टित नेपाळचा व्यापार प्रामुख्याने भारतीय बंदरातून चालतो व सीमेवर २३ ठिकाणी नेपाळला पेट्रोल व तत्सम गरजेचे पदार्थ भारताकडून पुरविण्याची सोय आहे. भारत व चीन यांच्या दरम्यान नेपाळ हा भूवेष्टित लघु देश आहे.

भारत-भूतान सीमा

११ नोव्हेंबर १८६५ च्या सांचुला करारानुसार भूतानचा पश्चिम बंगाल व आसाममधील काही भाग ब्रिटिशांना मिळाला. त्याची लांबी ३५० कि.मी. व रुंदी ३५ कि.मी. इतकी होती. भारत व भूतान यांच्या दरम्यानची ७७५ कि.मी. लांबीची सीमारेषा याच पट्ट्यात आहे. ही सीमारेषा हिमाद्रीतील पाणलोटावर असून त्यावर चिन्यांनी आपला हक्क सांगितला आहे. १९४९ च्या भारत-भूतान करारानुसार भूतानच्या सीमेचे परचक्रापासून संरक्षण करण्याची जबाबदारी व बांधिलकी भारतावर आहे.

भारत-ब्रह्मदेश (नवीन नाव म्यानमार) सीमारेषा

भारत व म्यानमार यांच्या दरम्यानची सीमारेषा १४५० कि.मी. या सीमारेषेच्या

उत्तर टोकास भारत-चीन व म्यानमार अशा तीन देशांच्या सीमारेषेचे केंद्र आढळून येते. भारत-म्यानमार यांच्या दरम्यानची सीमारेषा शांत सीमा म्हणून ओळखली जाते. सीमेवर भारताच्या मिझो, मणिपूर व नागा टेकड्या असून म्यानमारच्या हद्दीत त्याच टेकड्यांना चीन व काचिन अशी नावे आहे. भरपूर पावसामुळे हा सर्व प्रदेश निबिड अरण्यांनी व्यापलेला असून त्यातून जा-ये करण्याचे मार्ग म्हणजे वन्य जमातींच्या ढोरवाटा (Trails), त्या फक्त त्यांनाच माहिती असतात. म्यानमारमध्ये शान, चिन, काचिन व कारेन या वन्यजमाती राहत असून भारतात नागा, मिझो, कुक लोक राहतात. त्यांचे एकमेकांशी वांशिक साम्य असून एकमेकांशी काहींचे रोटी-बेटी व्यवहारही होतात. सीमावर्ती भागात ख्रिश्चन धर्मप्रसार सतत चालू असून दोन्ही देशांतून फुटून नवीन सार्वभौम डोंगरी राज्याची मागणी अधूनमधून ऐकायला येते. युद्धकाळातील ब्रह्मदेश राजमार्ग याच भागातून गेलेला होता.

भारत-म्यानमार सीमारेषा पूर्णपणे नैसर्गिक उठाव प्रकारावर आधारित असून एकूण १४५० किमी. लांबीच्या सीमारेषेपैकी ८७० कि.मी. लांबीची सीमारेषा लहान-मोठ्या पाणलोटावर आधारलेली आहे. उर्वरित सीमारेषा सरळ अशा स्तंभावर आहे. १० मार्च १९६७ च्या भारत-ब्रह्मदेश करारानुसार सीमावर्ती प्रदेशात राहणाऱ्या सर्व वन्य जमातींना सीमारेषेच्या दोन्ही बाजूस दुसऱ्या देशाच्या हद्दीत वीस किलोमीटर्सपर्यंत संचार करण्याची मुभा आहे. फक्त भारत-चीन व म्यानमार (ब्रह्मदेश) यांच्या सीमा दिफुखिंडीजवळ एकत्र येत नाहीत, तर त्या खिंडीच्या उत्तरेस एकत्र येतात. प्रत्यक्ष खिंड ही भारतीय हद्दीत आहे. ही सीमारेषा खूप काळापर्यंत शांत राहण्याची दाट शक्यता आहे.

सागरी कायदा व जलसीमा

मानवी जातीस ६००० ते ७००० वर्षांची नाविक परंपरा असून त्या संदर्भातील कायदे सुमारे दोन हजार वर्षे अस्तित्वात आहेत. आंतरराष्ट्रीय सागरी कायद्यांमध्ये भूखंडमंचाचा (Continental Shelf) अंतर्भाव पूर्वीच करण्यात आलेला होता. परंतु किती रुंदीचे भूखंडमंच प्रत्येक देशाच्या सार्वभौमत्वाखाली असावे याबद्दल मात्र एकमत नव्हते. सर्वसाधारणपणे प्रभावी नौदल असणाऱ्या व द्वीपवास स्थान असणाऱ्या व इंग्लंड, जपानसारख्या देशांना व अमेरिकेसारख्या प्रबळ, भरपूर भांडवल व अद्ययावत तंत्रविद्या असलेल्या देशांना असे वाटते की, किनाऱ्यावरील देशांच्या सार्वभौमत्वाखाली कमीत कमी भूखंडमंचाचा भाग असावा म्हणजे त्यांच्या सार्वभौमत्वाखाली असणाऱ्या प्रादेशिक समुद्राची रुंदी कमी असावी. थोडक्यात

प्रत्येक देशाची जलसीमा किनाऱ्याजवळ असावी असे त्यांचे म्हणणे. कारण इंग्लंड, जपान, नॉर्वे, तैवान, पेरू सारख्या देशांना इतर देशांच्या सागरी हद्दी जाऊन तेथील सागरसंपत्ती व विशेषत: मासेमारी करण्याची घातक सवय आहे. भूखंड सागरी सीमेची रुंदी जास्त असल्यास परकीय देशांच्या सागरसंचारावर निर्बंध येतात.

परंतु जगात सर्वच देश बलवान, तंत्रज्ञान प्राप्त केलेले नसतात. अनेक किनारवर्ती देशांचे नौदल लहान, असमर्थ असते. अशा लहान व छोटे नौदल असलेल्या देशांची मात्र वेगळी धारणा असते. आंतरराष्ट्रीय कायद्यानुसार भूखंडमंच जास्तीत जास्त रुंद असावा, सागरी सीमा किनाऱ्यापासून दूर खुल्या समुद्रात असावी असे त्यांना वाटते, कारण त्यामुळे अशा देशांना आपोआप संरक्षण मिळते. कारण जलसीमा जितकी जास्तीत जास्त रुंद तितकी शत्रूची जहाजे दूरवर ठेवता येतात. बिगरपरवाना मासेमारी करणारी जहाजे व त्यांच्यामुळे होणारे प्रदूषण या गोष्टी किनाऱ्यापासून दूर ठेवता येतात. रुंद भूखंडमंच किंवा रुंद जलसीमा हा कमजोर देशांना लाभलेला संरक्षक पट्टाच आहे. किनाऱ्यापासून १२ मैल म्हणजे २० किमी. रुंदीपर्यंतचा सागराचा भाग प्रत्येक किनारवर्ती देशाच्या हद्दीत मोडतो. किनारवर्ती देशाची सार्वभौम सत्ता किनाऱ्यापासून १२ नाविक मैल समुद्रात, समुद्राखाली भूकेंद्रापर्यंत व समुद्रावरील अंतराळात ३०० कि. मी. अंतरापर्यंत आंतरराष्ट्रीय कायद्यानुसार मानली जाते. या जलसीमेत जहाजांना व जलसीमेवरील वायुसीमेत परकीय विमानांना प्रवेश करावयाचा असल्यास किनारवर्ती देशाची परवानगी घ्यावी लागते. परंतु किनारवर्ती देशाच्या जलसीमेत परकीय जहाजांना 'निरागस संचार' (Innocent Passage) करण्यास मात्र आंतरराष्ट्रीय कायद्यानुसार मुभा ठेवलेली आहे. ज्या परकीय जहाजांच्या संचारामुळे किनारवर्ती देशाच्या सुरक्षेस, सुव्यवस्थेस व शांततेस बाधा येत नाही, त्या संचारास 'निरागस संचार' असे म्हणता येईल. किनारवर्ती देशाच्या जलसीमेतून प्रवास करणाऱ्या पाणबुड्यांना आंतरराष्ट्रीय संकेतानुसार पाण्यावरून व आपल्या देशाचा ध्वज फडकावत प्रवास करावा लागतो.

प्रादेशिक समुद्र (Territorial Sea)

डच कायदेपंडितांनी सुमारे २७५ वर्षांपूर्वी प्रादेशिक समुद्राची कल्पना मांडली. त्या आधी म्हणजे सोळाव्या शतकात स्पेन व पोर्तुगाल हे दोन दर्यावर्दी देश ज्ञात पृथ्वीच्या सर्व समुद्रावर आपलीच सत्ता आहे असे मानत असत. परंतु ह्युगो ग्रोटीयस या डच वकिलाने समुद्र सर्व देशांना संचारास मुक्त असावेत अशी कल्पना मांडली, तर कॉर्नेलियस बिकरशॉक या डच कायदेपंडिताने १७०२ मध्ये 'कॅनन शॉट' नियमाचा पाठपुरावा केला. म्हणजे किनाऱ्यावरील तोफेतून गोळा उडविल्यानंतर तो जेथे पडेल

त्या बिंदूमधून जाणाऱ्या रेषेपर्यंत प्रादेशिक समुद्र मानला जावा, असे त्याने आग्रहाने प्रतिपादन केले. सुमारे २७५ वर्षांपूर्वी तोफा तीन मैल लांब गोळा टाकीत असत. नंतर तंत्रविद्येत वाढ झाल्यावर तोफा जास्त लांब गोळे सोडू लागल्या, त्यामुळे किनाऱ्यावरील वसाहतीचे व जलदुर्गांचे संरक्षण करण्यासाठी प्रादेशिक समुद्राच्या रुंदीत वाढ करण्यात आली.

प्रादेशिक समुद्राच्या मर्यादा ठरविण्यामागे संरक्षण हा मुख्य हेतू आहे. एखाद्या देशाच्या जलसीमेत येऊन दुसऱ्या देशाने हल्ला करू नये, यासाठी कायद्याचे बंधन जलसीमेत अंतर्भूत असते. हल्ली प्रादेशिक समुद्राची रुंदी किंवा विस्तार किनाऱ्यापासून १२ नाविक मैलापर्यंत आहे. (१ नाविक मैल = ६०८०. भूमैल = ५२८० फूट.)

एखाद्या देशाचे जमिनीवरील सार्वभौमत्व व सागरावरील सार्वभौमत्व यांत खूप फरक असतो. सागरावरील सार्वभौमत्वामुळे एखादा देश दुसऱ्या देशाने आपल्या जलसीमेत येऊन मासेमारी करण्यासाठी, खनिजांचे उत्पादन करण्यासाठी, नौकानयनासाठी व जलसीमेवरून विमाने जाऊ देण्यासाठी प्रतिबंध करू शकतो. तसेच जलसीमेत किंवा सागरी हद्दीत येऊन दुसऱ्या देशाच्या जहाजाने घातक रासायनिक पदार्थ सोडल्यास अगर प्रदूषण केल्यास त्याबद्दल नुकसानभरपाई मागू शकतो.

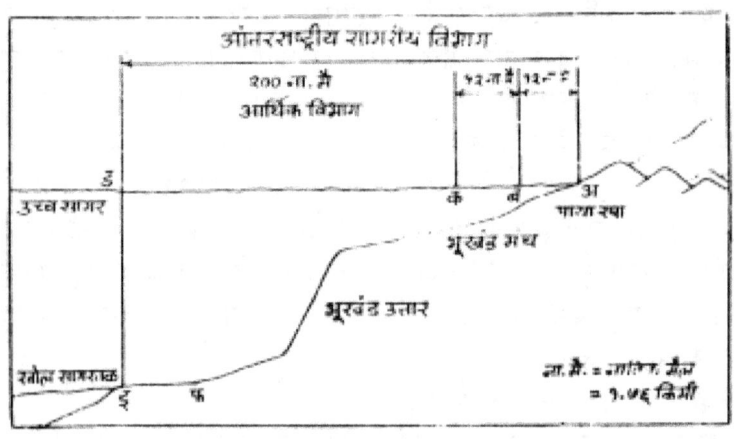

समुद्रावरून होणारी परकीय आक्रमणे ही पूर्वी देशांच्या जलसीमेतून होत असत. हल्ली आधुनिक अस्त्रांमुळे जलसीमेच्या बाहेर राहून दुसऱ्या देशावर हल्ला करता येतो. समुद्रावरून येणारा शत्रू जास्तीत जास्त लांब राहावा, देशावर आक्रमण, नाविक हालचालींना पाण्याचा प्रतिबंध व्हावा यासाठी जलसीमेची आवश्यकता असते.

प्रादेशिक समुद्रात संरक्षक पवित्रा घेण्याचा कायदेशीर हक्क हा किनारा लाभलेल्या

प्रत्येक देशाला असतो. पाणसुरुंग पेरणे, क्षेपणास्त्रे सोडणाऱ्या बोटींचा पहारा ठेवणे इत्यादी बचावात्मक गोष्टी कोणताही देश करू शकतो. दुसऱ्या महायुद्धात जर्मनांची 'ग्रास्प स्प्री' ही युद्धनौका अर्जेंटिना या तटस्थ देशाच्या जलसीमेबाहेर गेल्यानंतरच तिच्यावर हल्ला करण्याची ब्रिटिशांची योजना होती.

भूखंडमंच व सागरी अवसादातील संपत्ती मानवाने हस्तगत करण्यास सुरुवात केली असून त्यामुळे आंतरराष्ट्रीय संघर्ष संभवतात. ते टाळावेत म्हणून आंतरराष्ट्रीय कायद्यानुसार आर्थिक विभाग सागरावर निर्माण केलेला असून त्याची रुंदी २०० नाविक मैलांपर्यंत आहे.

अर्थव्यवस्थेला कर्करोगाप्रमाणे ग्रासणाऱ्या चोरट्या आयातीचा बंदोबस्त करणे हे प्रादेशिक समुद्रामुळे सुकर होते. १९७१ च्या लढाईच्या वेळी भारत सरकारने भारताच्या किनाऱ्यापासून ६५ कि.मी. अंतरावर असलेल्या सर्व संशयास्पद जहाजांची झडती घेण्याचा आदेश भारतीय नौदलाला दिला होता.

प्रादेशिक समुद्रामुळे मत्स्योद्योगाला संरक्षण मिळते. समुद्रात बांगडे, पापलेट, रावस, कोळंबी, शार्क, हॅडाक यांसारखे मासे असतात. सर्व मासे खाण्यासाठी वापरले जात नाहीत तरी त्यापासून तेले, चरबी व खते तयार करता येतात व त्यांचा वापर अनेक प्रकारच्या उद्योगधंद्यांत करता येतो. मानारचे आखात, इराणी आखात व जपानमधील अंतर्गत समुद्रात मोत्यांची कालवे मिळतात. या सर्व उद्योगांपासून परकीय चलन व पूरक अन्न मिळत असल्याने जपान, पेरू व ब्रिटन या देशांच्या नौका दुसऱ्या देशांच्या जलसीमेत जाऊन मासेमारी करतात. त्यामुळे अनेक वेळा वाद निर्माण होतात. आइसलँड या देशांची अर्थव्यवस्था संपूर्णपणे सागरजन्य पदार्थांच्या निर्यातीवर अवलंबून आहे. या देशाच्या एकूण निर्यातीमध्ये ९०% पदार्थ मत्स्योद्योगापासून मिळविलेले असतात. यामुळेच १९७७ मध्ये ब्रिटन व आइसलँड यांच्यात 'कोल्डवॉर' उद्‌भवले होते. जपानी जहाजांना रशियाने क्युराईल बेटांच्या आर्थिक विभागात प्रवेश करण्यास व देवमाशांची (व्हेल) शिकार करण्यास बंदी घातली आहे.

मर्मभूमी सिद्धान्त – मॅकिंडर

Mackinder argued with prophetic genius & enlisted Geography to the Service of Statecraft.

एका प्रेषिताप्रमाणे मॅकिंडर यांनी जागतिक भविष्यचित्र वर्तवले व भूगोल विषयाचा संबंध राज्यशकटाशी जोडला.

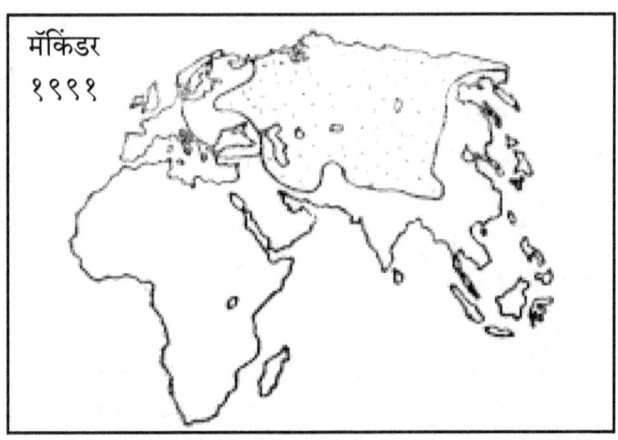

राजकीय व लष्करी भूगोलाच्या अभ्यासात मॅकिंडर यांच्या मर्मभूमी सिद्धान्तास अनन्यसाधारण महत्त्व आहे. मर्मभूमी सिद्धान्त (Heartland Theory), त्यावरील टीका व त्या संदर्भात इतरांनी मांडलेले सिद्धान्त याशिवाय राजकीय भूगोलाचा अभ्यास परिपूर्ण होऊच शकत नाही. मर्मभूमी सिद्धान्ताचा विचार पुढे थोडक्यात केलेला आहे. मॅकिंडर हे ब्रिटिश भूगोलतज्ज्ञ (१८६१ – १९४७) होते. १९०४ मध्ये त्यांनी संशोधनपर लिखाण प्रसिद्ध केले. त्यामुळे भूगोल – शास्त्रज्ञांत व राज्यशास्त्रज्ञांत बरीच खळबळ उडाली. मॅकिंडर यांच्या लिखाणावर व संशोधनपत्रांवर अनेकांनी टीकात्मक लेख लिहिले, व अजूनही लिहिले जात आहेत. त्यामुळे राजकीय विचारांना चालना मिळाली. राजनीती व युद्धनीती ठरविताना भूगोलाच्या सखोल अभ्यासाची अत्यंत आवश्यकता असते; हे सगळ्यांना पटले. मॅकिंडर यांची सर्वच मते व विधाने कोणालाच पटणार नाहीत. परंतु त्यांच्यापैकी काही मात्र त्रिकालाबाधित सत्ये आहेत यात वादच नाही. दुसऱ्या महायुद्धानंतरच्या जागतिक, राजकीय विचारसरणीवर त्यांचा खूपच प्रभाव आढळून येतो. १९०४ मध्ये रॉयल जॉग्रॉफिकल सोसायटीस मॅकिंडर यांनी संशोधनपत्रिका सादर केली.(Geographical Pivot of History)१९१७ व १९४३ मध्ये त्यात त्यांनी बदल केले. त्यांच्या सिद्धान्ताचा सारांश पुढे देता येईल:

पूर्व युरोपचा स्वामी तो मर्मभूमीचा नियंत्रक

जो मर्मभूमीचा नियंत्रक तो जगद्वीपाचा नियंत्रक

जो जगद्वीपाचा अधिपती तो जगाचा सत्ताधीश

" Who rules East Europe Commands the Hearland.

" Who rules the Heartland Commands the World Island.

" Who rules the World Island Commands the World.

मूल आधार क्षेत्र व किनारभूमी

मॅकिंडर यांनी युरोप, आफ्रिका व आशिया या तीन खंडांना जगद्वीप असे नाव दिले. या जगद्वीपात त्यांना अभिप्रेत असलेली मर्मभूमी आहे. या मर्मभूमीस पूर्वी ते मूल आधार क्षेत्र (Pivot Area) असे म्हणत असत. नंतर मर्मभूमी हे नाव त्यांनी दिले. मर्मभूमीचा विस्तार उत्तरेस बर्फाळ आर्क्टिक महासागरापासून इराणच्या पठारापर्यंत (दक्षिणेस) व पश्चिमेस व्होल्गा खोऱ्यापासून पूर्वेस सैबेरियातील लेना खोऱ्यापर्यंत कल्पिला.

मर्मभूमीचा उत्तर मध्य व पश्चिम भाग म्हणजे एक अतिविशाल असे मैदान आहे. या ठिकाणी उरल पर्वत असून येथील नद्या बर्फाळ आर्क्टिक महासागराकडे वाहतात. मर्मभूमी मॅकिंडर यांच्या मताने आशिया संपन्न अशी असल्यानेही कोणत्याही बाह्य शक्तीचा तेथे शिरकाव होणे कठीण. कोणत्याही आक्रमक शक्तीस ही मर्मभूमी जिंकणे, वा तिचा नाश करणे या गोष्टी अतिशय कठीण आहेत. मर्मभूमीत सर्व प्रकारची अन्नधान्ये, धातू, वनसंपत्ती यामुळे विकास होऊन तेथे एक स्वतंत्र स्वयंपूर्ण व बलाढ्य जगच उभे राहू शकेल. अशा अभेद्य मर्मभूमीत समुद्रमार्गाने शिरकाव होणे कठीण आहे, असेही मॅकिंडर यांनी प्रतिपादन केले. जेव्हा मॅकिंडर यांनी सिद्धान्त मांडला तेव्हा मर्मभूमीत वर्चस्व स्थापन करू शकतील अशा दोनच राज्यसंस्था होत्या: एक जर्मनी, दोन रशिया. या दोन्ही राज्यसंस्थांपासून ब्रिटनच्या जागतिक स्थानास धोका निर्माण होऊ शकला असता. २० व्या शतकाच्या शेवटी मर्मभूमीत रेल्वेमार्गांचे जाळे पसरून, संपर्क वाढून मर्मभूमीचे विविध भाग एकात्म झाले असते. बलिष्ठ मर्मभूमीमुळे ब्रिटनच्या सागरी सत्तेस व साम्राज्यास धोका निर्माण झाला असता.

मर्मभूमीचा विस्तार अफाट असल्याने, व सुप्त नैसर्गिक साधने अमर्याद असल्याने मर्मभूमीस वेढा घालून किंवा समुद्रबळाच्या योगे तिची आर्थिक नाकेबंदी करणे शक्य नाही, असेही मॅकिंडर यांनी प्रतिपादन केले. मर्मभूमीभोवती असलेल्या युरेशियाच्या भागास त्यांनी किनारभूमी (Rimland) असे नाव दिले. स्वयंपूर्ण व सुरक्षित असा मूलआधार प्रदेश किंवा मर्मभूमी निर्माण झाल्यावर तो आजूबाजूच्या भागावर राजकीय दबाव आणण्यास सुरुवात करेल. हळूहळू आपले समुद्रबल वाढवेल व सर्व जगास आपल्या कबजात आणेल. मॅकिंडर यांनी मर्मभूमी सिद्धान्तामध्ये अनेक गोष्टी विचारात घेतलेल्या नसल्या तरीही त्यांच्या सिद्धान्तामध्ये काही राजकीय सत्ये दडलेली आढळून येतात. मर्मभूमीमध्ये युद्धोत्तर काळात रशिया हे एक बलाढ्य राष्ट्र निर्माण झालेले आहे. रशियाने पूर्वयुरोपीय देश व पूर्व जर्मनी यांना अंकित करून घेतलेले आहे. किनारभूमीवरील राज्यसंस्थांत अनेक ठिकाणी हस्तक्षेप करून आपला प्रभाव वाढवलेला आहे. दिवसेंदिवस तंत्रविद्येच्या प्रभावामुळे वसाहतींना अनाकर्षक असलेली मर्मभूमी विकसित होत असून तेथे लोकसंख्याही वाढत आहे.

मॅकिंडर यांच्या सिद्धान्तावर पुढील आक्षेप घेतले गेले :

(१) मॅकिंडर यांनी दूर पल्ल्याच्या विमानांचा, क्षेपणास्त्रांचा विचार न करता भूबलास जास्त महत्त्व दिले. क्षेपणास्त्रांच्या वाढीमुळे, अतिहनन सामर्थ्यामुळे जगात आता कोणताही सुरक्षित प्रदेश नाही.

(२) रशियासारखीच दुसरी मर्मभूमी उत्तर ध्रुवाच्या 'पलीकडे' आहे. उत्तर अमेरिकेच्या उत्तर भागातील कॅनडा व संयुक्त संस्थाने यांमुळे ही मर्मभूमी तयार झालेली आहे. ही मर्मभूमी युरेशियातील मर्मभूमीस योग्य प्रकारे शह देऊ शकेल. या दोन मर्मभूमीत संघर्ष अटळ आहे. परंतु संघर्षाचे स्वरूप मात्र वेगवेगळे असेल. सर्वंकष संघर्ष झाला तर त्यात अण्वस्त्रांचा वापर निश्चित केला जाईल. त्यामुळे जगाचा नाश होईल. म्हणून असा संघर्ष होणे संभवत नाही. अशा संघर्षाऐवजी किनारभूमीत वर्चस्व मिळविण्यासाठी रशिया (मर्मभूमीचा सत्ताधीश) व अमेरिका (ध्रुवापलीकडील मर्मभूमीची स्वामिनी) यांची स्पर्धा चालू होईल.

पूर्व आशियात आता भूसामरिक स्थिती बदललेली आहे. येथे चीन व तैवान असे दोन 'चीन' आहेत. त्यापैकी चीन ही एकमेव अमेरिकेला शह देणारी राज्यसंस्था असून तैवान – फोर्मासाच्या तैवानच्या सामुद्रधुनीत सुरक्षेसाठी अमेरिकन आरमार (७ वे) तेथे सज्ज आहे. त्यातील एक 'एंटरप्राईस' नावाची अण्वस्त्र सज्ज विमानवाहू नौका अमेरिकेने बांगला देश मुक्तिसंग्रामात पाठविले होती. (पाकिस्तानच्या मदतीसाठी) अमेरिकन संघराज्यावर आपण किती विश्वास ठेवायचा.

याशिवाय दक्षिण व पूर्व चिनी समुद्र हे दोन भौगोलिक केव्हाही स्फोटक बनू शकतात कारण तेथे खनिज तेल, नैसर्गिक वायू व इतर खनिजे असून त्यावर चीन, व्हिएटनाम, इत्यादी देशांचा डोळा आहे.

ईशान्य रशियाचा भाग देखील भूसामरिक व भूआर्थिकदृष्ट्या महत्त्वाचा आहे. हा भाग खनिजदृष्ट्या अत्यंत समृद्ध असून देवमाशांच्या शिकारीसाठी प्रसिद्ध असल्याने तेथे अनेकदा विविध सागरविभागात अतिक्रमण केले जाते. कुनाशिर गटातील बेटे येथे असून ती सध्या रशियाच्या ताब्यात आहेत. त्यावर जपानने हक्क सांगितला आहे, तरी देखील रशियाने, जपानला सैबेरियाचा काही भाग विकसित करण्यासाठी दिलेला आहे.

वरील सर्व भूराजनैतिक, भूसामरिक व भूआर्थिक घटकांच्या मुळे स्पाइकमन प्रणीत किनारभूमीत गतिमानता निर्माण झालेली आहे.

मॅकिंडर यांच्यापेक्षा वेगळे मत अमेरिकन भूगोलतज्ज्ञ स्पाइकमन (Spykman) यांनी मांडले. त्याचा प्रभाव युद्धोत्तर अमेरिकन विदेशी धोरणावर झालेला आढळून येतो. स्पाइकमन यांचा सिद्धान्त किनारभूमी सिद्धान्त म्हणून (Rimland Theory) ओळखला जातो. तो पुढे दिलेला आहे :

जो किनारभूमीचा नियंत्रक तो युरेशियाचा स्वामी
जो युरेशियाचा स्वामी तो जगाचा अधिपती.

Who Controls the Rimland rules Eurasia.
Who rules Eurasia Controls the destinies of the world.

स्पाइकमन यांनी किनारभूमीत पश्चिम व वायव्य युरोपमधील देश (पूर्व युरोप नाही), नैर्ऋत्य आशिया (अरब जगत), भारत, चीन, मंगोलिया व आग्नेय आशियाई देश यांचा अंतर्भाव केलेला होता. युरेशियाची खरी ताकद ही मर्मभूमीत नसून किनारभूमीत आहे, असे स्पिकमन यांचे मॅकिंडर यांच्यापेक्षा वेगळे मत होते. मर्मभूमीची सुप्त शक्ती ही कल्पनेपेक्षा कमी आहे, अशीही त्यांची टीका होती. स्पिकमन यांना आंतरराष्ट्रीय संबंधामधील सत्तासमतोलाच्या डाव - प्रतिडावात व संरक्षणाच्या नियोजनाशी घनिष्ठ संबंध असलेल्या भूराजनैतिक विश्लेषणात जास्त रस होता. रशियाची खरी आर्थिक व लष्करी ताकद उराल पर्वताच्या पश्चिम भागात एकवटलेली आहे असे त्यांचे मत होते.

१९४९ मध्ये ए. पी. डी. सेवेरस्की (A. P. de Seversky) यांनी वेगळे मत मांडले. 'वायुसैनिकाचे मनोगत' (The Airman's View) या नावाने ते ओळखले जाते. सेवेरस्की यांच्या विचारांचा सारांश पुढे दिलेला आहे :

(१) सेवेरस्की यांनी भूदल व नौदल यांना दुय्यम स्थान दिले व वायुदलास आणि वायुशक्तीस प्राधान्य दिले.

(२) अमेरिकेच्या संरक्षणासाठी, हितसंबंधांची जपणूक करण्यासाठी सुसज्ज वायुदलाची निर्मिती आवश्यक असून वायुदलाच्या बाबत तर वर्चस्व आणि श्रेष्ठत्व स्थापन करण्याचे उद्दिष्ट अमेरिकेने आपल्या डोळ्यांपुढे ठेवावे असे ठामपणे सांगितले.

(३) व्हिएतनामसारख्या लहानसहान युद्धात अमेरिकेचा शक्तिपात होत असल्याने व शत्रूचे फारसे नुकसान होत नसल्याने वायुदलाचे वर्चस्व असल्यास असे संघर्ष अमेरिकेच्या मनाप्रमाणे हिताची जपणूक करून मिटविता येतील.

(४) रशियादेखील अमेरिकेप्रमाणे आपले प्रभावक्षेत्र निर्माण करण्याचा प्रयत्न करेल. अमेरिका व रशिया यांचे वायुवर्चस्व (Air Superiority) विविध भागांत निर्माण होईल. ते आकृती ९.३ मध्ये दाखविले आहे.

(५) मॅकिंडर यांनी अमेरिकन–कॅनेडियन मर्मभूमीचा विचार केला नाही, तिचे महत्त्व विचारात घेतले नाही. अमेरिकन–मर्मभूमीचे योग्य मूल्यमापन 'वायुसैनिकाच्या विचारात' आढळते.

मॅकिंडर यांचा मर्मभूमी सिद्धान्त :

राजकीय भूगोलाच्या अभ्यासात मॅकिंडर यांचे नाव सुवर्णाक्षरांनी लिहून ठेवण्यास हवे. त्यांच्या मर्मभूमी सिद्धान्तास अनन्यसाधारण महत्त्व असून त्या सिद्धान्तावरील टीका व इतर भूराजनीतितज्ज्ञांनी सुचविलेल्या दुरुस्त्या व पर्यायी सिद्धान्त याशिवाय राजकीय भूगोलाचा अभ्यास परिपूर्ण होऊ शकत नाही. मॅकिंडर यांनी मांडलेला मर्मभूमी सिद्धान्त निसर्गवादावर व भूसत्ता, नाविक सत्ता यांच्या तौलनिक सामर्थ्यावर आधारलेला आहे.

पंचवीस जानेवारी १९०४ या दिवशी मॅकिंडर यांनी Geographical Pivot of History या नावाचा शोधनिबंध ब्रिटनच्या रॉयल जिऑग्रॉफ्रिकल सोसायटीस सादर केला. त्याची वैशिष्ट्ये पुढे दिलेली आहेत.

(१) मॅकिंडर यांनी जागतिक इतिहासाचे चार कालखंड पाडले.

(अ) नदीकृत कालखंड : या कालात भारत, चीन, इजिप्त येथील नद्यांच्या खोऱ्यांतील संस्कृती वैभवशिखरावर होत्या.

(ब) भूमध्यसागरी कालखंड : या कालात ग्रीस, इटली या भूमध्य सागरकिनारवर्ती प्रदेशातील संस्कृतींचा विकास झाला.

(क) साम्राज्य किंवा वसाहतींचा कालखंड : या कालात युरोपिय देशांनी आफ्रो

आशियाई देशांमध्ये व इतर खंडातही आपली साम्राज्ये स्थापन केली.

(ड) मर्मभूमी कालखंड – हा कालखंड विसाव्या शतकाच्या मध्यास सुरू होऊन पूर्व युरोपवर वर्चस्व गाजविणाऱ्या सत्तेस जागतिक अग्रपूजेचा मान राहील असे मॅकिंडर म्हणत.

(२) युरेशियात सुप्त नैसर्गिक संपदा असल्याने जागतिक सत्ताकेंद्र तेथे निर्माण होऊ शकेल. युरेशियास त्यांनी Pivot Area मूल आधारक्षेत्र हे नाव दिले. पुढे दिलेल्या तीन ओळींत मॅकिंडर यांनी आपला सिद्धान्त गुंफला.

जो पूर्व युरोपचा स्वामी, तो मर्मभूमीचा नियंत्रक
जो मर्मभूमीचा नियंत्रक, तो जगद्द्वीपाचा अधिपती
जो जगद्द्वीपाचा अधिपती, तो जगाचा सत्ताधीश.

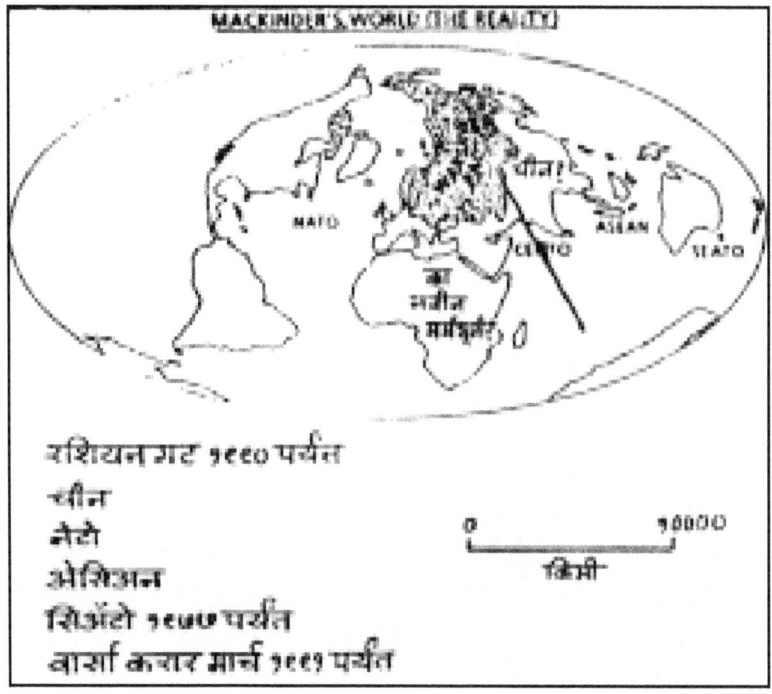

(३) मॅकिंडर यांनी युरोप, आफ्रिका व आशिया या तीन खंडांना जगद्द्वीप असे नाव दिले. या जगद्वीपात त्यांना अभिप्रेत असलेली मर्मभूमी आहे. याच मर्मभूमीस ते 'मूल आधार क्षेत्र' असे म्हणत असत. परंतु १९१९ मध्ये त्यांनी आपल्या पहिल्या शोधनिबंधात सुधारणा करून Democratic Ideas and Reality

असा दुसरा शोधनिबंध सादर केला.

(४) मर्मभूमीचा विस्तार उत्तरेस बर्फाळ, आर्क्टिक महासागरापासून दक्षिणेस इराणच्या पठारापर्यंत व पश्चिमेस व्होल्गा खोऱ्यापासून पूर्वेस सैबेरियातील येनेसी खोऱ्यापर्यंत कल्पिला. मर्मभूमीचा उत्तरमध्य व पश्चिम भाग म्हणजे एक अतिविशाल असे मैदान आहे. या ठिकाणी उरल पर्वत असून त्याच्या पूर्वेकडील नद्या बर्फाळ आर्क्टिक महासागराकडे वाहतात. मॅकिंडर यांच्या मते मर्मभूमी नैसर्गिक संपदेने नटलेली असून अभेद्य तटबंदी असलेल्या एका दुर्गाप्रमाणे आहे. अशा अभेद्य दुर्गात प्रवेश करून आपले आसन बळकट करणे कोणत्याही परकीय सत्तेस अजून जमलेले नाही. चतुरंग सेना घेऊन नेपोलियन व हिटलर यांनी रशियन मर्मभूमीवर स्वाऱ्या केल्या. परंतु अत्यंत कडक बोचऱ्या थंडीमुळे आक्रमकांची ससेहोलपट झाली.

(५) मॅकिंडर यांनी पुढे असे प्रतिपादन केले की नाविक मोहिमांच्या साहाय्याने इतर प्रदेशांवर कब्जा करण्याचा काल आता संपलेला असून लोहमार्गांच्या विकासामुळे व सतत विकसत जाणाऱ्या तंत्रामुळे भूसत्ता व नाविक सत्ता यांचे परस्परसंबंध बदलत आहेत.

(६) विशाल मर्मभूमीत बाल्टिक व काळ्या समुद्रांच्या दरम्यान असलेल्या प्रदेशातून प्रवेश करणे सोपे असले तरीही अशा भागांचे संरक्षण करणे सहज शक्य आहे.

(७) पूर्व युरोपमधूनच मर्मभूमीकडे ये-जा करण्यास मुक्तद्वार उपलब्ध आहे.

(८) १९२४ मध्ये मॅकिंडर यांनी असे प्रतिपादन केले की पश्चिम युरोप व उत्तर अमेरिका हे दोन विभाग सांस्कृतिकदृष्ट्या एकच असून अनेक राष्ट्रांचा तो एक परिवार आहे. पश्चिम युरोप व उत्तर अमेरिका खंड यांच्या दरम्यानचा जो उत्तर अटलांटिक महासागराचा भाग आहे, त्याला त्यांनी Midland Ocean मध्यभूसागर असे नाव दिले. मध्यभूसागराच्या पूर्वेस असलेले व्होल्गा खोरे व पश्चिमेस असलेला रॉकी पर्वत यांच्या दरम्यानचा जो विभाग आहे. त्या विभागास पाश्चात्त्य संस्कृतीचे प्रमुख भौगोलिक निवासस्थान असे मॅकिंडर यांनी नाव दिले.

मर्मभूमीच्या पश्चिम सीमेवर असलेले पूर्व युरोपिय देश म्हणणे सुरुवातीची मर्मभूमी, तिचे रूपांतर आता shalta Belts खंडित विभागात झालेले असून, रशियात त्यांचे Buffer किलक प्रदेश म्हणून महत्त्व राहिलेले नाही.

२१ व्या शतकात व त्यानंतर आता मर्मभूमी अंतराळात निर्माण झालेली आहे.

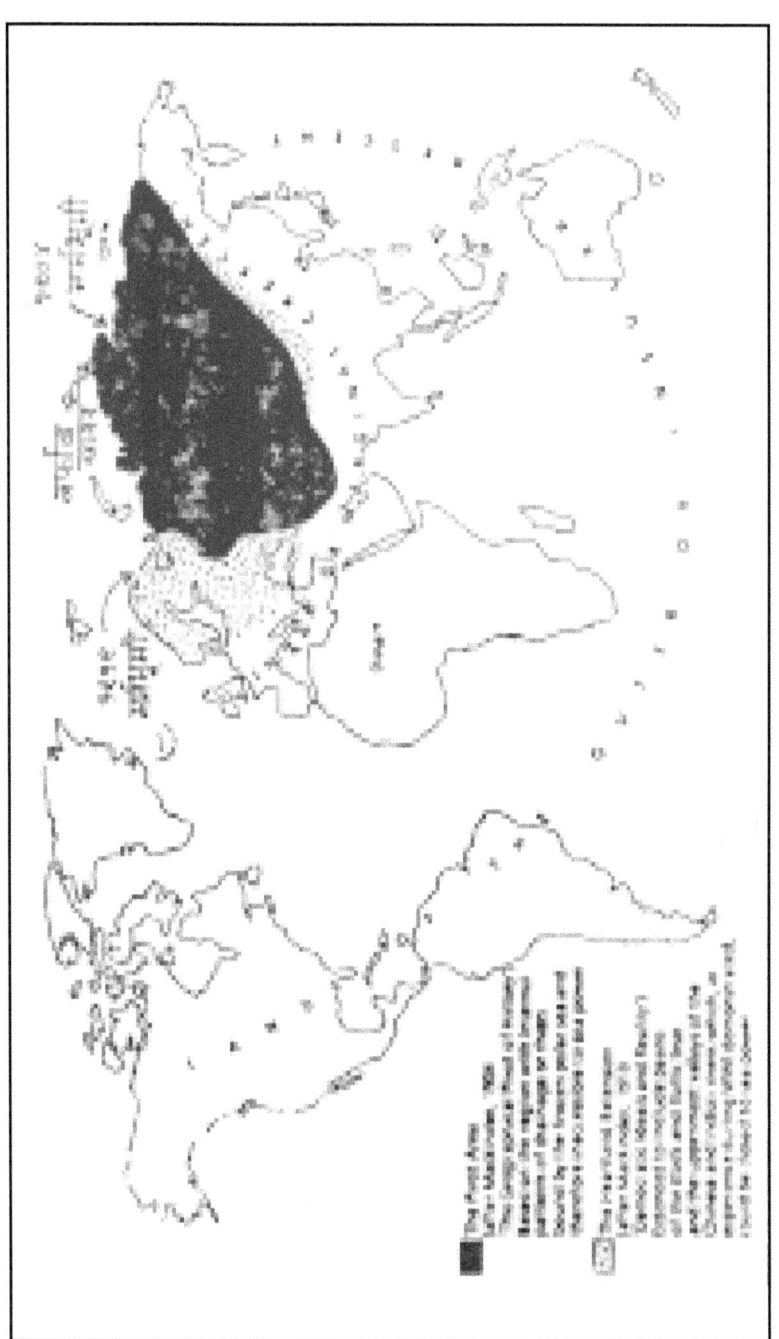

अंतराळावर ज्याचे स्वामित्व तो जगाचा सत्ताधीश कारण अंतराळात याने, उपग्रह पाठवून जमिनीवर नियंत्रण करणे शक्य असून आज फक्त श्रीमंत देशांकडे ती आर्थिक कुवत आहे.

संघर्षाऐवजी किनारभूमीत वर्चस्व मिळविण्यासाठी रशिया (मर्मभूमीचा सत्ताधीश) व अमेरिका (धुव्रापलीकडील मर्मभूमीचा स्वामिन) यांची स्पर्धा चालू होईल.

(९) अमेरिकेच्या तुलनेत रशिया हा देश कमकुवत का राहिला याचे स्पष्टीकरण मॅकिंडर यांनी दिले नाही. परंतु १९४३ मध्ये मॅकिंडर यांनी मर्मभूमीची कक्षा बैकल सरोवरापासून व्होल्गा नदीच्या खोऱ्यापर्यंत वाढविली होती, व या प्रदेशात घडणाऱ्या घटनांना अनन्यसाधारण जागतिक महत्त्व प्राप्त होईल असे भाकीत केलेले होते. ते खूप बरोबर आहे असे पुढील घटनांच्या वरून वाटते.

(अ) व्होल्गा खोरे ते बैकल सरोवर प्रदेशात पूर्वी सोव्हिएट मध्य आशियातील भाग ताजिकिस्तान तुर्कमेनिस्तान, उझबेकिस्तान, कझागिस्तान व किर्गिझिस्तान होते. तेथे आता पाच स्वतंत्र पण भूवेष्टित राज्ये झालेली आहेत.

(ब) इस्लामी मूलतत्त्ववाद तेथे जोर धरू पाहत आहे.

(क) वरील पाच स्वतंत्र राज्यसंस्थांत तेल व नैसर्गिक वायूंचे प्रचंड साठे असल्याने अमेरिकेने तेथे प्रचंड भांडवल गुंतवणूक केलेली आहे.

(ड) भांडवल गुंतवणूक करून पूर्वीच्या सोव्हिएट मध्य आशियात विकास घडवून आणल्यानंतर अमेरिकेची पत वाढून अमेरिकेस सैबेरियात चंचुप्रवेश करणे सोपे जाईल व चीनलाही एक प्रकारे शह देता येईल.

(१०) १९४३ मध्ये आधीच्या दोन शोधनिबंधात बदल करून आणखी एक शोधनिबंध प्रसिद्ध केला. त्याचे नाव होते. The Round World and the Winnig of peace. १९४३ च्या निबंधात त्यांनी मर्मभूमीचा विस्तार अजून वाढविला व तो लेना खोऱ्यापर्यंत नेला व त्याला लिन प्रदेश Lean Land असे नाव दिले.

(११) रशिया किंवा जर्मनी यांच्यापैकी एखादा देश मर्मभूमीत आपले प्राबल्य निर्माण करेल असे मॅकिंडर यांचे मत होते. रशिया व जर्मनी यांची युती झाल्यास जर्मनीचे संघटनचातुर्य व सैनिक क्षमता व रशियाची नैसर्गिक संपदा व मानव संपत्ती

यांचा मिलाफ होऊ मर्मभूमीत एक विराट व अपराजित शक्ती उभी राहील व त्यामुळे ब्रिटिश सत्तेपुढे एक अशक्यप्राय आव्हान उभे राहील असा इशारा मॅकिंडर यांनी दिला. १९३९ मध्ये जर्मन मंत्री रिबेनट्रॉप व रशियन मंत्री मोलोटोव्ह यांच्यातील रशिया-जर्मन करारामुळे रशिया व जर्मनीची युती झालेली होती, परंतु ती अल्पकाळ टिकली. हिटलरने रशियावर स्वारी केली नसती तर जर्मन-रशिया युती कायम राहून जगाचा इतिहास बदलला असता व मर्मभूमीत सोव्हिएत -नाझी सत्ताकेंद्र प्रस्थापित झाले असते. १९९० मध्ये दोन्ही जर्मनींचे एकीकरण झाल्यामुळे मर्मभूमीच्या पश्चिमेस आता रशियाच्या अफाट नैसर्गिक संपदा व जर्मनीचे आधुनिक तंत्र यांचा संयोग झाल्यास एक अत्यंत प्रभावी अशी सत्ता अजूनही निर्माण होऊ शकते.

(१२) मर्मभूमीभोवती असलेल्या विभागांना मॅकिंडर यांनी Inner Cresecent म्हणजे अंतर्गत चापाकृती विभाग असे म्हटले. युरोपची द्वीपकल्पे नैर्ऋत्य आशिया म्हणजे अरब जगत व आग्नेय आशियाई देश व पूर्व वरील आशियाई देश अंतर्गत चापाकृती विभागात मोडतात. तर बाह्यचापाकृती विभागांना मॅकिंडर यांनी Outer Crescent असे नाव दिले. यात दोन्ही अमेरिका खंडे, ऑस्ट्रेलिया हे भाग येतात. आफ्रिका खंडातील वाळवंटामुळे मर्मभूमीला एक प्रकारे संरक्षण प्राप्त झालेले आहे असे मॅकिंडर यांचे मत होते.

दुसऱ्या महायुद्धानंतर जगाची जी विभागणी झाली, त्यात १९८९ पर्यंत म्हणजे पूर्व युरोपीय देश रशियाच्या जोखडातून मुक्त होईपर्यंत युरेशियाच्या मर्मभूमीत रशियाचे प्राबल्य होते, तर बाह्यचापाकृती विभागात म्हणजे दोन्ही अमेरिका व ऑस्ट्रेलियात सागरसंपर्क व व्यापारावर आधारित अशा भांडवलशाही देशांचे प्राबल्य होते.

खंडांतर्गत युरेशियन म्हणजे मर्मभूमीतील सत्ता सतत आपले प्रभाव क्षेत्र सागराच्या दिशेने वाढविण्याचा प्रयत्न करील, असे मॅकिंडर यांनी प्रतिपादन केले होते. १९५० नंतर रशियाने हेच केले. कोरियन युद्धात ज्यांनी उत्तर कोरियास साहाय्य केले तर व्हिएतनाम युद्धात हो - चि - मिन्ह या गनिमी मार्गाने उत्तर व्हिएतनामला रसदपुरवठा केला. अमेरिकेच्या 'अंगणाजवळ' म्हणजे क्यूबात आपले प्रभावक्षेत्र निर्माण करून मध्य अमेरिकी देशांतील बंडखोरांना मदत चालू ठेवली. १९७९ मध्ये अफगाणिस्तानात हस्तक्षेप करून बलुचिस्तानच्या मकरान किनाऱ्यावरील बंदरे हस्तगत करण्याचा रशियाचा डाव होता, असे अमेरिकन रणपंडित म्हणतात. जर ते बलुचिस्तानच्या किनाऱ्यापर्यंत येऊ शकले

असते तर मर्मभूमीस आवश्यक असलेली सागराची दर्शनी बाजू त्यांना प्राप्त झाली असती. त्यामुळे रशियन सरकार आपली बाह्यसंरक्षण रेखा मॅकिंडर यांच्या Outer Crercent किंवा बाह्यचापाकृती विभागापर्यंत नेऊ शकले असते. त्याचा व्यापारी फायदाही त्यांना झाला असता. युद्धोत्तरकालात रशियाने बाल्टिक किनारभूमीत आपले बस्तान बसविले, आता तेथेही पूर्व युरोपप्रमाणे निर्माण झालेले स्वतंत्र देश (इस्टोनिया, लातविया व लिथुआनिया) आहेत.

दुसऱ्या महायुद्धानंतरचे अमेरिकन सुरक्षाविषयक व परराष्ट्र धोरण तर मॅकिंडर याच्या संकल्पनेवरच आधारलेले आहे. रशियाला आपल्या भौगोलिक सीमांच्या आतच जखडून ठेवण्यासाठी अमेरिकेने NATO 'नाटो', MEDO 'मेडो' व SEATO 'सिॲटो' हे सैनिकी करार केले. त्याचप्रमाणे उत्तर अमेरिकेत DEW रेषा उभी केली. रशियाच्या दोन्ही बाजूंनी शह देण्यासाठी जर्मनी व जपान यांचे पुनर्लष्करीकरण केले, कारण पूर्व युरोपीय राजवटी आपल्या अंकित करून घेऊन रशियाने युरेशियाच्या मर्मभूमीचे रूपांतर मॅकिंडर म्हणतात त्याप्रमाणे अभेद्य दुर्गात केलेले होते. १९७१ मध्ये अमेरिकेने चीनची मैत्री संपादन करून रशियाला चीनतर्फे शह देण्याचा प्रयत्न केला.

१९४४ मध्ये जर्मनीच्या विरुद्ध दोस्त राष्ट्रांनी दुसरी आघाडी उघडली तेव्हा बर्लिनवर रशियाच्या आधीच कब्जा करण्याचा त्यांचा हेतू होता. त्याचप्रमाणे अणुबाँब टाकून त्यांनी जपानचा पराभव केला, कारण साखलिन बेटातून रशियाने जपानवर चाल करून जपान आपल्या अंकित करून घेतला असता व प्रशांत महासागराच्या उत्तर भागात रशियन तळ व स्वामित्व प्रस्थापित झाले असते. आज प्रशांत महासागर विभागातील स्पर्धेत रशियाला जपानचा निश्चितच उपयोग झाला असता. मध्यपूर्वेतील अस्थिर राजकीय क्षेत्रात व तेलत्रिकोणात रशिया व अमेरिका या दोघांनीही आपले प्रभावक्षेत्र निर्माण करण्याचा सतत प्रयत्न चालविलेला आहे.

फ्रान्सचे दिवंगत अध्यक्ष जनरल द गॉल यांनी उरलपासून अटलांटिकपर्यंत एकच युरोपीय राजकीय विभाग असावा व त्या विभागातील सर्व देशांत सहकार्य वाढावे असे मत १९५५ च्या सुमारास प्रदर्शित केले होते. १९८९ मध्ये पूर्व युरोपीय देशांनी रशियाचे वर्चस्व झुगारून लोकशाही स्थापन केली तेव्हा अमेरिकेने युरोपवर आपले थोडेसे वर्चस्व राहावे म्हणून नवअटलांटिक वाद New Atlanticism आणला तर गोर्बाचेव्ह यांनी समान युरोपीय गृहाची कल्पना मांडली. वरील तिन्ही विचारांचे मॅकिंडर यांच्या 'मध्यभूसागर' विचारधारेशी

खूपच साम्य आहे. वरील सर्व विचार पूर्व युरोपीय मर्मभूमीशी निगडित आहेत. फक्त मर्मभूमीत आता कोणती सत्ता आपले वर्चस्व निर्माण करून इतर देशांना आपल्या आर्थिक स्वामित्वाखाली आणते त्याचे अवलोकन करणे आवश्यक आहे.

चीन व जपान यांच्या युतीचे भाकीतही मॅकिंडर यांनी केलेले होते. हल्ली चीन व जपान यांची आर्थिक युतीकडे वेगाने हालचाल सुरू आहे. चीन व जपान यांनी एकमेकांच्या सहकार्याने हजारपेक्षा जास्त प्रकल्प निर्माण केलेले आहेत. जपानची प्रगत तंत्रविद्या, व्यापारी कला व चीनची कोळसा, टंगस्टनसारखी अफाट नैसर्गिक संपत्ती व प्रचंड मनुष्यबळ यांच्यामुळे पुढील २५ वर्षांत प्रशांत महासागराच्या आशियाई किनारभूमीवर एक नवीन अर्थ- सत्ता उदयास येईल. मॅकिंडर यांनी भूराजनैतिक दृष्टिकोनातून आफ्रिकेचेही मूल्यमापन केलेले होते. त्यांच्या मते सहाराच्या दक्षिणेस असलेले आफ्रिका खंड नैसर्गिकदृष्ट्या संपन्न असून तेथे दुय्यम मर्मभूमी तयार होईल. दुसऱ्या महायुद्धाच्या काळात जर्मनांनी याच विचारांचा पाठपुरावा करून प्रथम उत्तर आफ्रिका व नंतर आफ्रिकेवर आपले वर्चस्व निर्माण करण्याचा घाट घातला होता.

जेव्हा मॅकिंडर यांनी सिद्धान्त मांडला तेव्हा मर्मभूमीत वर्चस्व स्थापन करू शकतील अशा दोनच राज्यसंस्था होत्या. एक जर्मनी, दुसरी रशिया. या दोन्ही राज्यसंस्थांपासून ब्रिटनच्या जागतिक स्थानास धोका निर्माण होऊ शकला असता. २० व्या शतकाच्या शेवटी मर्मभूमीत रेल्वेमार्गांचे जाळे पसरून, संपर्क वाढून मर्मभूमीचे विविध भाग एकात्म झाले असते. बलिष्ठ मर्मभूमीमुळे ब्रिटनच्या सागरी सत्तेस व साम्राज्यास धोका निर्माण झाला असता.

मर्मभूमीचा विस्तार अफाट असल्याने व सुप्त नैसर्गिक साधने अमर्याद असल्याने मर्मभूमीस वेढा घालून किंवा समुद्रबळाच्या योगे तिची आर्थिक नाकेबंदी करणे शक्य नाही, असेही मॅकिंडर यांनी प्रतिपादन केले. मर्मभूमीभोवती असलेल्या युरेशियाच्या भागास त्यांनी किनारभूमी (Rimland)असे नाव दिले. स्वयंपूर्ण व सुरक्षित असा मूल-आधार प्रदेश किंवा मर्मभूमी निर्माण झाल्यावर तो आजूबाजूच्या भागावर राजकीय दबाव आणण्यास सुरुवात करेल. हळूहळू आपले समुद्रबल वाढवेल व सर्व जगास आपल्या कब्जात आणेल. मॅकिंडर यांच्या मर्मभूमी सिद्धान्तामध्ये काही राजकीय सत्ये दडलेली आढळून येतात. मर्मभूमीमध्ये युद्धोत्तर काळात रशिया हे एक बलाढ्य राष्ट्र निर्माण झालेले आहे. रशियाने पूर्व - युरोपातील देश व पूर्व जर्मनी यांना अंकित करून घेतलेले होते.

किनारभूमीवरील राज्यसंस्थात अनेक ठिकाणी हस्तक्षेप करून आपला प्रभाव वाढवलेला होता. दिवसेंदिवस तंत्रविद्येच्या प्रभावामुळे वसाहतींना अनाकर्षक असलेली मर्मभूमी विकसित होत असून तेथे लोकसंख्याही वाढत आहे.

मॅकिंडर यांच्यापेक्षा वेगळे मत अमेरिकन भूगोलतज्ज्ञ स्पाइकमन यांनी मांडले. त्याचा प्रभाव युद्धोत्तर अमेरिकन विदेशी धोरणावर झालेला आढळून येतो. स्पाइकमन यांचा सिद्धान्त किनारभूमी सिद्धान्त म्हणून (Rimland Theory) ओळखला जातो. तो पुढे दिलेला आहे.

जो किनारभूमीचा नियंत्रक तो युरेशियाचा स्वामी
जो युरेशियाचा स्वामी तो जगाचा अधिपती.
Who Controls the Rimland rules Eurasia.
Who rules Eurasia Controls the destinies of the world.

स्पाइकमन यांच्या किनारभूमीत पुढील विभाग येतात.

(१) स्कँडेनेव्हीयन देश – नॉर्वे, स्वीडन व डेन्मार्क.

(२) पश्चिम व नैर्ऋत्य युरोप.

पश्चिम युरोपमध्ये ब्रिटन, आयर्लंड, फ्रान्स, जर्मनी, नेदर्लंडस, बेल्जियम लक्झेंबर्ग हे देश येतात.

नैर्ऋत्य युरोप – आयबेरीयन द्वीपकल्पात स्पेन व पोर्तुगाल हे दोन साम्राज्यवादी देश असून पिरॅनिज पर्वतातील बसक विभागाने स्वतंत्रतेची मागणी केलेली आहे.

(२अ) पश्चिम युरोप – ब्रिटन, आयर्लंड, फ्रान्स, जर्मनी, लक्झेंबर्ग नेदर्लंडस (हॉलंड) व बेल्जियम.

(२ब) आयबेरियन द्वीपकल्प – स्पेन व पोर्तुगाल – बसक पिरॅनिजमधील आगळा विभाग स्वतंत्र राज्याची मागणी.

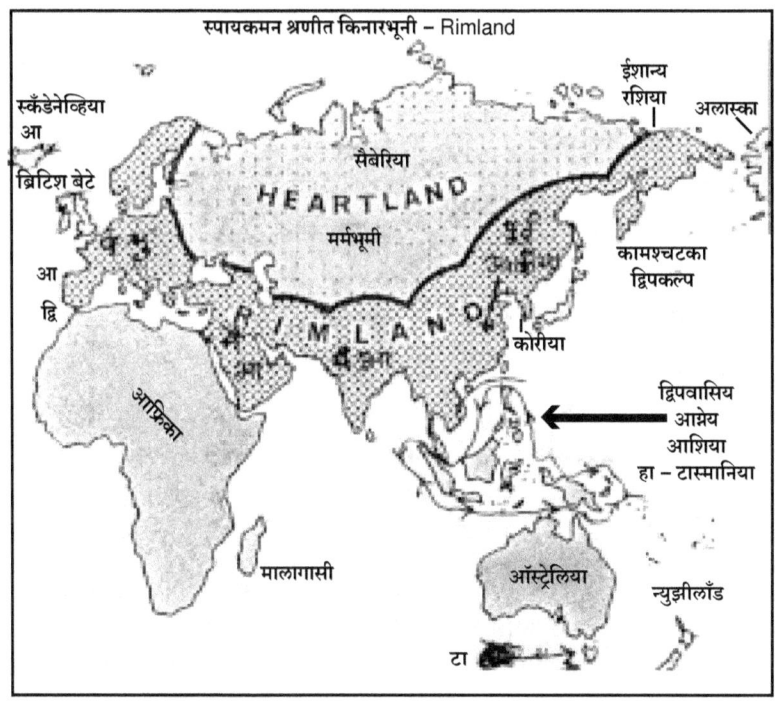

स्पायकमन श्रणीत किनारभूनी – Rimland

(३) नैर्ऋत्य आशिया प्रामुख्याने अरबदेश म्हणजे तुर्कस्तान, इराक, इराण, इस्रायल, लेबनॉन, सिरिया, सौदी अरेबिया, संयुक्त अरब अमिराती इत्यादी.

(४) दक्षिण आशिया – भारत, पाकिस्तान, बांगला देश, नेपाळ, श्रीलंका, मालदिव, भूतान.

(५) खंडान्तर्गत आग्नेय आशिया – म्यानमार, लाओस, कंपुचिया, थायलँड, व्हिएतनाम, द्वीपकल्पीय मलेशिया

(६) पूर्व आशिया – चीन व रशियाचा ईशान्य भाग

स्पाइकमन यांच्या किनारभूमी सिद्धान्ताचा विचार सद्य: परिस्थितीत व नंतर बदलत जाणाऱ्या परिस्थितीतही होणे आवश्यक आहे. स्कँडेनेव्हीयन देश, जरी अमेरिकन संघराज्यास अनुकूल असले तरी देखील त्यांची विदेशनीती ही पूर्णपणे स्वतंत्र आहे. पश्चिम युरोपीय देशांपैकी ब्रिटनच अमेरिकन संघराज्याचा खराखुरा मित्र (अ. सं. चे ५१ राज्य) म्हणून ओळखला जातो. अनेक युरोपीय देश हे युरोपियन युनियनचे EU चे सदस्य असून युरोपीय संघराज्य हे त्यांचे ध्येय उद्दिष्ट आहे.

सौदी अरेबिया व इस्रायल ही अ. स. ची दोन मित्र राष्ट्रे म्हणजे Frontline

States म्हणजे बिनीवाली राष्ट्रे म्हणून ओळखली जातात. तेलसंपन्न व युरो – आफ्रो – आशियाई देशांच्या दरम्यान मध्यवर्ती स्थान मध्यपूर्वेतील – नैर्ऋत्य आशियाई देशांना लाभलेले असल्याने जागतिक भू – सामरिकतेच्या दृष्टीने ते त्यांचे महत्त्व अनन्यसाधारण आहे. सर्वात महत्त्वाची गोष्ट म्हणजे सौदी अरेबिया ही इस्रायलची मर्मभूमी समजली जाते. या अर्धशुष्क – वाळवंटी प्रदेशात ज्युडाइझम (ज्यू) ख्रिश्चॅनिटी व इस्लाम हे एकेश्वरवादी तीन धर्म निर्माण झाले. परंतु एकेश्वरवादी असूनही त्यांच्यात तीव्र मतभेद आहेत.

मध्यपूर्वेत – सुवेझ कालवा, बाबल मांदेब व होरमझ अशा सैनिकी – नाविक महत्त्वाच्या सामुद्रधुनी असून इतर सात भूसामरिक महत्त्वाचे अरुंद विभाग आहेत. या सर्व महत्त्वाच्या प्रदेशावर – आजूबाजूस वर्चस्व मिळविणे हे अ. सं. चे उद्दिष्ट आहे.

भारतास हा स्वतंत्र भूराजनैतिक विभाग म्हणून काही विचारवंत मानतात. दक्षिण आशियात भारत ही मोठी सत्ता आहे. परंतु बहुसंख्य मुस्लीम धर्मीय पाकिस्तानला नेमकी हीच गोष्ट सलते. मूठभर – इस्लाम धर्मीयांनी प्रचंड हिंदू लोकसंख्या असलेल्या हिंदुस्तानवर सुमारे हजार वर्षे राज्य केले. या काळात जे संघर्ष झाले त्यात नेभळ्या, अंधश्रद्धावादी व देवभोळ्या हिंदूंचा पराभव झाला परंतु १९७१ बांगला देश निर्मिती संघर्षात त्याचा थोडासा वचपा निघाला. परंतु त्यामुळे पाकिस्तानला भारताचे बाल्कनीकरण करण्याची संधी मिळाली व अमेरिकी सहकार्याने त्यांनी ते सुरू केले. दक्षिण आशियाई देश एकत्र आले तर जगात आणखी एक 'धुव्र' निर्माण होईल व भौगोलिक दृष्ट्या दूर असलेल्या अमेरिकेस जबरदस्त शह बसेल. दक्षिण आशिया, रशिया व चीन यांच्यात सहकार्य नांदल्यास अमेरिकेची आर्थिक हानी निश्चितपणे होईल.

खंडान्तर्गत आग्नेय आशियात म्यानमार, थायलंड, लाओस, कंपुचिया, व्हिएतनाम व मलेशियाचा द्वीपकल्पीय भाग हे देश येतात. यापैकी व्हिएतनाममध्ये अमेरिकेची फजिती झाली. व्हिएतनामी जनतेने दुर्दम्य इच्छाशक्तीच्या जोरावर अमेरिकेस माघार घेणे भाग पाडले. जनतेस स्फूर्ती हो ची मिन्ह या एकमेव पुढाऱ्यांकडून मिळाली. स्वतंत्र भारतात असा एकही पुढारी झालेला नाही. आग्नेय आशियातील उर्वरित देश भारतापेक्षा जास्त सृजनशील आहेत.

स्पाइकमन यांनी किनारभूमीत पश्चिम व वायव्य युरोपमधील देश (पूर्व युरोप नाही), नैर्ऋत्य आशिया (अरब जगत), भारत, चीन, मंगोलिया व आग्नेय आशियाई देश यांचा अंतर्भाव केलेला होता. युरेशियाची खरी ताकद ही मर्मभूमीत नसून किनारभूमीत आहे, असे स्पाइकमन यांचे मॅकिंडर यांच्यापेक्षा वेगळे मत होते. मर्मभूमीची सुप्त

शक्ती ही कल्पनेपेक्षा कमी आहे, अशीही त्यांची टीका होती. स्पाइकमन यांना आंतरराष्ट्रीय संबंधामधील सत्तासमतोलाच्या डाव-प्रतिडावात व संरक्षणाच्या नियोजनाशी घनिष्ठ संबंध असलेल्या भूराजनैतिक विश्लेषणात जास्त रस होता. रशियाची खरी आर्थिक व सैनिकी ताकद उरल पर्वताच्या पश्चिम भागात एकवटलेली आहे असे त्यांचे मत होते. परंतु प्रत्यक्षात सैबरियात आहे.

भूसामरिकता Geostratey

भूसामरिकता या शब्दाचे अनेक अर्थ आहेत. अमेरिकन भूगोलतज्ज्ञ क्रेसी Geopolitics यांनी म्हणजे भूराजनीती यासाठी Geostrategy हा शब्द सुचविला. कारण दुसऱ्या महायुद्धाच्या काळात जर्मनांनी भूराजनैतिक तत्त्वांचा उपयोग इतर देशांवर आक्रमण करण्यासाठी केल्याने Geopolitics या शब्दास विनाकारण वाईट अर्थ प्राप्त झाला.

भूसामरिकतेची दुसरी व्याख्या म्हणजे 'शांततेच्या व युद्धकाळात भौगोलिक विचारधारांच्या संदर्भात केलेले संरक्षणाचे विशाल व्यूहनियोजन.' शांततेच्या काळात देखील संरक्षणविषयक समस्यांचा गंभीरपणे विचार करून आपल्या ज्या उणिवा असतील त्या भरून काढण्याचा प्रयत्न अनेक देश करतात. स्थल, काल, अभिसरणक्रियेनुसार भूसामरिकता बदलते. संरक्षण व्यूहनियोजनात वायू, नाविक व जमिनीवरील युद्धातील समस्या तर येतातच शिवाय देशाची आर्थिक स्थिती, नैसर्गिक संपदा, तिचा विनियोग करण्याची देशातील लोकांची कुवत, लोकांचे युद्धकाळातील नीतिधैर्य, समाजसंघटन इत्यादी गोष्टींचा विचार करावा लागतो. शिवाय प्रत्येक देशाचे मित्रदेश, शत्रुदेश व युद्धकाळात किंवा आणीबाणीच्या प्रसंगी त्यांची धोरणे यांचाही विचार भूसामरिकतेच्या अभ्यासात करणे आवश्यक असते.

प्रत्येक विभागाच्या नैसर्गिक वैशिष्ट्यानुसार भूसामरिकता बदलत असते. प्रशांत महासागर परिसरातील भूसामरिकतेचा विचार करताना अफाट अंतरे विचारता घ्यावी लागतात, तर भारताच्या संरक्षण समस्यांचा विचार करीत असताना हिमालयीन पर्यावरण, हिंदी महासागरातील बड्यांचे नौतळ, भारताचे शेजारी देश व त्यांना मदत करणारे देश यांचा विचार करावा लागतो.

भूसामरिकतेचे पुढील घटक आढळतात. (१) स्थान, (२) आकार, (३) आकृती, (४) उंच - सखलता व सुगमता, (५) खनिजे, (६) ऋतुमान (७) सागरसंपर्क, (८) लोकसंख्या, (९) सीमारेषा. याशिवाय पुढील चार गोष्टींचा अंतर्भाव केला जातो. (१) नैसर्गिक संपदा व बाजारपेठ याच्या संदर्भातील आर्थिक सुगमता, (२) सीमारेषेपलीकडे वसाहत निर्मितींची शक्यता, (३) विविध जलभाग व चिंचोळ्या,

नाविक महत्त्वाच्या सामुद्रधुन्यांकडे ये – जा करण्याचे वायुमंडल यान व भूपरिवहनाचे मार्ग , (४) सैनिकी सुरक्षा.

भूसामरिकता दोन प्रकारची असते : (१) अंतर्गत (२) बाह्य व दोन्ही एकमेकांशी क्लिष्ट नात्याने जोडलेल्या असतात. अंतर्गत व बाह्य भूसामरिकता एकमेकींशी निगडित असल्याने वरील सर्व घटकांचा सामुदायिक विचार करावा लागतो.

१९४९ मध्ये काश्मीरमध्ये जेव्हा भारत व पाक यांच्या युद्धबंदी घडून आली, तेव्हा सियाचीन हिमनदीबद्दल काहीच विचार झालेला नव्हता. परंतु पुढील वीस वर्षांत सैनिकी तंत्रविद्येत वाढ झाल्यानंतर दोघांचेही लक्ष तिकडे वेधले गेले व सियाचीन संदर्भातील भूसामरिकता बदलली.

१९४५ ते १९९० या काळातील भूसामरिकता

जर्मनीत विकसित झालेल्या भूराजनीतीस नावे ठेवण्याचा व तिला आक्रमक शास्त्र म्हणण्याचा अधिकार पाश्चात्त्य देशांना आहे का, असा प्रश्न साहजिकपणे उद्भवतो. जर्मनांनी भूराजनीतीचा पाठपुरावा केला. त्यातील तत्त्वे व शास्त्रीय संकेत आपल्या पराभवाचा कलंक पुसण्यासाठी वापरली. पहिल्या महायुद्धानंतर अनेक अपमानास्पद अटी जर्मनीवर लादलेल्या होत्या. त्या जर्मनांनी झुगारून दिल्या व आपला देश सामर्थ्यवान करण्याचा प्रयत्न केला. परंतु हिटलरने भूराजनीतीचा अतिरेक केला. त्यामुळे युद्धात जर्मनीचा सर्वनाश झाला.

युद्धोत्तर काळात रशिया व अमेरिका हे बडे देश किंवा जागतिक शक्ती निर्माण झाल्या. नव्याने अनेक देश स्वतंत्र झाले. नवोदित राज्यसंस्था साम्यवादाच्या प्रभावाखाली जाऊ नये म्हणून अमेरिकेने विडा उचलला. साम्यवादाला पायबंद बसावा म्हणून सिॲटो, मेडोसारखे लष्करी करार अमेरिकेने केले व रशिया आणि चीनभोवती आपल्याला अंकित अशा देशांची साखळी बनवली. अरबांचे तेल उपलब्ध व्हावे म्हणून तेलवाहतुकीच्या मार्गावरील अनेक द्वीपे आपल्या ताब्यात ठेवली. दिएगो गार्सिया, सोकोर्ता, मरियाना अशा बेटांवर नौतळ स्थापन केले. त्यावर क्षेपणास्त्रे बसविली. त्यांचा वेध रशिया व चीनकडे आहे. अमेरिकेनेच प्रथम ट्रुमन व मार्शल तत्त्वांच्या नावाखाली युद्धोत्तर युरोपात हस्तक्षेप केला. त्याला काटशह देण्यासाठी रशियाने कोमिनफॉर्मसारखे करार केले. त्यामुळेच शीतयुद्धास सुरुवात झाली.

अमेरिकन लोक स्वतःला आधुनिक जगाचे 'रोमन' समजतात. साम्यवादाच्या प्रचारास आळा घालणे हे त्यांचे राष्ट्रीय उद्दिष्ट आहे. त्यासाठी कोरिया, व्हिएतनाम इत्यादी देशांवर त्यांनी युद्धे लादली. आशियाई देशांशी जमिनीपेक्षा पाण्यावर लढणे

सोपे असते, हे त्यांनी ओळखून हिंदी महासागरात चाचेगिरीचे राजकारण (Gun boat diplomacy) सुरू केलेले आहे. १९७२ पर्यंत रशिया व चीन हे दोन्ही अमेरिकेचे कट्टर शत्रू समजले जात. अजूनही बऱ्याच प्रमाणात आहेत. परंतु तेढ थोडी कमी झालेली आहे. रशियातील नैसर्गिक साधने (अमान) अमेरिकेच्या मानाने खूप आहेत. त्यामुळे रशियन प्रभावक्षेत्रे जगात वाढणे अपरिहार्य आहे. अमेरिकेच्या विकासाला सुरुवात होऊन २०० वर्षांचा काळ लोटल्याने त्यांची नैसर्गिक संपत्ती खूप कमी झालेली आढळते. वाढत्या रशियन दडपणाला काटशह देण्यासाठी अमेरिकेने चीनशी आता वेगळे धोरण थोडेसे नरमाईचे धोरण स्वीकारले आहे. आता रशिया, चीन ही राष्ट्रे आपले मतभेद दूर सारून नव्याने वाटचाल करू पाहात असून रशियन प्रभाव कमी होत आहे.

१९५०नंतरच्या साम्यवादी चीनमधील भूराजनीती प्रामुख्याने माओ – त्से – तुंग (साम्यवादी चीनचे शिल्पकार) यांच्या विचारांवर आधारलेली आहे. चीनजवळ तरुणांचा भरणा असलेले अफाट मनुष्यबळ आहे. चिनी संस्कृती जगातील एक अतिप्राचीन व प्रौढ संस्कृती समजली जाते. राजकीय सत्ता बंदुकीच्या नळीतून वाढते यावर त्यांचा विश्वास आहे.

❑

विभाग (ड)

११. आर्थिक भूगोल

मानव आणि पर्यावरणाचा अभ्यास हा भू-विज्ञानाचा विषय होय. पर्यावरण विविध प्रकारचे असते. प्राकृतिक, सामाजिक, आर्थिक, राजकीय, सांस्कृतिक, ऐतिहासिक इ. या प्रत्येकामुळे भू-विज्ञानाच्या स्वतंत्र शाखा निर्माण होतात. या विविध पर्यावरणाचा मानवावर परिणाम होत असतो. मानवी जीवन त्यास अनुलक्षून बदलत जाते. हा बदल स्थळ आणि काळ यांस अनुसरून प्रत्येक ठिकाणी अलग अलग असतो. यामुळे निरनिराळ्या देशांत मानवाची प्रकृती भिन्न असते. मानवी प्रकृती भिन्न याचा अर्थ मानवाचा भोवतालच्या परिस्थितीकडे पाहण्याचा दृष्टिकोन भिन्न असतो. यामुळे विचार, परंपरा, महत्त्वाकांक्षा, कौशल्य, यांत फरक पडतो.

पर्यावरणही स्थिर नसते. त्यातही नित्य बदल घडत असतो. सामान्य मानवास अल्पकाळात हा बदल दिसत नाही किंवा भासत नाही. पण या पर्यावरणाच्या घटकाचे निरीक्षण केल्यास प्रत्येक घटक सूक्ष्म स्वरूपात बदलत असतो असे दिसते; तेव्हा मानव आणि पर्यावरण हे दोन्ही घटक बदलत असतात. त्यातील बदल लक्षात घेणे आणि त्यांच्या एकमेकांवर होणाऱ्या परिणामांचे निरीक्षण करणे हे भू-विज्ञानाचे कार्य ठरते. यामुळे भू-विज्ञानाचा अभ्यास नित्य नवा व चैतन्ययुक्त असतो.

आर्थिक भू-विज्ञानात मानव आणि आर्थिक पर्यावरण यास विशेष महत्त्व असते. त्यांचे स्वरूप लक्षात घेऊन त्यात होणारे बदल न्याहाळणे हे मुख्य कार्य आर्थिक भू-विज्ञान करते. आर्थिक भू-विज्ञानही स्थळ आणि कालानुसार अलग असते.

कोणत्याही प्रदेशातील साधनसंपत्तीचा आणि तिच्या वापराचा अभ्यास करणे म्हणजे आर्थिक भू-विज्ञान होय. येथे प्रत्येक प्रदेशाचे आर्थिक स्वरूप आणि त्यावर निरनिराळ्या घटकांमुळे होणारे आर्थिक बदल महत्त्वाचे असतात. अनेक वेळा निरनिराळ्या प्रदेशांतील प्राकृतिक वा आर्थिक पर्यावरणात साम्य असूनही एखाद्या प्रदेशाचे आर्थिक स्वरूप तेथील मानवाचे विचार, परंपरा, महत्त्वाकांक्षा यांमुळे पूर्णपणे अलग असते. कोणत्याही प्रदेशाच्या आर्थिक भू-विज्ञानात मानव, प्रदेश आणि काळ हे घटक फार महत्त्वाचे असतात.

भू-विज्ञानाच्या शाखा व आर्थिक भू-विज्ञान

प्राकृतिक भू-विज्ञानाच्या साहाय्याने एखाद्या प्रदेशाची भौगोलिक रचना, हवामान, पाणलोट यांचा तेथील वनस्पती, उत्पादन व वाहतूक यांच्यावर होणारा परिणाम लक्षात घेता येतो. राजकीय भू-विज्ञानाच्या मदतीने पृथ्वीवरील त्या देशाचे भौगोलिक स्थान, राष्ट्राच्या सरहद्दी, लोकसंख्या, शासनसंस्था, संघटना यांचा उद्योग, व्यवसाय व व्यापार ह्यावर होणारा परिणाम विचारात घेणे फार सोपे होते. भू-गर्भशास्त्रामुळे खनिजांचे साठे, जमिनीचे स्वरूप व जलौघ यांबाबतचे स्वरूप लक्षात घेता येते. यामुळे देशात उपलब्ध होणारी निरनिराळी खनिजे, त्यांचे उत्पादन, त्यामुळे निर्माण होणारे कारखाने व व्यापार यांचा विचार करता येतो; तर जमिनीपासून मिळणारे कृषी-उत्पादन व त्याचा व्यापार आणि उद्योग-उत्पादन यावर होणारा परिणाम समजून घेता येतो. जलौघामुळे विद्युत-केंद्रे, जलवाहतूक यांचा विचार करणे सोपे जाते. खगोलशास्त्रामुळे ग्रहमान, त्याची गती व भ्रमण यांचा हवामानावर होणारा परिणाम, समुद्राची भरती-ओहोटी यांचा अभ्यास शक्य होऊन त्याचा उत्पादन, वाहतूक-प्रव्यवसाय यावरील परिणाम लक्षात घेणे फार सुलभ होते. भू-विज्ञानाच्या वरील व याशिवाय अन्य शास्त्रोपशास्त्रांचा बराच परिणाम सर्व देशातील साधन-संपत्ती, तिची निर्मिती, व्यापार, दळणवळण यांवर होणे अपरिहार्य असते. आजच्या गुंतागुंतीच्या काळात तर अनेक विद्याशाखा इतक्या एकमेकांजवळ आल्या आहेत आणि त्यांचे एकमेकांवर होणारे प्रत्यक्षाप्रत्यक्ष परिणाम इतके आहेत की प्रत्येकीचा स्वतंत्र विचार करणे क्रमप्राप्त झाले आहे. आर्थिक व व्यापारी भू-विज्ञानही याला अपवाद नाही.

आज आर्थिक भू-विज्ञानाचे स्वरूप इतके व्यापक झाले आहे की, त्याचा पूर्णपणे एक स्वतंत्र विषय म्हणूनच अभ्यास केला जातो. काही अन्य विषयांचा या विषयावर परिणाम होत असला तरी एकही विषय असा नाही की, त्याने या विषयाच्या अभ्यासाला पूर्णपणे ग्रासून टाकले आहे. पण अनेकांनी आर्थिक व व्यापारी भू-विज्ञान ही आपल्याच विषयाची एक शाखा मानून हे सत्य अंधुक करण्याचा प्रयत्न केला आहे. रेनर आणि ड्यूरांडसारखे शास्त्रज्ञ तर याला भू-विज्ञानाचाच एक भाग मानतात. त्यांच्या मते ''आर्थिक भू-विज्ञान म्हणजे एका बाजूस अर्थशास्त्र व तद्विषयक ज्ञान, आणि दुसऱ्या बाजूस भू-विज्ञानविषयक ज्ञान यांचे एकमेकांशी प्रस्थापित झालेले संबंध स्पष्ट करणारे शास्त्र होय.'' पण यात ते अर्थशास्त्र तद्विषयक शास्त्र का गौण मानतात हे त्यांनी स्पष्ट केले नाही. थॅचरच्या मतेसुद्धा आर्थिक भूविज्ञान यांचे प्रादेशिक भू-विज्ञानाशी प्रस्थापित झालेल्या संबंधाविषयीचे ज्ञान म्हणजे आर्थिक व व्यापारी भू-विज्ञान होय. आज अनेक पाश्चिमात्य मान्यवर विद्यापीठांत व

महाविद्यालयांत आर्थिक व व्यापारी भूविज्ञान ही एक मूलभूत विद्याशाखा मानली जाते आणि त्याचा अभ्यास केला जातो. संयुक्त संस्थाने, बेल्जियम आणि जर्मनी यांसारख्या अत्यंत पुढारलेल्या औद्योगिक देशांत जर उद्योग-व्यवसाय व व्यवस्थापनाचा विचार करणारे अनेक संप्रदाय या विषयाला मूलभूत विषय म्हणून महत्त्वाचे स्थान देतात.

आर्थिक भू-विज्ञानाची निर्मिती

प्राचीन काळात मानवाच्या गरजांबरोबरच हा विषय निर्माण झाला असला तरी एक विद्याशाखा म्हणून त्याचा अभ्यास ब्रिटिशांनी आपल्या साम्राज्यनिर्मितीच्या काळात सुरू केला. औद्योगिक क्रांतीनंतरच्या साम्राज्यविस्ताराच्या काळात इंग्रजांचा व्यापार जगभर पसरला. व्यापाराला स्थिर आणि निश्चित स्वरूप प्राप्त व्हावयाचे असल्यास त्यासंबंधीची अनेक प्रकारची माहिती उपलब्ध करावी लागेल. त्यात आर्थिक भू-विज्ञान हे महत्त्वाचे असेल आणि त्याच्याच जोडीला अर्थशास्त्र, व्यापारशास्त्र, मानसशास्त्र इत्यादी शास्त्रे असतील याची त्यांना चांगलीच कल्पना होती.

आर्थिक भू-विज्ञानाचा जनक चिलोशम याला तर कोणत्याही देशाच्या आर्थिक आणि व्यापारी प्रगतीकरता संभाव्य आराखडा तयार करण्याच्या दृष्टीने हा विषय फार महत्त्वाचा वाटत होता. व्यापारावर आणि उत्पादनावर परिणाम करणारे भौगोलिक घटक शोधून काढणे व त्यांचा अभ्यास करणे हे त्याला एक प्रकारचे बौद्धिक आव्हानच वाटत होते. कोणत्याही प्रदेशाची भू-रचना आणि हवामान यांवर त्याची औद्योगिक किंवा व्यापारी उमेद अवलंबून असते असा त्याचा विश्वास होता. जोन्स आणि डार्कन वॉल्ड यांना तर हा विषय म्हणजे उत्पादनविषयक व्यवसायाचा अभ्यास करणारे शास्त्र वाटते. एखाद्या देशात एका विशिष्ट वस्तूचेच उत्पादन का केले जाते, हे फक्त आर्थिक भू-विज्ञानच स्पष्ट करू शकते. हंटिंगटनच्या मते तर आर्थिक आणि व्यापारी भू-विज्ञान म्हणजे, ''मानवी जीवन जगण्यास आवश्यक अशी अवस्था निर्माण करण्याकरिता वस्तू, साधने, क्रिया, परंपरा, सामर्थ्य आणि शक्याशक्यता यांचा अभ्यास होय. शेती, उत्पादन आणि व्यापार हे जीवन जगण्याचे तीन मार्ग होत. यापुढे कृषि-अवस्था, उत्पादन-अवस्था आणि व्यापार-अवस्था यांबरोबरच खनिजे, लाकूडतोड आणि मासेमारी यांचा विचार आर्थिक भू-विज्ञान करते.'' शॉली या जीवन जगण्याच्या अवस्था मान्य असून त्याच्या मते या अवस्था उद्योग, साधने आणि उपभोग्य वस्तू यांच्या संदर्भात विचारात घेतल्या पाहिजेत.

प्रथमत: आर्थिक भू-विज्ञान ही जरी एक विद्या-शाखा म्हणून मानली गेली, तरी

पुढे अनेक भू-वैज्ञानिकांनी समान उद्देशाने मिळविलेली माहिती भू-विज्ञान या एकाच शाखेत समाविष्ट केली. साहजिकच भू-विज्ञानाचे महत्त्व वाढले. या शास्त्रज्ञांनी इतर संबंधित शास्त्रांकडे दुर्लक्ष करून आपल्या शास्त्राचे विशिष्ट तंत्र आणि पद्धती आर्थिक भू-विज्ञानात वापरल्या. पण येथे आर्थिक भू-विज्ञानाचा उद्देश जगाची आर्थिक स्थिती स्पष्ट करण्याचा असल्याने त्याचे क्षेत्र सामान्य भू-विज्ञानापेक्षा केव्हाही जास्त विस्तृत आहे हे लक्षात घेतले पाहिजे.

उद्देश आणि विस्तार

आधुनिक युग नियोजनाचे आहे. कोणत्याही देशाची आर्थिक प्रगती व विकास नियोजनाद्वारेच साधला जातो. कोणत्याही प्रदेशाची आर्थिक घडण किंवा जडण करण्यास त्याचा विकास किंवा वाढ करण्यात आर्थिक भू-विज्ञान फार मोठ्या प्रमाणात सहाय्य करते.

नियोजनाकरिता :

(१) प्रत्येक प्रदेशाचे स्थान, हवामान, भू-रचना, वनस्पती आणि प्राणिजीवन यांची पूर्ण माहिती आवश्यक असते. ही माहिती जशी पूर्ण प्रदेशाची असावी लागते तशीच ती प्रत्येक विभागाची असणे आवश्यक असते.

(२) प्रत्येक प्रदेशातील आणि त्याच्या विभागातील नैसर्गिक साधनसंपत्तीच्या साठ्याच्या उपलब्धतेची आणि गुणवत्तेची माहिती असणे.

(३) प्रत्येक देशाचा औद्योगिक वा आर्थिक इतिहास अभ्यासातून त्याची आर्थिक परंपरा समजावून घेणे.

(४) एकूण प्रदेशाबरोबरच प्रदेशाच्या प्रत्येक विभागाची आर्थिक घडण समजावून घेऊन त्या विभागाची रचनापद्धती आणि उद्दिष्टांची कल्पना असणे.

(५) प्रत्येक विभागाची प्रादेशिक एकात्मकता निर्माण करण्याकरिता कोणकोणते आर्थिक वा सामाजिक मार्ग कसकसे एकजीव झाले आहेत याची पाहणी करणे.

(६) निरनिराळ्या उद्योगधंद्यास लागणारा कच्चा माल, इंधन, यंत्र, वाहतूक इ. घटक कसकसे उपलब्ध करतात आणि देशाच्या विशिष्ट उत्पादनपद्धतीस पोषक ठरतात याचा अभ्यास करणे आवश्यक असते.

विकसित आणि अविकसित देशांतील आर्थिक प्रगतीचा विचार करून अविकसित देश कोठेकोठे व कसकसे मागे पडतात याचा अभ्यास करणे, त्या दोहोतील आर्थिक अंतर कमी कसे करता येईल याबद्दल आराखडा आखणे आणि त्याची कार्यपाहणी करणे हेही कार्य या विषयाकडून अपेक्षित आहे.

नव्या, विशेषत: विकसित, देशांचे स्वरूप फार झपाट्याने बदलत आहे. त्यातील निरनिराळ्या उद्योगव्यवसायांची संपूर्ण, निश्चित आणि अद्ययावत माहिती गोळा करून व त्याचे पृथक्करण करून देशाची आर्थिक अवस्था सांगणे हे आर्थिक भू विज्ञानाचे महत्त्वाचे अंग आहे. एवढेच नव्हे तर आजच्या आणि कालच्या माहितीची तुलना करून निरनिराळ्या उद्योग व्यवसायांतील संभाव्य बदल स्पष्ट करणे, प्रगतीतील धोके दाखविणे, त्यातून नवा उचित आर्थिक मार्ग सुचविणे आर्थिक भू-विज्ञानाने शक्य आहे.

आर्थिक भू-विज्ञानाचा दृष्टिकोन

आर्थिक भू-विज्ञानाचे मान्यवर असे तीन दृष्टिकोन आहेत. ते म्हणजे प्रादेशिक, वस्तूविषयक आणि तात्त्विक दृष्टिकोन होत.

प्रादेशिक दृष्टिकोन : एका मोठ्या पूर्ण प्रदेशाचा अभ्यास करण्याऐवजी जर त्याच्या निरनिराळ्या लहान उपविभागांचा अभ्यास केला तर त्याला प्रादेशिक दृष्टिकोन म्हणतात. याप्रकारे एका खंडाचा किंवा प्रदेशाचा अभ्यास करता येतो. हा उपविभाग भौगोलिक वा राजकीय असला तरी चालतो. सुधारलेले अनेक देश याच स्वरूपात लहान लहान विभागांच्या नियोजनाचा म्हणजेच प्रादेशिक नियोजनाचा विचार करतात. याकिरता प्रामुख्याने त्या देशाची भौगोलिक स्थिती, हवामान, लोकसंख्या, साधन-संपत्ती, उत्पादन, व्यापार, दळणवळण या महत्त्वाच्या घटकांचा अभ्यास केला जातो.

वस्तुविषयक दृष्टिकोन : यात उपलब्ध संपत्तीचा वापर भोवतालच्या परिस्थितीनुसार कशा प्रकारे जास्तीत जास्त चांगला करता येईल व मानवाची आर्थिक उन्नती साधता येईल या दृष्टीने विचार केला जातो. निरनिराळ्या विभागांत नैसर्गिक संपत्तीचा वापर वेगवेगळा असतो. कोणत्याही प्रकारची नैसर्गिक संपत्ती वाया न घालवता तिचा पर्याप्त स्वरूपात वापर कसा करता येईल हे ठरविता येते. एखाद्या नैसर्गिक घटकाचा फायदा घेऊन कोणती वस्तू कोठे व कशा प्रकारे निर्माण केली जाते, इतर विभागांतही ही निर्मिती किती कमीजास्त आहे, असल्यास का, याचाही तुलनात्मक विचार येथे केला जातो.

तात्त्विक दृष्टिकोन : निरनिराळ्या विभागांत झालेल्या प्रगतीचा आढावा घेऊन मानव आणि भोवतालची परिस्थिती यांच्या संबंधात सर्वसामान्य निष्कर्ष काढणे शक्य असते. या निष्कर्षाचा फायदा इतर विभागांतही घेता येतो. उदा. – ''डोंगराळ प्रदेशात लोकवस्ती विरळ असते'', ''सखल मैदाने कारखानदारी केंद्रे असतात'', ''त्रिभुज प्रदेश कृषिप्रधान असतात,'' अशा निष्कर्षांचा विचार केल्याने कारण व परिणाम यांचा मेळ घालून विषयाचा अभ्यास करणे जास्त सुकर होते. पण यामुळे

सर्व विभागांतील समस्यांचा पूर्ण उलगडा होईल असे मात्र नाही. कारण प्रत्येक विभागातील लोकांची प्रवृत्ती भिन्न भिन्न असल्याने वरील निष्कर्ष कधी कधी चुकीचे ठरतात आणि म्हणून ही तत्त्वे फार तर कारणपरंपरा शोधण्याकरिता किंवा एखाद्या विषयाच्या पृथक्करणाकरिता उपयोगी पडतात.

वरील भिन्नभिन्न दृष्टिकोनांत एखादा दृष्टिकोन चांगला मानून त्यावर आर्थिक भू-विज्ञानाचा पाया रोवणे मात्र धोक्याचे आहे. प्रत्येक दृष्टिकोनाचे क्षेत्र बरेच मर्यादित असते. भोवतालच्या नैसर्गिक परिस्थितीच्या अभ्यासात तात्त्विक दृष्टिकोन महत्त्वाचा असतो, तर साधनसंपत्ती व तिचा वापर या दृष्टीने वस्तुविषयक दृष्टिकोन महत्त्वाचा, चांगला ठरतो. कोणत्याही एका राजकीय विभागाची कल्पना द्यावयाची असल्यास ह्या तिन्ही दृष्टिकोनांचे समालोचन करणे आवश्यक असते.

आर्थिक भू-विज्ञानामुळे निरनिराळ्या प्रदेशांत उपलब्ध असलेल्या नैसर्गिक संपत्तीचा उपयोग उत्पादन, वापर आणि वितरण या दृष्टीने जास्तीत जास्त चांगला कोठे व का झाला आहे हे समजावून घेता येते.त्या प्रदेशातील झपाट्याने बदलणारे व्यवसाय व उत्पादनपद्धतीचे आकलन करता येते. इतरत्र या तंत्राचा अवलंब कितपत शक्य आहे हे इतर घटकांनुसार ठरविता येते. एखादा प्रदेश अविकसित राहिल्यास त्याची कारणे शोधून त्याला कशा रीतीने विकसित करावे हे कळू शकते. एखाद्या विशिष्ट प्रदेशात अत्यंत उत्तम प्रकारचे उत्पादन, व्यापार किंवा दळणवळणाचे तंत्र उपलब्ध झाल्यास त्याचा फायदा इतर प्रदेशांत करून घेता येतो. यामुळे समान समस्या असलेले देश आपापले प्रश्न सोडविण्याकरिता एकत्र येतात. एकमेकांशी विचारविनिमय करून आपले प्रश्न सोडवितात. यामुळे आंतरराष्ट्रीय समज वाढते. देशादेशांत स्नेह निर्माण होतो. नव्या सहकाराची जाणीव तीव्र होत जाते.

नैसर्गिक साधनसंपत्ती आणि व्यवसाय

आर्थिक भू-विज्ञानात आपण नैसर्गिक साधनसंपत्ती आणि त्याचा वापर यांचा विचार करतो हे मागे पाहिले आहे. पण याकरिता प्रत्येक भूभागांचे नीट निरीक्षण करून या साधनसंपत्तीचा शोध घ्यावा लागतो. तिचे निरनिराळ्या ठिकाणचे साठे अजमावावे लागतात. त्यांचा दर्जा समजावून घ्यावा लागतो. या साधनांपासून कोणकोणत्या वस्तू निर्माण करता येणे शक्य आहे याचा अभ्यास करावा लागतो. या वस्तू तयार करण्याकरिता त्यावर कोणते संस्कार किंवा क्रिया कराव्या लागतील याबद्दलही योजना तयार कराव्या लागतात. कोठे कोठे मूळ साधने खणून, कापून, रुजवून, स्वच्छ करून किंवा शुद्ध करूनच वापरावी लागतात. त्यानंतर या वस्तू

किंवा साधने कोणत्या देशाला पाठवावयाची, कोणत्या स्वरूपात पाठवावयाची, कशी पाठवावयाची हे ठरवावे लागते. त्याकरिता नियोजन लागते. कोणत्या ना कोणत्या प्रकारचे धोरण ठरवावे लागते. यामुळे प्रत्येक राष्ट्रात या साधनसंपत्तीचा वापर वेगळा वेगळा होत असतो.

नैसर्गिक साधनसंपत्ती म्हणजे काय? या प्रश्नाचे उत्तरही येथे शोधले पाहिजे. ज्या पृथ्वीवर आपण राहतो त्यात निसर्गत: मानव येण्यापूर्वी ज्या वस्तूचा साठा किंवा संचय उपलब्ध होता त्यास नैसर्गिक संपत्ती म्हणावयाचे. या दृष्टीने खडक, खनिजे, जमीन, हवा, पाणी, वनस्पती, प्राणी ही नैसर्गिक संपत्ती होय. या संपत्तीचे स्वरूप व स्थान मानव बदलू शकत नाही. ते त्यास आहे तसेच स्वीकारले पाहिजे. खनिजे, खडक यांसारख्या वस्तू तर मानवास केव्हाच निर्माण करता येत नाहीत. त्यांचे स्थानही तो बदलू शकत नाही. खाणींची जगातली वाटणी पाहिली की ती फार विषम आहे हे लक्षात येते. पण त्याची पुनर्रचना मानवाच्या शक्तीपलीकडे आहे. काही सुदैवी देशांत खाणी मुबलक आहेत. काही देश खाणी नसल्याने पूर्णपणे दुर्दैवी ठरले आहेत. काही देशांत वर्षभर विपुल पाऊस पडतो. अनेक नद्या वाहतात. धबधबे तयार होतात. सरोवरे तुडुंब भरलेली असतात. तर काही देशांत पाण्याचा थेंबही दिसत नाही. एखादा पाण्याचा थेंब मिळवण्याकरिता रक्ताच्या धारा वाहवाव्या लागतात.

या नैसर्गिक साधनांचा किंवा संपत्तीचा वापर मानवाने फार पूर्वीपासून केला आहे. पूर्वी तो फार मर्यादित होता. आता नवे शास्त्रीय ज्ञान, तंत्र आणि साधने यांमुळे तो त्याला भरपूर प्रमाणात करता येतो. त्याचे स्वरूपही विविध आणि ठिकठिकाणी अलग असे काळानुसार बदलणारे आहे. पूर्वी तो शिकार करीत असे व त्यावर जगे. ही शिकार त्याला दुर्मिळ होती तशीच धोक्याची होती; पण पुढे शेतीचे ज्ञान त्याला झाले. तो अन्नधान्ये पिकवू लागला. ही धान्ये कमी पडू लागल्यावर त्याने शेतीचे तंत्र बदलले, तो शेत यंत्राने नांगरू लागला, त्याला पंपाने किंवा कालव्याने पाणी पुरवू लागला. निरनिराळी रसायने वापरून शेती उत्पन्न भरपूर मिळवू लागला. ही शेती प्रत्येक देशात प्रत्येक विभागात अलग आहे. नव्या शोधानुसार ती बदलत आहे. जे शेतीबाबत ते इतर घटकांबाबत आढळते.

प्राथमिक किंवा मूलभूत व्यवसाय

निसर्गत: मानवास उपलब्ध झालेली संपत्ती म्हणजे नैसर्गिक संपत्ती होय. यालाच मूलभूत संपत्ती म्हणतात. खडक, जमीन, खाणी, अरण्ये, प्राणी, तसेच हवा, पाणी ही मूलभूत संपत्तीची उदाहरणे होत. यावर अवलंबून असे निरनिराळे व्यवसाय मानवाने आरंभले. त्यांना मूलभूत व्यवसाय किंवा प्राथमिक व्यवसाय असे म्हणतात.

(१) **शिकार व्यवसाय :** अगदी प्रथमत: मानव इतर वन्य पशूंप्रमाणे शिकार करी. प्राण्यांच्या मांसावर गुजराण करी. त्याचे कातडे कापडासारखे वापरी. बहुतेक सर्व जगाच्या भागात हा मानवाचा पहिला व्यवसाय होता. आजही ध्रुव प्रदेशासारख्या विभागात हा व्यवसाय चालतो.

(२) **कंदमुळे गोळा करणे :** शिकार-व्यवसायाबरोबर हाही व्यवसाय प्रथमत: सर्व प्रदेशांत चालत होता. निरनिराळ्या झाडांची फळे किंवा कंदमुळे गोळा करून त्यावर मानव आपला उदरनिर्वाह करी. पुढे याच स्वरूपात पशु-पक्षी पकडणे, त्यांचे पंख, अंडी, कातडी व्यवसाय चालत. झाडांपासून मिळणारी लाख, डिंक गोळा करणे यांसारखे व्यवसाय चालत. आजही विषुवृत्तीय अरण्याच्या प्रदेशात व जगातील अनेक मागासलेल्या जमातींत हे व्यवसाय आढळतात.

(३) **मासेमारी :** हाही एक प्राथमिक स्वरूपाचा व्यवसाय होय. बहुतेक देशांत हा व्यवसाय पूर्वीपासून आजतागायत चालत आला आहे. निरनिराळ्या देशांच्या किनारपट्टीवर तसेच नद्या, सरोवरे, डोह यांत हा व्यवसाय चाले.आज नव्या साधनांच्या जोरावर खोल समुद्रात अहोरात्र हा व्यवसाय चालतो. नॉर्वे, जपान, ब्रिटन, न्यूफाउंडलंड येथे हा व्यवसाय आजही मोठा, महत्त्वाचा आणि अगदी अद्ययावत आहे.

(४) **खाणकाम :** मानवास प्राचीन काळी तांबे, सोने, चांदी यांसारखे धातू उपलब्ध, झाले. त्यापासून तो हत्यारे, भांडीकुंडी, नाणी पूर्वीपासून निर्माण करीत असे. जगाच्या बहुतेक प्राचीन संस्कृतीत खाणकाम चालू होते. औद्योगिक क्रांतीनंतर कारखानदारी वाढत गेली. अनेक कारखान्यांस निरनिराळी खनिजे कच्चा माल म्हणून लागतात. त्यामुळे खाणकाम जगात सर्वत्र सुरू आहे. दिवसेंदिवस ते वाढत असून अद्ययावत होत आहे.

(५) **शेती :** शिकार-अवस्थेनंतर पशुपालन अवस्था व त्यानंतर कृषी-अवस्था निर्माण झाली. शेती व्यवसाय हा आधुनिक संस्कृतीचा मूलभूत पाया मानला जातो. शेती मैदाने, डोंगर-उतार, नद्यांची मुखे यांत जगाच्या सर्व भागात आढळते. अन्नधान्याबरोबर कापूस, ऊस, तंबाखू यांसारख्या कारखान्यांस लागणारा कच्चा माल शेतीपासून उपलब्ध होतो. शास्त्रीय ज्ञानाच्या प्रगतीबरोबर शेती प्रगत होत आहे. आजची शेती फारच शास्त्रशुद्ध, तांत्रिक आणि रासायनिक होत आहे.

द्वितीय किंवा द्वितीय थरावरील व्यवसाय

मानव जसजसा स्थिर होत गेला, घरेदारे बांधून राहू लागला, तसतशा त्याच्या

गरजा वाढू लागल्या. लोकसंख्येतील वाढीबरोबर त्याचे गरजांचे प्रमाण वाढू लागले. कालांतराने त्याचे व्यवसाय वाढू लागले तसतसा त्याच्या व्यावसायिक गरजाही वाढत गेल्या. शहरी संस्कृतीबरोबर या गरजांत वाढ होऊ लागली. त्यात त्याचे शास्त्रीय ज्ञान आणि राहणीमान वाढत गेले. आता प्रत्येकाला अगणित वस्तू गरजा म्हणून लागू लागल्या. औद्योगिक क्रांतीनंतर तर या गरजांत आणि राहणीमानात फारच वाढ झाली.

या विविध आणि अगणित गरजा पुऱ्या करण्याकरिता मानवास अनेक व्यवसाय निर्माण करावे लागले. प्राथमिक स्वरूपात उपलब्ध असलेल्या साधनसंपत्तीवर अनेक क्रिया किंवा संस्कार करावे लागले. कापसासारख्या साध्या वस्तूवर कापूस गोळा करणे, त्याची दर्जेदारी लावणे, तो स्वच्छ करणे, त्याचे गठ्ठे बांधणे, त्याचे पेळू तयार करणे, त्यापासून सूत काढणे, हे सूत आडवे-उभे विणणे, त्यास रंग देणे, त्यावर निरनिराळ्या प्रकारची नक्षी काढणे, ते आकसू नये म्हणून निरनिराळी रसायने वापरणे, त्याचे गठ्ठे बांधणे इत्यादी अनेक क्रिया करणे भाग पडले.

हा असा उद्योग त्याला अनेक वस्तूंबाबत करावा लागला. याकरिता अनेक प्रकारची जुळवाजुळव करणे, निरनिराळी साधने गोळा करणे, निरनिराळ्या टप्प्यांत त्यावर काम करणे त्यास आवश्यक झाले. यातूनच निरनिराळे लहान-मोठे कारखाने तयार झाले. त्यात निरनिराळ्या वस्तूंची निर्मिती होऊ लागली. पोलाद, काच, कागद, रसायने, वाहतुकीची साधने, कापड, सिमेंट, यंत्रे ही त्यापैकी काही प्रमुख निर्मिती होय.

आज जगाच्या सर्व भागांत निरनिराळ्या कारखान्यांमध्ये अशा प्रकारची निर्मिती केली जाते. त्यांत संयुक्त संस्थाने, जपान, रशिया, जर्मनी, फ्रान्स, ब्रिटन ही राष्ट्रे प्रमुख आहेत. अगदी प्रथम अशी निर्मिती किंवा कारखानदारी ब्रिटनमध्ये सुरू झाली. नंतर ती जगाच्या सर्व विभागांत पसरली. आज कारखाना किंवा निर्मिती न होणारा देश शोधूनच काढावयास पाहिजे.

ही सर्व निर्मिती करण्यासाठी जे उद्योग किंवा व्यवसाय करावे लागतात त्यास द्वितीय व्यवसाय किंवा द्वितीय थरावरील व्यवसाय असे म्हणतात.

तृतीय किंवा तृतीय थरावरील व्यवसाय

प्राथमिक किंवा द्वितीय स्वरूपात जे व्यवसाय आहेत त्यापासून अनेक उत्पादने किंवा निर्मिती उपलब्ध होते. त्यांची आवश्यकता जगातील सर्व लोकांस असते. जेथे जेथे अशा वस्तू आवश्यक असतात, त्यास बाजारपेठ म्हणतात. उत्पादन झालेल्या किंवा निर्माण झालेल्या वस्तू या बाजारपेठांत पाठवाव्या लागतात. याकरिता या

वस्तूंची देवाणघेवाण करणारा व्यापार हा मोठा व्यवसाय पूर्वीपासून सर्वत्र निर्माण झाला आहे. जसजसा हा व्यापार वाढत गेला तसतसे त्याचे तंत्र आणि व्यवस्थापन बदलत गेले. आज हा व्यापार जगाच्या प्रत्येक भागात असून तो अत्यंत शिस्तबद्ध आणि नियंत्रित आहे.

अशा व्यापाराकरिता अनेक प्रकारची वाहतूक आणि वाहतूकमार्ग लागतात. निरनिराळ्या प्रकारचे दळणवळण लागते. वाहतूक आणि दळणवळण प्राचीन कालापासून उपलब्ध असले तरी त्याचे स्वरूप फार मर्यादित होते. आज सामान्य पशूपासून ते थेट विमानापर्यंत सर्व साधनांचा वापर केला जातो. यात याक, रेनडियर, घोडा, गाढव, उंट, बैल अशा प्राण्यांच्या तसेच गाडी, मोटारी, लॉरी, ट्रॅक्टर, लोहमार्ग, जहाजे, विमाने यांचा वापर केला जातो. आज हे सर्व वाहतुकीचे प्रकार जगात सर्वत्र आहेत. त्यांचा वेग आणि माल वाहून नेण्याची क्षमता प्रतिवर्षी वाढत आहे. जगाच्या या वाहतूक व्यवसायाचे स्वरूप प्रतिवर्षी बदलत आहे. ते जितके व्यापक होत आहे तितकेच ते तंत्रबद्ध, शीघ्र आणि सुरक्षित होत आहे.

दळणवळणाची साधने पूर्वी जवळजवळ नव्हती. ओरडून किंवा खुणा करूनच दळणवळण होत असें. आजवर त्यात एक नवे तंत्र निर्माण झाले आहे. तारायंत्र, दूरध्वनी, आकाशवाणी, दूरचित्रवाणी, रडार या दळणवळण व्यवसायाचे जाळे जगभर विणले गेले आहे.

वस्तूंच्या विक्रीकरिता जाहिरात, रचना, जत्रा, प्रदर्शने यांचे नवे स्वरूप निर्माण होऊन हाही एक नवा व्यवसाय निर्माण झाला आहे. याबरोबरच वस्तू साठवणे, त्या विकणे या सर्वांकरिता लागणारा पैसा किंवा तंत्र उपलब्ध करून देणे हे नवे व्यवसाय सध्या निर्माण झाले आहेत. या प्रत्येक व्यवसायाचे स्वरूप बदलले आहे. ते प्रत्येक देशात वेगळे आहे. समाजाला निरनिराळ्या सेवा लागतात. डॉक्टर, वकील, हिशेब तपासनीस, शिक्षक असे समाजातील निरनिराळे घटक त्या निर्माण करतात. निरनिराळ्या व्यापारी संस्थांतील नोकर, बँकेतील कर्मचारी, सरकारी नोकर हेही याच प्रकारात मोडतात.

वाहतूक

व्यक्ती वा वस्तू एका ठिकाणापासून दुसऱ्या ठिकाणापर्यंत वाहून नेण्याच्या क्रियेस वाहतूक म्हणतात. आजच्या काळात व्यापारी आणि औद्योगिक जीवनात वाहतुकीचे स्थान रक्तवाहिन्यांसारखे आहे. व्यापारी जगातील सर्व चैतन्य पूर्णपणे वाहतूक-मार्ग आणि वाहतूक-साधने यांवर अवलंबून असते. उद्योग आणि व्यापार आज जगाच्या

कानाकोपऱ्यापर्यंत पोहोचला असून तेथपर्यंत कच्च्या व पक्क्या मालाची तसेच श्रमिकांची व संघटकांची ने–आण करणे पूर्णत: वाहतूक–सुविधेवर अवलंबून असते.

आज स्वावलंबनाचे युग मागे पडले असून विशेषीकरणाचे युग सुरू झाले आहे. साहजिकच त्यामुळे प्रत्येक देशाला अनेक वस्तूंकरिता दुसऱ्या देशावर अवलंबून राहावे लागते. त्याकरिता शीघ्र आणि स्वस्त प्रकारची वाहतूक प्रत्येकाला आवश्यक असते. संयुक्त संस्थाने, रशिया, जपान, ब्रिटन, जर्मनी, यांसारखे देशसुद्धा अनेक वस्तूंची आयात आणि काही वस्तूंची निर्यात करण्याकरिता निरनिराळ्या प्रकारच्या वाहतुकीवर सर्वस्वी अवलंबून असतात. निरनिराळ्या देशांत प्रचंड उद्योग सुरू झाले असून प्रत्येकाने विशिष्ट प्रकारच्या उत्पादनात किंवा व्यापारात विशेष स्थान निर्माण करण्याचा प्रयत्न केला आहे. मुंबईत अनेक कापडगिरण्या आहेत. तर खानदेशात विपुल केळी आहेत. केरळमध्ये भरपूर मासे आहेत, तर मध्य प्रदेशात मँगनीज आहे. यांचे प्रचंड उत्पादन फक्त स्थानिक गरजेसाठी नसून ते जागतिक बाजारपेठेसाठी असते. ते त्या ठिकाणाहून अन्यत्र हालवले गेले नाही तर त्याचा योग्य मोबदलाच मिळणार नाही. हा योग्य मोबदला आज पूर्णपणे वाहतुकीवर अवलंबून आहे. वाहतूक नसती तर मुंबईत इतक्या कापडगिरण्या निर्माण झाल्या नसत्या, खानदेशाने हजारो हेक्टरांत केळी लावली नसती, केरळातील कोळ्यांनी खोल पाण्यात जाऊन मासेमारी केली नसती ; आणि मध्य प्रदेशातील भांडवलदारांनी लक्षावधी रुपये खर्चून डोंगर उकरत बसण्याचा उद्योग केला नसता. थोडक्यात आजचे विशेषीकरण, प्रचंड उत्पादन व योग्य मोबदला पूर्णपणे वाहतुकीवर अवलंबून आहे.

औद्योगिक मालाची आणि श्रमिकांची हालचाल, काळ आणि जमिनीवरील घर्षणाला लागणारी शक्ती यांवर अवलंबून असते. याकरिता कराव्या लागणाऱ्या उद्योगात आणि सेवेत जगातील १५ ते २० टक्के लोक गुंतले असून त्यावर अब्जावधी रुपये प्रतिवर्षी खर्चिले जातात. आपल्यापैकी प्रत्येकजण जेव्हा काही वस्तू विकत घेतो तेव्हा हा वाहतूक खर्च कमी–अधिक प्रमाणात करीत असतोच ; मग ती वस्तू म्हणजे चहा असो वा उत्तम प्रकारचा आयात केलेला कॅमेरा असो.

वाहतुकीबद्दल खर्च किंवा व्यय हा जसा एक महत्त्वाचा घटक आहे, तसेच गती, सोयी, आवड याही इतर बाबी आहेत. यामुळे निरनिराळ्या देशांत निरनिराळी वाहतुकीची साधने आणि निरनिराळे वाहतुकीचे मार्ग निर्माण झाले आहेत. काही ठिकाणी सागरी मार्ग मुख्य आहेत ; तर इतर ठिकाणी लोहमार्ग, राजमार्ग, नद्या, कालवे, पाइप-लाइन यांना महत्त्व प्राप्त झाले आहे ; तर आजही काही प्रदेशांत उंट, याक, बैल, घोडा या प्राण्यांना महत्त्व आहे. आजच्या जगातील सर्व मार्ग व वाहतूक

साधने एकमेकांस नुसते पूरक नसून एकमेकांवर अवलंबून आहेत. त्याशिवाय युरोपच्या मध्यभागी असलेल्या देशातील माल नेपाळ किंवा भूतानसारख्या देशात जाणे जवळजवळ अशक्यच आहे. युरोपातील जर्मनीसारख्या देशात तर वाहतूक फारच मोठ्या प्रमाणात परस्परावलंबी व त्यामुळे बिकट झाली आहे.

पृथ्वीच्या विस्तृततेमुळे वाहतूक जितकी वाढली आहे, तितकीच डोंगर, वाळवंटे, घनदाट अरण्ये, दलदलीचे प्रदेश यांमुळे ती मर्यादितही झाली आहे. उत्तर भारतात सखल प्रदेशामुळे लोहमार्ग, नद्या, कालवे यांचे जाळे पसरले आहे, तर दक्षिण भारतात डोंगरओळींमुळे मर्यादित लोहमार्ग उपलब्ध आहेत. नद्या किंवा कालव्यांचा वापर तर फारच मर्यादित झाला आहे. वरीलप्रमाणे भू-रचनेचा बराच परिणाम अनेक विमानतळ, लोहमार्ग व जलमार्ग एकत्र मिळण्याची ठिकाणे यावर झालेला आहे. मुंबई द्वीपकल्प असल्याने उत्तम बंदर आहे. अनेक जहाजे येथे बाराही महिने सुरक्षित जाऊ-येऊ शकतात, तसेच ते पश्चिम किनाऱ्यावर केंद्रस्थानी असून युरोप व सुएझकडून थेट पूर्व आशिया किंवा ऑस्ट्रेलियाकडे जाणाऱ्या जागतिक मार्गावर वसलेले आहे. सर्व भागांत येथून आकाशमार्ग तसेच भारताच्या अंतर्गत भागातील प्रत्येक कोपरा लोहमार्गाने किंवा जलमार्गाने मुंबईशी जोडला गेला आहे. हीच परिस्थिती कमी-अधिक प्रमाणात न्यूयॉर्क किंवा टोकिओची आहे.

आजची वाहतूक फारच विस्तृत, शीघ्र आणि सोयीची झाली आहे. जगाच्या कोणत्याही कोपऱ्यात पोहोचणे आज अशक्य नाही. तसेच जगाचा एकही कोपरा आज वाहतूकमार्गाविना राहिलेला नाही. विमाने, जलद जाणाऱ्या आगगाड्या व बोटी यांमुळे कालही फार कमी लागतो. विमानाने काही तासांत जगाच्या एका टोकाहून दुसऱ्या टोकाकडे जाता येईल, इतके जग जवळजवळ आले आहे. अनेक विमानतळ, बंदरे, लोहमार्गावरील व राजमार्गावरील स्थानके यामुळे हे सर्व मार्ग एकमेकांशी जोडले आहेत. तसेच प्रचंड जहाजे, तेलवाहू बोटी, मालगाड्या, लॉऱ्या यांमुळे बोजड मालाची वाहतूक शक्य झाली आहे. तर मालाची चढ-उतार करणारी यंत्रे, शीतगृहे, गुदामे यांमुळे कोणताही व कितीही माल जगाच्या कानाकोपऱ्यात पोहोचणे शक्य झाले आहे.

राजमार्ग :

निरनिराळ्या देशांत फार प्राचीन काळापासून देशाच्या एका टोकाकडून दुसऱ्या टोकाकडे मालाची ने-आण करणारे मार्ग निर्माण झाले आहेत. निरनिराळ्या प्राण्यांचे तांडे किंवा गाड्याही वाहतूक करत. पण शक्तीवर चालणाऱ्या मोटारी निर्माण झाल्यापासून हे राजमार्ग सर्वत्र फार झपाट्याने वाढलेले दिसतात. जगात आज संयुक्त

संस्थाने, पश्चिम जर्मनी, इटली आणि फ्रान्स या देशांत ही वाहतूक फारच विस्तृत व बरीच शीघ्र आहे. भारतासारख्या कृषिप्रधान देशांत तर गाव प्रत्येक बाजारपेठेशी जोडण्याच्या दृष्टीने या वाहतुकीला फारच महत्त्व आहे.

लोहमार्गाला राजमार्ग स्पर्धक ठरण्यापेक्षा पूरक ठरल्याचे सर्वत्र दिसून येते. जेथे लोहमार्ग नाहीच अशा भागावरील ने-आण केवळ मोटारींमुळेच आजकाल शक्य झाली आहे. यामुळे संयुक्त संस्थाने, जर्मनी, जपान, भारत या देशांत भरपूर लोहमार्ग उपलब्ध असूनही राजमार्गात झपाट्याने वाढ होत आहे. काही वेळा तर लोहमार्गापेक्षा राजमार्गावरील मोटारवाहतूक अधिक सोयीची असते. मर्यादित अंतर आक्रमण्यास व औद्योगिक माल वा लोह एका ठिकाणाहून विशिष्ट ठिकाणी निश्चित पोहोचण्यास लोहमार्गापेक्षा मोटारीच जास्त सोईस्कर असतात. यामुळे जवळच्या मार्गाने लवकर वाहतूक शक्य असते. मालाचा चढ-उतार प्रत्येक जंक्शनला करावा लागत नसल्याने तो खर्च वाचतो. माल व्यवस्थित काळजीपूर्वक पाहिजे तेथे चढवणे व उतरवणे शक्य होते. डोंगराळ किंवा दलदलीच्या तसेच वालुकामय भागात लोहमार्ग उपलब्ध नसल्याने तेथे ही वाहतूक सर्वस्वी राजमार्गावरून धावणाऱ्या मोटारींवरच अवलंबून असते.

प्रत्येक देश मोटारी आणि पेट्रोल वा डिझेलवर भरपूर कर लादून मिळणाऱ्या उत्पन्नातून प्रदीर्घ व बारमाही वापरता येतील असे डांबरी किंवा सिमेंटचे रस्ते निर्माण करीत आहे. या रस्त्यांवरील मोटार वाहतूक इतर कोणत्याही देशापेक्षा अनेक पटीने जास्त आहे. आज या देशातील राजमार्गाची लांबी सुमारे ५९.७ लक्ष किलोमीटर आहे. जगातील एकूण मोटारींपैकी जवळ जवळ ७६ टक्के मोटारी या देशात आहेत. सुमारे १.६ कोटी मालमोटारीतून वाहतूक चालू असते. जगातील सर्वात लांब मोटारमार्ग याच प्रदेशात असून तो अलास्कापासून कॅनडा, संयुक्त संस्थाने मार्गे थेट मेक्सिकोपर्यंत आहे. देशातील प्रत्येक शहर आज मोटारमार्गाने जोडले गेले असून पॅन-अमेरिकन हायवे योजनेखाली हा कार्यक्रम आजही चालू आहे. या देशातील रस्तेही रुंद आणि नीटनेटके आहेत.

कॅनडात मोटारमार्ग भरपूर प्रमाणात उपलब्ध असले तरी तेथील भू-रचनेमुळे त्याला फारच मर्यादा निर्माण झाल्या आहेत. कॅनडात सुमारे ८२0000 किलोमीटर लांबीचे हे मार्ग असून यापैकी १/५ रस्ते सामान्य स्वरूपाचे असून ते हिवाळ्यात पूर्णपणे निकामी असतात. त्यातल्या त्यात जास्त आणि चांगले मोटारमार्ग अंटारिओमध्ये आहेत.

निरनिराळ्या देशांतील मोटारमार्गांची लांबी

देशाचे नाव	लक्ष किलोमीटर
संयुक्त संस्थाने	५९.७
भारत	११.८
जपान	१०.५
ऑस्ट्रेलिया	९.१
कॅनडा	८.२
फ्रान्स	७.८
ब्राझील	५.५
जर्मनी	४.१
ब्रिटन	३.५

भारतात आज जवळजवळ ११.८ लक्ष किलोमीटर लांबीचे मार्ग असून त्यांचे प्रमाण झपाट्याने वाढत आहे. देशाचा आकार आणि कृषी–उद्योग या दृष्टीने हे प्रमाण फारच कमी आहे. शिवाय अनेक मार्ग पावसाळ्यात निकामी होत असल्याने त्यांचा वापर पाहिजे तितका करणे शक्य होत नाही. देशातील राष्ट्रीय मार्ग केंद्रीय सरकारच्या आधिपत्याखाली असून त्याची लांबी २२,४०० किलोमीटर आहे. या मार्गाने देशातील सर्व राज्यांतील राजधान्या, औद्योगिक केंद्रे व बंदरे जोडण्याचा जास्तीत जास्त प्रयत्न केला आहे.

लोहमार्ग :

लोहमार्गाची निर्मितीच मुळी बोजड किंवा प्रचंड मालवाहतुकीकरिता झाली आहे. पक्क्या केलेल्या पोलादी पट्ट्यांवरून हा मार्ग जात असल्याने त्याची गती आणि शक्ती खूपच मोठ्या प्रमाणात वाढलेली आहे. यामुळे लोहमार्गाच्या निर्मितीबरोबर व्यापार बराच वाढला; तसेच लोकांची गतिक्षमता भरपूर प्रमाणात वाढलेली दिसते.

लोहमार्ग ज्या ज्या प्रदेशातून गेले तेथील कृषी, खनिज व औद्योगिक माल झपाट्याने उचलला जाऊन त्याला विशाल बाजारपेठ उपलब्ध झाली. हे मार्ग प्रदीर्घ व त्या मानाने स्वस्त असल्याने मालाबरोबरच फार मोठ्या प्रमाणात व्यापार व उद्योगाकरिता लोकांची जा–ये वाढली. भारतासारख्या विशाल व भिन्न भिन्न प्रकारचे जीवनमार्ग असलेल्या देशात व्यापारी औद्योगिक वाढीबरोबरच राजकीय आणि सामाजिक एकतेत बरीच मोठी वाढ लोहमार्गांमुळे झालेली दिसते.

लोहमार्गांच्या प्रगतीला हवामान वा भूमिप्रकार यांमुळे बऱ्याच नैसर्गिक मर्यादा निर्माण झालेल्या दिसतात. डोंगराळ प्रदेशात उंचसखलपणा सतत बदलत असल्याने व लोहमार्गाला आवश्यक तेवढा मर्यादित उतार उपलब्ध होत नसल्याने हे मार्ग तयार करणे फार खर्चाचे असते. निरनिराळे डोंगर फोडून किंवा घाटातील उतार मर्यादित करून त्याची रचना करावी लागते. वालुकामय प्रदेश, बर्फाळ प्रदेश, दलदलीचा प्रदेश, भुसभुशीत जमिनीचा प्रदेश लोहमार्गाला अनेक मर्यादा निर्माण करतात. मानवाने तांत्रिक ज्ञानाचा वापर करून यांपैकी काहींवर तोडगे काढले असले तरी त्याला त्यावर पूर्ण मात अद्याप तरी करता आलेली नाही.

लोहमार्ग निश्चित मार्गानेच जात असल्याने त्या मार्गावरील मालाचीच चढ-उतार वा ने-आण त्याला करता येते. अनेक ठिकाणी मार्ग बदलत असल्याने एका मार्गावरील मालाचा चढउतार करून तो दुसऱ्या मार्गावर नेण्यास वेळ व खर्च अधिक लागतो. या त्याच्या मर्यादेमुळे सध्या मोटारवाहतूक, जलवाहतूक व हवाई वाहतूक यांच्याशी त्याला स्पर्धा द्यावी लागत आहे. मोटार वाहतुकीमुळे कोणत्याही ठिकाणचा माल कोणत्याही विशिष्ट ठिकाणी उतरवता येतो. काही मार्गावरील अंतर कमी करता येते, मालाची जास्त काळजी घेता येते. जलवाहतुकीमुळे खर्चाचे प्रमाण फारच मोठ्या प्रमाणात कमी होते. यामुळे वेळ जेथे महत्त्वाचा नसतो अशी वाहतूक प्रामुख्याने बोटीतूनच होते. हवाईमार्ग वेळेच्या दृष्टीने फार सोईस्कर असल्याने त्याची स्पर्धाही सध्या लोहमार्गाला जाणवू लागली आहे. या सर्वांमुळे संयुक्त संस्थाने, कॅनडा, ब्रिटन, जर्मनी येथे लोहमार्गावरील वाहतूक फार झपाट्याने घटत आहे. अविकसित व विकसनशील देशांत मालवाहतुकीत भरपूर प्रमाणात वाढ होत आहे. सध्या विजेचा वापर, अनेक तांत्रिक शोध यामुळे सोयी व वेग वाढत असला आणि व्यय कमी होत असला तरी त्याचे प्रमाण केव्हाही मर्यादित राहणार हे निश्चित आहे.

संयुक्त संस्थाने : आज या भागातील लोहमार्ग बरेच शीघ्र गतीचे, कमी खर्चाचे आणि अनेक सोयींनी युक्त आहेत. या देशात प्रामुख्याने नैसर्गिक साधन-संपत्तीचा वापर करण्याच्या दृष्टीने १८२५ मध्ये लोहमार्ग बांधण्यात सुरुवात झाली. १८८० पर्यंत बराच प्रदेश लोहमार्गांनी व्यापला जाऊन या प्रदेशात मोठ्या प्रमाणात गव्हाची शेती व कुरणे तयार झाली. आज या देशात ३,३६,००० किलोमीटर लांबीचे मार्ग असून हे प्रमाण जगातील लोहमार्गाच्या सुमारे ३० टक्के आहे. पण सालोसाल लोहमार्गाचा वापर झपाट्याने कमी होत असल्याचे संयुक्त संस्थानांत दिसून येते. १९४० साली या लोहमार्गाने सुमारे ४८ कोटी लोकांनी प्रवास केला, तर १९६७ मध्ये फक्त ३० कोटी लोकांनी लोहमार्गाचा वापर केल्याचे दिसून आले.

कॅनडा : कॅनडाचा दक्षिण भाग लोहमार्गांनी युक्त असून देशातील एकूण मार्ग ९६,००० किलोमीटर लांबीचा आहे. देशाचा पूर्व आणि पश्चिम किनारा जोडण्याच्या दृष्टीने कॅनडात कॅनेडियन नॅशनल रेल्वे आणि कॅनेडियन पॅसिफिक रेल्वे कंपनी यांनी दोन भिन्न मार्ग बांधले असून बरीच वाहतूक या मार्गाने होते. कॅनडातील कृषी व जंगल उत्पादनास जगाची बाजारपेठ प्राप्त करून देण्याचे फार मोठे कार्य या लोहमार्गांनी केले आहे. १९६७ मध्ये सुमारे २.४ कोटी लोकांनी या लोहमार्गाने प्रवास केला. येथील लोकसंख्याच कमी असल्याने ही वाहतूक फार कमी वाटते. कॅनेडियन पॅसिफिक रेल्वे हा १८८२ ते ८६ या काळात बांधलेला लोहमार्ग कॅनडाचे दोन्ही किनारे एकमेकांस जोडतो. याची लांबी ५,६०० किलोमीटर असून त्यामुळे लिव्हरपूल ते चीन व जपान हा मार्ग १९२० किलोमीटरने जवळ आला आहे. हा मार्ग हेलिफॅक्स व सेंट जॉनपासून मॉंट्रिअलपर्यंत, तेथून विनिपेगच्या गव्हाच्या प्रदेशातून सखल मैदान ओलांडून रेजीनामार्ग रॉकीतील मेडिसिन हॅटला येतो. तेथून किकिंग हॉर्स खिंडीतून रॉकी ओलांडून व्हँक्यूव्हरला पोहोचतो. या लोहमार्गामुळे कॅनडातील लोकवस्ती पश्चिमेकडील भागात झपाट्याने पसरली. तसेच आर्थिक आणि राजकीय जागृती निर्माण झाली. एकमेकांपासून दूर असलेल्या वसाहती एकमेकांस जोडल्या जाऊन नवीन वसाहती लोहमार्गाच्या दुतर्फा निर्माण झाल्या.

युरोप : युरोप खंडात अनेक लहान लहान राष्ट्रे असल्याने व प्रत्येकाचे औद्योगिक व्यापारी आणि राजकीय स्वरूप अलग असल्याने तेथील वाहतूकही अलग अलग स्वरूपाची आहे. शिवाय प्रत्येक देशात मोटारवाहतूक फार झपाट्याने वाढत असल्याने लोहमार्गाचे महत्त्व मर्यादित झाले आहे. काही राष्ट्रांना किनारा उपलब्ध झाल्याने तेथील जलमार्ग व लोहमार्ग अनेक दृष्टींनी स्पर्धक ठरले आहेत. सर्वात जास्त लोहमार्ग वायव्य युरोपच्या औद्योगिक परिसरात असून कित्येक ठिकाणी हे दुहेरी आहेत. सर्व मार्ग विद्युतजन्य असल्याने त्यांची गती आणि शक्ती अधिक असल्याने ते जलमार्ग आणि मोटर वाहतुकीस स्पर्धा देऊ शकतात. औद्योगिक परिसरात अनेक लहान लहान स्वतंत्र फाटे असून ते मोटार-वाहतूक व जलवाहतुकीला पूरक म्हणून असतात. जर्मनीसारख्या औद्योगिक देशात हे सर्वत्र पाहावयास सापडते. अनेक लहान फाटे आणि भरपूर मोठी मोटार वाहतूक यांमुळे या प्रदेशात अनेक जंक्शन्स आहेत. तेथील माल प्रामुख्याने मोटार व जलमार्ग आणि लोक लोहमार्गाने जा-ये करतात.

पश्चिम जर्मनीतील भरपूर लोकसंख्या आणि अनेक प्रचंड औद्योगिक केंद्रे यामुळे येथे प्रतिवर्षी सुमारे १० कोटी लोक लोहमार्गाने प्रवास करतात. एकूण लांबी जवळ जवळ ३५,००० किलोमीटरपर्यंत आहे. फ्रान्समधील लोहमार्गाची लांबी याहीपेक्षा

जास्त म्हणजे ३७,००० किलोमीटर असून तेथील वाहतूक फार तर ६.३ कोटी लोकांची आहे. याचे कारण म्हणजे लहान लहान उद्योग व कमी लोकसंख्या हे होय. इटलीतील लोहमार्गाची लांबी २१,००० किलोमीटर आहे. पण तेथील वाहतूक फ्रान्सपेक्षा जास्त असण्याचे कारण म्हणजे परदेशी प्रवासी होत.

रशियाचे सर्व नवे व लांब लोहमार्ग प्रामुख्याने आशियाई भागात आहेत. प्रथमत: हे मार्ग संरक्षण आणि शासन या दृष्टीने बांधले असले तरी आज त्यांचा फार मोठा उपयोग आर्थिक स्वरूपाचा आहे. रशियातील लोहमार्ग त्रिकोणाकृती असून त्यांचा शिरोबिंदू पूर्वेकडे आणि पाया लेनिनग्राड व ओडेसा (काळा समुद्र) असा आहे. जास्त लोहमार्ग पश्चिम भागात असून नवे काही मार्ग उरल पर्वतामधून अतिपूर्वेकडे व सैबेरियाकडे डोकावत आहेत. येथील लोहमार्ग प्रामुख्याने भरपूर ओझे वाहून नेणारे लांब अशा डब्याच्या साखळीने तयार झालेले आहेत. पूर्वेकडे जाणारी ट्रान्स सैबेरियन रेल्वे ही यांपैकी फार महत्त्वाची आहे. हा मार्ग एकेरी असून त्याची लांबी ८६४० किलोमीटर आहे. पूर्वेकडील पॅसिफिक महासागरावरील व्हॅलिडिओस्टाक हे बंदर थेट मास्कोला यामुळे जोडले गेले आहे. हा बहुतेक भाग पूर्वी फारच विरळ लोकसंख्येचा होता. आता या मार्गामुळे येथील लोकवस्ती वाढली असून ती प्रामुख्याने मध्य आणि पूर्व भागात पसरली आहे. हा भाग गहू आणि गुरे यांकरिता फार प्रसिद्ध आहे. लोहमार्गामुळे येथील गहू युरोपच्या बाजारपेठेत विकणे रशियाला सहज शक्य आहे.

मास्कोपासून निघालेला हा मार्ग उरलमधील खनिज संपत्तीच्या प्रदेशातून बाहेर पडून गव्हाच्या प्रदेशात येतो. ओम्स्क हे येथील प्रमुख लोहमार्गावरील स्टेशन आहे. ओम्स्ककडून सरळ पूर्वेला ओबी नदी ओलांडून तो इर्कुटस्कला येतो. तेथून बैकल सरोवर ओलांडून अमूर नदीच्या खोऱ्यात येतो. तेथून पुढे मांचूरियातून व्हॅलिडिओस्टाकला जातो. मांचूरियात हर्बानमधून एक लोहमार्गाची शाखा दक्षिणेकडे जाऊन मुकदेनमार्गे पोर्ट ऑर्थरला जाते.

आशियात भारत, पाकिस्तान व जपानमध्ये लोहमार्ग असून चीन, तुर्कस्तानात ते फारच कमी आहेत. भारतातील लोहमार्ग ही ब्रिटिश लोकांची देणगी असून त्यामुळे भारतात आर्थिक, सामाजिक, राजकीय, एकता फार मोठ्या प्रमाणात निर्माण झाली हे नाकारण्यात अर्थ नाही. भारतात उत्तर भागात जास्त लोहमार्ग असून दक्षिणेकडे ते कमी आहेत. बहुतेक ठिकाणी लोहमार्ग वाफेवर चालणारे असून मुंबई, कोलकाता, चेन्नई भागात ते विजेवर आहेत. याच औद्योगिक परिसरात हे मार्ग दुहेरी आहेत, इतरत्र मार्ग एकेरी किंवा मीटर गेजचे आहेत. जपानमध्ये फार मोठी जलवाहतूक

उपलब्ध असल्याने व कोणतेच ठिकाण समुद्रापासून लांब नसल्याने लोहमार्ग फार कमी आहेत. डोंगराळ भागामुळे त्यात अनेक अडचणी निर्माण झाल्या असून तंत्रज्ञांनी त्यातून काही मार्ग तयार केले आहेत. हे लोहमार्ग अरुंद असून त्यांची गती त्यामुळे बरीच मर्यादित झालेली आहे.

जगात इतरत्र थोडेफार लोहमार्ग असून ते ऑस्ट्रेलियाच्या आग्नेय भागात, अर्जेंटिना व चिली (दक्षिण अमेरिका), जोहान्सबर्ग (दक्षिण आफ्रिका) येथे आहेत. यांपैकी चिली-अर्जेंटिना मार्ग त्यातल्या त्यात मोठा व महत्त्वाचा आहे. त्यांची लांबी १४४० किलोमीटर असून तो एकेरी आहे. अर्जेंटिना भागातील मेंडोसा व चिली भागातील लॉस व अँडेज ही मुख्य ठिकाणे आहेत. या दोन्ही भागांतील लोहमार्ग मात्र वेगवेगळ्या रुंदीचे असल्याने मालाचा चढ-उतार करावा लागतो. आज तरी लोक आणि टपाल या दृष्टीने हा मार्ग महत्त्वाचा आहे.

जलमार्ग :

मानवाने जलमार्गाचा वापर प्राचीन काळापासून केलेला आहे. इजिप्त, भारत, चीन या देशांत अनेक नद्यांतून लहानमोठ्या बोटीच्या साहाय्याने मालाची ने-आण होत असें. पण आज त्याचे स्वरूप फारच बदलले असून सर्वत्र महासागर, समुद्र, नद्या, कालवे यांचा वापर फार मोठ्या प्रमाणात व सातत्याने व्यापारवृद्धीकरिता केला जात आहे किंवा आजचा जागतिक व्यापार सागरजन्य आहे असे म्हटल्यास वावगे होणार नाही.

जलमार्ग, सागरी मार्ग व अंतर्गत मार्ग यांमध्ये विभागात येतात. सागरी मार्गात प्रामुख्याने महासागर, समुद्र, सामुद्रधुन्या किंवा दोन समुद्रांना जोडणारे कालवे यांचा समावेश होतो, तर अंतर्गत मार्गात नद्या, कालवे यांचा समावेश केला जातो.

जलमार्ग निसर्गतःच निर्माण झालेला असल्याने तो बांधणे किंवा दुरुस्त करणे हा प्रश्नच निर्माण होत नाही. शिवाय तो मुक्त असल्याने कोणत्याही प्रकारचा कर कोणालाही द्यावा लागत नाही. शिवाय बोटीमधून बराच जड माल एकाच वेळी नेता येणे शक्य असल्याने ही वाहतूक स्वस्त असते. आज तर प्रचंड आकाराच्या बोटी व तेलवाहू बोटी बांधल्या जात असल्याने तो अजून स्वस्त होत आहे. मात्र एकच महत्त्वाचा तोटा संभवतो तो म्हणजे ही वाहतूक फारच संथ असल्याने यात काळाचा अपव्यय होतो.

अंतर्गत जलवाहतुकीच्या दृष्टीने नद्या या व्यापारीदृष्ट्या फार महत्त्वाच्या आहेत. इरावतीसारख्या नदीला तर ब्रह्मदेशाची रक्तवाहिनी म्हणूनच उल्लेखिले जाते.

अंतर्गत जलवाहतुकीत नद्यांना फार महत्त्वाचे स्थान आहे. देशातील बरीच ने-

आण या नद्यांमार्फतच होत असते. नद्यांचा वापर हमरस्ता म्हणून होण्यास अनेक गोष्टींची आवश्यकता असते :

(१) या नद्या पुरेशा खोल असाव्या लागतात.

(२) बाराही महिने नद्यांना भरपूर पाणी उपलब्ध असावे लागते.

(३) त्यांचा प्रवाह बराच संथ असावा लागतो.

(४) नद्यांच्या मार्गात तीव्र उतार किंवा धबधबे असता उपयोगी नाहीत.

(५) त्यांचा मार्ग वादळे, मुसळधार पाऊस किंवा हिमवर्षाव यांनी बंद पडता उपयोगी नाहीत.

(६) या नद्या केव्हाही गोठता उपयोगी नाहीत.

(७) या नद्या खाणी-प्रदेशातून किंवा कारखानदारीच्या प्रदेशातून वाहत जाऊन समुद्राला मिळत असतील तर ते फारच श्रेयस्कर ठरते.

(८) एखादे उत्तम सुरक्षित बंदर नदीच्या मुखावर असल्यास हा जलमार्ग फार उत्तम प्रकारचा ठरतो.

युरोपमधील जलमार्ग : आल्प्सच्या शिखरावरून उत्तरेकडे किंवा दक्षिणेकडे वाहणाऱ्या सर्व नद्यांना तेथील हिम वितळल्यामुळे बारा महिने पाण्याचा पुरवठा होत असल्याने त्यांची पातळी कायम राहते. यांपैकी उत्तरेकडे वाहणाऱ्या नद्या पूर्णपणे सखल प्रदेशातून वाहत असल्याने त्या व्यापारास फारच उपयोगी पडणाऱ्या आहेत. या नद्यांना सहसा पूर येत नसल्याने किंवा त्यांत हिमवर्षाव होत नसल्याने युरोपातील अनेक नद्या वाहतुकीच्या दृष्टीने आदर्शवत ठरल्या आहेत.

जर्मनी : संपूर्ण युरोपात जलवाहतूक करणाऱ्या अनेक नद्या जर्मनीत असल्याने तो फारच सुदैवी ठरला आहे. एका दृष्टीने मर्यादित किनारपट्टीची उणीव अशा स्वरूपात त्याने भरून काढली आहे. इतर कोणत्याही प्रदेशापेक्षा जास्त औद्योगिक शहरे जर्मनीतच नदीकाठी वसलेली दिसतात. ऱ्हाईन ही युरोपातील प्रमुख जलवाहतूक करणारी नदी असून तिचा बराच फायदा जर्मनीस मिळाला आहे. जगातील कोणत्याही नदीपेक्षा जास्त वाहतूक या नदीतून होते. ही वाहतूक सालिना ३ कोटी टनांच्या आसपास असते. जर्मनीतील उद्योग-व्यवसायांनी गजबजलेल्या ऱ्हूर विभागातून ही नदी वाहते. ऱ्हूर ते रोटरडॅम हा सारा नदीचा भाग अनेक असंख्य गलबतांनी व बोटींनी सतत भरलेला असतो. जर्मनीतील वेझर, एल्ब आणि ओडर या नद्याही वाहतुकीच्या दृष्टीने महत्त्वाच्या आहेत. एल्ब नदी जर्मनी आणि झेकोस्लाव्हाकियापर्यंत वाहतुकीस योग्य आहे. हॅम्बुर्ग, मेंबदेबर्ग, डरसडेन ही काही औद्योगिक शहरे याच नदीवर वसली आहेत. ओडर सायलोशियाच्या खनिज संपत्तीच्या व औद्योगिक प्रदेशातून वाहत

जाते. बर्सले व फ्रँकफुर्ट ही ओडरवरील दोन महत्त्वाची औद्योगिक शहरे आहेत. जर्मनीने देशातील नद्या कालव्यांच्या साहाय्याने एकमेकांस जोडून औद्योगिक खनिज प्रदेश एकमेकांच्या अधिक जवळ आणले आहेत. वेझर एल्बला मेबदबर्ग व हँबुर्ग या दोन ठिकाणी कालव्याने जोडली आहे. ऱ्हूरचा प्रदेश हन्सा कालव्याने हँबुर्गला जोडला आहे, तर डॅन्यूब नदी व माईनास (ऱ्हूरची उपनदी) लुडविग कालव्याने जोडलेली आहे.

फ्रान्समध्येही नद्यांचा व्यापारी वाहतुकीकरिता जास्तीत जास्त वापर केला जातो. ऱ्होन व सिने, तसेच सिनेच्या उपनद्या (योन, मरीन व ओसे) बरगंडीच्या उतारावरून पॅरिसच्या खोलगट प्रदेशातून थेट इंग्लंडच्या खाडीकडे वाहतात. यांचा व्यापारी वाहतुकीस भरपूर फायदा होतो.

रशियात अनेक नद्यांचा वापर जलवाहतुकीकरिता होतो. यांपैकी व्होल्गा, डॉन, डेंपर व नेस्टर या प्रमुख आहेत. यांपैकी काही आर्क्टिक समुद्राकडे तर काही काळ्या व कॅस्पियन समुद्राकडे वाहत जातात. उत्तरेकडे वाहणाऱ्या नद्या हिवाळ्यात गोठत असल्याने त्या हिवाळ्यात निरुपयोगी ठरतात. रशियातील व्होल्गा ही ऱ्हाईनखालोखाल महत्त्वाची व उपयोगाची नदी आहे. उत्तर रशिया व दक्षिण रशिया यांतील बराच व्यापार या नदीतून होतो. पण ही नदी भूवेष्टित अशा कॅस्पियन समुद्रास मिळत असल्याने तिला काही मर्यादा निर्माण झाल्या आहेत.

अमेरिका–कॅनडा : अनेक नद्या आणि सरोवरे यांनी व्यापलेले आहेत. साहजिकच त्यातून मालाची ने–आण होते. पण बरेच जलमार्ग हिवाळ्यात गोठत असल्याने मर्यादित स्वरूपाची स्थानिक वाहतूक ते करू शकतात. कॅनडात वाहतुकीच्या दृष्टीने रेड, अल्बनी, मॅकेन्झी, युकॉन या नद्या महत्त्वाच्या आहेत. या सर्वांपेक्षा जास्त महत्त्व यांची सरोवरे एकमेकांस जोडून समुद्रापर्यंत मार्ग मोकळा करून देणाऱ्या सेंट लॉरेन्सला आहे. संयुक्त संस्थानांत पाच सरोवरे आणि मिसिसिपी व मिसुरी नद्या वाहतुकीच्या दृष्टीने फार महत्त्वाच्या आहेत. या सर्वांनी मिळून सुमारे ३२००० किलोमीटर लांबीचा जलमार्ग संयुक्त संस्थानांस उपलब्ध करून दिला आहे. एकटी मिसिसिपी नदी सुमारे ३२०० किलोमीटर लांबीचा जलमार्ग उपलब्ध करते. तिच्या मुखापासून सेंट पाउलपर्यंतचा प्रदेश यात प्रामुख्याने येतो.

दक्षिण अमेरिकेत ॲमेझॉनचा भाग वाहतुकीकरिता वापरता येणे शक्य असले तरी हा प्रदेश अद्याप फारसा पुढारलेला नाही. ॲमेझॉन व तिच्या उपनद्या मिळून सुमारे ८०,००० किलोमीटर लांबीचा जलमार्ग वापरता येईल. दक्षिण ब्राझील, उरुग्वे आणि पराग्वेमधील पराना सिस्टिम जलवाहतुकीच्या दृष्टीने महत्त्वाची आहे. हा भाग

झपाट्याने सुधारत असून त्याची निर्यातही वाढत आहे. व्हेनेझुएलामधील ओरिनोका नदीचा काही भागही वाहतुकीखाली घेता येतो.

आफ्रिका : उत्तर आफ्रिकेतील नाईल नदी फक्त त्रिभुज प्रदेशातच जलवाहतुकीस लायक आहे. डोंगर भाग अनेक धबधब्यांमुळे व मध्यभाग अनेक वालुकामय प्रदेशांमुळे निरुपयोगी आहे. मध्य आफ्रिकेतील कांगो महत्त्वाची असली व तिचा बराच मोठा प्रवाह जलवाहतुकीस योग्य असला तरी डोंगराळ व पठारी भागातील धबधबे आणि उथळ प्रवाह यांमुळे काही मर्यादा आपोआप निर्माण झाल्या आहेत. दक्षिणेकडे जलवाहतुकीच्या दृष्टीने झांबेजी ४०० किलोमीटरपर्यंत वापरता येते. याच भागातील लिंपोपोसुद्धा जलवाहतुकीस योग्य आहे. पश्चिम भागात नैजर आणि गांबिया या दोन्ही नद्या अनुक्रमे ८०० व ३२० किलोमीटरपर्यंत जलवाहतुकीस योग्य आहेत.

चीन : आशियात चीनमध्ये नद्यांचा वापर फार मोठ्या प्रमाणात व्यापारउद्योगाकरिता केला जातो. या भागात लोहमार्ग आणि पक्के रस्ते यांचा अभाव असल्याने जलवाहतुकीस फार महत्त्व आहे. पश्चिम-पूर्व वाहणाऱ्या होहँगहो, यांगत्से आणि सिंकियांग या तिन्ही नद्या या दृष्टीने फार महत्त्वाच्या आहेत. होहँगहो ही नदी तिबेटमध्ये उगम पावून सरळ पिवळ्या समुद्राकडे वाहत जाते. ही नदी बऱ्याच ठिकाणी फार उथळ आणि पुरामुळे फार शीघ्र असल्याने सर्वत्र वाहतुकीकरिता वापरता येत नाही. या मानाने मध्य चीनमधून यांगत्से नदी फार मोठ्या प्रमाणात व्यापार व उद्योगाला मदत करते. तिचा मार्ग ५०२० किलोमीटर लांब असून यांपैकी बराचसा जलवाहतुकीस उपलब्ध आहे. आज आशियात या नदीइतकी वाहतुकीच्या दृष्टीने मोठी दुसरी नदी नाही. हा संपूर्ण प्रदेश दाट लोकवस्तीचा असून तेथे सर्वत्र तांदळाची शेती आढळते. चीनमधील अनेक कारखाने व खनिजे याच प्रदेशात आहेत. शिवाय हा भाग रेशीम, अफू, चहा या व्यापारीदृष्ट्या महत्त्वाच्या उत्पादनाचा आहे. इतका मोठा आणि मुबलक संपत्तीचा प्रदेश इतर कोणत्याच नदीच्या कक्षेत येत नाही. शिवाय या भागात इतर वाहतूक मार्ग नसल्याने या नदीला फारच महत्त्व प्राप्त झाले आहे. प्रतिवर्षी शांघायमधून सुमारे १०,००० टनापर्यंतची जहाजे आत २६०० किलोमीटर असलेल्या हँकोपर्यंत जातात.

यांगत्सेच्या मीन कियांग, हान-कियांग, सियांग-कियांग व कान-कियांग या उपनद्या फार मोठ्या प्रमाणात जलवाहतुकीला मदत करतात. शांघायच्या त्रिभुज प्रदेशात व इतरत्र अनेक कालवे काढले असून ते एकमेकांना जोडले जाऊन एक कालव्यांचे जाळेच्या जाळेच या प्रदेशात आढळते. शांघाय हे या नदीच्या मुखावर

वसलेले जगातील एक प्रमुख बंदर व शहर आहे. दक्षिणेकडे युनानच्या पठारावरून सरळ पूर्वेकडे वाहत जाणारी सिंकियांग नदी नव्या औद्योगिक प्रदेशातून जाते. शिवाय हा सारा भाग भात-शेतीचा आहे. तिचा बराच भाग रुंद व खोल असून तो जलवाहतुकीकरिता वापरता येतो. कँटान हे यावरील बंदर आहे.

भारतात सर्वात जास्त जलवाहतूक उत्तर भागात होते. गंगा, यमुना आणि ब्रह्मपुत्रा सुमारे ३२,००० किलोमीटर लांबीचा प्रवाह जलवाहतुकीला उपलब्ध करतात. गंगेचा कोलकाता ते कानपूरपर्यंत प्रवाह व्यापारी व औद्योगिक दृष्टीने गजबजलेला असून तेथे सर्वत्र शेती आहे. तसाच हा प्रदेश घनदाट लोकवस्तीचा असल्याने या मार्गाने होणारी जा-ये सर्वात जास्त आहे. ब्रह्मपुत्रेचा प्रवाह मुखापासून दिब्रुगडपर्यंत जलवाहतुकीस मोकळा आहे. ब्रह्मपुत्रेची उपनदी सुर्मा या भागातील महत्त्वाची वाहतुकीची नदी आहे. पाकिस्तानात सिंधूच्या मुखापासून ११२० किलोमीटर अंतराचा डेरा-इस्माइलखानपर्यंतचा प्रवाह जलवाहतुकीस लायक आहे.

ब्रह्मदेशातील इरावती उत्तरेकडून थेट दक्षिणेकडे सरळ वाहत जाते. येथे इतर कोणतेच वाहतूक-मार्ग नसल्याने सर्व प्रकारची जा-ये याच मार्गाने होते. मोठमोठी सागरी जहाजे थेट ८०० किलोमीटर आतपर्यंत जाऊ शकतात. हा सारा प्रदेश, तांदूळ, लाकूड, पेट्रोल या दृष्टीने महत्त्वाचा आहे.

सागरी वाहतूक : जगातील सर्व महासागर किंवा समुद्र एकमेकांना जोडलेले आहेत. त्यांचा वापर मुक्त असल्याने जगाच्या एका टोकापासून थेट दुसऱ्या टोकापर्यंत सलग वाहतूक करता येते. मालाचा चढउतार सतत करावा लागत नसल्याने सागरी वाहतूक फार स्वस्त पडते. आजचा संपूर्ण जागतिक व्यापार सागरी स्वरूपाचाच आहे. आज तर प्रचंड जहाजे वा तेलवाहू बोटी, शीतगृह व मालाची चढउतार करण्याची यंत्रे, बिनतारी संदेशवाहक यांमुळे हा व्यापार फार मोठ्या प्रमाणात वाढला आहे.

जगातील काही प्रमुख देशांतील जहाज वाहतूक शक्ती (१९७२)

देश	००० ' दश
संयुक्त संस्थाने	१९८३
ब्रिटन	५६०३
नॉर्वे	८९१९
जपान	११७०८
लिबेरिया	१४४३९
इटली	२५१०

देश	०००' दश
प. जर्मनी	१९३५
स्वीडन	१८६९
फ्रान्स	९६४
भारत	९३६
रशिया	२५७

आजच्या जगाचा व्यापार १९०४ कोटी टनांचा असून आफ्रिकेतील लिबेरियाचा तो सर्वांत जास्त म्हणजे २.५ कोटी टनांचा असून त्या खालोखाल ब्रिटन, नॉर्वे आणि जपानचा आहे (आकृती १ पाहा.)

सागरी वाहतूक करणाऱ्या अनेक संस्था आज जगाच्या पाठीवर असून त्यांत ब्रिटन, संयुक्त संस्थाने, रशिया, जपान यांचा वाटा महत्त्वाचा आहे. आजही ब्रिटनची सागरी वाहतूक करणारी जहाजे जास्त असून ती बरीच आधुनिक आणि स्वागतशील आहेत. जपान, रशिया, संयुक्त संस्थाने आपल्या जहाजांची संख्या वाढवीत असून भारताचे नावही या जहाज-वाहतुकीच्या नकाशावर सध्या दिसू लागले आहे.

सागरी वाहतूक (१) लायनर, (२) कार्गो, आणि (३) टँकर या तीन भागांत विभागली जाते. लायनर ही नियमित वेळी व विशिष्ट मार्गाने जाणारी असते. तिचे वेळापत्रक व बंदरांचा क्रम ठरलेला असतो. व्यक्तींची तशी मालाची ने-आण करीत असल्याने पॅसेंजर-लायनर व कार्गो-लायनर असे त्याचे दोन विभाग करता येतात. पॅसेंजर-लायनर मध्ये अनेक प्रकारच्या सुखसोयी जास्त असून त्या जास्त वेगाने जातात, तर मालवाहू बोटी मोठ्या आकाराच्या असून संथ जाणाऱ्या असतात.

जगातील प्रमुख जलमार्ग :

(१) उत्तर अटलांटिक महासागर मार्ग : हा जगातील सर्वात मोठा व जास्तीत जास्त वाहतूक असलेला मार्ग आहे. एका बाजूस पश्चिम युरोप व दुसऱ्या बाजूस संयुक्त संस्थाने, कॅनडा यांसारखी प्रगत राष्ट्रे असल्याने जगातील वाहतुकीपैकी वीस टक्के याच मार्गाने होते. यात प्रामुख्याने लोक, अन्न, मांस व दूधदुभते, मासे, फळे, यंत्रे, मोटारी, कापड, पेट्रोल, कोळसा या वस्तूंचा समावेश आहे. पूर्वेस पश्चिम युरोपातील ग्लासगो, लिव्हरपूल, मँचेस्टर, साऊथ-हॅम्पटन, लंडन, रोटरडॅम, बर्मन, लिस्बन ही बंदरे असून पश्चिमेस अमेरिकेतील क्विबेक, माँट्रिअल, हॅलिफॅक्स, सेंट जोन, बोस्टन, न्यूयॉर्क, बाल्टीमोर, चार्लस्टोन, न्यू आर्लिन्स ही बंदरे आहेत.

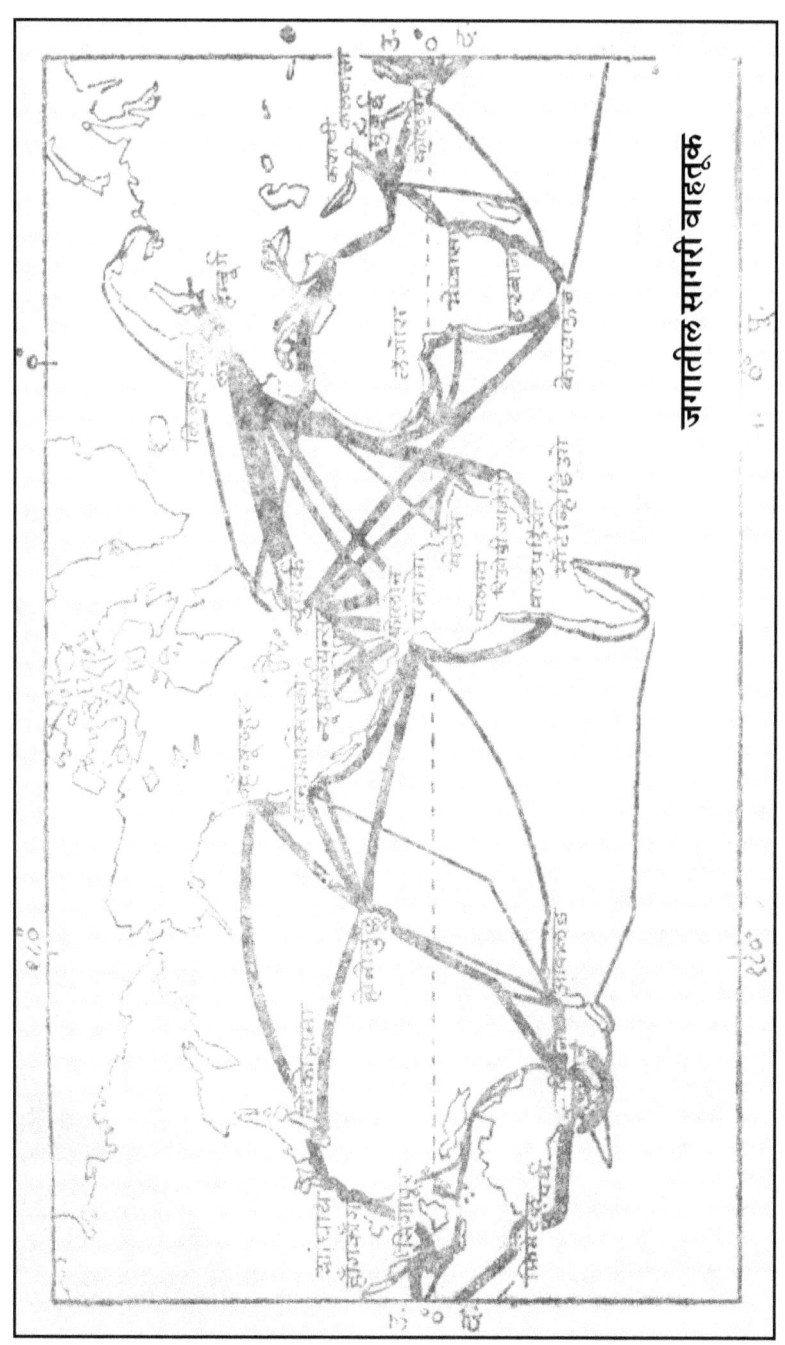

जगातील सागरी वाहतूक

(२) सुएझ मार्ग :

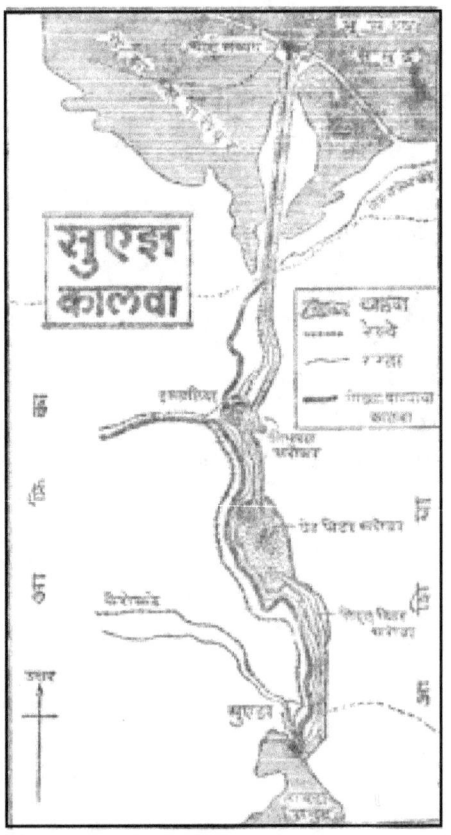

हा जगातील दुसरा मोठा वाहतुकीचा मार्ग आहे. यात एका बाजूस पूर्व आफ्रिका, इराण, कुवेत, अरेबिया, भारत, इंडोनेशिया ही राष्ट्रे असून दुसऱ्या बाजूस ब्रिटन, फ्रान्स, जर्मनी, कॅनडा, संयुक्त संस्थाने, क्यूबा, ब्राझील ही राष्ट्रे आहेत. पर्थ, ॲडिलेड, सिंगापूर, मनिला, रंगून, कोलकाता, चेन्नई, कोलंबो, मुंबई, कराची, एडन, मोंबासा, झांझिबार या बंदरांतून व्यापार चालतो. नेपल्स, जिनेव्हा, मार्सेलिस, लिस्बन, रोटरडॅम, हॅम्बुर्ग, लिव्हरपूल, लंडन, क्विबेक, मॉंट्रियल, न्यूयॉर्क, न्यू आर्लिन्स ही बंदरे आहेत. यांतून तांदूळ, चहा, कॉफी, साखर, रेशीम, सुती कापड, ताग, कातडी, मसाल्याचे पदार्थ, लाकूड, नीळ, मँगेनीज, पोलाद, यंत्रे, पेट्रोल, मोटारी इ. वाहतूक होते. (आकृती १०.१ पाहा)

(३) **पनामा मार्ग :** यावरून अटलांटिक व पॅसिफिक राष्ट्रातील व्यापार चालतो. प्रामुख्याने न्यूझीलंड, ऑस्ट्रेलिया, जपान, चीन, पेरू, चिली यांचा व्यापार उत्तर अमेरिकेच्या पूर्व व पश्चिम किनाऱ्यांशी व थोडा पश्चिम युरोपशी चालतो.

(४) **केप मार्ग :** पश्चिम युरोपचा दक्षिण आणि पश्चिम आफ्रिका, ऑस्ट्रेलिया, न्यूझीलंड या देशांशी व्यापार या मार्गे होतो. पश्चिम युरोपची बंदरे, पोर्ट एलिझाबेथ, केप टाउन, मेलबर्न, सिडने यांच्याशी व्यापार करतात.

(५) **दक्षिण अटलांटिक मार्ग :** या मार्गामुळे वेस्ट इंडीज, ब्राझील, अर्जेन्टिना ही राष्ट्रे एकमेकांशी व्यापार करतात. काही मार्ग तेथूनच पुढे युरोप, आफ्रिका, अमेरिकेकडे जातात. किंगस्टोन, हवाना, व्हेराक्रूझा, रीओ-दि-जानिरो, ब्यूनॉस-आयर्स, सँटिगाओ ही प्रमुख बंदरे असून यातून कापूस, केळी, गहू, मांस, लोकर, कातडे, लाकूड यांची निर्यात होते.

(६) **पॅसिफिक मार्ग :** अमेरिकेचा पश्चिम किनारा व अतिपूर्वेकडील राष्ट्रे या मार्गाने व्यापार करतात. व्हॅलिडिओस्टॉक, टोकिओ, मनिला, सिडने, मेलबर्न, कुक हवाई बेटे, या बंदरातून व्हँक्यूव्हर, सॅनफ्रान्सिस्को, लोज, लॉस एंजल्स, पनामा, सँटिगाओ या देशांशी व्यापार चालतो.

सुएझ व पनामा कालवे :

सुएझ कालवा : जलवाहतुकीच्या दृष्टीने हा कालवा अत्यंत महत्त्वाचा आहे. या कालव्यामुळे तांबडा समुद्र व भूमध्य समुद्र जोडले गेल्याने पूर्वीच्या केप ऑफ गुड होपचा वळसा वाचला असून पूर्व व पश्चिम अंतर सुमारे ८००० किलोमीटरने कमी झाले आहे. जलवाहतुकीचे महत्त्व वाढत गेल्यापासून या कालव्याची कल्पना अनेक युरोपीय सत्ताधीशांत वाढत गेली. शेवटी इ.स. १८३४ मध्ये फर्डिनांड-दी लेसेप्स या फ्रेंच गृहस्थाने त्याला निश्चित स्वरूप दिले. १८५४ साली इजिप्तच्या व्हॉइसरॉयची मान्यता मिळवून एका आंतरराष्ट्रीय मंडळाच्या मदतीने त्याने इ.स. १८५९ मध्ये प्रत्यक्ष कालवा खणण्यास सुरुवात केली व १८६९ मध्ये हा कालवा पूर्ण झाला. इ.स. १९५६ पर्यंत या कालव्यात ब्रिटनचा बराच मोठा हिस्सा होता. इ.स. १९५६ मध्ये इजिप्त सरकारने तो ताब्यात घेऊन त्याचे राष्ट्रीयीकरण केले. (आकृती २ पाहा.)

या कालव्याची लांबी १६० किलोमीटर असून रुंदी ६६ मीटर आहे. खोली ११ मीटर असून कालव्याची पातळी सर्वत्र समुद्रपातळीशी आहे. तांबड्या समुद्रातून आलेले जहाज प्रथम सुएझ बंदरातून लिटल बिटर सरोवरात येते, तेथून ग्रेट ब्रिटनमधून तिमसा सरोवरात, तेथून इस्मालिया सरोवरातून पोर्ट सैय्यद बंदराकडे जाते. या त्याच्या प्रवासास ११-१२ तास लागतात.

पूर्वीच्या मार्गापेक्षा या नव्या मार्गाने उत्तर अमेरिकेचा पूर्व किनारा व युरोपचा पश्चिम किनारा मध्य व पूर्व आशियाच्या सुमारे ८००० किलोमीटर जवळ आले आहेत. पूर्वी केप मार्गाने लंडन ते मुंबई हे अंतर १७,००० किलोमिटर होते, ते आता १०,००० किलोमीटर पडते. पूर्वी या प्रवासात ५४ दिवस लागत. शक्ती व वेळ वाचत असल्याने या मार्गाने वाहतूक फारच वाढली आहे. ही वाढ उतारू वाहक बोटींची आहे. सुरुवातीस (इ.स. १८७० मध्ये) सालिना सुमारे ५०० बोटी, ४३,६६,००० टन वाहतूक करीत. १९४० मध्ये हे प्रमाण ११,७५० बोटी व ८१,७९६,००० टनेजचे होते; तर १९६२ मध्ये हे प्रमाण १८,५०० बोटी व २०,००,००,००० टनेजवर गेले होते. या कालव्यातून प्रामुख्याने प्रवासी लोकांची व अन्न, चहा, साखर, रबर, नारळ, कापड, यंत्रे, पेट्रोल, मोटार, कोळसा यांची वाहतूक होते. पूर्वीच्या ब्रिटिश साम्राज्याच्या काळात ब्रिटिश लोक या कालव्यास फारच महत्त्व देत. ते त्यास 'जीवन-नलिका' मानीत. आजही त्यांच्या व जगाच्या दृष्टीने या कालव्यास राजकीय व आर्थिक महत्त्व भरपूर आहे.

अनेक फायदे असले तरी या कालव्यात काही दोष आहेतच- (१) खोली व रुंदी फारच मर्यादित असल्याने नव्या मोठ्या बोटी त्यातून सुलभतेने जाऊ शकत नाहीत. (२) दोन्ही बाजूंनी बोटी एकाच वेळी कालव्यातून जाऊ शकत नाहीत. अरुंद ठिकाणी त्यांना थांबावे लागते. (३) प्रतिवर्षी यातील गाळ व वाळू काढून त्याची खोली कायम ठेवावी लागते. याकरिता कोट्यवधी रुपयांचा खर्च करावा लागत असल्याने हा सर्व खर्च त्यातून जाणाऱ्या बोटींकडून कर स्वरूपात वसूल केला जातो. हल्ली हा कर फारच पडत असल्याने काही जहाजे केप ऑफ गुड होपला वळसा घालून पूर्वीच्या मार्गाने जाऊ लागली आहेत.

पनामा कालवा : सुएझच्या यशामुळे अटलांटिक व पॅसिफिकला जोडणाऱ्या पनामा कालव्याची कल्पना अनेकांपुढे उभी राहिली. त्यातही इ.स. १८८१ मध्ये फ्रेंच मंडळाने कोलोनजवळ असा कालवा लॉक्सशिवाय खणण्याच्या कामास सुरुवात केली. पण समुद्र-पातळीचा प्रश्न व तेथील रोगट हवा यामुळे त्यांना माघार घ्यावी लागली. शेवटी इ.स. १९०४ मध्ये राजकीय अस्थिरता, रोगट हवा, कठीण खडक अशा अनेक संकटांना तोंड देऊन संयुक्त संस्थानाने या कार्यास सुरुवात केली व १५ ऑगस्ट १९१४ मध्ये म्हणजे दहा वर्षांनी हे काम पुरे केले. संयुक्त संस्थान सरकारने या कामात लक्ष घातले नसते तर हा कालवा पूर्ण होणे अशक्यच होते.

हा कालवा ६० किलोमीटर लांबीचा असून सुमारे १५८ मीटर रुंदीचा आहे. त्याची किमान खोली १४ मीटर असून उंची समुद्रसपाटीपासून २८ मीटर आहे. या भागात गटूससारखी गिलाई, पेड्रा, मीरफ्लोअर अशी काही सरोवरे तयार करून त्यांचे लॉक्स केले आहेत. ह्या लॉक्समुळे त्यातील पाणी कमी जास्त करून जहाज वर चढविता येते किंवा ते खाली घेता येते. लॉक्समधून जाताना सर्व जहाजे इंजिनच्या मदतीने ओढली जातात. या गोष्टीकरिता बराच खर्च येतो. पण हा सर्व खर्च कालव्यातून जाणाऱ्या जहाजांकडून वसूल केला जातो. हा कालवा ७-८ तासांत ओलांडता येतो. एका दिवसांत ५० जहाजे यातून जा-ये करतात.

या कालव्याचा सर्वात मोठा राजकीय व आर्थिक फायदा संयुक्त संस्थानांस झाला आहे. थोडाफार फायदा युरोपलाही मिळतो. हा कालवा नसता तर संयुक्त संस्थानाला पॅसिफिक व अटलांटिकसाठी अशी दोन आरमारे उभारावी लागली असती. पनामामुळे सॅनफ्रॅन्सिस्को न्यूयॉर्कच्या सुमारे १२,८०० किलोमीटर जवळ आले आहे. जपान, चीन, ऑस्ट्रेलिया, न्यूझीलंड, पेरू, चिली ही राष्ट्रेही फार जवळ आली असल्याने त्यांच्याशी आर्थिक व राजकीय संघर्ष खूपच वाढले आहेत.

सुएझ कालव्याचे फायदे

मार्ग ठिकाणे	दिवस		अंतर (किलोमीटर)	
	सुएझ मार्ग	केप मार्ग	सुएझ मार्ग	केप मार्ग
लंडन ते सिडने (ऑस्ट्रेलिया)	५६	६२	१६६३०	१९४५०
लंडन ते हाँगकाँग	४६	६५	१३६८०	१९०००
नेदरलँड ते इंडोनेशिया	४३	५६	१२५००	१६१५०
न्यूयॉर्क ते मुंबई	४१	६१	१२१००	१६५११
न्यूयॉर्क ते हाँगकाँग	४०	४९	११६७०	१३९७०
न्यूयॉर्क ते बटेव्हिया	३१	३८	१०४२६	११९९०

काही महत्त्वाचे कालवे :

कील कालवा : जर्मनीतील हा कालवा ९७.६ किलोमीटर लांबीचा व १२ मीटर खोलीचा आणि ४५ मीटर रुंदीचा आहे. इ.स. १८९५ मध्ये हा खोदला. हा सल्टिक नदीच्या मुखाशी नॉर्थ समुद्राशी जोडला गेला आहे. हे अंतर खुल्या समुद्राने ९६० किलोमीटर असून तो प्रवाह फार धोक्याचा आहे. कालवा भरपूर रुंद आणि खोल असल्याने यातून सागरी बोटी सहज जा-ये करू शकतात. हा कालवा मुख्यत:

सैनिकी उद्देशाने तयार केला असला तरी आज त्याचा वापर व्यापारी आहे. त्यातून सालिना ८०-८५ हजार जहाजे जा-ये करतात व सालीना चार सव्वाचार कोटी टनांची ने-आण होते.

मँचेस्टर कालवा : ब्रिटनमधील मर्से नदीवरील इस्थूमपासून मँचेस्टरपर्यंत हा कालवा १८९४ मध्ये खणण्यात आला. याची लांबी ५७.६ किलोमीटर असून खोली ९.३ मीटर आणि रुंदी ४० मीटर आहे. यातून १२००० टनी सागरी बोटी सहज जा-ये करू शकतात. पूर्वी मँचेस्टरला आपल्या बऱ्याच मालाच्या ने-आणीकरिता लिव्हरपूलवर अवलंबून रहावे लागत असे. पण या कालव्यामुळे झालेल्या जलमार्गे थेट मँचेस्टरपर्यंत जाता येते. मँचेस्टरच्या कापड उद्योगाबरोबर कालव्याच्या प्रदेशातील काच उद्योग (सेंट हेलेनास), रसायन उद्योग, तेल शुद्धीकरण कारखाने इत्यादी व्यवसायांना त्याचा फार उपयोग झाला. या उद्योगाकरिता होणारी जा-ये आता या कालव्याने होत आहे.

सेंट लॉरेन्स कालवा : उत्तर अमेरिकेत कॅनडा आणि संयुक्त संस्थाने यांच्या दरम्यान पंचमहासरोवरे एकमेकांस जोडून ती सेंट लॉरेन्स नदीने अटलांटिक महासागराशी जोडली आहे. यामुळे मोठमोठी जहाजे थेट ३६८० किलोमीटर आतपर्यंत खंडात जाऊ शकतात. या सरोवराभोवतालचा संपूर्ण प्रदेश गव्हाची शेती, कोळसा, लोहासारखी खनिजे आणि पोलाद व्यवसाय यांनी व्यापलेला असल्याने या जलवाहतुकीचा त्यांना फार मोठा फायदा होतो.

हवाई वाहतूक :

दुसऱ्या महायुद्धानंतर हवाई वाहतूक जवळ जवळ जगभर पसरली असून आज बहुतेक देशांत हवाई वाहतुकीची सोय उपलब्ध आहे. या मार्गाने वेळेत फारच बचत होत असल्याने जगातील लोकवाहतूक सामान्यपणे हवाई मार्गानेच होते. अद्याप ही वाहतूक फार महाग असल्याने मालाची ने-आण फार मोठ्या प्रमाणात हवाईमार्गे होत नसली तरी हलक्या पण मौल्यवान वस्तू, तीव्र गरजेच्या वस्तू, तसेच शीघ्रनाशी वस्तू आज हवाईमार्गे जगाच्या निरनिराळ्या बाजारपेठांत पाठविल्या जातात. विमानाचा आकार वाढत जाईल, तसतशी ही वाहतूक स्वस्त होत जाईल.

इ.स. १९११ मध्ये ब्रिटनमध्ये प्रथम हवाईमार्गे लोक-वाहतूक सुरू झाली. १९२७ मध्ये संयुक्त संस्थानाने त्याला व्यापारी स्वरूप दिले. पण खऱ्या अर्थी ही वाहतूक युद्धोत्तर काळात १९४५-४६ मध्ये सुरू झाली. गेल्या १०-१२ वर्षांत विमानांची धारणाशक्ती, गती, धावपट्टी, बिनतारी संदेश पद्धती यात फार सुधारणा झाल्या असून त्यामुळे प्रवासाचा खर्च कमी झाला आहे व सुरक्षितता जास्त करण्यात आली आहे.

आज संयुक्त संस्थाने, ब्रिटन, फ्रान्स, बेल्जियम, नेदरलँड, जर्मनी, जपान या देशांत विमान-वाहतूक फार वाढली असून लोकांबरोबर मालाची ने-आणही या भागात केली जाते. आज संयुक्त संस्थानांत युनायटेड एअर लाइन्स, अमेरिका एअर लाइन्स आणि ट्रान्स-वर्ल्ड एअर लाइन्स या महत्त्वाच्या कंपन्या असून त्यांनी संपूर्ण अमेरिका व्यापलेली आहे. पॅन-अमेरिकन एअरवेज ही कंपनी आज जगभर आपली सेवा उपलब्ध करीत आहे. आज एकट्या संयुक्त संस्थानांत ७००० विमानतळ असून सर्वात जास्त विमान प्रवासी व सर्वात जास्त मालवाहू विमाने आज संयुक्त संस्थानांत आहेत.

जगातील हवाई वाहतूक

प्रकार	१९५८	१९६५	१९६९
उड्डाण-किलोमीटर	२९१००००	४१०६०००	५२९००००
लोक-किलोमीटर	८५००००००	१९८४७३०००	२७३००००००
माल-टन किलोमीटर	१६६००००	४६९९०००	६७०००००
मेल-किलोमीटर	४७००००	११०१०००	१८९००००

ब्रिटन हवाई वाहतुकीत प्रथम असला तरी आता त्याला त्याच्या अनेक मर्यादा निर्माण झाल्या आहेत. ब्रिटनमध्ये ब्रिटिश ओव्हरसीज एअरवेज कॉर्पोरेशन (बी. ओ. ए. सी.) आणि ब्रिटिश युरोपियन एअरवेज या दोन विमान-वाहतूक करणाऱ्या कंपन्या असून एक आंतरराष्ट्रीय स्वरूपाची व दुसरी फक्त युरोपपुरती मर्यादित आहे. आज ब्रिटनमध्ये १०० विमानतळ आहेत. (आकृती ३ पाहा)

रशियात पहिल्या महायुद्धात हवाई वाहतूक सुरू झालेली असून त्यांनी रशियातील प्रमुख शहरे मास्कोस जोडली आहेत. तसेच मास्को, दिल्ली, काबूल, पॅरिस, वार्सा, प्राग, बुडापेस्ट, बुखारेस्ट, सोफिया, व्हिएन्ना, हे मार्ग वाहतुकीखाली घेतले आहेत. रशियात काही भागांत इतर वाहतूक उपलब्ध करता येत नसल्याने अतिपूर्वेकडे व उत्तरेकडील ध्रुवीय प्रदेश आणि सैबेरियात हवाई वाहतूक अधिक आहे.

जगातील प्रमुख हवाई मार्ग :

(१) युरोप-अमेरिका : (अ) लंडन-हॉनॉन-गॅन्डर किंवा न्यूयॉर्क, (ब) पॅरिस, लिस्बन-बर्मुडा, न्यूयॉर्क, (क) स्टॉकहोम-ओस्लो-रँजविक-टॅन्डर-आगोवा किंवा (न्यूयॉर्क) - दक्षिण अमेरिका व आफ्रिका यांतील काही मार्ग याच मार्गांना पोषक आहेत.

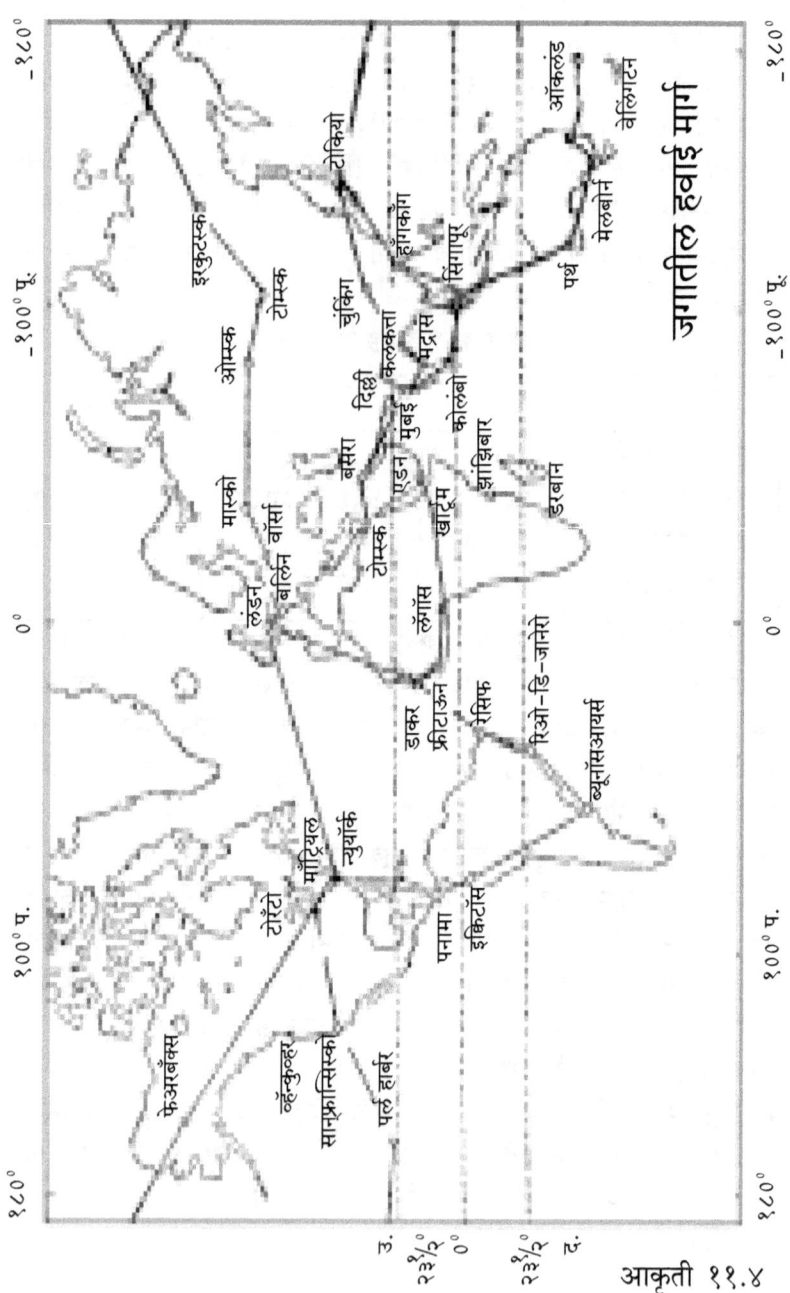

जगातील हवाई मार्ग
१८०°
१००° प.
0°
-१००° पू.
-१८०°
उ.
२३½°
0°
२३½°
द.
फेअरबँक्स
व्हॅन्कुव्हर
सान्फ्रान्सिस्को
पर्ल हार्बर
टोरँटो
माँट्रियल
न्युयॉर्क
पनामा
इक्विटॉस
डाकर
फ्रीटाऊन
रेसिफ
रिओ-डि-जानेरो
ब्यूनॉसआयर्स
लंडन
बर्लिन
वॉर्सा
मास्को
टोम्स्क
लॅगॉस
खार्टूम
बसरा
एडन
झांझिबार
डरबान
ओम्स्क
इरकुटस्क
टोम्स्क
दिल्ली
मुंबई
कलकत्ता
मद्रास
कोलंबो
चुंकिंग
टोकियो
हाँगकाँग
सिंगापूर
पर्थ
मेलबोर्न
ऑकलंड
वेलिंगटन

आकृती ११.४

(२) **युरोप–आशिया–ऑस्ट्रेलिया मार्ग :** हे मार्ग प्रामुख्याने फ्रेंच, डच, ब्रिटिश व भारतीय कंपन्यांच्या ताब्यात आहेत. हे मार्ग लंडन, ॲमस्टरडॅम, ओस्लो येथे सुरू होऊन टोकिओ, कोलंबो, सिंगापूर, सिडने येथे संपतात. लंडन–पॅरिस–जिनिव्हा–रोम–कैरो–बगदाद–बसरा–कराची–दिल्ली–कोलकाता–रंगून–सिंगापूर–हाँगकाँग–ओसाका हा यातील सर्वात मोठा प्रमुख मार्ग आहे.

(३) **अमेरिका–आशिया मार्ग :** पश्चिम अमेरिकेतून हे मार्ग अतिपूर्वेकडे येतात. सॅनफ्रान्सिस्को, लॉस–एंजिल्सपासून निघून, होनोलुलूमार्गे ते टोकियो, मनिला, शांघाय, न्यूझीलंड, सिंगापूरकडे जातात.

(४) **युरोप–आफ्रिका मार्ग :** हा प्रामुख्याने लंडन–पॅरिस, बॉन येथून जिनिव्हा किंवा लिस्बनमार्गे कैरो, नैरोबी, जोहान्सबर्ग, दारेसलाम, आक्रा येथे जातो.

नळवाहतूक : निरनिराळे द्राव आणि वायू यांकरिता ही वेगळ्या प्रकारची वाहतूक निर्माण झाली आहे. प्रत्यक्षात मात्र पेट्रोल व त्याचे घटक यांचीच वाहतूक फार मोठ्या प्रमाणात केली जाते. मोटारी किंवा जहाजातून तेल वाहण्याकरिता येणाऱ्या खर्चाच्या मानाने नळवाहतूक फारच स्वस्त पडत असल्याने पेट्रोल उपलब्ध होणाऱ्या देशात हजारो किलोमीटर लांबीचे नळ टाकलेले आहेत.

यात भांडवली खर्च अधिक असतो. त्यामानाने नंतर देखरेखीशिवाय इतर खर्च फारसा असत नाही. नळ–वाहतूक प्रामुख्याने तेलाच्या विहिरीपासून तेलशुद्धीकरण कारखान्यांपर्यंत व तेथून किनाऱ्यापर्यंत आढळते. प्रत्येक ठिकाणी पंपाने तेल चढवून ते नळीतून किनाऱ्यापर्यंत आणतात. तेथे मोठमोठ्या टाक्यांत साठवून ते तेलवाहू जहाजांतून निर्यात केले जाते.

आज संयुक्त संस्थानांत टेकसास, कॅनसस, ऑकहामा, इलिऑन या भागात तर पूर्वेकडे न्यूयॉर्क, फिलाडेल्फिया या भागात असे नळ असून त्यांची एकूण लांबी २,००,००० किलोमीटरपेक्षा अधिक आहे. हे मूळ ८, १०, १२ इंच रुंदीचे असतात.

असेच नळ मध्य आशियातील अनेक पेट्रोल उत्पादन करणाऱ्या राष्ट्रांनी टाकले असून ते थेट भूमध्य समुद्राच्या किनाऱ्यापर्यंत आणले आहेत. त्याचा व्यास अमेरिकेतील नळापेक्षा बराच मोठा (३२ इंच) असून त्यातील सर्वात जास्त सलग लांबी १७०० किलोमीटरची आहे.

असेच पेट्रोलप्रमाणे गॅस वाहून नेण्याकरिता नळाचा वापर संयुक्त संस्थाने, अर्जेंटिना, युरोप आणि रशियात केलेला आढळतो. सध्या जगाच्या काही भागात पाणीसुद्धा नळांच्या साहाय्याने लांबपर्यंत वाहून नेले जाते. विशेषत: इस्रायल, भारत, कुवेत येथे असे सिमेंटचे नळ आढळतात.

दळणवळण आणि व्यापार

वाहतूक आणि दळणवळण हे शब्द अनेक वेळा आपण वापरतो. पण त्याचा निश्चित अर्थ आपण लक्षात घेत नाही. दळणवळणाच्या साधनांत अनेक वेळा चुकीने लोहमार्ग किंवा विमानाचा उल्लेख केला जातो. पण दळणवळण म्हणजे आवाजाने किंवा निरोपाने पाठविले जाणारे निवेदन होय; तर वाहतूक म्हणजे व्यक्ती किंवा वस्तू एका ठिकाणाहून दुसरीकडे वाहून नेणे होय. पूर्वी कित्येक वेळा वाहतुकीचे आणि दळणवळणाचे कार्य एकत्र होत असे किंवा एकाच वेळी केली जाई. एखादा जासूद वस्तू आणि निरोप एकाच वेळी नेत असे किंवा एखादा गाडीवान मालाबरोबर निरोपही आणत असें.

दळणवळणाचे महत्त्व फार पूर्वीपासून समाजाला माहीत आहे. आता त्याला अधिक महत्त्व प्राप्त झाले आहे एवढेच. कोणताही समाज दळणवळणाशिवाय आपले दैनंदिन कार्य करू शकत नाही. विचार करा, आवाजच नसता तर काय झाले असते? फार पूर्वीपासून स्वरयंत्राचा वापर करून आपण ओरडतो, खाकरतो, उच्चारतो, ध्वनी निर्माण करतो. त्यातूनच भाषा निर्माण होते. आवाज हा दळणवळणाचा सर्वात महत्त्वाचा पूर्वापार चालत आलेला एक प्रकार होय. आपले विचार सांगण्यास किंवा निरोप पाठवण्यास मानवाने त्याचा वापर केला.

आवाज वैशिष्ट्यपूर्ण असला तरी त्याला काही मर्यादा आहेतच. एक म्हणजे तो फार लांबवर जाऊ शकत नाही आणि दुसरे म्हणजे तो अल्प काळात उच्चारताच, नष्ट होतो. त्यामुळेच जुन्या काळात मानवाने काही आरोळ्या, चिन्हे, खुणा किंवा संकेत निर्माण केले. थोड्याशा लांबवरून दळणवळण शक्य असें. परवा परवापर्यंत ढोल, तुतारी, आरोळ्या, यांमुळे ध्वनी निर्माण करून, तसेच आग, टेंभे, पलिते यांच्या साहाय्याने प्रकाश निर्माण करून दळणवळण शक्य होई.

भाषा निर्माण झाल्यावर संदेश, निवेदन, माहिती निश्चितपणे देता येऊ लागली असली, आपले विचार निश्चित शब्दांत स्पष्ट करता येऊ लागले असले तरी चिन्हे किंवा संकेत किंवा खुणा यांचे महत्त्व कमी झाले नाही. उलट त्याचा अर्थ निश्चित केला गेला आणि त्याचा वापर वाढतच गेला. आजही हिरवा दिवा किंवा तांबडा दिवा रेल्वेवर वापरला जातो. विमानतळावर विमान येताना तांबडे, निळे, हिरवे दिवे दाखवतच असतात. रस्त्यावरील वाहतुकीकरिता आपण अनेक चिन्हे वापरतो. नकाशात अशी चिन्हे असतात.

दळणवळणाची साधने :

निरनिराळ्या शोधांबरोबर दळणवळणाच्या साधनांत बदल होत गेला आहे. पूर्वी

ढोल, तुतारी, आरोळ्या, आग, टेंभे वापरत. घोड्यावरून जासूद पाठवत. कबुतर, हंसासारख्या पक्ष्यांबरोबर निरोप पाठवत (कवी तर चंद्र, तारका, मेघ, लाटा यांचाही निरोपाकरिता वापर करीत) हे सर्व निरोप लांबवर आणि जलद जाऊ शकत; परंतु पूर्वी उंटाचे तांडे, घोडेस्वार, गाड्या, मोटारी, रेल्वे यांच्यामार्फत मालाबरोबर निरोपाची वाहतूकच करावी लागे.

विद्युतयुगात मात्र या दळणवळणात फार क्रांती झाली. अंतर आणि काळ याला फारशा मर्यादा राहिल्या नाहीत. जगभर सर्वत्र, क्षणार्धात एखादा निरोप, बातमी किंवा निवेदन सांगणे शक्य झाले.

अगदी प्रथमत: सॅम्युअल मोर्सने १८४४ मध्ये लावलेला तारायंत्राचा शोध महत्त्वाचा ठरतो. यामुळे दळणवळण वाहतुकीपासून अलिप्त झाले. वाहतुकीच्या साधनांशिवाय आता दळणवळण स्वतंत्रपणे सर्वत्र प्रस्थापित करता आले. याबरोबर अशा दळणवळणाचे जाळेच्या जाळे जगभर सर्वत्र निर्माण झाले. काही दशकांत जगातील सर्व महत्त्वाची शहरे या दळणवळणाने एकत्र जोडली गेली. सर्वत्र बातम्या देणे-घेणे सुरू झाले. अनेक वृत्तपत्रे निर्माण झाली. लवकरच समुद्रातून तारा टाकल्या गेल्या. १८६६ मध्ये अटलांटिकमधून आरपार तारा टाकल्या गेल्या. अशा तारांमुळे युरोप आणि अमेरिका एकमेकांशी जोडले गेले. दळणवळणाचा व्यवहार आता काही आठवड्यांवरून काही मिनिटांवर आला.

सन १८७५ मध्ये अलेक्झांडर ग्रॅहॅम बेलने दूरध्वनी यंत्राचा शोध लावला. अल्पावधीत माणसाचा आवाज जगाच्या एका टोकापासून दुसऱ्या टोकापर्यंत ऐकू जाऊ लागला. सर्व शहरांवर दूरध्वनी तारांचे जाळे पसरत गेले. तारायंत्र आणि टंकलेखन यंत्र यांचा संबंध जोडून टेलिप्रिंटर सुरू झाला. आता जगभर संदेश देणे-घेणे यंत्राने होऊ लागले. सर्व काही नोंदवले जाऊ लागले. यथावकाश ते वाचणे शक्य झाले.

या सर्वांवर ताण केली ती मार्कोनीच्या आकाशवाणीने. कोणत्याही प्रकारच्या तारांशिवाय दळणवळण शक्य झाले. आवाज जगभर ऐकू जाऊ लागला. एकच आवाज एका क्षणात जगभर, जसाच्या तसा ऐकणे किंवा देणे शक्य झाले. वेग, निश्चितता, अचूकता हे सर्व गुण या दळणवळणात होते. अजून काय पाहिजे होते? दृश्य दळणवळणही छायाचित्रांमुळे शक्य झाले.पण यापासून दळणवळणापेक्षा करमणूकच अधिक होत गेली. दूरचित्रवाणीही सध्या सर्वत्र उपलब्ध आहे, पण ही करमणूक व फार तर जाहिरात आणि शिक्षण याकरिताच वापरली जाते.

आता दळणवळणामुळे जग फारच जवळ आले. जगाच्या कोणत्याही भागात क्षणार्धात संदेश किंवा निवेदन अगदी अचूक देणे शक्य झाले. अंतर आणि काळ

ह्या मर्यादा जगातून नष्ट झाल्या. विद्युतयंत्रामुळे अनेक गोष्टी आज शक्य आहेत. उद्या त्या अधिक निर्माण होतील. रेडिओ, दूरचित्रवाणी, रडार, उपग्रह-संदेश यांची कल्पना परवा-परवापर्यंत आपणास कोठे होती?

दळणवळणाचे महत्त्व :

तारायंत्र, दूरध्वनी, आकाशवाणी, दूरचित्रवाणी, टेलिप्रिंटर, टेलेक्स या दळणवळणाच्या साधनांमुळे आश्चर्यकारक वेळात आणि अचूकपणे जगभर सर्वत्र संदेश पोहोचवणे किंवा देणे शक्य झाले. साहजिकच त्याचा अनेक प्रकारे वापर केला गेला.

आता हवामानाचे अंदाज सर्वत्र प्रसृत करणे शक्य झाले. वादळे, लाटा, धुके, पाऊस केव्हा कोठे शक्य आहे हे सर्वांना अल्पावधीत कळू लागते. जो तो आपापल्या परीने त्याचा उपयोग करून घेऊ लागला. जहाजे आणि मासेमारी बोटी वादळाची बातमी समजताच अधिक सुरक्षित स्थळी जाऊ लागल्या. चक्रीवादळापासून स्वत:चे संरक्षण करण्याकरिता किनाऱ्यावरील लोकांना आता स्थलांतराला वेळ मिळू लागला. धुक्याची माहिती उपलब्ध झाल्यामुळे वैमानिकांना उड्डाणाची दिशा किंवा मार्ग ठरवता येऊ लागला. धुके, गारा, पाऊस यांच्या अंदाजामुळे शेतकऱ्याच्या शेतकामाचे वेळापत्रक शक्य झाले.

मोठमोठे पूर, ज्वालामुखी, आग, टोळधाड अशा अनेक संकटांची कल्पना अल्पावधीत ज्या त्या भागात देणे किंवा पसरवणे शक्य झाले. या संकटांची पूर्व-सूचना मिळाल्याने अनेकांना त्यांना तोंड देण्याची तयारी करता येऊ लागली. स्थलांतर शक्य झाले. वित्ताचा आणि जीवांचा नाश मर्यादित करता येऊ लागला.

विमाने, जहाजे, यांना कोठेही होणारे अपघात टिपता येऊ लागले. त्यांना मदत पाठवणे शक्य झाले.

उद्योगपतींना आणि व्यापाऱ्यांना निरनिराळ्या बाजारपेठांची निश्चित अवस्था कळू लागली. मागणी, पुरवठा, किमती, खरेदी, विक्री, वाहतूक याबद्दलची माहिती क्षणात समजू लागली. त्यानुसार त्यांना आदेश देणे किंवा व्यवसायाची व्यवस्था करणे शक्य होऊ लागले. आता जहाजाला मालाची किंवा मालाला जहाजाची वाट पाहत बसणे आवश्यक नसते. माल जमला की संदेश दिला जाई. जहाज येई. माल उचलून नेई. जहाज केव्हा येणार ही निश्चित माहिती मिळाली की माल घेणारे लोक येत. माल उतरून ताब्यात घेत.

आकाशवाणी, दूरचित्रवाणी यांमुळे आपल्या मालाची जगभर जाहिरात करणे उद्योगपतींना किंवा व्यापाऱ्यांना शक्य झाले.

आंतरराष्ट्रीय राजकारणावरही या दळणवळणाचा परिणाम झाला. नेत्यांना एकमेकांच्या भेटी, बैठकी तातडीने ठरविता येऊ लागल्या. एकमेकांशी प्रत्यक्ष बोलून आपले निर्णय घेता येऊ लागले. त्यामुळे युद्ध टाळणे, मदत देणे शक्य झाले. राजकीय पुढारी आपल्या लोकांशी आकाशवाणीवर किंवा दूरचित्रवाणीवर बोलू लागले. मोठमोठ्या तत्त्वज्ञांची किंवा शास्त्रज्ञांची भाषणे सर्वत्र ऐकणे सामान्य माणसाला शक्य झाले. जग फार जवळ आले. देश एकमेकांचे प्रश्न समजू लागले. एकमेकांशी बोलू लागले. एकमेकांना मदत करू लागले. आंतरराष्ट्रीय सामंजस्य वाढू लागले; शांतता नांदू लागली. सुख वाढू लागले.

व्यापार :

मानवाच्या प्रगतीबरोबर व्यापाराचे स्वरूप विस्तृत झाले आहे. ते वाढलेही आहे. देशातील राहणीमान जितके जास्त तितकी आयात विविध प्रकारची आणि अधिक असते. संयुक्त संस्थाने, जर्मनी, बेल्जियम या देशांतील प्रतिवर्षाची आयातनिर्यात पाहता हे सहज लक्षात येते. आपल्या निर्यातीच्या आकड्याबरोबर वस्तूंची संख्याही फार झपाट्याने वाढत गेल्याचे दिसते.

पूर्वी मानवाला अन्नधान्य किंवा कपड्यालत्त्यांकरिता फक्त स्थानिक साधनांवर अवलंबून राहावे लागत असें. त्या काळी त्याच्या गरजाही कमी असल्याने त्याचे जीवन बरेचसे स्वावलंबी होते. मीठ, मसाले, हत्यारे, ह्याकरिता मात्र तो दुसऱ्या प्रदेशांवर अवलंबून राही. बहुतेक वेळा वस्तुविनियम करून तो आवश्यक त्या वस्तू शेजारच्या देशांकडून उपलब्ध करून घेई. आजही अगदी मागासलेल्या किंवा वन्य जमातीत अशा प्रकारची देवाण-घेवाण पिढ्यान् पिढ्या चालू असलेली दिसते. प्रगत देशाला किंवा उच्च जीवनमान असलेल्या श्रीमान देशाला अनेकविध वस्तू अनेक देशांकडून उपलब्ध करून घ्यावा लागतात. यामुळे व्यापारचे स्वरूप बरेच विविध आणि विस्तृत स्वरूपाचे असते. आपल्यासारख्या देशाला प्रतिवर्षी कोट्यवधी रुपयांची आयात-निर्यात करावी लागते.

व्यापाराचा उगम :

व्यापाराचा उगम केव्हा आणि कोठे झाला हे सांगणे कठीण आहे. परंतु प्राचीन भारत, इजिप्त, बॅबिलॉन संस्कृतीत आढळणाऱ्या अनेक पुराव्यांवरून तो पूर्वीपासून मोठ्या प्रमाणावर चालत असल्याचे आढळते. प्रथम प्रथम हा व्यापार हिरे, मोती, सोने, भांडीकुंडी, मसाल्याचे पदार्थ, अत्तरे, रेशीम अशा विविध चैनीच्या वस्तूंचा होता. पण याबरोबरच अन्नधान्य, मीठ, तांदूळ यांचीही देवाण-घेवाण त्या काळात मोठी होती, प्रत्येक देशात आणि वेगवेगळ्या काळात या व्यापाराचे स्वरूप बदलत असें.

त्यातल्या त्यात मोठा व्यापार मध्ययुगात चीन, भारत, पश्चिम आशियातून प्रामुख्याने युरोपशी होत असें. त्यात रेशीम, केशर, उंची कापड, मसाल्याचे पदार्थ, हिरे, हस्तिदंत, अत्तरे यांचा समावेश होता. पुढे पुढे यात निरनिराळे धातू, लोकर, कातडी, हत्यारे यांची भर पडू लागली. प्रथम प्रथम हा व्यापार खुष्कीच्या मार्गाने होई. कॉन्स्टॅन्टिनोपल मार्गे आशियातून युरोपात हे मार्ग जात. या काळात 'सिल्क रुट' हा भला मोठा व्यापारी मार्ग होता. प्रामुख्याने अरब लोक उंटावर हा माल लादून आशियातून युरोपात जा-ये करीत. पुढे पुढे पंधराव्या शतकात अनेक जलमार्ग उपलब्ध झाले. स्पेन, पोर्तुगाल, ब्रिटन, हॉलंडमधून अनेक लोक भारत, आग्नेय आशिया, चीन, जपान या देशांकडे जहाजातून मालाची ने-आण करू लागले. अगदी प्रथमत: स्पॅनिश लोकांनी अमेरिकेतील सोने-चांदी मिळवली. पोर्तुगीजांनी १५०० मध्ये ब्राझीलमध्ये प्रवेश केला पण तेथे सोने, चांदीसारखे मौल्यवान धातू न मिळाल्याने तेथेच त्यांनी शेती सुरू केली. या काळात आफ्रिकेतील आणि अमेरिकेतील गुलामांचा व्यापार फार मोठा होता. स्पॅनिश आणि पोर्तुगाल लोक तो प्रामुख्याने करत. प्रथम प्रथम व्यापार थोडासा एकांगीच राहिला. औद्योगिक क्रांतीनंतर मात्र युरोपात अनेक ठिकाणी कारखानदारी वाढत गेली. त्याबरोबरच उत्पादक देश वाढू लागले. त्यांना कारखानदारीकरिता कच्चा माल मोठ्या प्रमाणात लागू लागला. यामुळे कापूस, लोकर, रबर, तांबे, टिन, कातडे अशासारख्या पदार्थांना मोठी मागणी निर्माण झाली. याबरोबर वाढत्या लोकसंख्येला आणि वाढत्या जीवनमानाला पोसण्यासाठी अन्नधान्ये, मांस, साखर, औषधे याबरोबरच रेशीम, हिरे-मोती, अत्तरे, मसाल्याचे पदार्थ, गालिचे, केशर, हस्तिदंती वस्तू इत्यादींचा व्यापार झपाट्याने वाढत गेला. पुढे शीतगृहे उपलब्ध झाल्यामुळे त्यात अधिक वस्तूंची भर पडली. जगाच्या एका टोकाकडून आता कोणत्याही प्रकारचा माल कोठेही वाहून नेणे सोपे झाले.

व्यापाराच्या निर्मितीचा पाया :

व्यापार सर्वच देशांत असतो. पण वाढत्या जीवनमानाबरोबर किंवा लोकसंख्येबरोबर तो वाढत जातो. त्याचे स्वरूप प्रत्येक देशात काळानुसार बदलत जाते. प्रदेशाची भौगोलिक रचना भिन्न असते. जमीन, हवामान, जमिनीचा चढउतार, खनिजे आणि उत्पादन साधने यांत फरक असतो. यामुळे प्रत्येक देशाच्या व्यापारात काही वैशिष्ट्ये निर्माण होतात. मानव अशा वैशिष्ट्यांवर फारसे नियंत्रण ठेवू शकत नाही. ताग, रबर, चहा, ऊस अशांसारख्या वस्तू विषुवृत्तीय प्रदेशातच विपुल प्रमाणात निर्माण होतात. कितीही प्रयत्न केला तरी व्यापारी स्वरूपात त्याचे उत्पादन ब्रिटन, जपान किंवा जर्मनीत शक्य नसते. फार तर एखाद्या प्रयोगशाळेत भरपूर खर्च करून

अगदी थोडे उत्पादन मानव करू शकेल इतकेच.

खनिज संपत्ती ही एक केवळ दैवी देणगी आहे. मानवाला अद्याप तरी खाणीची निर्मिती करता आली नाही; आणि नजीकच्या काळात ती शक्यही नाही. कितीही प्रयत्न केले तरी स्कॅन्डेनेव्हियात त्याला पेट्रोल उत्पन्न करता येणार नाही किंवा भारतातील तांब्याच्या खाणीत वाढ करता येणार नाही. यामुळे स्कॅन्डेनेव्हियातील लोकांना पेट्रोल आणि भारताला तांब्याकरिता दुसऱ्या देशांवरच अवलंबून रहावे लागेल. त्या वस्तूंची त्याला सतत आयात करावी लागेल. या अवस्थेमुळे निरनिराळ्या देशांत या खनिजांची देवाण-घेवाण वाढत जाईल व ती कायम राहील.

काही देशांत विविध वस्तू निर्माण होत असल्या तरी त्या पुरेशा नसतात. तर काही देशांत त्या विपुल होतात. साहजिकच हे दोन देश अशा वस्तूंचा व्यापार करत जातात. ब्रिटनजवळ भरपूर कोळसा असला तरी इमारती लाकूड नाही; तर स्कॅन्डेनेव्हियाजवळ भरपूर इमारती लाकूड असले तरी दगडी कोळसा नाही. यामुळे हे दोन देश एकमेकांशी दगडी कोळसा आणि लाकडाचा व्यापार करतील. ब्रिटन स्कॅन्डेनेव्हियाला कोळसा देईल आणि त्याच्या मोबदल्यात लाकूड घेईल. भारतात चहा, पर्शियात पेट्रोल, मलायात रबर, ऑस्ट्रेलियात लोकर, कॅनडात गहू तर अर्जेंटिनात मांस या वस्तू अधिक आहेत. हे देश या वस्तू निर्यात करतात व त्याच्या मोबदल्यात इतर वस्तूंची आयात करतात. तेव्हा अशी अधिक उपलब्धता व्यापार निर्माण करते. पण नेहमीच असे अधिक तेवढेच निर्यात केले जाते. आज आपल्याकडे तांदूळ कमी आहे, सिमेंट, साखर या वस्तूही मर्यादित आहेत. तरीही आपण त्यांची निर्यात करतो. येथे स्थानिक मागणीपेक्षा त्या देशातील इतर आर्थिक घटक महत्त्वाचे असतात. त्याचा परिणाम व्यापारावर होतो.

देशातील एखाद्या वस्तूची कमतरता हाही एक व्यापारनिर्मितीचा घटक आहे. संयुक्त संस्थानात लोह असले तरी त्याच्या गरजेच्या मानाने ते कमी आहे; तेव्हा त्याला ते स्पेन किंवा स्वीडनमधून आणले पाहिजे. भारतात कापूस होत असला तरी अधिक लागणारा कापूस संयुक्त संस्थानांतून किंवा इजिप्तमधून त्याला तो आणावा लागतो. ब्रिटनमध्ये गहू होत असला तरी तो अपुरा पडत असल्याने कॅनडातून त्याची आयात करावी लागते.

जपानसारख्या औद्योगिक राष्ट्राला त्याच्या चरितार्थासाठी कारखाने चालू ठेवणे आवश्यक असते. साहजिकच त्याला पेट्रोल, लोह, कापूस, रबर यांसारख्या वस्तू आपले कारखाने चालू ठेवण्याकरिता आयात कराव्या लागतात. तर लोकांच्या दैनंदिन गरजा पुरेशा पुऱ्या करण्याकरिता तांदूळ, मांस, दूधदुभते आयात करावे लागते. या

सर्वांचे देणे त्याला द्यावे लागते व मोटारी, यंत्रे, कापड, कॅमेरे, टी.व्ही. या वस्तू निर्यात करून तो ते देतो. लोकांच्या गरजा किंवा व्यवसायाच्या गरजा अशा प्रकारे व्यापार निर्माण करतात.

सामाजिक प्रवृत्तीसुद्धा व्यापार निर्मितीस मदत करतात. जर्मनी, जपानसारख्या देशातील लोक मुळातच उत्साही, महत्त्वाकांक्षी आणि बुद्धिमान असतात. ते सतत उद्योग करीत राहतात. त्यातूनच नवे शोध लागतात. नव्या उत्पादनाच्या पद्धती निर्माण होतात. त्यांच्यात तांत्रिक व यांत्रिक ज्ञान संपादन करून कुशलता प्राप्त करण्याची जिद्द असते. तर काही देशातील लोक मुळात मागासलेले, अल्पसंतुष्ट आणि आळशी असतात. त्यांना कामात फारसा रस नसतो. नवा बदल त्यांना त्रासाचा वाटत असतो. ते परंपरागत वस्तूच तयार करतात व त्यांच्या मोबदल्यात इतर हव्या असलेल्या आधुनिक वस्तू घेतात. इराणी लोक आजही जाजमे किंवा गालिचेच तयार करतात, तर ग्वटियालियाचे लोक रंगीत चादरी किंवा ब्लँकेट तयार करतात.

वाहतूक साधने आणि वाहतूक मार्ग यांचाही प्रभाव व्यापारांवर पडतो. प्राचीन काळांत सर्वच खुष्कीचे किंवा जलमार्ग असले तरी काही ठिकाणी त्यात खूप बदल झाला आहे. हवाईमार्गासारखे नवे मार्गही येथे निर्माण झाले आहेत. व्यापार जसा वाहतुकीवर अवलंबून असतो तसाच तो वाहतूक आणि दळणवळण साधनांमुळे वाढतही असतो. वाहतुकीच्या साधनांची माल वाहून नेण्याची क्षमता आणि वेग या दोन घटकांचा व्यापारावर फार मोठा परिणाम होतो. यामुळे जगात अनेक नव्या बाजारपेठा तयार होत असतात. जलद वाहतूक आणि शीघ्रनाशी वस्तू टिकण्याच्या सोयीमुळे, दूधदुभते, मांस, मासे, भाजीपाला, फळे आणि फुले यांची मोठी नवी बाजारपेठ निर्माण झाली आहे.

व्यापाराला स्थिर सरकार आणि शांतताप्रिय सामाजिक जीवन याची मोठी आवश्यकता असते. शांतताप्रिय सुसंघटित देशात वाहतूक उत्पादन आणि व्यापार नेहमी वाढत असतो. नव्या नव्या व्यापारी संघटना तेथे तयार होतात आणि त्यामुळे व्यापार सतत वाढत जातो. अंदाधुंदी किंवा युद्धे व्यापारालाच नव्हे तर वाहतूक आणि उत्पादनालाही मारक ठरतात. थोडक्यात, कोणत्याही देशाचा व्यापार, (१) उत्पादनातील भेद, (२) उत्पादनाचे अधिकत्व, (३) वस्तूंची मागणी, (४) सांस्कृतिक प्रवृत्तीमधील फरक, (५) वाहतुकीची उपलब्धता, आणि (६) शांतता आणि समृद्धी यांवर अवलंबून असतो.

व्यापाराचे प्रकार :

कोणत्याही देशाचा व्यापार स्थानिक आणि आंतरराष्ट्रीय अशा दोन प्रकारचा असतो.

स्थानिक किंवा राष्ट्रीय व्यापार म्हणजे त्या देशाचा अंतर्गत व्यापार होय. समाजातील व्यक्तीने केलेली वस्तूंची देवाणघेवाण किंवा खरेदी विक्री यात येते. अशा खरेदी विक्रीचे स्वरूप प्रत्येक देशात वेगळे असते. देशाचा आकार, लोकसंख्या, जीवनमान, नैसर्गिक साधन–संपत्ती, उत्पादनाचे ज्ञान आणि तंत्र, तसेच वाहतूक, दळणवळणाच्या सोयी आणि व्यापारी पद्धती यांवर तो अवलंबून असतो. ब्रह्मदेश, पेरू, इजिप्त यांसारख्या देशांत हा व्यापार फार मर्यादित असतो. तर संयुक्त संस्थाने, जपान, जर्मनी यांत तो अमर्यादित असून प्रतिवर्षी वाढत जाणारा असतो. भारत किंवा चीनसारख्या देशात पूर्वीपासून राष्ट्रीय व्यापार फार समृद्ध आहे. मूलत: या देशात विविधता आहे. येथील निरनिराळ्या विभागातही जमीन आणि हवामान अलग आहे. लोकांचे जीवन प्रत्येक भागात भिन्न आहे. नैसर्गिक साधन–संपत्ती पुरेशी आहे. लोकसंख्या भरपूर आहे. तसेच वाहतुकीचे मार्ग आणि दळणवळणही मुबलक आहे. साधारणत: देशाचा व्यापार म्हणजे आंतरराष्ट्रीय व्यापार अशी समजूत झालेली असली तरी स्थानिक व्यापार महत्त्वाचा असतो. त्याचा विचार करणे आवश्यक असते.

आंतरराष्ट्रीय व्यापार म्हणजे परदेशाशी होणारा व्यापार होय. म्हणजे एका देशाने दुसऱ्या देशाशी अन्नधान्य, कच्चा माल, तयार वस्तू इत्यादींबाबत केलेली देवाणघेवाण होय. आंतरराष्ट्रीय व्यापाराची घनता ही प्रत्येक देशात वेगवेगळी असते. एखाद्या ब्रह्मदेश किंवा चीनसारख्या स्वावलंबी देशात हा व्यापार मर्यादित असतो. तर ब्रिटन, जपानसारख्या औद्योगिक कारखानदारीच्या देशात त्याचे स्वरूप फारच विस्तृत आणि प्रगल्भ असते. ब्रिटन,जपानसारख्या देशाला जवळ जवळ सर्वच वस्तू आयात कराव्या लागतात. तशाच त्या निर्यात कराव्या लागतात. अन्नधान्य, कच्चा माल यांची आयात आणि तयार वस्तूंची निर्यात त्यांना महत्त्वाची असते. यांपैकी काहीएक थांबले की ते राष्ट्रच नष्ट होते. आंतरराष्ट्रीय व्यापारात आयात आणि निर्यात हे दोन वेगवेगळे घटक असतात. पहिल्यात अन्य देशांतून अनेक वस्तूंचे येणे किंवा आणणे असते, तर दुसऱ्या प्रकारात अनेक वस्तूंचे जाणे किंवा पाठविणे असते.

व्यापाराच्या पद्धती : पूर्वी व्यापार प्रामुख्याने चैनीच्या वस्तूंचा होता. नव्या वेगळ्या सामान्यांना न लागणाऱ्याच किमती वस्तू दुसऱ्या देशातून आयात होत. औद्योगिक क्रांतीनंतर मात्र ही कल्पना बदलली. या कारखान्यास लागणारा कच्चा माल, खनिजे, लाकूड, रसायने, तंतू, वनस्पती यांबरोबरच अन्नधान्ये, मांस, मासे, दूधदुभते, चहा, कॉफी, साखर यांसारख्या सामान्य नित्योपयोगी वस्तूंची आयात वाढली.

काही राष्ट्रांनी तर आपली काही वैशिष्ट्ये ठरवून टाकली. जपान किंवा ब्रिटनने

शेतीकडे पूर्णपणे दुर्लक्ष केले. अधिकाधिक कारखानदारी, अद्ययावत् कारखाने निर्माण केले. त्यांतील उत्पन्नावर अन्नधान्य, दूधदुभते, मांस, मासे विकत घेणे त्यांना अधिक किफायतशीर वाटू लागले.

यामुळे अशा देशातही अन्नधान्य, मांस, मासे, दूधदुभते, फळफळावळ, खनिजे, तंतू, वनस्पती, कातडे, लोकर, साखर, तेल अशा अनेक वस्तूंचा ओघ सुरू झाला. या मोबदल्यात हे प्रदेश कापड, रसायने, औषधी यंत्रे, वाहतुकीची साधने जगभर पाठवू लागले.

जगाचा नकाशा पाहता कारखानदार राष्ट्रे जगाच्या उत्तरेस, तर त्यांना कच्चा माल पुरविणारी राष्ट्रे दक्षिणेत आहेत. त्यामुळे हा व्यापार किंवा ही व्यापारी वाहतूक दक्षिणोत्तर आहे. गेली कित्येक शतके ती चालू आहे; पण त्यात पश्चिम युरोप आणि उत्तर अमेरिकेमुळे मात्र पूर्व-पश्चिम वाहतूक आढळते. एकूण या व्यापारातील अर्धा अधिक किमतीचा माल कारखानदारीत निर्माण झालेला तयार माल असतो. तर एक-चतुर्थांश माल अन्नधान्य, वनस्पती आणि प्राणिज घटकांपासून तयार झालेला तर राहिलेला एक चतुर्थांश निरनिराळी खनिजे आणि इंधने यांचा असतो.

व्यापारावरील बंधने :

प्रत्येक देश आपआपल्या सोयीनुसार आपापले उत्पादनक्षेत्र ठरवतो आणि त्यात प्रगती साधत जातो. काही देश कृषी-उत्पादने घेतात तर काही कारखानदारी करतात; तर काही व्यापार आणि वाहतूक करतात. ज्या देशाला जे अधिक सोपे, नैसर्गिक आणि किफायतशीर वाटते ते तो देश करीत जातो. जपानसारखा देश कारखानदारी पत्करतो तर न्यूझीलंडसारखा देश दूधदुभत्यावर भर देतो. नॉर्वेसारखा देश लाकडाच्या वस्तू निर्माण करतो. कुवेत पेट्रोलच्या खाणीतून पेट्रोल निर्माण करीत जातो. त्याला लागणाऱ्या इतर वस्तू तो जगाच्या खुल्या बाजारात विकत घेत जातो. हे असे सहज आणि नीटपणे झाले असते तर जगाचे उत्पादन वाढले असते. खुला व्यापार सर्वत्र निर्माण झाला असता. कदाचित जगात स्वास्थ्य आणि शांतता निर्माण झाली असती.

पण नेहमी हे असे होत नाही हे आपणास माहीत आहे. काही देश स्वावलंबनाच्या भावनेने म्हणा, काही औद्योगिकीकरणाच्या आहारी गेल्याने म्हणा किंवा देशात संतुलन निर्माण करण्याच्या उद्देशाने म्हणा जे सहज, सोपे, तर्कशुद्ध ते बाजूला ठेवतात. जर्मनी वा इटलीसारखा देश स्वावलंबन किंवा स्वयंपूर्णतेला बळी पडतो, अनेक वस्तू स्वतःच बनवितो व आयात निर्यातीवर बंदी घालतो किंवा त्यावर कर लादतो आणि नैसर्गिक व्यापार धुडकावतो. काही देश शेतीला संरक्षण देतात तर काही कारखान्यास. त्यात ही तत्त्वे ताणली जातात ; यामुळे नैसर्गिक व्यापार उत्पादन आणि वाहतूक यांस

खीळ बसते. निसर्गत: निर्माण होणारे संतुलन बिघडते.

व्यापारी विभाग :

दुसऱ्या महायुद्धानंतर तर एक नव्याच पद्धतीची निर्मिती झाली आहे. काही देश एकमेकांशी सहकार करण्याच्या दृष्टीने एकत्र आले. त्यांनी आपापले विभाग किंवा संघ स्थापन केले. आपण एकमेकांत देवाण-घेवाण केली, व्यापार केला तर अधिक फायदेशीर होतो असे त्यांना दिसून आले. हॉलंड, बेल्जियम आणि लक्झेंबर्ग या तीन देशांनी एकत्र येऊन बेन्यूलॅक्स (Benulax) संघ निर्माण केला. त्यानंतर १९५८ मध्ये युरोपातील कोळसा आणि लोह निर्माण करणाऱ्या सहा युरोपियन राष्ट्रांनी फ्रान्स, बेल्जियम, लक्झेंबर्ग, हॉलंड, जर्मन आणि इटली यांनी एक संघ तयार केला. पुढे त्यांच्यातच रोम येथे एक करार होऊन युरोपियन इकॉनॉमिक कम्युनिटी (E.E.C.) किंवा युरोपियन कॉमन मार्केटची स्थापना झाली.

या सहा राष्ट्रांनी एकत्र येऊन एक मुक्त व्यापारी बाजारपेठ निर्माण करण्याचा प्रयत्न केला आहे. हळूहळू त्यांनी एकमेकांसाठी आयात निर्यातीवर असलेली बंधने, नियंत्रणे, जकात किंवा कर नष्ट करावयाचे ठरविले. अल्पावधीत हे त्यांचे प्रयत्न यशस्वी होऊन ही सर्व राष्ट्रे म्हणजे व्यापारी दृष्टीने एक सलग विभाग तयार झाला आहे. प्रथम ब्रिटन या कॉमन मार्केटमध्ये नव्हता. १९७३ मध्ये त्याने यात प्रवेश केला. त्याबरोबर डेन्मार्क, नॉर्वे आणि आयरलॅण्डही या संघात सामील झाले. आज युरोपातील ब्रिटन, जर्मनी, फ्रान्स, इटली ही चार राष्ट्रे या संघाची सदस्य आहेत. या संघाने आपल्यातील सर्व राष्ट्रांना वाढता व्यापार, अधिक स्वास्थ्य आणि आर्थिक प्रगतीत मोठा जोर प्राप्त करून दिला आहे. हळूहळू ही राष्ट्रे सामाजिक, आर्थिक आणि राष्ट्रीय धोरणही निर्माण करीत आहेत.

पूर्वी ब्रिटिश साम्राज्याचे घटक असलेल्या राष्ट्रात फार मोठा व्यापार व इतर निरनिराळी देवाण-घेवाण होती. हे सर्व घटक पुढे स्वतंत्र झाले, पण या सर्वांनी आपले व्यापारी आणि आर्थिक संबंध कायम ठेवण्याच्या दृष्टीने कॉमनवेल्थची स्थापना केली. ब्रिटन, कॅनडा, ऑस्ट्रेलिया, न्यूझीलंड, भारत, पाक, बांगला, सिल्बेन, घाना, मलेशिया, नायजेरिया हे त्यापैकी प्रमुख घटक होत. या सर्वांनी एकमेकांस अनेक व्यापारी सवलती देऊन आणि कित्येक वेळा आर्थिक आणि तांत्रिक मदत उपलब्ध करून आर्थिक प्रगती केली आहे.

प्रथम ब्रिटन किंवा इतर राष्ट्रे युरोपच्या समान बाजारपेठेत सामील नव्हती तेव्हा त्यांनी स्वत:चा वेगळा एक संघ तयार केला. ते स्वत:स युरोपियन फ्री ट्रेड असोसिएशन संबोधित. 'आउटर सेव्हन' किंवा (E F T A) या नावानेही ही ओळखली जातात.

यात ब्रिटन, ऑस्ट्रेलिया, डेन्मार्क, नॉर्वे, पोर्तुगाल, स्वीडन, स्वित्झर्लंड यांचा समावेश होतो. यांनीही आपापल्या संस्थांपुरती अनेक व्यापारी बंधने शिथिल केली असून एकमेकांस व्यापारी व आर्थिक साहाय्य केले आहे. हा संघ १९५९ मध्ये तयार झाला.

कोलंबो योजनेनुसारही काही राष्ट्रे एकत्र आली असून त्यांनीही एकमेकांस अनेक व्यापारी सवलतींवर आर्थिक आणि तांत्रिक मदत देऊ केली आहे. यात अफगाण, ऑस्ट्रेलिया, भूतान, ब्रह्मदेश, कंबोडिया, कॅनडा, सिलोन, भारत, इंडोनेशिया, जपान, कोरिया, लाओस, मलेशिया, नेपाळ, न्यूझीलंड, फिलीपाईन्स, थायलंड, व्हिएतनाम, ब्रिटन आणि संयुक्त संस्थाने यांचा समावेश होतो. यांतील बहुतेक राष्ट्रे कॉमनवेल्थचे सभासद आहेत.

१९६३ मध्ये आफ्रिका खंडातील काही राष्ट्रांनी एकत्र येऊन ऑर्गनायझेशन ऑफ आफ्रिकन युनिटी (O. A. U.) हा संघ स्थापन केला. यात मध्य आफ्रिकेतील राष्ट्रे आहेत.

१९६५ मध्ये 'अरब कॉमन मार्केट' (A. G. M.) ही एक अरब राष्ट्रांची संघटना स्थापन झाली आहे. ही बहुतेक राष्ट्रे पेट्रोल उत्पादक आहेत. यांत इराक, जॉर्डन, कुवेत, सिरिया, सौदी अरेबिया, लिबिया, लेबनॉन, येमेन, ट्युनिशिया, मोरोक्को आणि इजिप्त यांचा समावेश होतो. इजिप्त यांचा पुढारी आहे. यांनी शेती उत्पादने आणि नैसर्गिक साधने यांवरील जकाती एकमेकांसाठी पूर्णपणे उठविल्या आहेत. भांडवल आणि तंत्रज्ञ यांच्या मुक्त देवाण-घेवाणीस त्यांनी मान्यता दिली आहे. असेच काही विभाग जगात इतरत्र निर्माण झाले असून त्यांत लॅटिन अमेरिकन फ्री ट्रेड एरिया (L. A. F. T. A.) सेंट्रल अमेरिकन रिपब्लिक ट्रेनिंग ब्लॉक, कम्युनिस्ट ब्लॉक हे काही इतर महत्त्वाचे विभाग आहेत.

❑

१२. प्रादेशिक नियोजन : संकल्पना, स्वरूप आणि व्याप्ती
(The Concepts and Scope of Regional Planning)

१. संकल्पना

भूपृष्ठावरील कोणत्याही क्षेत्राचा प्रादेशिक दृष्टिकोनातून आर्थिक व सामाजिक विकास करण्यासाठी जे नियोजन केले जाते त्यास प्रादेशिक नियोजन म्हणतात. प्रादेशिक दृष्टिकोन म्हणजे नियोजनाचे क्षेत्र हा एक वैशिष्ट्यपूर्ण प्रदेश आहे आणि त्या प्रादेशिक आधारावर नियोजन करावयाचे आहे, ही संकल्पना.

एखाद्या प्रदेशाचा जाणीवपूर्वक (त्यातील साधन संपत्तीच्या आधारे) विकास करण्याची कल्पना म्हणजेच प्रादेशिक दृष्टिकोन होय. प्रदेशातील समस्यांची जाणीव असणे हे देखील प्रादेशिक दृष्टिकोनात अभिप्रेत असते.

एखाद्या देशातील प्रगती (आर्थिक आणि सामाजिक) ही सर्वत्र सारखी नसते. आपला भारत देशही त्याला अपवाद नाही. आपल्या देशातही आर्थिक आणि सामाजिक विषमता मोठ्या प्रमाणात दिसून येते. या विषमतेची अनेक कारणे आहेत; त्यांपैकी महत्त्वाची कारणे खाली दिली आहेत.

(१) साधनसंपत्तीची विषम वाटणी.

(२) अनियोजित आर्थिक विकास.

(३) देशपातळीवर केलेले आर्थिक नियोजन.

(४) साधनसंपत्तीचा आधार सोडून केलेले नियोजन.

(१) इतर देशांप्रमाणेच आपल्या देशात नैसर्गिक साधनसंपत्तीची वाटणी अतिशय विषम आहे. भारतीय पठाराच्या ईशान्य भागात खनिज संपत्तीचे मोठ्या प्रमाणात केंद्रीकरण झाल्याने तेथे एक मोठे औद्योगिक क्षेत्र तयार होऊन तेथील आर्थिक विकासाला वेग प्राप्त झाला आहे. मुंबईच्या किनाऱ्याजवळ आणि तसेच खंबायत आखाताभोवती खनिज तेलाचे आणि नैसर्गिक वायूचे साठे सापडले. तेथे तेलशुद्धीकरण आणि पेट्रो-रसायनांचे उद्योग निर्माण होऊन आर्थिक विकासास मदत करीत आहेत.

याच्या उलट महाराष्ट्रातील कोकण विभाग, मर्यादित साधनांमुळे तेथून कितीतरी लोक दरवर्षी कोकणाबाहेर पडतात. तेथील लोकसंख्येचे प्रमाण

(प्रामुख्याने खेड्यांत) कमी होत असून त्याचा तेथील शेतीवर दुष्परिणाम होत आहे. मध्य प्रदेशातील चंबळ खोऱ्याची; किंवा आंध्र प्रदेशातील रायलसीमा भागाची अथवा जम्मू-काश्मिरची. साधनसंपत्तीच्या अभावी ही सर्व दलित क्षेत्रे बनली आहेत.

(२) आपल्या देशात विकासाचे कार्यक्रम अनेक ठिकाणी राबविण्यात आले पण त्यापैकी काही नियोजनपूर्वक राबविले नसल्याने त्या कार्यक्रमाचा जो अपेक्षित परिणाम व्हायला पाहिजे होता तो झालेला नाही.

आपल्या देशातील पशुसंवर्धनाचेच उदाहरण पाहा. या उद्योगामुळे आपल्या देशाच्या राष्ट्रीय उत्पन्नात पाच ते सहा टक्के भर पडते. भारतात जगाच्या ५० टक्क्यांपेक्षा अधिक म्हशी, १५ टक्क्यांपेक्षा अधिक गुरे, १५ टक्के बकरी आणि ४ टक्के मेंढ्या आहेत; पण त्यांना पुरेशी कुरणे किंवा चराऊ जमीन नाही. आपल्या देशात १ कोटी ३० लक्ष हेक्टर कायम स्वरूपाची चराऊ जमीन आहे, त्यामुळे हिरव्या चाऱ्याची फारच तूट आहे. अमेरिकेत ६० टक्के शेतजमिनीचा वापर गवतांच्या पिकांसाठी करतात, भारतात ते प्रमाण फक्त ५ टक्के आहे. भारतातील धान्याच्या एकूण ५ कोटी ८५ लक्ष टन (१९७७-७८) उत्पादनांपैकी फक्त २० लक्ष टन धान्य प्राण्यांना खायला मिळते, त्यामुळे प्राण्यांना पडीक जमीन अथवा शेतजमिनीवर (चोरून) गुजराण करावी लागते. अतिचरणामुळे (overgrassing) आणि वेड्यावाकड्या चरणामुळे वातावरणावर वाईट परिणाम झाला आहे. अतिचरणामुळे जमिनीचा दर्जा (जमिनीची प्रत) खालावून ओसाड प्रदेश तयार होतो, प्राण्याची उत्पादन क्षमता घटते आणि पशुपालनाशी निगडित व्यक्तींचा आर्थिक भार वाढतो.

राजस्थानमध्ये ४ कोटी प्राणी (गुरे-ढोरे इत्यादी) आहे. प्राणीधनाच्या बाबतीत देशात या राज्याचा तिसरा क्रमांक लागतो. राजस्थानमधून भारतातील १० टक्क्यांपेक्षा अधिक दूधनिर्मिती आणि ५० टक्के बेकरीचे उत्पादन होते. मांस, अंडी इत्यादीचे उत्पादन निराळे. गेल्या बत्तीस वर्षांत (१९५१-८३) प्राण्यांची संख्या बऱ्याच पटीने (गुरे - २५%, म्हशी - ७२%, मेंढ्या - १००%, बकरे - २३८%) वाढली. मात्र ग्रामपंचायतीच्या अखत्यारीतील कायमस्वरूपी चराऊ जमिनींचे प्रमाण (१८.१ हेक्टर जमीन) फारसे वाढले नाही. पर्यावरणवादी यामुळे घाबरलेले आहेत. राज्यातील सामाईक जमिनीचा दर्जा दिवसेंदिवस खालावत चालला आहे. त्यांचे प्रमाणही घटत आहे. राजस्थानमधील ओसाड क्षेत्रातील सामाईक चराईचे प्रमाण कसे कमी होत आहे, याची पुढील तक्त्यावरून कल्पना येईल.

तक्ता २.१

	१९५१–५२	१९७७–७८
१. चराऊ जमिनीचे क्षेत्र (लक्ष हेक्टर)	११३	८७
२. भौगोलिक क्षेत्राशी शेकडा प्रमाण	६०.५	४५.१
३. दर १०० हेक्टर चराऊ जमिनीमागे प्राण्यांची संख्या	३९	१०५

चराऊ जमिनीवरील प्राण्यांचा भार वाढल्याने या ओसाड क्षेत्रातील विहिरींची संख्या घटली. लहानशा पाणलोट क्षेत्रातील तळी गाळाने बुजविली जाऊन नाहीशी झाली; लागवडीखालील क्षेत्राचे प्रमाण जरी वाढले तरी चाऱ्याच्या पुरवठ्याचे प्रमाण (कदाचित ट्रॅक्टरच्या अतिवापराने) कमी झाले आणि सामाईक जमीन आणि जलसंपत्तीचा दर्जा खालावला गेला. या सर्व गोष्टींचा एक परिणाम असा झाला की, गुरा–ढोरांना घेऊन, मेंढ्यांना घेऊन लोकांना (गुराखी आणि मेंढपाळ) दूरवर (पंजाब, गुजराथ, उत्तर प्रदेश) जावे लागते; राजस्थानी मेंढ्यांपैकी तीस लक्ष मेंढ्या सतत फिरतीवर असतात.

चराऊ जमिनीचा नाश होत असल्याने भारतासमोर गुरा–ढोरांचे व्यवस्थापन तसेच मेंढपाळांचे व्यवस्थापन कसे करावयाचे ही एक मोठी समस्याच आहे.

तज्ज्ञांच्या मते भटकी प्रवृत्ती आणि संक्रमणशील पशुसंवर्धन या दोन गोष्टी परिस्थितिकीदृष्ट्या, ओसाड आणि निम–ओसाड क्षेत्रातील पर्यटन व्यवस्था टिकविण्यास फार अनुकूल असतात. या उलट या भटक्या लोकांना एका ठिकाणी कसे स्थिरावता येईल, याच्या काळजीत आणि नियोजनात भारताचा पर्यावरण विभाग मग्न आहे.

सरकारी धोरण परिस्थितिकी ऱ्हास आणि स्थायिक लोकांकडून होणारा सततचा द्वेष यामुळे बरेच भटके लोक भटकेगिरी सोडून भूमिहीन मजूर झाले आहेत.

दरम्यान, पर्यावरणीय साधने आणि पशुसंख्या यांच्यातील पूर्वी दिसत असलेले नैसर्गिक संतुलन संपुष्टात येत आहे. भटक्या लोकांना पूर्वी मिळणारी नैसर्गिक साधने हळूहळू कमी होत आहेत. त्याची प्रमुख कारणे म्हणजे –

(१) चराऊ जमिनीचे संरक्षण करण्याची सरकारी अपुरी धोरणे आणि

(२) सीमांत शेतजमिनीवर अधिकाधिक धान्योत्पादन करण्याचे सरकारने अवलंबलेले धोरण, ही होत. अनियोजित आर्थिक विकासाचे राजस्थानच्या ओसाड प्रदेशातील लोकजीवन हे एक उत्तम उदाहरण आहे.

(३) देशपातळीवर केलेल्या नियोजनांत अनेक दोष निर्माण होतात. देशातील प्रादेशिक समस्यांचा तर त्यात विचार नसतोच पण एकाच वेळी चाललेल्या विकासाच्या कार्यक्रमांत सुसूत्रीकरण आणि समाकलनही नसते. अशा परिस्थितीत देशांतील जो भाग समृद्ध आहे तो अधिकाधिक समृद्ध होत जातो आणि मागासलेले प्रदेश अधिकाधिक मागास होत जातात.

देशात हरितक्रांती करण्याच्या दृष्टीने मध्यवर्ती शासनाने भारतातून एकूण ५४ जिल्ह्यांची निवड केली. या सर्व जिल्ह्यांत मुळापासून जलसिंचनाच्या सोयी होत्या; जमीन गाळाची व कसदार होती आणि इतरही सोयी होत्या. पंचवार्षिक योजनांच्या अंतर्गत या जिल्ह्यातील शेतकऱ्यांना पाणी, वीज, चांगली बियाणे, खते आणि कीटकनाशके पुरविण्यात आली. अर्थात शेती उत्पादन वाढले यात नवल नाही, पण हा विकास देशाच्या एका विशिष्ट भागातच झाला. उर्वरित भाग, जो बऱ्याच पटीने मोठा आहे, शेतीदृष्ट्या मागासलेलाच राहिला. हरित क्रांती झाली, पण ती एका विशिष्ट भागातच झाली. आर्थिक विषमता मात्र वाढली. देशपातळीवर केलेल्या नियोजनाचा तो परिणाम (की दुष्परिणाम ?) होता.

(४) आर्थिक नियोजनाचा आधार हा साधनसंपत्तीचा असतो. देशातील साधनसंपत्तीचा जास्तीत जास्त चांगला विनियोग कसा करता येईल आणि त्यामुळे देशाचा अधिकाधिक आर्थिक विकास कसा करता येईल हे नियोजनाचे प्रमुख उद्दिष्ट असते. साधनसंपत्तीचे प्रमाण, तिचे भौगोलिक वितरण या सर्व माहितीच्या आधारे नियोजनाची दिशा ठरविली जाते. ह्या सर्व गोष्टींचा विचार न करता केलेले नियोजन फसवे असते.

वर वर्णन केलेल्या प्रमुख कारणांमुळे देशात आर्थिक विषमता वाढीस लागते. काही भागांचा विकास घडून येत असता दुसरीकडे दलित (Depressed) प्रदेश तयार होतात. देशाची एकूण अर्थव्यवस्था ही दुर्बलच राहते.

ही व्यवस्था अशीच कायम राहिली तर गुन्नेर मृदाल (Gunner Myrdal) या अर्थशास्त्रज्ञाने सुचविल्याप्रमाणे प्रादेशिक, आर्थिक ऱ्हासाचे दुष्टचक्र सुरू होते. तो म्हणतो की साधनसंपत्तीचा अभाव असलेले प्रदेश मागासलेले राहतात कारण विकासाला तेथे वाव नसल्याकारणाने सक्षम तरुण वर्ग रोजगारीच्या निमित्ताने प्रदेशाबाहेर पडतो. उर्वरित लोक एकतर म्हातारे असतात किंवा बालक अथवा किशोर असतात. त्यामुळे त्या प्रदेशाची झालेली (थोडीफार) प्रगती टिकून राहत नाही; परिस्थिती अधिक बिघडते. प्रदेश अधिक मागासतो व बाहेरच्या आर्थिक मदतीवर

तो अधिक परावलंबी होतो; हे परावलंबन अधिक वाढत जाते; प्रदेश अधिकाधिक आर्थिकदृष्ट्या खालावतो व त्यामुळे वयात येणारा सक्षम लोकगट प्रदेशाबाहेर पोटासाठी बाहेर पडतो. हे दुष्टचक्र चालूच राहते. महाराष्ट्रातील कोकणाची परिस्थिती अशीच आहे. मुंबईहून येणाऱ्या मनीऑर्डरवर तेथील बऱ्याच कुटुंबांचे जीवन अवलंबून असते.

म्हणजे एकीकडे मुंबई वाढत आहे तर दुसरीकडे कोकणातील ग्रामीण भाग हळूहळू निर्जन होत आहे. प्रादेशिक विषमता वाढत आहे. ही विषमता जर नष्ट करावयाची असेल तर प्रादेशिक नियोजनाची अत्यंत गरज आहे.

प्रादेशिक नियोजनाची व्याप्ती : या विषयांतर्गत पुढील गोष्टींचा अभ्यास क्रमाक्रमाने करावा लागतो.

(१) नियोजन प्रदेशाची व्याप्ती (क्षेत्र-सीमा) ठरविणे – नियोजन प्रदेश (अ) समांगी, (ब) कार्यात्मक अथवा (क) केंद्राधिष्ठित असू शकतो. प्रदेशाचा कोणता प्रकार का असेना, तेथील परिस्थितीची (नैसर्गिक, सामाजिक आणि आर्थिक) आकडेवार (सांख्यिकीय) आधार सामग्री गोळा करून प्रथम ज्या प्रदेशांचे नियोजन करावयाचे आहे, त्याची भौगोलिक व्याप्ती निश्चित करावी लागते. त्यासाठी अनेक सांख्यिकीय (Statistical) तंत्रांचा आणि नकाशे तयार करण्याच्या पद्धतीचा वापर करावा लागतो.

(२) प्रदेशाचे प्राकृतिक, आर्थिक आणि मानवी संपदेचे सर्वेक्षण (Survey) : प्रदेशाची व्याप्ती ठरविल्यानंतर त्या प्रदेशातील प्राकृतिक (जमिनीचा चढउतार, भूपृष्ठीय खडकांचे गुणधर्म, भूजलाचे प्रमाण, मृदा संरचना इत्यादी गोष्टी.)

आर्थिक – (आर्थिक संपदा – खनिज संपदा व त्यावर आधारित उद्योग; कृषी संपदा – पिके त्यांचे वितरण, उत्पादनक्षमता व त्यावर आधारित त्यांचे उद्योग. वाहतुकीचे मार्ग आणि वाहतूक क्षमता इत्यादी; लोकांचे आर्थिक व्यवहार, त्यांचे आर्थिक उत्पन्न इत्यादी).

मानवी – (मानवी संपदा-यात लोकसंख्या, स्त्री-पुरुष प्रमाण, निरनिराळ्या वयोगटातील लोकसंख्या, सक्षम लोकसंख्या, लोकसंख्या वाढीचे प्रमाण, कुटुंबसंख्या – वरील सर्वांचे भौगोलिक वितरण इत्यादी) संपदेचे सर्वेक्षण करावयाचे असते.

सर्वेक्षण करण्याच्या अनेक पद्धती आहेत. त्यांचा तपशील या ठिकाणी देणे योग्य होणार नाही, पण सांख्यिकीय (Statistical) माहिती मिळाल्यावर त्यावर

संस्करण (Processing) करणे क्रमप्राप्त असते. त्यानंतर सांख्यिकीय पद्धतींचा वापर करून तेथील एकूण परिस्थितीच्या माहितीवर भर द्यावयाचा, हे नियोजनाच्या उद्दिष्टावर अवलंबून असते.

(३) **प्रादेशिक समस्या आणि साधन–संपत्तीच्या विकासाची दिशा ठरविणे:** सर्वेक्षण पूर्ण झाल्यावर त्या प्रदेशातील लोकांच्या गरजा काय आहेत; त्या प्रदेशातील समस्या काय आहेत, त्या ओळखणे व त्याच संदर्भात तेथील साधनसंपत्तीचा विकास किती प्रमाणात होऊ शकतो, याचा अंदाज घेणे आवश्यक आहे.

(४) **शेती–उत्पादनाचे प्रमाण वाढविण्यासाठी योजना निश्चित करणे :** यांत कृषिविकासाच्या सर्व योजना येतात. त्या प्रदेशातील कृषिविकासासाठी कोणकोणत्या योजना चालू करता येतील त्या संबंधीचे दिशादर्शन करणे महत्त्वाचे आहे.

(५) **औद्योगिकीकरणातून आणि सुधारित वाहतुकीद्वारा अर्थव्यवस्थेचे आधुनिकीकरण :** हा विषय फारच मोठा आहे आणि त्यावर एक स्वतंत्र ग्रंथच लिहिता येईल. थोडक्यात म्हणजे प्रदेशातील साधनसंपत्तीचा विचार करून कोणकोणते उद्योग (ग्रामीण, लघु आणि बृहत्) कोणकोणत्या पातळीवर व कोठे उभारता येतील तसेच वाहतूक व्यवस्था कशी सुधारता येईल, याबद्दलचे दिग्दर्शन या विषयात येते. वाहतुकीचे मार्ग, त्यांची दिशा, त्यांची वाहतूक समस्या इत्यादी सर्व बाबींचा विचार येथे करावयाचा असतो.

(६) **श्रमिक वर्गासाठी रोजगार योजना निश्चित करणे :** प्रदेशाच्या आर्थिक विकासाची एक मुख्य कसोटी म्हणजे अधिकाधिक प्रमाणात रोजगारी निर्माण करणे ही होय. उद्योगधंद्याची वाढ व इतर आर्थिक विकास अशा रीतीने साधावयाचा असतो की, जास्तीत जास्त लोकांना त्यात रोजगारी मिळू शकेल. भारतातील शहरे वाढत आहेत आणि खेडी ओस पडत आहेत; त्याचे एक महत्त्वाचे कारण म्हणजे शहरांत मोठ्या प्रमाणात मिळणारी रोजगारी हे होय.

(७) **लोकांचे स्थानांतरण आणि पुनर्वसन :** पुष्कळ वेळा प्रदेशातील काही भागांत (विशेषतः शहरात) लोकसंख्या अतिदाट असते व त्यामुळे अनेक समस्या (निवासी घरांचा प्रश्न, वाहतुकीची कोंडी, पाणीपुरवठा आणि जलोत्सारणाच्या समस्या, गुंडगिरी, अनैतिक व्यवसाय इत्यादी) उद्भवतात. मुंबई–पुण्यासारख्या शहरात (झोपडपट्टीच्या स्वरूपात) त्या समस्या सतत भेडसावीत असतात. खरे पाहता या समस्या केवळ आर्थिक नव्हे तर सामाजिक उग्र रूप धारण

करतात. त्या सोडवायच्या असतील तर शहरापासून दूर रोजगारी देणारे उद्योग निर्माण करून लोकांचे स्थानांतरण व पुनर्वसन करणे आवश्यक आहे. ते कसे करता येईल, यावर नियोजनकर्त्याने साधार मार्गदर्शन करणे आवश्यक ठरते.

(८) **उद्योगधंद्याचे विकेंद्रीकरण :** लोकसंख्येचे विकेंद्रीकरण आणि पुनर्वसन करावयाचे असेल तर उद्योगधंद्याचे विकेंद्रीकरण करणे आवश्यक आहे. पण ही गोष्ट दिसते तितकी सोपी नाही. कारण ज्या ठिकाणी एकदा उद्योगधंदे सुरू होतात, त्याच ठिकाणी अथवा त्या सभोवती नवीन उद्योगधंदे उभारण्याची प्रवृत्ती असते. प्रमाणानुसारी काटकसरीचा (Economics of Scale) तो परिणाम असतो.

मुंबईतील उद्योगधंद्याचे विकेंद्रीकरण व्हावे आणि लोकांचे स्थानांतरण व्हावे म्हणून महाराष्ट्रात 'जुळ्या मुंबई'चे नियोजन करण्यात आले. पण ही योजना फसलेली दिसते. कारण या नव्या (जुळ्या) मुंबईत जुन्या मुंबईचे फारच थोडे लोक येऊन स्थायिक झाले. उलट मुंबई बाहेरचे लोक अधिक प्रमाणात आले. त्यामुळे मूळ मुंबईच्या आज ज्या काही समस्या आहेत, त्यांची पुनरावृत्ती नव्या मुंबईतही होईल अशी दाट शक्यता आहे.

नियोजनकर्त्याने या सर्व गोष्टींचा विचार करणे आवश्यक आहे. प्रादेशिक नियोजनाची व्याप्ती बरीच मोठी आहे. प्रादेशिक समस्यांच्या स्वरूपावर नियोजनाची व्याप्ती अवलंबून असते.

प्रादेशिक नियोजन आणि प्रादेशिकता वाद : भूगोलाच्या विद्यार्थ्यांचे मुख्य लक्ष हे प्रादेशिक वैशिष्ट्ये लक्षात घेऊन मग अचूक नियोजन करणे यावर केंद्रित झालेले असते. जेव्हा तो प्रादेशिकत्वावर अधिक भर देतो तेव्हा तो स्थानाभिनिवेशास (संकुचित मनोवृत्तीस) स्थान देत नाही हे लक्षात ठेवावयास पाहिजे. प्रादेशिक स्थानाभिनिवेश हा अतिशय संकुचित अमानवी अशा जात, वर्ण, धर्म, भाषा आणि सामजिक पूर्वग्रहातून निर्माण झाला असतो. या प्रादेशिक अभिनिवेशास पुष्कळवेळा प्रादेशिकता वाद म्हटले आहे. प्रादेशिक नियोजनाचा तो आधार असता कामा नये. भूगोलाच्या विद्यार्थ्यांची प्रदेशासंबंधीची संकल्पना संपूर्णपणे वस्तुनिष्ठ आहे. त्याच्या मते प्रादेशिक भिन्नता ही नैसर्गिक देण आहे. त्यामागे पूर्वग्रह अथवा अभिनिवेश असता कामा नये. नैसर्गिकरीत्या इतर भागापासून विभिन्न पण आंतरिकरीत्या अनेक बाबतीत समानता बाळगणारा प्रदेश हा नियोजनाचा एक उत्तम क्षेत्र बनू शकतो. अशा धारणेतूनच 'प्रादेशिक नियोजन' या संकल्पनेचा जन्म झालेला आहे.

'प्रादेशिक नियोजनासाठी नियोजित प्रदेश'
(संकल्पना, गुणविशेष आणि श्रेणीक्रम)
'Regions in the Regional Planning'
(Planning Regions, Concept, Attributes and Heirarchy)

(१) संकल्पना

प्रादेशिक समस्या सोडविण्यासाठी आणि विकासाचे आराखडे निश्चित करून त्याप्रमाणे नियोजनबद्ध कार्यक्रम राबविण्यासाठी निवडलेल्या भौगोलिक प्रदेशास 'नियोजन प्रदेश' (Planning Region) म्हणतात.

(२) 'नियोजन प्रदेशां'चे प्रकार

(अ) समांगी प्रदेश (Formal किंवा Homogeneous) : या प्रदेशात एक किंवा अनेक भौगोलिक / आर्थिक / सामाजिक / सांस्कृतिक बाबतीत समानता दिसून येते. हा प्रदेश सलग असतो.

(ब) केंद्राधिष्ठित प्रदेश (Functional or Nodal Region) : या प्रदेशास कार्यात्मक प्रदेश असेही म्हणतात कारण अशा प्रदेशांत एक केंद्र असते आणि त्या सभोवतालचा प्रदेश या केंद्राशी अनेक कारणांमुळे (आर्थिक, सामाजिक, सांस्कृतिक कारणांमुळे) निगडित झाला असतो. केंद्र आणि सभोवतालचे क्षेत्र यांच्या दरम्यान अनेक आर्थिक प्रवाह वाहताना दिसतात. निरनिराळ्या सेवा-कार्यांच्या दृष्टीने सर्व क्षेत्रांचे हितसंबंध प्रादेशिक केंद्रांत गुंतलेले असतात. त्या प्रदेशाचे हित केंद्राधिष्ठित असते. म्हणून अशा प्रकारच्या नियोजन-प्रदेशास 'केंद्राधिष्ठित' अथवा 'कार्यात्मक' प्रदेश म्हणण्याचा प्रघात आहे. केंद्राधिष्ठित प्रदेश ही कार्यात्मक (Functional) संकल्पना आहे.

(क) 'कार्यक्रमाधिष्ठित' अथवा 'कार्यक्रम-प्रदेश' : ही संक्रियात्मक (Operational) संकल्पना आहे. एखादा विशिष्ट कार्यक्रम राबविण्याच्या दृष्टीने हा प्रदेश निश्चित केला जातो. शासनाच्या सोयी आणि धोरण विचारात घेऊन हा प्रदेश आखण्यात येतो.

वरील तिन्ही प्रकारांपैकी एखादा योग्य प्रदेश नियोजनासाठी निवडण्याची प्रथा आहे.

(३) नियोजन-प्रदेश प्रकारांची परस्पर समावेशकता (Mutual Inclusive of the planatory regions) :

विकासाच्या नियोजनांसाठी दोन प्रकारच्या प्रदेशांची गरज असते. (अ) विशिष्ट कार्यक्रम राबविण्यासाठी 'प्रदेशा'ची गरज असते. हा प्रदेश निश्चित करून अथवा

ठरवून जेव्हा नियोजन केले जाते तेव्हा त्यास नियोजनाचा प्रादेशिक मार्ग म्हणतात. (ब) पण जेव्हा अर्थव्यवस्थेच्या परस्परसंबंधित अनेक क्षेत्रांचे नियोजन एकाच वेळी करावयाचे असते.तेव्हा त्यास क्रमबद्ध प्रादेशिक नियोजन (Systematic Regional Planitory) म्हणतात. त्यासाठी निश्चित केलेला प्रदेश मोठा, साधन- संपत्तीने अधिक समृद्ध असतो व त्यात वरील 'अ' गटात मोडणाऱ्या प्रदेशासारखे अनेक प्रदेश समाविष्ट असतात.

(४) नियोजन-प्रदेशाचे गुणविशेष
(Atributies of Planning Regions) :

नियोजनांसाठी प्रदेश म्हटला की त्यात काही विशेष गुण असावेत, अशी अपेक्षा असते. त्यांना 'गुण-वैशिष्ट्ये ' असेही म्हणता येईल. अशा अपेक्षित गुण-वैशिष्ट्यांची यादी करावयाची झाल्यास ती फार मोठी होईल. तरी पण काही अभ्यासकांनी या विषयावर जे विचार मांडले आहेत ते बघण्यासारखे आहेत.

(१) बुडेव्हिले (Boudeville) या अर्थशास्त्रज्ञाच्या म्हणण्यानुसार अशा नियोजित प्रदेशातील लोकांत आर्थिक धोरण आणि निर्णय याबाबतीत एकवाक्यता पाहिजे;

(२) कीबल (Keeble) यांच्या मतानुसार नियोजन प्रदेश एका दृष्टीने एवढा मोठा असावा की जनसंख्या आणि रोजगारी यांच्या सद्यस्थितीतील वितरणात (भौगोलिक) काही बदल करावयाचे झाल्यास त्या प्रदेशाच्या सीमांतर्गत भागात तसे बदल करणे शक्य व्हावे; आणि त्याच वेळी तो प्रदेश इतका आटोपशीर (लहान) असावा की त्या प्रदेशांतील समस्यांचे सम्यक दर्शन घडावे.

(३) क्लासेनने (Klassen) आपले विचार निराळ्या शब्दांत मांडले आहेत. त्याच्या मते असा प्रदेश आर्थिकदृष्ट्या एवढा मोठा असावा की त्यांत भांडवलगुंतवणूक करणे आर्थिकदृष्ट्या शक्य व्हावे; तसेच या प्रदेशाची आर्थिक रचना समांगी (hamogeneous) असावी; त्यात निदान एक तरी वृद्धी-ध्रुव/केंद्र (Growth pole/ Center) असावे आणि प्रदेशातील समस्यांबाबत तेथे एक (समान)लोकमत असावे.

(४) समाजशास्त्रज्ञांच्या मते नियोजन प्रदेश एवढा मोठा असावा की त्यामुळे योजनेची प्रमुख उद्दिष्टे - (अ) आर्थिक विकास (ब) सामाजिक न्याय आणि (क) पर्यावरणीय गुणवत्ता सहज साध्य होईल.

(५) काहींच्या मते अशा प्रदेशात विविध प्रकारची आणि पुरेशी साधनसंपत्ती

असावी की ज्यामुळे सामाजिक आणि आर्थिकदृष्ट्या तो स्वयंपूर्ण आणि वर्धनक्षम (Viable) बनेल.

(६) प्रशासकीयदृष्ट्या हा प्रदेश असा असावा की गरज भासल्यास त्यात योग्य तो बदल अथवा अनुयोजन (adjustment) करता यावे. तसेच हा प्रदेश आवश्यक त्या प्रमाणात लवचिक (flexible) आणि स्थितिस्थापक (elastic) असावा.

(७) सरते शेवटी, असा प्रदेश निवडताना त्यातील नैसर्गिक साधने आणि त्यांचे शोषण (समुपयोग) यांत नैसर्गिक संतुलन (परिस्थितिकी समतोल) प्रस्थापित करणे शक्य व्हावे एवढा तो मोठा असावा, असे निसर्गप्रेमींचे आग्रहाचे सांगणे आहे. त्यामुळे प्रदेशास स्थैर्य लाभते असा त्यांचा युक्तिवाद आहे.

वरील सर्व गुणवैशिष्ट्ये विचारात घेता, 'नियोजन प्रदेश' निवडीच्या वेळी ती सर्व वैशिष्ट्ये प्राप्त होतीलच, असे नाही. पण त्यातल्या त्यात ती जितक्या जास्त संख्येत आणि प्रमाणात साध्य होतील, तेवढा नियोजनाचा पाया अधिक भक्कम होईल यात शंका नाही.

(५) नियोजन प्रदेशाची निवड (Choice of the Planning Region):

नियोजन प्रदेशाची निश्चिती करताना पुढील महत्वाच्या तीन गोष्टी लक्षात ठेवणे आवश्यक आहे.

(अ) अभ्यासाचे उद्दिष्ट आणि योजनेचे प्रयोजन (The Objective of the study and the purpose of the plan) : कोणत्याही प्रदेशाचे नियोजन करताना त्या अगोदर त्या प्रदेशांचा अभ्यास करावयाचा असतो. अभ्यास करण्याअगोदर त्यांचे उद्दिष्टही ठरवावे लागते; म्हणजेच अभ्यासाची दिशा निश्चित करावी लागते. तसे न झाल्यास व दिशाहीन अभ्यास होत गेल्यास नियोजनास आवश्यक ती माहिती हाती येणार नाही आणि नियोजनाचा हेतूही साध्य होणार नाही. योजना कोणत्या गोष्टींसाठी (समस्या व त्यांचे निरसन) करावयाची आहे, या बद्दलही नियोजकास स्पष्ट कल्पना असणे आवश्यक आहे. तशी कल्पना असल्यास अभ्यासाची उद्दिष्टे व दिशा ठरविणे सोपे जाते.

(ब) आकडेवार माहितीची उपलब्धता (Availability of data) : ज्या प्रदेशासाठी योजना करावयाची आहे त्या संबंधी प्रदत्त (आधार सामग्री) उपलब्ध असणे आवश्यक आहे. ही आधार सामग्री (data) संख्यात्मक

स्वरूपात मिळाल्यास अधिक उत्तम. अशा उपलब्ध माहितीचे संस्करण (प्रदत्त संस्करण – data processing) केल्यावर माहितीचा तपशील व अचूकता वाढते. माहिती जितकी पूर्ण व अचूक तितकाच नियोजनाचा आराखडाही निर्दोष होतो. म्हणून प्रदेशाची निवड करताना त्याची आधारसामग्री (data) उपलब्ध आहे की नाही, हे तपासणे फार आवश्यक आहे.

(क) प्रशासकीय कार्यक्षमता (Administrative viability) : नियोजन–प्रदेश शासकीयदृष्ट्या एक स्वतंत्र घटक (उदाहरणार्थ; महानगर, तालुका अथवा जिल्हा) असल्यास आधार माहिती मिळविणे सोपे जाते.; तसेच नियोजनासाठी घेतलेले निर्णय राबविणे प्रशासकीयदृष्ट्या सोपे जाते. कारण नियोजनांचे धोरण आणि निर्णय राबविणे/कार्यान्वित करणे हे शेवटी प्रशासकालाच करावे लागते. एखादा नियोजन प्रदेश दोन स्वतंत्र राज्यांना छेदून जात असल्यास प्रशासकीय निर्णय त्या दोन राज्यात स्वतंत्रपणे घ्यावे लागतात. त्यात विलंब तर लागतोच; पण पुष्कळ वेळा ते अशक्यच होऊन बसते. पुन: एका राज्यात जी आधार माहिती मिळते, ती दुसऱ्या राज्यात तशाच स्वरूपात मिळेल अशी ग्वाही देता येत नाही. तेव्हा नियोजनप्रदेश प्रशासकीय दृष्ट्या कार्यक्षम आहे किंवा नाही हे पाहणेही अगत्याचे आहे.

(६) नियोजन प्रदेशांचा श्रेणीक्रम (Heirarchy of the planniory Region) :

कोणतीही विकास योजना राबवायची झाल्यास भौगोलिकदृष्ट्या त्या प्रदेशात किती वाव (scope) आहे, हे ही विचारात घ्यावे लागते. प्रदेशावरील या भौगोलिक मर्यादा लक्षात घेता, नियोजन प्रदेशांच्या विभिन्न पातळीवरील तीन श्रेण्या दिसून येतात. त्यांची पातळी विचारात घेता अनुक्रमे –

(१) महाप्रदेश (Macro Regions), (२)मध्यम प्रदेश (Meso Region) आणि (३) लघु प्रदेश (Micro Regions)असा श्रेणीक्रम व त्या श्रेणींचे प्रदेश मिळतात. अशा प्रदेशांची गुणवैशिष्ट्ये (attributes) काय असावीत यासंबंधी थोडक्यात खाली विचार केला आहे.

(१) महाप्रदेश (Macro Regions) : हा सर्वात वरच्या पातळीवरील बृहत्‌प्रदेश. या प्रदेशात परस्पर संबंध असलेल्या अनेक समस्या आढळतात व त्या नियोजनांद्वारे सोडविणे शक्य असते. उदाहरणार्थ, एखाद्या महाप्रदेशातील जलसंपत्ती व जलसिंचनाच्या आणि जलविद्युत निर्मितीच्या समस्या. जलसंपत्तीशी निगडित या समस्या सोडविण्यास

महाप्रदेशात भौगोलिकदृष्ट्या फार वाव असतो. हा महाप्रदेश म्हणजे एक प्रादेशिक गट मानल्यास त्यांत भारतातील एखादे संपूर्ण राज्य (जसे, महाराष्ट्र) अथवा दोन अथवा तीन राज्यातील नजदीकचे प्रदेश (जसे महाराष्ट्रातील आणि गुजराथमधील तापी-खोऱ्याचा प्रदेश) यांचा समावेश होऊ शकतो.

महाप्रदेशांत इतरही काही गुणवैशिष्ट्ये अभिप्रेत आहेत. त्यापैकी काही महत्त्वाची म्हणजे:-

(अ) प्रदेशांतील लोकांचे फार मोठ्या प्रमाणांत परस्परावलंबन : याचा अर्थ असा की लोकांचे आर्थिक व्यवहार हे परस्परांना पूरक असावेत. कृषी उद्योगातील व्यवहारामुळे जसे कृषिक्षेत्राबाहेरील लोकांना अन्नधान्य आणि उद्योगधंद्यासाठी कच्चा माल मिळतो, तसेच इतर क्षेत्रातील निर्मितिउद्योग, संचार, दळणवळण, संशोधन इत्यादी क्षेत्रांतील व्यवहार हे शेतीस पूरक आणि कृषी-वर्धक असावेत, असा परस्परावलंबनाचा अर्थ आहे.

(ब) त्या प्रदेशातील अर्थव्यवस्था एखाद्या वैशिष्ट्यपूर्ण उत्पादनाशी निगडित असावी. उदाहरणार्थ, एखादा महाप्रदेश कोळसा आणि लोखंड या खनिजांनी समृद्ध असेल तर त्या प्रदेशातील अर्थव्यवस्था लोखंड-पोलादाच्या उत्पादनांशी निगडित असावी अशी अपेक्षा आहे; एखादा महाप्रदेश चहाच्या मळ्यासाठी प्रसिद्ध असेल तर चहाचे उत्पादन, चहाच्या लाकडी पेट्यांची निर्मिती व त्याची वाहतूक इत्यादी आर्थिक व्यवहारांना त्या महाप्रदेशाच्या अर्थव्यवस्थेत महत्त्वाचे स्थान हवे.

(क) त्या महाप्रदेशांत वृद्धी-केंद्र पाहिजे : मुळात ही आर्थिक संकल्पना आहे. महाप्रदेशातील एखाद्या ठिकाणी होणाऱ्या अर्थोत्पादनाचे दूरगामी होणारे चांगले परिणाम विचारात घेता त्या प्रभावित क्षेत्रास आर्थिक क्षेत्रावरण (Economic Space) म्हणतात. ज्या ठिकाणी अर्थोत्पादन होते, त्यास वृद्धी-ध्रुव बिंदू (Growth Pole) असे म्हणतात. वृद्धी-ध्रुव बिंदूजवळ होणाऱ्या अर्थोत्पादनाचे सुपरिणाम हळूहळू सर्व आर्थिक क्षेत्रावरणात पसरतात व सर्व क्षेत्रांचा विकास घडून येतो, अशी काही अर्थशास्त्रज्ञांची कल्पना आहे. त्यांचा असा ही आग्रह आहे की, प्रत्येक महाप्रदेशात एखादा वृद्धी-ध्रुव बिंदू (Growth Pole) असावा.

(ड) त्या प्रदेशात किमान एक औद्योगिक केंद्र असे पाहिजे की, त्याचा

महाप्रदेशातील नागरी औद्योगिक विकास श्रेणीशी (Heirarchy of the Urban Industrial development) संबंध असेल. हा मुद्दा आणखी स्पष्ट करता येईल. एखाद्या महाप्रदेशात निरनिराळ्या प्रमाणात वाढलेली (औद्योगिकदृष्ट्या) अनेक नगरे / शहरे असू शकतात. औद्योगिकदृष्ट्या ती निरनिराळ्या पातळ्यांवर काम करीत असतात. काही ठिकाणी प्रचंड यंत्रे तयार होतात तर काही ठिकाणी त्यांना लागणारे लहान - सहान भाग (Parts) तयार होतात. त्यामुळे औद्योगिक श्रेणीबंध (Industrial Heirarchy) तयार होतो. अशा श्रेणीबंधाशी संबंधित निदान एक तरी औद्योगिक केंद्र असावे अशी कल्पना आहे.

(इ) अशा प्रदेशात खाद्य उत्पादन (Food Production) आणि रोजगारी या दोन बाबतीत बऱ्याच प्रमाणात स्वयंपूर्णता असावी.

(फ) पक्का माल आणि सेवा (Services) यांच्या निर्मितीची संभाव्य क्षमता त्या प्रदेशात असावी.

परिस्थितिकी समतोलाची (Economical Balance) संकल्पना केवळ महाप्रदेशांतच दृष्टिगोचर होऊ शकते. अन्यथा ती शक्य कोटीत येऊ शकते.

महाप्रदेश अनेक मध्यम प्रदेशांपासून बनलेला असतो. अशा मध्यम प्रदेशांची काही अपेक्षित गुणवैशिष्ट्ये खालीलप्रमाणे आहेत.

(२) **मध्यम प्रदेश (Meso Region) :** हे महाप्रदेशाचे उपविभाग होत. आर्थिकदृष्ट्या किमान खालच्या पातळीवर ते जीवनक्षम (viable) असावेत; स्वयंपूर्ण असावेत. प्रदेशातील लोकांच्या रोजगारीविषयक गरजा भागवू शकतील इतकी 'साधन संभाव्यता' (Resourse potential) त्या प्रदेशात असावी.

(३) **लघु प्रदेश (Micro Region) :** हे मध्यम प्रदेशाचे उपविभाग होत. प्रत्येक लघुप्रदेश त्यातील समान समस्येसाठी ओळखता यावा व त्या समस्येबाबत त्या प्रदेशात एकमत असावे, तो वादातीत असावा अशी अपेक्षा आहे. लघु प्रदेशातील लोकांच्या गरजा समान असाव्यात; त्याबद्दल मतभेद असता कामा नयेत. निरनिराळ्या उद्योगांसाठी अथवा सेवा योजनांसाठी लागणारा श्रमिक वर्ग आणि त्याचा पुरवठा या संदर्भात श्रमिक बाजारपेठेची संकल्पना मूर्त स्वरूप धारण करते. अशा प्रकारच्या श्रमिक बाजारपेठेवर आधारित लघुप्रदेश विचारासाठी घ्यावे अशी कल्पना आहे.

लघु प्रदेशाचे तीन प्रकार अभिप्रेत आहेत.

(१) केंद्राधिष्ठित प्रदेश (Model Region) : उदा: महानगर क्षेत्र

(२) ग्रामीण क्षेत्र (सेवा क्षेत्र / Service Areas) : एखाद्या वृद्धी-ध्रुव-बिंदूसभोवती निर्माण झालेले क्षेत्र.

(३) समस्या क्षेत्र (Problem Areas) : जसे रायल सीमा प्रदेश, चंबळ खोऱ्याचा प्रदेश, कोकण, तराईचा प्रदेश इत्यादी.

(७) आर. पी. मिश्रा (R. P. Misra) : यांनी प्रादेशिक नियोजनासाठी प्रदेशांचा श्रेणिबंध/श्रेणिक्रम सुचविला आहे. त्यांच्या मते निरनिराळ्या पातळीवरील प्रादेशिक नियोजन यशस्वीपणे राबवायचे असेल तर सर्वात खालच्या पातळीवरील प्रदेशांतर्गत साधनसंपत्तीचा संपूर्ण विकास होणे आवश्यक आहे. त्याच्या मते प्रदेशांचा पुढील श्रेणिक्रम (श्रेणीबंध विचारात घ्यावा.)

प्रदेशाची श्रेणी	प्रदेशाचे स्वरूप	प्रदेशाचा प्रकार
प्रथम	महाप्रदेश (उपराष्ट्रीय क्षेत्र)	समांगी किंवा उपसमांगी प्रदेश १) दक्षिण पठारावरील राज्ये २) गंगेचे खोरे
द्वितीय	मध्यप्रदेश (महानगर क्षेत्र, नदी खोरे दलित प्रदेश)	कार्यात्मक प्रदेश
तृतीय	लघु प्रदेश	प्रशासकीय (जिल्हा किंवा तालुका)
चतुर्थ	स्थानिक प्रदेश	स्थानिक (खेडे किंवा शहरी क्षेत्र)

प्रादेशिक नियोजनात वृद्धी-ध्रुव-केंद्राचे माहात्म्य
Role of Growth Pole Foci in Regional Planning

नियोजनाच्या संदर्भात फ्रान्सच्या पेरोच्या (Perronx) वृद्धी-ध्रुव सिद्धान्ताची (Growth Pole Theory) फार चर्चा होते. या सिद्धान्तात विकासास आवश्यक अशा तीन घटकांची (भांडवल, काळ आणि अवकाश (Space) चर्चा केली आहे.)

पेरोच्या मते भौगोलिक क्षेत्र (Geographical Space) हे अनेक प्रकारच्या अवकाशांपैकी एक होय. या जगात आर्थिक अवकाशाचे (Economic Space)

अनेक प्रकार असून त्यांच्यामध्ये विकासाचे केंद्र म्हणजेच वृद्धी केंद्र वसले असते. या केंद्रात गतिमान, परिचालक (Propulsive) असे मोठे उद्योगधंदे उभारलेले असतात. या उद्योगधंद्यांने / उद्योग आणि त्यांना जोडणारे अनुबंधने (Linkges वाहतुकीचे मार्ग/दळणवळणाची साधने) यांचा सर्वात मोठा वाटा असतो. ही अनुबंधने दोन प्रकारची असतात – अग्रगामी (Forward) आणि पश्चगामी (Backward).

अग्रगामी अनुबंधनात एखाद्या उद्योगाच्या अंतिम मागणीच्या पूर्ततेसाठी इतर उद्योगधंद्यांच्या आदानाचा (inputs) बराच मोठा भाग असतो, तर पश्चगामी अनुबंधनात एखाद्या औद्योगिक मालाच्या एकूण उत्पादनात मध्यवर्ती उद्योगांच्या आदानाचा (inputs) फार मोठा भाग असतो.

भारतातील निर्मितीउद्योग (Building Activity) हे अग्रगामी व अनुबंधनाचे उत्तम उदाहरण आहे. या उद्योगाच्या बाबतीत मध्यवर्ती आदानात पोलाद आणि सिमेंट यांचा समावेश आहे. या मध्यवर्ती आदानांचे उत्पादन (Output) मर्यादित असल्याने आणि आवश्यकतेनुसार त्यांचे उत्पादन वाढविणे शक्य होणार नाही आणि निर्मिती उद्योग फार वाढणार नाही.

याउलट आगगाडीच्या प्रवासी डब्यांच्या निर्मितीचा उद्योग पश्चगामी अनुबंधनासाठी प्रसिद्ध आहे. कारण या डब्यांच्या अंतिम (final) निर्मितीत मध्यवर्ती इतर आदानांचा (input) – उदा: डनलप गाद्या, विजेचे पंखे आणि दिवे, विजेवर चालणारे डायनोमो, रेक्सिन कापड, रंग, स्वास्थ्य जोड साधने (Sanitory Feetings), प्लायवूड, काच इत्यादी वस्तू निर्माण करणाऱ्यांचा फार मोठा वाटा असतो.

अशा रीतीने प्रमुख उद्योग आणि मध्यवर्ती उद्योग यांचे गुच्छ तयार झाल्यास त्यांना औद्योगिक संकुल (Industrial Complex) म्हणतात. अशा संकुलामध्ये प्रमुख किंवा परिचालक उद्योग तांत्रिकदृष्ट्या अभिनव असतील आणि त्यांच्यामुळे सभोवतालच्या प्रदेशांवर नवप्रवर्तनशील (innovative) आघात (inpulris) होत असतील तर त्यांना वृद्धी-ध्रुव म्हणता येईल.

पेरोच्या ध्रुव-बिंदू संकल्पनेत महत्त्वाचे स्थान नवप्रवर्तन (innovation) या कल्पनेला आहे. गतिमान औद्योगिक संकुल अथवा वृद्धी-ध्रुव हे राष्ट्रीय विकासाचे महत्त्वाचे साधन समजले जाते, कारण त्यामुळे भांडवली गुंतवणूक बचत होते. (उद्योगधंदे एकमेकांपासून दूर उभारल्यास हा खर्च वाढतो.) कच्च्या मालाचा समन्वयित समुपयोग (Co-ordinated exploitation) करता येतो, अध:संरचनेमुळे आणि औद्योगिक संघटनेतील सहकार्यामुळे उत्पादन क्षमता वाढते आणि उद्योगधंद्याची

नवप्रवर्तनशील वाढ होते.

पण भौगोलिकदृष्ट्या औद्योगिक क्षेत्रातील (विशाल, मध्यम अथवा सूक्ष्म प्रदेशातील) औद्योगिक संकुल हे वर सांगितलेल्या फ्रेंच कल्पनेवरील आधारित संकुलापेक्षा निराळे आहे. फ्रेंच संकल्पनेनुसार औद्योगिक संकुल हे कार्यात्मक (functional) आणि आर्थिक अवकाशात स्थित असते.

पेरोच्या 'वृद्धी-ध्रुव' संकल्पनेवर बरीच टीका झाली. ही संकल्पना अस्पष्ट, फसवी आणि संदिग्ध आहे. कारण त्यात सामाजिक, संस्थात्मक (institutional), संघटनात्मक, राजकीय आणि आर्थिक बाबी एकाच वेळी अंतर्भूत केलेल्या आहेत, असे हेन्सेनने (Growth Center in Regional Economic Development, 1972) म्हटले आहे. वृद्धी-ध्रुवाकडून भौगोलिक अथवा आर्थिक क्षेत्रात विकासाचे नवप्रवर्तन अपेक्षित आहे; पण ते कसे मोजावयाचे, त्याची दिशा कशी ठरवायची, विकासाची गती कशी निश्चित करावयाची या संबंधी या सिद्धान्ताने मौन पाळले आहे.

व्हॉन थुनेन (Von Thunen), वेबर (Waber), ख्रिस्तलर (Christaller), लॉश (Losch) आणि प्लॉंडर (Plander), इत्यादींनी भौगोलिक क्षेत्र (Geographical Space) विचारात घेऊन त्यात आर्थिक व्यवहार कसे संघटित केले जातात याचे विवेचन केले आहे. पण पेरोच्या मते आर्थिक व्यवहारावर काटेकोर भौगोलिक मर्यादा कधीच पडत नाही.

हर्षमनच्या मते (Hirrchman Strategy of Economic Development) अविकसित प्रदेशांमध्ये नवीन उद्योगधंदे आकर्षिले जावे म्हणून अध:संरचना निर्माण करण्यात भांडवली गुंतवणूक करणे म्हणजे अनाठायी खर्च करण्यासारखे आहे. हर्षमनचे हे मत भारतासारख्या विकसनशील देशात लागू करणे योग्य होणार नाही. पेरो आणि हर्षमन यांच्यामते विकासाचे ध्रुवीकरण जरी आवश्यक असले तरी ध्रुवीकरणाचे अनिष्ट परिणाम टाळण्यासाठी नवीन ध्रुव स्थापण्याची गरज नाही. त्यांच्यामते अस्तित्वात असलेली ध्रुवकेंद्रे वाढू द्यावीत आणि त्याचे परिणाम इतर क्षेत्रात सहजरीत्या पोहोचू द्यावेत.

अमेरिकेत (U. S. A.) हर्षमनने वृद्धी-ध्रुव संकल्पना १९५८ मध्ये अधिक विस्तृतपणे मांडली. नवप्रवर्तन करणारे उद्योगधंदे हे त्याच्या मते गाभा-प्रदेश (core) असून त्यांनाच संदिग्धपणे इतर लेखकांनी वृद्धी क्षेत्र (Growth areas), वृद्धी बिंदू (Growth points), वृद्धी आणि विकास ध्रुव आणि वृद्धी केंद्रे (Growth Center) अशा निरनिराळ्या नावांनी संबोधलेले आहे.

बुडेव्हिले (Boudeville) हा पेरोचा समर्थक. पेरोनंतर अकरा वर्षांनी वृद्धी-

ध्रुवासंबंधी लिहिताना त्याने म्हटले की ध्रुव हा आर्थिक व्यवहारांचा एक भौगोलिक समूह असून राष्ट्रीय आधारापासून अलिप्त अशा आर्थिक क्षेत्रातील जटिल पद्धतीचा त्यात अंतर्भाव होत नाही. त्याच्या म्हणण्याप्रमाणे वृद्धी-ध्रुव (Growth Pole) हा भूपृष्ठाचाच एक भाग असून तेथे भौगोलिक आणि आर्थिक ध्रुव तादात्म्य होतात अथवा एकवटतात.

थॉमसने (Morgan D. Thomas - Growth Pole Theory) पेरोच्या सिद्धान्ताची चाचणी घेताना आजमितीस आणि भविष्यकालीन विकास कसा आणि कोठे साध्य होऊ शकेल, हा प्रश्न हाताळला आहे. ते करताना अंतर्गत (Internal) आणि बाह्य (External) आर्थिक काटकसरी (Economics), तांत्रिक ज्ञानाचा विकास, आणि नवप्रवर्तनाची पसरण या विकासाशी निगडित बाबींचा विचारही केला आहे. त्याच्या मते पेरोचा सिद्धान्त स्थितिशील (Statics) असून आर्थिक विकासाला लागणारा काळ, त्याची दिशा आणि वेग या संबंधी अनुमान काढणे, त्या सिद्धान्ताप्रमाणे ठरविणे केवळ अशक्य आहे.

थॉमसच्या मते या सिद्धान्तात औद्योगिक बदल किंवा दोन वृद्धी-ध्रुवाच्या आंतर औद्योगिक अनुबंधनाचा किंवा एकाच ध्रुवांतर्गत औद्योगिक अनुबंधनाचा विचार केलेला नाही. तसेच ध्रुव आणि सभोवतालच्या क्षेत्रांच्या भौगोलिक संबंधांचा आणि केंद्रगामी आणि केंद्रोपगामी प्रेरणांचा (Centripetal and Centrifugle forces) विचार केला नाही म्हणून हा सिद्धान्त तितकासा योग्य नाही.

जॉन फ्रिडमान (John Friedmann : Regional Economic Policy) याने १९६६ मध्ये गाभा आणि परिसर प्रदेश (Core and Periphery) ही कल्पना अधिक विस्तृतपणे मांडली. त्याच्या मते नवप्रवर्तन करणारी प्रमुख केंद्रे म्हणजे गाभा-प्रदेश आणि त्याच्याशी निगडित आणि आर्थिक प्रणालीचा एक भाग म्हणून त्या सभोवतालचा प्रदेश हा परिसर प्रदेश होय. स्पष्ट सांगावयाचे म्हणजे गाभा प्रदेश ही समाजाने भौगोलिकदृष्ट्या संघटित केलेली उपप्रणाली असून त्यात नवप्रवर्तन करण्याची क्षमता असते. परिसर प्रदेश ही देखील एक उपप्रणाली असून तिच्या विकासासाठी ती गाभाप्रदेशावर अवलंबून असते. फ्राईडमनने जे सांगितले, त्यात नवीन असे काही नाही. नगर (शहर) आणि त्याच्या प्रभावाखालील क्षेत्र यांच्या संबंधांविषयी इतरत्र असेच लिहिले आहे. फ्राईडमनच्या मते गाभ्याचा प्रभाव हा परिसर प्रदेशावर सहा प्रकारच्या पश्चभरण परिणामांमुळे (Feedback Effects) होत असतो. ते म्हणजे –

(१) परिसर प्रदेशातील अर्थव्यवस्था तेथील मानवी आणि नैसर्गिक संपत्तीचा

आद्यगाभा प्रदेशाकडे झाल्यास कमजोर होते आणि गाभा प्रदेशाचे वर्चस्व वाढते. यास 'वर्चस्व परिणाम' (Dominance effect) म्हणतात.

(२) माहिती परिणाम (Information Effect) : नवप्रवर्तनाचा जलद प्रसार होऊन हा परिणाम होतो.

(३) मानसिक परिणाम (Psychological Effect) : गाभा प्रदेशात सतत वर्धमान होणाऱ्या नवप्रवर्तनामुळे तेथे विश्वास निर्माण होतो.

(४) आधुनिकीकरणाचा परिणाम (Modernisation Effect) : नवप्रवर्तनामुळे नवनवीन बदल आत्मसात करण्याकडे समाजाची प्रवृत्ती वाढते.

(५) अनुबंधन परिणाम (Linkage Effects) : नवप्रवर्तनामुळे बदल घडून येतात आणि त्या बदलांच्या पोटी पुन्हा नवप्रवर्तन जन्म घेते.

(६) उत्पादन परिणाम (Production Effects) : उत्पादनात सतत वाढ होत जाऊन त्याचे फायदे परिसर प्रदेशातील उत्पादकांना मिळत जातात.

वरील सर्व घटकांचा संकलित परिणाम होऊन गाभा प्रदेशावरील औद्योगिक दाब कमी करण्याची गरज वाटू लागते. परिणामस्वरूप परिसर प्रदेशात उपगाभा प्रदेशांची निर्मिती होते. उदा: दिल्लीच्या परिसर प्रदेशात मिरत किंवा मुंबईच्या परिसर प्रदेशात पुणे या उपगाभा प्रदेशांचा उल्लेख करता येईल.

आपण पूर्वी पाहिल्याप्रमाणे पेरोची वृद्धी-ध्रुवाची संकल्पना आर्थिक अवकाशाशी (Economic Space) निगडित आहे. बुडाव्हिलेने ती संकल्पना भौगोलिक क्षेत्रास लागू केली. या क्षेत्रात उद्योगधंद्यांचे ध्रुवीकरण कसे होते व त्याचा परिणाम सभोवतालच्या परिसरावर कसा होतो, ही कल्पना गावांच्या आणि शहरांच्या श्रेणीबद्ध क्रमनिर्मितीस लागू पडणारी आहे आणि त्या 'ध्रुव-वृद्धी' संकल्पना ख्रिस्तलरच्या 'मध्यवर्ती स्थानाच्या' (Central Place Theory) संकल्पनेशी बरीच मिळती-जुळती आहे. ध्रुवीकरण झालेला प्रदेश जरी सलग असला, तरी तो बहुजातीय (Heterogeneous) भौगेलिक प्रदेश असतो आणि त्यात प्रादेशिक गुरुत्वकेंद्र असते.

बुडाव्हिलेने पेरोची 'आर्थिक अवकाशा'ची कल्पना भौगोलिक अवकाश क्षेत्राशी/संकल्पनांशी विशेषत: ख्रिस्तलर आणि लॉश (Losch) यांच्या मध्यवर्ती केंद्र सिद्धान्ताशी (Central Place Theories) जोडली.

ख्रिस्तलर आणि लॉश यांच्या सिद्धान्ताचा आपण स्वतंत्ररीत्या अभ्यास केलेला आहे. हे सिद्धान्त बुडाव्हिलेच्या 'वृद्धी-ध्रुव-स्थान' सिद्धान्तास (Theory of Locational Growth Pole) पूरक आहेत. बुडाव्हिलेच्या सिद्धान्तात वृद्धी ध्रुव

आणि त्यापासून बाहेर पडणाऱ्या प्रेरणांचा (impulses) विचार जरी केला असला तरी त्यांचे प्रगमन केव्हा, कसे आणि कोठे (दिशा) होते, याचा विचार केलेला नाही. ती त्रुटी भरून काढण्यासाठी ख्रिस्तलर आणि लॉश यांच्या सिद्धान्ताचाही आधार घेणे आवश्यक आहे. मध्यवर्ती केंद्र सिद्धान्ताचा एक प्रमुख दोष म्हणजे त्याचा गतिहीन (Static) स्थायीभाव.

वृद्धी-ध्रुव सिद्धान्त आणि त्यातील निरनिराळ्या संकल्पनांचा आढावा घेताना हेरमानसेन (Hermansen : Development Poles and related Theories) यांनी असे म्हटले आहे की, हे सिद्धान्त अर्थवाहक आहेत, कारण त्यामुळे विकसिनशील देशात प्रादेशिक विषमता दूर करण्यास मदत होणार आहे. म्हणूनच हे सिद्धान्त (संकल्पना) रशियासारख्या समाजवादी आणि अमेरिकेसारख्या भांडवलशाही देशांत सारख्याच प्रमाणात लोकप्रिय आहेत.

ध्रुव-वृद्धी सिद्धान्तात काही चांगल्या गोष्टी तर काही त्रुटी आहेत. त्यात काही प्रश्नांचा उदा: ध्रुव कसे तयार होतात? त्यांची भौगोलिक पसरण कशी होते? त्यांचे भौगोलिक आकृतिबंध कसे दिसतात? या आकृतिबंधाचा विकासप्रक्रियेशी कसा संबंध असतो आणि नवप्रवर्तन कसे पसरते इत्यादी गोष्टींचा विचार केलेला नाही. या सर्व प्रश्नांना समाधानकारक उत्तर देऊ शकेल असा एकही स्वतंत्र सिद्धान्त नाही.

विकासध्रुवीकरणाच्या सिद्धान्ताचे दोन वर्ग पडतात. पहिल्या वर्गात पेरो आणि बुडाव्हिले इत्यादींनी चर्चिलेले आर्थिक विकासाची वृद्धी ध्रुवा(बिंदू)कडून परिसरात कशी होते, या प्रवर्तनी विगामी (Inductive) सिद्धान्ताचा समावेश होतो; तर दुसऱ्या वर्गात स्थान, विस्तार आणि भौगोलिक वितरण या घटकांच्या संदर्भात मध्यवर्ती स्थानांची निर्मिती कशी होते, यांची चर्चा करणाऱ्या ख्रिस्तलर आणि लॉश यांच्या निगामी (Duductive) सिद्धान्ताचा अंतर्भाव होतो. या वर्गातील संकल्पना म्हणजे प्रतिमान (models) होत; त्यात काळ हा घटक विचारात घेतला नाही. वरील दोन वर्गातील सिद्धान्तांचा समन्वय करता आला तर ध्रुववृद्धीपासून विकासाची प्रेरणा काळानुसार निरनिराळ्या भागात कशी पसरत जाते, हे समजू शकेल. हा प्रयत्न थोड्या-फार प्रमाणात हर्षमान, मृदाल (Myrdal), हॅंगरस्टॅंड आणि पोर्टियर यांच्या सिद्धान्तात दिसून येतो.

प्रादेशिक नियोजनातील 'भूगोलाची' भूमिका (Role of Geography in Regional Planning)

(१) प्रादेशिक नियोजनाची मध्यवर्ती कल्पना ही प्रादेशिक विकासाचे विश्लेषण करणे ही होय. हे विश्लेषण मीमांसा करून अथवा मानचित्रकलेद्वारे

(Cartography) करणे शक्य होते.

(२) एकोणिसाव्या शतकाच्या अखेरपर्यंत या विश्लेषणाची पद्धत अभिजात (Classical) होती. म्हणजेच ते विश्लेषण नैसर्गिक पर्यावरण आणि आर्थिक विकास यांच्या संबंधांच्या अभिजात (रूढ) सिद्धान्तावर आधारित होते.

(३) मागील ८०/८५ वर्षांच्या काळात या दृष्टिकोनात बदल होऊन त्या जागी आर्थिक आणि अगदी अलीकडच्या काळात सामाजिक विश्लेषण पद्धतींचा अंगीकार केलेला आढळतो.

(४) या सर्व पद्धतींचा समन्वय करून सर पॅट्रिक गिडीज (Sir Patrick Geddes) याने प्रादेशिक विश्लेषणासाठी एक भूतांत्रिकी पद्धत अवलंबिली, ती पद्धत 'लोक', 'स्थान' आणि 'कार्य' या तीन घटकांच्या आंतर्सबंधांच्या कल्पनेवर आधारलेली आहे. त्याने त्याच्या 'नदी-खोऱ्याची' - एक भौगोलिक एकमानाचे (Geographical Unit) सैद्धांतिक सर्वेक्षण करून त्या आधारे 'स्थान' आणि 'कार्य' यांचा लोकांवर कसा परिणाम (प्रभाव) होतो, हे विशद केले. प्रादेशिक सर्वेक्षण करीत असता ही वस्तुस्थिती लक्षात ठेवावयास पाहिजे. तसेच प्रादेशिक नियोजन करीत असता या तीन घटकांतील आंतर्सबंधांचा मूलाधार कसा भक्कम करता येईल हा उद्देश डोळ्यांपुढे ठेवून त्याचे नियोजन करावयास हवे.

(५) साधनाधिष्ठित नियोजन (Physical Plannings) आणि भूगोलाचा फार जवळचा संबंध आहे. भूगोल अभ्यासकांनी निरनिराळ्या मार्गांनी साधनाधिष्ठित नियोजनासाठी हातभार लावलेला आहे अथवा योगदान केले आहे.

(अ) संकल्पनात्मक योगदान (Conceptional Contributions): साधनाधिष्ठित नियोजन करण्यासाठी योजनाकारांनी पुष्कळ भौगोलिक संकल्पनांचा आधार घेतलेला दिसतो. भूदृश्यांचे (landscape) पुनर्संघटन करताना त्यातील विविध अंगे अधिक कार्यक्षम व्हावी हे सामाजिक उद्दिष्ट गाठण्यासाठी त्यांनी 'मध्यवर्ती स्थान संकल्पना' (Central Place Theory) त्यासाठी आधारभूत धरली आहे. अशी उदाहरणे नेदरलँड्स, इस्रायल आणि अमेरिकेत आढळतात.

तसेच, शेतीमधील अडीअडचणींचा नीट विचार करता यावा आणि ग्रामीण आणि नागरी केंद्रांची संरचना योग्य प्रकारे बदलता यावी म्हणून भूगोल-क्षेत्रात विकसित झालेल्या सैद्धांतिक चौकटीचा (Theoritical) आधारही त्यांनी घेतलेला आहे. शहरांतील व्यापारी अंगमारी (Commercial Blight) नाहीशी करण्यासाठी प्रतिमाने (models) तयार केली आहेत.

(ब) **तांत्रिक योगदान** (Technical Contribution) : भूगोल अभ्यासकांनी प्रथम साधनाधिष्ठित नियोजनास योगदान केले कारण त्यासाठी आवश्यक 'भूमी-वापर' विश्लेषणाचे अंग त्यांना अवगत होते म्हणून,

(१) ग्रेट ब्रिटन, पूर्व आणि पश्चिम जर्मनी येथे भूगोल अभ्यासकांनी 'भूमी-वापर', 'नकाशा निर्मिती' आणि 'विश्लेषण' या क्षेत्रांत बरेच योगदान दिले आहे. लंडन आणि सभोवतालच्या प्रदेशातील स्थानिक आवागमनतेचे प्रमाण (accessibility), दृश्यमानतेचे प्रमाण (Degree of viribility) आणि धुराची तीव्रता (intencity of Smoke) इत्यादी गोष्टी दर्शविणारे विशेष नकाशे या दृष्टीने फारच उल्लेखनीय आहेत.

(२) प्राकृतिक नियोजनकर्त्यांच्या बरोबर भूगोल अभ्यासक खालील अभ्यास-विषयांवर योगदान करीत आहेत

(अ) भूमी वापरासाठी क्षेत्र-विभाग (zones) तयार करणे आणि उद्योगांच्या उभारणीसाठी योग्य स्थानांची (sites) निवड करणे.

(ब) औद्योगिक विकेंद्रीकरण.

(क) सांडणाऱ्या अतिरिक्त लोकसंख्येचे (spillover population) अंदाज वर्तविणे.

(ड) निवासी इमारतींची घनता इत्यादी.

(३) पोलंड, युगोस्लाव्हिया आणि रशिया यासारख्या समाजवादी देशांत 'आर्थिक-प्रदेशांच्या सीमा ठरविणे'

(४) जर्मन आणि स्वीडिश भूगोल अभ्यासक, सांख्यिकीय माहिती पद्धतशीरपणे एकत्रित करण्यासाठी प्रदेशांचे विभागीकरण कसे करावे या प्रयत्नांत असतात.

(५) ग्रेट ब्रिटनमध्ये, कोणकोणत्या प्रादेशिक घटकांचा त्यांतील नवीन नगरांवर, महत्त्वाच्या उद्योगधंद्यांवर आणि राष्ट्रीय उद्योगांवर परिणाम होतो, याचा अभ्यास करण्यासाठी भूगोल अभ्यासकांना पाचारण केले आहे.

(६) डॉ. प्रकाश राव (Regional Plannings) यांनी त्यांच्या पुस्तकात भूगोलाचे विद्यार्थी (मानचित्रकार) कोणकोणत्या प्रकारचे नकाशे काढण्यात अधिक कार्यक्षम आहेत आणि ते नकाशे नियोजनासाठी कसे आवश्यक आहेत हे दाखविले आहे. अशा उपयुक्त नकाशांची त्यांनी एक भली मोठी यादी दिली आहे.

(क) तथ्यनिदर्शक आणि विश्लेषणात्मक योगदान (**Factual and Analytical Contributions**) : भूगोल अभ्यासकांनी समस्यांवर टाकलेला प्रकाश-झोत (लेखन-स्वरूपात) आणि इतर विश्लेषणात्मक लेखन हे प्राकृतिक (साधनाधिष्ठित) नियोजनकारांना फारच उपयुक्त ठरलेले आहे. अनेक विषयांवर असा अभ्यास झाला आहे; त्यात हॉल (Hall) च्या (Polimical London 2000, Hall 1963) या ग्रंथापासून ते आधुनिक काळातील अनेक विवादात्मक समस्यांची कारण-मीमांसा आणि वस्तुस्थिती स्पष्ट करणाऱ्या भौगोलिक लेखनाचा समावेश होतो.

(ड) **शासकीय कामात मदत** (**Contributions of Governmental Work**) : भूगोल अभ्यासकांनी साधनाधिष्ठित नियोजनाच्या शासकीय कामात निरनिराळ्या पदावर (उदा: योजनाधिकारी, मानचित्राधिकारी, सल्लागार समितीचे सदस्य इ.) कामे केली आहेत.

(इ) **अध्यापन शास्त्रात योगदान** (**Pedagogic Contributions**): विद्यापीठांत आणि पुष्कळ महाविद्यालयांत प्राकृतिक अथवा साधनाधिष्ठित नियोजनावरील अभ्यासक्रम राबविले जातात. पुष्कळ ठिकाणी 'उपयोजित भूगोल' (Applied Geography) या अभ्यासक्रमांतर्गत हा विषय शिकविला जातो. हे एक प्रकारचे शैक्षणिक योगदानच आहे.

❏

१३. अभिक्षेत्रीय पृथक्करणाची तंत्रे
आलेख व आकृत्या

भूगोलाच्या अभ्यासात विविध प्रकारच्या सांख्यिकी माहितीचा उपयोग करावा लागतो. ही माहिती मोठ्या प्रमाणावर उपलब्ध असते. ती वेगवेगळ्या पद्धतींनी गोळा केलेली असते. बरेच वेळा सांख्यिकी स्वरूपातली ही प्रचंड माहिती वाचणे व तिचे पृथक्करण करणे ही एक क्लिष्ट प्रक्रिया बनते. काही वेळा ही माहिती विशिष्ट उद्दिष्टांकरताच किंवा मर्यादित स्वरूपाच्या अभ्यासाकरताच आवश्यक असते. अशा वेळी सांख्यिकीचे नेमके स्वरूप समजण्याकरिता ती माहिती आकृत्या, नकाशे, आलेख यांसारख्या पद्धतींनी दाखविली जाते.

सांख्यिकी (Data) दाखविण्याच्या प्रमुख दोन पद्धती आहेत.

(१) नकाशा व्यतिरिक्त केवळ आलेख किंवा आकृत्यांच्या साहाय्याने.

(२) वितरणाचे नकाशे वापरून.

१. एकमितीय आकृत्या किंवा आलेख
(One dimensional diagrams/ graphs)

जेव्हा दोन घटकांतील संबंध व त्यातील चढ–उतार दाखवायचा असतो तेव्हा एकमितीय आकृत्या किंवा आलेखांच्या साहाय्याने तो दर्शविला जातो. ज्या आकृतीमध्ये केवळ 'य' अक्षावर दाखविलेल्या भौगोलिक घटकातील बदल लक्षात येतात त्यास एकमितीय आकृती असे म्हणतात. 'य' अक्षावर घटक दाखविण्यासाठी प्रमाण घ्यावे लागते. मात्र 'क्ष' अक्षावर विशिष्ट अंतर घेऊन ठिकाणे, प्रदेश किंवा कालावधी यांसारखे घटक दाखविले जातात. या आधारे तयार होणारी आकृती फक्त 'य' अक्षावरील म्हणजे एकच बदल दाखवते, म्हणून या प्रकारच्या आकृत्यांना एकमितीय आकृत्या असे म्हणतात.

या आकृत्यांचे प्रकार पुढीलप्रमाणे आहेत.

(१) रेषालेख

(२) स्तंभालेख

(१) **रेषालेख :** ज्या आलेखामध्ये 'य' अक्षावरील घटक हे रेषेच्या साहाय्याने दाखवले जातात त्यास रेषालेख असे म्हणतात. रेषालेखात 'क्ष' अक्षावर विशिष्ट अंतर घेऊन ज्याची माहिती द्यावयाची आहे तो प्रदेश किंवा कालावधी

दाखवला जातो, तर ‘य’ अक्षावर भौगोलिक घटकांची सांख्यिकी घेतलेल्या प्रमाणानुसार बिंदूंच्या साहाय्याने दाखविली जाते. हे सर्व बिंदू एका किंवा अनेक रेषांनी जोडून तयार होणाऱ्या आकृतीस रेषालेख असे म्हणतात. ‘य’ अक्षावर केवळ एकाच घटकासाठी रेषालेख काढला असल्यास त्याला साधा रेषालेख असे म्हणतात. जर एकापेक्षा जास्त घटकांसाठी वेगवेगळे रेषालेख एकाच आलेख कागदावर काढलेले असतील तर त्या आकृतीस बहुरेषालेख (Multiple Line graph) असे म्हणतात.

आकृती क्र. १.१ मध्ये साधा रेषालेख दाखविला आहे. यासाठी तक्ता क्र. १.१ मध्ये दिलेली सांख्यिकी वापरली आहे. ही सांख्यिकी मत्स्यशेती तळ्याचे तापमान दाखविते. यातील वेळ हा घटक ‘क्ष’ अक्षावर ठराविक अंतराने दाखवून त्याच्याशी संबंधित तापमानाची सांख्यिकी ही योग्य प्रमाण घेऊन ‘य’ अक्षावर बिंदूंच्या साहाय्याने दाखवून, ते बिंदू रेषेच्या साहाय्याने जोडलेले आहेत. याच पद्धतीने तक्ता क्र. १.२ मधील सांख्यिकीतील दोन वेगवेगळ्या तळ्यांचे तापमान एकाच आलेखात वेगवेगळ्या रेषांच्या साहाय्याने दाखवून बहुरेषालेख तयार केलेला आहे. (आकृती क्र. १.२)

तक्ता क्र. १.१ : मत्स्यशेती तळ्याचे तापमान

वेळ		तापमान (अंश सेल्सियस)
सकाळी	६.00	२२.0
	७.00	२३.२
	८.00	२४.३
	९.00	२५.0
	१0.00	२५.७
	११.00	२५.९
दुपारी	१२.00	२६.0
	१३.00	२६.२
	१४.00	२५.८
	१५.00	२५.३

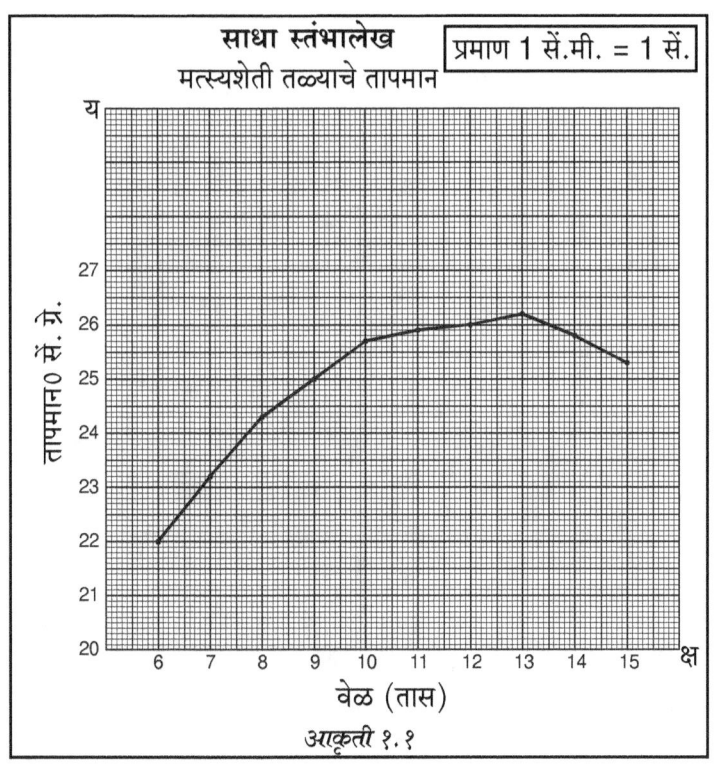

साधा स्तंभालेख

मत्स्यशेती तळ्याचे तापमान

प्रमाण 1 सें.मी. = 1 सें.

अाकृती १.१

तक्ता क्र. १.२

वेळ	तापमान तळे क्र.१(अंश सें.)	तळे क्र.२(अंश सें.)
सकाळी ६.००	२२.०	२४.०
७.००	२३.२	२४.३
८.००	२४.३	२४.५
९.००	२५.०	२५.०
१०.००	२५.०	२५.०
११.००	२५.७	२५.१
दुपारी १२.००	२६.०	२६.१
१३.००	२६.२	२६.१
१४.००	२५.८	२५.१
१५.००	२५.३	२३.५

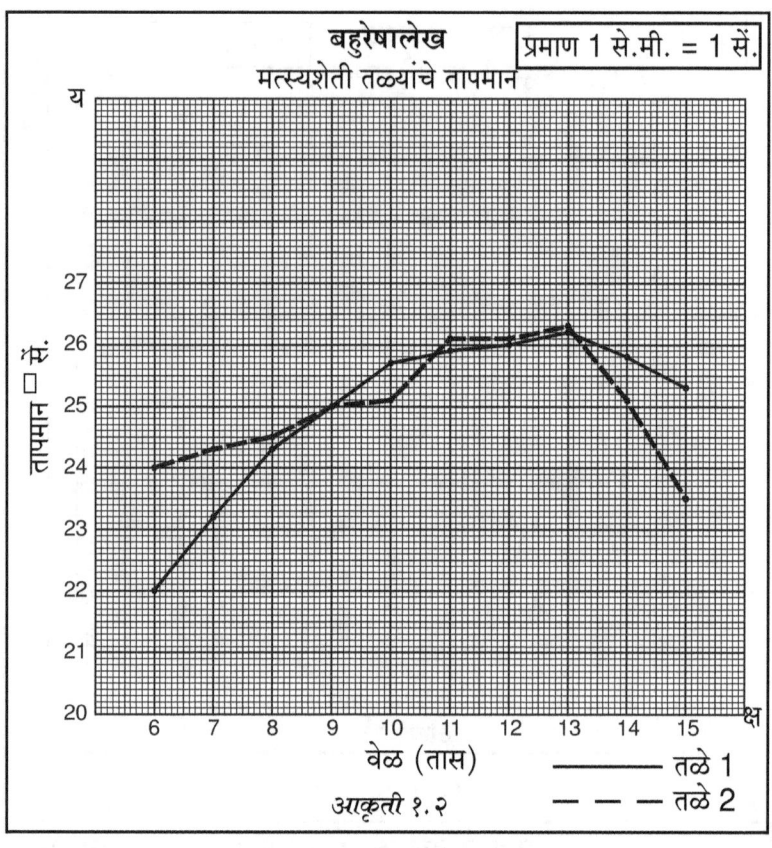

बहुरेषालेख
मत्स्यशेती तळ्यांचे तापमान
प्रमाण 1 से.मी. = 1 सें.

वेळ (तास)

आकृती १.२

——— तळे 1
— — — तळे 2

सामान्यपणे रेषालेख हे सलग सांख्यिकीसाठी (continuous data) काढले जातात. उदा. तापमान, लोकसंख्या, लोकसंख्या घनता, एखाद्या घटकाचे क्षेत्र, पिकाचे उत्पादन इत्यादी.

(२) **स्तंभालेख :** ज्या आलेखामध्ये 'य' अक्षावरील घटक हे रेषेच्या ऐवजी स्वतंत्र स्तंभाने दाखवतात तेव्हा, त्यास 'स्तंभालेख' असे म्हणतात. स्तंभालेखात 'क्ष' अक्षावर प्रदेश किंवा कालावधी विशिष्ट अंतरावर दर्शवून 'य' अक्षावर विशिष्ट प्रमाण घेऊन सांख्यिकी ही उभ्या किंवा आडव्या व समान रुंदीच्या स्तंभांच्या साहाय्याने दाखविली जाते. जेव्हा सांख्यिकी विलग स्वरूपाची (discrete) असते, तेव्हा सामान्यपणे स्तंभालेखाचा वापर केला जातो. स्तंभालेखाचे प्रमुख प्रकार पुढीलप्रमाणे आहेत.

(१) साधा स्तंभालेख (Simple Bar graph)
(२) विभाजित स्तंभालेख (Divided Bar graph)
(३) संयुक्त स्तंभालेख (Compound Bar graph)
(४) जोड स्तंभालेख (Multiple Bar graph)

साधा स्तंभालेख (Simple Bar graph):

विविध घटकमूल्यातील क्षेत्रीय बदल दर्शविण्यासाठी रेषालेखाऐवजी स्तंभालेखाचा वापर केला जातो. यामध्ये स्तंभाची जाडी सर्वत्र सारखी असते व स्तंभाची लांबी सांख्यिकीनुसार कमी-जास्त होते. स्तंभालेख काढण्याची कृती रेषालेखाप्रमाणेच असते. 'क्ष' अक्षावर प्रदेश किंवा काल दाखवून त्या संबंधीची सांख्यिकी 'य' अक्षावर प्रमाणानुसार दाखविलेली असते. हे स्तंभ आडव्या दिशेनेही काढता येतात. या प्रकारच्या आडव्या स्तंभालेखात 'य' अक्षावर काल किंवा प्रदेश तर 'क्ष' अक्षावर सांख्यिकी ही प्रमाणानुसार दाखविली जाते. आडव्या स्तंभालेखाचा महत्त्वाचा फायदा म्हणजे स्तंभावर सांख्यिकीचे नामनिर्देशन (Labeling) करता येते. स्तंभालेख हे तौलनिक अभ्यासासाठी उपयुक्त असतात. परंतु सांख्यिकीमधील तफावत जास्त असल्यास स्तंभालेख हे अनाकर्षक दिसतात. वर वर्णन केलेल्या पद्धतीनुसार तक्ता क्र. १.३ मधील सांख्यिकी वापरून साधा स्तंभालेख तयार केलेला आहे. (आकृती क्र. १.३ पाहा.)

तक्ता क्र. १.३ : साधा स्तंभालेख
पनवेल तालुक्यातील वनांखालील क्षेत्र (१९८१)

गाव	क्षेत्र (हेक्टर)
नेरे	७७.२
वाजे	६१.९
वडघर	२५.०
दापोली	१५.२
भिंगर	२२.०

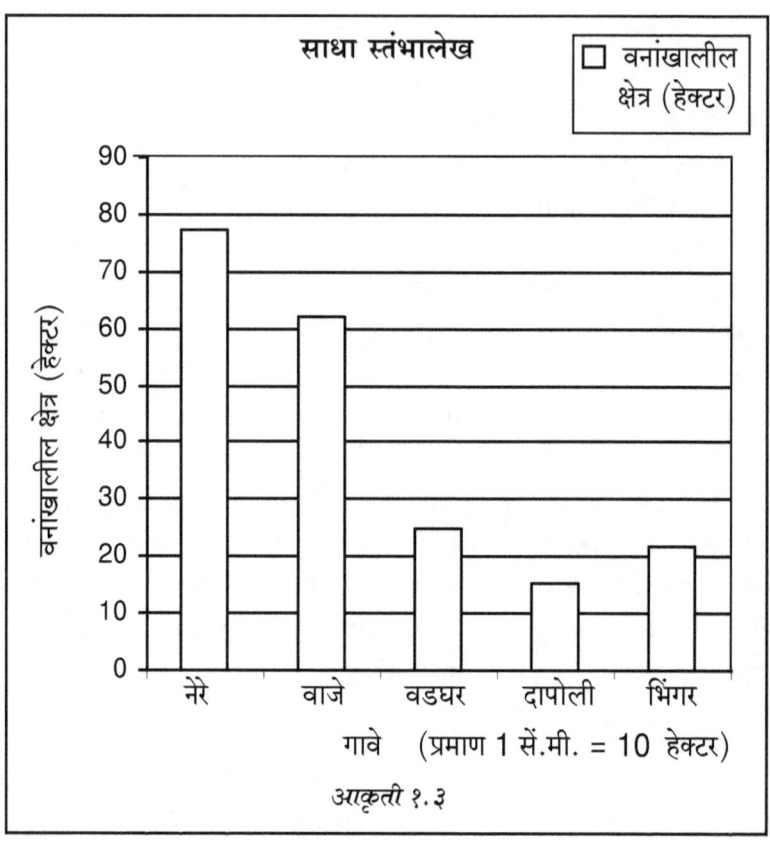

साधा स्तंभालेख

वनांखालील क्षेत्र (हेक्टर)

गावे   (प्रमाण 1 सें.मी. = 10 हेक्टर)

आकृती १.३

विभाजित स्तंभालेख (Divided Bargraph) :

या स्तंभालेखात एकूण सांख्यिकी ही स्तंभाच्या एकूण उंचीने दर्शविली जाते व सांख्यिकीचे विभाजन केले असल्यास याच स्तंभाचे विभाग पाडून विभाजित सांख्यिकीचे निर्देशन केले जाते. मात्र या प्रकारच्या स्तंभालेखात सांख्यिकीचे जास्तीत जास्त दोनच विभाग दर्शविले जातात. स्तंभातील ज्या विभागाचे निर्देशन करायचे असेल तेवढाच भाग छायांकित केलेला असतो. विभाजित स्तंभालेखावरून विभागांची तुलना करता येते. तक्ता क्र. १.४ मध्ये दिलेल्या सांख्यिकी वापरून आकृती क्र. १.४ मध्ये ती विभाजित स्तंभालेखाच्या साहाय्याने दाखविलेली आहे.

तक्ता क्र. १.४
पनवेल तालुक्यातील एकूण क्षेत्र व वनांखालील क्षेत्र (१९८१)

गाव	एकूण क्षेत्र (हेक्टर)	वनांखालील क्षेत्र (हेक्टर)
नेरे	४९०.१	७७.२
वाजे	४३५.०	६१.९
वडघर	३१३.४	२५.०
दापोली	३८५.२	१५.२
भिंगर	२१५.१	२२.०

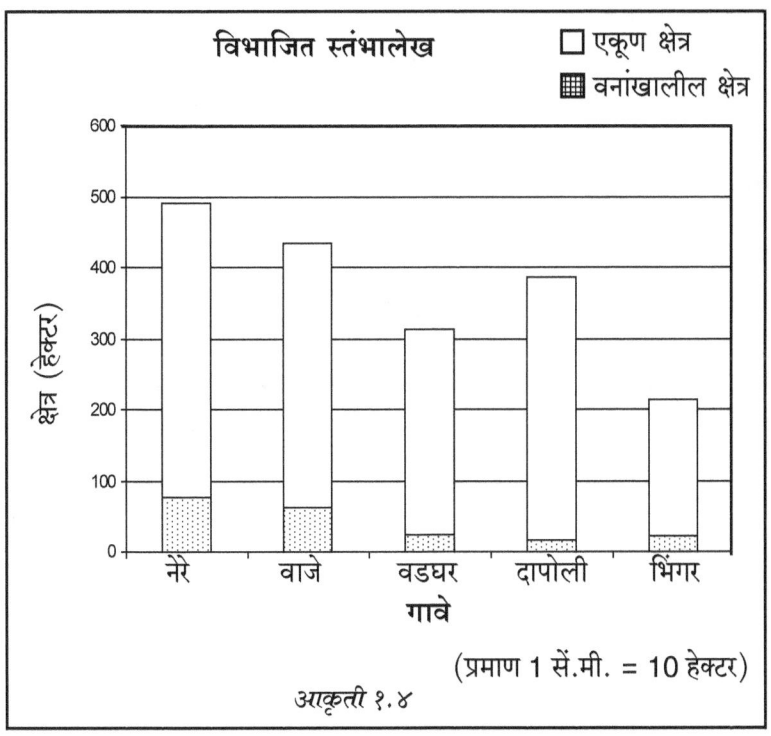

अाकृती १.४

संयुक्त स्तंभालेख (Compound Bargraph) :

जेव्हा एकूण सांख्यिकीचे अनेक उपविभाग दाखवायचे असतात, तेव्हा संयुक्त स्तंभालेख काढला जातो. स्तंभाची एकूण लांबी/उंची ही सर्व उपविभागांच्या बेरजेएवढी असते. विविध उपविभाग हे वेगवेगळ्या चिन्हाने किंवा रंगाने दाखविलेले असतात. हे स्तंभालेख काढण्यापूर्वी प्रथम सांख्यिकीतील कमीत कमी आकडेवारी तसेच जास्तीत जास्त आकडेवारी व एकूण आकडेवारी अचूकपणे दाखविता येईल या पद्धतीने प्रमाण निश्चित करावे. यामुळे सांख्यिकीचे सर्व उपविभाग सोयिस्करपणे दाखविता येतात. अशा तऱ्हेच्या अनेक स्तंभांची तुलना करावयाची असल्यास सांख्यिकीचे रूपांतर प्रतिशत स्वरूपात करणे गरजेचे असते. त्याशिवाय स्तंभाचा तौलनिक अभ्यास करता येत नाही. केवळ स्तंभालेख हा एकूण माहितीकरिता व उपविभागाकरिता काढावयाचा असल्यास व त्याची इतर स्तंभालेखांशी तुलना करायची नसल्यास सांख्यिकी प्रतिशत स्वरूपात दाखविली नाही तरी चालते. संयुक्त स्तंभालेख काढताना उपविभागातील सांख्यिकी संकलित स्वरूपात (Cumulative) लिहून घेतल्यास स्तंभालेखात उपविभाग दाखविणे सोयीचे जाते. या प्रकारच्या स्तंभालेखासाठी आवश्यक सांख्यिकी तक्ता क्र. १.५ मध्ये दाखविली आहे व त्यावर आधारित काढलेले संयुक्त स्तंभालेख आकृती क्र. १.५ अ व १.५ ब मध्ये दाखविले आहेत.

तक्ता क्र. १.५

झारखंडमधील अन्नधान्याचे उत्पादन (१९८० – ८१) (हजार टनमध्ये)

अन्नधान्य प्रकार	विभाग			
	संथाल परगणा	हजारीबाग	पालामाऊ	रांची
गहू	३४	१५	६५	१६
मका	७२	३३	०८	१४
बार्ली	०२	०२	१७	०१
हरभरा	०६	०३	३१	०५
एकूण	**११४**	**५३**	**१२१**	**३६**

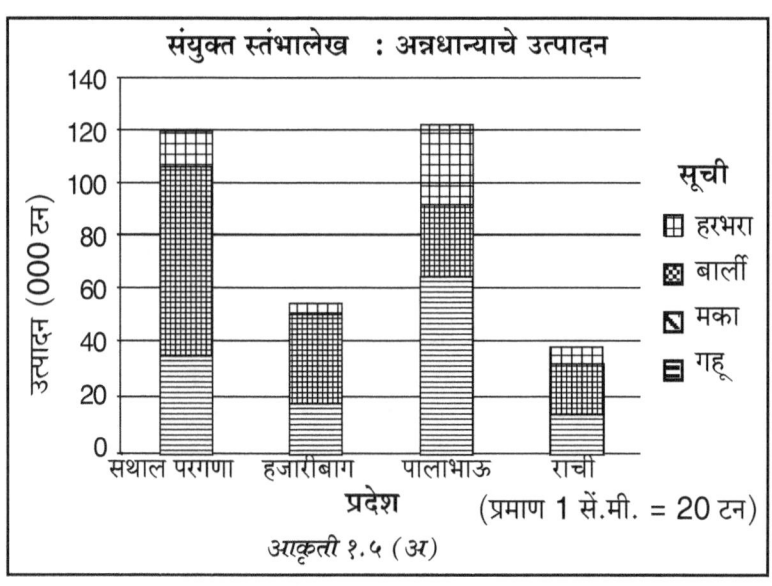

संयुक्त स्तंभालेख : अन्नधान्याचे उत्पादन

उत्पादन (000 टन)

140
120
100
80
60
40
20
0

संथाल परगणा हजारीबाग पालाभाऊ रांची

प्रदेश

सूची

⊞ हरभरा
⊠ बार्ली
◨ मका
▤ गहू

(प्रमाण 1 सें.मी. = 20 टन)

आकृती १.५ (अ)

संयुक्त स्तंभालेख

अन्नधान्याचे उत्पादन

उत्पादन (000 टन)

100%
90%
80%
70%
60%
50%
40%
30%
20%
10%
0%

संथाल परगणा हजारीबाग पालाभाऊ रांची

प्रदेश

सूची

⊡ हरभरा
⊠ बार्ली
◨ मका
▤ गहू

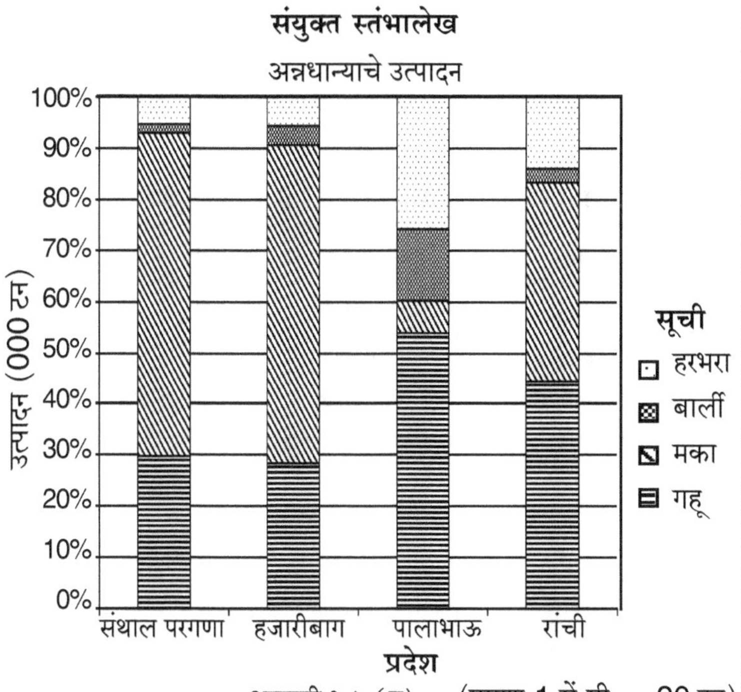

आकृती १.५ (ब) (प्रमाण 1 सें.मी. = 20 टन)

वरील संयुक्त स्तंभालेख हे एकूण उत्पादन तसेच प्रतिशत उत्पादन यासाठी दोन्ही प्रकारे काढलेले आहेत.

जोड स्तंभालेख (Multiple Bargraph) :

जेव्हा दोन किंवा तीन भौगोलिक घटकांची सांख्यिकी एकाच आलेख कागदावर तुलनेसाठी दाखविणे गरजेचे असते, तेव्हा एकाशेजारी एक स्तंभ जोडून जी आकृती तयार होते, तिला जोड स्तंभालेख असे म्हणतात. उदा. पिकांचे क्षेत्र व त्यातील उत्पादन, आयात-निर्यात, स्त्री व पुरुष प्रमाण इत्यादी.

जोड स्तंभालेखात दोन वेगवेगळ्या घटकांची सांख्यिकी असल्यामुळे प्रमाण अशा पद्धतीने घ्यावे लागते की ज्याद्वारे दोन्ही घटक एकाच आलेखावर दाखविता येतील. मात्र दोन घटक वेगवेगळ्या एककांत मोजलेले असल्यास उदा. पिकांचे क्षेत्र हे हेक्टरमध्ये व पिकांचे उत्पादन हे टनामध्ये मोजलेले असल्यास या दोन्हींसाठी दोन स्वतंत्र 'य' अक्ष घ्यावे लागतात. तसेच वेगवेगळ्या घटकांतील कमीत कमी व जास्तीत जास्त सांख्यिकीचा विचार करून योग्य ते प्रमाण घेऊन हे घटक 'य' अक्षावर स्तंभाच्या साहाय्याने दाखवावेत. वेगवेगळे स्तंभ दाखविण्यासाठी त्या स्तंभांना छायांकित केले जाते व त्याची सूची सोबत दिली जाते. तक्ता क्र. १.६ मध्ये दिलेली सांख्यिकी वापरून जोड स्तंभालेख तयार केलेला आहे व आकृती क्र. १.६ मध्ये तो दर्शविला आहे.

तक्ता क्र. १.६
भारतातील जंगलतोडीचे क्षेत्र (क्षेत्र दशलक्ष हेक्टर)

जंगल प्रकार	वर्ष १९८५	वर्ष १९८२
मिश्र प्रकार	५५.५२	४६.६५
बंदिस्त जंगल	४६.६२	३६.०२
विखुरलेले जंगल	८.७७	१०.०६

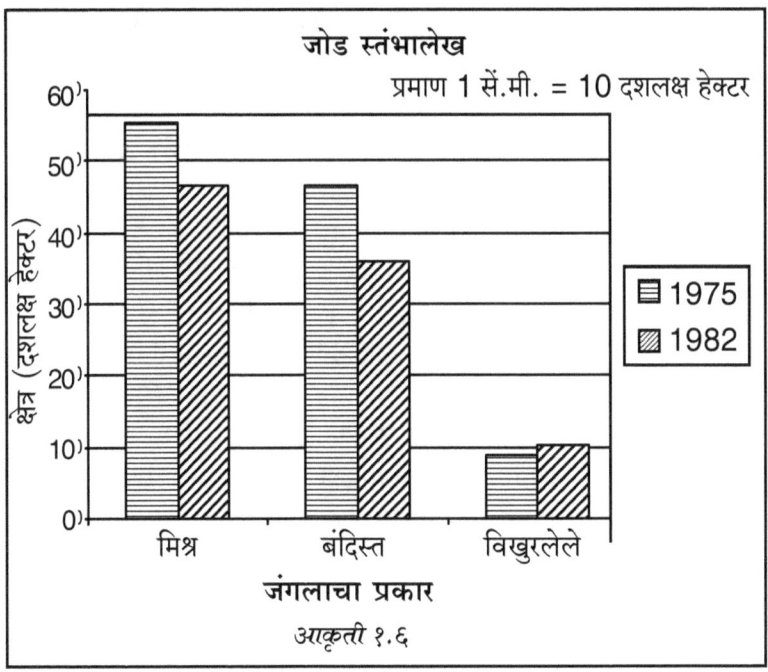

जोड स्तंभालेख

प्रमाण 1 सें.मी. = 10 दशलक्ष हेक्टर

क्षेत्र (दशलक्ष हेक्टर)

जंगलाचा प्रकार

आकृती १.६

एकमितीय आकृत्यांचे फायदे :

(१) एकमितीय आकृत्या या काढण्यास व समजण्यास सोप्या असतात.

(२) या आकृत्यांच्या साहाय्याने सांख्यिकी परिणामकारीत्या दर्शविता येते.

(३) या आकृत्या द्विमितीय व त्रिमितीय आकृत्यांपेक्षा अधिक अचूकपणे सांख्यिकी दर्शवितात.

१.२ द्विमितीय आकृत्या (Two Dimensional Diagrams) :

ज्या आकृत्यांमध्ये क्षेत्राशी संबंधित भौगोलिक आकडेवारी तिच्या प्रमाणानुसार वर्तुळ, आयत, चौरस यांमध्ये दाखविली जाते तेव्हा त्या आकृत्यांना क्षेत्रीय आकृत्या असेही म्हणतात. या आकृत्या नकाशात, प्रशासकीय विभागानुसार दाखवता येतात. अशा आकृत्यांना प्रमाणबद्ध आकृत्या असे म्हणतात.

(१) **प्रमाणबद्ध वर्तुळे (Praportional Circles) :** या पद्धतीत क्षेत्रीय आकडेवारी विशिष्ट प्रमाणावर काढलेल्या वर्तुळाने दाखविली जाते. प्रमाणबद्ध वर्तुळे काढण्यासाठी दिलेल्या आकडेवारीनुसार वर्तुळाची त्रिज्या काढली जाते. दिलेली आकडेवारी ही त्या त्या वर्तुळाचे क्षेत्रफळ आहे असे मानून

प्रत्येक वर्तुळाची त्रिज्या काढली जाते. दिलेल्या आकडेवारीमधील कमाल व किमान आकडेवारीचा विचार करून विशिष्ट संख्येसाठी वर्तुळाची त्रिज्या गृहीत धरावी लागते. बाकीची वर्तुळे या त्रिज्येच्या प्रमाणात काढली जातात. म्हणजेच आकडेवारीनुसार प्रत्येक वर्तुळाची त्रिज्या बदलत जाते.

वर्तुळाची त्रिज्या काढण्याचे सूत्र खालीलप्रमाणे आहे.

$$\text{वर्तुळाची त्रिज्या} = \text{मानलेली त्रिज्या} \times \sqrt{\frac{\text{दिलेली संख्या}}{\text{मानलेली संख्या}}}$$

वरील सूत्राच्या आधारे दिलेल्या आकडेवारीसाठी वर्तुळाची त्रिज्या काढता येते. सोबत तक्ता क्र. १.७ मध्ये महाराष्ट्रातील लोहखनिज उत्पादन दर्शक सांख्यिकी दिलेली आहे. या सांख्यिकीतील कमीत कमी व जास्तीत जास्त सांख्यिकीचा विचार करून १ सें.मी. ही त्रिज्या मानून तिच्यासाठी १०० (००० टन) ही संख्या मानलेली म्हणजेच निवडलेली संख्या आहे. म्हणजेच १०० (००० टन) या संख्येसाठी १ सें.मी. त्रिज्येचे वर्तुळ निश्चित केले. आता दिलेल्या सांख्यिकीसाठी वरील सूत्राच्या आधारे वर्तुळांची त्रिज्या काढलेली आहे.

तक्ता क्र. १.७ – महाराष्ट्रातील लोहखनिज उत्पादन (००० टन)

वर्ष	उत्पादन
१९६१	३६२
१९७१	६१३
१९८१	१०५९
१९८७	८१७
१९९५	१३०

तक्त्यात दर्शविलेल्या प्रत्येक वर्षासाठी लोहखनिज उत्पादनदर्शक वर्तुळांच्या त्रिज्या पुढील प्रमाणे येतील.

प्रमाण = १ सें.मी. = १०० (००० टन)

(१) वर्ष १९६१ साठी वर्तुळाची त्रिज्या.

$$\text{वर्तुळाची त्रिज्या} = 1 \text{ सें.मी.} \times \sqrt{\frac{362}{100}}$$

$$= 1 \text{ सें.मी. } \times \sqrt{3.62}$$
$$= 1.897 \text{ सें.मी.}$$

(२) वर्ष १९७१

$$\text{वर्तुळाची त्रिज्या } = 1 \text{ सें.मी. } \times \sqrt{\frac{613}{100}}$$

$$= 1 \text{ सें.मी. } \times \sqrt{6.13}$$
$$= 2.47 \text{ सें.मी.}$$

(३) वर्ष १९८१

$$\text{वर्तुळाची त्रिज्या } = 1 \text{ सें.मी. } \times \sqrt{\frac{1059}{100}}$$

$$= 1 \text{ सें.मी. } \times \sqrt{10.59}$$
$$= 3.25 \text{ सें.मी.}$$

(४) वर्ष १९८७

$$\text{वर्तुळाची त्रिज्या } = 1 \text{ सें.मी. } \times \sqrt{\frac{817}{100}}$$

$$= 1 \text{ सें.मी. } \times \sqrt{8.17}$$
$$= 2.85 \text{ सें.मी.}$$

(५) वर्ष १९९५

$$\text{वर्तुळाची त्रिज्या } = 1 \text{ सें.मी. } \times \sqrt{\frac{130}{100}}$$

$$= 1 \text{ सें.मी. } \times \sqrt{1.3}$$
$$= 1.18 \text{ सें.मी.}$$

वर्तुळाची त्रिज्या काढल्यानंतर योग्य त्रिज्येनुसार कागदावर वर्तुळे काढावीत. आकृतीत नाव (शीर्षक), तसेच घेतलेले प्रमाण लिहिणे आवश्यक असते. सोबत आकृती क्र. १.७ मध्ये प्रमाणबद्ध वर्तुळे काढलेली आहेत.

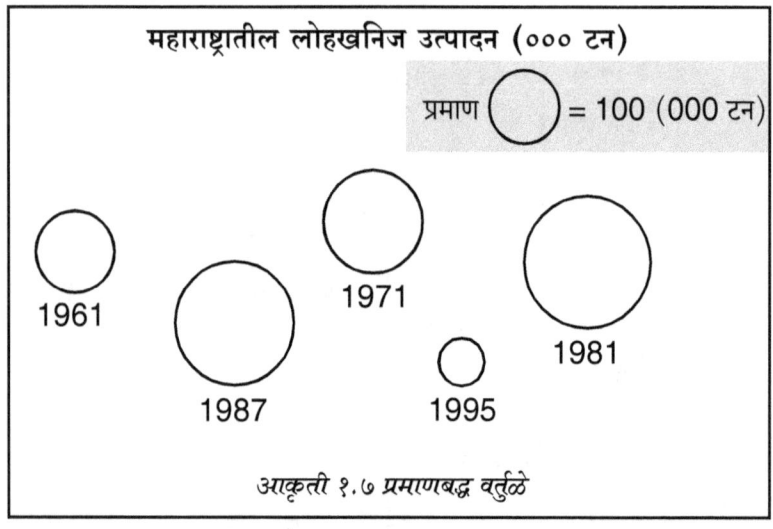

महाराष्ट्रातील लोहखनिज उत्पादन (००० टन)
प्रमाण = 100 (000 टन)
1961
1971
1981
1987
1995

आकृती १.७ प्रमाणबद्ध वर्तुळे

(२) प्रमाणबद्ध चौरस (Praportional squares) : या पद्धतीत भौगोलिक आकडेवारी विशिष्ट प्रमाण घेऊन चौरसाच्या साहाय्याने दाखविली जाते, त्यामुळे यांना प्रमाणबद्ध चौरस असेही म्हणतात. आकडेवारीच्या प्रमाणात चौरसाचा आकार लहान किंवा मोठा होत जातो. प्रमाणबद्ध चौरसामुळे विविध घटकांची तुलना करणे सोपे जाते. दिलेली आकडेवारी हे चौरसाचे क्षेत्रफळ आहे असे मानून त्या संख्येसाठी विशिष्ट बाजू घेऊन दिलेल्या आकडेवारीसाठी चौरसाची बाजू काढली जाते व तेवढ्या बाजूचे चौरस काढले जातात. चौरसाची बाजू काढण्याचे सूत्र पुढील प्रमाणे आहे.

$$\text{चौरसाची बाजू} = \text{मानलेली बाजू} \sqrt{\frac{\text{दिलेली संख्या}}{\text{मानलेली संख्या}}}$$

सोबत तक्ता क्र. १.८ मध्ये दिलेल्या आकडेवारीसाठी चौरसांची बाजू काढलेली आहे. या उदाहरणात ५० (०००टन) ही मानलेली म्हणजेच निवडलेली संख्या असून तिच्यासाठी मानलेली बाजू १ सें.मी. आहे. वरील सूत्राच्या आधारे प्रत्येक वर्षासाठी मँगनीज उत्पादन दर्शक चौरसांच्या बाजू काढलेल्या आहेत.

तक्ता क्र. १.८

महाराष्ट्रातील मँगेनिज उत्पादन (०००टन)

वर्ष	उत्पादन
१९६१	१८७
१९७१	२१६
१९८१	२२२
१९८७	७९
१९९५	१३०

प्रमाण १ सें.मी. = ५० (०००टन)

(१) वर्ष १९६१

$$\text{चौरसाची बाजू} = 1 \text{ सें.मी.} \times \sqrt{\frac{187}{50}}$$

$$= 1 \text{ सें.मी.} \times \sqrt{3.74}$$

$$= 1.93 \text{ सें.मी.}$$

(२) वर्ष १९७१

$$\text{चौरसाची बाजू} = 1 \text{ सें.मी.} \times \sqrt{\frac{216}{50}}$$

$$= 1 \text{ सें.मी.} \times \sqrt{4.32}$$

$$= 2.08 \text{ सें.मी.}$$

(३) वर्ष १९८१

$$\text{चौरसाची बाजू} = 1 \text{ सें.मी.} \times \sqrt{\frac{222}{50}}$$

$$= 1 \text{ सें.मी.} \times \sqrt{4.44}$$

$$= 1.26 \text{ सें.मी.}$$

(४) वर्ष १९८७

$$\text{चौरसाची बाजू} = 1 \text{ सें.मी.} \times \sqrt{\frac{79}{50}}$$

$$= 1 \text{ सें.मी.} \times \sqrt{1.58}$$

$$= 1.26 \text{ सें.मी.}$$

(५) वर्ष १९९५

$$\text{चौरसाची बाजू} = 1 \text{ सें.मी.} \times \sqrt{\frac{130}{50}}$$

$$= 1 \text{ सें.मी.} \times \sqrt{2.6}$$

$$= 1.61 \text{ सें.मी.}$$

चौरसाची बाजू काढल्यानंतर कागदावर योग्य बाजू असलेले चौरस काढावेत. आकृतीला शीर्षक द्यावे व घेतलेले प्रमाण नमूद करावे. तक्ता क्र. १.८ मधील आकडेवारीसाठी चौरसाची बाजू काढल्यानंतर आकृती क्र. १.८ मध्ये प्रमाणबद्ध चौरस काढलेले आहेत.

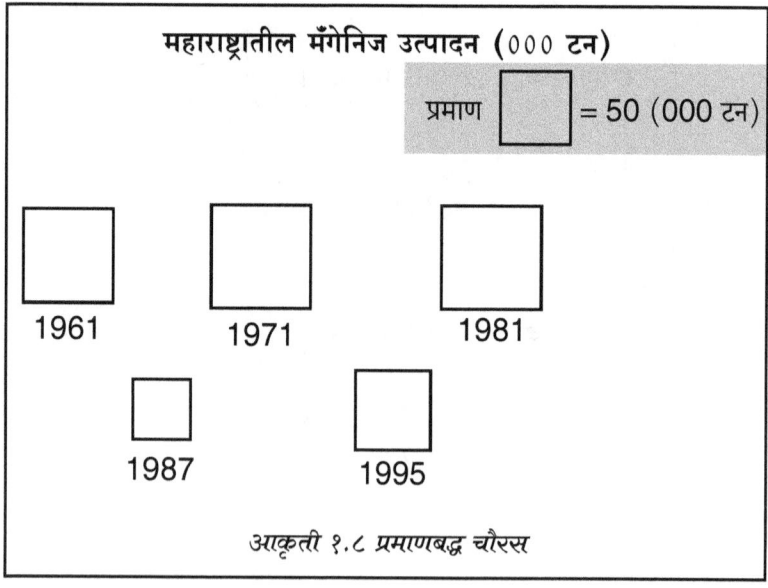

आकृती १.८ प्रमाणबद्ध चौरस

(३) विभाजित वर्तुळे (Divided circle / wheel / pie diagrams):
या पद्धतीत एकूण आकडेवारीसाठी एक सोयिस्कर आकाराचे वर्तुळ काढले जाते व आकडेवारीचे उपविभाग अंशाच्या स्वरूपात वर्तुळाची विभागणी करून दर्शविले जातात. या पद्धतीत दिलेली एकूण आकडेवारी ३६० अंश आहे असे मानून उपविभागांची अंशात्मक किंमत काढली जाते. वर्तुळामध्ये प्रत्येक उपविभाग एकापुढे एक असलेल्या अंशात्मक विभागाने दाखविला जातो. प्रत्येक उपविभाग रंग किंवा चिन्हांनी दाखविला जातो. त्यामुळे उपविभागांची तुलना करणे सोपे जाते. प्रत्येक उपविभागाची अंशात्मक किंमत काढण्यासाठी खालील सूत्राचा वापर केला जातो.

$$\text{उपविभागाची अंशात्मक किंमत} = \frac{\text{उपविभागाची किंमत}}{\text{एकूण किंमत}} \times ३६०^\circ$$

तक्ता क्र. १.९ मध्ये दिलेल्या आकडेवारीसाठी प्रत्येक उपविभागाची अंशात्मक किंमत काढलेली आहे व त्यानुसार वर्तुळाची विभागणी केलेली आहे. (आकृती १.९)

तक्ता क्र. १.९
महाराष्ट्रातील भूमिउपयोजन (१९९४ – ९५)
(क्षेत्र – लक्ष हेक्टर्स)

भूमिउपयोजनाचा प्रकार	क्षेत्र
(१) अरण्ये	५२.८०
(२) शेतीसाठी उपलब्ध नसलेली जमीन	२९.४०
(३) शेतीखाली नसलेली जमीन	२५.४०
(४) पडीक जमीन	२१.००
(५) निव्वळ शेतीखालील जमीन	२१४.२९
एकूण क्षेत्र	**३४२.८९**

वरील उदाहरणात दिलेल्या प्रत्येक उपविभागासाठी अंशात्मक किंमत काढलेली आहे.

(१) अरण्ये

$$\text{अंशात्मक किंमत} = \frac{52.80}{342.89} \times 360^{\circ}$$
$$= 0.15 \times 360^{\circ}$$
$$= 55.43^{\circ}$$

(२) शेतीसाठी उपलब्ध नसलेली जमीन

$$\text{अंशात्मक किंमत} = \frac{29.40}{342.89} \times 360^{\circ}$$
$$= 0.086 \times 360^{\circ}$$
$$= 30.87^{\circ}$$

(३) शेतीखाली नसलेली जमीन

$$\text{अंशात्मक किंमत} = \frac{25.40}{342.89} \times 360^{\circ}$$
$$= 0.074 \times 360^{\circ}$$
$$= 26.67^{\circ}$$

(४) पडीक जमीन

$$\text{अंशात्मक किंमत} = \frac{21.00}{342.89} \times 360^{\circ}$$
$$= 0.061 \times 360^{\circ}$$
$$= 22.05^{\circ}$$

(५) निव्वळ शेतीखाली असलेली जमीन

$$\text{अंशात्मक किंमत} = \frac{214.29}{342.89} \times 360^{\circ}$$
$$= 0.624 \times 360^{\circ}$$
$$= 224.98^{\circ}$$

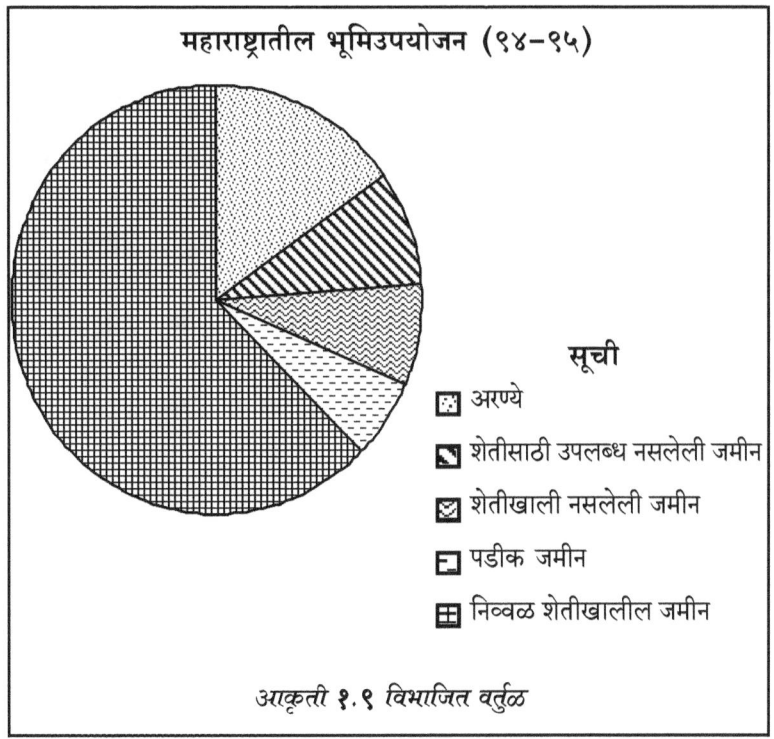

आकृती १.९ विभाजित वर्तुळ

द्विमितीय आकृत्यांचे फायदे :

(१) प्रमाणबद्ध वर्तुळ किंवा चौरस पद्धतीमुळे भौगोलिक घटकांचे स्वरूप सहज लक्षात येते.

(२) एका प्रदेशाची दुसऱ्या प्रदेशाशी तुलना करता येते.

(३) केवळ वर्तुळ किंवा चौरसाच्या आकारावरून आकडेवारीचा लहान-मोठेपणा लक्षात येतो.

(४) प्रमाणाच्या आधारे घटकाचे मूल्य काढता येते.

(५) विभाजित वर्तुळ पद्धतीने उपघटकांची तुलना सहजपणे करता येते.

(६) एकमितीय आकृत्यांच्या (आलेख) मानाने द्विमितीय आकृत्या कमी जागा व्यापतात.

तोटे –

(१) द्विमितीय आकृत्या काढण्यापूर्वी विशिष्ट सूत्राचा वापर करावा लागतो व किचकट आकडेमोड करावी लागते.

१.३ त्रिमितीय आकृत्या (Three dimensional diagrams) –

ज्या आकृत्यांना लांबी, रुंदी, जाडी किंवा उंची असते अशा आकृत्यांना त्रिमितीय आकृत्या असे म्हणतात. दंडगोल, घनगोल व ठोकळे या त्रिमितीय आकृत्या आहेत. जास्त संख्येची भौगोलिक माहिती या आकृत्यांच्या साहाय्याने कमीत कमी जागेत दाखवता येते.

(१) प्रमाणबद्ध घनगोल (Praportional spheres) : या पद्धतीमध्ये दिलेली आकडेवारी ही घनगोलाचे घनफळ आहे असे मानून प्रत्येक आकडेवारीसाठी घनगोलाची त्रिज्या काढली जाते. नंतर त्या त्रिज्येचे वर्तुळ काढून त्यास वक्राकार रेषा काढून त्रिमितीचा भास निर्माण केला जातो. दिलेल्या आकडेवारीमधील कमीत कमी व जास्तीत जास्त संख्या यांचा विचार करून घनगोलाच्या त्रिज्येसाठी प्रमाण घ्यावे लागते. नंतर पुढील सूत्राच्या आधारे प्रत्येक आकडेवारीसाठी घनगोलाची त्रिज्या काढली जाते.

$$\text{घनगोलाची त्रिज्या} = \text{मानलेली त्रिज्या} \times \sqrt[3]{\frac{\text{दिलेली संख्या}}{\text{मानलेली (निवडलेली) संख्या}}}$$

तक्ता क्र. १.१० मध्ये दिलेल्या आकडेवारीसाठी घनगोलांची त्रिज्या काढली आहे व त्यानुसार घनगोल काढलेले आहेत. (आकृती क्र. १.१०) यासाठी घेतलेले प्रमाण १ सें.मी.ला २०० टन असे आहे.

तक्ता क्र. १.१०

प्रतिदिनी वाहनातून निर्माण होणारी प्रदूषके (टनामध्ये)

शहरे	प्रदूषकांचे प्रमाण
दिल्ली	१०४६.३०
मुंबई	६५९.५७
बंगळूर	३०४.४७
कोलकाता	२९४.७०
अहमदाबाद	२९२.७३

तक्ता क्र. १.१० मध्ये दिलेल्या आकडेवारीसाठी घनगोलांची त्रिज्या पुढीलप्रमाणे येते. (प्रमाण १ सें.मी.. = २०० टन)

(१) दिल्ली

$$\text{घनगोलाची त्रिज्या} = 1 \text{ सें.मी.} \times \sqrt[3]{\frac{1046.30}{200}}$$

$$= 1 \text{ सें.मी.} \times \sqrt[3]{5.23}$$

$$= 1.74 \text{ सें.मी.}$$

(२) मुंबई

$$\text{घनगोलाची त्रिज्या} = 1 \text{ सें.मी.} \times \sqrt[3]{\frac{659.57}{200}}$$

$$= 1 \text{ सें.मी.} \times \sqrt[3]{3.30}$$

$$= 1.48 \text{ सें.मी.}$$

(३) बंगळूर

$$\text{घनगोलाची त्रिज्या} = 1 \text{ सें.मी.} \times \sqrt[3]{\frac{304.47}{200}}$$

$$= 1 \text{ सें.मी.} \times \sqrt[3]{1.52}$$

$$= 1.15 \text{ सें.मी.}$$

(४) कोलकाता

$$\text{घनगोलाची त्रिज्या} = 1 \text{ सें.मी.} \times \sqrt[3]{\frac{294.70}{200}}$$

$$= 1 \text{ सें.मी.} \times \sqrt[3]{1.47}$$

$$= 1.14 \text{ सें.मी.}$$

(५) अहमदाबाद

$$\text{घनगोलाची त्रिज्या} = 1 \text{ सें.मी.} \times \sqrt[3]{\frac{292.73}{200}}$$

$$= 1 \text{ सें.मी.} \times \sqrt[3]{1.46}$$

$$= 1.13 \text{ सें.मी.}$$

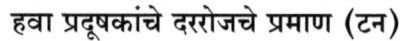

हवा प्रदूषकांचे दररोजचे प्रमाण (टन)

प्रमाण = 200 टन

दिल्ली

मुंबई

बंगळूर

कोलकाता

अहमदाबाद

आकृती क्र. १.१० प्रमाणबद्ध घनगोल

(२) प्रमाणबद्ध ठोकळे (Praportional cubes) : या त्रिमितीय आकृत्यांमध्ये दिलेली आकडेवारी ही ठोकळ्याचे घनफळ आहे असे मानून प्रत्येक आकडेवारीसाठी ठोकळ्याची बाजू काढली जाते. दिलेल्या आकडेवारीसाठी कमीत कमी व जास्तीत जास्त संख्येचा विचार करून प्रथम ठोकळ्यासाठी प्रमाण घेतले जाते. नंतर घेतलेल्या प्रमाणानुसार प्रत्येक आकडेवारीसाठी ठोकळ्यांची बाजू काढून तेवढ्या बाजूचे चौरस काढले जातात व त्यांना त्रिमितीय आकार दिला जातो.

ठोकळ्याची बाजू काढण्याचे सूत्र खालील प्रमाणे आहे.

$$\text{ठोकळ्याची बाजू} = \text{मानलेली बाजू} \times \sqrt[3]{\dfrac{\text{दिलेली संख्या}}{\text{मानलेली संख्या}}}$$

वरील सूत्राच्या आधारे तक्ता क्र. १.११ मध्ये दिलेल्या आकडेवारीसाठी प्रमाणबद्ध ठोकळ्यासाठी बाजू काढली आहे व त्यानुसार ठोकळे काढलेले आहेत. (आकृती क्र. १.११)

तक्ता क्र. १.११

भारतातील काही राज्यांची लोकसंख्या २००१ मधील

राज्य	लोकसंख्या (दशलक्ष)
बिहार	८३
महाराष्ट्र	९७
आंध्रप्रदेश	७६
आसाम	२७
हिमाचल प्रदेश	६

तक्ता क्र. १.११ मधील आकडेवारीसाठी १ सें.मी.ला १० दशलक्ष लोकसंख्या असे प्रमाण घेऊन प्रत्येक राज्यासाठी ठोकळ्याची बाजू काढलेली आहे ती पुढील प्रमाणे आहे.

(१) बिहार

$$\text{ठोकळ्याची बाजू} = 1 \text{ सें.मी.} \times \sqrt[3]{\frac{83}{10}}$$
$$= 1 \text{ सें.मी.} \times \sqrt[3]{8.3}$$
$$= 2.0246 \text{ सें.मी.}$$

(२) महाराष्ट्र

$$\text{ठोकळ्याची बाजू} = 1 \text{ सें.मी.} \times \sqrt[3]{\frac{97}{10}}$$
$$= 1 \text{ सें.मी.} \times \sqrt[3]{9.7}$$
$$= 2.132 \text{ सें.मी.}$$

(३) आंध्रप्रदेश

$$\text{ठोकळ्याची बाजू} = 1 \text{ सें.मी.} \times \sqrt[3]{\frac{76}{10}}$$
$$= 1 \text{ सें.मी.} \times \sqrt[3]{7.6}$$
$$= 1.96 \text{ सें.मी.}$$

(४) आसाम

$$\text{ठोकळ्याची बाजू} = 1 \text{ सें.मी.} \times \sqrt[3]{\frac{27}{10}}$$

$$= 1 \text{ सें.मी.} \times \sqrt[3]{2.7}$$

$$= 1.39 \text{ सें.मी.}$$

(५) हिमाचल प्रदेश

$$\text{ठोकळ्याची बाजू} = 1 \text{ सें.मी.} \times \sqrt[3]{\frac{6}{10}}$$

$$= 1 \text{ सें.मी.} \times \sqrt[3]{.6}$$

$$= 0.84 \text{ सें.मी.}$$

तक्ता क्र. १.११ मध्ये दिलेल्या आकडेवारीसाठी ठोकळ्यांची बाजू काढल्यानंतर ते आकृती क्र. १.११ मध्ये दर्शविले आहेत.

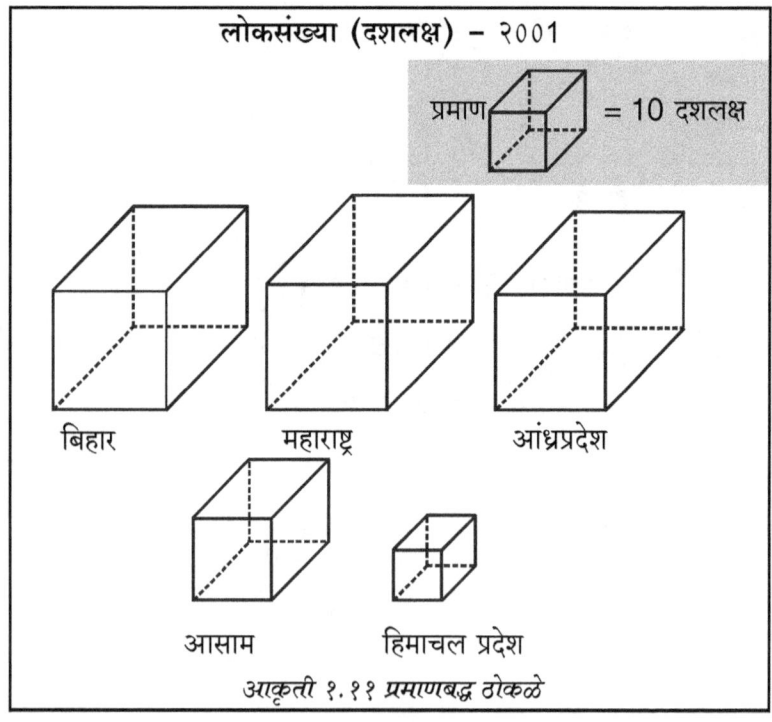

लोकसंख्या (दशलक्ष) – २001

आकृती १.११ प्रमाणबद्ध ठोकळे

प्रमाणबद्ध घनगोल व प्रमाणबद्ध ठोकळे या पद्धतींचे फायदे व तोटे द्विमितीय आकृत्यांप्रमाणेच आहेत.

(३) **ठोकळ्यांची चळत (Block piles) :** प्रमाणानुसार घेतलेले ठोकळे एकावर एक ठेवल्यास जी आकृती तयार होते, त्यास ठोकळ्यांची चळत असे म्हणतात. त्यातील ठोकळ्यांची रचना अशा पद्धतीने केलेली असते की यातील प्रत्येक ठोकळा स्वतंत्रपणे मोजता येईल. ठोकळ्यांच्या चळतीची उजवी बाजू छायांकित केल्यास घन आकृत्यांचा परिणाम स्पष्टपणे दिसून येतो. ठोकळ्यांची चळत दाखवित असताना मागच्या बाजूकडून पुढील बाजूकडे ठोकळ्यांची संख्या वाढत आहे, असे समजून त्याची रचना केली जाते. त्यामुळेच उर्वरित संख्येतील ठोकळे नेहमी पुढील बाजूसच दाखवले जातात. दिलेल्या आकडेवारीतील कमीत कमी व जास्तीत जास्त संख्या लक्षात घेऊन विशिष्ट लांबी असलेला एक ठोकळा प्रमाण म्हणून मानण्यात येतो. नंतर प्रत्येक संख्या ही या ठोकळ्यांच्या पटीत, ठोकळ्यांची चळत या स्वरूपात दाखविली जाते. हे ठोकळे ५ किंवा १० ठोकळ्यांच्या संख्येत उभे रचलेले असतात अशा तऱ्हेची आकृती तयार करण्यास वेळ व कौशल्य लागते. त्यामुळे या आकृत्या आता फारशा वापरल्या जात नाहीत. तक्ता क्र. १.१२ मध्ये दिलेली आकडेवारी ठोकळ्याची चळत या स्वरूपात दाखवलेली आहे. यासाठी १ ठोकळा बरोबर ५०० असे प्रमाण घेतलेले आहे व प्रत्येक आकडेवारीसाठी लागणाऱ्या ठोकळ्यांची संख्या उदा. ६०००/५०० = १२ अशा पद्धतीने काढलेली आहे. नंतर विशिष्ट लांबी असलेला एक ठोकळा या प्रमाणे एकूण ठोकळे एकमेकांवर एक या पद्धतीने दाखवलेले आहेत. ठोकळ्यांची संख्या नेहमी पूर्णांकातच घ्यावी. तक्ता क्र. १.१२ मधील आकडेवारी आकृती क्र. १.१२ मध्ये ठोकळ्यांची चळत या स्वरूपात दाखवलेली आहे.

तक्ता क्र. १.१२ : उभयचर प्राण्यांच्या प्रजाती

प्रदेश	संख्या	ठोकळ्यांची संख्या
(१) द. आफ्रिका	६०००	१२
(२) मादागास्कर	४९००	१०
(३) बोर्निओ	३५००	०७
(४) कॅलिफोर्निया	२१४०	१४
(५) श्रीलंका	५३५	०१

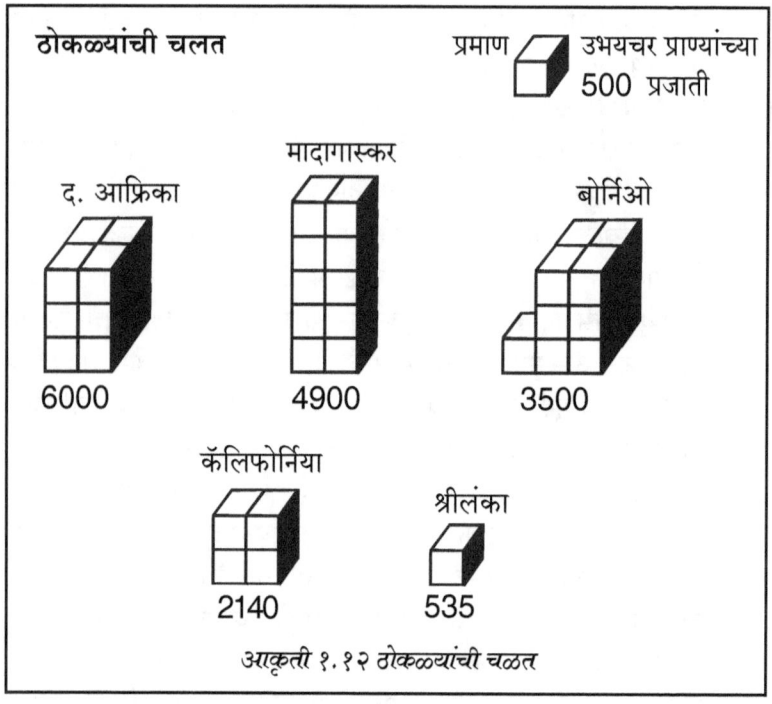

आकृती १.१२ ठोकळ्यांची चलत

१.४ तारकासदृश आकृती (Star diagram) :

तारकासदृश आकृती ही प्रामुख्याने वाऱ्याची वर्षभराची दिशा दाखविण्यासाठी काढली जाते. याला वातपुष्प असेही म्हणतात. एखाद्या विशिष्ट दिशेकडून वारा किती दिवस वाहत होता हे यावरून सहज लक्षात येते. वर्षभरात जितके दिवस वारा वाहत नव्हता अशा शांत दिवसांची नोंद आकृतीच्या मध्यभागी लहानसे वर्तुळ काढून त्यात केली जाते. वाऱ्याची दिशा व वारंवारिता लक्षात घेऊन ही आकृती तयार केली जाते. आकृती काढताना प्रमुख चार दिशा व चार उपदिशा व त्यांच्या उपदिशा अशा एकूण १६ दिशांसाठीसुद्धा ही आकृती तयार करता येते.

ही आकृती काढताना दिलेल्या आकडेवारीमधील कमीत कमी व जास्तीत जास्त संख्या लक्षात घेऊन योग्य ते प्रमाण ठरवावे. उदा. १ सें.मी. लांबीच्या रेषेने १५ दिवस दर्शविले जातात, याप्रमाणे दिलेल्या आकडेवारीनुसार सर्व दिशादर्शक रेषांची लांबी ठरवून घ्यावी. नंतर कागदावर एक लहान वर्तुळ काढून त्यात सात दिवसांची संख्या लिहा. त्याच्याभोवती सर्व दिशा (आठ किंवा सोळा) काढा. नंतर घेतलेल्या प्रमाणानुसार तेवढ्या लांबीच्या दिशादर्शक रेषा काढा व त्यांची शेवटची

टोके एकमेकांना जोडा. अशा तऱ्हेने ताऱ्याच्या आकाराची आकृती तयार होईल. प्रत्येक रेषेच्या शेवटी दिशांची नावे लिहा व सोबत आकृतीसाठी घेतलेले प्रमाण नमूद करा. एक महत्त्वाची बाब म्हणजे रेषेची लांबी मोजताना ती आकृतीच्या मध्यभागी जे वर्तुळ असते, त्या वर्तुळाच्या कडेपासून मोजावी. वर्तुळाच्या आतील केंद्रबिंदूपासून मोजू नये.

तक्ता क्र. १.१३ मध्ये दिलेली आकडेवारी तारा सदृश आकृतीच्या साहाय्याने दाखविली आहे. (आकृती क्र. १.१३) या उदाहरणात १ सें.मी.ला १५ दिवस असे प्रमाण घेऊन प्रत्येक दिशेसाठी रेषेची (किरणाची) लांबी काढलेली आहे. उदा. उत्तर दिशेसाठी २५ दिवस भागिले १५ म्हणजे १.६ सें.मी. अशी रेषेची लांबी येईल. याप्रमाणे सर्व दिशांसाठी रेषांची लांबी काढून आकृती तयार केलेली आहे.

तक्ता क्र. १.१३

वाऱ्याची दिशा	दिवस	रेषेची लांबी (सें.मी.)
उत्तर	२५	१.६
ईशान्य	६४	४.२
पूर्व	४१	२.७
आग्नेय	५५	३.६
दक्षिण	५०	३.३
नैर्ऋत्य	३३	२.२
पश्चिम	५०	३.३
वायव्य	२७	१.८
शांत दिवस	२०	–

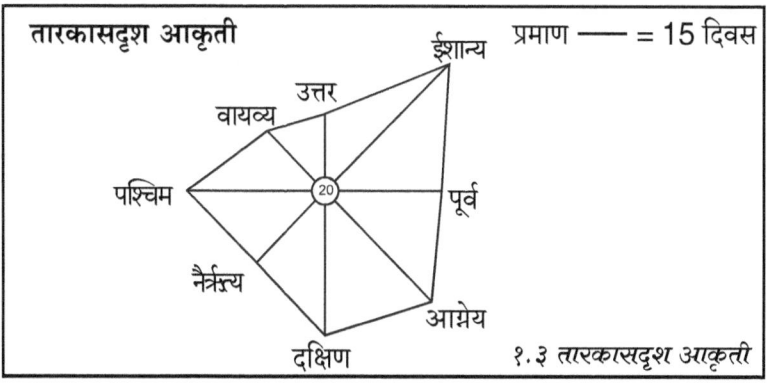

तारकासदृश आकृती

प्रमाण —— = 15 दिवस

१.३ तारकासदृश आकृती

१.५ रेषानुगामी नकाशे / ओघरेषा / प्रवाहरेषा नकाशे (flow maps) :

विविध वाहतूक मार्गावर, वाहतुकीच्या प्रमाणानुसार काढलेल्या रेषांनी बनलेल्या आकृतीस रेषानुगामी आकृती असे म्हणतात. अशा आकृत्या नकाशावर काढलेल्या असल्यास त्यांना रेषानुगामी नकाशे असे म्हणतात. यामध्ये रेषांची जाडी वाहतुकीच्या प्रमाणानुसार कमी-जास्त दाखविलेली असते. वाहतूक मार्गावरील लहान-मोठी वळणे लक्षात न घेता नकाशात हे मार्ग सरळ रेषांनी दाखविलेले असतात. यासाठी आवश्यक असलेली सांख्यिकी ही वाहतूक जेथून सुरू होते व जेथे संपते त्याकरिता उपलब्ध असणे गरजेचे असते. या आकृतीच्या साहाय्याने प्रवाशांची संख्या, मालाचे प्रमाण किंवा वाहनांची संख्या यांचा ओघ दाखवता येतो.

अशा प्रकारची आकृती तयार करण्यासाठी प्रथम दिलेल्या आकडेवारीतील जास्तीत जास्त रुंदीसाठी योग्य प्रमाण घ्यावे. उदा. १ मिमी रुंदीची रेषा ५ वाहने दाखवते. याप्रमाणे सर्व आकडेवारीसाठी रेषांची रुंदी नक्की करावी. एखाद्या वाहतूक मार्गावरील वाहतूक ही इतर मार्गावरील वाहतुकीच्या प्रमाणापेक्षा खूप जास्त असल्यास त्या मार्गासाठी वेगळे प्रमाण घेऊन त्याचा स्वतंत्र नकाशा तयार करावा किंवा एकाच नकाशात अशा प्रकारचा मार्ग दाखवायचा असल्यास तो वेगळे प्रमाण घेऊन दाखवावा व नकाशात या बदललेल्या प्रमाणाचा उल्लेख करावा.

वाहतूक मार्गावरील रेषांची रुंदी नक्की झाल्यानंतर हे मार्ग नकाशात सरळ रेषांनी काढावेत व प्रत्येक मार्गाला प्रमाणानुसार जाडी द्यावी. नकाशातील वाहतूक सुरू होणाऱ्या व संपणाऱ्या ठिकाणांना योग्य तेथे नावे द्यावीत. या नकाशांचा महत्त्वाचा गुणधर्म म्हणजे वाहतुकीचे प्रमाण सहजपणे समजून येते. परंतु आकडेवारीची अनुपलब्धता ही या प्रकारचे नकाशे तयार करण्यात येणारी मोठी अडचण आहे. तसेच ज्या ठिकाणी वाहतूक सुरू होते, तेथे सर्व मार्गांची रुंदी मोजणे कठीण होते. तक्ता क्र. १.१४ मध्ये दिलेली आकडेवारी ही आकृती क्र. १.१४ मध्ये रेषानुगामी नकाशे या स्वरूपात दाखविली आहे. या उदाहरणात १ मिमी जाडीला २० टन असे प्रमाण घेऊन वेगवेगळ्या मार्गांची रुंदी ठरविली आहे व त्यानुसार ओघरेषा काढलेल्या आहेत.

तक्ता क्र. १.१४

भोगवेपासून विविध ठिकाणी होणारी माशांची वाहतूक

मार्ग	माशांची वाहतूक (टनांमध्ये)
भोगवे ते चिपी	७०
भोगवे ते श्रीरामवाडी	३०
भोगवे ते म्हापण	१४०
भोगवे ते खवणे	५०
भोगवे ते कोचरे	१०

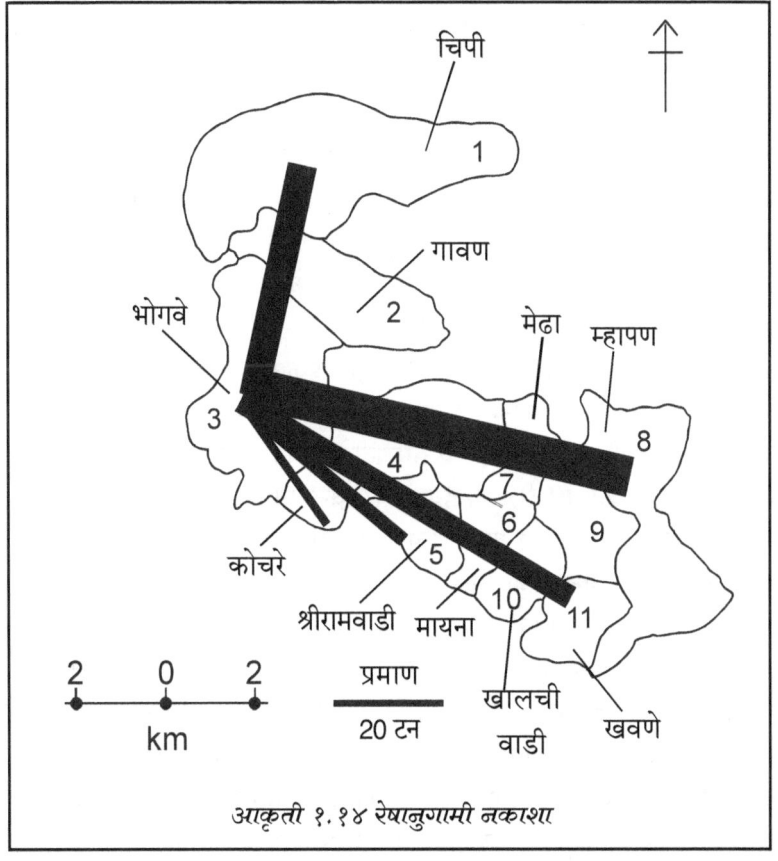

आकृती १.१४ रेषानुगामी नकाशा

उपयोग

(१) रेषानुगामी नकाशांच्या साहाय्याने वाहतुकीचा ओघ प्रमाणबद्ध रेषेने दाखवता येतो.

(२) उत्पादनाची वाहतूक, प्रवासी संख्या किंवा वाहनांची संख्या, घनता इत्यादी बाबी या आकृत्यांच्या साहाय्याने दाखवता येतात.

(३) या प्रकारचे नकाशे अत्यंत आकर्षक असतात.

संख्याशास्त्रीय पद्धती
(Statistical Methods)

कोणत्याही शास्त्राचा अथवा विज्ञानाचा उद्देश मग ते भौतिकशास्त्र असो किंवा जीव वा रसायनशास्त्र अथवा समाजशास्त्र असो, हा घटनांची कारणमीमांसा अथवा स्पष्टीकरण करणे असतो. फक्त वस्तुस्थितीचे वर्णन करणे किंवा आपणास जे दिसते अथवा अनुभवास येते त्याचे फक्त वर्णन करणे असा नसतो. त्यात कारणमीमांसा वा स्पष्टीकरण वा घटनांच्या मागील कार्यकारणभाव यांचे वर्णन नसेल तर ते निरुपयोगी ठरेल. भौगोलिक परिस्थितीच्या अभ्यासात विचारपूर्वक व सखोल स्पष्टीकरणाची अत्यंत आवश्यकता असते. भूगोलाच्या अभ्यासामध्ये भौगोलिक गुणधर्म किंवा अभिक्षेत्रीय (spatial) गुणधर्म यांचे विचारपूर्वक केलेले स्पष्टीकरण तसेच त्यांच्यातील परस्पर संबंध याचे वैज्ञानिक स्पष्टीकरण अत्यंत आवश्यक बनते. अशा प्रकारचे स्पष्टीकरण देण्यासाठी भौगोलिक अवकाशिक आकडेवारीचे विविध संख्याशास्त्रीय पद्धतींनी विश्लेषण करावे लागते.

संख्याशास्त्रीय पद्धतींचे ढोबळ मानाने दोन प्रकार पडतात. (१) वर्णनात्मक संख्याशास्त्र पद्धती. (२) अनुमानात्मक वा अनुमान काढण्याच्या पद्धती. यापैकी वर्णनात्मक पद्धती या भौगोलिक परिस्थितीचे वर्णन करण्यासाठी निष्कर्षात्मक माहिती संकलन करून (जी आकडेवारीच्या स्वरूपात असते) वापरली जाते उदा. सर्व प्रकारचे निर्देशांक हे या प्रकारात मोडतात. जसे की बाष्पीभवनाचा निर्देशांक, विभागीय गुणोत्तर किमतीचा निर्देशांक इत्यादी. अनुमानात्मक वा निष्कर्षात्मक संख्याशास्त्र मात्र संभाव्य विधान अथवा विधाने करण्यासाठी उपयोगी ठरते. तसेच त्याचा उपयोग चलांमधील विविध संबंध, त्यांच्यातील, परस्परातील अवलंबित्व वा एखाद्या विधानाबाबत संभाव्यतेच्या भूमिकेतून केलेले वर्णन यासाठीसुद्धा वापरता येतो. या प्रकारचे विश्लेषण मोठ्या गटातून निवडलेल्या एका नमुन्यावरून, मोठ्या गटातील गुणधर्माबाबत करता येते, ही खास महत्त्वाची बाब आहे. एखाद्या परिमाणाची किंमत माहीत नसल्यास नमुना संचावरून ती बिंदू अंदाज पद्धती (Point estimation method) वापरून काढणे वा विविध प्रकारच्या विधानांची सत्यअसत्यता पडताळून पाहणे याकरितासुद्धा अनुमानात्मक संख्याशास्त्राचा वापर करता येतो (Inferential Statistics). खालील उदाहरणावरून दोन्ही पद्धतीतील फरक स्पष्ट करता येईल. पुढील आकृतीत समुद्रकिनारी निर्माण होणाऱ्या प्रारंभिक वाळूच्या टेकड्या दाखविल्या आहेत. (Embryo dunes on sea beach)

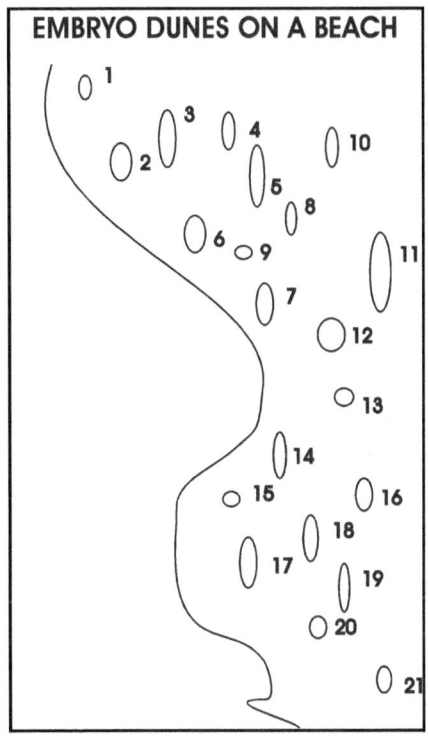

EMBRYO DUNES ON A BEACH

या टेकड्यांच्या उंचीची आकडेवारी खालील तक्त्यात दिली आहे.

Dune	Height (in meters)
१	२
२	२.३
३	३
४	३.८
५	४.२
६	३.२
७	३.४

Dune	Height (in meters)
८	४.३
९	३.२
१०	४.९
११	५.३
१२	४.८
१३	४.२
१४	३.२
१५	२.१
१६	४.८
१७	२.३
१८	३.६
१९	४.२
२०	३.९
२१	५.२

या आकडेवारीवरून विविध प्रकारची वर्णनात्मक सांख्यिकी काढता येते. उदा. सरासरी, मध्यगा (Mean, Median) व बहुलक (Mode) प्रमाणित विचलन (Standard deviation) इत्यादी. वरील माहिती उपयोगी आहे याबाबत दुमत असण्याचे काही कारण नाही परंतु ही माहिती विविध प्रकारच्या प्रक्रिया अथवा भूगर्भातील प्रक्रियांचा वाळूच्या टेकड्यांच्या वितरणावर होणाऱ्या परिणामाबाबत काहीही भाष्य करण्यास असमर्थ ठरते. अशा प्रकारच्या अभ्यासासाठी वाळूच्या टेकड्यांची उंची व त्यांची सरासरी, समुद्रपातळीपासून अंतर तसेच बाष्प व आर्द्रतेचा टेकडीच्या उंचीशी असलेला संबंध याचे विश्लेषण करणे आवश्यक ठरते. असे विश्लेषण करण्यासाठी सहसंबंध विश्लेषण (Correlation Analysis), समाश्रयण Regression किंवा गृहीततत्त्व चाचणी (Hypothesis testing) या अनुमानात्मक व निष्कर्षात्मक संख्याशास्त्राच्या पद्धती वापराव्या लागतात.

वरील उदाहरणावरून ही बाब लक्षात येते की, या दोन्हीही विश्लेषणाच्या पद्धतींची, भौगोलिक घटना वा परिस्थितीचा वैज्ञानिक दृष्टिकोनातून ऊहापोह करताना गरज लागते.

निष्कर्षात्मक पद्धती ही कोणत्याही संशोधन कार्याचे अविभाज्य अंग आहे. भौगोलिक अभ्यासामध्ये कार्यकारणभावाचे शोधन अत्यंत परिणामकारकरीत्या करताना माहिती ही आकडेवारीच्या स्वरूपातच गोळा केली जाते व त्याचे

संख्याशास्त्रीय पद्धती वापरून विश्लेषण केले जाते.

काही काही घटना अथवा निरीक्षणे विविध प्रकारे मांडता येतात वा वर्णन करता येतात. (पश्चिम घाटातील डोंगर वा टेकड्यांचे उतार, हिमालयातील डोंगररांगा अथवा टेकड्यांच्या उतारापेक्षा जास्त, कमी समान अशा वर्गवारीने वर्णन करता येतात. त्याचप्रमाणे पश्चिमघाटातील जंगलाची घनतासुद्धा दाट, विरळ, खूप दाट अशाप्रकारे वर्गवारीने वर्णन करता येते.) अशाप्रकारचे वर्णन हे गुणात्मक आणि सापेक्ष वा व्यक्तिसापेक्ष असते. हे वर्णन जास्त वैज्ञानिक आणि निरपेक्ष करण्यासाठी सांख्यिकी पद्धती (Quantitative Method) आवश्यक ठरतात. यापूर्वीच्या चर्चेत वर्णन केल्याप्रमाणे विविध प्रकारच्या चलांमधील परस्परसंबंध, विश्लेषण करून सांगता येतात तसेच या संबंधांबाबतच्या दाव्यांची सत्यासत्यता देखील पडताळून पाहता येते. उदा. जमिनीची धूप होण्याचा वेग हा चढ व उताराचे स्वरूप, पावसाचे प्रमाण, मातीचा प्रकार, जंगलाचे प्रमाण इत्यादींवर अवलंबून असतो.)

भूगोलातील संख्याशास्त्रीय विश्लेषणाचा मुख्य पाया हा निरीक्षणात्मक किमती अथवा निरीक्षण वा मोजमाप करून मिळविलेल्या प्रत्यक्ष किमती किंवा आकडेवारी हा असतो. या किमती अथवा आकडेवारीच्या माहितीचे टप्प्याटप्प्याने विश्लेषण करून वैज्ञानिक सत्य आकाराला येते वा उलगडता येऊ शकते. उदा. एखाद्या स्थानाची समुद्रसपाटीपासूनची सरासरी उंची ५० मी आहे आणि हवेचा वातावरणीय दाब ९८० mb आहे दुसऱ्या स्थानाची समुद्रसपाटीपासूनची उंची १०० मी व वातावरणातील हवेचा दाब ९६० mb आहे. तर तिसऱ्या ठिकाणी या दोन्ही गोष्टी अनुक्रमे १२० मी. ९२० mb आहेत. वरील माहितीचे विश्लेषण करता असे लक्षात येते की समुद्रसपाटीपासूनची सरासरी उंची आणि हवेचा वातावरणीय दाब या दोहोंत ऋण संबंध आहे. जसजसे आपण समुद्रसपाटीपासून जास्त उंचावर जातो, तसतसा वातावरणीय दाब हा कमीकमी होत जातो.

भौगोलिक माहितीचे विश्लेषण ही चार टप्प्यांची प्रक्रिया आहे. हे चार टप्पे खालीलप्रमाणे.

(१) माहितीचे (आकडेवारी, किंमत) संकलन.

(२) माहितीचे आलेखाच्या विविध पद्धतीद्वारे सादरीकरण.

(३) माहिती वा आकडेवारीचे विश्लेषण.

(४) माहिती व आकडेवारीच्या विश्लेषणानंतर आलेल्या परिणामातून निष्कर्ष वा अनुमान.

भौगोलिक माहितीचे किंवा आकडेवारीचे स्वरूप :

कोणत्याही भौगोलिक अभ्यासामध्ये उपयोगात येणाऱ्या माहिती साठ्याची महत्त्वाची अंगे खालीलप्रमाणे सांगता येतील.

(अ) आकडेवारी ही भौगोलिक विभाग, उपविभाग, प्रभाग येथे गोळा करण्यात येते. जसे राज्य, जिल्हा, खेडे. या सर्वांमुळे माहिती साठ्यामध्ये अवकाशिक विविधता येते.

(ब) अंकीय माहिती ही भूशास्त्रीय वा भौगोलिक स्थानाशी संबंधित असल्यामुळे ती अक्षांश वा रेखांश स्वरूपात असते.

(क) दुय्यम माहिती साठा हा प्रामुख्याने अहवाल, हस्तपुस्तिका, विविध प्रकारच्या गणना, सर्वेक्षण (ज्यामध्ये सामाजिक, आर्थिक, जनगणना यांचा अंतर्भाव होतो) यामधून गोळा केला जातो. तर मुख्य माहिती साठा हा संशोधन स्थळावर जाऊन थेट मोजणी करून व अन्य वैज्ञानिक पद्धती वापरून गोळा केला जातो.

(ड) आकडेवारी ही टप्पेवारी पद्धतीत (discrete format) (उदा. मोजदाद करण्यायोग्य पद्धतीत वा स्वरूपात जसे की एखाद्या विभागातील घरांची संख्या, एखाद्या राज्याची लोकसंख्या इत्यादी.) अथवा सलग पद्धतीत (continous format) (उदा. मोजमाप पद्धतीत) वा स्वरूपात जसे की घराघरांतील अंतर, झाडांची उंची, टेकडीचा चढ किंवा उतार इत्यादी गोळा करता येते.

या दोन पद्धतींतील प्रमुख फरक म्हणजे टप्पेवारी पद्धतीतील निरीक्षणे ही पूर्णांक स्वरूपात (पूर्णांक पद्धतीत) मोजली जातात तर सलग पद्धतीतील निरीक्षणे ही दशमान किंवा दशांश पद्धतीत वा अपूर्णांक स्वरूपातसुद्धा नोंदविली जातात. सलग पद्धतीत माहितीसाठा हा थेट (प्रत्यक्ष) किंवा अप्रत्यक्ष दोन्ही पद्धतीने गोळा करता येतो. उदा. उंची, क्षेत्रफळ, अंतर (थेट पद्धत.) तापमान– तापमापकातील पाऱ्याचे स्थान (अप्रत्यक्ष पद्धत).

(ई) भौगोलिक माहितीसाठा हा नकाशावाचन पद्धतीवरूनही मिळवता येऊ शकतो. उदा. भारतीय सर्वेक्षण विभागाचे स्थलरूपिक नकाशे.

(इ) काही अभ्यासांमध्ये माहिती ही मौखिक मुलाखती आधारे प्रश्नावली भरूनसुद्धा गोळा केली जाते.

(फ) भौगोलिक माहिती साठा हा क्रमाने अथवा भागशः वेगळा करता येतो. अथवा त्याचे संग्रहीकरण करता येते.

(ग) भौगोलिक माहिती साठा हा अवकाश-काळ या भाषेमध्ये नोंदविलेला असतो. (उदा. एखाद्या ठराविक भागाची ठराविक वर्षाची लोकसंख्या).

(ह) भौगोलिक माहिती साठ्यातील अंकीय किमती ह्या शून्यमितिय (बिंदू), एकमितीय (रेषा, रेषाखंड), द्विमितिय (क्षेत्रफळ), त्रिमितिय (घनफळ) अथवा बहुमितीय (अवकाश-वेळ) असू शकतात.

(ज) भौगोलिक माहिती साठ्यात क्रमवारी व मापनपद्धती यांचा प्रामुख्याने अंतर्भाव असतो. माहितीतील विविध गुणधर्मांचे मोजमाप हे विशिष्ट एककांमध्ये केलेले असते. उदा. मीटर, मिलिबार, हेक्टापास्कल इत्यादी. समान गुणधर्मांची तुलना होऊ शकते. उदा. कृषिघनता. जर माहिती-साठ्यामध्ये क्रमवारी नसेल तर ती विशिष्ट वैज्ञानिक पद्धती वापरून निर्माण करावी लागते.

(घ) आकडेवारी गोळा करताना विविध चलांचे मोजमापही विविध पद्धती वापरूनच करावे लागते. परंतु या मोजमापाचा दर्जा सर्वत्र सारखा ठेवावा लागतो. म्हणून मोजणी स्तर हा प्रत्यक्ष माहिती साठा वा आकडेवारी गोळा करण्यापूर्वी ठरवावा लागतो.

यापूर्वी सांगितल्याप्रमाणे टप्पेवारी माहिती पद्धतीत निरीक्षण किमती ह्या पूर्णांक असतात. या पद्धतीत किमती या प्रत्यक्ष मोजणी करून मिळतात.

नदीपात्रातील रांजण खळग्यात आढळलेल्या दगडगोट्यांची संख्या

७०	७२	६०	८०	५२
७१	५१	८१	७२	५८
९०	७६	९१	६३	५१
५१	९०	७१	९१	६७
७०	७१	६३	९०	६७
९०	७२	६५	५५	५२
६७	६२	७६	६९	६४
७९	८९	७९	६६	८८
८१	९०	८०	७९	७०
५८	७१	७६	७१	८०
७६	८८	५४	७५	९१

रांजण खळग्यातील दगडगोट्यांचा आकार (सें. मी.मध्ये)

४.६	४.९	१२.३	७.८	८.७
४.८	१४.५	२९.२	१३.३	१८.६
५.५	१५	५.५	९.३	१२
२७.२	६.६	८.४	१७.९	१३
२१.२	१६.८	२०	२४.३	२३.४
८.३	१९.७	१६.२	१७.४	१३.७
१५.१	२२.२	१४.८	१७.५	९.८
१०.२	१३.४	१४.९	१४.३	११
१६.३	२१.६	२८.३	११.४	१२
१२.३	१.१	३.२	५.४	१३
१४.३	११.२	६.९	११	३०

मोजणीचे स्तर : निष्कर्षात्मक विश्लेषण पद्धती काहीअंशी मोजणी स्तरावर अवलंबून असतात. खालील चार मोजणी पद्धती चढत्या दर्जानुसार सर्वसामान्यपणे वापरल्या जातात.

(१) **नाममात्र अथवा वर्गीकरणकृत मोजपट्टी पद्धत (Nominal or classificiatory scale)** : या पद्धतीचा वापर अशा परिस्थितीत केला जातो जेव्हा निरीक्षणे ही वेगवेगळ्या परंतु शून्य सामाईकता असणाऱ्या गटांमध्ये वर्गीकृत केली जातात. (व्यक्तींचे व्यवसायानुसार केले जाणारे वर्गीकरण तसेच प्रवाहांचे श्रेणीनुसार केले जाणारे वर्गीकरण ही या पद्धतीची उदाहरणे होत.) ही सर्वात कमी प्रतीचा स्तर असणारी मोजणी पद्धत आहे. या पद्धतीत उपगटातील सदस्य हे समान गुणधर्माचे असणे आवश्यक असते.

(२) **क्रमसूचक मोजणी पद्धती (Ordinal or Ranking Scale)** : ही मागील पद्धतीपेक्षा वरच्या दर्जाची पद्धती आहे. या पद्धतीत उपगटांना एकमेकांपेक्षा वर-खाली अशा पद्धतीने क्रमांक देण्याची सोय आहे. (उदा. सर्वात मोठ्या शहराला क्रमांक १, त्यापेक्षा लहान शहराला क्रमांक २ अशा पद्धतीने वर्गीकरण करता येते.) काही काही वेळा मात्र दोन निरीक्षणांची मोजपट्टीवरील किंमत समान असते. अशावेळी दोन्ही निरीक्षणांना योग्य तो क्रमांक विभागून द्यावयाचा असतो. विभागून क्रमांक दिलेली निरीक्षणे वगळता अन्य सर्व ठिकाणी दोन एका पाठोपाठच्या निरीक्षणाच्या क्रमांकातील फरक एक एकक असतो.

(३) **मध्यांतर मोजणी पद्धत (Interval Scale)** : ही मागील दोन पद्धतींपेक्षा आणखी उच्चस्तरावरील मोजणी पद्धत आहे. या पद्धतीत फक्त किमतीची चढत्या किंवा उतरत्या श्रेणीने नोंदणी करतात असे नाही तर त्याचबरोबर दोन निरीक्षणातील किमतीतील फरक हा स्थिर नसून तो एक चल असतो.

(४) **गुणोत्तर मोजणी पद्धत (The ratio scale)** : ही पद्धत सर्वपद्धतींमध्ये उच्चतम स्तराची पद्धत आहे. या पद्धतीत मोजणी ही एका विशिष्ट पायाभूत किमतीच्या गुणोत्तराने मोजली जाते. उदा. कारखाना अ आणि कारखाना ब यांच्या बाजारापासूनच्या अंतराचे गुणोत्तर ५/१० k आहे. हेच गुणोत्तर ८/१६ मैल असेही येईल. परंतु गुणोत्तराची किंमत दोन्हीही वेळेस १/२ च राहते. या पद्धतीत एक फार मोठा फायदा म्हणजे मोजणी कोणत्याही एककात असली तरीसुद्धा अंतिम उत्तर मात्र तेच राहते.

वारंवारता आणि माहितीचे सादरीकरण
(Frequency Distributions)

मागील प्रकरणातील तक्त्यांचा बारकाईने अभ्यास केला असता असे दिसून येते की काही किमती या वारंवार आलेल्या आहेत. भौगोलिक अभ्यासातील माहिती साठ्यामध्ये ही प्रवृत्ती नैसर्गिक वा उपजत असते. काही वेळा विशिष्ट घटना एखाद्या स्थळी अथवा विभागात वारंवार घडताना दिसते. उदा. गोहत्ती शहराजवळ ब्रह्मपुत्रा नदीला येणारा पूर अथवा पूर्वोत्तर किनाऱ्याजवळ होणारी चक्रीवादळे.

वारंवारता ही एखादी किंमत सांख्यिकीत कितीवेळा आली किंवा एखादी घटना कितीवेळा घडली याचे निर्देशक असते व त्यामुळे ती मोजता येते व ती टप्पा पद्धतीने मोजली जाते. (काही वेळा अपवादात्मक परिस्थितीत घटनेच्या वारंवारतेऐवजी वारंवारतेची टक्केवारी अथवा एकूण घटनांपैकी अभ्यासात असलेली घटना कितीवेळा घडली याचे गुणोत्तरही काढले जाते. ही किंमत मात्र अपूर्णांक असते.) वारंवारता वितरण म्हणजे विविध निरीक्षणांच्या किमतीचे विविध गट अथवा वर्गात वर्गीकरण करणे होय. प्रत्येक गटात येणाऱ्या निरीक्षणांची संख्या मोजली जाते. ही संख्या म्हणजेच त्या गटाची अथवा वर्गाची वारंवारता होय. गोळा केलेली आकडेवारी मग वेगवेगळ्या गटात वा वर्गात वर्गीकृत केली जाते. हे वर्ग अथवा गट यांचा विस्तार भौगोलिक अभ्यासाचा प्रकार, पूर्वानुभव यावरून ठरविली जाते. सर्वसाधारणपणे अशा गटांची संख्या ५ ते १० यामधील असते. वर्गीकरणाचे

काम दंड चिन्ह (Tally Mark) वापरून केले जाते. अशाप्रकारे तयार झालेल्या सारणीला वारंवारता सारणी म्हणतात. मागील प्रकरणातील सारणी दोन मधील माहिती साठ्याची वारंवारता सारणी खालीलप्रमाणे तयार करता येते.

सारणी चार : नदीपात्रातील रांजणखळग्यातील दगडगोट्यांचे वितरण

गट/वर्ग	दंड चिन्ह	वारंवारता (f)	संकलित वारंवारता (cmf) कमी	संकलित वारंवारता (cmf) जास्त
५१ - ६०	𝍸 ||||	९	९	५५
६१ - ७०	𝍸 𝍸 |||	१३	२२	४६
७१ - ८०	𝍸 𝍸 𝍸 𝍸	२०	४२	३३
८१ - ९०	𝍸 𝍸	१०	५२	१३
९१ - १००	|||	३	५५	३

अशा प्रकारे दगडांची संख्या या चलाची विविध गटात विभागणी करता येते. वरील सारणीचे निरीक्षण करता असे निदर्शनास येते की कमीत कमी दगडगोट्यांची संख्या ५१ आहे तर जास्तीत जास्त संख्या ९१ आहे. त्यामुळे एकूण फरक हा ४० (९१-५१) आहे. ही अंकीय माहिती गटात वा वर्गात वर्गीकृत करताना गटांची संख्या/अथवा वर्गांची संख्या ही सामान्यपणे या फरकावर अवलंबून असते. या उदाहरणात माहितीसाठा हा पाच गटात विभागला आहे.

प्रत्येक गटाची वा वर्गाची न्यूनतम सीमा आणि अधिकतम / उच्चतम सीमा ही अंकीय माहिती साठा, टप्पा पद्धतीची आहे की सलग पद्धतीची आहे यावरून ठरविण्यात येते. वारंवारता सारणी तयार करताना वर्गांच्या वा गटांच्या सीमा ह्या अशारीतीने निवडल्या जातात की आकडेवारी युक्त माहितीतील न्यूनतम किंमत ही पहिल्या गटात वर्गीकृत होईल व अधिकतम किंमत ही शेवटच्या गटात वर्गीकृत केली जाईल. जर गटाची वा वर्गाची अधिकतम सीमा ही पुढील गटाच्या न्यूनतम सीमेशी मिळत असेल व ही बाब सर्व गटांच्या बाबतीत घडत असेल तर अशा प्रकारच्या विभागणीत गटाची सीमा व गटाची मर्यादा ह्या सारख्या असतात.

टप्पा मोजणी पद्धतीने गोळा केलेल्या अंकीय माहिती साठ्याच्या वारंवारता वितरणात गट सीमा/वर्ग सीमा आणि गट मर्यादा वेगळ्या असतात. या प्रकारात गटाची अधिकतम सीमा ही पुढील गटाच्या न्यूनतम सीमेशी मिळत नाही. या दोन्हीही निरनिराळ्या असतात. सलग सांख्यिकीत दशांश चिन्ह योग्य ठिकाणी ठेवणे महत्त्वाचे ठरते. सामान्यतः दशांश चिन्हाची जागा ही अंकीय माहिती साठ्यातील

संख्यात असणाऱ्या दशांश चिन्हाच्या स्थानापेक्षा किमान एकने जास्त असते. मागील प्रकरणातील सारणी मधील अंकीय माहितीचे वारंवारता वितरण खाली दाखविले आहे.

नदीपात्रातील गोट्यांचा आकार (वारंवारता वितरण)

गट/वर्ग	टॅली मार्क	वारंवारता (f)	संग्रहीत वारंवारता (cmf) कमी	संग्रहीत वारंवारता (cmf) जास्त
०.०१-५	𝍸	५	५	५५
५.०१-१०	𝍸 𝍸 |	११	१६	५०
१०-०१-१५	𝍸 𝍸 𝍸 𝍸	२०	३६	३९
१५.०१-२०	𝍸 𝍸	१०	४६	१३
२०.०१-२५	𝍸	५	५१	९
२५.०१-३०	||||	४	५५	४

वरील सारणीमध्ये दाखविलेली वारंवारतेची विभागणी आलेखाचा वापर करूनही दाखवता येऊ शकते. अशाप्रकारे आलेखरूपी वारंवारता वितरण सादर करण्याच्या पद्धतींपैकी एक म्हणजे स्तंभलेख ही पद्धत होय. (Histogram Method) या सादरीकरण पद्धतीत वितरणाचे गुणधर्म थोडे आणखी स्पष्ट स्वरूपात लक्षात येतात. हा स्तंभालेख खालील पद्धतीने काढतात.

(अ) वारंवारतेची मांडणी 'य' अक्षावर तर गटांच्या मर्यादा 'क्ष' अक्षावर मांडल्या जातात. यासाठी योग्य ती मोजविभागणी पद्धत वापरली जाते.

(ब) गटाच्या सीमा hm पाया घेऊन उभे स्तंभ काढले जातात. या स्तंभांची उंची ही त्या गटाच्या वारंवारतेइतकी असते. मात्र त्याची रुंदी ही सर्वत्र सारखी असते.

(क) हे स्तंभ एकमेकांना लागून अथवा चिकटूनच काढले जातात. ते एकमेकांपासून स्वतंत्र नसतात.

(ड) अ व ब ह्या पायऱ्यांची सर्व गट संपेपर्यंत पुनरावृत्ती केली जाते. शेवटी तयार होणारा आलेख म्हणजे स्तंभालेख होय.

वारंवारता विभागणी सारणी आलेखाद्वारे सादर करण्याची आणखी एक पद्धत म्हणजे वारंवारता बहुभुजाकृती (frequency Polygon). या आलेखामध्ये रेषाखंडाचा वापर केला जातो. गट मध्य (class marks) हे क्ष अक्षावर तर वारंवारता य अक्षावर घेतली किंवा दर्शविली जाते. सर्व बिंदू हे क्रमानुसार रेषाखंडांनी जोडले जातात. गटमध्य हा खालील सूत्रानुसार काढता येतो.

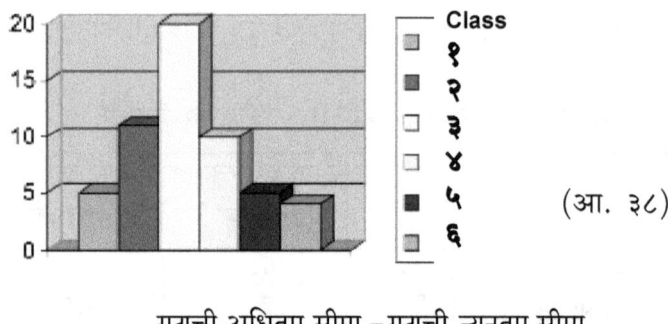

(आ. ३८)

$$\text{गटमध्य} = \frac{\text{गटाची अधितम सीमा} - \text{गटाची न्यूनतम सीमा}}{२}$$

अशी बहुभुजाकृती करताना दोन्ही टोकांच्या बाजूकडील टोक पुढील वा आधीच्या गटाच्या ज्याप्रमाणे परिस्थिती असेल त्याप्रमाणे x अक्षावर जोडली जातात. या गटाची वारंवारता शून्य मानण्यात येते.

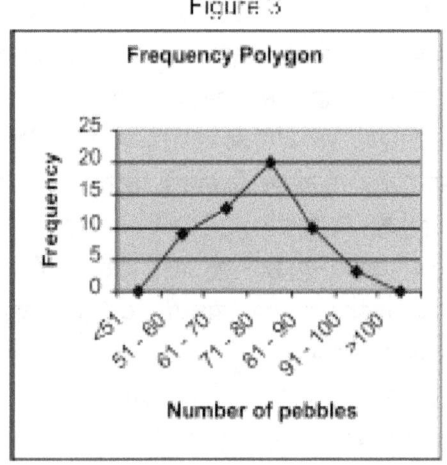

Figure 3

अशाप्रकारे तयार झालेली बहुभुजाकृती ही वारंवारतेची विभागणी दर्शविते. या बहुबुजाकृतीच्या खालील एकूण क्षेत्रफळ हे एकूण वारंवारतेइतके असते.

पुढील आकृती काढताना बिंदू रेषाखंडाऐवजी मुक्तहस्त वक्राने जोडले असता तयार होणाऱ्या आकृतीला वारंवारता वक्र म्हणतात. या आलेखात शेवटची दोन टोके क्ष अक्षाला जोडलेली नसतात.

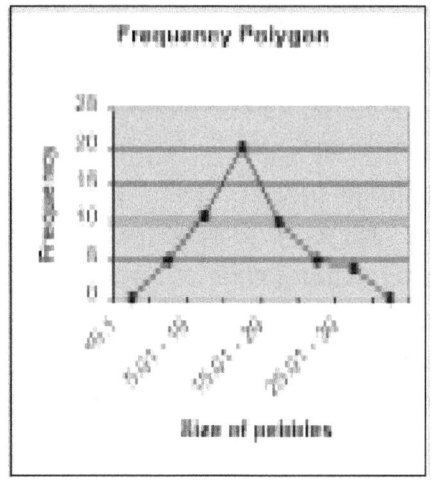

(आ. ४०)

आणखी एक प्रकारचे आलेखीय सादरीकरण करण्यासाठी संकलित वारंवारता वक्र (cumulative frequency curve) अथवा ओगीव (Ogive Curve) वक्र संकलित वापरतात. हा वक्र दोन प्रकारचा असतो. (१) संकलित वारंवारता 'पेक्षा लहान' प्रकारचा (२) संकलित वारंवारता 'पेक्षा मोठा'अ प्रकारचा. एखाद्या गटाची संकलित वारंवारता 'पेक्षा लहान' म्हणजे त्या गटाच्या उच्चतम मर्यादेपेक्षा लहान असणाऱ्या निरीक्षणांची संख्या होय. ही वारंवारता काढताना प्रत्येक गटातील वारंवारतेपासून खाली बेरीज करत येतात. ही बेरीज सध्याच्या गटापर्यंत करतात. थोडक्यात 'पेक्षा लहान' संकलित वारंवारता काढताना सर्वात लहान गटाकडून पहिला गट मोठ्या गटाकडे बेरीज करीत येतात. अशा प्रकारे तयार झालेल्या विभागणीला संकलित वारंवारता 'पेक्षा लहान' वितरण सारणी म्हणतात. या प्रकारच्या वितरणात शेवटच्या गटाची 'पेक्षा लहान' प्रकारची संकलित वारंवारता एकूण वारंवारतेइतकी असते.

संकलित वारंवारता 'पेक्षा मोठा' म्हणजे सध्याच्या गटाच्या न्यूनतम मर्यादेपेक्षा मोठ्या असणाऱ्या निरीक्षणांची संख्या होय. ही वारंवारता काढताना आधीच्या उलट कृती केली जाते म्हणजेच खालून वर बेरीज करीत जातात. या प्रक्रियेत मोठ्या गटाकडून (शेवटच्या गटाकडून) सर्वात लहान गटाकडे (पहिल्या गटाकडे) बेरीज करीत जावे लागते. अशाप्रकारे तयार झालेल्या विभागणीला संकलित वारंवारता 'पेक्षा मोठा' विभागणी सारणी म्हणतात.

वारंवारतेचे संकलीकरण हे खालून वर किंवा वरून खाली केले जाते.

संकलीत वारंवारता विभागणी ही दोन प्रकारची असल्यामुळे त्याच्याशी संबंधित आलेक सादरीकरण करण्याच्या पद्धतीतील वक्रही दोन प्रकारचे असतात.

(अ) संकलीत वारंवारता वक्र 'पेक्षा लहान' प्रकार

(ब) संकलीत वारंवारता वक्र 'पेक्षा मोठा' प्रकार

(अ) संकलीत वारंवारता वक्र 'पेक्षा लहान' किंवा ओगीव वक्र 'पेक्षा लहान' : या प्रकारचा वक्र काढताना क्ष अक्षावर गटाची अधिकतम वा उच्चतम मर्यादा तथा य अक्षावर संकलीत वारंवारता 'पेक्षा लहान' योग्य त्या मोजपट्टीने निर्देशित केली जाते. आलेखावरील सर्व बिंदू मुक्तहस्त वक्राने जोडले जातात. तयार झालेली आकृती म्हणजे संकलीत वारंवारता वक्र 'पेक्षा लहान' प्रकारचा वक्र होय.

(ब) संकलीत वारंवारता वक्र 'पेक्षा मोठा' प्रकार अथवा ओगीवचा वक्र 'पेक्षा मोठा' प्रकार : याप्रकारचा वक्र काढताना क्ष अक्षावर न्यूनतम गटाची मर्यादा व य अक्षावर संकलीत वारंवारता 'पेक्षा मोठा' योग्य त्या मोजपट्टीच्या साहाय्याने निर्देशित केली जाते. आलेखातील बिंदू हे मुक्तहस्त वक्राने जोडले जातात. तयार झालेली आकृती म्हणजे संकलीत वारंवारता वक्र 'पेक्षा मोठा' प्रकारचा होय.

संकलीत वारंवारता वक्राचा उपयोग आलेख पद्धतीने/ मध्यगा व चतुर्थक (quartiles) काढण्याकरिता होतो. तसेच एखाद्या किमतीपेक्षा लहान किंवा मोठ्या

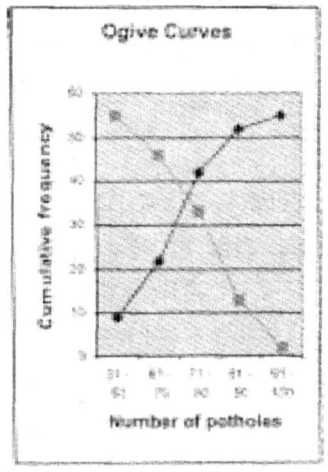

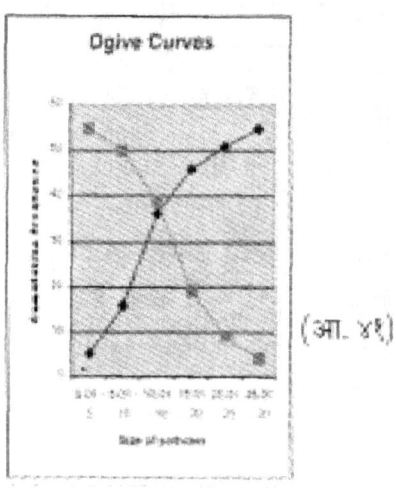

(आ. ४१)

निरीक्षणाची संख्या माहिती साठ्यात किंवा मोठ्या निरीक्षणांची संख्या माहिती साठ्यात किती आहे.

विभाजित वर्तुळे : या प्रकारच्या आलेखाची पद्धत ज्यावेळी माहिती वर्गीकृत अथवा नामदर्शक (Nominal) पद्धतीने गोळा केली जाते, त्यावेळी वापरली जाते. हा आलेख काढण्याची थोडक्यात पद्धत खालीलप्रमाणे

Category	Number of	Proportion objects	Degrees
A	२५	0.१११११९	४०
B	१५	0.0६६६६७	२४
C	३५	0.१५५५५६	५६
D	६५	0.२८८८८९	१०४
E	८५	0.३७७७७८	१३६
	२२५	१	३६०

या पद्धती वर्तुळाच्या ३६० अंशाच्या कोनाची छोट्या छोट्या कोनात प्रत्येक वर्गाच्या वारंवारतेच्या गुणोत्तराप्रमाणे विभागणी केली जाते. त्यानंतर तयार होणाऱ्या वर्तुळ विभागांना निरनिराळ्या पद्धतीने छायांकित केले जाते. वर्तुळ विभागाचे क्षेत्रफळ म्हणजे त्या त्या वर्गाचा वारंवारतेली हिस्सा होय. वरील सारणीशी संबंधित पाय आलेख खालील प्रमाणे दिसतो.

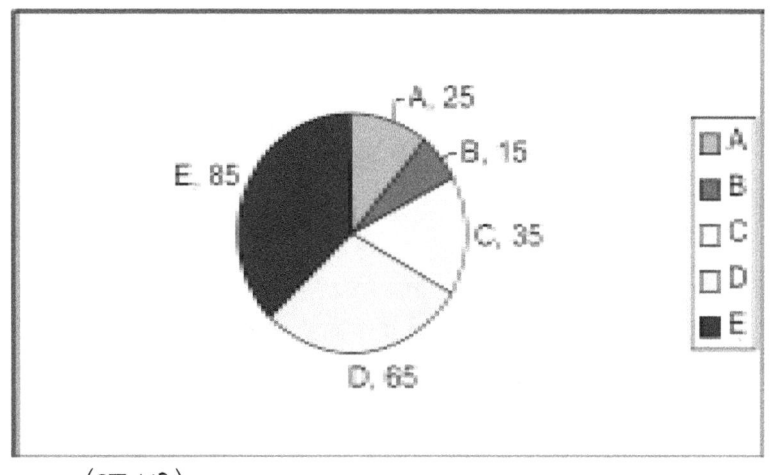

(आ.४२)

सारणी ४ मधील वारंवारता सारणीचा पाय आलेख खाली दाखविला आहे.

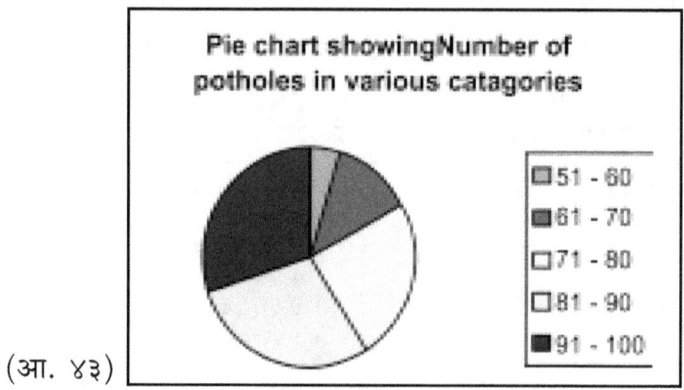

Pie chart showingNumber of potholes in various catagories
51 - 60
61 - 70
71 - 80
81 - 90
91 - 100

(आ. ४३)

केंद्रीय प्रवृत्तीची मापके

कोणत्याही वितरणाचे वर्णन करण्यासाठी विविध परिमाणे असतात. त्यापैकी य एक म्हणजे केंद्रीय प्रवृत्तीची परिमाणे किंवा अपस्करणाची (Dispersion) परिमाणे ही होत. ही सर्व वर्णनात्मक संख्याशास्त्राची उदाहरणे आहेत. एखाद्या प्रक्रियेचे गणितीय अथवा संख्याशास्त्रीय प्रारूप तयार करण्यासाठी तसेच प्रक्रियेतील आकृतिबंध ओळखण्यासाठी (Pattern recognition) या मापकांचा उपयोग होतो.

ही परिमाणे माहितीसाठ्याचे संक्षिप्तीकरण अथवा सारांशीकरण करण्यासाठीसुद्धा वापरता येतात. सरासरी परिमाण हे असेच एक सरासरी आहे. याच परिमाणाला काहीवेळा समानअर्थाने केंद्रीय प्रवृत्ती असे संबोधले जाते. गणितीय मध्यगा तसेच भौमितीक मध्य, harmonic मध्य ही पाच प्रमुख प्रकारची केंद्रीय प्रवृत्तीची मापके सर्वसाधारणपणे वापरली जातात.

सरासरी : ही मूलतः गणितीय सरासरी ती खालील प्रमाणे काढतात.

$$X = \frac{\sum x}{n}$$

इथे X म्हणजे सरासरी अथवा गणितीय मध्य तर $\sum x$ म्हणजे सर्व निरीक्षणांच्या किमतीची बेरीज असते. तर n हा एकूण निरीक्षणांची संख्या दर्शवितो. सारणीमध्ये दिलेल्या अंकीय माहिती साठ्याची सरासरी.

$$X = \frac{3983}{55} = 72.42$$ अशी येईल.

याचा अर्थ असा की नदीच्या प्रवाहातील गोट्यांची अथवा दगडांची संख्या सरासरी ७२ आहे.

वर्गीकृत माहितीसाठ्यासाठी सरासरी खालील सूत्राने काढतात.

$$X = \frac{\sum fx}{\sum f}$$

इथे $\sum fx$: (गटमध्य x त्या गटाची वारंवारता यांची बेरीज)

$\sum f$: एकूण वारंवारता अथवा एकूण निरीक्षणे

वारंवारता वितरण जे आकारासंबंधी आहे त्यावरून सरासरी खालीलप्रमाणे काढता येईल.

दगड / गोट्यांचे आकार यांची वारंवारता विभागणी

गट	गटमध्य (x)	वारंवारता (f)	fx
०.०१ - ५	२.०१	५	१०.०५
५.०१ - १०	७.०१	११	७७.११
१०.०१ - १५	१२.०१	२०	२४०.२
१५.०१ - २०	१७.०१	१०	१७०.१
२०.०१ - २५	२२.०१	५	११०.०५
२५.०१ - ३०	२७.०१	४	१०८.०४

$$X = \frac{\sum fx}{\sum f}$$

$$= \frac{716}{55}$$

$$= 13.01$$

अंकीय माहितीसाठ्याची सरासरी आणखी एका पद्धतीने सोप्या सूत्राने खालीलप्रमाणे काढता येते.

$X = X_0 + C_i (\sum ft / \sum f)$

इथे X_0 ही एक मानलेली सरासरी आहे.

C_i i या गटाची गट लांबी खालीलप्रमाणे काढतात.

C_i गटाची लांबी = अधिकतम सीमा – न्यूनतम सीमा

$\sum ft$: वारंवारता व तफावत (+) यांच्या गुणाकाराची बेरीज

$\sum f$: एकूण वारंवारता

वरील उदाहरणासाठी या नवीन सूत्राने गणितीय मध्य खालील पद्धतीने काढता येतो. पाहा सारणी ८

गट	गटमध्य (x)	वारंवारता	(t)	ft
०.०१ - ५	२.०१	५	-२	- १०
५.०१ - १०	७.०१	११	-१	-११
१०.०१ - १५	१२.०१	२०	0	0
१५.०१ - २०	१७.०१	१०	१	१०
२०.०१ - २५	२२.०१	५	२	१०
२५.०१ - ३०	२७.०१	४	३	१२

मानलेला मध्य हा सर्वाधिक वारंवारता गटातील कोणतेही एक निरीक्षण असते.

$$\overline{X} = X_0 + C_i \left(\frac{\sum ft}{\sum f}\right) = 12.01 + 5 \left(\frac{11}{55}\right)$$

$$= 12.01 + 1 = 13.01$$

दोन्ही पद्धतीने काढलेली गणितीय सरासरीची किंमत सारखी असते.

भौमितिक सरासरी व हार्मोनिक (harmonic) सरासरी ही अन्य दोन प्रकारची केंद्रीय प्रवृत्तीची मापके काही भौगोलिक अभ्यासात वापरली जातात.

भौमितिक सरासरी ही अशा प्रकारच्या अंकीय माहितीसाठ्यासाठी वापरली जाते की ज्यामध्ये भौमितिक श्रेणी वाढ, अथवा घट दिसून येते अथवा अपेक्षित असते. भौमितिक सरासरी गट अवर्गीकृत माहितीसाठ्यासाठी खालीलप्रमाणे काढतात.

$$Gm = \sqrt{x_i \cdot x_2 \cdot x_3 \cdot x_n}$$

$$= (x_1.x_2 \ldots x_n)^{1/n}$$

किंवा

$$\log Gm = \frac{\sum \log x}{n}$$

एखाद्या शहराची लोकसंख्या ही भौमितीक वा भूमितीय श्रेणीने वाढते. एखाद्या शहराची लोकसंख्या समजा १९९८ मध्ये १५००, १९९९ मध्ये २२००, २000 मध्ये २७०० (सहस्रात) असेल तर या शहराच्या लोकसंख्येचा भौमितीक मध्य

$$Gm = \sqrt[3]{1500 \times 2200 \times 2700}$$

$$= 2073$$

किंवा

$$Gm = \frac{\log 1500 + \log 2200 + \log 2700}{3}$$

$$= 3.3166$$

Antilog 3.3166 = 2073.12 = 2073

वर्गीकृत माहिती साठ्यासाठी भौमितिक सरासरी खालीलप्रमाणे काढतात.

$$\log Gm = \frac{\sum f \log x}{\sum f}$$

Harmonic सरासरी ही एखाद्या माहितीसाठ्याचा मध्य अथवा सरासरी काढण्यासाठी अशा परिस्थितीत वापरला जातो की ज्या वेळी केलेली निरीक्षणे काम, काळ, गती, वेग, वाढ, घट (वेळाशी तुलना करताना) यांच्याशी संबंधित असतात. थोडक्यात, जेव्हा जेव्हा निरीक्षणांत काळाशी संबंध असतो (प्रत्यक्ष अथवा दूरान्वये) तेव्हा तेव्हा harmonic सरासरी वापरली जाते. अवर्गीकृत माहितीसाठ्यासाठी harmonic मध्य खालील सूत्राने काढतात.

$$Hm = \frac{6}{\dfrac{1}{x_1} + \dfrac{1}{x_2} + \dfrac{1}{x_3} + \ldots + X\,\dfrac{1}{x_n}}$$

n : एकूण निरीक्षणांची संख्या.

समजा जर समुद्राच्या पाण्याच्या प्रवाहाच्या वेग हा ८०,३४ सें.मी. आणि प्रतिसेकंद असा असेल व ओहोटीच्या वेळचा हाच वेग ११३, १२९ आणि १२१ सें. मी. प्रतिसेकंद असेल तर सरासरी वेग काढण्यासाठी Harmonic मध्य वापरतात. वरील उदाहरणात तो खालीलप्रमाणे काढता येईल.

$$Hm = \frac{6}{\dfrac{1}{80} + \dfrac{1}{34} + \dfrac{1}{50} + \dfrac{1}{113} + \dfrac{1}{129} + \dfrac{1}{121}}$$

$$= 69.142$$

वर्गीकृत माहितीसाठ्यासाठी Harmonic मध्य खालील सूत्राने काढता येतो.

$$Hm = \frac{\sum f}{\sum fx}$$

x : गटाचा मध्य

f : गटाची वारंवारता

बहुलक (Mode) : हे केंद्रीय प्रवृत्तीचे आणखी एक मापक आहे. हे अशाप्रकारचे निरीक्षण आहे, की जे माहितीसाठ्यात सर्वाधिक वेळा येते; अथवा सर्वाधिक वारंवारता असलेले निरीक्षण म्हणजे बहुलक होय. एखाद्या निरीक्षणांच्या तालिकेमध्ये कोणत्याही निरीक्षणाची पुनरावृत्ती होत नसेल तर प्रत्येक निरीक्षण हे मध्यक मानले जाते व अशा तालिकेला अथवा वारंवारता वितरणाला बहुमध्यकीय नालिका अथवा बहुमध्यकीय वारंवारता विभागणी म्हणतात. खाली काही मासिक पर्जन्य (मि.मी.) निरीक्षणे दिलेली आहेत.

१०.६, १५.८, १६.२, ११.४, १०.२, १२.४, १६.५, २०.५, २४.२, ८.५, ९.८, १०.४

अशा प्रकारचा माहितीसाठा अथवा निरीक्षणे सर्वसाधारणपणे निरनिराळ्या गटात विभागली जातात. ही विभागणी खाली सारणी ९ (नऊ) मध्ये दिली आहे.

गट	दंड चिन्हे	वारंवारता
८-१०	II	२
१०-१२	IIII	४
१२-१४	I	१
१४-१६	I	१
१६-१८	II	२
१८-२०	II	२
		१२

जेव्हा माहितीसाठा गटनिहाय विभागला अथवा वर्गीकृत केला जातो, तेव्हा ज्या गटाची वारंवारता सर्वाधिक असते (जसे इथे १०-१२ या गटाची आहे.) त्या गटाला बहुलक वितरणाचा गट असे संबोधण्यात येते. जर वारंवारता विभागणीमध्ये असा एकच गट असेल तर त्या वारंवारता सारणी एक मध्यक सारणी म्हणतात. जर असे दोन गट असतील की ज्यांची वारंवारता सर्वाधिक असेल व ती समान असेल तर अशा

वारंवारता सारणी द्विमध्यक सारणी म्हणतात. वारंवारता सारणी जर स्तंभालेखाने दाखविली तर सर्वात जास्त उंच असलेल्या स्तंभाने बहुलक गट दर्शविला जातो.

वर्गीकृत माहितीसाठी बहुलक खालील सूत्राने काढता येतो.

$$\text{मध्यक} = L = \frac{f1 - fo}{2f1 - (f_0 + f_2)} \times h$$

इथे.

L : बहुलक गटाची न्यूनतम मर्यादा

f_1 : बहुलक गटाची वारंवारता

f_0 : बहुलक गटाच्या आधीच्या गटाची वारंवारता

f_2 : बहुलक गटाच्या नंतरच्या गटाची वारंवारता

h : बहुलक गटाची गटलांबी

बहुलक गट म्हणजे ज्या गटाची वारंवारता सर्वाधिक आहे असा गट.

मध्यगा : मध्यमा किंवा मध्यगा चढत्या किंवा उतरत्या श्रेणीने मांडलेल्या अनुक्रमांकित निरीक्षणांना दोन समान आकाराच्या गटात विभाजित करते. मध्यमा किंवा मध्यगा म्हणजे चढत्या किंवा उतरत्या श्रेणीने माहितीसाठा मांडला असता बरोबर मधले निरीक्षण. ज्यावेळेस एकूण निरीक्षणांची संख्या विषम असते त्यावेळी ही किंमत काढणे अथवा मधले निरीक्षण ओळखणे सोपे असते. परंतु जेव्हा एकूण निरीक्षणांची संख्या सम असते, तेव्हा दोन निरीक्षणे एकूण माहितीच्या साठ्याचे दोन समान भागात विभाजन करतात व अशावेळी मध्यमा/मध्यगा ही या दोन निरीक्षणांचा गणितीय मध्य काढून ठरवितात. (समजा एखाद्या निरीक्षण तालिकेत १६ निरीक्षणे असतील तर आणि ८ वे निरीक्षण ६.४ आणि ९ वे निरीक्षण ८.२ असेल तर ही दोन्हीही निरीक्षणे बरोबर मधली ठरतात. त्यामुळे अशा स्थितीत या निरीक्षणांच्या तालिकेची मध्यमा/मध्यगा = $\frac{6.4 + 8.2}{2}$ = 7.3 असते.)

मध्यमा/मध्यगा ही अशा परिस्थितीत योग्य केंद्रीय प्रवृत्तीचे मापक ठरते की ज्या परिस्थितीत माहिती साठा क्रमदर्शप्रमाण (ordinal) पद्धतीने मोजला जातो. मध्यमा/मध्यगा वारंवारता विभागणी बरोबर अर्ध्या भागात विभागते.

जेव्हा की निरीक्षण तालिका उतरत्या अथवा चढत्या श्रेणीने मांडली अथवा नोंदवली जाते. अवर्गीकृत अंकीय माहितीसाठ्यासाठी मध्यमा/मध्यगा म्हणजे

$\left(\dfrac{n+1}{2}\right)$ वे निरीक्षण

खालील निरीक्षण तालिका ही विविध अवसादांचा (Sediments) आकार मि. मि. मध्ये दर्शविते.

९.८, ८.३, ४.३, ५.३, १०.२, ७.६, ५.४, ६.९, ४.७ मध्यमा/मध्यगा काढण्यासाठी वरील तालिका चढत्या श्रेणीने खालीलप्रमाणे लिहिता येईल.

४.३, ४.७, ५.३, ५.४, ६.९, ७.६, ८.३, ८९.८, १०.८

$$\text{मध्यमा / मध्यगेची किंमत} = \dfrac{(n+1)}{2} \text{ वे निरीक्षण}$$

$$= \dfrac{(9+1)}{2} \text{ वे निरीक्षण}$$

$$= 5 \text{ वे निरीक्षण}$$

$$= 6.9$$

वर्गीकृत माहितीसाठ्यासाठी मध्यमा/मध्यगा खालील सूत्राने काढता येते.

$$\text{मध्यमा / मध्यगा} = L + \left[\dfrac{N}{2} - C.f.\right] \times h$$

L : मध्यमा/मध्यगा गटाची न्यूनतम मर्यादा

N : एकूण वारंवारता अथवा एकूण निरीक्षणांची संख्या

c.f : मध्यमा/मध्यगा गटाच्या आधीच्या गटाची संग्रहित वारंवारता पेक्षा लहान प्रकारची

f : मध्यमा/मध्यगा गटाची वारंवारता

h : मध्यमा/मध्यगा गटाची गटलांबी

मध्यमा / मध्यगा म्हणजे असा गट ज्याची संग्रहित वारंवारता (पेक्षा लहान प्रकारची) $\dfrac{N}{2}$ पेक्षा प्रथमच मोठी असेल.

आधी चर्चा केल्याप्रमाणे जर गट सलग असतील तर

न्यूनतम सीमा = न्यूनतम मर्यादा

अधिकतम सीमा = अधिकतम मर्यादा

परंतु जर गट सलग नसतील तर गट सलग करावे लागतात. त्यासाठी खालीलप्रकारे गणित केले जाते.

$$c = \frac{\text{पुढील गटाची न्यूनतम सीमा} - \text{सध्याच्या गटाची अधिकतम सीमा}}{२}$$

प्रत्येक गटाच्या न्यूनतम सीमेतून 'c' वजा करावा व प्रत्येक गटाच्या अधिकतम सीमेत 'c' मिळवावा. असे केल्याने तयार होणारे वारंवारता वितरण हे सलग गट वारंवारता वितरण असते. सारणी ५ मधील अंकीय माहिती साठ्यासाठीची,

$$\text{मध्यमा/मध्यगा} = 9.00 \left[\frac{\frac{55}{2} - 16}{20}\right] \times 5$$

$$= 11.875$$

दूरसंवेदन
(Remote Sensing)

व्याख्या व मूलभूत संकल्पना

(Remote Sensing : Definition And Basic Concept)

कोणत्याही घटकाच्या किंवा वस्तूच्या प्रत्यक्ष संपर्कात न येता त्या संबंधीची माहिती मिळविणे, संकलित करणे व त्याचे वर्णन करणे या तंत्रास सर्वसामान्यपणे दूरसंवेदन (Remote Sensing) असे म्हटले जाते. पृथ्वीच्या पृष्ठभागाच्या निरीक्षणासाठी विमाने व कृत्रिम उपग्रह यांचा दूर संवेदनाची साधने म्हणून उपयोग केला जातो.

या तंत्रात प्रकाश, उष्णता व रेडिओ लहरी यांसारख्या विद्युतचुंबकीय ऊर्जेचा, पृथ्वीपृष्ठावरील विविध घटकांच्या शोधनासाठी व त्यांचे मोजमाप करण्यासाठी उपयोग केला जातो. यात अर्थातच विद्युत चुंबकीय व गुरुत्व सर्वेक्षण (Gravity Surveys) यांचा समावेश होत नाही कारण यात विद्युतचुंबकीय प्रारणाऐवजी (electromagnetic radiation) प्रभाव क्षेत्रांचेच (Force fields) मापन केले जाते. विमानातून करण्यात येणारे चुंबकीय व किरणोत्सर्जनसंबंधी अभ्यास हे दूर संवेदन नसून ते केवळ सर्वेक्षण याच प्रकारात मोडतात.

हवाई छायाचित्रण दूरसंवेदनाचे मूळ स्वरूप आहे. अजूनही दूर संवेदनाचा हाच प्रकार जास्त प्रचलीत आहे. पृथ्वीवरील तेल व खनिज साठ्यांचे शोधन प्रामुख्याने हवाई छायाचित्रणामुळेच होऊ शकले. विद्युत चुंबकीय वर्णपटाच्या, 'दृष्य' विभागाचा, हवाई छायाचित्रणात उपयोग केला गेला. या वर्णपटाच्या इतर तरंगलांबी विभागांचा (Sepctral regions) असाच उपयोग करून घेता येईल या कल्पनेतूनच दूर संवेदन तंत्राचा विकास होत गेला. १९६० च्या दरम्यान, औष्णिक अवरक्त (Thermal infra red) व सूक्ष्म तरंग (Microwave) विभागाचाही उपयोग या तंत्रात होऊ लागला. मानवरहित उपग्रहांचा प्रयोगही याच काळात यशस्वी झाला आणि पृथ्वीपृष्ठाच्या अनेकविध प्रतिमा घेणे शक्य होऊ लागले.

आधुनिक उपग्रह दूर संवेदन तंत्र अधिक प्रगत आहे. पारंपरिक हवाई छायाचित्रणापेक्षा यात खूपच वेगाने प्रगती झाल्याचे दिसते. आजचे उपग्रह तंत्रज्ञान पुढील कारणामुळे जास्त उपयुक्त ठरते आहे.

(१) संपूर्ण विद्युतचुंबकीय ऊर्जा/वर्णपटाचा जास्तीत जास्त उपयोग.
(२) अधिक प्रगत, अचूक व दर्जेदार संवेदकांचा (Sensors) वापर.
(३) अवकाशिक (Spatial) माहितीपेक्षा वर्णपटलीय (Spectral) माहिती, मिळविण्यावर जास्त भर.
(४) प्रतिमा प्रक्रिया व प्रतिमावर्धन (Image Processing and Image Enhancement) यात प्रगती.
(५) प्रतिमांचे संगणकीय वाचन व वर्णन.

विद्युतचुंबकीय ऊर्जा (Electro Magnetic Energy)

प्रकाशाच्या प्रवेगाबरोबर प्रवास करणाऱ्या सर्व तऱ्हेच्या ऊर्जेस विद्युतचुंबकीय ऊर्जा असे म्हटले जाते. ही ऊर्जा विशिष्ट तरंग लांबीच्या तरंगामार्फत विशिष्ट वेळेत प्रवास करीत असते. जेव्हा एखाद्या पदार्थाशी किंवा पृष्ठाशी तिचा संबंध येतो तेव्हाच ती शोधता येते.

विद्युत चुंबकीय ऊर्जेचे गुणधर्म :

विद्युत चुंबकीय लहरींचे, त्यांची तरंगलांबी, (Wave Length), प्रवेग (Velocity) व वारंवारिता (Frequency) हे महत्त्वाचे गुणधर्म आहेत. सर्व विद्युतचुंबकीय लहरी या एकाच वेगाने, म्हणजे सामान्यपणे प्रकाशाच्या वेगाने प्रवास करतात.

(λ= ३ x १०^{8}m.Sec^{-1})

λ तरंगलांबी (Wave Length) ही लॅमडा(λ) या अक्षराने सांगितली जाते. लहरीच्या दोन शिखरांतील (Crest) किंवा खड्ड्यांतील (Through) अंतरास तरंगलांबी म्हटले जाते. मायक्रोमीटर (१०$^{-6}$m) किंवा नॅनोमीटर (१०$^{-9}$m) या एककाच्या साहाय्याने तरंगलांबी मोजली जाते. विद्युतचुंबकीय लहरींचा प्रवेग व त्यांची तरंग लांबी, माध्यमानुसार बदलते. विविध घनतेच्या माध्यमातून प्रवास करताना हे दोन्ही गुणधर्म बदलतात. मात्र लहरींची वारंवारिता बदल नाही. यामुळेच लहरींचा हा गुणधर्म मूलभूत गूण मानण्यात येतो. वारंवारीता 'V' या अक्षराने दर्शविली जाते. विद्युत चुंबकीय लहरींच्या ह्या तीनही गुणधर्मातील संबंध, $C = \lambda\ v$किंवा प्रवेग = तरंगलांबी x वारंवारिता या सूत्राने दाखवता येतो.

विद्युत चुंबकीय ऊर्जेच्या परस्परक्रिया (Interactions):

घन, द्रव किंवा वायुरूप पदार्थांशी जेव्हा विद्युत चुंबकीय ऊर्जेचा संबंध येतो तेव्हा त्यास प्राप्त प्रारण (Incident- radiation) म्हटले जाते. मात्र पदार्थाशी संबंध आल्यानंतर प्राप्त प्रारणाचे काही गुणधर्मच बदलतात. यात प्रारणाची तीव्रता, (Intensity), दिशा, तरंगलांबी, ध्रुवण (Polarization) व अवस्था (Phase) या गुणधर्मांचा समावेश होतो.

दूरसंवेदन तंत्र हे प्रामुख्याने या बदलांची नोंद करते. पृथ्वीपृष्ठावरील विविध घटकांच्या संदर्भातही विद्युतचुंबकीय प्रारणात असे बदल होतात. दूरसंवेदन तंत्र वापरून घेतलेल्या प्रतिमा किंवा हवाई छायाचित्रात या बदलांची नोंद केली जाते. प्रतिमा विश्लेषक (Image Interpreter), प्रतिमांचा अभ्यास करून, ज्या घटकांनी हे बदल घडवून आणले, ते घटक ओळखण्याचा प्रयत्न करतो.

पृथ्वीवरील विविध घटकांशी संबंध आल्यावर, विद्युतचुंबकीय ऊर्जा व ते घटक यांत मुख्यतः पुढील पाच परस्परप्रक्रिया होतात (आ.१.)

(१) ऊर्जेचे संचरण (Transmission of Energy) :

विद्युतचुंबकीय ऊर्जा जेव्हा त्या घटकातून आरपार जाते, किंवा एका माध्यमातून दुसऱ्या वेगळ्या घनतेच्या माध्यमात जाते (उदा. हवेतून पाण्यात जाते), तेव्हा विद्युतचुंबकीय प्रारणाचा प्रवेग (Velocity) बदलतो. वातावरणातून येणाऱ्या प्रारणाचा प्रवेग व पृथ्वीवरील घटकांशी संचरण होऊन बदललेला प्रवेग यांच्या गुणोत्तरास वर्तन निर्देशांक (Index of refraction) असे म्हटले जाते.

n = cg/cs किंवा

$$\text{वर्तन निर्देशांक} = \frac{\text{ऊर्जेचा वातावरणातील प्रवेग}}{\text{ऊर्जेचा घटकातील प्रवेग}}$$

(२) ऊर्जेचे शोषण (Absorption of Energy):

विद्युतचुंबकीय ऊर्जा पृथ्वीवरील घटकांत किंवा पदार्थांत शोषली जाते. यामुळे घटकांची उष्णताही वाढते.

(३) ऊर्जेचे उत्सर्जन (Emitance of energy):

प्राप्त ऊर्जा पदार्थातून किंवा घटकातून, दीर्घ तरंगाच्या स्वरूपात ऊर्जेचे उत्सर्जन केले जाते. हे उत्सर्जन पदार्थाची संरचना (Structure) व तापमान यावर ठरते.

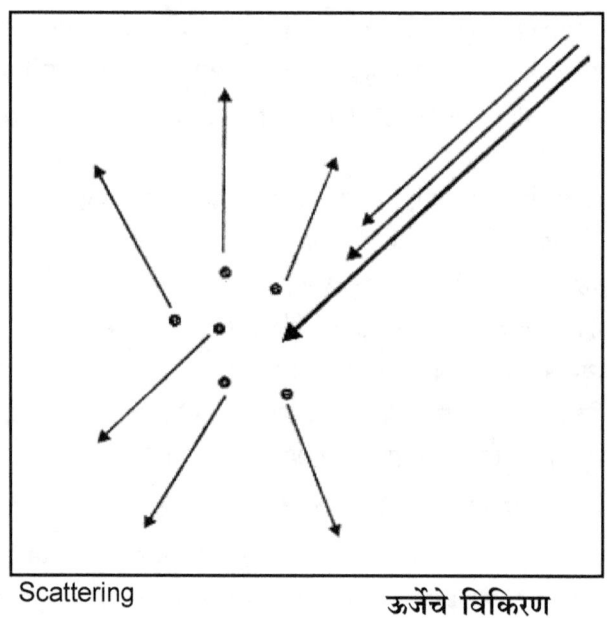

Scattering   ऊर्जेचे विकिरण

(आ. १७)

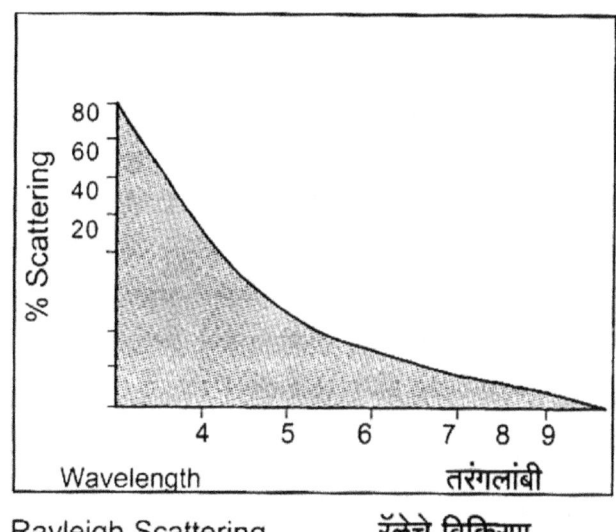

Rayleigh Scattering   रॅलेचे विकिरण

(४) ऊर्जेचे विकिरण (Scattering of energy):

प्राप्त ऊर्जा अनेक दिशांनी विस्थापित होते (Deflect) किंवा विकिरीत होते. हे विकिरण प्रदेशाच्या खडबडीतपणावर ठरते.

सर्वसामान्य तऱ्हेच्या विकिरणाचा प्रकार सर्व प्रथम ब्रिटिश वैज्ञानिक जे. एस्. रॅले यांनी १८९० मध्ये शोधला. याला रॅले विकिकरण (Rayleigh's scattering) असे म्हटले जाते. (आ.१७) हे विकिरण ऊर्जेच्या तरंगलांबीपेक्षा जेव्हा पदार्थाचा आकार लहान असतो तेव्हाच होते. लहान धूलिकण, नायट्रोजन, ऑक्सिजन यांचे रेणू यावरून हे विकिरण होते. शुद्ध व स्वच्छ हवेत हे विकिरण सहजपणे होताना दिसते. पृथ्वीपृष्ठापासून १० किमीच्या उंचीपर्यंत ह्याच विकिरणांचे प्राबल्य असते. हे विकिरण तरंगलांबीवर अवलंबून असते. (निळ्या रंगाचे विकिरण लाल रंगापेक्षा ४ पट जास्त तर अतिनील (Ultraviolet) रंगाचे विकिरण लाल रंगापेक्षा १६ पट जास्त असते). रॅले विकिरणामुळेच आकाशाचा रंग निळा दिसतो. सूर्यास्ताच्या वेळी दिसणारा गडद व गुलाबी लाल रंग हाही याच विकिरणाचा परिणाम आहे.

विकिरणाचा दुसरा प्रकार म्हणजे माय स्कॅटरींग (Mie Scattering). वातावरणातील मोठ्या आकाराच्या कणावरून हे विकिरण होते.

(उदा. परागकण (Pollen), धूर (Smoke), जलकण (Water droplets) इत्यादी. हे विकिरण वातावरणाच्या खालच्या थरात केवळ ५ कि.मी. उंचीपर्यंतच आढळते.

विकिरणामुळे, दूरसंवेदनाने घेतलेल्या प्रतिमांचा स्पष्टपणा कमी होतो. त्या धूसर दिसतात. शिवाय पृथ्वीवरील विविध वैशिष्ट्ये ज्या प्रमाणात ऊर्जा उत्सर्जित करतात, त्या ऊर्जेचे अचूक मापन किंवा नोंद, दूरसंवेदन प्रणालीतील शोधक (Detecoter) करू शकत नाही. त्यामुळे प्रतिमेवर वैशिष्ट्य ओळखणे कठीण होऊ शकते.

(५) ऊर्जेचे परावर्तन:

प्राप्त ऊर्जा, पदार्थावर जेवढ्या कोनातून आलेली असते तितकाच कोन करून परावर्तित होते. गुळगुळीत पृष्ठभागावरून परावर्तन जास्त होते. परावर्तित लहरींचे ध्रुवण किंवा कंपन दिशा, प्राप्त ऊर्जा लहरींच्या (Incident waves) पेक्षा वेगळी असू शकते.

उत्सर्जन, विकिरण व परावर्तन या तीनही क्रिया पृष्ठीय घटना (Surface Phenomena) आहेत कारण त्या मुख्यतः पृष्ठभागाच्या, रंग, खडबडीतपणा (Roughness) यांसारख्या गुणधर्मावर ठरतात. याउलट संचरण व शोषण या क्रिया आयतन घटना (Volume Phenomena) आहेत, कारण या प्रक्रिया पदार्थाची घनता (Density), संवाहकता (Conductivity) यांसारख्या अंतर्गत वैशिष्ट्यावर ठरतात.

विद्युतचुंबकीय ऊर्जेची तरंगलांबी आणि पदार्थाची विशिष्ट रचना यावर पृष्ठीय व आयतन घटना यातील परस्पर क्रिया ठरतात. पदार्थ व ऊर्जा यांतील परस्पर क्रिया दूरसंवेदन तंत्रात नेमकेपणाने नोंदविल्या जातात. याचाच उपयोग पृष्ठभागाचे वाचन – वर्णन (interpretation) याकरिता केला जातो.

विद्युतचुंबकीय वर्णपट (Electromagnetic Spectrum) **:**

अवकाशातून, प्रकाशाच्या वेगाने प्रवास करणाऱ्या ऊर्जेचा, मीटरपासून नॅनोमीटरपर्यंतच्या तरंगलांबीचा निरंतरक्रम (Continum) म्हणजे विद्युतचुंबकीय वर्णक्रम किंवा वर्णपट होय. पृथ्वीवरील प्रत्येक पदार्थ विद्युत चुंबकीय ऊर्जा प्रसारित किंवा विकिरित करीत असतो. पदार्थाच्या वाढत्या तापमानानुसार, ऊर्जेच्या विकिरणाची तीव्रता लघुतरंगांच्या दिशेने सरकते.

वर्णपटाचे तरंगलांबीनुसार विभाग : विद्युतचुंबकीय ऊर्जेचा वर्णपट, लघुत्तम

तरंगलांबी असलेल्या गॅमा किरणापासून दीर्घ तरंगलांबीच्या रेडीओ लहरीपर्यंत पसरलेला असतो. (आ. ३) $१०^{-१२}$ मीटर इतक्या कमी तरंगलांबीपासून $१०^{-१}$ मीटर दीर्घ तरंगलांबी पर्यंतचे विविध विभाग या वर्णपटात ओळखता येतात. या वर्णपटाचे मुख्य विभाग पुढीलप्रमाणे आहेत.

(१) **गॅमा किरण विभाग (Gamma ray Region):** ०.०३ नॅनोमीटर (१ नॅ. मी = $१०^{-९}$ मी) पेक्षा कमी तरंगलांबीचा ऊर्जेचा हा विभाग आहे. सूर्याकडून येणारी या प्रकाराची सर्व ऊर्जा वातावरणाच्या अत्युच्च पट्ट्यात पूर्णपणे शोषली जाते. त्यामुळे दूरसंवेदनासाठी या ऊर्जेचा काहीही उपयोग होत नाही.

(२) **क्ष-किरण विभाग (X-ray Ragion) :** ह्या विभागातील ऊर्जेची तरंगलांबी ०.०३ नॅनोमीटर ते ३ नॅनोमीटर असते. ही ऊर्जाही वातावरणात शोषली जाते व दूर संवेदनासाठी उपयोगात आणता येत नाही.

(३) **अतिनील किरण विभाग (Ultraviolet Region) :** ०.०३ मायक्रोमीटर ते ०.३ मायक्रोमीटर (१ मायक्रोमीटर = $१०^{-६}$ मीटर) तरंगलांबी असलेल्या या विभागातील ऊर्जेचे ओझोन थरात शोषण होते. मात्र ०.३ ते ०.४ मायक्रोमीटर तरंगलांबींची याच विभागातील ऊर्जा वातावरणातून संचरीत होते (Transmit). त्यामुळे अशी ऊर्जा छायाचित्रणाची फिल्म किंवा चित्रशोधक (Photo Detector) यांच्या साहाय्याने चित्रणासाठी वापरता येते. मात्र अशा चित्रणात वातावरणीय विकिरण (Atmospheric Scattering) खूपच मोठ्या प्रमाणावर असते. केवळ ०.३ ते ०.४ मायक्रोमीटरच्या या विभागास अतिनील चित्रण पट्टा (Photographic Ultra Violet Band) असे म्हटले जाते.

(४) **दृश्य विभाग (Visible Ragion):** ०.४ मायक्रोमीटर ते ०.७ मायक्रोमीटर तरंगलांबी असलेल्या ऊर्जेचा हा विभाग दूरसंवेदनासाठी, विशेषतः हवाई छायाचित्रणासाठी, अतिशय उपयुक्त मानला जातो. फिल्म आणि चित्रशोधक यांच्या साहाय्याने या ऊर्जेमार्फत प्रतिमा घेतल्या जातात. पृथ्वीवरील विविध घटकांवरून ०.५ मायक्रोमीटर या तरंगलांबीच्या ऊर्जेचे सर्वाधिक परावर्तन होते.

(५) **अवरक्त विभाग (Infra Red Region)** : या विभागातील ऊर्जेची तरंगलांबी ०.७ मायक्रोमीटरपासून १ मिली मीटर एवढी असते.

तरंगलांबीनुसार, ऊर्जेची पदार्थाशी होणारी परस्परक्रिया बदलते. या ऊर्जेच्या वातावरणातून होणाऱ्या संचरणाची गवाक्षे (Transmission Windows), ऊर्जेचे शोषण होणाऱ्या पट्ट्यापासून अलग केली जातात.

(१) **परावर्तित अवरक्त विभाग** (Reflected Infra Red)

हा अवरक्त विभागाचा एक मुख्य उपविभाग आहे. ०.७ मायक्रोमीटर पासून ३ मायक्रोमीटर (.००३mm) पर्यंत तरंगलांबी असलेल्या ऊर्जेचा हा विभाग दूर संवेदनात वापरता येतो. या ऊर्जेत पदार्थाच्या औष्णिक गुणधर्माबद्दल (Thermal Properties) काहीच माहिती मिळत नाही. ०.७ ते ०.९ मायक्रोमीटर तरंगलांबीची ऊर्जा फिल्मच्या साहाय्याने नोंदवता येते. म्हणूनच ०.७ ते ०.९ मायक्रोमीटरच्या या पट्ट्यास अवरक्त चित्रणपट्टा (Photographic IR)म्हटले जाते.

(२) **औष्णिक अवरक्त विभाग** (Thermal IR Region):

हाही अवरक्त विभागाचा दुसरा महत्त्वाचा उपविभाग आहे. ३ ते ५ मायक्रोमीटर तरंगलांबी आणि ८ ते १४ मायक्रोमीटर तरंगलांबी असलेल्या या ऊर्जा विभागाचा, औष्णिक संवेदनांसाठी उपयोग करता येतो. या तरंगलांबींचा उपयोग करून, ज्योर्तियांत्रिक (Optical mechanical) समीक्षकामार्फत (Scanner) प्रदेशाचे चित्रण केले जाते. पृथ्वीवरून ऊर्जा दिवस – रात्र प्रारीत (radiate) होत असते.

९.७ मायक्रोमीटर तरंगलांबी असलेली ऊर्जा औष्णिक विभागातून सर्वाधिक प्रारीत होते. म्हणून या विभागाला दूरसंवेदनात महत्त्व आहे.

(६) **सूक्ष्मतरंग विभाग (**Microwave Region**):**

या विभागातील ऊर्जेची तरंगलांबी ०.१ ते ३० सें.मी. एवढी जास्त असते. या तरंगलांबीची ऊर्जा ढग, धुके, पाऊस यांना भेदून जाऊ शकते.

ही ऊर्जा Active पद्धतीने दूरसंवेदनात वापरता येते. रडार यंत्रणा वापरून या तरंगलांबी प्रदेशात प्रतिमा घेतल्या जातात.

(७) **रेडीओ लहरी विभाग (**Radio Waves Region**)**

विद्युतचुंबकीय ऊर्जेचा हा सर्वाधिक जास्त तरंगलांबीचा प्रदेश आहे. ३० सें.मी.पेक्षा जास्त तरंगलांबी असलेली ऊर्जा, रडारच्या साहाय्याने प्रसारीत करून प्रतिमा घेतल्या जातात.

वरील विवेचनावरून असे लक्षात येते की पृथ्वीचे वातावरण, गॅमा, क्ष

किरण व अतिनील तरंगलांबीच्या ऊर्जेचे शोषण करते. त्यामुळे दूर संवेदनात या तरंगलांबीचा उपयोग होत नाही. दृश्य, अवरक्त, सूक्ष्मतरंग व अतिनील पट्ट्याचा काही भाग, दूरसंवेदनात वापरला जातो. ज्या तरंगलांबी प्रदेशात ऊर्जेचे जास्त संचरण होते त्यांना वातावरणीय गवाक्षे (Atmospheric Windows) असे म्हणतात आणि यांचाच वापर दूरसंवेदन प्रतिमा मिळविण्यासाठी केला जातो. दृश्य, अवरक्त व सूक्ष्मतरंग विभागांची विविध पट्ट्यांमध्ये (Bands) उपविभागणी केली जाते. (उदा. निळे, हिरवे व तांबडे पट्टे, दृश्य विभागाची विभागणी करून दाखविले जातात.)

दूरसंवेदन तंत्रात दूर संवेदनासाठी विविध तरंगलांबी प्रदेशाकरता जे समीक्षक (Scanners) वापरले जातात ते ही आ. ३ मध्ये दाखविले आहेत. ०.४ ते ०.७ मायक्रोमीटर तरंगलांबी ऊर्जेचा वापर करून सामान्य रंगीत छायाचित्रण करता येते तर ०.५ ते ०.९ मायक्रोमीटर तरंग लांबीच्या ऊर्जेत अवरक्त रंगीत छायाचित्रे (IR color Photos) घेता येतात.

रडार वगळता इतर दूर संवेदन पद्धतींत ऊर्जेचा स्रोत हा सूर्याची ऊर्जा असते. म्हणून यास Passive दूरसंवेदन म्हटले जाते. रडारमध्ये, विद्युत चुंबकीय ऊर्जा निर्माण करून ती सूक्ष्मतरंग तरंगलांबीच्या स्वरूपात वापरली जाते. म्हणून यास Active दूर संवेदन म्हणतात.

काही विशिष्ट तरंगलांबीची ऊर्जा वातावरणीय वायू शोषून घेते. तरंगलांबीच्या अशा विशिष्ट पट्ट्यांना शोषण पट्टे (Absorption bands) म्हटले जाते. ०.३ मायक्रोमीटरपेक्षा कमी तरंग लांबीची ऊर्जा वातावरणाच्या वरच्या थरातील ओझोन (O_3) मायक्रोमीटर वायू शोषून घेतो. (आ.२०) ढग ०.३ CM तरंगलांबीपेक्षा कमी लांबीची ऊर्जा शोषून घेतात. बाष्प, कार्बनडायऑक्साईड, हे सुद्धा काही प्रमाणात या ऊर्जेचे शोषण करतात. केवळ दीर्घ तरंगलांबीची ऊर्जाच ढगांना भेदून जाऊ शकते.

जी.आय.एस. तंत्राची ओळख
(Introduction to GIS)

जी.आय.एस. म्हणजेच भौगोलिक माहितीप्रणाली. हे तंत्रज्ञान १९६१ सालापासूनच जगभरात उपयोगात येत आहे. या तंत्राची विलक्षण क्षमता व वाढते उपयोजन यामुळे त्याची पाळेमुळे आता खूप घट्ट रुजली आहेत आणि या तंत्राला खूप प्रतिष्ठाही प्राप्त झाली आहे. भरपूर मोठ्या प्रमाणावरील सांख्यिकीचे व्यवस्थापन

व विश्लेषण करणारे प्रगत शास्त्र म्हणून त्याची वैज्ञानिक जगात गणना होऊ लागली आहे.

गेल्या दशकातील संगणक शास्त्रातील प्रगती, अंकीय नमुन्यात (Digital Format) उपलब्ध होणाऱ्या सांख्यिकीतील वाढ, सांख्यिकीचे संग्रहण (Collection), दूरसंवेदन व सर्वेक्षण या जी.आय.एस. शी संबंधित तंत्रांचा विकास, सांख्यिकी व्यवस्थापन तंत्रातील (Database Management) प्रगती यामुळे जी.आय.एस. तंत्रज्ञानाचा लक्षणीय विकास झाला आहे.

येत्या काही वर्षांत या तंत्रज्ञानात याहीपेक्षा अधिक प्रगती होण्याची चिन्हे आहेत. जगभरात चाललेले विविध प्रयोग याच गोष्टीचे निदर्शक आहेत.

भौगोलिक माहितीप्रणाली (जिओग्राफिक इन्फर्मेशन सिस्टिम – जी.आय.एस.) हे सध्याच्या संगणक व दूर संवेदन युगातील एक अतिप्रगत असे तंत्रज्ञान आहे. या तंत्राचा वापर आजकाल जगभर फार मोठ्या प्रमाणावर परिसर नियोजन, व्यवस्थापन व परिसर अभियांत्रिकी यांसारख्या क्षेत्रांत केला जात आहे. जवळजवळ प्रत्येक देशालाच भेडसावणाऱ्या या समस्यांना समर्पक उत्तरे देण्याची विलक्षण ताकद जी.आय.एस. तंत्रज्ञानात असल्यामुळे त्याचा वापरही सर्वत्र वाढतो आहे.

या तंत्रज्ञानाचे अनेकविध पैलू आहेत. पृथ्वीपृष्ठावरील विविध पर्यावरणीय आणि परिस्थितिक प्रक्रियांचे मापन करणे तसे फार जिकिरीचे काम. भूपृष्ठीय, वातावरणीय आणि जैविक घडामोडींतील क्लिष्टपणा हे त्याचे एक प्रमुख कारण. कोणत्याही प्रदेशाचा सर्वांगीण विकास करण्याकरिता या प्रक्रियांसंबंधीची विस्तृत सांख्यिकी असणे आवश्यक असते. ही सांख्यिकी अवकाश-विस्तारित अशी मिळविणे हा यातला महत्त्वाचा भाग असतो. म्हणजेच ही माहिती भूसंदर्भित सांख्यिकी या स्वरूपाची असते. यामुळे या प्रणालीला भौगोलिक प्रणाली असे म्हटले आहे.

या भूसंदर्भित माहितीचे एकत्रीकरण करणे, तिचा संचय करणे, पृथक्करण करणे आणि त्यावरून त्या प्रदेशातील परिस्थितीचे प्रारूप तयार करणे – या सर्व गोष्टींचा समावेश जी.आय.एस. या तंत्रात होतो. त्याचबरोबर आणखी एका गोष्टीमुळे या तंत्रज्ञानाची उपयुक्तता वाढते. ती म्हणजे या तंत्रात अभिप्रेत असलेले विविध घटकांचे अध्यारोपण. एकापेक्षा अनेक घटनांचे निर्देशक असे घटक सांख्यिकीच्या स्वरूपात एकत्र करून त्यांचे अध्यारोपण केल्यास जे अंतिम चित्र मिळते, ते त्या प्रदेशाचे खरेखुरे किंवा बरेचसे हुबेहूब चित्र असते. त्यामुळे अशा प्रतिमांचा वापर त्या प्रदेशाच्या व्यवस्थापनासाठी, तेथील समस्या आणि अडचणी ओळखण्यासाठी करता

येतो. याच कारणामुळे आपत्ती व्यवस्थापन करण्याकरितासुद्धा हेच तंत्र अधिक योग्य असल्याचे दिसून आलेले आहे.

भारतासारख्या शेतीप्रधान देशाला तर या तंत्रज्ञानाचा खूपच मोठा फायदा आहे. भारतीय उपग्रह मालिकांमुळे उपलब्ध होणाऱ्या उपग्रह प्रतिमांचा याकरिता वापर करता येतो. या प्रतिमांवरून भौगोलिक माहिती प्रणालीच्या साहाय्याने भूजल संचय, भूमी-उपयोजन, मृदशक्ती, समस्याग्रस्त देश, विपत्तिजनक विभाग यांसारख्या घटनांचे अचूक मूल्यमापन करता येते. खेडेगावाच्या पातळीवर किंवा त्याहीपेक्षा लहान अशा शेतजमीन तुकड्याच्या पातळीवरही हे नियोजन करता येते. जी.आय.एस. तंत्रात जमिनीचा कस, जमिनीतील आर्द्रता, जमिनीचा उतार, पिके व पिकांचे वितरण, मृदेची जाडी या व अशा अनेक घटकांच्या संदर्भात सांख्यिकी गोळा केली जाते व ती अध्यारोपित केली जाते.

जी.आय.एस. तंत्रज्ञानामुळे एखाद्या प्रदेशाच्या पर्यावरणीय समस्यांच्या निराकरणाकरिता करावा लागणारा खर्च व मेहनत यांत खूपच बचत करणे शक्य झाले आहे. पारंपरिक पद्धतीपेक्षा यात नेमकेपणा आणि अचूकपणाही अधिक आहे. पारंपरिक पद्धतीमध्ये प्रदेशाबद्दलची सांख्यिकी अपूर्ण व चुकीची असण्याची शक्यता जास्त असते. त्यामुळे समस्यांचे आकलन होत नाही. काही वेळा चुकीच्या निष्कर्षांमुळे बरेच घोटाळेही होतात. सर्वेक्षणाच्या कोणत्या पद्धतीचा वापर करून माहिती गोळा केली जाते, त्यावर पारंपरिक पद्धतीची विश्वासार्हता अवलंबून असते. जी.आय.एस. तंत्रामुळे निदानातील विश्वासार्हता नक्कीच वाढलेली आहे.

जी.आय.एस. तंत्रज्ञानात दूर संवेदन व संगणकाचा सिंहाचा वाटा आहे. या तंत्रज्ञानात एकत्रित केलेल्या प्रचंड सांख्यिकीचे पृथक्करण केवळ संगणकामार्फतच शक्य आहे. गेल्या पंधरा-वीस वर्षांत जी.आय.एस.चा वापर वाढण्याचे कारण संगणक तंत्रज्ञानाचा विकास हेच आहे. वास्तविक पाहता जी.आय.एस.चा सर्वप्रथम वापर १९६० मध्ये, कॅनडामध्ये जमिनीच्या मूल्यमापनासंबंधीच्या एका प्रकल्पात केला गेल्याचा उल्लेख आढळतो. या प्रकल्पाअंतर्गत मृदूशक्ती, भूमिउपयोजन व प्रथम दर्जाची शेतीयोग्य जमीन, या तीन घटकांचे अध्यारोपण करण्याचा प्रयत्न केला गेला होता. याच वेळी अमेरिकेतही लोकसंख्येचे वितरण, रोजगार वितरण, संपर्क साधनांच्या मार्गांचे वितरण व दुकानांचे वितरण यांच्या सांख्यिकीच्या अध्यारोपणाचा प्रयत्न केला गेल्याचे दिसते. आज या तंत्रज्ञानाचे जाळे जगभर पसरले आहे; आणि सर्वत्र याचा अतिशय परिणामकारक उपयोग होत असल्याचे दिसत आहे. अर्थातच ज्या समस्येमध्ये सांख्यिकी अवकाश-वितरित स्वरूपात उपलब्ध होते, तेथेच केवळ

या तंत्राचा वापर करणे शक्य होते, हे उघड आहे.

आज जी.आय.एस. संदर्भात अनेक संगणक प्रणाली, प्रतिमाने व समाकलन प्रणाली उपलब्ध आहेत. त्यांचा वापरही प्रदूषणाची तीव्रता, नदीखोरे नियोजन, पूर व भूमिपातासारख्या विपत्ती यांच्या अभ्यासात अधिक परिणामकारकपणे केला जात आहे.

एकाच वेळी अनेक घटकांचे पृथक्करण करण्याची ताकद, हे या तंत्राचे महत्त्वाचे अंग आहे. भूमिपात किंवा दरड कोसळणे या विपत्ती व्यवस्थापनात जी.आय.एस. पद्धतीत वापरल्या जाणाऱ्या घटकांची नुसती यादी पाहिली, तरी या तंत्राचा आवाका लक्षात येईल. डोंगरउतारांचे प्रमाण, तलप्रस्तर, मृदा प्रकार, उतारांची उंची, मृदेची जाडी, भूजल पातळी, भूमिउपयोजन, वृष्टीचे प्रमाण, उताराचा प्रकार, जमिनीतील भेगा, जोड व संधी, मृदेची वाहकता, लवचिकता इत्यादी अनेक घटक एकाच वेळी अध्यारोपित करून या समस्येचे आकलन करून घेतले जाते व नंतरच व्यवस्थापनाची दिशा ठरविली जाते.

या सर्व प्रकारांत सांख्यिकीतील अपूर्णत्व व सलगतेचा अभाव, हा महत्त्वाचा अडथळा असतो. त्यामुळे विविध प्रकारच्या माहितीचे समाकलन करणे अवघड होते. यासाठी जागतिक स्तरावर सर्वमान्य अशा पद्धतींचा वापर सांख्यिकीच्या एकत्रीकरणात होणे आवश्यक आहे. त्याचबरोबर जागतिक सांख्यिकी माहितीचे आदान-प्रदान होणेही गरजेचे आहे.

येत्या काही वर्षांत जी.आय.एस. तंत्रज्ञानात याहीपेक्षा अधिक प्रगती होण्याची शक्यता नाकारता येत नाही आणि आपल्या परिसराची आणि पर्यावरणाची प्रत व दर्जा सुधारण्याची जी.आय.एस. तंत्रज्ञानाची ताकद पाहता ही गोष्ट अशक्य नक्कीच नाही !

जी.आय.एस. : व्याख्या व स्वरूप

भौगोलिक माहिती प्रणालीची व्याख्या अनेकांनी अनेक प्रकारे केलेली आहे. व्याख्येतील ही विविधता, व्याख्या कोणी केली आहे आणि कशासाठी केली आहे यावर मुख्यत: अवलंबून असल्याचे मत पिकल्स (Pickles, १९९५) यांनी व्यक्त केले आहे. जी.आय.एस. चे तंत्रज्ञान व त्याचे उपयोजन जसे झपाट्याने बदलत गेले तसतशी व्याख्याही बदलत गेल्याचे दिसते. भविष्यात ती आणखीनच बदलेल असे तज्ज्ञांना वाटते.

ऱ्हींड (Rhind, १९८९) यांच्या व्याख्येनुसार 'पृथ्वीवरील विविध ठिकाणांच्या माहितीचे वर्णन करणाऱ्या सांख्यिकीची साठवण करणारी, व त्या सांख्यिकीचे

उपयोजन करणारी जी.आय.एस. ही संगणक प्रणाली आहे. बरो (Burrough, १९८६) यांच्या म्हणण्याप्रमाणे काही विशिष्ट उद्दिष्टे व हेतूंच्या पूर्ततेसाठी, एखाद्या भौगोलिक प्रदेशासंबंधी अवकाशीय (Spatial) माहितीचे संकलन (Collection), साठवण (Storage), इच्छेनुसार पुनर्प्राप्तीकरण (Retrieval at will), रूपांतरण (Transformation) आणि प्रदर्शन (Display) करणाऱ्या साधनांचा संच (set of tools) म्हणजे जी.आय.एस. ब्रिटिश पर्यावरण खात्यानुसार (१९८७) 'भूसंदर्भित अवकाशिक सांख्यिकी मिळवणे, साठवणे, तपासणे, तिचे समाकलन करणे (Integration), कुशलतेने हाताळणी करणे (Manipulation), पृथक्करण करणे व विश्लेषणाची मांडणी व प्रदर्शन करणे अशा बहुविध प्रक्रिया करणारी प्रणाली म्हणजे जी.आय.एस.'

विविध प्रकारच्या व्याख्यांचे सार, वरील तीन प्रातिनिधिक व्याख्यांत मांडता येते. त्यातून जी.आय.एस. यंत्रणेची प्रमुख तीन वैशिष्ट्ये लक्षात येतात. मुख्य गोष्ट म्हणजे जी.आय.एस. ही संगणक प्रणाली आहे. यात संगणक, मुद्रक (Printer) व आरेखक (Plotter) याचबरोबर संगणक वाचू शकेल व विश्लेषण करू शकेल अशा प्रणाली (Programmes) यांचा समावेश होतो. दुसरी गोष्ट म्हणजे जी.आय.एस. प्रामुख्याने अवकाश संदर्भित (Spatially Georeferenced) म्हणजेच भौगोलिक सांख्यिकी वापरते. तिसरी गोष्ट म्हणजे माहितीचे विश्लेषण व पृथक्करण करते.

उच्च दर्जाच्या जी.आय.एस. प्रणालीकडून पुढील गोष्टींची पूर्तता व्हावी अशी अपेक्षा असते.

(१) विस्तृत प्रमाणावर किंवा मोठ्या प्रमाणावरील सांख्यिकीसाठी जलद अभिगम (Quick access).

(२) विशिष्ट विषय (Theme) किंवा प्रदेशाच्या संदर्भात सूक्ष्म असे पर्याय निवडण्याची क्षमता.

(३) सांख्यिकीचा एक गट दुसऱ्या गटाशी जोडण्याची किंवा एकमेकांत मिसळण्याची क्षमता.

(४) प्रदेशातील विशिष्ट गोष्टी किंवा ठळक गुणधर्म शोधण्याची क्षमता.

(५) सांख्यिकी जलद, अद्ययावत (Update) करण्याची क्षमता.

(६) सांख्यिकीचे प्रतिमान (Model) करण्याची किंवा त्यासाठी विकल्प (Alternative) देण्याची क्षमता.

(७) विश्लेषणाच्या व पृथक्करणाच्या अखेरीस मिळालेल्या उत्तरांचे नकाशे, आलेख,

संक्षिप्त सांख्यिकी (Summary Statistics) मध्ये निर्देशन करण्याची क्षमता.

जी.आय.एस.मुळे अवकाशिक सांख्यिकीचे मूल्य वाढते. उपलब्ध सांख्यिकीचे परिणामकारक संघटन (Organization) आणि विविध सांख्यिकी गटांचे समाकलन (Integration) यामुळे नवीन स्वरूपातील सांख्यिकी तयार करणे जी.आय.एस. मुळे शक्य होते. याचा उपयोग निर्णयप्रक्रियेत अचूकता आणण्यासाठी खूपच चांगल्या प्रकारे होतो. एका अर्थाने जी.आय.एस. ही अवकाशिक निर्णय प्रक्रियेचा (Spatial decision support) मूलाधारच आहे, असे म्हणावयास हरकत नाही.

जी.आय.एस. हे विविध विद्याशाखातील संकल्पना व विचार यांचा अभ्यास करून तयार केलेले तंत्र आहे. भौगोलिक माहितीचे विज्ञान हे नकाशाशास्त्र, संगणकशास्त्र, अभियांत्रिकी, पर्यावरणशास्त्र, जिओडसी, भूदृश्य स्थापत्य (Landscape architecture), हवाई छायाचित्र मापन शास्त्र (Photogrammetry), दूरसंवेदन, संख्याशास्त्र व सर्वेक्षण ह्या सर्व विद्याशाखांवर अवलंबून आहे. गुडचाईल्ड (१९९७) यांच्या म्हणण्यानुसार जी. आय. एस. तंत्रज्ञानांत असलेले मुख्य विचार व संकल्पना पुढीलप्रमाणे आहेत.

(१) भौगोलिक माहिती म्हणजे पृथ्वीवरील विविध ठिकाणांची अवकाशीय माहिती.

(२) माहिती तंत्रात जागतिक स्थान निश्चिती (GPS), दूरसंवेदन व भौगोलिक माहितीचा समावेश असतो.

(३) जी.आय.एस. तंत्रज्ञान अशा माहितीवर आधारित असते.

(४) यातून होणाऱ्या विश्लेषणाची व उपयोजनाची विविध क्षेत्रात असलेली उपयुक्तता मोठी आहे.

(५) जी.आय.एस.ची सर्वंकष अभिव्यक्ती किंवा प्रकटीकरण (Manifestation).

जी.आय.एस.चे घटक

जी.आय.एस.च्या व्याख्येबद्दल अनेक प्रवाद आहेत. तसे ते त्याच्या घटका-बद्दलही आहेत. सर्वसाधारणपणे जीआयएस ही संगणकीय संहिता / कार्यवाही पद्धती (Software) असून, तिचे मुख्य घटक म्हणजे या पद्धतीच्या कार्यवाहीसाठी वापरण्यात येणारी विविध साधने होत. या पद्धतीची कार्यवाही, सांख्यिकीच्या नोंदी (Data entry), हाताळणी (Manipulation), विश्लेषण व परिणाम (Out put)

या टप्प्यात केली जाते. यासाठी वापरण्यात येणारी साधने म्हणजे संगणक संहती (Hardware) ज्यात हार्डवेअर म्हणजे संगणक व त्याच्याशी निगडित मुद्रक, आरेखक यांसारखी साधने असतात. सॉफ्टवेअर (संहिता) मध्ये अवकाशिक माहिती, त्याचे व्यवस्थापन व विश्लेषण करणाऱ्या सूचना पद्धती आणि या सर्वांचा उपयोग करणाऱ्या, कार्यवाही करणाऱ्या व्यक्ती यांचा समावेश होतो.

साध्या वैयक्तिक संगणकापासून महासंगणकापर्यंत सर्व प्रकारच्या संगणकावर व विविध तऱ्हेच्या सॉफ्टवेअर परिभाषांत जीआयएस कार्यान्वित करता येते. बरो (१९८६) यांच्या मतानुसार कोणत्याही जीआयएस संहितेच्या परिणामकारक उपयोगासाठी पुढील गोष्टींची गरज असते.

(१) सॉफ्टवेअर कार्यान्वित करू शकणारे पुरेशा क्षमतेचे संगणक संयंत्र (Processor).
(२) मोठ्या प्रमाणावर माहितीचा साठा करून ठेवण्याची स्मरण क्षमता (Memory).
(३) उच्च दर्जाचा, उच्च नियोजन क्षमतेचा (High resolution) रंगीत, सुस्पष्ट, रेखाचित्रिय प्रदर्शक (Screen).
(४) सांख्यिकीच्या नोंदीचे आदान-प्रदान (Input-Output) करू शकणारे इतर संहती घटक. अंकीय नोंदक (Digitiser), समीक्षक (Scanner), अंक व अक्षर पट्टी (Key board) मुद्रक व आरेखक (Printer).

याचबरोबर संगणक संहितेत (Software) पुढील गोष्टी आवश्यक असतात.

(१) नोंदीच्या आदान-प्रदानाचा सूचना व्यवस्था संच.
(२) नोंदीचे व्यवस्थापन (Management), रूपांतरण (Transformation).
(३) पृथक्करण, विश्लेषण व प्रदर्शन करू शकणारे सूचना संच. वर वर्णन केलेल्या संगणक संहती (Computer Hardware) व जीआयएस संहितेबरोबरच (GIS Software) पुढील घटकांचाही समावेश जीआयएसमध्ये केला जातो.
    (१) अवकाशिक किंवा अवकाशीय सांख्यिकी (Spatial Data), उपलब्ध जी.आय.एस. संहिता. मुख्यत: अवकाशिक सांख्यिकी म्हणजे भौगोलिक माहितीचे व्यवस्थापन करण्यासाठीच तयार केलेल्या आहेत. प्रदेशांचे भौगोलिक स्थान, त्यांचे इतर स्थानाशी असलेले संबंध किंवा जोड, आणि स्थानाशी निगडित गुणविशेष (Attributes) अशा तऱ्हेच्या सांख्यिकीचा वापर जी.आय.एस.मध्ये प्रामुख्याने केला जातो. त्यामुळे अशा सांख्यिकीची उपलब्धता हा या यंत्रणेचा मुख्य

घटक आहे.

(२) विशिष्ट प्रश्नसंचाच्या साहाय्याने (Querries) केलेले सांख्यिकेचे विश्लेषण व त्याचे प्रदर्शक स्वरूप (Screen Format).

जीआयएस तंत्राचा वापर करू इच्छिणाऱ्यांसाठी हा घटक जास्त महत्त्वाचा असतो. बहुतांशी जी.आय.एस. विश्लेषणाचे प्रदर्शक स्वरूप हे नकाशा स्वरूपातच असते.

(३) जीआयएस तंत्राशी व त्याच्या उपयोजनाशी निगडित असलेले विद्यार्थी, तंत्रज्ञ इत्यादी.

जी.आय.एस. ही एककेंद्री यंत्रणा नाही. एखाद्या प्रकल्पाचा आराखडा करणारे, त्यासाठी जी.आय.एस. यंत्रणा राबविणारे आणि निर्णय प्रक्रियेत सहभागी होणारे सर्व तंत्रज्ञ जी.आय.एस.चा महत्त्वपूर्ण घटक आहेत. एखाद्या लहानशा संशोधन निबंधापासून आंतरराष्ट्रीय सहकार्याने चालणाऱ्या देशी प्रकल्पापर्यंत कार्यान्वित होणाऱ्या जी.आय.एस. योजनेतील तंत्रज्ञ या तंत्राचे घटक असतात.

जागतिक स्थान निश्चिती
(GPS)

विसाव्या शतकात वैज्ञानिकांनी आजपर्यंत कठीण आणि अशक्य वाटाव्या अशा ज्या कल्पनांना मूर्त स्वरूप दिले, त्यातली एक महत्त्वाची कल्पना म्हणजे, उपग्रहांच्या साहाय्याने, पृथ्वीपृष्ठावरील कोणत्याही ठिकाणाचे नेमके स्थान मिळविणे, ही आहे. शास्त्रीय परिभाषेत या तंत्राला जीपीएस म्हणजे ग्लोबल पोझिशनिंग सिस्टिम असे म्हटले जाते. विसाव्या शतकातले हे तंत्रज्ञान आज अतिशय प्रगत अवस्थेला जाऊन पोहोचलेले आहे. त्यामुळे एकविसाव्या शतकात याचा जास्तीत जास्त उपयोग करून घेणे शक्य आहे. जगभरातले वैज्ञानिक त्यांच्या क्षेत्रात जीपीएस तंत्राचा उत्तम प्रकारे उपयोग करून घेऊ लागलेले आहेत. जी.आय.एम.ध्ये सांख्यिकी मिळविण्यासाठी जी.पी.एस.चा खूपच फायदा होतो.

जी.पी.एस. तंत्रज्ञानाचा मुख्य उपयोग पृथ्वी पृष्ठाचे नेमके सर्वेक्षण करण्यासाठी होत असला, तरी या तंत्राचा आवाका खूपच मोठा असल्याचे वैज्ञानिकांच्या लक्षात आल्यामुळे त्याची उपयुक्तता आणखी कशी वाढेल, या दिशेने ते कार्यरत आहेत. सर्वेक्षणाच्या विशेषत: स्थाननिश्चितीच्या इतिहासात एक नवीन अध्याय निर्माण करण्याची प्रचंड ताकद या तंत्रज्ञानात आहे, यात शंका नाही.

पृथ्वीभोवती जीपीएस उपग्रह, विषुववृत्तावर २०,२०० किमी उंचीवर ६३ अंशांत कललेल्या कक्षेत, १४५.४२ मेगाहर्ट्झ कंप्रतेत (फ्रिक्वेन्सी) कार्यरत आहेत. ७८० किग्रॅम वजनाचे हे उपग्रह सूर्यगामी (सन सिनक्रॉनस) व पृथ्वीलक्षी (अर्थ पॉइंटिंग) आहेत. ग्लासनोस उपग्रह रशियन असून, हेही याच कंप्रतेत पण १९,९०० किमी उंचीवर व ६४.८ अंशांत कललेल्या कक्षेत कार्यरत आहेत.

उपग्रहावर असलेल्या अणू घड्याळापासून (ॲटॉमिक क्लॉक) मिळणारे, अत्युच्च अचूकपणा (व्हेरी हाय प्रिसिजन) असलेले काल संकेत (टाईम सिग्नल्स) हे उपग्रह प्रेषित (ट्रान्समिट) करतात. अणू घड्याळे ठराविक कालांतराने पृथ्वीवरील नियंत्रण केंद्राकडून ठाकठीक केली जातात. अवकाशातील कोणत्याही दोन किंवा त्यापेक्षा जास्त जी.पी.एस. उपग्रहांकडून पाठविल्या गेलेल्या संकेतांतील काल फरकावरून (टाईम डिफरन्स) पृथ्वीवरील संकेत प्राप्तकाला (रिसीव्हर) त्याचे नेमके स्थान गणिती पद्धतीने शोधता येते. अस्थिर वस्तूंचा वेग हवा असेल, तर स्थानबदलांच्या दराची (रेट ऑफ चेंज) गणना करूनही तो ठरविता येतो. स्थाननिश्चिती ही अक्षांश, रेखांश व उंचीच्या संदर्भात केली जाते.

प्राप्तकामध्ये (रिसीव्हर) क्वार्टझचे घड्याळ बसवलेले असते व उपग्रहातील आणि प्राप्तकातील अशा दोन्ही घड्याळांचे समकालीकरण (सिंक्रोनायझेशन) होणे आवश्यक असते. प्राप्तकांचे साधारणत: दोन प्रकार असतात. परिवहन प्राप्तके (नॅव्हिगेशनल रिसीव्हर्स) व भूमापी प्राप्तके (जिओडॅटिक रिसीव्हर्स). दोन्हींचा उद्देश अंतराची गणना करणे व स्थाननिश्चितीकरिता निर्देशक संदर्भअक्ष (कोऑर्डिनेट्स) मिळवणे हाच असतो. पृथ्वीवरील अज्ञात (अननोन) स्थळ व उपग्रहांनी भाकीत केलेले स्थान यांतील अंतर मोजून अज्ञात स्थळाचे नेमके स्थान त्रिकोणमितीय पद्धतीने शोधले जाते.

प्राप्तकाचे उपयोजन (ॲप्लिकेशन) व त्यांची कंप्रता यानुसारही प्राप्तकांचे विविध प्रकार करता येतात. उपयोग करणाऱ्याला (यूजर) आपली आवश्यकता लक्षात घेऊन प्राप्तकाची निवड करावी लागते. जी.पी.एस. तंत्रज्ञान हे अवकाशात पृथ्वीभोवती, बारा तासांच्या भ्रमणकक्षेत फिरणाऱ्या नवस्टार या उपग्रह मालिकेवर आधारित आहे. नवस्टार (नॅव्हिगेशन सॅटेलाईट टाईम अँड रेंजिंग) मालिकेतील पहिला उपग्रह १९७७ पासून उपयोगात आहे. वेळ व स्थान संकेतांचे (सिग्नल) योग्य प्रेषण (ट्रान्समिशन) हे या उपग्रहांचे मुख्य कार्य आहे. १९८८ नंतर या मालिकेतील उपग्रहांनी अधिक अचूकपणे व विस्तृत क्षेत्र व्यापी (वाइड फिल्ड) असे संकेत

द्यायला सुरुवात केली आहे.

अनेक संशोधन संस्था, सर्वेक्षण संस्था, अभियांत्रिकी व बांधकाम संस्थांनी जी.पी.एस. युगात यापूर्वीच सक्षमपणे प्रवेश केलेला आहे. कमीतकमी पायाभूत सोयी (इन्फ्रास्ट्रक्चर) वापरून मोठमोठे व क्लिष्ट प्रकल्प पूर्णत्वास नेणे यामुळे आता शक्य आहे.

जी.पी.एस.च्या आधारे सर्वेक्षणाकरता आवश्यक असे अंतराचे मापन सर्व प्रकारच्या हवामानांत, दिवसा व रात्री अशा दोन्ही वेळी करता येते. अनेक ठिकाणांची सापेक्ष स्थाननिश्चिती (रिलेटिव्ह पोझिशनिंग) करण्यासाठी आता जमिनीवर अंतर मोजण्याची गरज राहिलेली नाही. भूमिसर्वेक्षण, अपतटीय (ऑफशोअर), संरचना (स्ट्रक्चर्स), ज्योतिर्मापी (फोटोग्रॅमेट्री) यांसारख्या क्षेत्रांमध्ये भरपूर उपयोग करून घेता येण्यासारखे हे तंत्र आहे.

या यंत्रणेचा उद्गम संरक्षणात्मक (डिफेन्स) कारवायांसाठी झाला असला, तरी आज अनेक प्रशासकीय (अॅडमिनिस्ट्रेटिव्ह) व नागरिकी (सिव्हिलियन) उद्योगांमध्ये त्याचा फार मोठ्या प्रमाणावर वापर करून घेतला जात आहे.

जी.पी.एस. यंत्रणा पी आणि सी/ए या दोन प्रमुख कूट संकेतांमार्फत (कोड्स) काम करते. 'पी' संकेत विशेष करून अमेरिकन सैनिकी प्रतिरक्षात्मक कार्यात, तर सी/ए संकेत नागरिकी व प्रशासकीय कार्यात वापरले जातात. अशा पद्धतीने काम करणारे एकूण २१ उपग्रह पृथ्वीभोवतालच्या कक्षेत आहेत.

अगदी अलीकडे, आखाती युद्धात इराकी छावण्यांची स्थाननिश्चिती करण्यासाठी याच तंत्राचा वापर केला गेला असल्याचे उल्लेख आढळतात.

'पी' कूट संकेत असलेल्या उपग्रहांची अंतर वाचन अचूकता (डिस्टन्स प्रिसिजन) ३० मीटर असते. ते १० मेगाहर्टमध्ये कार्यरत असतात. तर सी/ए कूट संकेत असलेले उपग्रह ३०० मीटर इतकी अचूकता देतात. खरे म्हणजे जीपीएस उपग्रहांचे महत्त्व त्यांच्या अचूकपणातच आहे. पृथ्वीवरील प्राप्तकांच्या दरम्यान असलेले पायाभूत अंतर (बेसलाईन डिस्टन्स) त्यांची अचूकता ठरविते. जी.पी. एस. उपग्रह हे पृथ्वीवरील दोन स्थळांमधील अंतर अचूकरीत्या सांगू शकतात. (ग्लोबल) पातळीवर आवश्यकतेनुसार करता येतो. स्थानिक पातळीवर केलेल्या सर्वेक्षणाकरता पायाभूत अंतराची मर्यादा १० ते १०० कि.मी. असते व त्यातून मिळणाऱ्या स्थाननिश्चितीत १ ते ४ मि.मी. इतका नेमकेपणा मिळवता येतो. प्रादेशिक पातळीवर पायाभूत अंतर १०० ते १००० कि.मी. व स्थाननिश्चितीतील यथार्थता ४ ते १० मिमी तर जागतिक सर्वेक्षणात पायाभूत अंतर १००० ते १०,०००

कि.मी. व अचूकपणा १ ते २ सें.मी. इतका राखता येतो.

समुद्र किनाऱ्याजवळ प्रमुख जी.पी.एस. स्टेशन ठेवून अवकल जी.पी.एस. (डिफरन्शिल जी.पी.एस.) च्या साहाय्याने समुद्रातील जहाजे व मासेमारी करणाऱ्या बोटी त्यांचे स्थान नियंत्रित करू शकतात. भविष्यात या तंत्रज्ञानाचा वापर लष्करी घडामोडी, भूमी सर्वेक्षण याचबरोबर पर्यटन आणि राजस्व मानचित्रीकरण (रेव्हिन्यू मॅपिंग) यांमध्येही होण्याची शक्यता आहे. भूशास्त्रज्ञ, भूगर्भशास्त्रज्ञ, भूभौतिक शास्त्रज्ञ (जिओफिजिसिस्ट) या सर्वांसाठी हे तंत्रज्ञान फार मोठे वरदान ठरू पाहत आहे. भूकंप क्षेत्रांचे नेमके निर्धारीकरण (डिमार्केशन), भूतबकांच्या हालचाली (प्लेट मूव्हमेंट्स), ज्वालामुखीय उद्रेकांची केंद्रे, विपत्तिदर्शक प्रदेश, भरती–ओहोटी मापन केंद्रे (टायडल गेजीस), भूकवच गतिविज्ञान (क्रस्टल डायनॅमिक्स) या सर्वांसाठीच मापन व स्थाननिश्चिती करण्याची कुवत या तंत्रात आहे.

जी.पी.एस. व जी.आय.एस. (भौगोलिक माहिती प्रणाली) या दोन जबरदस्त तंत्रांच्या समाकलनाने (इंटिग्रेशन) तर क्रांतिकारी संशोधनाची मुहूर्तमेढ रोवता येईल. मोटरकारमध्ये मिळू शकणारा पथदर्शक व प्रदेशदर्शक सांख्यिकी नकाशा (डिजिटल मॅप) हे त्या समाकलनाचे एक लहानसे उदाहरण. जी.पी.एस. व दूर संवेदन (रिमोट सेन्सिंग) यांच्या समाकलनाने जागतिक पातळीवर भूजल साठे व तत्संबंधी माहिती भांडार उपलब्ध करून घेणे आता शक्य होणार आहे.

या तंत्रज्ञानाचा सर्वात जास्त फायदा अर्थातच समुद्रपरिवहन (नॅव्हिगेशन) व तत्सम क्षेत्रांना झालेला आहे; कारण या क्षेत्रात नेमकी स्थाननिश्चिती (पोझिशनिंग ॲक्युरसी) फार महत्त्वाची असते. ओमेगा व लॉरेन यांसारख्या स्थाननिश्चिती करण्याच्या इतर प्रणालींपेक्षा जीपीएस पद्धतीचा या उद्दिष्टांसाठी जास्त चांगला उपयोग होतो. मानक किंवा आदर्श स्थाननिश्चिती सेवा (स्टॅंडर्ड पोझिशनिंग सर्व्हिस) या तंत्राची अचूकता ५० मीटर इतकी मिळू शकते, याहीपेक्षा उत्तम यथार्थता म्हणजे १० मीटरपेक्षाही चांगली अचूकता अवकल जागतिक स्थाननिश्चिती यंत्रणेमार्फत (डीजीपीएस, डिफरन्शिल ग्लोबल पोझिशनिंग सिस्टिम) मिळवता येते. इष्टतम परिस्थितीत (ऑप्टिमम कंडिशन्स) १ मीटरपर्यंत नेमकेपणा आणणे अशक्य नाही, असा शास्त्रज्ञांचा दावा आहे.

स्थाननिश्चितीतील अचूकपणा हा उपग्रहांच्या स्थानाबद्दलची नेमकी माहिती असण्यावर अवलंबून आहे. अयनांबर (आयनोस्फिअर) व तपांबरातील (ट्रोपोस्फिअर) प्रकाशाच्या विकिरण / विचलनामुळे अंतराच्या मोजमापात फरक पडू शकतो. त्यामुळे त्याची काळजी घेणे आवश्यक असते. बऱ्याच वेळा भारतीय

सर्वेक्षण खात्याने तयार केलेल्या स्थलरूपिक (ट्रोपोग्राफिक) नकाशावरील संदर्भरेषा जीपीएसने मिळणाऱ्या संदर्भरेषांशी जुळत नाहीत. त्याचे परिवर्तन (ट्रान्सफॉर्मेशन) करणे गरजेचे असते. कमीत कमी दोन अथवा चार जीपीएस उपग्रहांच्या साहाय्याने पृथ्वीवरील स्थिर ठिकाणाचे स्थान ७ मीटरच्या कमी-अधिक फरकाने व अस्थिर वस्तूचे स्थान दर सेकंदाला १० सें.मी.च्या फरकाने नक्की करणे शक्य होते.

संदर्भ केंद्र (रेफरन्स स्टेशन) व प्राप्तक (रिसीव्हर) यांतील अंतर खूपच जास्त असल्यास स्थाननिश्चितीत चूक होण्याची दाट शक्यता असते. ही चूक कमी करण्यासाठी विस्तृत क्षेत्र डी.जी.पी.एस.चा वापर केला जातो. या पद्धतीत प्रेषण केलेली माहिती साहाय्यक स्वरूपाची (ऑक्सिलरी) व शुद्ध केलेली (करेक्टेड) असते. त्यात संदर्भ स्थान व उपग्रहांबद्दलची कालगणनेसंदर्भातील माहिती समाविष्ट असते. ही माहिती टेलिफोन, दळणवळण उपग्रह, अतिकंप्रता सांख्यिकी जोड (हाय फ्रिक्वेन्सी डेटा लिंक) यांसारख्या अनेकविध मार्गांनी प्राप्तकापर्यंत पोहोचविली जाते. साधारणपणे १५० कि.मी. अंतरावर असलेल्या संदर्भ केंद्राच्या साहाय्याने कमीत कमी त्रुटी (एरर) सह स्थाननिश्चिती करणे आज शक्य झालेले आहे. यापेक्षा जास्त अंतरावरील दोन ठिकाणे, संयुक्त त्रुटी (कंपोझिट एरर) मिळवून स्थाननिश्चिती करू शकतात. कमी अंतरावरील दोन ठिकाणांपैकी एक संदर्भ केंद्र असल्यास स्थानीय डी.जी.पी.एस. पद्धतीने दुसऱ्याची स्थाननिश्चिती केली जाते. विस्तृत क्षेत्र डी.जी.पी.एस. अनेक ठिकाणांचे स्थान संदर्भ ओळखून त्यांचे एकत्रित संदर्भ जाळे (नेटवर्क) तयार करता येते. या जाळ्यात उपयोग करणाऱ्या उपभोक्त्याचे स्थान असल्यास त्याचे आंतर्वेशन (इंटरपोलेशन) करणे सहज शक्य होते.

इनमारसॅट ३ सारख्या अमेरिकन उपग्रहावरून विस्तृत क्षेत्र डीजीपीएसला लागणाऱ्या सर्व प्रकारच्या शुद्धी (करेक्शन्स) प्रेषित केल्या जातात. यामुळे आता स्थाननिश्चिती २ मीटरपर्यंत अचूकपणे करता येते.

गतिज बलऊर्जा जीपीएस (कायनमॅटिक जीपीएस) हा स्थानीय जीपीएसचाच एक प्रकार आहे. यात डेसिमीटर लेव्हलपर्यंतची अचूकता आणणे शक्य आहे. भविष्यात या के.जी.पी.एस.चा उपयोग स्वयंचलित विमान अवतरणासाठी (ॲटोमॅटीक एअरक्राफ्ट लॅन्डिंग किंवा ऑटोलॅन्ड) करता येईल इतकी कुवत या तंत्रात आहे याबद्दल शास्त्रज्ञांच्या मनात अजिबात शंका नाही.

नैसर्गिक संकटांनी ग्रस्त झालेल्या अनेक विकसनशील राष्ट्रांना जी.पी.एस. तंत्रज्ञानामुळे कमीत कमी खर्चात व कमीत कमी वेळात विपत्ती नियोजन व व्यवस्थापन

करता येणार आहे. भारतासारख्या देशात जिथे दरवर्षी पुरामुळे हजारो वस्त्या पाण्याखाली जातात, तिथे या वस्त्यांचे अचूक सर्वेक्षण करणे, त्यांचे स्थान निश्चित करणे, तसेच भूमिपातासारख्या (लँडस्लाईड) इतर प्रकारच्या विपत्तींचे व्यवस्थापन करणे आणि वन्यजीव (वाइल्डलाइफ ट्रॅकिंग) शोधणे हेही आता या तंत्रामुळे शक्य आहे.

प्राप्तकांच्या भरमसाट किमती हा या यंत्रणेतला फार मोठा अडथळा असला, तरी नजीकच्या काळात या तंत्राचे महत्त्व वाढून किमती कमी होतील व मूलभूत (बेसिक) आणि उपयोजित (अप्लाइड) अशा दोन्ही प्रकारच्या संशोधन प्रकल्पांना, समस्या प्रदेशांची नेमकी स्थाननिश्चिती करून त्यानुसार उपाययोजना करणे शक्य होईल, असे म्हणावयास हरकत नाही.

❑